ലൈംഗികതയുടെ ചരിത്രം

study
laingigathayude charithram

•

p p sathyan

•

first edition
february 2014

•

typesetting & published
chintha publishers, thiruvananthapuram

•

•

cover
vinod

•

വിതരണം

ദേശാഭിമാനി ബുക്ക് ഹൗസ്

H O തിരുവനന്തപുരം–695 035
phone: 0471-2303026, 6063026
www.chinthapublishers.com
chinthapublishers@gmail.com

ബ്രാഞ്ചുകൾ

ഹെഡ്ഡാഫീസ് ബ്രാഞ്ച് കുന്നുകുഴി • ഓവർബ്രിഡ്ജ് തിരുവനന്തപുരം • സ്റ്റാച്യു തിരുവനന്തപുരം • കെ എസ് ആർ ടി സി ബസ് സ്റ്റേഷൻ ആലപ്പുഴ • കെ എസ് ആർ ടി സി ബസ് സ്റ്റേഷൻ എറണാകുളം • മച്ചിങ്ങൽ ലെയ്ൻ തൃശൂർ • ഐ ജി റോഡ് കോഴിക്കോട് • മാവൂർ റോഡ് കോഴിക്കോട് • എൻ ജി ഒ യൂണിയൻ ബിൽഡിങ് കണ്ണൂർ • സെൻട്രൽ ബസ് ടെർമിനൽ കോംപ്ലക്സ് താവക്കര കണ്ണൂർ

CO - 2018 / 3392

ലൈംഗികതയുടെ ചരിത്രം

പി പി സത്യൻ

ചിന്ത പബ്ലിഷേഴ്സ്
തിരുവനന്തപുരം-695 035

പി പി സത്യൻ

നിരൂപകനും സാംസ്കാരിക പ്രവർത്തകനും. നാടകരംഗത്ത് സജീവമായി പ്രവർത്തിച്ചിരുന്നു. പ്രധാനകൃതികൾ: *അൽത്തൂസറും മാർക്സിസത്തിന്റെ ഭാവിയും, പ്രകൃതിയെ സ്നേഹിച്ച മഹാരഥന്മാർ, ശ്രീനാരായണ ഗുരു: ആധുനിക കേരളത്തിന്റെ ശിൽപ്പി, ലോക ഇതിഹാസങ്ങൾ, പ്രഭാഷണകല, ലോകനാടക ക്ലാസിക്കുകൾ, ലോകത്തിലെ പ്രധാനപ്പെട്ട വിപ്ലവങ്ങൾ. പരിഭാഷകൾ: വർഗീയ രാഷ്ട്രീയം* (രാം പുനിയാനി), *സ്റ്റാലിൻ! ജീവിതവും ചരിത്രവും* (എം ആർ അപ്പൻ), *പ്രണയത്തിന്റെയും രതിയുടെയും മനഃശാസ്ത്രം* (സിഗ്മണ്ട് ഫ്രോയിഡ്), *യഥാർഥത്തിൽ നിലനിൽക്കുന്ന മാർക്സിസം* (ഫ്രെഡറിക് ജെയിംസൺ), *ഉത്തരാധുനികത മധ്യവർഗം ഹിന്ദുത്വം* (മീരാനന്ദ), വേദങ്ങൾ ഹിന്ദുദർശനം ഹിന്ദുത്വം (കുങ്കും റോയ്, കുനാൽ ചക്രബർത്തി, തനികാ സർക്കാർ), ചരിത്ര ഗവേഷണ രീതിശാസ്ത്രം (പ്രൊഫ. ഇ ശ്രീധരൻ), *ഫാസിസത്തെപ്പറ്റി* (അന്റോണിയോ ഗ്രാംഷി – ഷിജു ഏലിയാസിനൊപ്പം), *പ്രത്യയശാസ്ത്രം* (അൽത്തൂസർ). *പി ജി അഭിമുഖങ്ങൾ (ഡോ. പി കെ പോക്കർ, വിനോദ് വൈശാഖി എന്നിവരോടൊപ്പം), അയോധ്യാവിധി ഹിന്ദുത്വ ഫാസിസത്തിന്റെ ദൃശ്യസാന്നിധ്യം (എഡിറ്റർ), എം എഫ് ഹുസൈൻ എന്ന ഇതിഹാസം* (സമാഹരണം: രാജേഷ് ചിറപ്പാടിനൊപ്പം) എന്നിവയാണ് പ്രസിദ്ധീകരിച്ച കൃതികൾ. 'ഇസ്ലാം എന്റെ വീക്ഷണത്തിൽ' എന്ന പഠനത്തിന് 2000 ലെ ഇസ്ലാം സ്റ്റഡിസെന്ററിന്റെ സംസ്ഥാന അവാർഡ് നേടിയിട്ടുണ്ട്. ആനുകാലികങ്ങളിൽ എഴുതാറുണ്ട്.

ഭാര്യ : ഷീബ
മക്കൾ : പ്രൊമിത്യ, അർജുൻ
ഫോൺ : 9846488631
Email : ppsathyartha@gmail.com

ഉള്ളടക്കം

പ്രസാധകക്കുറിപ്പ്

സ്ത്രീജീവിതങ്ങളെ ഉദാത്തവൽക്കരിക്കുകയും അതുവഴി മാറ്റിനിർത്തപ്പെടുകയും ചെയ്യുന്നതിന്റെ അടിത്തറ ലൈംഗികതയാണ്. പുരുഷ-കേന്ദ്രീകൃത സമൂഹത്തിൽ സ്ത്രീയുടെ വ്യക്തിത്വത്തെയും അവളുടെ കാമനകളെയും അടിച്ചമർത്തുന്നു. 'അവൾക്കു' വേണ്ടതെന്തെന്ന് നിശ്ചയിക്കാൻ 'അവന്' അധികാരമുണ്ടെന്നുള്ള ധാരണയ്ക്ക് നൂറ്റാണ്ടുകളുടെ പഴക്കമുണ്ട്. ലൈംഗികത ഒരു സമൂഹത്തിൽ കേവലമായല്ല നിലകൊള്ളുന്നത്, സാമൂഹ്യ-അധികാരഘടനയുമായി അതിനു ബന്ധമുണ്ട്. അതുകൊണ്ട് ലൈംഗികതയെപ്പറ്റിയുള്ള ഏതൊരന്വേഷണവും ചരിത്രപരവും സാമൂഹ്യ-രാഷ്ട്രീയ വിഷയങ്ങൾക്ക് ഒപ്പം നിലകൊള്ളുന്നതുമായിരിക്കും.

പുരുഷ കേന്ദ്രീകൃതവും സ്ത്രീവിരുദ്ധവുമായ പൊതുബോധനിർമിതിയെ നിർധാരണം ചെയ്യേണ്ടത് ഏതൊരു വിപ്ലവപ്രക്രിയയുടെയും ഭാഗമാണ്. പുരുഷ കേന്ദ്രീകൃത വ്യവസ്ഥിതി ഫ്യൂഡൽ മുതലാളിത്ത ഘട്ടങ്ങളിൽ ആവിർഭവിച്ചതല്ല. ആ ഘട്ടങ്ങൾകൊണ്ട് അത് അവസാനിക്കും എന്നും പറയാനാവില്ല. ചൂഷണാധിഷ്ഠിതമായ സാമൂഹ്യാവസ്ഥ സ്ത്രീവിരുദ്ധതയ്ക്ക് വളമിടുന്നുണ്ട്. മുതലാളിത്തവ്യവസ്ഥ മാറിയാലും ആശയമണ്ഡലത്തിൽ പുരുഷകേന്ദ്രീകൃത വ്യവസ്ഥയുടെ മൂല്യങ്ങൾ നിലകൊള്ളുമെന്ന് ആധുനിക മാർക്സിസ്റ്റ് ചിന്തകർ അഭിപ്രായപ്പെടുന്നുണ്ട്. അതുകൊണ്ടുതന്നെ സ്ത്രീ-പുരുഷ ബന്ധങ്ങളിലും കുടുംബങ്ങൾക്കുള്ളിലും ജനാധിപത്യവൽക്കരണം സസൂക്ഷ്മം നിർവഹിക്കേണ്ട കടമയാണ്.

ലൈംഗികതയുടെയും പുരുഷകേന്ദ്രീകൃത സാമൂഹ്യ അവസ്ഥയുടെയും ചരിത്രവും രാഷ്ട്രീയവും അന്വേഷിക്കുന്ന പഠനഗ്രന്ഥമാണിത്. ഗഹനമായ ഈ വിഷയം ലളിതമായി പ്രതിപാദിക്കാൻ പി പി സത്യനു കഴിഞ്ഞിട്ടുണ്ട്. കേരളത്തിന്റെ പൊതുമണ്ഡലത്തിൽ ചർച്ച ചെയ്യപ്പെടേ

ണ്ടതാണ് ഈ വിഷയമെന്നു ഞങ്ങൾ കരുതുന്നു. തുറന്ന അഭിപ്രായ മാണ് ഈ ഗ്രന്ഥത്തിൽ പ്രകടിപ്പിക്കപ്പെടുന്നത്. സംവാദാത്മകമായ ഈ ഗ്രന്ഥം നമ്മുടെ സാംസ്കാരിക മണ്ഡലത്തിൽ ചലനങ്ങൾ സൃഷ്ടിക്കു മെന്നു പ്രതീക്ഷിക്കുന്നു.

ചിന്ത പബ്ലിഷേഴ്സ്

അവതാരിക

ഈ പുസ്തകം വായിക്കാൻ നിങ്ങൾക്ക് ധീരതയുണ്ടോ?

കെ ഇ എൻ

ഒന്ന്

കേരളത്തിലെ സാംസ്കാരിക വിമർശകരിൽ സൂക്ഷ്മതകൊണ്ടും സർഗധീരതകൊണ്ടും ശ്രദ്ധേയനായ പി പി സത്യന്റെ *ലൈംഗികതയുടെ ചരിത്രം* എന്ന പുസ്തകത്തെ പുസ്തകങ്ങളുടെ പുസ്തകം എന്ന് വിശേഷിപ്പിക്കുന്നതാവും പ്രസക്തം. മലയാളിയുടെ ചിന്തയുടെ രീതിശാസ്ത്രത്തെത്തന്നെ വെല്ലുവിളിക്കും വിധമുള്ള പ്രക്ഷോഭാത്മകമായൊരു കൃതിയെന്ന നിലയിലായിരിക്കും വരുംകാലങ്ങളിൽപ്പോലും ഒരുപക്ഷേ ഇത് വായിക്കപ്പെടാൻ പോകുന്നത്. ഈ പുസ്തകം വായിക്കാൻ നിങ്ങൾക്ക് ധീരതയുണ്ടോ എന്ന സാർത്രിന്റെ, ഫ്രാന്റ്സ് ഫാനന്റെ *ഭൂമിയിലെ നിന്ദിതർ* എന്ന കൃതിയെ മുൻനിർത്തിയുള്ള പഴയ പ്രകോപന ചോദ്യം, പി പി സത്യന്റെ ഈയൊരു കൃതിയെ സംബന്ധിച്ചിടത്തോളവും നമുക്ക് ചോദിക്കാൻ കഴിയും. അന്വേഷണങ്ങൾ പൊതുവിൽ കടന്നുവരാൻ പേടിക്കുന്ന മനുഷ്യമനസിന്റെ പാതാളങ്ങളിലേക്കുള്ള സാഹസികയാത്രയ്ക്കാണ് പി പി സത്യൻ ധീരമായി നേതൃത്വം നൽകുന്നത്. അലസമായ വായനകൾക്ക് നടന്നു കയറാനാവാത്ത ആശയങ്ങളുടെ ഗിരിശൃംഗങ്ങളിലേക്ക് ചിന്തയുടെ ചിറകുകളിൽ പറന്നെത്താനുള്ള ശ്രമങ്ങളിലാണ് സത്യൻ നിസ്സങ്കോചം വ്യാപൃതനായിരിക്കുന്നത്. മുഖ്യധാരയുടെ പാലും പഴവും കിട്ടാത്ത, കാഴ്ചബംഗ്ലാവിലെ സിംഹങ്ങൾക്കൊപ്പം കളിക്കാനിഷ്ടപ്പെടാത്ത, വ്യവസ്ഥാവിരുദ്ധ കാഴ്ചപ്പാടുകളിൽ വിട്ടുവീഴ്ചയ്ക്ക് ഒരുങ്ങാത്ത, ഒരന്വേഷകന്റെ തീപാറും സാന്നിധ്യമാണ് പതിവ് പുസ്തകങ്ങളിൽനിന്നും ഈയൊരു പുസ്തകത്തെ വേർതിരിക്കുന്നത്. മൂലധന മൂല്യങ്ങളോടും മതാത്മക നിലപാടുകളോടും നിർദയം എതിരിട്ടുകൊണ്ടാണ് പി പി സത്യൻ പ്രക്ഷോഭചിന്തയുടെ വാതിലുകൾ വലിച്ചുതുറക്കുന്നത്. ഇന്നത്തെ ജീവിതങ്ങളെ എക്കാലത്തും ഇതുപോലെതന്നെ

ഒരുമിച്ച് നിർത്താനുത്സുകമാകുന്ന അശ്ലീല ഒത്തുതീർപ്പുകൾക്കെതിരെ വിമോചന ചിന്ത നിർവഹിക്കുന്ന രണോത്സുകതയുടെ ഇവ്വിധമുള്ള ഇടിവെട്ടുകൾ കേൾക്കുമ്പോൾ കുഴഞ്ഞ് വീഴാത്തവർക്കു വേണ്ടിയാണ് ഈ പുസ്തകം എഴുതപ്പെട്ടിരിക്കുന്നത്. ചെമ്മേ ചെഞ്ചമ്മേകളിൽ ഒഴുകാനും; ഇക്കിളികളിൽ കുളിരാനും, ഓട്ടോഗ്രാഫുകളിൽ ഒതുങ്ങാനും കൊതിക്കുന്നവരും, ആജീവനാന്തം ആധിപത്യ ചിന്തയ്ക്ക് അടിമപ്പണി ചെയ്യാൻ ആഗ്രഹിക്കുന്നവരും, കയ്യക്ഷരം നന്നാക്കാൻ മാത്രം കോപ്പിയെഴുത്ത് നിർവഹിക്കുന്നവരും ചിന്തയ്ക്ക് എന്നോ അവധികൊടുത്തുകഴിഞ്ഞ സിൽബന്ധികളും ഇതുപോലുള്ള ചിന്താധീരമായ പുസ്തകങ്ങളെ വായിച്ചവഹേളിക്കരുത്. അവർക്ക് രാപ്പാർക്കാൻ മുന്തിരിത്തോപ്പുകൾ ഏറെയുള്ളപ്പോൾ, അവർക്ക് വെട്ടിവിഴുങ്ങാൻ പാകത്തിൽ മേച്ചിൽപ്പുറങ്ങൾ നിരവധിയുള്ളപ്പോൾ.

സ്ത്രീസംരക്ഷണമല്ല, സ്ത്രീവിമോചനമാണ് അനിവാര്യമെന്നത് വർത്തമാനത്തിലൂടെ വികസിക്കാൻ പൊരുതുന്ന ഭാവിയുടെ കാഴ്ചപ്പാടാണ് പി പി സത്യൻ ഒരു ഇടതുപക്ഷ ചിന്തകനെന്ന നിലയിലുള്ള സ്വന്തം മേൽവിലാസത്തിൽ നിന്നുകൊണ്ട് ധീരമായി നിർവഹിക്കുന്നത്. ഒരു പക്ഷേ ഭൂതകാലത്തിന്റെ പൊക്കിൾക്കൊടിവാല് പള്ളയിലിപ്പോഴും തൂക്കി നടക്കുന്നവരെ അലോസരപ്പെടുത്തുംവിധം; ഭാവിയെ അഭിസംബോധന ചെയ്യുന്ന, വർത്തമാന മനുഷ്യാവസ്ഥയുടെ വേദനയും അതോടൊപ്പം വീര്യവുമാണ്, *ലൈംഗികതയുടെ ചരിത്രം* നമ്മുടെ മുമ്പിൽ അവതരിപ്പിക്കുന്നത്.

രണ്ട്

പലവിധ കാരണങ്ങളാൽ, സമഗ്രജീവിതം നിഷേധിക്കപ്പെട്ട മനുഷ്യശരീരത്തിന്, തടയപ്പെട്ട അതിന്റെ വന്യസഞ്ചാരങ്ങൾക്ക്, സ്വന്തം സ്വാതന്ത്ര്യം വീണ്ടെടുക്കാതെ വയ്യ എന്നത് ശരിയായിരിക്കുമ്പോഴും, ശരീരത്തിന് ചരിത്രബാഹ്യവും അനിയന്ത്രിതവുമായ ഒരു സ്വാതന്ത്ര്യം സാക്ഷാൽക്കരിക്കാനാവുമോ എന്നൊരു ചോദ്യം, *ലൈംഗികതയുടെ ചരിത്രം* എന്ന പി പി സത്യന്റെ പുസ്തകത്തിന് നേരിടേണ്ടിവരും. ചരിത്രവൽക്കരണത്തിന്റെ നിശിതപ്രയോഗമായിരിക്കുമ്പോഴും ലൈംഗികതയുടെ വഴുതൽ സ്വഭാവം; വരച്ചവരയിൽ നിൽക്കാത്തതുകൊണ്ട് കൂടിയാവാം ഇങ്ങനെ സംഭവിക്കുന്നത്. ആഴത്തിൽ സംവാദാത്മകമായ ഒരന്വേഷണത്തിനാണ് ഈയൊരു പുസ്തകം വഴിയൊരുക്കുന്നത് എന്നതിനാൽ, സർവസമ്മതമായ കാഴ്ചപ്പാടിൽ അതിനാരംഭിക്കാനോ അവസാനിക്കാനോ കഴിയാതിരിക്കുന്നത്, ഒരു ന്യൂനതയായി ചുരുക്കുന്നതിൽ അർഥമില്ല. മുഖ്യധാരാ മാധ്യമങ്ങളുടെ തണൽപറ്റിക്കഴിയുന്നവർക്കൊരിക്കലും ഏറ്റെടുക്കാനാവാത്ത, വലതുപക്ഷ പ്രതിഭകൾക്ക് ചിന്തിക്കാൻപോലുമാവാത്ത, ഒരു സാംസ്കാരിക ഔന്നത്യമാണ് സത്യൻ ഏറ്റെടുത്തിരിക്കുന്നത്. ഇടതുപക്ഷമായിരിക്കുമ്പോഴും, സൂക്ഷ്മാർഥത്തിൽ ഇടതുപക്ഷത്തായിരിക്കാൻ കഴിയാത്ത എഴുത്തുസുഹൃത്തുക്കൾക്ക് പി പി സത്യൻ തുറന്നുവെച്ച സംവാദത്തിൽ ആരോഗ്യകരമായ അർഥത്തിൽ പങ്കെടുക്കാൻ സാധാരണഗതിയിൽ പ്രയാസമായിരിക്കും. ലൈംഗികസ്വാ

തന്ത്ര്യവും ലൈംഗിക സ്തുതിയും വേർതിരിയുന്ന അതിർത്തികൾക്കിടയിൽ വെച്ചായിരിക്കും ഒരുപക്ഷേ, ശരിയായ വിയോജിപ്പുകൾ ആരംഭിക്കുക എന്നാണ് ഞാൻ കരുതുന്നത്. ശരീരത്തിന്റെ മാന്ത്രിക സഞ്ചാരങ്ങളെയും മനസിന്റെ മദോന്മുഖമായ കിനാവുകളെയും, അബോധമനസിന്റെ സ്വപ്നങ്ങളെയും മനുഷ്യർ നിയന്ത്രണരഹിതമായി പിന്തുടർന്നാൽ, അവരെവിടെ എത്തിപ്പെടുമെന്നൊരുൽക്കണ്ഠ, ഇപ്പോളെന്നെ അസ്വസ്ഥമാക്കുന്നുണ്ട്. ശരീരതമസ്കരണ വിദ്യകളോടുള്ള ശരിയായ രോഷം പി പി സത്യനെ ഒരൽപ്പം അമിതമായ ശരീരമാത്രസ്നേഹത്തിലേക്ക് നയിച്ചുവോ എന്നൊരു ചോദ്യം തുടർ സംവാദങ്ങൾക്കായി തുറന്നുവെക്കുകയാണ്.

യോജിപ്പിനും വിയോജിപ്പിനും ഇടയിലെ അതിർത്തികൾ അടയാളപ്പെടുത്താനും ഇതു രണ്ടിനുമപ്പുറത്തേക്ക് കടക്കാൻ കാര്യങ്ങളെ ഇപ്പോഴുള്ളതിൽനിന്നും വ്യത്യസ്തമായി ഒരുപാട് വിധങ്ങളിൽ വേറിട്ടും കാണാനാവുമല്ലോ എന്ന തിരിച്ചറിവ് നൽകാനും കഴിയുംവിധം, സാമാന്യബോധത്തിന്റെ പെരുവഴിയിൽ വിലങ്ങടിച്ച് കിടക്കുന്ന നവചിന്തകളുടെ ഈയൊരു സമര സമാഹാരത്തെ കാണാതെയും കേൾക്കാതെയും ഇനിയാർക്കും മുന്നോട്ട് പോവാനാവില്ല. ചില ദുർമൂർത്തികളെ പ്രീതിപ്പെടുത്താൻ, 'കക്കക്കൊക്കകൾ' പറയാതെ ഇതിനോട് സംവാദം നടത്താനാണ് ചിന്താലോകത്തെ ചുണക്കുട്ടികൾ ധീരരാവേണ്ടത്. വിവരങ്ങളുടെ സമൃദ്ധിയും, തത്വചിന്താപരമായ ഔന്നത്യവും കാവ്യാത്മകതയും, പുതുവഴി വെട്ടുന്നവരുടെ വീര്യവും, സ്വയം സമരത്തിലൂടെ കടന്നു പോവാത്ത ആരും സ്വാതന്ത്ര്യം അനുഭവിക്കുന്നില്ലെന്ന അനുഭവസത്യവും, ചാഞ്ചാട്ടങ്ങളേതുമില്ലാതെ പങ്കുവെക്കുന്ന ഈ പുസ്തകത്തെ ഏതെങ്കിലും നിലയിൽ പരാമർശിക്കാതെ മലയാള ചിന്തയ്ക്ക് ഇനി മുന്നോട്ട് പോവാൻ പ്രയാസമായിരിക്കുമെന്നാണ് എനിക്ക് തോന്നുന്നത്.

പ്രണയം മുതൽ കുമാരനാശാനെക്കുറിച്ചുവരെ സത്യൻ നിർവഹിക്കുന്ന ധീരമായ അന്വേഷണങ്ങൾ കൂടുതൽ ഇടപെടലുകളെ അനിവാര്യമാക്കും. രതിക്ക് അശാന്തമായ സമരങ്ങളിലൂടെ സ്വയം കടന്നുപോവാതെ പ്രണയമാവാൻ കഴിയില്ലെന്ന കാഴ്ചപ്പാടാണ്, മുമ്പെന്നപോലെ ഇപ്പോഴും ഞാൻ വെച്ചുപുലർത്തുന്നത്. പ്രത്യേകിച്ചും കാമം കുത്തിവീഴ്ത്താൻ പാകത്തിൽ കത്തികളുമായി ഇരുട്ടിൽ പതുങ്ങിനിൽക്കും കാലത്ത്! ഇത് സംബന്ധിച്ച് മുമ്പ് ദീർഘമായെഴുതിയതിൽനിന്നൊരൽപ്പം എടുത്തുചേർക്കുന്നത് പി പി സത്യന്റെ അന്വേഷണങ്ങൾ ആവിഷ്കരിക്കുന്ന ആശയലോകവുമായുള്ള ഒരു സംവാദത്തിന് സഹായകമായേക്കും.

മുമ്പവർ പരിഭ്രമിച്ചിരുന്നത് പ്രായപൂർത്തിയായ സ്വന്തം പെൺകുട്ടികൾ സമയമായിട്ടും വീട്ടിൽ തിരിച്ചെത്താത്തതിനെക്കുറിച്ചോർത്തായിരുന്നു. ഇപ്പോളവർ വീട്ടിലിരിക്കുന്ന കൊച്ചുകുഞ്ഞുങ്ങളെക്കുറിച്ചുപോലും വ്യാകുലരാണ്. 'ഒരു ചെറിയ കുഞ്ഞിന്റെ ചുണ്ടും ഇറച്ചിതന്നെയാണെന്ന' 'ഭീകര'കാമത്തിന്റെ നവമാംസവേദാന്തം അത്രത്തോളം ലൈംഗിക ജീവിതത്തിന്റെ നേതൃത്വമായി തീർന്നിരിക്കുന്നു. പ്രണയത്തിന്റെ പക്ഷികൾ തൂവലുകൾപോലും അവശേഷിപ്പിക്കാതെ പറന്നുപോകുമ്പോൾ,

'ഭീകരകാമം' ജീവിതത്തിൽ കൊമ്പുകൾ കുത്തിയിറക്കി അലറിച്ചിരിക്കുന്നു. ഇടിഞ്ഞുപൊളിഞ്ഞ മനുഷ്യബന്ധങ്ങളുടെ ലോകത്തുനിന്ന് ഉയരുന്ന നിലവിളികളോ, ഇനിയും മരിച്ചിട്ടില്ലാത്ത നീതിബോധത്തിനുമുമ്പിൽ മാന വികത സമർപ്പിക്കുന്ന സങ്കടഹരജികളോ ഇപ്പോൾ ആരെയും അസ്വ സ്ഥമാക്കാതായിരിക്കുന്നു. മുമ്പ് യുദ്ധങ്ങൾക്കും കലാപങ്ങൾക്കും വംശ ഹത്യകൾക്കും ഇടയിലാണ് ബലാൽസംഗങ്ങളും പീഡനങ്ങളുമടക്കം സമസ്ത കൊള്ളരുതായ്മകളും സംഭവിച്ചതെങ്കിൽ, ഇപ്പോൾ എപ്പോഴും എന്തും സംഭവിക്കാമെന്നായിരിക്കുന്നു. ഐസ്ക്രീമുകളിൽനിന്ന് തീയാ ളുകയും, ബ്യൂട്ടിപാർലറുകളിൽ ചിലത് കൂട്ടിക്കൊടുപ്പ് കേന്ദ്രങ്ങളാവു കയും ചെയ്തുകഴിഞ്ഞിരിക്കുന്നു. ജീർണിച്ച അധികാരശക്തികൾക്കൊപ്പം അളിഞ്ഞ ആത്മീയ നേതൃത്വങ്ങളും അഴുക്കുചാലുകളിലേക്കു താമസം മാറ്റി കഴിഞ്ഞിരിക്കുന്നു. മലയാളിയുടെ ജീവിതത്തിൽ ഒരിടിത്തീപോലെ അപൂർവമായി മാത്രം പൊട്ടിവീണിരുന്ന 'പീഡനം' ഇപ്പോൾ നിത്യജീ വിതത്തിലുപേക്ഷിക്കാനാവാത്ത പതിവ് പദങ്ങളിലൊന്നായി തീർന്നിരി ക്കുന്നു.

ജന്തുക്കൾപോലും ഇണകളെ പ്രീണിപ്പിക്കുകയല്ലാതെ പീഡിപ്പി ക്കാറില്ല! ലൈംഗികാനന്ദത്തിനുവേണ്ടി ആക്രമണം സംഘടിപ്പിക്കുന്ന ഏക ജന്തു മനുഷ്യനാണ്. ഇന്നത്തെ 'കാമവേട്ട'യുടെ ഭൂതകാലത്തിലെ സൗമ്യബന്ധുവെന്ന് കരുതാവുന്ന 'കാമപൂജ'യുടെ കാലത്തുപോലും പീഡനങ്ങൾക്ക് 'അരക്കെട്ടുകൾ തുറന്നിട്ട' പഴയകാലം മാപ്പു നൽകിയി രുന്നില്ല. 'ഒരു സ്ത്രീയുടെ ഇഷ്ടത്തിനു വിപരീതമായി അവളെ പ്രാപി ക്കുന്നത് ഏറ്റവും നീചമായി കരുതിപ്പോന്നു. ഒരു സ്ത്രീയുടെ കാമുക ന്മാർ അവളുടെ സേവ സമ്പാദിക്കുവാൻ അനവരതം ശ്രമിച്ചുകൊണ്ടിരി ക്കുക പതിവായിരുന്നു. സ്ത്രീകളുടെ സേവ സമ്പാദിക്കാനുള്ള ഏറ്റവും എളുപ്പമായ മാർഗം മുഖസ്തുതിയാണല്ലോ. കൂട്ടത്തിൽവെച്ച് കവിതാ വാസനയുള്ളവർ ഈ മുഖസ്തുതി ശ്ലോകത്തിലൂടെ സാധിച്ചുപോന്നു. ഇതാണ് മണിപ്രവാള കാലഘട്ടത്തിലെ സ്ത്രീചാടുക്കളിൽ ഭൂരിഭാഗത്തി ന്റെയും ഉൽപ്പത്തിചരിത്രം.' (*കാമപൂജ*).

പുരുഷാധിപത്യ മൂല്യവ്യവസ്ഥയിലേക്ക് ഉദ്ഗ്രഥിക്കപ്പെട്ടിട്ടുള്ള സൗന്ദര്യവ്യവസായം സ്ത്രീയെ പുരുഷന്റെ ഒളിച്ചുനോട്ടത്തിനുള്ള ഇര കളാക്കുകയാണെന്നും, അവളുടെ സമയവും ഊർജവും പണവും 'പ്രത്യ ക്ഷപ്പെടലിനുള്ള' ഒരുക്കങ്ങളിൽ ചിതറിപ്പോവുകയാണെന്നും, ശരീരത്തെ ക്കുറിച്ച് യാതൊരടിസ്ഥാനവുമില്ലാത്ത ആധികൾ അവളെ 'മിഥ്യാരോഗ മതിഭ്രമ'(Hypochondriac psychosis)ത്തിന്റെ 'അദൃശ്യ തടവറകളിൽ' തള ച്ചിടുകയാണെന്നും ഇന്ന് നാം മറക്കരുത്. പൊതുജീവിതത്തിൽ നിന്നുള്ള പിൻവലിയലാണ് സ്വകാര്യ ജീവിതത്തിന്റെ പുളപ്പായി തിരിച്ചുവരുന്നത്. ജനാധിപത്യ ലൈംഗികതയല്ല മറിച്ച്, 'ഉപഭോഗസംസ്കാരം' കൃത്രിമ മായി ഉൽപ്പാദിപ്പിക്കുന്ന വ്യാജമായ ലൈംഗികാസക്തിയുടെ 'അർബുദ വളർച്ചയാണ്' ഇന്ന് നാം അഭിമുഖീകരിക്കുന്നത്. "നിങ്ങളുടെ ക്രിക്കറ്റ് വിജയങ്ങളും ഫാഷൻ പരേഡുകളും വന്ദേമാതരങ്ങളും താന്ത്രിക് പെയിന്റിങ്ങുകളും കൊണ്ടുപോയി ചുട്" എന്ന് എഴുപതുകളിൽ സച്ചി ദാനന്ദനെഴുതുമ്പോൾ സംഭവിച്ചതും ഇപ്പോൾ നാം അനുഭവിക്കുന്നതും

അപഗ്രഥിക്കാനുള്ള ആർജവമാണ് സത്യത്തിൽ ഇന്ന് നമുക്കുണ്ടാകേണ്ടത്. 'പാഞ്ഞാളിലെ യാഗവും കുണ്ടൂരിലെ അതിരാത്രവും എറണാകുളത്തെ പുത്രകാമേഷ്ടിയും കോഴിക്കോട്ടെ സർവകാമേഷ്ടിയും കണ്ടപ്പോൾ അതേപ്പറ്റി കേട്ടപ്പോൾ എന്തെന്നില്ലാത്ത സന്തോഷവും അതിലെറെ മനഃശാന്തിയും അനുഭവപ്പെട്ടു എന്ന് എസ് ശാരദാമ്മാൾ *സ്ത്രീ ശക്തി* എന്ന സ്വന്തം കൃതിയിൽ എഴുതിയിരിക്കുന്നു. സച്ചിദാനന്ദന്റെ എഴുപതുകളിൽനിന്ന് ശാരദാമ്മാളിന്റെ രണ്ടായിരത്തിലേക്കുള്ള അകലം 30 കൊല്ലമല്ല, 300 കൊല്ലമാണ്! ബ്യൂട്ടിപാർലറുകളും, വൈറ്റ്ലോസ് സെന്ററുകളും, ഫിറ്റ്നസ് ക്ലിനിക്കുകളും, സ്കിൻസ്കെയർ സെന്ററുകളും, ബോഡികെയർ ഷോപ്പുകളും ഉടൻ അടച്ചുപൂട്ടി സീൽ വെക്കണമെന്നല്ല, മറിച്ച് ജീവിതം മുഴുവൻ ഇവയ്ക്കുമുമ്പിൽ സമർപ്പിക്കാനുള്ള 'നേർച്ചകളാണെന്ന' 'അസംബന്ധം പിച്ചിക്കീറി കാറ്റിൽ പറത്തണമെന്നാണ്'. ഭ്രമങ്ങളുടെ ലോകത്തുനിന്ന് അഗാധമായ ആഭിമുഖ്യങ്ങളുടെയും നിശിതമായ നിലപാടുകളുടെയും ലോകങ്ങളിലേക്കുള്ള ഒരു 'എതിർനടത്തം' ഇന്ന് നാം ഉയർത്തിപ്പിടിക്കണം. *ഇന്ദുലേഖ*യിൽ ചന്തുമേനോൻ പരിഹാസ വിധേയമാക്കിയ സൂരി നമ്പൂതിരിപ്പാടിന്റെ കുപ്രസിദ്ധമായ ആ ഭ്രമത്തിൽനിന്നല്ല, മറിച്ച് മതേതര ജനാധിപത്യ ജീവിതത്തിനുവേണ്ടി സ്വന്തം ജീവിതം സമർപ്പിച്ചവരിൽ നിന്നാണ് ആധുനിക മലയാളി ഊർജം സ്വീകരിക്കേണ്ടത്. സൂരിക്ക് പ്രിയപ്പെട്ട 'ഭ്രമം,' 'രസികത്തം,' 'കമ്പം' തുടങ്ങിയ 'ഫ്യൂഡൽ മസാലകളിൽ' നിന്നല്ല, നവോത്ഥാനം, മാനവികത, മതേതരത്വം സോഷ്യലിസം തുടങ്ങിയ ആധുനിക സമരസംവർഗങ്ങളാണ് ജനാധിപത്യത്തിന്റെ ശക്തിദുർഗ. "ചെറുശേരിക്ക് മഞ്ചലിൽ കിടന്നുറങ്ങാമല്ലോ. വഴിയുടെ ദുർഘടം അമാലന്മാർക്കല്ലേ" എന്ന സൂരി നമ്പൂതിരിപ്പാടിന്റെ തൊഴിലാളിവിരുദ്ധതയും, "പുരുഷന് സ്ത്രീസുഖത്തിൻ മീതെ വേറെന്താണുള്ളത്" എന്ന അയാളുടെ തത്വശാസ്ത്രവും പരസ്പര പൂരകമാണ്. അയാളുടെ ജീവിതം ഭ്രമങ്ങളുടെ ഭ്രമണപഥത്തിലാണ് കറങ്ങുന്നത്. സൂരി നമ്പൂതിരിപ്പാടിന്റെ ഭ്രമം തുടങ്ങുന്നത് ഇന്ദുലേഖയിലാണ്. അത് പിന്നെ പടർന്നത് അവരുടെ അമ്മയിലേക്കാണ്. അതുകഴിഞ്ഞപ്പോൾ ദാസി അമ്മുവിലായി. തൽക്കാലമതടങ്ങിയതോ പാവം കല്യാണിക്കുട്ടിയിലും! ഇന്ന് നവകമ്പോളം നിർമിച്ച 'ആസക്തിയുടെ' ഒരു മുൻകൂർ ആമുഖം എന്ന നിലയിൽ ഇന്ദുലേഖയിലെ ഭ്രമം അപഗ്രഥനമാവശ്യപ്പെടുന്നു. 'ഭ്രമം' കേരളചരിത്രത്തിലെ ഒരു സവർണ സംവർഗമാണ്. 'നല്ലയിനം ഇറച്ചിക്കോഴികൾക്ക് ഷക്കീലാ ചിക്കൻസ്റ്റാൾ' എന്ന *സംവാദം* മാസിക പുനർ പരസ്യം നൽകിയ തലശേരിയിലെ ഇറച്ചിക്കട പരസ്യത്തിന് അതുമായി വളരെ സാമ്യമുണ്ട്. 'അന്നത്തിന്റെ തുമ്പത്താ കാമത്തിന്റെ വിത്ത്' എന്ന അധ്വാന സംസ്കാരത്തിന്റെ ലൈംഗിക സമീപനത്തിനും 'ഭ്രമ'ങ്ങളിൽ അഭിരമിക്കുന്ന സവർണ സംസ്കാരത്തിനുമിടയിൽ മഹാസമുദ്രങ്ങളുടെ അകലമുണ്ട്. 'പ്രകൃതിയേക്കാൾ പ്രകൃതി പരം' എന്ന ആധുനിക പരസ്യങ്ങൾക്കൊപ്പം 'ദൈവശാസ്ത്രത്തിൽ' തല പൂഴ്ത്തി രക്ഷപ്പെടാൻ ശ്രമിക്കുന്ന പരമ്പരാഗത ലൈംഗിക പരസ്യങ്ങളും, വിചാരണ ചെയ്യപ്പെടണം. എഴുപതുകളെ സംഭ്രമിപ്പിച്ച നാൻസി ഫ്രൈഡെയുടെ, വന്യമായ ലൈംഗിക ഭ്രമാത്മകതകളെപ്പോലും പിറ

കിലാക്കുംവിധം പഴയ ഇന്ത്യ ഇക്കാര്യത്തിൽ ഏറെ മുന്നിലായിരുന്നുവെന്ന് നാം ഓർക്കണം. മഹത്തായ ശാസ്ത്രഗ്രന്ഥങ്ങൾപോലും ഇവിടെ അവികസിത ലൈംഗിക സമീപനങ്ങളുടെ സമാഹാരങ്ങൾ കൂടിയായി മാറുകയാണുണ്ടായത്. *പാരമ്പര്യം ശാസ്ത്രം സമൂഹം* എന്ന ഗ്രന്ഥത്തിൽ വരാഹമിഹിരന്റെ ബൃഹദ് സംഹിതയെക്കുറിച്ച് ഡോക്ടർ ബാലചന്ദ്ര റാവു എഴുതി: നമ്മുടെ ശാസ്ത്രഗ്രന്ഥങ്ങൾ ദൈവനിന്ദാപരമായ കാര്യങ്ങൾ നിറഞ്ഞതാണ്. ചെറിയ ഉൽപ്പാദനാവയവത്തോടുകൂടിയവൻ ധനവാനായിത്തീരുന്നു. പക്ഷേ കുട്ടികൾ ഉണ്ടാവുകയില്ല. തടിച്ചു ബലിഷ്ഠമായ ഉൽപ്പാദനാവയവത്തോടുകൂടിയവൻ ദരിദ്രൻ. ഇടത്തോട്ട് ചെരിഞ്ഞ അവയവത്തോട് കൂടിയവൻ സമ്പത്തും സന്താനവും ഇല്ലാത്തവൻ. വലത്തോട്ടു ചരിഞ്ഞ അവയവമുള്ളവൻ സന്താനങ്ങളെക്കൊണ്ടനുഗൃഹീതൻ.'

ഒരർഥത്തിൽ 'മിച്ച സമയം' ചൂഷണ സമൂഹങ്ങളിൽ എന്തുമാത്രം അസംബന്ധങ്ങൾക്കാണ് ജന്മം നൽകുന്നതെന്ന വസ്തുതയാണ് ഇതിൽനിന്നെല്ലാം വ്യക്തമാകുന്നത്.

ആധുനിക നഗരജീവിതത്തിന്റെ മറയ്ക്കു പിന്നിലും മനുഷ്യൻ പഴയ നഗ്നവാനരൻ തന്നെയാണ്. പേരുകൾക്കു മാത്രമേ മാറ്റം വന്നിട്ടുള്ളൂ. നായട്ടിനുപകരം ജോലിചെയ്യൽ, നായാട്ടുകേന്ദ്രങ്ങൾക്കുപകരം വ്യാപാരകേന്ദ്രങ്ങളും ഓഫീസുകളും, താവളത്തിനുപകരം വീട്, ഇണബന്ധത്തിനുപകരം വിവാഹം, ഇണയ്ക്കുപകരം ഭാര്യ എന്നിങ്ങനെ, ലൈംഗിക ശാരീരിക പ്രത്യേകതകളെ ശരിക്കും ഉപയോഗപ്പെടുത്തുന്നുണ്ടെന്നാണ് ആധുനിക ലൈംഗികരീതികളെക്കുറിച്ചുള്ള അമേരിക്കയിലെ പഠനങ്ങൾ വ്യക്തമാക്കുന്നത് (*നഗ്നവാനരൻ*– ഡെസ്മണ്ട് മോറിസ്).

ജന്തുവിനെയും ജന്തുസമാന ജീവിതങ്ങളെയും ഐക്യപ്പെടുത്തുന്ന 'പറ്റബോധമല്ല', മനുഷ്യരെ ഐക്യപ്പെടുത്തുന്ന സൂക്ഷ്മാർഥത്തിൽ 'മനുഷ്യനെ'തന്നെ സാധ്യമാക്കുന്ന 'സാമൂഹ്യബോധം.' 'പറ്റം' വിമർശനരഹിതമായ പിന്തുടർച്ചയാണ്, 'സമൂഹം' ഇടപെടലുകളുടെ തുടർച്ചയാണ്. ഒന്ന് മുമ്പേ ഗമിക്കുന്ന ഗോവിന്റെ പിറകെ ഗമിക്കുന്ന 'ഗോചിന്ത'യുടെ ചുരുക്കമാണ്. രണ്ടാമത്തേത് 'വിശ്വാസത്തിന്റെ' ആകാശത്തിന്റെ നടുവിലും ഉദിച്ചുനിൽക്കുന്ന വിമർശനബോധത്തിന്റെ സൂര്യനാണ്. ജന്മവാസനയുടെ തടവറകളുടെ ഏകമാത്രതലത്തിൽ ഒതുങ്ങുന്ന ജന്തുവിന്റെ കാമത്തിനും, സാംസ്കാരിക സാധ്യതകളുടെ സമാന്തര ലോകം സൃഷ്ടിക്കുന്ന പ്രക്രിയക്കിടയിൽനിന്നും പിറക്കുന്ന പ്രണയസ്നേഹങ്ങൾക്കുമിടയിലുള്ളത് 'ഗുണപരമായ' മാറ്റത്തിന്റെ വേർപിരിഞ്ഞൊരു ലോകമാണ്. ആധുനിക നഗരജീവിതത്തിന്റെ പിറകിൽ ഇപ്പോൾ പ്രത്യക്ഷപ്പെട്ട *നഗ്നവാനരൻ* ഡസ്മണ്ട് മോറിസ് വിവരിക്കുന്നതുപോലെ എന്നത്തെയും മനുഷ്യരെ സൂചിപ്പിക്കുന്ന ഒരു മാതൃകയല്ല. മോറിസ് ജന്തുവിൽനിന്ന് മനുഷ്യന് സംഭവിച്ച ഗുണപരമായ വിച്ഛേദം കൃത്യമായും അടയാളപ്പെടുത്തുന്നതിൽ വഴുക്കിവീഴാൻ ഒരുപക്ഷേ, 'ചൂഷണം' ചവച്ചു തുപ്പിയ 'ശിഥില മനുഷ്യനെ' സ്വന്തം വിശകലനത്തിന്റെ മാനദണ്ഡമായി സ്വീകരിച്ചതുകൊണ്ടാവണം. 'ചുരണ്ടി നോക്കിയാൽ മനുഷ്യനിന്നും കാടനാണ്' എന്ന സാമാന്യബോധത്തിനു പിറകിൽനിന്നും മനുഷ്യസമഗ്രത

യെക്കുറിച്ചുള്ള വിമർശനചിന്തയല്ല മറിച്ച്, മനുഷ്യനൊരിക്കലും ഗുണം പിടിക്കില്ലെന്ന വ്യവസ്ഥാപിത അധീശത്വബോധമാണ് പുറത്തുചാടുന്നത്. എത്ര പ്രക്ഷോഭം നടത്തിയിട്ടും പ്രചാരണങ്ങൾ നിർവഹിച്ചിട്ടും കാര്യമൊന്നുമില്ല, കൊള്ളരുതായ്മകൾ മനുഷ്യരുള്ളേടത്തോളം കാലം തുടരുമെന്നാണ് *നഗ്നവാനര* സമീപനക്കാർ പരോക്ഷമായി വാദിക്കുന്നത്.

> ഒരിന്ത്യൻ ഫക്കീർ തന്റെ നാഭിയെ ധ്യാനിക്കുന്നതുപോലെ ലൈംഗിക പ്രശ്നങ്ങളിൽ വ്യഗ്രതയോടെ സദാ മുഴുകിയിരിക്കുന്ന ആളുകളെ എനിക്കു വിശ്വാസമില്ല. ഒട്ടു മുക്കാലും കേവലം പരികൽപ്പനകൾ മാത്രമായ, പലപ്പോഴും ബോധിച്ചതുപോലെ ഉന്നയിക്കുന്ന, ഈ ലൈംഗിക സിദ്ധാന്തങ്ങളുടെ അതിബാഹുല്യം വ്യക്തിപരമായ ആവശ്യങ്ങളിൽനിന്നാണ് ഉളവാകുന്നത് എന്നാണെനിക്ക് തോന്നുന്നത്. അസ്വാഭാവികമോ അതിരുകടന്നതോ ആയ തന്റെ ലൈംഗികജീവിതത്തെ ബൂർഷ്വാ സന്മാർഗബോധത്തിന്റെ മുമ്പിൽ ന്യായീകരിക്കാനും തന്നോടു സഹിഷ്ണുത കാട്ടണമെന്ന് അപേക്ഷിക്കാനുമുള്ള ഒരു വ്യഗ്രതയിൽ നിന്നാണ് അത് ഉടലെടുക്കുന്നത്.'

യാഥാർഥ്യവും ഭാവനയും സന്ധിക്കുമ്പോഴാണ് പ്രണയം സംഭവിക്കുന്നത്. ശരീര സാധ്യതകൾ സംസ്കാരവും, സംസ്കാര സാധ്യതകൾ ശരീരവും സ്വീകരിക്കുമ്പോഴാണ് പ്രണയം പൂക്കുന്നത്. 'ആശതൻ തേൻ' മാത്രമല്ല 'നിരാശതൻ കണ്ണീരും' 'ആത്മദാഹങ്ങളും അവിടെവെച്ച് പങ്കുവയ്ക്കപ്പെടുന്നു. മടിച്ചുകൊണ്ടാണെങ്കിലും 'സംസ്കാരത്തിന്റെ കോളത്തിൽ' മനുഷ്യശരീരം എഴുതിച്ചേർത്ത ജീവിതകാമനയുടെ ഗംഭീരമായ ആമുഖമാണത്. 'കാമം' കുപ്പായമിട്ടപ്പോഴോ, സാരി ധരിച്ചപ്പോഴോ അല്ല മറിച്ച്, സാംസ്കാരിക പരിവർത്തനത്തിന് വിധേയമായപ്പോഴാണ് 'ചരിത്രവികാസ പ്രക്രിയ'ക്കിടയിൽ പ്രണയം സാധ്യമായത്. ലൈംഗിക വ്യവസായം സംസ്കാരത്തിന്റെ നിയന്ത്രണത്തിൽനിന്നും 'കാമത്തെ' മോചിപ്പിക്കാനുള്ള യുദ്ധമാണ് ലോകവ്യാപകമായി നടത്തിക്കൊണ്ടിരിക്കുന്നത്. ആഗോളമൂലധനം ഒരു തായ്‌ലണ്ടുകൊണ്ടും മറ്റൊരു സിംഗപ്പൂരുകൊണ്ടും തൃപ്തിപ്പെടുമെന്ന് കരുതുന്നത് മൗഢ്യമാണ്. പരസ്യക്കാഴ്ചകളുടെ കുത്തൊഴുക്കിൽ ഒലിച്ചുപോകുന്നത് സഹസ്രാബ്ദങ്ങളിലൂടെ മനുഷ്യസമൂഹം സ്വാംശീകരിച്ച ജനാധിപത്യ കാഴ്ചപ്പാടുകളുടെ ഒരിക്കൽ ചൈതന്യഭരിതമായിരുന്ന ജീവിതം മുഴുവനുമാണ്. ദൃശ്യതയുടെ അതിപ്രസരംവഴി അരാഷ്ട്രീയവൽക്കരണത്തിന്റെ അദൃശ്യ 'വൈറസുകളാണ്' ജനകീയ പ്രതിരോധങ്ങളെ വെല്ലുവിളിച്ചുകൊണ്ട് സർവത്ര വ്യാപിച്ചുകൊണ്ടിരിക്കുന്നത്. ജന്മവാസനകളുടെ 'തമോഗർത്തങ്ങളിൽ വെച്ച്' ജീവിതം സ്വാംശീകരിച്ച സാംസ്കാരിക വെളിച്ചങ്ങൾ മുഴുവൻ തകർക്കപ്പെടുമോ എന്ന ചോദ്യം 'ചരിത്രത്തിൽ' ഉയർന്നു കഴിഞ്ഞിരിക്കുന്നു. അപമാനവീകരിക്കപ്പെട്ട അക്രമവും രതിയും പരസ്പരം ഇണപിരിയാത്ത ഇരട്ടകളെപ്പോലെ വെളിച്ചങ്ങളെ മുഴുവൻ ഇരുട്ടാക്കുന്ന വിധ്വംസകപ്രവർത്തനം ശക്തമാംവിധം ആരംഭിച്ചു കഴിഞ്ഞിരിക്കുന്നു. സൗന്ദര്യവൽക്കരണത്തിന്റെ ചെലവിലാണ് ഇന്നും ചരിത്ര നിഷേധം

കൊഴുക്കുന്നത്. അതിനൊപ്പം പൊറുക്കുകയല്ല, മറിച്ചതിനെ ചെറുക്കുകയാണ് ജനാധിപത്യ ഭാവനയുടെ ദൗത്യം.

"സ്ത്രീ–പുരുഷ ബന്ധമെന്നത് സമുദായത്തിന്റെ ധനശാസ്ത്രവും കായികാവശ്യവും തമ്മിലുള്ള ഒരു പകിടകളി മാത്രമല്ല...."(ലെനിൻ). പ്രണയം ഒരു മാർക്സിസ്റ്റിനെ സംബന്ധിച്ചിടത്തോളം പ്രകൃതി സാധ്യതകളും സാംസ്കാരിക സാധ്യതകളും തമ്മിലുള്ള വൈരുധ്യാത്മക സമന്വയമാണ്. 'സാംസ്കാരികാവസ്ഥ' എത്രതന്നെ അവികസിതമായാലും 'മനുഷ്യബന്ധങ്ങളുടെ ലോകത്തുനിന്ന്' അതിനെ കേവലമായി തള്ളിക്കളയുന്നത് ഇന്നത്തെ അവസ്ഥയിൽ ബൂർഷ്വാ അരാജകവാദത്തെ പിന്തുണയ്ക്കലായിരിക്കും. സങ്കീർണമായ പ്രത്യയശാസ്ത്രങ്ങളാലും ഭാവസാന്ദ്രമായ സ്വപ്നങ്ങളാലും 'അതി നിർണയിക്കപ്പെടുന്ന' മനുഷ്യബന്ധങ്ങളുടെ ജ്വലിക്കുന്ന ആദർശമാതൃകകളെ 'മ്യൂസിയങ്ങളിലേക്ക്' മാറ്റിസ്ഥാപിക്കാനുള്ള ശ്രമങ്ങൾക്കെതിരെ നിതാന്ത ജാഗ്രത അനിവാര്യമാണ്. യുവജനപ്രസ്ഥാനത്തിന്റെ അകത്തളങ്ങളിലേക്ക് മൂലധനമൂല്യബോധത്തിന്റെ വൈറസുകൾ കടന്നുവരാനിടയുള്ള സമസ്തവഴികളിലും പ്രതിരോധത്തിന്റെ തീപ്പന്തങ്ങൾ ഉയർന്ന് വരണം. ജന്മവാസനകളെ 'അതിന്റെ പാട്ടിന്' തുറന്നുവിടാനുള്ള ആഹ്വാനം മനുഷ്യബന്ധങ്ങളുടെ മണ്ഡലത്തിൽക്കൂടി 'ആഗോളവൽക്കരണം' അടിച്ചേൽപ്പിക്കലാണ്. 'ലൈംഗിക ഉദാരവൽക്കരണ'വും, ലൈംഗികസ്വാതന്ത്ര്യവും വ്യത്യസ്ത സംവർഗങ്ങളാണെന്നിരിക്കെ അവയുടെ അതിർത്തികൾ അവ്യക്തമാക്കാനുള്ള സൈദ്ധാന്തിക ശ്രമങ്ങൾക്കെതിരെ നിതാന്ത ജാഗ്രത അനിവാര്യമാണ്. രതിമാത്രജന്യ സിനിമകൾക്കും അശ്ലീല സാഹിത്യങ്ങൾക്കും ബ്യൂട്ടിപാർലറുകൾക്കും വ്യാജീകരണ പരസ്യങ്ങൾക്കും മയക്കുമരുന്ന് മാഫിയകൾക്കുമൊപ്പം പ്രണയതിരസ്കാരത്തിന്റെ തത്വശാസ്ത്രങ്ങളും നിർദയമായ വിചാരണകൾക്ക് വിധേയമാക്കേണ്ടിയിരിക്കുന്നു.

ചൂഷകപ്രത്യയശാസ്ത്രങ്ങൾ കേവല ലൈംഗികജന്തു മാത്രമായി ചുരുക്കിയ മനുഷ്യരെ, അവരുടെ വിശാലമായ ലൈംഗികജനാധിപത്യാവിഷ്കാരങ്ങളിലേക്കും അതുവഴി മാനവികതയിലേക്കും വീണ്ടെടുക്കാനുള്ള സംവാദാത്മക അന്വേഷണങ്ങൾക്കാണ്, *ലൈംഗികതയുടെ ചരിത്രം* എന്ന ഗ്രന്ഥം പ്രാധാന്യം നൽകിയിരിക്കുന്നത്. ലൈംഗികനിരാസത്തെയും, ലൈംഗിക ആഭാസങ്ങളെയും ഒരേസമയം എതിരിട്ടുകൊണ്ടുള്ള അപഗ്രഥന രീതിയാണിതിൽ പൊതുവിൽ സ്വീകരിച്ചിരിക്കുന്നത്. സ്ത്രീജീവിതങ്ങളെ നിസ്സഹായമാക്കുന്ന ലൈംഗികാടിമത്തത്തെയും, അതിന്റെ വ്യത്യസ്തമായ ആവിഷ്കാര പ്രകാരങ്ങളെയും അതിന് പിന്തുണ നൽകുന്ന പുരുഷാധിപത്യ പ്രത്യയശാസ്ത്രത്തിന്റെ പ്രവർത്തന പദ്ധതികളെയുമാണ് പി പി സത്യൻ നിശിതമായി വിചാരണയ്ക്ക് വിധേയമാക്കിയിരിക്കുന്നത്.

ആമുഖം

"പ്രണയം (സ്നേഹം) നഷ്ടപ്പെട്ടവന്റെ അവസാനത്തെ അഭയമാണ് രതി"യെന്ന് തന്റെ *വിഷാദവേശ്യകളുടെ സ്മരണകൾ* എന്ന നോവലിൽ വിഖ്യാത ലാറ്റിനമേരിക്കൻ നോവലിസ്റ്റ് മാർക്വേസ് പറയുന്നുണ്ട്. "സ്ത്രീകളുടെ ലോകചരിത്രപ്രധാനമായ പരാജയ"മെന്ന് എംഗൽസ് വിശേഷിപ്പിച്ച പരാജയം ആയിരക്കണക്കിനു വർഷമായി ചരിത്രത്തിൽ തുടരുകയാണ്. ഈ പരാജയത്തെ സാധ്യമാക്കിയ അധികാരശക്തികളാണ് പ്രണയത്തെയും രതിയെയും രണ്ട് ഭീമാകാര ഗർത്തങ്ങളിലേക്ക് തള്ളിവിട്ടത്.

ആയിരക്കണക്കിനു വർഷങ്ങളായി സ്ത്രീസമൂഹത്തെ ലൈംഗികാടിമത്തത്തിലും പീഡനങ്ങളിലും തളച്ചിട്ട പുരുഷാധിപത്യ കുടുംബ-സാമൂഹിക ഘടനകളുടെ യഥാർഥ അടിത്തറകളെക്കുറിച്ചുള്ള അന്വേഷണാത്മക ഗ്രന്ഥമാണിത്. പാതിവ്രത്യസങ്കൽപ്പം, കന്യകാത്വം തുടങ്ങിയ പുരുഷനിർമിത സങ്കൽപ്പങ്ങൾ സ്ത്രീയുടെമേൽ അടിച്ചേൽപ്പിച്ചുകൊണ്ടാണ് ലോകമെങ്ങുമുള്ള പുരുഷാധിപത്യ കുടുംബഘടന പ്രവർത്തിക്കുന്നത്. സാമ്പത്തികാടിത്തറയിൽനിന്നും ഭിന്നമായി പ്രവർത്തിക്കുന്നതാണ് പുരുഷാധിപത്യകുടുംബഘടന എന്നതിന്റെ ഏറ്റവും വലിയ തെളിവാണ്, സാമ്പത്തിക വ്യവസ്ഥകൾ മാറിമാറി വന്നിട്ടും അടിസ്ഥാനപരമായി മാറാതെ നിൽക്കുന്ന പുരുഷാധിപത്യകുടുംബഘടന. സ്ത്രീസംരക്ഷണം എന്ന ബൂർഷ്വാ-ഫ്യൂഡൽ സങ്കൽപ്പത്തിനപ്പുറം സ്ത്രീ വിമോചനമെന്ന ആശയമാണ് മാർക്സിസം മുന്നോട്ടുവയ്ക്കുന്നത്.

സാമ്പത്തിക-സാമൂഹിക വിപ്ലവങ്ങൾക്കൊപ്പം പുരുഷാധിഷ്ഠിത കുടുംബഘടനയെ പൊളിച്ചെഴുതി ജനാധിപത്യവൽക്കൃതമായ പുതിയ ആൺ-പെൺ ബന്ധങ്ങളുടെ സംഘരൂപങ്ങൾ ആവിർഭവിക്കുമ്പോഴാണ്

യഥാർഥ സോഷ്യലിസ്റ്റ് സമൂഹം സാധ്യമാവുന്നത്. ഈ വിമോചനദൗത്യത്തിൽനിന്നും വ്യതിചലിച്ചുകൊണ്ടുള്ള ഒരു ശ്രമവും ചർച്ചയും അടിസ്ഥാനപരമായി ഒരിഞ്ചുപോലും നമ്മെ മുന്നോട്ടു നയിക്കുകയില്ല എന്ന ആശയമാണ് ഈ ഗ്രന്ഥം പങ്കിടുന്നത്. ഈ ഗ്രന്ഥരചനയ്ക്ക് പ്രചോദനം നൽകിയ ചിന്ത പബ്ലിഷേഴ്സ് ജനറൽ മാനേജർ സ. വി കെ ജോസഫിനോടുള്ള കൃതജ്ഞത ഇവിടെ രേഖപ്പെടുത്തട്ടെ.

പി പി സത്യൻ

1

ശരീരത്തിന്റെ മാന്ത്രിക സഞ്ചാരങ്ങൾ

ശരീരത്തിന്റെ സർഗാത്മക സഞ്ചാരങ്ങൾക്ക് മനുഷ്യചരിത്രത്തോളംതന്നെ പഴക്കമുണ്ട്. അത് പ്രണയത്തിന്റെയും അധ്വാനത്തിന്റെയും പോരാട്ടങ്ങളുടെയും അഭിനിവേശങ്ങളുടെയും ആഭിമുഖ്യങ്ങളുടെയും ചരിത്രമാണ് രേഖപ്പെടുത്തുന്നത്. പ്രണയം ഒരു ആധുനിക സൃഷ്ടിയാണ് എന്ന് കരുതുന്നത് ഒരു ഫലിതം മാത്രമാണ്. പ്രണയത്തിന്റെ ബഹുസ്വരഭാവങ്ങൾ (അതിന്റെ സംഗീതം, ഉന്മാദങ്ങൾ, രതിമുദ്രകൾ, ഗർത്തങ്ങൾ,അലർച്ചകൾ, സാന്ദ്രമൗനങ്ങൾ, വിരാമങ്ങൾ, ആത്മഹർഷങ്ങൾ, നൊമ്പരങ്ങൾ, താളങ്ങൾ) സാക്ഷാൽക്കരിക്കുന്നതാണ് നമ്മുടെ സാഹിത്യകൃതികളെല്ലാം. പ്രണയത്തിന്റെയും രതിയുടെയും കേന്ദ്രമായി സ്ത്രീയെ പ്രതിഷ്ഠിക്കുന്ന ലൈംഗിക സങ്കൽപ്പം സിഗ്മണ്ട് ഫ്രോയിഡിലാണ് അതിന്റെ ക്ലാസിക് ആവിഷ്കാരങ്ങൾ തേടുന്നത്. പൗരാണിക ലോകം സ്ത്രീയെ ദേവതയായി ആരാധിച്ചുപോന്നതിന്റെ പുരാവൃത്തങ്ങൾ കൊണ്ട് നിറവാർന്നതാണ് ക്ലാസിക് സാഹിത്യകൃതികൾ. ഗ്രീക്ക് ഇതിഹാസങ്ങളും *ബൈബിളും* ഇന്ത്യൻ ഇതിഹാസങ്ങളും തുടങ്ങി പ്രാചീന ഗോത്രസാഹിത്യങ്ങളും നാടോടിസാഹിത്യങ്ങളും സ്ത്രീയെയും രതിയെയും ഉദാത്തവൽക്കരിക്കുന്നു. കാളിദാസ കൃതികളിൽ പ്രാചീനമായ പ്രണയത്തിന്റെയും കാമത്തിന്റെയും ഉത്സവസദൃശമായ ആവിഷ്കാരങ്ങൾ കാണാം.

ഫ്രോയിഡ് ലൈംഗികാഭിനിവേശത്തെയും സംസ്കാരത്തെയും തമ്മിൽ ബന്ധിപ്പിക്കുന്നുണ്ട്. ലൈംഗികാഭിലാഷത്തെ പ്രാചീനകാലം മുതൽ സമൂഹം അമർച്ചചെയ്യുന്നതിനെക്കുറിച്ച് അദ്ദേഹം വിശദീകരിക്കുന്നു. ലൈംഗികതയുമായി ബന്ധപ്പെട്ട ഈ നിരോധനത്തെയാണ് വിലക്കുകൾ (Taboo)എന്നു പറയുന്നത്. പ്രാചീനകാലം മുതൽ ഇത്തരം

ലൈംഗിക വിലക്കുകൾ ചരിത്രത്തിൽ നിലനിന്നിരുന്നു. ഇത്തരം വിലക്കുകൾ സംസ്കാരത്തെ നിലനിർത്താൻ ലക്ഷ്യമാക്കിയുള്ളതാണ് എന്നാണ് ഫ്രോയിഡ് പറയുന്നത്. രതിയുമായി ബന്ധപ്പെട്ട അഭിലാഷങ്ങളെയും വികാരങ്ങളെയും അമർത്തുന്നതോടൊപ്പം അവയെ മറ്റു വഴികളിലൂടെ തിരിച്ചുവിടുന്നതിനെക്കുറിച്ചും അദ്ദേഹം പഠനം നടത്തുകയുണ്ടായി. ഉദാത്തവൽക്കരണം എന്നാണ് ഈ പ്രക്രിയയെ വിശേഷിപ്പിക്കുന്നത്. ലൈംഗികതയുടെ ആവിഷ്കാരത്തെ സംസ്കാരത്തിന്റെ തലവുമായി ബന്ധിപ്പിക്കുന്നതാണ് ആധുനിക മനഃശാസ്ത്രപഠനങ്ങളെല്ലാം. ചുരുക്കിപ്പറഞ്ഞാൽ രതിയെന്നത് നിയന്ത്രിക്കപ്പെടേണ്ടതും ഉദാത്തവൽക്കരിക്കപ്പെടേണ്ടതും ആയ വികാരമാണെന്ന് ആധുനിക മനഃശാസ്ത്രം ഉറപ്പിച്ചുപറയുന്നു. ഫ്രോയിഡിന്റെ മനഃശാസ്ത്ര അപഗ്രഥനങ്ങൾ ലൈംഗികതയെയും പ്രണയത്തെയും ചരിത്രനിരപേക്ഷമായി കാണുന്നു. എന്നുവെച്ചാൽ മനുഷ്യമനസാണ് ലൈംഗികതയുടെ ഉറവിടം. മനുഷ്യമനസിന് ബോധം, അബോധം തുടങ്ങിയ തലങ്ങളുണ്ട്. ഫ്രോയിഡിന് മുമ്പുതന്നെ മനസിന്റെ ഇത്തരം വിഭജനങ്ങളെക്കുറിച്ചുള്ള ആശയങ്ങൾ നിലവിലുണ്ടായിരുന്നു.

മനസ്സ് എന്ന ഒരു കേവല സങ്കൽപ്പത്തെ പ്രതിഷ്ഠിച്ച് അതിന്റെ സവിശേഷതയെ ആസ്പദമാക്കി മനുഷ്യശരീരത്തെ മുഴുവൻ നിർവചിക്കുന്ന രീതിയാണ് ആധുനിക മനഃശാസ്ത്രം പിന്തുടർന്നത്. അതനുസരിച്ച് ഈഡിപ്പസ് കോംപ്ലക്സ് എല്ലാ മനുഷ്യരിലും അതിന്റെ സംഹാരതാണ്ഡവം തുടരുന്നു. ആ കോംപ്ലക്സിന് പ്രാചീനമെന്നോ ആധുനികമെന്നോ പാശ്ചാത്യമെന്നോ പൗരസ്ത്യമെന്നോ തൊഴിലാളിയെന്നോ മുതലാളിയെന്നോ വ്യത്യാസമില്ല. ഒരു അലൗകിക ശക്തിയെന്നപോലെ ഈ കോംപ്ലക്സ് മനുഷ്യന്റെ ലൈംഗികജീവിതത്തെയും കുടുംബജീവിതത്തെയും സാമൂഹികജീവിതത്തെയും നിയന്ത്രിക്കുകയും നിർണയിക്കുകയും ചെയ്യുന്നു. സംസ്കാരത്തെക്കുറിച്ചുള്ള പാശ്ചാത്യ-മുതലാളിത്തത്തിന്റെ സങ്കൽപ്പനങ്ങൾ ഫ്രോയിഡിയൻ മനഃശാസ്ത്രവുമായി സമരസപ്പെടുന്നതാണ്. അതനുസരിച്ച് പാശ്ചാത്യ ഇതരലോകങ്ങളെല്ലാം ഇനിയും സാംസ്കാരിക വികാസം പ്രാപിച്ചിട്ടില്ല. സംസ്കാരം എന്ന ആശയത്തിന് വിരുദ്ധമായി നിലകൊള്ളുന്ന അപരിഷ്കൃതത്വത്തിന്റെ അഥവാ കാടത്തത്തിന്റെ ദശയിലാണ് പാശ്ചാത്യ ഇതരലോകങ്ങൾ നിലകൊള്ളുന്നത്. അബോധമനസ്സ് കാടത്തത്തിന്റെയും ബോധമനസ്സ് സംസ്കാരത്തിന്റെയും പ്രതീകമായി സങ്കൽപ്പിക്കപ്പെടുന്നു. അതനുസരിച്ച് അബോധമനസ്സ് ലൈംഗികവികാരങ്ങളുടെ കേന്ദ്രവും ബോധമനസ്സ് അതിനെ നിയന്ത്രിക്കുന്ന സംസ്കാരചിന്തയുടെ അല്ലെങ്കിൽ യുക്തിചിന്തയുടെ കേന്ദ്രവുമാണ്.

പാശ്ചാത്യ തത്വശാസ്ത്രം സൃഷ്ടിച്ച ദ്വന്ദ്വവാദ സങ്കൽപ്പങ്ങളുടെ ചക്രങ്ങളിൽ കുരുങ്ങിക്കറങ്ങുകയാണ് ഇന്നും മനുഷ്യമനസ്സ്. പ്രസിദ്ധ ചിന്തകരായ ഡെല്യൂസും ഗത്താരിയും ചേർന്നു രചിച്ച *ആന്റി ഈഡി*

പ്പസ് എന്ന കൃതിയിൽ ഫ്രോയിഡിന്റെ മനഃശാസ്ത്രസങ്കൽപ്പനങ്ങളെ കടന്നാക്രമിക്കുന്നുണ്ട്. അബോധമനസിനെയും അഭിലാഷത്തെയും നിഷേധാത്മകഘടകമായി വിലയിരുത്തിയ പാശ്ചാത്യതത്വചിന്തയെയാണ് ഡെല്യൂസും ഗത്താരിയും കടന്നാക്രമിക്കുന്നത്. അഭിലാഷത്തെ അതിനില്ലാത്ത ചിലത് ആർജിക്കാനുള്ള വികാരമായിട്ടാണ് പ്ലേറ്റോ മുതൽ ഫ്രോയിഡും ലകാനുമെല്ലാം വിശകലനം ചെയ്തത്. ഇത് തത്വശാസ്ത്രപരമായ ആശയവാദമാണെന്ന് ഡെല്യൂസ് അഭിപ്രായപ്പെടുന്നു. ഡെല്യൂസിന്റെ അഭിപ്രായത്തിൽ അഭിലാഷമെന്നത് ക്രിയാത്മകമായ മനുഷ്യവികാരമാണ്. യാഥാർഥ്യത്തെ പുനഃസൃഷ്ടിക്കുന്ന ഗുണാത്മകമായ ഉൽപ്പാദനപ്രക്രിയയാണത്. അഭിലാഷമാണ് അല്ലെങ്കിൽ ഇച്ഛയാണ് യാഥാർഥ്യത്തെ സൃഷ്ടിക്കുന്നത്. സാമൂഹ്യോൽപ്പാദനത്തെ സൃഷ്ടിക്കുന്നത് മനുഷ്യരുടെ ഇച്ഛകളാണ്. അത് ഇച്ഛകളെത്തന്നെ സൃഷ്ടിക്കുന്നു. അഭിലാഷം പുതിയ അഭിലാഷങ്ങളെ സൃഷ്ടിക്കുന്നു.

ഫ്രെഡറിക് നീഷെ പറഞ്ഞതുപോലെ ലോകത്തിലുള്ള എല്ലാ നേട്ടങ്ങളും മനുഷ്യന്റെ തൃഷ്ണകളുടെ സൃഷ്ടിയാണ്. ഈ തൃഷ്ണയെയാണ് അഥവാ കാമനയെയാണ് അതുമല്ലെങ്കിൽ ദീപ്തമായ പ്രണയത്തെയാണ് ബുദ്ധൻ അമർത്തണമെന്ന് പറഞ്ഞത്. എന്നാൽ അതിജീവനത്തിനുവേണ്ടിയാണ് ബുദ്ധൻ അഭിലാഷത്തെ ഉന്മൂലനം ചെയ്യാൻ ആഗ്രഹിച്ചത്. അതുകൊണ്ട് ആഗ്രഹത്തെ ഉന്മൂലനം ചെയ്യുക എന്നത് മറ്റൊരു ആഗ്രഹം തന്നെയായി ബുദ്ധനിൽ മാറി. സെൻബുദ്ധിസം രതിയിലൂടെ മോക്ഷം പ്രാപിക്കാമെന്ന് പറയുന്നു. ഓഷോ രജനീഷിന്റെ വ്യാമോഹങ്ങളും അതായിരുന്നു. അതിന്റെ ഫലം ഒരു യാഥാർഥ്യത്തെ ഒരു മിഥ്യക്കുവേണ്ടി ബലിയർപ്പിക്കുക എന്നതുതന്നെയാണ്.

ദൈവമെന്നത് ഒരു സങ്കൽപ്പം മാത്രമാണെന്ന് അഥവാ ഒരു പ്രതീകം മാത്രമാണെന്ന് ഏതാണ്ട് എല്ലാ വിശ്വാസികളും ഇന്ന് സമ്മതിക്കുന്നുണ്ട്. അതിനവർ ഉപയോഗിക്കുന്ന പദമാണ് വിശ്വാസം എന്നുള്ളത്. ദൈവം ഒരു യാഥാർഥ്യമാണ് എന്നല്ല വിശ്വാസികൾ പറയുന്നത്. ദൈവം ഒരു വിശ്വാസമാണ് എന്നാണ്. അതുകൊണ്ടുതന്നെ ഇന്ന് യുക്തിവാദം കാലഹരണപ്പെട്ടിരിക്കുന്നു. ദൈവം ഒരു യാഥാർഥ്യമല്ല എന്നാണ് യുക്തിവാദികൾ പറയുന്നതും. വിശ്വാസികൾ പറയുന്നതും അതുതന്നെയാണ്. ഞങ്ങൾ വിശ്വസിക്കുന്നു ദൈവം എന്നത് വിശ്വാസമാണ്. ഇങ്ങനെ വിശ്വസിക്കപ്പെട്ടുപോരുന്ന ഒരാശയത്തിനുവേണ്ടി യഥാർഥത്തിൽ നിലനിൽക്കുന്ന ജീവോർജത്തെ ബലിയർപ്പിക്കുക എന്നതാണ് താന്ത്രികമതത്തിന്റെ രസതന്ത്രം.

ശരീരത്തിന്റെ അവിരാമമായ സഞ്ചാരങ്ങളാണ് പ്രണയാഭിലാഷങ്ങൾ. അതുകൊണ്ടാണ് പ്രണയം ഒരു ആധുനിക പ്രതിഭാസമല്ലെന്ന് നേരത്തെ പറഞ്ഞത്. പ്രണയം എന്നത് വിക്ടോറിയൻ കാലഘട്ടത്തിന്റെ സൃഷ്ടിയാണെന്നുള്ള തെറ്റായ ഒരു സങ്കൽപ്പം ചിലവൃത്തങ്ങളിൽ നിലനിൽക്കുന്നുണ്ട്. പ്രണയത്തിന്റെ ചരിത്രം രതിയുടെ ചരിത്രംതന്നെയാണ്.

അഫ്രോഡൈറ്റ് എന്ന ഗ്രീക്ക് ദേവത പ്രണയത്തിന്റെ ദേവതയായി സങ്കൽപ്പിക്കപ്പെടുന്നു. അഫ്രോഡൈറ്റിന്റെ ഉന്മാദഭരിതമായ പ്രേരണയാണ് ട്രോയിലെ രാജകുമാരനായ പാരീസിനെ യവനസുന്ദരിയായ ഹെലനിൽ അനുരക്തനാക്കിയത്. അങ്ങനെ ഒരു പ്രണയം ഗ്രീസിന്റെ രാഷ്ട്രീയപ്രശ്നമായി മാറി. രാഷ്ട്രങ്ങളെ ഇളക്കിമറിച്ച അനേകായിരം സൈനികരെ യുദ്ധക്കളത്തിലേക്ക് നയിച്ച, ഭരണകൂടങ്ങളെ കടപുഴക്കിയെറിഞ്ഞ പ്രണയങ്ങളെ വിസ്മരിച്ചുകൊണ്ട് പ്രണയത്തിന്റെ ചരിത്രം രേഖപ്പെടുത്താൻ ഒരാൾക്കും കഴിയില്ല. അനേകായിരങ്ങളെ മരണത്തിന്റെ ഗർത്തനീലിമയിലേക്ക് വലിച്ചെറിഞ്ഞത് ഗ്രീക്കോ–ട്രോജൻ യുദ്ധത്തിന് വഴിതെളിച്ച ഹെലൻ എന്ന സൗന്ദര്യധാമത്തിന്റെ തീവ്രാനുരാഗമായിരുന്നു. യവന ഇതിഹാസങ്ങൾപോലെതന്നെ ഇന്ത്യയിലെ ക്ലാസിക് സാഹിത്യകൃതികളും സ്ത്രീ–പുരുഷപ്രണയത്തിന്റെ അനഘസഞ്ചാരങ്ങളെ ആവിഷ്കരിച്ചിട്ടുണ്ട്.

പ്രണയം എക്കാലവും സദാചാരങ്ങൾക്കെതിരായിരുന്നു. കാരണം പ്രണയംതന്നെ നിരന്തരം സഞ്ചരിക്കുന്ന ഒരു സദാചാരമാണ്. ട്രോയിലെ രാജകുമാരനായിരുന്ന പാരീസിന്റെ മനസിൽ തീ കോരിയിട്ട വിശ്വസുന്ദരിയായ ഹെലൻ മെനിലാസിന്റെ പത്നിയായിരുന്നു. അതുകൊണ്ട് ആ പ്രണയം ഗ്രീസിന്റെ സദാചാരത്തിന് എതിരായിരുന്നു. വിവാഹിതനായ ശ്രീരാമനെ പ്രണയിച്ച *രാമായണ*ത്തിലെ ശൂർപ്പണഖ ക്രൂരമായ ആക്രമണത്തിന് വിധേയയായി. നിലവിലുള്ള കുടുംബസദാചാരത്തെയും വർണവ്യവസ്ഥയുടെ നിയമങ്ങളെയും നിഷേധിക്കുന്നതായിരുന്നു ശൂർപ്പണഖയുടെ പ്രണയം. മൂക്കും മുലയും അറുത്തുമാറ്റപ്പെട്ട ശൂർപ്പണഖ അധികകാലം ജീവിച്ചിരുന്നിരിക്കില്ല. രാവണൻ സീതയെ തട്ടിക്കൊണ്ടുപോകുന്നതും അശോകവനിയിൽ താമസിപ്പിക്കുന്നതും നിരന്തരം പ്രണയാഭ്യർഥന നടത്തുന്നതും എല്ലാം ഒഴിവാക്കിയാൽ *രാമായണം* തന്നെയില്ല. പക്ഷെ, *രാമായണ*ത്തിലെ എല്ലാ പ്രണയവും ഒരേപോലെയല്ല ഇതിഹാസകാരൻ ആവിഷ്കരിച്ചിട്ടുള്ളത്. ക്ഷത്രിയന്റെ പ്രണയമല്ല രാക്ഷസന്മാരുടെ പ്രണയം. ശൂദ്രന്റെ പ്രണയമല്ല ബ്രാഹ്മണന്റേത്. ബ്രാഹ്മണരും ക്ഷത്രിയരുമല്ലാത്തവരുടെ പ്രണയത്തെ ശുദ്ധകാമവിഭ്രാന്തിയായി സാഹിത്യകൃതികൾ ആവിഷ്കരിക്കുന്നു. നിലവിലുള്ള വർണ–ജാതി–കുടുംബ–സദാചാരങ്ങളെ വെല്ലുവിളിച്ചുകൊണ്ടാണ് പ്രാചീനകാലഘട്ടങ്ങളിൽ പ്രണയം അതിന്റെ അപഥസഞ്ചാരങ്ങൾ നടത്തിയത്. പ്രണയിനികളായ അജ്ഞാതസുന്ദരികൾ ഇതിഹാസങ്ങളിൽ ഗതികിട്ടാപ്രേതങ്ങൾപോലെ അലഞ്ഞുതിരിയുന്നുണ്ട്. *മഹാഭാരത*ത്തിലെ ഉജ്ജ്വല കഥാപാത്രങ്ങളിലൊന്നായ ചിത്ര അതിലൊന്നാണ്. അർജുനനെ പ്രണയിച്ചു എന്നതിന്റെ പേരിൽ അവൾ അപമാനിക്കപ്പെടുന്നുണ്ട്.

അച്ഛനമ്മമാർ ആൺകുട്ടികളെപ്പോലെ വളർത്തിയതാണ് ചിത്രയെ. കറുത്ത നിറമുള്ള ചിത്ര തപസുചെയ്ത് സുന്ദരിയായ സ്ത്രീയായി മാറുന്നു. അർജുനനോടുള്ള പ്രണയം ചിത്രയെ പുതിയ സാമൂഹികബോധ

ത്തിലേക്ക് നയിക്കുന്നു. സ്ത്രീനീതിയെ അപമാനിക്കുന്ന പുരുഷാധിഷ്ഠിത നീതിയെയാണ് ചിത്ര എതിരിടുന്നത്. അങ്ങനെ തീക്ഷ്ണമായ ഏതൊരു പ്രണയവും നിലവിലുള്ള സദാചാരത്തോടും പുരുഷനീതിയോടും ഏറ്റുമുട്ടുന്നു. സീതാദേവിക്ക് ശ്രീരാമനോടുണ്ടായിരുന്ന പ്രണയം വന്യമായ അനുരാഗമായിരുന്നു. പക്ഷേ, രാമന്റെ പ്രണയം രാജാവിന്റെ പ്രണയമായിരുന്നു. അത് അധികാരത്തിനും രാജധർമങ്ങൾക്കും സീതയെ അടിയറവ് വെക്കുന്ന വികാരമായിരുന്നു. അതുകൊണ്ട് രാമന്റെ വികാരത്തെ പ്രണയമെന്ന് വിശേഷിപ്പിക്കാൻ കഴിയില്ല. പ്രണയരഹിതനായ രാമനും പ്രണയാതുരയായ സീതയും തമ്മിലുള്ള സംഘർഷമാണ് *രാമായണ*ത്തിന്റെ താളുകളെ ദീപ്തമാക്കുന്നത്.

"മോഹം എന്റെ ഇന്ദ്രിയങ്ങളെ ഇളക്കിമറിക്കുന്നു
കാറ്റ് ഓക്ക് വൃക്ഷങ്ങളെ എന്നപോലെ"

എന്നെഴുതിയ സാഫോ പ്രണയത്തിന്റെ ഉജ്വലരക്തസാക്ഷിയായി ചരിത്രത്തിൽ അറിയപ്പെടുന്നു. അവരെ പ്ലേറ്റോ വിശേഷിപ്പിച്ചത് കലയുടെ പത്താമത്തെ അധിദേവത എന്നാണ്. അവരുടെ പേരുമായി ബന്ധിപ്പിച്ചാണ് സ്ത്രീകളുടെ സ്വവർഗാനുരാഗത്തെ (ലെസ്ബിയനിസം)പ്പറ്റി പരാമർശിക്കുന്നത്. കപട സദാചാരത്തിനെതിരായ കലാപത്തിന്റെ ജീവിക്കുന്ന സാക്ഷ്യമായിരുന്നു സാഫോയുടെ ജീവിതവും കൃതികളും. ചരിത്രത്തിൽ ഇടംലഭിക്കാത്ത പ്രണയത്തിന്റെ ഉന്മാദസംഗീതമായിരുന്നു സാഫോയുടെ കവിതകൾ. പ്രണയത്തിലൂടെ രണ്ട് വ്യക്തികൾ ഒന്നാവുകയും അതിന്റെ തീക്ഷ്ണതയിൽ ഒരു വ്യക്തിതന്നെ അനേകം വ്യക്തികളായി മാറുകയും ചെയ്യുന്നതിനെക്കുറിച്ച് ഡെല്യൂസ് പറയുന്നുണ്ട്. ലിംഗകേന്ദ്രിതമായ പ്രണയസങ്കൽപ്പത്തെ ഭേദിക്കുന്ന തീവ്രമായ അനുരാഗമാണ് സാഫോയുടെ ജീവിതത്തെ ഇത്രമേൽ ദീപ്തമാക്കിയത്. ആണും പെണ്ണും തമ്മിലുള്ള സംയോഗം എന്ന കേവല അർഥത്തിലാണ് അഥവാ കേവല ജൈവികതയിലാണ് പരമ്പരാഗത ലൈംഗിക സങ്കൽപ്പം നിലനിൽക്കുന്നത്. ആണും പെണ്ണും ആദിയിൽ ഒരൊറ്റ ജീവസംയുക്തകമായിരുന്നു എന്ന യവന പുരാവൃത്തത്തെ സംബന്ധിച്ച് ഫ്രോയിഡ് പറയുന്നുണ്ട്. ആണും പെണ്ണും പിൽക്കാലത്ത് ദൈവത്താൽ വിഭജിക്കപ്പെട്ടു എന്നാണ് ഗ്രീക്കുകാരുടെ വിശ്വാസം. ഇതിന് സദൃശമായ മറ്റൊരു മിത്താണ് *ബൈബിളി*ലെ പറുദീസാ നഷ്ടവുമായി ബന്ധപ്പെട്ടത്. പുരുഷന്റെ മനസിൽ പ്രലോഭനത്തിന്റെ തീക്കാറ്റുകൾ ഉണർത്തിവിട്ട സർപ്പസാന്നിധ്യമായി ഹവ്വ അറിയപ്പെടുന്നു.

ഇവിടെ രതിയുടെ ഉറവിടം സ്ത്രീയാണ് എന്ന സങ്കൽപ്പമാണുള്ളത്. പുരുഷൻ രതിയുടെ ഇരയായിട്ടാണ് സങ്കൽപ്പിക്കപ്പെടുന്നത്. വിലക്കപ്പെട്ട രതി അനുഭവിച്ചതുകൊണ്ട് പറുദീസയിൽനിന്നും പുറത്താക്കപ്പെട്ടവരാണ് ആദാമും ഹവ്വയും. ദൈവത്തെ സദാചാരത്തിന്റെ പ്രണേതാവായി പ്രതിഷ്ഠിക്കുന്ന *ബൈബിളിലെ* ഈ കഥയ്ക്ക് നേർവിപരീത ദിശയിലാണ് ഇന്ത്യൻ പുരാണങ്ങളിലെ ദൈവങ്ങൾ സഞ്ചരിച്ചത്. അവിടെ ദൈവങ്ങൾ

സദാചാരത്തിന്റെ സർവസീമകളെയും ലംഘിച്ച് മനുഷ്യർക്ക് ലൈംഗികസ്വാതന്ത്ര്യത്തിന്റെ മാതൃകകൾ കാണിച്ചുകൊടുക്കുന്നു. ശിവൻ, പാർവതി, വിഷ്ണു, ലക്ഷ്മി, ബ്രഹ്മാവ്, ശ്രീകൃഷ്ണൻ എന്നിവരെല്ലാം ഇത്തരത്തിൽ *ബൈബിൾ* കഥകളിൽനിന്ന് വ്യത്യസ്തമായി അപഥസഞ്ചാരം നടത്തുന്നു. ശ്രീകൃഷ്ണനുമായി ബന്ധപ്പെട്ട കഥകളിൽ ഏക ഭാര്യാത്വത്തെ നിഷേധിക്കുന്ന രീതിയിൽ പ്രണയലീലകൾ ആവിഷ്കരിക്കപ്പെടുന്നു. ഇതേരീതിയിലുള്ള കഥകൾ ഗ്രീക്ക് പുരാണങ്ങളിലുമുണ്ട്. ഭാരതീയ പുരാണങ്ങളിലെ അർധനാരീശ്വരസങ്കൽപ്പം നേരത്തെ പറഞ്ഞ യവന മിത്തുമായി സാമ്യമുള്ളതാണ്.

ശിവ-ശക്തി സംയോഗം സ്ത്രീപുരുഷ സംയോഗത്തിന്റെ ആത്മീയഭാവനയാണ്. എല്ലാ മതവിശ്വാസങ്ങളും പങ്കുവെക്കുന്ന സമാനമായ ഒരു പ്രതിസന്ധിയുണ്ട്. അഗമ്യഗമനവുമായി ബന്ധപ്പെട്ടതാണത്. അടുത്ത രക്തബന്ധമുള്ളവർ തമ്മിലുള്ള ലൈംഗികബന്ധത്തെയാണ് ക്ലാസിക്കൽ മനഃശാസ്ത്രം അഗമ്യഗമനം എന്നുവിശേഷിപ്പിക്കുന്നത്. ഏതൊരു ജീവജാതിയും അനിവാര്യമായും പിന്തുടരുന്ന ഈ അഗമ്യഗമന മാർഗത്തിലൂടെയാണ് മനുഷ്യരാശി അതിന്റെ ആദിമഘട്ടം പിന്നിട്ടത് എന്ന യാഥാർഥ്യത്തെ അംഗീകരിക്കാനുള്ള മടിയാണ് മതങ്ങൾ നേരിടുന്ന പ്രതിസന്ധി. കുട്ടികളിലെ ലൈംഗിക തൃഷ്ണയെ അടിച്ചമർത്തുന്ന രക്ഷിതാക്കൾ കുട്ടികളിലെ ലൈംഗികതയെ തങ്ങളിലേക്കു കേന്ദ്രീകരിക്കാൻ പ്രേരണനൽകുന്നുവെന്ന് മനഃശാസ്ത്രജ്ഞർ പറയുന്നു. ലൈംഗികതയെ അമർച്ചചെയ്യാനും നിരോധിക്കാനുമുള്ള എല്ലാ ശ്രമങ്ങളും ലൈംഗികാപഭ്രംശങ്ങൾക്ക് കാരണമാവുന്നുവെന്ന് മനഃശാസ്ത്രജ്ഞർ സമ്മതിക്കുന്നുണ്ട്. അതിലൊന്നാണ് അഗമ്യഗമനാഭിലാഷം. അത്തരം അഭിലാഷം രൂപപ്പെടുന്ന മനസുകളിൽ ലജ്ജയും കുറ്റബോധവും രൂപം കൊള്ളുന്നു. അത് സ്ത്രീയെ ദേവതയായി ആരാധിക്കുന്നതിന് പ്രചോദനമാകുന്നു. സ്ത്രീയെ ദേവിയായി ആരാധിക്കുന്നത് അഗമ്യഗമനതൃഷ്ണയിൽനിന്നും മുക്തിനേടാനുള്ള മാർഗമാണെന്ന് പറയപ്പെടുന്നു. ഫ്രോയിഡ് രതിഭീതിയെപ്പറ്റി വിശദീകരിക്കുന്ന ഭാഗങ്ങളിൽ യക്ഷികളും മറ്റും എങ്ങനെ രൂപംകൊള്ളുന്നുവെന്ന് സൂചിപ്പിക്കുന്നുണ്ട്. പ്രാചീന ഗോത്രജനവിഭാഗങ്ങളെല്ലാംതന്നെ രതിഭീതിക്ക് ഒരു പരിധിവരെ അടിപ്പെട്ടിരുന്നുവെന്ന് അദ്ദേഹം അഭിപ്രായപ്പെടുന്നു.

സ്ത്രീകളെ ഭയപ്പെടുന്ന മാനസിക പ്രകൃതി പ്രാചീന ഗോത്രവർഗങ്ങൾക്കുണ്ടായിരുന്നു. അതിന്റെ കാരണമായി വിശദീകരിക്കപ്പെടുന്നത് സ്ത്രീകളുടെ ആർത്തവരക്തവും ഗർഭധാരണവും പ്രസവവും എല്ലാമാണ്. ആർത്തവരക്തഭീതി യക്ഷിപോലുള്ള സങ്കൽപ്പങ്ങൾക്ക് പ്രേരണയാവുന്നു. ശരീരത്തെ സംബന്ധിച്ചുള്ള ശാസ്ത്രീയവിജ്ഞാനത്തിന്റെ അഭാവം ഇത്തരം സങ്കൽപ്പങ്ങളെ പ്രചോദിപ്പിക്കുകയായിരുന്നു. സ്ത്രീയുമായുള്ള ബന്ധം പുരുഷന്റെ സർഗാത്മകതയെ നശിപ്പിക്കുമെന്നുള്ള തെറ്റിദ്ധാരണ പ്രാചീന ഗോത്രവർഗങ്ങൾക്കുണ്ടായിരുന്നു

വെന്നാണ് ഫ്രോയിഡ് പറയുന്നത്. ആധുനിക മനുഷ്യനോളം ലൈംഗികാസക്തി പ്രാചീനമനുഷ്യർക്ക് ഉണ്ടായിരുന്നില്ല എന്നാണ് പൊതുവിൽ മനഃശാസ്ത്രം പറയുന്നത്. എന്നാൽ ഇത് കേവലമായ ഒരു യാഥാർഥ്യമായി അംഗീകരിക്കാൻ സാധ്യമല്ല. സ്ത്രീയോടുള്ള ഭയവും ലൈംഗിക അടിച്ചമർത്തലുകളും വിലക്കുകളും പ്രാചീനസമൂഹങ്ങളിൽ ഉണ്ടായിരുന്നുവെന്നത് ശരിയാണ്. ഇത്തരം വിലക്കുകൾ ലൈംഗികാസക്തിയെ പല രീതിയിലും സ്വാധീനിക്കാൻ കഴിയുന്നതുമാണ്. എന്നാൽ വ്യത്യസ്ത സമൂഹങ്ങളിൽ വ്യത്യസ്തരീതിയിലാണ് ഇതിന്റെ സ്വാധീനം വ്യക്തമാവുക.

മതപരമായ വിശ്വാസങ്ങൾക്ക് കൂടുതൽ സ്വാധീനമുള്ള സമൂഹങ്ങളിൽ നിലനിൽക്കുന്ന ലൈംഗികാസക്തിയായിരിക്കില്ല മതപരമായ വിശ്വാസങ്ങൾ അത്ര ദൃഢമല്ലാത്ത സമൂഹങ്ങളിൽ ഉണ്ടാവുക. ലൈംഗികാസക്തി അടിച്ചമർത്തുന്നതുകൊണ്ട് ലൈംഗികാസക്തി തീവ്രമാവുന്നുവെന്നാണ് പൊതുവായ മനഃശാസ്ത്ര സങ്കൽപ്പം. ലൈംഗികാസക്തി അടിച്ചമർത്തുന്നത് അതിനെ പൊതുവിൽ തീവ്രതരമാക്കുന്നുവെന്നത് ശരി തന്നെയാണ്. എന്നാൽ ആധുനിക മുതലാളിത്ത സമൂഹത്തിൽ ഇത് സങ്കീർണമായ ഒരു പ്രതിഭാസമായിട്ടാണ് വിലയിരുത്തേണ്ടത്. ഒരുവശത്ത് ആസക്തിയെ തീവ്രതരമാക്കുമ്പോൾ അത് ലൈംഗികശേഷിയെ മുരടിപ്പിക്കാനും ലൈംഗികാപഭ്രംശം സൃഷ്ടിക്കാനും പ്രചോദനമാകുന്നു. മറുവശത്ത് നല്ലൊരുവിഭാഗം മനുഷ്യരിൽ ലൈംഗിക നിരോധനം ദീർഘകാലാടിസ്ഥാനത്തിൽ ഷണ്ഡത്വത്തിന് വരെ വഴിതെളിയിക്കുന്നു. ലൈംഗികതയുടെ സങ്കീർണരസതന്ത്രങ്ങൾ സൂക്ഷ്മമായി വിശകലനം ചെയ്തുകൊണ്ട് മാത്രമേ പൊതുവായ നിഗമനങ്ങളിൽ നമുക്കെത്താൻ കഴിയുകയുള്ളൂ. സാർവത്രികമായ ചില ലൈംഗിക സമവാക്യങ്ങളെ പൊളിച്ചെഴുതിക്കൊണ്ട് മാത്രമേ ലൈംഗികതയുടെ ചരിത്രവും രാഷ്ട്രീയവും വിശദമാക്കാൻ കഴിയുകയുള്ളൂ.

മനുഷ്യന്റെ രതിയെ സംബന്ധിച്ച ഫ്രോയിഡിന്റെയും ആധുനിക മനഃശാസ്ത്രത്തിന്റെയും സാമാന്യസങ്കൽപ്പങ്ങളും സമവാക്യങ്ങളും ഇന്ന് കാലഹരണപ്പെട്ടിരിക്കുന്നു. ഫ്രോയിഡിന്റെ മനഃശാസ്ത്രവിശകലനം പൊതുവിൽ കെട്ടുകഥകൾക്ക് സമാനമായ നിരീക്ഷണങ്ങളും വിശ്വാസങ്ങളുമാണ്. സാമൂഹിക സാഹചര്യങ്ങളും ഉൽപ്പാദനബന്ധങ്ങളും എങ്ങനെയാണ് ഓരോ നിശ്ചിതകാലഘട്ടത്തിലെയും മനുഷ്യരുടെ ലൈംഗിക ജീവിതത്തെയും ലൈംഗികാസക്തികളെയും സ്വാധീനിച്ചത് എന്ന് പരിശോധിക്കാൻ ഫ്രോയിഡിനും ആധുനിക മനഃശാസ്ത്രത്തിനും സാധിച്ചിട്ടില്ല. കാരണം നേരത്തെ പരാമർശിച്ചതുപോലെ ശരീരത്തെയും മനസിനെയും രണ്ടായി വെട്ടിമുറിക്കുന്ന പാശ്ചാത്യതത്വചിന്തയുടെ ഉലയിലാണ് ഫ്രോയിഡ് തന്റെ നിരീക്ഷണങ്ങൾ ജ്വലിപ്പിച്ചത്. മനുഷ്യനതീതമായി നിലനിൽക്കുന്ന ഒരു അഭൗമശക്തിയെ മതങ്ങൾ വിഭാവനം ചെയ്യുന്നു. മനുഷ്യനുൾപ്പെട്ട അനന്തമായ പ്രകൃതിയുടെ

ശക്തിയെയല്ല പ്രകൃതിക്കുമേൽ നിലനിൽക്കുന്നുവെന്ന് വിശ്വസിക്കപ്പെടുന്ന അതീതശക്തിയെയാണ് പൊതുവിൽ മതങ്ങൾ ദൈവം എന്ന് വിശേഷിപ്പിക്കുന്നത്.

മനുഷ്യനുൾപ്പെടെയുള്ള അനന്തമായ പ്രകൃതിതന്നെയാണ് ദൈവം എന്ന് വിശ്വസിക്കുന്നതും മനുഷ്യനുൾപ്പെടുന്ന അനന്തമായ പ്രകൃതിയുടെമേൽ അദൃശ്യമായി നിലനിൽക്കുന്നതാണ് ദൈവം എന്ന് വിശ്വസിക്കുന്നതും രണ്ടാണ്. രണ്ടാമത്തേതിൽ അജ്ഞാതമായ ഒരു പ്രതിഭാസമാണ് ദൈവം. ആദ്യത്തേതിൽ ദൈവം എന്നത് പ്രകൃതിതന്നെയാണ്. അതായത് അത് മനുഷ്യന് അറിയാനും അനുഭവിക്കാനും കഴിയുന്നതാണ്. മനുഷ്യനുൾപ്പെടുന്ന പ്രപഞ്ചസത്തയാണ് ആദ്യത്തേതിലെ ദൈവം. ലോകത്തിലെ മതവിശ്വാസങ്ങളിലെല്ലാം പ്രാമുഖ്യം ചെലുത്തുന്നത് രണ്ടാമത്തെ വിശ്വാസമാണ്. എന്നാൽ അപൂർവം ചിലമതങ്ങളും ചില വിശ്വദേവതാസങ്കൽപ്പങ്ങളും ഒരു പരിധിവരെ പ്രപഞ്ചംതന്നെയാണ് ദൈവം എന്ന ആശയത്തിന് പ്രചോദനം നൽകി. ഇന്ത്യൻ മതവിശ്വാസത്തിൽ രണ്ട് സങ്കൽപ്പങ്ങളും ഇടകലർന്ന് പ്രവർത്തിക്കുന്നതുകൊണ്ടാണ് ദൈവങ്ങൾ മാനുഷിക കഥാപാത്രങ്ങളായി പരിണമിക്കുന്നത്. മനുഷ്യാതീതമായ അഥവാ പ്രപഞ്ചാതീതമായ ദൈവത്തിന്റെ പ്രതീകമായി ബോധമനസും മനുഷ്യന്റെ പാപപങ്കിലമായ ശരീരമായി അബോധമനസും വിഭാവനം ചെയ്യപ്പെടുന്നതിനെയാണ് നാം ആധുനിക മനഃശാസ്ത്രം എന്നുവിളിക്കുന്നത്. അബോധമനസ്സ് എന്നത് നിഷേധാത്മക വികാരങ്ങളുടെ ഉറവിടമായി ബോധമനസ്സ് യുക്തിയുടെ ശിഖരമായും സങ്കൽപ്പിക്കപ്പെടുന്നു. ഇങ്ങനെ മനസിനെത്തന്നെ രണ്ടായും മൂന്നായും വിഭജിക്കുന്നതിന്റെ ശാസ്ത്രീയത ചോദ്യംചെയ്യപ്പെട്ടിരിക്കുന്നു.

മനസ്സ് എന്ന ഒരു കേവലപ്രതിഭാസത്തിന്റെ അസ്തിത്വത്തെത്തന്നെ ചോദ്യംചെയ്യുകയാണ് ഡെല്യൂസ് ചെയ്യുന്നത്. ശരീരത്തിനുമേൽ നിയന്ത്രണം ചെലുത്തുന്ന ഒരു അതീതശക്തിയാണ് മനസ്സ് എന്നാണ് പൊതുവിലുള്ള സങ്കൽപ്പം. എന്നാൽ ശരീരത്തിന്റെ തന്നെ സങ്കീർണവും സൂക്ഷ്മവുമായ പ്രവർത്തനത്തെ സൂചിപ്പിക്കാൻവേണ്ടി ഉപയോഗിക്കുന്ന ഒരു പദംമാത്രമാണ് യഥാർഥത്തിൽ മനസ്സ്. വേഗം, ശ്രദ്ധ, ശക്തി, ദൗർബല്യം, പ്രതികരണം, എന്നിവയെല്ലാം ശരീരത്തിന്റെ പ്രവർത്തനങ്ങളാണ് എന്ന് എല്ലാവർക്കുമറിയാം. ഉപാപചയപ്രവർത്തനങ്ങൾപോലെ ശരീരം നടത്തുന്ന ഇത്തരം പ്രവർത്തനങ്ങളെ സൂക്ഷ്മമായി വിശകലനം ചെയ്യാൻ മനഃശാസ്ത്രം തയാറാവുന്നില്ല. രണ്ടുതരം പ്രവർത്തനങ്ങളാണ് ശരീരം നടത്തുന്നത്. ഒന്ന് ആന്തരികപ്രവർത്തനങ്ങളും രണ്ട് ബാഹ്യപ്രവർത്തനങ്ങളും. ആന്തരികപ്രവർത്തങ്ങൾ പൊതുവിൽ ജൈവികമായി, സ്വാഭാവികമായി നടന്നുപോകുന്നതാണ്. എന്നാൽ ശരീരത്തിന്റെ ബാഹ്യപ്രവർത്തനങ്ങൾ അഥവാ ശരീരത്തിന്റെ സാമൂഹ്യപ്രവർത്തനങ്ങൾ കുറെക്കൂടി സവിശേഷമാണ്.

ചുറ്റുപാടുകളുമായി പ്രതികരിക്കുന്ന ശരീരത്തിന്റെ ബാഹ്യപ്ര

വർത്തനങ്ങളെയാണ് നാം മനസ്സ് എന്നു പറയുന്നത്. അതായത് ശരീരത്തിൽനിന്നും ഭിന്നമായും അതിനതീതമായും നിൽക്കുന്ന ഒരു കേവല പ്രതിഭാസമല്ല മനസ്സ് എന്നർഥം. ഫ്രോയിഡ് ആവട്ടെ ഒരു കേവലമായ മനസിനെ വിഭാവനം ചെയ്യുന്നു. അതിന് ഭാഷയോ ദേശമോ വംശമോ ഇല്ല. പ്രാചീന അമേരിക്കയിലെ ഗോത്രവർഗമായിരുന്നാലും ആഫ്രിക്കയിലെ നീഗ്രോ ആയിരുന്നാലും ആധുനിക യുറോപ്യനായിരുന്നാലും അവനാണാണെങ്കിൽ ഈഡിപ്പസ് കോംപ്ലക്സ് എന്ന മനസിനുകീഴിലാണ് പ്രവർത്തിക്കുന്നത്. ഇങ്ങനെ ചരിത്രബാഹ്യമായ മനുഷ്യനെ, മനസിനെ വിഭാവനം ചെയ്യുകവഴി ഫ്രോയിഡ് നിരാകരിക്കുന്നത് ലൈംഗികതയുടെ ചരിത്രത്തെയും രാഷ്ട്രീയത്തെയുമാണ്. ലൈംഗികതയുടെ ചരിത്രമെന്നാൽ അത് പ്രണയത്തിന്റെ ചരിത്രമല്ലാതെ മറ്റൊന്നുമല്ല. ശരീരത്തിന്റെ സങ്കീർണവും ബഹുസ്വരവുമായ സഞ്ചാരമാർഗങ്ങളിൽ ഏറ്റവും സർഗാത്മകമായതാണ് പ്രണയത്തിന്റേത്. പ്രണയം എന്നത് രതിയുടെ ഏറ്റവും കാവ്യാത്മകവും സംഗീതാത്മകവുമായ ആവിഷ്കാരമാണ്. രണ്ടുപേർ പ്രണയിക്കുമ്പോൾ ലോകം ഞെട്ടുന്നു എന്നുപറഞ്ഞത് വിശ്വപ്രസിദ്ധ കവിയായ ഒക്ടോവിയോ പാസ് ആണ്. സാമൂഹികവിലക്കുകളെ അതിലംഘിക്കുന്ന സ്ഫോടനാത്മകവും വിധ്വംസകവുമായ ശക്തിയാണ് പ്രണയം എന്നാണ് കവി പറയുന്നത്. രണ്ടുപേർ പ്രണയിക്കുമ്പോൾ അവരുടെ പ്രത്യക്ഷശരീരങ്ങൾ മറികടക്കാനുള്ള അദമ്യമായ ഇച്ഛാശക്തി അതിന്റെ മുഴുവൻ സാധ്യതകളോടുംകൂടി പ്രകടമാവുന്നു.

സ്വന്തംശരീരത്തിന്റെ പരിധികളെ മറികടന്ന്, കരിമ്പാറകൾ തുളച്ച് വളരുന്ന ചെടികൾപോലെ, മനുഷ്യർ എല്ലാ സാമൂഹ്യവിലക്കുകളുടെയും മതിലുകളെ മറികടക്കുന്നു. അതുകൊണ്ട് പ്രണയമെന്നത് ശരീരത്തിന്റെ വിപ്ലവമാണ് എന്നുപറയാം. സമൂഹത്തിനെതിരായി ശരീരം നടത്തുന്ന വിപ്ലവം പക്ഷേ, സങ്കീർണ സ്വഭാവമാർന്നതാണ്. ശരീരം സമൂഹത്തിനെതിരെ നടത്തുന്ന പ്രണയമെന്ന കലാപം സ്നേഹത്തിന്റെ പുതിയ സാമൂഹ്യസൃഷ്ടിയെ വിഭാവനം ചെയ്യുന്നു. അത് സ്വന്തം ശരീരത്തോടുതന്നെ കലാപം നടത്തിക്കൊണ്ടാണ് സമൂഹത്തിനെതിരെ കലാപം നടത്തുന്നത്. അത് സ്വന്തം ശരീരത്തിനെതിരെ വിപ്ലവം സംഘടിപ്പിച്ചുകൊണ്ടാണ് ഭരണകൂടത്തിനെതിരെ വിപ്ലവം സംഘടിപ്പിക്കുന്നത്. സ്വന്തം ശരീരത്തിനുള്ളിൽനിന്നുകൊണ്ട് ശരീരം മറ്റൊരു ശരീരത്തെ വിഭാവനം ചെയ്യുകയും മറ്റൊരു ലോകം സ്വപ്നംകാണുകയും ചെയ്യുന്നു. അതുകൊണ്ട് പ്രണയിക്കുക എന്നുപറഞ്ഞാൽ നിലവിലുള്ള ലോകത്തോട് കലഹിക്കുകയും പുതിയൊരുലോകം സൃഷ്ടിക്കുകയും ചെയ്യുക എന്നതാണ്.

വിദ്വേഷത്തിന്റെ പേരിൽ മനുഷ്യർ കൊലചെയ്യുമ്പോൾ പ്രണയത്തിന്റെപേരിൽ അവർ മരിക്കുന്നു. കലക്ടീവ് അൺകോൺഷ്യസിന്റെ അഥവാ സംഘാത്മക മനസിന്റെ വിച്ഛേദമാണ് പ്രണയം. ഏതൊരു

വ്യക്തിയും ആ വ്യക്തിയുൾപ്പെടുന്ന സമൂഹത്തിന്റെ പൊതുവായ മനസിനെയാണ് പ്രകാശിപ്പിക്കുന്നത്. അതനുസരിച്ച് ഒരു നിശ്ചിത ഭൂവിഭാഗത്തെ നിശ്ചിത സമൂഹത്തിന്റെ ഇഷ്ടാനിഷ്ടങ്ങളും പൊതുതാൽപ്പര്യങ്ങളും ഒരു വ്യക്തി പ്രകാശിപ്പിക്കുന്നു. രാഷ്ട്രീയത്തിലും സാമൂഹ്യപ്രവർത്തനങ്ങളിലും എല്ലാംതന്നെ ഈ സംഘമനസിന്റെ സ്വാധീനം നിർണായകമാണ്. ജനിതകപരമായ സവിശേഷതകളുടെ കാര്യം ഒഴിച്ചുനിർത്തിയാൽ ഈ സംഘമനസിന്റെ സ്വാധീനം ആധുനികസമൂഹത്തിൽ തീവ്രമാണെന്ന് മനസിലാക്കാൻ സാധിക്കും. ഭക്ഷണരീതി, ഭാഷാശൈലി, പ്രതികരണങ്ങൾ, രാഷ്ട്രീയാഭിമുഖ്യങ്ങൾ, പെരുമാറ്റരീതികൾ എന്നിവയിലെല്ലാം സംഘമനസിന്റെ സജീവ സാന്നിധ്യം നമുക്ക് കാണാൻകഴിയും. എന്നാൽ പ്രണയത്തിന്റെ വിധ്വംസകമായ ഉണർവുകൾ ഒരു വ്യക്തിയെ ആ വ്യക്തിയുടെ സംഘമനസിൽനിന്നും വിച്ഛേദിച്ച് പുറത്തുപോകാനും തന്റെ ഇണയുടെ ലോകത്തിലേക്ക് സ്വയംമറന്ന് സഞ്ചരിക്കാനും പ്രേരിപ്പിക്കുന്നു.

പ്രണയം ഒരു സഞ്ചാരമാണെന്നു പറഞ്ഞു. അത് ഉന്മാദസഞ്ചാരമാണ്. അത് വിദൂരമായ ഭൂഖണ്ഡങ്ങളെ മിന്നൽവേഗത്തിൽ കീഴടക്കുന്നു. അഗാധഗർത്തങ്ങളെ ആരണ്യകങ്ങളാക്കിമാറ്റുന്നു. അഗ്നിപർവതങ്ങളെ ഹിമവർഷങ്ങളാക്കിമാറ്റുന്നു. യുദ്ധങ്ങളെ രാഗസന്ധ്യകളിലെ രാസലീലകളാക്കിമാറ്റുന്നു. അത് മരണത്തെ ഉത്സവമാക്കിമാറ്റുന്നു. അപമാനത്തിന്റേതും ഘോരകൃത്യത്തിന്റേതും എന്ന് പൊതുസമൂഹം വിധിയെഴുതുന്ന പ്രണയതെരഞ്ഞെടുപ്പുകളെ പ്രണയഭാവന അടങ്ങാത്ത ഇച്ഛാശക്തിയുടെയും ആത്മബോധത്തിന്റെയും അഭിമാനത്തിന്റെയും ആത്മഹർഷത്തിന്റെയും പ്രവർത്തനങ്ങളാക്കി മാറ്റുന്നു. വംശീയവിദ്വേഷത്തിന്റെയും മതഭ്രാന്തിന്റെയും ലോകത്തിൽ പ്രണയം സർഗാത്മകമായ സമഭാവനയുടെയും മതനിരപേക്ഷതയുടെയും ഉയർന്നലോകം പണിയുന്നു. സമീപകാലത്ത് ഒരു പ്രണയസമൂഹംതന്നെ നമ്മുടെ രാജ്യത്ത് രൂപംകൊണ്ടിരിക്കുന്നു. വ്യത്യസ്തമതവിഭാഗങ്ങളിലെ അനുരാഗികൾതമ്മിൽ ആത്മബന്ധം സ്ഥാപിച്ചതിന്റെ ഫലമായി അവർ അവരുടെ കുടുംബങ്ങളിൽനിന്നും മതങ്ങളിൽനിന്നും സമൂഹത്തിൽനിന്നും ഭ്രഷ്ടരാക്കപ്പെട്ടിരിക്കുന്നു.

ആധുനികസമൂഹം മാനവികതയെക്കുറിച്ച് നടത്തുന്ന ഗിരിപ്രഭാഷണങ്ങളുടെ കാപട്യം മറനീക്കി പുറത്ത് വരുന്നത് ഇവിടെയാണ്. ഒരു മതവിഭാഗത്തിൽപ്പെട്ടവർ ആ മതവിഭാഗത്തിനുള്ളിലെ പ്രത്യേക ജാതീയവിഭാഗങ്ങളുമായി മാത്രം വിവാഹബന്ധംനടത്തുക എന്ന പരമ്പരാഗതവും കാലഹരണപ്പെട്ടതുമായ രീതിയാണ് പരിഷ്കൃതസമൂഹം ഇന്നും പിന്തുടരുന്നത്. വംശീയ ശുദ്ധിയുടെയും മതാഹന്തയുടെയും അന്ധവിശ്വാസങ്ങളുടെയും ഭീഷണികളെ വെല്ലുവിളിച്ചുകൊണ്ട് അനുരാഗികൾ മതേതരത്വത്തിന്റെ മഹത്തായ മാതൃകകൾ സൃഷ്ടിക്കുന്നു. പ്രണയികളുടെ ഈ കലാപം സംഘാത്മക മനസിന്റെ വിച്ഛേദമാണെന്ന് നേരത്തെ

പറഞ്ഞുവല്ലോ. മതത്തിന്റെയും ജാതിയുടെയും വംശീയതയുടെയും സംഘാത്മക മനസുകൾക്കെതിരെ കലാപക്കൊടിയുയർത്തുന്ന അനുരാഗികളുടെ കരങ്ങൾ പുതിയലോകത്തിന് വഴികാണിക്കുന്നു. സമീപകാലത്ത് ഇന്ത്യയിൽ നടന്നിട്ടുള്ള നിരവധി പ്രണയികളുടെയും മിശ്രവിവാഹിതരുടെയും സമാഗമം സവർണഹിന്ദുത്വത്തിനും മറ്റു മതമൗലികവാദങ്ങൾക്കും ഭീഷണിയുയർത്തിയിരിക്കുന്നു. മതാതീത മാനവികതയുടെ ലോകത്തിലേക്ക് പ്രവേശിക്കാനുള്ള ഏറ്റവും സർഗാത്മകമായ സഞ്ചാരമാണ് പ്രണയം. ഒരു ജാതി ഒരു മതം ഒരു ദൈവം എന്ന ശ്രീനാരായണഗുരുവിന്റെ ദർശനം പ്രയോഗത്തിൽ വരുത്താനുള്ള ഏറ്റവും മൂർത്തമായ വഴിയാണ് അനുരാഗികളുടേത്. എന്നാൽ മതരഹിതരായ പ്രണയികളുടെ സമൂഹത്തിന് സ്വന്തം ആശയങ്ങൾക്കും അഭിലാഷങ്ങൾക്കുമനുസരിച്ച് ജീവിക്കാനുള്ള ഇടങ്ങൾ നിഷേധിക്കുകയാണ് പൊതുസമൂഹം ചെയ്യുന്നത്. പ്രണയത്തിന്റെ ബഹുസ്വരസഞ്ചാരങ്ങളിൽ പ്രധാനപ്പെട്ട ഒന്നാണ് വ്യക്തിമനസുകളിൽനിന്നും വളർന്ന് അത് ഒരു സർഗാത്മക സമൂഹമനസായി പരിണമിക്കുന്നത്. സ്നേഹത്തെക്കുറിച്ചുള്ള യേശുക്രിസ്തുവിന്റെ സങ്കൽപ്പങ്ങൾ അതിന് മികച്ച ഉദാഹരണമാണ്. ക്രിസ്തുമതം ഒരു പൗരോഹിത്യമതമായി മാറുന്നതോടെ യേശുവിന്റെ സ്നേഹസങ്കൽപ്പങ്ങൾ കീഴ്മേൽ മറിഞ്ഞെങ്കിലും അതിന്റെ പ്രസക്തി ഇല്ലാതാകുന്നില്ല.

ജാതീയവും മതപരവും വംശീയവുമായ അതിരുകൾ തകർത്ത് വളരുന്ന പ്രണയം സർഗാത്മകമായ ശരീരങ്ങളുടെ സഞ്ചാരവേഗങ്ങളിൽ ഉദാത്തമായതാണ്. ഇത്തരം പ്രണയങ്ങൾ മാത്രമല്ല വ്യവസ്ഥാപിത സമൂഹങ്ങൾക്കുള്ളിൽത്തന്നെ തളിരിടുന്ന പ്രണയങ്ങളും സർഗാത്മകമാണ്. എന്നാൽ വ്യവസ്ഥാപിതമൂല്യങ്ങൾ കൊണ്ട് ബലിഷ്ഠമായ സമൂഹത്തിന്റെ പ്രത്യയശാസ്ത്രങ്ങളും കീഴ്വഴക്കങ്ങളും പ്രണയികളുടെ ജീവിതത്തെ വ്യവസ്ഥാപിതലോകത്തിലേക്ക് തിരിച്ചടുപ്പിക്കുന്നു. പുരുഷാധിഷ്ഠിത കുടുംബത്തിന്റെ മൂല്യങ്ങൾ പ്രണയത്തിന്റെ സർഗാത്മക ജ്വാലകളെ നിഷ്പ്രഭമാക്കുന്നു. അതിനെ അതിജീവിക്കുവാൻ അനുരാഗികൾക്കുള്ള ഒരേയൊരുവഴി വ്യവസ്ഥാപിതമൂല്യങ്ങളെ മറികടക്കുക എന്നതാണ്.

ലൈംഗികതയെ വിലക്കുകളിലൂടെ നിർവീര്യമാക്കാൻ ശ്രമിക്കുന്ന സമൂഹത്തിന്റെയും ഭരണകൂടത്തിന്റെയും ശ്രമങ്ങൾ ഇല്ലായ്മചെയ്യുന്നത് പ്രണയത്തിന്റെ കാവ്യാത്മകമായ ലോകമാണ്. ഫാസിസത്തിന്റെ യൂണിറ്റുകളായി കുടുംബങ്ങൾ എങ്ങനെ പ്രവർത്തിക്കുന്നുവെന്ന് വിഖ്യാത മനഃശാസ്ത്രജ്ഞനായ വിൽഹം റീഗ് വെളിപ്പെടുത്തിയിട്ടുണ്ട്. വ്യക്തികളുടെ ലൈംഗിക ഊർജത്തെയും ലൈംഗികാഭിലാഷങ്ങളെയും നിയന്ത്രിക്കുകയും നിരോധിക്കുകയും അടിച്ചമർത്തുകയും ചെയ്യുന്നതാണ് മനുഷ്യസമൂഹത്തിലെ ആദ്യത്തെ ഭരണകൂടത്തിന്റെ അധികാരപ്രയോഗം. ഭരണകൂടം അതിന്റെ പ്രാരംഭദശ പിന്നിട്ടിട്ടില്ലാത്ത അന്ന് ഈ അധികാ

രപ്രയോഗം നടത്തുന്നത് ഗോത്രത്തലവന്മാരോ പുരോഹിതന്മാരോ ആയിരിക്കും. ഗോത്രകാലഘട്ടംമുതൽ പിന്തുടർന്നുപോരുന്ന ലൈംഗികതയ്ക്കുമേലുള്ള അധികാരപ്രയോഗത്തിലൂടെയാണ് ഭരണകൂടത്തിന്റെ എല്ലാവിധ ചൂഷണരൂപങ്ങളും അടിച്ചേൽപ്പിക്കപ്പെടുന്നത്. വർഗസമൂഹങ്ങളിലേക്കുള്ള മനുഷ്യരാശിയുടെ പരിണാമത്തെ ത്വരിതപ്പെടുത്തുന്നതിലും ലൈംഗികമർദനത്തിന് അഥവാ വ്യക്തികളുടെ ലൈംഗികതയ്ക്കുമേലുള്ള ഭരണകൂടത്തിന്റെ അധികാരപ്രയോഗത്തിനും നിർണായക പങ്കുണ്ട്. ലൈംഗികതയ്ക്കുമേലുള്ള സമൂഹത്തിന്റെയും ഭരണകൂടത്തിന്റെയും അധികാരപ്രയോഗത്തെ മനുഷ്യർ എതിരിടുന്നതിന്റെ ഏറ്റവും ഉജ്വലമായ മാതൃകയാണ് പ്രണയം. അത് ഫലത്തിൽ ലൈംഗികനിയന്ത്രണത്തെയും ലൈംഗികാധികാരത്തെയും ചോദ്യംചെയ്യുന്നു.

പ്രായത്തിന്റെയും കുടുംബസാമൂഹ്യപദവിയുടെയും വിലക്കുകളെയും മറ്റു മാമൂലുകളെയും അതിലംഘിച്ചുകൊണ്ട് പ്രണയികൾ സംഗമിക്കുകയും അവർ ഒന്നുകിൽ ഒന്നിച്ച് ജീവിക്കുകയോ അല്ലെങ്കിൽ ഒന്നിച്ച് മരിക്കുകയോ ചെയ്യുന്നു. എന്നാൽ ഇവിടെ ശ്രദ്ധേയമായ ഒരു കാര്യം സൂചിപ്പിക്കേണ്ടതുണ്ട്. ലൈംഗിക വിലക്കുകൾക്കെതിരായി വ്യക്തികൾ നേരിട്ട് പോരാടാറില്ല. അത് മൗലികാവകാശങ്ങളിൽ പെടുന്നില്ല എന്ന തെറ്റായ ബോധം മാത്രമല്ല ലൈംഗികസ്വാതന്ത്ര്യത്തിനുവേണ്ടി വാദിക്കുന്നത് എന്തോ അപകടകരമായ കാര്യമോ കുറച്ചിലോ പ്രതിലോമപരമോ ആണെന്ന് പലരും കരുതുന്നു. ആധുനിക സമൂഹത്തിൽ സ്ത്രീവാദപ്രസ്ഥാനങ്ങളുടെ വിശേഷിച്ചും റാഡിക്കൽ ഫെമിനിസത്തിന്റെ ആവിർഭാവത്തോടുകൂടിയാണ് ലൈംഗികസ്വാതന്ത്ര്യത്തിനുവേണ്ടിയുള്ള പ്രക്ഷോഭങ്ങൾ ഉയരാൻ തുടങ്ങിയത്. അതിന്റെ ഉറവിടം പാശ്ചാത്യനാടുകളാണ്.

ലൈംഗിക സ്വാതന്ത്ര്യത്തിനുവേണ്ടിയുള്ള ആവശ്യം ആധുനിക ജനാധിപത്യതത്വങ്ങളുമായി തീർത്തും യോജിച്ചുപോകുന്നതായിട്ടും അതിനെ ഒളിഞ്ഞും തെളിഞ്ഞും ആക്രമിക്കുന്ന സമീപനമാണ് ആധുനിക ഭരണകൂടങ്ങളും മതനേതൃത്വങ്ങളും പിന്തുടരുന്നത്. ലൈംഗിക സ്വാതന്ത്ര്യത്തിനുവേണ്ടിയുള്ള പോരാട്ടങ്ങൾ ചരിത്രത്തിൽ വളരെ കുറവായിരിക്കാൻ കാരണം ലൈംഗികതയെ സംബന്ധിച്ച് മനുഷ്യരാശി പൊതുവിൽ പങ്കിടുന്ന യാഥാസ്ഥിതിക ധാരണകളാണ്. എന്നാൽ പരോക്ഷമായി ലൈംഗികസ്വാതന്ത്ര്യത്തെ സാക്ഷാൽക്കരിക്കാൻവേണ്ടിയുള്ള ശ്രമങ്ങൾ ചരിത്രത്തിൽ നടന്നിട്ടുണ്ട്. മിശ്രവിവാഹങ്ങൾ, പ്രണയവും ഒളിച്ചോട്ടവും, മതപരിവർത്തനം, അടിമത്തത്തിനെതിരായ സമരം, ഫ്യൂഡലിസത്തിനെതിരായ സമരം, സൈന്യത്തിൽനിന്നുള്ള ഒളിച്ചോട്ടം, സൈനികജോലി നിരാകരിക്കൽ, ലിംഗമാറ്റം, ഹിപ്പിജീവിതം, നാടോടിജീവിതം, നാടുവിടൽ, വേശ്യാവൃത്തി തുടങ്ങിയ അനേകം മാർഗങ്ങളിലൂടെ വ്യക്തികളും സമൂഹവും ലൈംഗികസ്വാതന്ത്ര്യത്തിനുവേണ്ടിയുള്ള അടങ്ങാത്ത അഭിലാഷം ചരിത്രത്തിൽ ആവിഷ്കരിച്ചിട്ടുണ്ട്. ഇതുകൂടാതെ സാഹിത്യകൃതികളിലൂടെയും കലാസൃഷ്ടികളിലൂടെയും നില

വിലുള്ള സമൂഹത്തിന്റെ ലൈംഗികനിയന്ത്രണത്തിനെതിരെ മനുഷ്യർ പ്രതികരിച്ചിട്ടുണ്ട്. ലൈംഗികനിയന്ത്രണത്തിനെതിരായ സമൂഹത്തിന്റെ അമർത്തിവെക്കപ്പെട്ട വികാരത്തിന്റെ മുകളിലാണ് അശ്ലീലസാഹിത്യങ്ങളും അശ്ലീലസിനിമകളും മറ്റും വളർന്നുവരുന്നത്.

അനുരാഗികൾ, അഭിലാഷങ്ങൾ, ആഭിമുഖ്യങ്ങൾ

പൊതുവിൽ ലൈംഗിക വ്യതിയാനങ്ങൾ എന്നുവിശേഷിപ്പിക്കപ്പെടുന്ന അഗമ്യഗമനം, സ്വവർഗരതി, സ്വയംഭോഗം, അശ്ലീല പദപ്രയോഗങ്ങൾ, അശ്ലീല ചുവരെഴുത്തുകൾ, ഗർഭഛിദ്രങ്ങൾ, ആത്മപീഡാരതി, പരപീഡാരതി, ഒളിഞ്ഞുനോട്ടം എന്നിവയെല്ലാംതന്നെ ലൈംഗികസ്വാതന്ത്ര്യത്തിനുവേണ്ടിയുള്ള ജനാധിപത്യപരമായ പ്രസ്ഥാനങ്ങളുടെ അഭാവത്തിന്റെ ഫലമായി രൂപംകൊള്ളുന്നവയാണ്. എന്നാൽ ഇതിൽ സ്വവർഗരതിയെ സംബന്ധിച്ച് വ്യത്യസ്ത അഭിപ്രായങ്ങൾ നിലനിൽക്കുന്നുണ്ട്. ജനിതകപരമായ സവിശേഷതകളും സാമൂഹികസാഹചര്യങ്ങളും അമിതമായ സ്വവർഗരതിക്ക് കാരണമായി കാണുന്നുണ്ട്. എന്നാൽ സ്വവർഗരതിയെ ഒരു ജനിതകവൈകല്യമായി കാണുന്നതും അതിനെ പ്രകൃതിവിരുദ്ധലൈംഗികതയായി വിലയിരുത്തുന്നതും കാലഹരണപ്പെട്ട ഒരു ചിന്താഗതിയാണ്. സൈനികർ, പൊലീസുകാർ, പ്രവാസികൾ, നാടോടികൾ, തുടങ്ങിയ സവിശേഷസമൂഹങ്ങളിൽ മാത്രമാണ് സ്വവർഗരതി നിലനിൽക്കുന്നതെന്ന ഒരു തെറ്റായ ധാരണ സമൂഹത്തിനുണ്ട്. ലൈംഗിക നിരോധനത്തിൽനിന്നും ഉടലെടുക്കുന്ന സ്വവർഗരതിശീലവും മനുഷ്യപ്രകൃതിസഹജമായ സ്വവർഗരതിശീലവും തമ്മിൽ വേർതിരിച്ചുകാണേണ്ടതുണ്ട്. മനുഷ്യപ്രകൃതിസഹജമായ ഒരു വികാരമായി ഇന്ന് സ്വവർഗരതിയെ മനഃശാസ്ത്രജ്ഞന്മാരിൽ ചിലരെങ്കിലും തിരിച്ചറിയാൻ തുടങ്ങിയിട്ടുണ്ട്.

സ്ത്രീകളുടെ ഇടയിലും പുരുഷന്മാരുടെ ഇടയിലും നിലനിൽക്കുന്ന സ്വവർഗരതി വാസനയും ശീലവും ഒരു കാലഘട്ടത്തിൽ കടുത്ത കുറ്റമായി കരുതപ്പെട്ടുപോന്നിരുന്നു. എന്നാൽ നമ്മുടെ പുരാണങ്ങളിൽ ദൈവങ്ങൾതന്നെ സ്വവർഗരതിയിൽ ഏർപ്പെട്ടിരുന്ന കാര്യം എല്ലാവർക്കും അറിവുള്ളതാണല്ലോ. സ്വവർഗാനുരാഗികൾ തമ്മിലുള്ള വിവാഹവും ഒന്നിച്ചുള്ള ജീവിതവും ഇന്ന് ജനാധിപത്യപരമായ ഒരു ജീവിതരീതിയായി അംഗീകരിക്കപ്പെട്ടുവരികയാണ്. മനുഷ്യരുടെ ഇടയിൽ ആണും പെണ്ണും എന്ന രണ്ടുവിഭാഗങ്ങൾ മാത്രമാണ് നിലനിൽക്കുന്നത് എന്ന ധാരണയും മാറിമറിഞ്ഞിരിക്കുന്നു. മൂന്നാംലിംഗ ഗണത്തിൽപ്പെട്ട സമൂഹം ഇന്ന് ഉയർന്നുവന്നിരിക്കുന്നു. മുമ്പ് കാലഘട്ടങ്ങളിൽ മൂന്നാംലിംഗ ഗണത്തിൽപ്പെട്ടവരെ സമൂഹം നികൃഷ്ടരും കുറ്റവാളികളുമായി കണക്കാക്കിയിരുന്നു. സ്ത്രീപുരുഷ പ്രണയംപോലെ തന്നെ തീവ്രവും, ഒരുപക്ഷെ അതിനെക്കാൾ തീവ്രവുമായ സ്വവർഗാനുരാഗികളുടെ പ്രണയം നമ്മുടെ പ്രണയസങ്കൽപ്പങ്ങളെത്തന്നെ അട്ടിമറിക്കുന്നതാണ്.

"Is it better to be a man or woman? Dimple said; for conversation, better to be a woman, for everything else, for sex, better to be a man. Then I asked if she was a man or a woman and she nodded as if it was the first time she'd been asked...................

She said ; Woman and Man are words other people use, not me. I'm not sure what I am. somedays I'm neither, or I'm nothing. On other days I feel I'm both. But men and women are so different, how can one person be both."

> ഒരാണാവുന്നതോ പെണ്ണാവുന്നതോ നല്ലത്? ഡിമ്പിൾ പറഞ്ഞു: സംസാരിക്കാൻ പെണ്ണാവുന്നതാണ് നല്ലത്. സെക്സിലേർപ്പെടാനും മറ്റെന്തിനും ആണാവണം. പിന്നെ ഞാൻ ചോദിച്ചത് അവൾ, ആണോ പെണ്ണോ എന്നാണ്. ആദ്യമായിട്ടാണ് ഇങ്ങനെയൊരു ചോദ്യം കേൾക്കുന്നത് എന്ന മട്ടിൽ അവൾ തലയിളക്കി. ആണ്, പെണ്ണ് എന്നതെല്ലാം ആളുകൾ ഉപയോഗിക്കുന്ന വാക്കുകളാണ്. ഞാനുപയോഗിക്കാറില്ല. ഞാൻ എന്താണെന്ന് എനിക്ക് നിശ്ചയമില്ല. ചില ദിവസങ്ങളിൽ ഞാൻ രണ്ടുമല്ല, അല്ലെങ്കിൽ ഒന്നുമല്ല. മറ്റുചില ദിവസങ്ങളിൽ ഞാൻ രണ്ടുമാണെന്ന് തോന്നും. പക്ഷേ, ആണും പെണ്ണും വളരെ വ്യത്യസ്തരാണ്. ഒരാൾക്കെങ്ങനെ രണ്ടുമാവാൻ പറ്റും?

2003–ലെ ദക്ഷിണേഷ്യൻ സാഹിത്യത്തിനുള്ള ഡി എസ് സി പ്രൈസ് നേടിയ മലയാളിയായ ജീത് തയ്യിലിന്റെ *നാർകോപൊളിസ്* എന്ന നോവലിൽനിന്നുമുള്ള ഉദ്ധരണിയാണ് മുകളിൽ കൊടുത്തത്. നോവലിലെ മുഖ്യകഥാപാത്രമായ ഡിമ്പിൾ എന്ന സീനത്ത് ലൈംഗികത തൊഴിലായി സ്വീകരിച്ച മൂന്നാം ലിംഗ ഗണത്തിൽപ്പെട്ട ആളാണ്. നപുംസകമെന്നോ ഹിജഡയെന്നോ അർവാണിയെന്നോ വിളിക്കപ്പെടാവുന്നവൾ. ആണായിട്ടാണ് പിറന്നതെങ്കിലും ഷണ്ഡവൽക്കരിക്കപ്പെട്ട് പെണ്ണായി ജീവിക്കേണ്ടിവന്നവൾ. ശസ്ത്രക്രിയയിലൂടെ അവൻ അവളായി മാറി. ബോംബെയിലെ ശുക്ലാജി സ്ട്രീറ്റ് എന്ന അധോലോകത്തിന്റെ ഇരുട്ടുതുപ്പുന്ന ഭീകരജീവിതത്തെ കേന്ദ്രമാക്കി ജീത് തയ്യിൽ ഇംഗ്ലീഷിൽ രചിച്ച ഈ ഗ്രന്ഥം ഇതിനകം അഞ്ച് ലോകഭാഷകളിലേക്ക് പരിഭാഷ ചെയ്യപ്പെട്ടിരിക്കുന്നു. പ്രശസ്ത കോളമിസ്റ്റും പത്രപ്രവർത്തകനുമായ പത്മഭൂഷൺ ടി ജെ എസ് ജോർജിന്റെ മകനാണ് ജീത് തയ്യിൽ. ഇന്ത്യൻ ഇംഗ്ലീഷ് പോയട്രിയിലും സംഗീതത്തിലും പത്രപ്രവർത്തനത്തിലുമെല്ലാം ആഭിമുഖ്യവും അനുഭവവുമുള്ള തയ്യിലിന്റെ പ്രഥമനോവലാണ് *നാർകോപൊളിസ്*.

പോസ്റ്റ്മോഡേൺ പ്രോസ്റ്റിറ്റ്യൂട്ടിന്റെ ഇതിഹാസം

നിരവധി വർഷം ബോംബെയിലെ ശുക്ലാജി സ്ട്രീറ്റിലെ നീലരാവു

കളിൽ ഉന്മാദിയായി ജീവിച്ച ജീത് തയ്യിലിന്റെ തിരിച്ചുവരവിലാണ് തന്റെ പൂർവകാമിനി ഡിമ്പിളിനെ നോവലിസ്റ്റ് കണ്ടെടുക്കുന്നത്. അവൾ മരണത്തിന്റെ ലോകത്തിൽനിന്നും ഒരിക്കൽക്കൂടി ശുക്ലാജി തെരുവിലേക്കെത്തുന്നു. ഒരു ഡിസംബറിലെ മധ്യാഹ്നത്തിൽ ശുക്ലാജിതെരുവിലുണ്ടായ വെള്ളപ്പൊക്കത്തിൽ മരിച്ചതാണവൾ. അവൾ ജീവിച്ച ജീവിതത്തെ പുനർനിർമിക്കുകയാണ് നോവലിസ്റ്റ് ചെയ്യുന്നത്. ഏഴാമത്തെ വയസിൽ ഡിമ്പിൾ ഈ ചുവന്നതെരുവിൽ ഉപേക്ഷിക്കപ്പെട്ടു. മതരഹിതയായ ഒരു പോസ്റ്റ്മോഡേൺ പ്രോസ്റ്റിറ്റ്യൂട്ട് ആയി ഡിമ്പിൾ എന്ന സീനത്ത് വളർന്നുവരുന്നതിന്റെ ബഹുസ്വരദൃശ്യങ്ങൾ നോവലിലുണ്ട്. കവിതയും തത്വശാസ്ത്രവും ജീവചരിത്രവും സംഗീതവും കാമവും കലയും ലഹരിയും ഉടലും നിലാവും ആത്മാവും ചേർന്ന ഭാവനയുടെ ഒരു പുതിയ സിംഫണിപോലെ *നാർകോപൊളിസ്* എന്ന നോവൽ വായനക്കാരെ ആകർഷിക്കുന്നു. എന്നാൽ അതേസമയംതന്നെ ഇതിന്റെ വായന വായനക്കാരെ മടുപ്പിക്കുകയും ഒരുപക്ഷേ വെറുപ്പിക്കുകയും ചെയ്തേക്കാം. അതിനു കാരണം കാൽപ്പനികതയിൽനിന്നും അസ്തിത്വസങ്കൽപ്പങ്ങളിൽനിന്നും ഊറിവന്ന ലാവണ്യശീലങ്ങളെയൊന്നും ഈ നോവൽ പ്രോത്സാഹിപ്പിക്കുന്നില്ല എന്നതാണ്.

ലഹരിവസ്തുക്കൾ തയാറാക്കുന്നതിനെക്കുറിച്ചും അതിനുവേണ്ട പൈപ്പുണ്ടാക്കുന്നതിനെക്കുറിച്ചും ഭക്ഷണം കഴിക്കുന്നതിനെക്കുറിച്ചും പാചകം ചെയ്യുന്നതിനെക്കുറിച്ചും മദ്യംകഴിക്കുന്നതിനെക്കുറിച്ചും എല്ലാം നൽകുന്ന വിശദീകരണങ്ങൾ വായനക്കാരെ വല്ലാതെ മടുപ്പിക്കുന്നതിനിടയിലൂടെയായിരിക്കും തീർച്ചയായും ഈ നോവലിന്റെ യഥാർഥ ഭാവനായാഥാർഥ്യങ്ങൾ നമ്മെ ആകർഷിക്കുന്നത്.

മാർക്സ്, ലമ്പൻപ്രോലിറ്റേറിയറ്റ് എന്ന് വിശേഷിപ്പിച്ച തെണ്ടികളും ക്രിമിനലുകളുമടങ്ങിയ ജനവിഭാഗത്തിന്റെ ജീവിതചിത്രങ്ങളാണ് ഈ നോവലിലൂടെ ദൃശ്യമാവുന്നത്. മാർക്സ് തന്റെ *പതിനെട്ടാം ബ്രൂമെയർ*–ഭാഗം 5–ൽ ഒരുവിഭാഗം തെണ്ടിവർഗത്തെപ്പറ്റി വിശദീകരിക്കുന്നുണ്ട്.

കാൾ മാർക്സിന്റെ കണ്ണിൽ ഒരു വർഗത്തിലും പെടാത്ത വിഭാഗമാണ് ലമ്പൻപ്രോലിറ്റേറിയേറ്റ്. ബൂർഷ്വാവർഗത്തിൽനിന്നും തൊഴിലാളിവർഗത്തിൽനിന്നും പുറത്തെറിയപ്പെട്ടവർ. എന്നാൽ മുതലാളിവർഗത്തിന്റെ ചെലവിൽ ജീവിക്കുന്നവർ. മൂന്നാംലിംഗ് ഗണം എന്നുപറയുന്നതുപോലെ ഒരു മൂന്നാം വർഗഗണമാണ് ലമ്പൻപ്രൊലിറ്റേറിയേറ്റ്. മാർക്സിന്റെ കാലഘട്ടത്തിൽതന്നെ, പക്ഷേ, ഈ മൂന്നാം വർഗഗണത്തിന് അല്ലെങ്കിൽ വർഗരഹിതഗണത്തിന് രാഷ്ട്രീയവിപ്ലവങ്ങളിൽ നിർണായക സ്ഥാനമുണ്ടായിരുന്നു. ജയിൽചാടിയ കുറ്റവാളികളും തെണ്ടികളും എരപ്പാളികളും കത്തിമൂർച്ചകൂട്ടുന്നവരും ചൂതാട്ടക്കാരും പോക്കറ്റടിക്കാരും വേശ്യാലയ നടത്തിപ്പുകാരും എല്ലാം ഉൾപ്പെട്ട വർഗത്തെയാണ് മാർക്സ് ലമ്പൻതൊഴിലാളിവർഗം എന്ന് വിശേഷിപ്പിച്ചത്. ഈ ലമ്പൻതൊഴിലാളിവർഗത്തിന്റെ പുതിയ പതിപ്പാണ് അല്ലെങ്കിൽ

പിൻതലമുറക്കാരാണ് ഇന്ന് പ്രാന്തവൽകൃതർ എന്നുവിശേഷിപ്പിക്കപ്പെടുന്നവർ. വൻനഗരങ്ങൾ പുറംകാൽകൊണ്ട് തൊഴിച്ച് എറിഞ്ഞതാണിവരെ. മദ്യത്തിനും മയക്കുമരുന്നിനും അടിപ്പെട്ട് ഉറക്കംകിട്ടാത്ത ഊരുതെണ്ടികളുണ്ട്. അമേരിക്കയിൽ ഇത്തരത്തിലുള്ള ലക്ഷക്കണക്കിനാളുകൾ ഉണ്ട്. അവിടെ തെരുവിൽ കിടന്നുറങ്ങുന്നത് കുറ്റമായതിനാൽ ഇത്തരത്തിലുള്ള മനുഷ്യർ പാതിരാത്രിയിൽ ഉറങ്ങാൻ കഴിയാതെ അലമുറയിടാറുണ്ടത്രേ. ഇന്ത്യയിലെ നഗരങ്ങളിലെല്ലാം ചേർന്ന് 30 ശതമാനത്തോളം ജനങ്ങൾ ചേരികളിൽ ജീവിക്കുന്നുവെന്നാണ് കണക്ക്. ഈ ചേരികളെ ആശ്രയിച്ചാണ് മേൽപ്പറഞ്ഞ പ്രാന്തവൽകൃതർ ജീവിക്കുന്നത്. ഹതാശരായ ഈ മനുഷ്യരുടെ ജീവിത വ്യഥകളാണ് ജീത് തയ്യിലിന്റെ *നാർകൊപൊളീസിൽ* നിറഞ്ഞുനിൽക്കുന്നത്.

വിശ്വസാഹിത്യത്തിൽ പ്രോസ്റ്റിറ്റ്യൂഷനെയും മയക്കുമരുന്നുകളെയും കേന്ദ്രമാക്കി നിരവധി കൃതികൾ രചിക്കപ്പെട്ടിട്ടുണ്ട്. William Voll mann രചിച്ച *Whores for Gloria,* നിരവധി വർഷങ്ങൾ നാസി തടവറയിൽ കഴിഞ്ഞ Yahiel De-Nur രചിച്ച *Hose of Dolls*, Lawra Wilson എഴുതിയ *Love,* Jose Donoso വിന്റെ *Hell has no limits* തുടങ്ങിയവ അതിൽ ചിലതാണ്. മാർക്കേസിന്റെ *Memories of my melancholy whores* വളരെ വ്യത്യസ്തമായ ഒന്നാണ്. എമിലി സോളയും മോപ്പസാങ്ങും തോമസ് മന്നും മാർക്കേസും ആവിഷ്കരിച്ച അപഥസഞ്ചാരങ്ങളുടെ ഭ്രമണപഥങ്ങളിൽനിന്ന് വേറിട്ടാണ് ജീത് തയ്യിൽ സഞ്ചരിക്കുന്നത്. *Love for sale- A world History of Prostitution* എന്ന കൃതിയിൽ Nils Johan പറയുന്നത് ലോകത്തിലെ ആദ്യത്തെ തൊഴിലാണ് വേശ്യാവൃത്തി എന്നാണ്. രണ്ടാംലോകമഹായുദ്ധകാലത്ത് നാസികളുടെ ലേബർ ക്യാമ്പിൽ ലൈംഗിക അടിമകളായി ജീവിക്കേണ്ടിവന്ന ജൂതസ്ത്രീകളുടെ കഥപറയുന്ന *Hose of Dolls* നോട് ചിലതലങ്ങളിൽ സാദൃശ്യമുണ്ട് *നാർകൊപൊളീസിന്.* എന്നാൽ ദെസ്തയ്വ്സ്കിയുടെ *കരമസോവ് ബ്രദേഴ്സ്* എന്ന നോവലിന്റെ സ്വാധീനമുണ്ടെന്ന് നോവലിസ്റ്റ് പറയുന്നുണ്ടെങ്കിലും *നാർകൊപൊളീസി*ന്റെ ആഖ്യാന മാതൃക വളരെ വ്യത്യസ്തമാണ്. അത് കർതൃകേന്ദ്രിതത്തിൽനിന്നും കേന്ദ്രരഹിതമായ ഒരു ലോകത്തിലേക്ക് പടർന്നുകിടക്കുന്നു. ഭാവനയും യാഥാർഥ്യവും എന്ന വിഭജനമില്ലാതെ സഞ്ചരിക്കുന്ന നോവലാണിത്. ബോംബെ നഗരമാണ് ഈ നോവലിലെ ഹീറോ അല്ലെങ്കിൽ ഹീറോയിൻ. പേരുമാറ്റിയും ശസ്ത്രക്രിയചെയ്തും രൂപാന്തരം വരുത്തിയും സ്വന്തം ചരിത്രത്തെതന്നെ നശിപ്പിച്ച ബോംബെയെക്കുറിച്ച് നോവലിസ്റ്റ് പറയുന്നു. ഗർഭസ്ഥശിശുവിനെ നശിപ്പിക്കുന്നതുപോലെ ബോംബെ നഗരം അതിന്റെ ഭൂതകാലത്തെ ഒരു അപമാനം എന്നപോലെ നശിപ്പിക്കുന്നു. അതിനുശേഷം ശസ്ത്രക്രിയ ചെയ്തും പേരുമാറ്റിയും പുതിയൊരു ആളാവുന്നു. വികസനമെന്നത് ഇന്നത്തെ മൂലധനത്തിന്റെ വികാസവും നിർബന്ധിതമായ ഒരു ലിംഗമാറ്റം പോലെ ഭീതിദമായ ഒരനുഭവമാണെന്ന് നോവൽ ഓർമപ്പെടുത്തുന്നു.

ബോംബെ വലിച്ചെറിഞ്ഞ മാലിന്യക്കൂമ്പാരംപോലെയുള്ള ശുക്ലാജി തെരുവിനെ കേന്ദ്രീകരിച്ചാണ് *നാർകൊപൊളിസ്* എന്ന നോവൽ വികസിക്കുന്നത്. ലഹരി പതഞ്ഞുയരുന്ന ശുക്ലാജി തെരുവ്. പൈപ്പിൽനിന്നും പുകയുടെ നീലഛവിയാർന്ന ചുരുളുകൾ. രക്തത്തിലേക്കും കണ്ണിലേക്കും പടരുന്ന നോവലിലെ കാലത്തിന് ഭൂതവും വർത്തമാനവുമില്ല. അതിനു ഭാവിയുമില്ല. അത് വായനക്കാരനോടൊപ്പം സഞ്ചരിക്കുന്നു. മയക്കുമരുന്നിനെയും മദ്യത്തെയും കേന്ദ്രീകരിച്ചുകൊണ്ട് നിരവധി നോവലുകൾ മലയാളത്തിൽ ഉണ്ടായിട്ടുണ്ട്. എം മുകുന്ദന്റെ *ഹരിദ്വാറിൽ മണിമുഴങ്ങുമ്പോൾ, ഈ ലോകം അതിലൊരു മനുഷ്യൻ* എന്നീ നോവലുകൾ മയക്കുമരുന്നിന്റെ ലഹരിപടർത്തുന്നവയാണ്. എന്നാൽ അവ രണ്ടും നോവലിസ്റ്റിന്റെ ആത്മകഥാപരമായ ആഖ്യാനങ്ങളാണ്. അസ്തിത്വദുഃഖമാണ് അവയിൽ നിഴലിക്കുന്നത്. എന്നുവെച്ചാൽ മയക്കുമരുന്നിനെയും അതുമായി ബന്ധപ്പെട്ട ലോകത്തെയും ചിത്രീകരിക്കുന്നതിനപ്പുറം സ്വന്തം അനുഭവങ്ങളെ ആദർശവൽക്കരിക്കുകയാണ് അവ ചെയ്തത്. എന്നാൽ നന്മതിന്മ വിഭജനത്തിനപ്പുറം നിന്നുകൊണ്ട് അധോലോകത്തെ കാൽപ്പനികമായ ചാരുതയോടെ ആവിഷ്കരിക്കുന്ന ജീത് തയ്യിലിന്റെ നോവൽ പുതിയ ലോകത്തിന്റെ നോവലാണ്.

ചരസിന്റെയും ശർക്കരയുടെയും ഗന്ധം പരത്തുന്ന ശുക്ലാജിതെരുവിലേക്ക് ദീർഘകാലത്തെ അസാന്നിധ്യത്തിനുശേഷം നോവലിസ്റ്റ് തിരിച്ചുവരികയാണ്. അവിടെ പണ്ട് നോവലിസ്റ്റിനോടൊപ്പം ചരസുവലിച്ചവരും തെരുവിന്റെ അകത്തളങ്ങളിൽ കഴിഞ്ഞവരും നോവലിസ്റ്റിനെ സ്വീകരിക്കുന്നു. അവരിൽ ജീവിച്ചിരിക്കുന്നവരും മരിച്ചുപോയവരുമുണ്ട്. പോക്കറ്റടിക്കാരും വേശ്യകളും മാത്രമല്ല പോസ്റ്റ്മോഡേൺ ആർട്ടിസ്റ്റുകളുമുണ്ട്.

ഉടൽ എന്ന കലാശിൽപ്പം

ജനിച്ചതിനുശേഷം നിർമിക്കപ്പെട്ടവളാണ് ഡിമ്പിൾ എന്ന സീനത്ത്. പൂർത്തിയാവാത്ത ശിൽപ്പത്തിനു മുന്നിലെ ശിൽപ്പിയെപ്പോലെ ഡിമ്പിൾ തന്റെ ഉടലിനെ പരിചരിക്കുകയാണ്; ആരാധിക്കുകയാണ്. ഒരു ഛായാചിത്രമെന്നപോലെ തന്റെ മാംസളമായ ഉടലിൽ അവൾ നിറം ചാർത്തുന്നു. വേദനയിലും വിഷാദത്തിലും കൊത്തിയെടുത്തതാണത്. അവളുടെ ശിൽപ്പശരീരം ഓർഫ്യൂസിന്റെ വീണപോലെ പുനർജനിച്ചതാണ്. ഭൂതാവാഹനത്തിന്റെ മായികസൗന്ദര്യമുണ്ടതിന്.

She lay on the cot and pulled her kameez up to her shoulders to show him her breasts. Her legs were open, the ridged skin stretched like a ghost vagina. ഇത്തരത്തിലുള്ള ആഖ്യാനസമൃദ്ധിയിലൂടെ പണത്തിനും ആനന്ദത്തിനും സംഭാഷണത്തിനും കലയ്ക്കും സാഹിത്യത്തിനും അറിവിനുംവേണ്ടി ലൈംഗികതയെ തൊഴിലായി സ്വീകരിച്ച ലോകത്തിലെ ആദ്യത്തെ വനിതയെപ്പോലെയാണ് ഡിമ്പിൾ ജീവിക്കുന്നത്. അവളുടെ ഉടലിലെ അദൃശ്യഅവയവങ്ങ (body without organs)

ളിൽ നിശാകാല വിരുന്നുകാർ വിരലൊന്നു തൊടുമ്പോഴേക്കും അത് സംഗീതം പൊഴിക്കുന്നു. സ്വന്തം ഉടലിനുമേൽ അധികാരം സ്ഥാപിച്ച ലോകത്തിലെ ആദ്യത്തെ മനുഷ്യനെപ്പോലെ, ഡിമ്പിൾ സ്വന്തം ഉടലിന്റെ രതിഹർഷങ്ങളിൽ സ്വയം ലയിക്കുന്നു. നോവലിൽ രതിബന്ധം താന്ത്രികബുദ്ധമതത്തിലെപ്പോലെ ആനന്ദത്തിന്റെ ആഘോഷമാകുന്നു. അറിവാകുന്നു. ശരീരത്തിന്റെ നശ്വരതയിലേക്ക്, ശൂന്യതാബോധത്തിലേക്ക് വികസിക്കുന്നു. തീവ്രകാമനകളെ വിമലീകരിക്കുന്ന മോക്ഷദായിനിയായ ബൗദ്ധയോഗിനി കണക്കെ ഡിമ്പിൾ നോവലിൽ നിറഞ്ഞുനിൽക്കുന്നു. രത്യുത്സവത്തിന്റെയും ലഹരിയുടെയും ഒരു ദ്വീപാണ് നോവലിലെ ശുക്ലാ സ്ട്രീറ്റ്. ലഹരിയുടെയും ആനന്ദത്തിന്റെയും ഈ ദ്വീപിൽ ഏകാന്തതയോ അസ്തിത്വവ്യഥയോ വിഷാദമോ മരണമോ ഇല്ല. നിരൂപകർ *നാർകൊ പൊളീസിൽ* മരണമുണ്ടെന്ന് കണ്ടു. പക്ഷേ, ഇതിൽ മരിച്ചതിനുശേഷം ജീവിതത്തിലേക്ക് തിരിച്ചുവരുന്ന മനുഷ്യരാണുള്ളത്. പലരും വർഷങ്ങൾക്ക് മുമ്പ് മരിച്ചവരാണ്. ഒരിക്കൽ മരിച്ചവർ പിന്നെയും മരിക്കുന്നതെങ്ങനെ. മരണത്തെ ജീവിതത്തിന്റെ കരയിലേക്ക് ചേർത്തടുപ്പിച്ച് ജീവിതത്തോടൊപ്പം വിളക്കിച്ചേർക്കുന്ന ആഭിചാരത്തിന്റെ സർഗാത്മകതയാണ് ജീത് തയ്യിലിന്റെ ഈ നോവൽ.

വെള്ളം കുടിക്കുമ്പോൾ ദാഹം അപ്രത്യക്ഷമാവുന്നതുപോലെ രതിയുടെ തീക്ഷ്ണപ്രകർഷങ്ങളിൽ പ്രണയം അപ്രസക്തമാവുന്നു. പ്രണയത്തെ അപ്രസക്തമാക്കുന്ന നോവലാണിത്. രതിയുടെ ആനന്ദങ്ങളെ മറച്ചുവെച്ചും അമർത്തിവെച്ചും നിരോധിച്ചും ലൈംഗികത പാപവും കുറ്റവും ആക്രമണവും മരണവുമായി മാറുന്ന ലോകത്തിൽ വേശ്യാലയരാവുകളിലെ രതിയെ മാന്യധാരാസങ്കൽപ്പങ്ങൾക്കപ്പുറം നിന്നുകൊണ്ട് കാണുകയാണ് നോവലിസ്റ്റ്. പീഡിതമനുഷ്യരെങ്കിലും സ്വയം പീഡിതരല്ലാത്ത അപമാനിതരെങ്കിലും അപമാനബോധം പേറാത്ത മനുഷ്യരാണ് ഇതിലെ ലഹരിക്കടിപ്പെട്ടവർ. ലഹരിവസ്തുവും ലഹരി ആനന്ദവും ലഹരിയുടെ ഭാവനയും വ്യത്യസ്തമാണെന്ന് ആദ്യമായി ഒരു നോവലിസ്റ്റ് കണ്ടെടുക്കുന്നു. ഇത് ലഹരിക്കെതിരായ ബോധവൽക്കരണത്തിന്റെ നോവലല്ല. മറിച്ച് ലഹരിയുടെ ഭാവനകൾ എങ്ങനെ ലഹരിവസ്തുവിന്റെ യാഥാർഥ്യങ്ങളിൽനിന്നും ഭിന്നമായിരിക്കുന്നുവെന്നുള്ള അന്വേഷണമാണ്.

മൂന്നാംലിംഗഗണം

ഷണ്ഡവൽക്കരിക്കപ്പെട്ടവരും ജന്മനാ മൂന്നാംലിംഗത്തിൽപ്പെടുന്നവരുമായ മനുഷ്യരുടെ പൊതുഗണമാണ് നപുംസകങ്ങൾ എന്നപേരിലറിയപ്പെടുന്നത്. അർവാണികൾ, ഹിജഡകൾ എന്നും അവർക്ക് പേരുണ്ട്. *രാമായണ*ത്തിൽ ശ്രീരാമൻ വനവാസത്തിന് പോകുന്ന സമയത്ത് അയോധ്യയിലെ ജനങ്ങളെല്ലാം ശ്രീരാമന് യാത്രയയപ്പ് നൽകുന്നു. അതിർത്തിയിലെത്തിയപ്പോൾ ശ്രീരാമൻ എല്ലാവരോടും തിരിച്ചുപോ

കാൻ ആവശ്യപ്പെട്ടു. എന്നാൽ നപുംസകങ്ങൾ അവിടെത്തന്നെ നിന്നു. എല്ലാ സ്ത്രീപുരുഷന്മാരും തിരിച്ചുപോകാനാണ് രാമൻ പറഞ്ഞത്. അതു കൊണ്ട് നപുംസകങ്ങൾ അവിടെത്തന്നെ നിൽക്കുകയായിരുന്നു. പതിനാല് വർഷത്തെ വനവാസം കഴിഞ്ഞ് രാമൻ തിരിച്ചുവരുമ്പോഴും അവരവിടെത്തന്നെ ഉണ്ടായിരുന്നു. അവരുടെ നിൽപ്പ് കണ്ടപ്പോൾ രാമൻ അമ്പരന്നു. രാമന്റെ ഈ അമ്പരപ്പുതന്നെയാണ് പൊതുസമൂഹത്തിന് ഇപ്പോഴും മൂന്നാംലിംഗത്തിൽപ്പെട്ടവരെ കാണുമ്പോഴുണ്ടാകുന്നത്. രാമഭക്തരായ ആ നിഷ്കളങ്ക മനുഷ്യരുടെ വിധേയത്വം പക്ഷേ ഇന്ന് അവർക്കില്ല. അവരിന്ന് സ്വത്വസംഘർഷം അനുഭവിക്കുന്നുണ്ടെങ്കിലും ആത്മബോധമുള്ള ജനതയാണ്. പ്രാന്തവൽക്കൃതരെങ്കിലും ബഹുവിധചൂഷണങ്ങൾക്കും പീഢനങ്ങൾക്കും വിധേയരെങ്കിലും അവർ തലയുയർത്തി നിൽക്കാൻ പഠിച്ചിരിക്കുന്നു.

പ്രാചീനകാലംമുതൽ ലോകത്തിന്റെ പല ഭാഗങ്ങളിൽ വരിയുടയ്ക്കൽ സമ്പ്രദായം നിലവിലുണ്ടായിരുന്നു. ഇങ്ങനെ വൃഷണം ഉടയ്ക്കപ്പെട്ട പുരുഷന്മാരെ കൊട്ടാരംകാവൽക്കാരായും പടത്തലവന്മാരായും അംഗരക്ഷകരായും രാഷ്ട്രീയഉപദേശകന്മാരായും നിയമിച്ചിരുന്നു. അതുകൊണ്ട് ദരിദ്രകുടുംബങ്ങൾ ആൺകുട്ടികളെ നപുംസകങ്ങളാക്കി വിൽക്കുമായിരുന്നുവത്രെ. കുറ്റകൃത്യങ്ങൾക്കുള്ള ശിക്ഷയായി വൃഷണം ഉടയ്ക്കുന്നരീതിയും ഉണ്ടായിരുന്നു. മധ്യപൂർവരാജ്യങ്ങൾ, റോം എന്നിവിടങ്ങളിൽ നപുംസകങ്ങളെ രാജകൊട്ടാരങ്ങളിൽ വ്യാപകമായി ഉപയോഗിച്ചിരുന്നു. പല ഇസ്ലാമികരാജ്യങ്ങളിലും നപുംസകങ്ങളെ വിൽക്കുന്ന സമ്പ്രദായമുണ്ടായിരുന്നു. ക്രിസ്ത്യാനികൾക്കിടയിൽ സ്വമേധയാ വൃഷണമുടച്ച് ദൈവാനുഗ്രഹത്തിനായി ജീവിതംനയിക്കുന്ന ഏർപ്പാടുണ്ടായിരുന്നു. പാപവിമോചനാർഥമാണ് ക്രിസ്ത്യാനികൾക്കിടയിൽ ഇങ്ങനെ വരിയുടയ്ക്കുന്നസമ്പ്രദായം പിന്തുടർന്നത്.

രണ്ടുതരം നപുംസകങ്ങൾ ഉണ്ട്. ഒന്ന് സ്ത്രീനപുംസകങ്ങൾ. സ്ത്രീകളുടെ ആകൃതിയുണ്ടെങ്കിലും പുരുഷന്മാരായി ജീവിക്കാനാഗ്രഹിക്കുന്നവരാണിവർ. മറ്റെവിഭാഗം, പുരുഷന്മാരുടെ രൂപമുള്ളവരെങ്കിലും സ്ത്രീയായി ജീവിക്കാനാഗ്രഹിക്കുന്നവരാണ്. ശസ്ത്രക്രിയവഴി ലിംഗമാറ്റം വരുത്താൻ ഇന്നു സാധിക്കുന്നു. നപുംസകങ്ങൾ പൊതുസമൂഹത്തിൽ നിന്നും ഒറ്റപ്പെട്ട് ജീവിക്കേണ്ടിവരുന്നു. ഭിക്ഷാടനം, വേശ്യാവൃത്തി തുടങ്ങിയ ജോലികളിൽ നപുംസകങ്ങൾ ഏർപ്പെടുന്നു. ചില നഗരങ്ങളിൽ പരമ്പരാഗത നപുംസകകുടുംബങ്ങൾ ഉണ്ട്. ബോംബെയിലെ ഹിജഡകൾ ഇത്തരത്തിൽ നപുംസകത്വം പരമ്പരാഗതമായി സ്വീകരിച്ചവരാണ്. കലാകാരന്മാരായും ഇവർ പ്രവർത്തിക്കുന്നുണ്ട്. നൃത്തം, ഗാനം, നാടകം എന്നിവയിലെല്ലാം തൽപ്പരരാണ് ചില നപുംസകവിഭാഗങ്ങൾ. ഇന്ത്യയിലാകെ ഏകദേശം പത്തൊമ്പത് ലക്ഷം നപുംസകങ്ങൾ അസ്പൃശ്യരായി ജീവിക്കുന്നുണ്ടെന്നും, *ലൈഫ് ഓഫ് എ യുനക്* എന്ന ഗ്രന്ഥത്തിൽ ഡോ. പിയൂഷ് സക്സേന പറയുന്നു. പ്രാചീനകാലത്ത് യുന

ക്കുകൾ ദൈവാനുഗ്രഹം നൽകുന്നവരായി പരിഗണിക്കപ്പെട്ടിരുന്നു. ഇന്നും അത്തരം വിശ്വാസമുണ്ട്. രാജസ്ഥാൻ, ഗുജറാത്ത്, പഞ്ചാബ് തുടങ്ങിയ സംസ്ഥാനങ്ങളിൽ ഹിജഡകൾക്ക് ഒരു ആത്മീയപദവിയുണ്ട്. ദൈവാനുഗ്രഹം ലഭിച്ചവരാണ് ഹിജഡകളെന്നാണ് വിശ്വാസം. പ്രത്യുൽപ്പാദനശേഷിയില്ലെങ്കിലും കുട്ടികളില്ലാത്ത ദമ്പതിമാർക്ക് കുട്ടികളുണ്ടാവാൻ നപുംസകങ്ങൾ അനുഗ്രഹിച്ചാൽമതി എന്ന വിശ്വാസം ഇന്ത്യയിൽ നിലനിൽക്കുന്നു. *മഹാഭാരത*ത്തിൽ ശിഖണ്ഡി എന്ന കഥാപാത്രം നപുംസകമാണ്. ഭീഷ്മരെ ജയിക്കാൻ ശിഖണ്ഡിയെയാണ് ഉപയോഗപ്പെടുത്തുന്നത്. ശിവനെക്കുറിച്ചുള്ള അർധനാരീശ്വരസങ്കൽപ്പം സ്ത്രീയും പുരുഷനും ഒത്തുചേർന്ന മനുഷ്യനെക്കുറിച്ചുള്ളതാണ്. വിഷ്ണുവിന്റെ മോഹിനിരൂപം ഇതിന്റെ ഉദാഹരണമാണ്.

*മഹാഭാരത*ത്തിലെ ജമദഗ്നിമഹർഷിയുടെ സുന്ദരിയായ ഭാര്യ രേണുക ഒരിക്കൽ പുഴയിൽ വെള്ളമെടുക്കാൻപോയി. അപ്പോൾ അവിടെ സുന്ദരന്മാരായ ഒരുകൂട്ടം ചെറുപ്പക്കാർ വെള്ളത്തിൽ നീന്തിത്തുടിക്കുന്നുണ്ടായിരുന്നു. രേണുക ആ യുവാക്കളെ കുറെനേരം നോക്കിനിന്നുവെന്നും അതിന്റെ ശിക്ഷയെന്നോണം ജമദഗ്നിമഹർഷി പരശുരാമനോട് അതായത് മകനോട് രേണുകയെ കൊല്ലാനാവശ്യപ്പെട്ടുവെന്നുമാണ് കഥ. പരശുരാമനൊഴിച്ച് മറ്റുപുത്രന്മാർ അച്ഛന്റെ കൽപ്പന നിരസിച്ചപ്പോൾ ജമദഗ്നി അവരെ നപുംസകങ്ങളാക്കിമാറ്റി എന്നാണ് ഐതിഹ്യം. രേണുകയുടെ ചാരിത്ര്യത്തിൽ സംശയംതോന്നിയതുകൊണ്ടാണ് ജമദഗ്നി അവളെ വധിക്കാൻ കൽപ്പിച്ചത്. ഇന്ത്യയിലെ നപുംസകങ്ങളെല്ലാം ഇന്നും വിശ്വസിക്കുന്നത് അവരെല്ലാം രേണുകയുടെ മക്കളാണെന്നാണ്. രേണുകയെ യെല്ലമ്മ എന്നും വിളിക്കുന്നുണ്ട്. ചൈന, അമേരിക്ക, ജപ്പാൻ, സൗദിഅറേബ്യ, പാകിസ്ഥാൻ, മലേഷ്യ, തുർക്കി, ലാറ്റിനമേരിക്ക, തായ്‌ലന്റ്, ഇന്തോനേഷ്യ, ഇറാൻ എന്നിവിടങ്ങളിലെല്ലാം ഇന്നും നപുംസകങ്ങളുണ്ട്.

തമിഴ്നാട്ടിലെ അർവാണികൾ നപുംസകങ്ങളാണ്. ലൈംഗികന്യൂനപക്ഷങ്ങളാണ് നപുംസകങ്ങൾ. നപുംസകങ്ങൾ അവരുടെ പഴയപേരുകൾ ഉപേക്ഷിച്ച് പുതിയ പേരുകൾ സ്വീകരിക്കുന്നു. നപുംസകങ്ങൾ തമ്മിൽ ഉറച്ച സൗഹൃദബന്ധം സൂക്ഷിക്കുന്നു. അവർ പൊതുസമൂഹം ഉപയോഗിക്കുന്ന പല മാനദണ്ഡങ്ങളും ഉപേക്ഷിക്കുന്നു. നപുംസകങ്ങൾ അവരുടെ കുടുംബമതം പിന്തുടരുന്നില്ല. നപുംസകങ്ങൾക്ക് അവരുടേതായ മതവിശ്വാസങ്ങളുണ്ട്. നപുംസകങ്ങൾ അവരുടെ ഗുരുവിന്റെ മതമാണ് സ്വീകരിക്കുന്നത്. മുസ്ലീങ്ങൾക്കിടയിൽ ലിംഗാഗ്രം ഛേദിക്കുന്ന സമ്പ്രദായമുണ്ട്. അതുകൊണ്ട് ചില നപുംസകങ്ങൾ കരുതുന്നത് അവർ ഇസ്ലാമികവിഭാഗത്തിൽപ്പെടുന്നവരാണെന്നാണ്. എങ്കിലും മൂന്നാംലിംഗഗണത്തിൽപ്പെട്ട നപുംസകങ്ങൾ മതവിശ്വാസങ്ങൾക്ക് വലിയ പ്രാധാന്യം കൊടുക്കുന്നില്ല.

എല്ലാ മതാഘോഷങ്ങളെയും ഉത്സവങ്ങളെയും അവർ ഒരുപോലെ

കാണുന്നു. തമിഴ്നാട്ടിലെ അർവാണികൾ അവരുടെ ഉത്സവാഘോഷങ്ങളുമായി ബന്ധപ്പെട്ട് വിവാഹിതരാവുന്നു. ഒരുദിവസമാണ് അവരുടെ വിവാഹബന്ധം നിലനിൽക്കുന്നത്. ലിംഗമാറ്റ ശസ്ത്രക്രിയയിലൂടെ സാധാരണനിലയിൽ വിവാഹിതരാവുന്ന ആളുകളുടെ എണ്ണവും വർധിച്ചുവരികയാണ്. നപുംസകങ്ങളിൽ നല്ലൊരുവിഭാഗവും നിരക്ഷരരാണ്. പൊതുസമൂഹത്തിന്റെ ആക്ഷേപങ്ങളും പരിഹാസങ്ങളും ഏറ്റുകൊണ്ട് ജീവിക്കുന്നവരാണ് നപുംസകങ്ങൾ. ഇവരെ ക്രിമിനലുകളും ഭരണകൂടവും ഒരുപോലെ ഉപദ്രവിക്കുന്നു. സാധാരണ മനുഷ്യരായി നപുംസകങ്ങളെ കാണാനുള്ള വൈകാരികവും ചിന്താപരവുമായ സാക്ഷരത ഇനിയും പൊതുസമൂഹം ആർജിച്ചിട്ടില്ല.

2

ഭിന്ന ലൈംഗികതയുടെ ചരിത്രവും ദർശനവും

ലൈംഗികതയെ നിയന്ത്രിക്കാനും നിരോധിക്കാനും അധിനിവേശ ശക്തികൾ ശ്രമിച്ചിട്ടുള്ള കാലംമുതൽ തന്നെ ലൈംഗികതയെ നിർവചിക്കാനുമുള്ള ശ്രമങ്ങൾ നടന്നിട്ടുണ്ട്. പുരുഷകേന്ദ്രിതമായ കുടുംബസങ്കല്പനങ്ങൾക്കനുസരിച്ചാണ് എക്കാലവും സമൂഹം ലൈംഗികതയെ സമീപിച്ചിട്ടുള്ളത്. അതനുസരിച്ച് പുരുഷൻ, സ്ത്രീ എന്നീ ലൈംഗിക ഗണത്തിൽ ചുറ്റിക്കറങ്ങുന്നതാണ് രതിയും പ്രണയവും. താന്ത്രികലൈംഗികതയിൽ ഇതിന് മതപരമായ ഒരു പരിവേഷംതന്നെ നൽകുന്നു. ബുദ്ധമതവുമായി ബന്ധപ്പെട്ടാണ് താന്ത്രികമതം വളർന്നുവന്നത്. ഇതിവിടെ പ്രത്യേകം പരാമർശിക്കാൻ കാരണം ലൈംഗിക ആഹ്ലാദത്തിന്റെ നിഗൂഢലോകങ്ങൾ തുറക്കുന്നതാണ് താന്ത്രികലൈംഗികത എന്ന് സൂചിപ്പിക്കാനാണ്. അങ്ങനെ ലൈംഗികതയ്ക്ക് ഒരു ശാസ്ത്രംതന്നെ രൂപംകൊണ്ടു. ലൈംഗികതയെ നിരോധിക്കുന്നതല്ല താന്ത്രികമതം. മറിച്ച് അതിന് നേർവിപരീതമായി മനുഷ്യന്റെ ഏറ്റവും വലിയ ആഹ്ലാദം ലൈംഗികാഹ്ലാദമാണെന്ന് പറഞ്ഞുകൊണ്ട് അതിനെ പ്രയോഗവൽക്കരിക്കാനുള്ള മാർഗങ്ങൾ ആവിഷ്കരിക്കുകയാണ് ചെയ്യുന്നത്.

ലൈംഗികതയെ നിരോധിക്കുന്നതിന് പകരം ലൈംഗികതയെ നിർവചിക്കുകയാണ് താന്ത്രികമതം ചെയ്യുന്നത്. ലൈംഗികതയുടെ സുഖദവാഹിനികളിലൂടെ സഞ്ചരിച്ച് ഇന്ദ്രിയാതീതമായ ആനന്ദം നുകരുക എന്നതാണ് താന്ത്രികാനുഷ്ഠാനങ്ങളുടെ പ്രധാനലക്ഷ്യം. സന്യാസസദൃശമായ ശേഷികൾ അഥവാ ശരീരത്തെ നിയന്ത്രിക്കാനുള്ള ശേഷികൾ ഉപയോഗപ്പെടുത്തുന്നതാണ് താന്ത്രികമൈഥുനം. സുഷുമ്നാഗ്രത്തിൽ സർപ്പത്തിന്റെ ആകൃതിയിൽ കുണ്ഡലിനി എന്ന

മൂലാധാരചക്രമുണ്ടെന്നും അവിടെയാണ് സാക്ഷാൽ ശക്തി നിദ്രകൊള്ളുന്നതെന്നും അവിടെനിന്നും ശക്തിയെ അഥവാ സ്ത്രൈണലൈംഗികതയെ സഹസ്രാരത്തിലെ ശിവനുമായി അഥവാ പുരുഷലൈംഗികതയുമായി വിലയംപ്രാപിക്കുന്ന അവസ്ഥയാണ് താന്ത്രികമൈഥുനം. തികച്ചും അസംബന്ധമായ ഒരു സങ്കൽപ്പനമാണ് സർപ്പത്തിന്റെ ആകൃതിയിലുള്ള കുണ്ഡലിനി തുടങ്ങിയവ. എന്നാൽ ശിവ–ശക്തി അഥവാ പുരുഷ–സ്ത്രീ ലൈംഗികത അതിന്റെ സംയോഗം എന്ന മിത്തിക്കൽ ഭാവന ലൈംഗികതയെ സംബന്ധിച്ച ഒരു യഥാർഥകാഴ്ചപ്പാടുമായി ഒത്തുപോകുന്നതാണ്. പുരുഷനും സ്ത്രീയും ആദിയിൽ ഒരൊറ്റ ജന്തുവായിരുന്നുവെന്ന ഗ്രീക്ക് സങ്കൽപ്പവുമായി സാമ്യമുള്ളതാണ്, മേൽപ്പറഞ്ഞ ശിവശക്തിസമന്വയം. എന്താണ് ഈ മിത്തിന്റെ സാമൂഹ്യ ഉള്ളടക്കം എന്നു പരിശോധിക്കേണ്ടത് വളരെ പ്രധാനപ്പെട്ട ഒന്നാണ് എന്ന് തോന്നുന്നു. *കുടുംബം, സ്വകാര്യസ്വത്ത്, ഭരണകൂടം എന്നിവയുടെ ഉത്ഭവം* എന്ന കൃതിയിൽ ഫ്രെഡറിക് എംഗൽസ് ലോകത്തിലെ ആദ്യത്തെ വർഗ വിവേചനമാണ് പുരുഷനും സ്ത്രീയും തമ്മിലുള്ള വിവേചനം എന്നു പറയുന്നുണ്ട്. സ്വകാര്യസ്വത്തിന്റെ നിയന്ത്രണാധികാരം പുരുഷന് കൈവന്നതോടെയാണ് പുരുഷാധിഷ്ഠിതമായ കുടുംബഘടന രൂപംകൊള്ളുന്നത്. സ്ത്രീയെ കുടുംബത്തിനുള്ളിൽ തളയ്ക്കേണ്ടത് അതോടെ അനിവാര്യമായിരുന്നു. അങ്ങനെയാണ് ചരിത്രത്തിൽ ഇന്നുകാണുന്ന സ്ത്രീ–പുരുഷ വിഭജനം ഉണ്ടാവുന്നത്. ഇത് പ്രകൃതിദത്തമായ വിഭജനം അല്ല. മറിച്ച് അധികാരത്തിന്റെയും സ്വകാര്യസ്വത്തിന്റെയും സവിശേഷസംയോഗത്തിൽനിന്ന് രൂപംകൊണ്ടതാണ്. ഇതിനെക്കുറിച്ച് അടുത്ത അധ്യായത്തിൽ വിശദമായി പ്രതിപാദിക്കുന്നതാണ്. നമുക്ക് യവനരും ഭാരതീയരും മറ്റും പറയുന്ന അർധനാരീശ്വര സങ്കൽപ്പത്തിന്റെ അഥവാ മിത്തിന്റെ ഭൗതിക ഉള്ളടക്കത്തിലേക്ക് വരാം.

സ്ത്രീയും പുരുഷനും തമ്മിൽ ഇന്ന് കാണുന്ന വിഭജനം ചരിത്രത്തിൽ രൂപംകൊള്ളുന്നതിന് മുമ്പ് നിലനിന്ന സ്ത്രീപുരുഷബന്ധം തികച്ചും വ്യത്യസ്തമായിരുന്നുവെന്നതിന് സംശയമില്ല. കാരണം ഇക്കാലത്ത് സ്വകാര്യസ്വത്ത് ആവിർഭവിച്ചിരുന്നില്ല. പുരുഷന്റെ അധികാരപ്രയോഗങ്ങൾ പക്ഷേ, സ്വകാര്യസ്വത്തിന് മുമ്പുതന്നെ വ്യത്യസ്തരീതിയിൽ നിലനിന്നിരുന്നുവെന്ന് മനസിലാക്കാൻ ഒട്ടേറെ നരവംശശാസ്ത്രപഠനങ്ങൾ സഹായകമാകും. ഇത്തരം അധികാരരൂപങ്ങൾ അതിന്റെ പ്രാഥമികരൂപത്തിൽ നിലനിന്നിരുന്നപ്പോൾ സ്ത്രീയും പുരുഷനും തമ്മിൽ പല നിലയിലും തുല്യതയും സ്വാതന്ത്ര്യവും നിലനിർത്തിയിരിക്കണം. പുരുഷത്വത്തെ സംബന്ധിച്ചും സ്ത്രീത്വത്തെ സംബന്ധിച്ചുമുള്ള ഇന്നു നിലനിൽക്കുന്ന സങ്കൽപ്പങ്ങളും അന്നത്തെ രീതികളും അടിസ്ഥാനപരമായും വ്യത്യസ്തമായിരിക്കും. സ്ത്രീത്വം പുരുഷത്വം എന്ന സങ്കൽപ്പനങ്ങൾതന്നെ അന്ന് നിലനിൽക്കാൻ സാധ്യ

തയില്ല. ലൈംഗികതയുമായി ബന്ധപ്പെട്ട് ഇന്നും നിലനിൽക്കുന്ന പാതിവ്രത്യം, കന്യകാത്വം, വൈധവ്യം, കുലീനസ്ത്രീ, തെരുവ് പെണ്ണ്, വേശ്യ, ഗണിക, ദേവദാസി, കുലട, തെറിച്ചപെണ്ണ്, യക്ഷി, രാക്ഷസൻ തുടങ്ങിയ സങ്കൽപ്പങ്ങൾക്കും അന്ന് പ്രസക്തിയില്ല.

വിഖ്യാത സ്ത്രീവാദിയായ വെർജീനിയ വുൾഫ് ഉയർത്തിക്കാണിക്കുന്ന സ്ത്രീയുടെ സവിശേഷസ്വത്വങ്ങളും അന്നില്ല. അന്നത്തെ സ്ത്രീസവിശേഷതകൾ ഇന്നത്തേതിൽനിന്നും തികച്ചും വ്യത്യസ്തമായതും പുരുഷനാൽ നിർവചിതമല്ലാത്തതുമായ സ്ത്രീസ്വത്വമാവാനെ സാധ്യതയുള്ളൂ. സിമോൺ ദി ബുവർ തന്റെ *സെക്കന്റ് സെക്സ്* എന്ന ഗ്രന്ഥത്തിൽ വിശകലനം ചെയ്യുന്ന സ്ത്രീയുടെ സ്വത്വപരമായ സവിശേഷതകൾ യഥാർഥത്തിൽ പുരുഷനിർവചിതം മാത്രമല്ല, പുരുഷനിർമിതം കൂടിയാണ്. ഈ വിഷയവും തുടർന്നുവരുന്ന അധ്യായങ്ങളിൽ കൂടുതൽ വിശദീകരിക്കുന്നതാണ്. പറഞ്ഞുവരുന്നത് ഗ്രീസിലും ഇന്ത്യയിലും വ്യത്യസ്തരീതിയിൽ നിലനിന്ന അർധനാരീശ്വരസങ്കൽപ്പങ്ങൾ അന്ന് നിലനിന്ന സ്ത്രീപുരുഷ പാരസ്പര്യത്തിന്റെ സവിശേഷരൂപമായിരുന്നുവെന്നാണ്. മാവേലിനാട് എന്ന സങ്കൽപ്പത്തിലെന്നപോലെ ഈ മിത്തിലും പ്രതിഫലിക്കുന്നത് ആദ്യകാലത്ത് നിലനിന്ന സ്ത്രീപുരുഷബന്ധത്തെക്കുറിച്ചുള്ള സമൂഹത്തിന്റെ സ്മൃതികളാണ്.

സ്ത്രീയെ സംബന്ധിച്ച അധിനിവേശ സങ്കൽപ്പമാണ് വർണവ്യവസ്ഥ ഇന്ത്യയിൽ അടിച്ചേൽപ്പിച്ചത്. അത് സ്ത്രീയെ പുരുഷന്റെ കേവലഭോഗവസ്തുവായി അധഃപതിപ്പിച്ചു. വാത്സ്യായനന്റെ *കാമശാസ്ത്രഗ്രന്ഥം*പോലെ നൂറുകണക്കിന് സാഹിത്യകൃതികൾ ലൈംഗികതയെ സംബന്ധിച്ച വികലമായ ആശയങ്ങൾ ആവിഷ്കരിച്ചു. സ്ത്രീകളെ കുലസ്ത്രീകളെന്നും വേശ്യാങ്കനകളെന്നും വിഭജിക്കുന്ന കൃതിയാണ് *കാമശാസ്ത്രം*. ലൈംഗികതയുടെ അടിസ്ഥാനത്തിൽ സ്ത്രീകളിൽ വ്യത്യസ്ത സ്വഭാവമുള്ളവർ ഉണ്ടെന്ന് ഈ കൃതി വിശദീകരിക്കുന്നു. പുരുഷന്മാരെയും *കാമശാസ്ത്രം* ഇങ്ങനെ വിഭജിക്കുന്നുണ്ട്. തികച്ചും അസംബന്ധവും അശാസ്ത്രീയവുമാണ് ഇത്തരം വിഭജനങ്ങളെല്ലാം. സ്ത്രീകളുടെയും പുരുഷന്മാരുടെയും രൂപപരമായ സവിശേഷതകളാണ് വാത്സ്യായനന്റെ മാനദണ്ഡങ്ങൾ. പിൽക്കാലത്ത് രചിക്കപ്പെട്ട *ഗീതഗോവിന്ദം* എന്ന കൃതിയും വാത്സ്യായനനെ ചുവടുപിടിച്ച് എഴുതിയതാണ്. ജയദേവനാണ് ഇതിന്റെ കർത്താവ്. സ്ത്രീകളായിരുന്നാലും പുരുഷന്മാരായിരുന്നാലും അവരുടെ രൂപപരമായ സവിശേഷതകൾ ആണ് അവരുടെ ലൈംഗികതയെ നിർണയിക്കുന്നത് എന്ന് *കാമശാസ്ത്രം* പറയുന്നു. ഒരു സ്ത്രീ തന്നെ പ്രായവ്യത്യാസം വരുമ്പോൾ രൂപത്തിൽ അസാധാരണമാംവിധം മാറാറുണ്ട് എന്നത് നമുക്കെല്ലാവർക്കുമറിയാവുന്നതാണ്. മാത്രമല്ല, ജനിതകപരമായ സവിശേഷതകളെക്കുറിച്ചൊന്നും തീരെ അറിവില്ലാതിരുന്ന വാത്സ്യായനന് സ്ത്രീകളുടെ സവിശേഷതകളെപ്പറ്റി അറിയാൻ സാധ്യമല്ല. ഹസ്തരേഖാശാ

സ്ത്രംപോലെ അസംബന്ധമായ ഒരു ശാസ്ത്രമാണ് *കാമശാസ്ത്രവും*. തീർത്തും മുൻധാരണകളാണ്. കൃത്യമായി പറഞ്ഞാൽ പുരുഷ മുൻധാരണകളാണ് *കാമശാസ്ത്ര*ത്തിൽ നിറഞ്ഞുനിൽക്കുന്നത്.

പ്രാചീനകാലംമുതൽ സമൂഹം സ്ത്രീയെ അസ്പൃശ്യയായും വർജിക്കപ്പെടേണ്ടവളായും കരുതിയിരുന്നുവെന്നാണ് ഫ്രോയിഡ് തന്റെ *ഓൺ സെക്ഷ്വാലിറ്റി* എന്ന ഗ്രന്ഥത്തിൽ പറയുന്നത്. രക്തഭീതിയും മറ്റും ഇതിന് കാരണമായിരുന്നു എന്നും ഫ്രോയിഡ് പറയുന്നതിനെക്കുറിച്ച് നേരത്തെ പരാമർശിച്ചുകഴിഞ്ഞു. എന്നാൽ പ്രാചീന കാലം എന്ന് ഫ്രോയിഡ് പറയുന്നത് സംശയാസ്പദമാണ്. കാരണം പ്രാചീനകമ്യൂണിസം എന്ന് മാർക്സും എംഗൽസും വിശേഷിപ്പിക്കുന്ന സാമൂഹ്യവ്യവസ്ഥയെക്കുറിച്ച് സൂക്ഷ്മമായ അറിവുകൾ അപര്യാപ്തമാണ്. പുരുഷനും സ്ത്രീയും തമ്മിലുള്ള ലിംഗപരമായ വിഭജനം പ്രാചീനസാമൂഹ്യദശയിൽ വളരെ സവിശേഷതകളോടെയാണ് നിലനിന്നത്.

വിവാഹം, കുടുംബം, സ്വകാര്യസ്വത്ത് ഇവയൊന്നുംതന്നെ രൂപം കൊണ്ടിട്ടില്ലാത്ത പ്രാചീനദശയിൽ നിലനിന്നിരുന്ന ആൺ–പെൺ വിഭജനം വളരെ അയവേറിയതും തുല്യതയിൽ അധിഷ്ഠിതവുമായിരുന്നു. അത്തരമൊരു ഘട്ടത്തിൽ സ്ത്രീയെ അസ്പൃശ്യയായും വർജിക്കപ്പെടേണ്ടവളായും പുരുഷന്മാർ കാണേണ്ട യാതൊരു സാഹചര്യവുമില്ല. ലൈംഗികവിലക്കുകളെപ്പറ്റി പ്രതിപാദിക്കുന്ന ഘട്ടത്തിൽ പ്രാചീനഗോത്രവർഗക്കാർക്കിടയിൽ കർശനമായ നിയന്ത്രണങ്ങൾ ഉണ്ടായിരുന്നുവെന്നാണ് ഫ്രോയിഡ് പറയുന്നത്. പ്രാചീനഗോത്രവർഗം എന്നതുകൊണ്ട് ഫ്രോയിഡ് ഉദ്ദേശിക്കുന്നത് എന്താണ് എന്നത് അവ്യക്തമാണ്. സമൂഹം ഗോത്രങ്ങളായി രൂപംകൊള്ളുന്നതിനുമുമ്പുള്ള മനുഷ്യാവസ്ഥ എന്തായിരുന്നുവെന്നതിനെക്കുറിച്ച് ഫ്രോയിഡ് ശാസ്ത്രീയമായി പ്രതിപാദിച്ചുകാണുന്നില്ല. ഗോത്രവർഗരൂപത്തിൽ സമൂഹം സംഘടിപ്പിക്കപ്പെടുന്നതിനുമുമ്പ് ഒരു കാലഘട്ടമുണ്ടായിരുന്നു. നാടോടികളായി അലയുന്ന മനുഷ്യരുടെ സമൂഹമായിരുന്നു അത്. അതുപോലെ വനാന്തരങ്ങളിൽനിന്നും വനാന്തരങ്ങളിലേക്ക് സഞ്ചരിച്ചുകൊണ്ടിരുന്ന കിരാത സമൂഹഘട്ടവും ഉണ്ടായിരുന്നു. വന്യമൃഗങ്ങളെ വേട്ടയാടിയും അവയോട് എതിരിട്ടും ആണ് പ്രാചീനമനുഷ്യൻ ജീവിച്ചത്. അത്തരമൊരുഘട്ടത്തിലെ മനുഷ്യർ അതായത് മൃഗങ്ങളെ വെട്ടിവീഴ്ത്തിയും അമ്പെയ്ത് കൊന്നും ജീവിച്ചിരുന്ന മനുഷ്യർ സ്ത്രീകളുടെ ആർത്തവരക്തം കണ്ടാൽ ഭയപ്പെടും എന്നു പറയുന്നത് അടിസ്ഥാനരഹിതമാണ്. ഘോരവനാന്തരങ്ങളിൽ ജീവിച്ചിരുന്ന ഉയർന്ന കായികശേഷിയുണ്ടായിരുന്ന ആദിമമനുഷ്യരുടെ ഇടയിൽ സ്ത്രീഭീതി ഉണ്ടായിരുന്നുവെന്നത് ഫ്രോയിഡിന്റെ ഒരു മുൻധാരണയായിമാത്രം കാണാവുന്നതാണ്. പ്രാചീനമനുഷ്യരുടെ ഇടയിൽ പലതരം അന്ധവിശ്വാസങ്ങളും ഉണ്ടായിരുന്നുവെന്നത് തർക്കമറ്റ സംഗതിയാണ്. എന്നാൽ ശക്തമായ

ലൈംഗികചോദനയും പ്രണയാഭിലാഷവും ആദിമസമൂഹങ്ങളിലും നിലനിന്നിരുന്നുവെന്നതുകൊണ്ടുതന്നെ സ്ത്രീഭീതിയെക്കുറിച്ചുള്ള സങ്കൽപ്പങ്ങൾ ആദിമസമൂഹങ്ങൾക്ക് ബാധകമല്ല.

സമൂഹത്തിന്റെ അധികാര സംഘടനാരൂപങ്ങൾ സ്ത്രീസമൂഹത്തിനുമേൽ അടിച്ചേൽപ്പിച്ച ഏറ്റവും പ്രധാനപ്പെട്ട ഒന്നായിരുന്നു കന്യകാത്വം അഥവാ പാതിവ്രത്യം. സ്ത്രീയെ നിർവചിക്കുന്നതിന്റെ അടിസ്ഥാനമാനദണ്ഡമാണ് ചാരിത്ര്യം. ക്രിസ്തുമതത്തിലാണ് പാതിവ്രത്യസങ്കൽപ്പം അതിന്റെ കേവലമായ രൂപത്തിൽ നിലനിൽക്കുന്നത്. സ്ത്രീകൾ പുരുഷന്മാരെപ്പോലെതന്നെ ആജീവനാന്തം ബ്രഹ്മചാരികളായി അഥവാ കന്യകകളായി ജീവിക്കുന്ന സവിശേഷരീതി ക്രിസ്തുമതം സാർവലൗകികമാക്കി. മധ്യകാലഘട്ടത്തിൽ ക്രിസ്ത്യൻസന്യാസിനിമാരുടെ മഠങ്ങൾ കുത്തഴിഞ്ഞ ലൈംഗികജീവിതത്തിന്റെ താവളമായി മാറിയെന്നത് മറ്റൊരു കഥ. വിഖ്യാത എഴുത്തുകാരനായ ബോക്കാഷ്യോ തന്റെ *ഡി കാമറൺ കഥ*കളിൽ ഇത് പ്രതിപാദിക്കുന്നുണ്ട്.

എന്നാൽ ഇന്ത്യയിലും വിശേഷിച്ച് ബുദ്ധമതത്തിലും പാതിവ്രത്യസങ്കൽപ്പത്തിന് മുൻതൂക്കംനൽകിയിരുന്നു. ക്രിസ്ത്യൻസന്യാസിനിമാർക്ക് സമാനമായ ഒരു ജീവിതമാണ് ബുദ്ധ–ജൈന സന്യാസിനിമാർ അവരുടെ ആശ്രമങ്ങളിൽ നയിച്ചിരുന്നത്. എന്നാൽ സവർണഹിന്ദുസമൂഹങ്ങളിലും സവർണേതര ഹിന്ദുസമൂഹങ്ങളിലും നിലനിന്നുവരുന്ന പാതിവ്രത്യസങ്കൽപ്പം എന്നത് ഇതിൽനിന്നും ഭിന്നമാണ്. പതിവ്രതയായ ഭാര്യ എന്ന സങ്കൽപ്പം കന്യക എന്നതിന് നേരെ വിപരീതമാണ്. ഒരു ഭർത്താവിനുമാത്രം വിധേയപ്പെട്ടുകൊണ്ട് ജീവിതകാലംമുഴുവൻ ലൈംഗികാടിമത്തം അനുഭവിക്കുന്ന, കൃത്യമായിപ്പറഞ്ഞാൽ ലൈംഗിക സ്വാതന്ത്ര്യമില്ലാത്ത അഥവാ ജനാധിപത്യപരമായ ലൈംഗികജീവിതമില്ലാത്ത അവസ്ഥയെയാണ് പതിവ്രതയായ ഭാര്യ എന്ന സങ്കൽപ്പം അർഥമാക്കുന്നത്. എന്നാൽ അതിൽമാത്രം ഒതുങ്ങുന്നതല്ല പാതിവ്രത്യസങ്കൽപ്പം. വിവാഹത്തിന് മുമ്പ് പരപുരുഷന്മാരുമായി രതിബന്ധംമാത്രമല്ല പ്രണയബന്ധംപോലും സ്ഥാപിക്കാൻപാടില്ല എന്നതാണ് പാതിവ്രത്യസങ്കൽപ്പത്തിന്റെ അടിസ്ഥാനം. പതിവ്രതയായ സ്ത്രീ എന്നാൽ അതാണർഥം. പുരുഷന്റെ സ്വാർഥതയാണ് പാതിവ്രത്യസങ്കൽപ്പത്തിന് അടിസ്ഥാനമെന്നാണ് ഫ്രോയിഡ് പറയുന്നത്. ഈ സ്വാർഥതയാണ് ഏകപത്നീ വിവാഹവ്യവസ്ഥയ്ക്കും അടിസ്ഥാനം എന്നാണ് ഫ്രോയിഡിന്റെ നിഗമനം. ഇവിടെ ഒരു വൈരുധ്യമുണ്ട്. ഒന്നിലധികം സ്ത്രീകളെ വിവാഹംചെയ്യുമ്പോൾ പുരുഷന്റെ താൽപ്പര്യങ്ങൾ കൂടുതൽ സാക്ഷാൽക്കരിക്കുകയാണല്ലോ ചെയ്യുന്നത്.

ഒന്നിലധികം സ്ത്രീകളെ സ്വന്തമാക്കാൻ ആഗ്രഹിക്കുന്ന പുരുഷന്മാരുടെ സ്വാർഥതയാണ് ഒരു സ്ത്രീയെ സ്വന്തമാക്കുന്ന പുരുഷസ്വാർഥതയെക്കാൾ വലുത്. അങ്ങനെ വരുമ്പോൾ ബഹുഭാര്യാത്വ

വ്യവസ്ഥ നിലനിർത്തുന്നതിനാണ് പുരുഷൻ മുൻതൂക്കം കൊടുക്കേണ്ടത്. ഇസ്ലാമികസമൂഹത്തിലും ഹിന്ദുസമൂഹങ്ങളിലും ബഹുഭാര്യാത്വവ്യവസ്ഥ ഇന്നും നിലനിൽക്കുന്നു. ഇസ്ലാമികസമൂഹത്തിൽ ഇസ്ലാമികമതനിയമത്തിനനുസരിച്ചാണെങ്കിൽ ഹിന്ദുസമൂഹങ്ങളിൽ യാതൊരു നിയമത്തിന്റെയും പിൻബലമില്ലാതെ ഇത് പിൻതുടരുന്നു. അപ്പോൾ പുരുഷന്റെ സ്വാർഥതയാണ് ഏകപത്നീസങ്കൽപ്പത്തിന്റെ അടിസ്ഥാനം എന്നുപറയുന്നത് യുക്തിക്ക് നിരക്കുന്നതല്ല. ബഹുഭാര്യാത്വത്തിലാണ് പുരുഷന്റെ സ്വാർഥത കൂടുതൽ പൂവണിയുന്നത്. ഒന്നിലധികം സ്ത്രീകളെ വിവാഹംകഴിക്കുന്ന വ്യവസ്ഥയിൽത്തന്നെ ഒരു ഭർത്താവിന് തന്റെ ഭാര്യമാരിൽ പാതിവ്രത്യം എന്ന സങ്കൽപ്പം അടിച്ചേൽപ്പിക്കാവുന്നതാണ്. രാജഭരണവ്യവസ്ഥയിൽ രാജ്ഞിപദവും മറ്റ് പിന്തുടർച്ചാവകാശങ്ങളും നഷ്ടപ്പെട്ടുപോവാതിരിക്കാൻ ചില രാജകുടുംബങ്ങളും രാജവംശങ്ങളും ശ്രമം നടത്തിയിരുന്നു.

ഒരു രാജാവിന് ഒന്നിലേറെ ഭാര്യമാരുണ്ടാകുമ്പോൾ അതിൽ ഏറെ കുട്ടികളുമുണ്ടാവുമല്ലോ. അങ്ങനെ വരുമ്പോൾ പിന്തുടർച്ചാവകാശം ഒരു വലിയ പ്രശ്നമായിമാറുന്നു. അതിന്റെ ഭാഗമായി ഒട്ടേറെ യുദ്ധങ്ങളും സഹോദരന്മാർ തമ്മിലും കുടുംബങ്ങൾതമ്മിലും നടന്നിട്ടുണ്ടല്ലോ. ഈയൊരവസ്ഥയിൽ ചില രാജാക്കന്മാർ ഏകപത്നീവ്രതം സ്വീകരിച്ചിട്ടുണ്ടാവാം. *രാമായണ*ത്തിലെ രാമന്റെ കഥ അതാണ് കാണിക്കുന്നത്. എന്നാലതേ *രാമായണ*ത്തിൽത്തന്നെ രാമന്റെ പിതാവ് ഒന്നിലേറെ സ്ത്രീകളെ വിവാഹംകഴിച്ചിരിക്കുന്നുവെന്നുകാണാം. രാമന്റെ പിതാവ് ദശരഥൻ മാത്രമല്ല, പലരാജാക്കന്മാരും ഒന്നിലേറെ സ്ത്രീകളെ വിവാഹംകഴിച്ചിരിക്കുന്നു. എന്നാൽ രാമന്റെ മാതൃകയാണ് ഏറെ വ്യാപകമായി സ്വീകരിക്കപ്പെട്ടത്. അതിന് *രാമായണ*മെന്ന കാവ്യവും ഒരു പ്രധാന പങ്കുവഹിച്ചിരിക്കാം. രാജവംശങ്ങൾ സിംഹഭാഗവും രാമന്റെ മാതൃക പിന്തുടരുകയുണ്ടായില്ല.

സ്വകാര്യസ്വത്തുടമാബന്ധവുമായി ഇഴചേർന്നുപോകുന്നതാണ് ഏകപത്നീവ്യവസ്ഥ എന്നുകാണാം. ജനസമൂഹങ്ങളിൽ ഏകഭാര്യാത്വത്തിന് സാർവത്രികത കൈവരാൻ അതൊരു പ്രധാനപ്പെട്ട കാരണമാണ്. രണ്ടാമതായി എടുത്തുപറയേണ്ടത് സമൂഹത്തിലെ സ്ത്രീ–പുരുഷ അനുപാതമാണ്. ജനസംഖ്യയിൽ സ്ത്രീകളും പുരുഷന്മാരും ഏതാണ്ട് തുല്യമാവുമ്പോൾ പുരുഷസ്വാർഥതയ്ക്ക് അതീതമായി ഏകഭാര്യാവ്യവസ്ഥ പ്രയോഗത്തിൽവരുന്നു. സ്ത്രീപുരുഷ അനുപാതത്തിന് താളംതെറ്റുമ്പോൾ ഇത് മാറുന്നു. മുസ്ലീങ്ങൾക്കിടയിൽ പ്രവാചകൻ മുഹമ്മദ്നബിയുടെ കാലത്ത് ബഹുഭാര്യാത്വം നിലനിൽക്കാനുള്ള കാരണം അതായിരുന്നു. പ്രവാചകൻതന്നെ ഒന്നിലേറെ സ്ത്രീകളെ വിവാഹംകഴിച്ചിരുന്നു. ഏകപത്നീവ്യവസ്ഥ അഥവാ പുരുഷകേന്ദ്രിതമായ ദാമ്പത്യവ്യവസ്ഥ നിലനിൽക്കവേതന്നെയാണ് അപ്രഖ്യാപിതമായ ബഹുഭാര്യാത്വം പുരുഷന്മാർ പിന്തുടരുന്നതും. ഒന്നിലേറെ

സ്ത്രീകളെ വിവാഹംചെയ്തിരുന്ന രാജാക്കന്മാരുടെയും മറ്റ് വീരപുരുഷന്മാരുടെയും ജീവിതമാതൃക ഒരിക്കലും പാതിവ്രത്യമനുഷ്ഠിക്കുന്ന സ്ത്രീകൾക്ക് കളങ്കമായിരുന്നില്ല എന്നതാണ് രസകരം. കാരണം പാതിവ്രത്യമെന്നത് പുരുഷന് ബാധകമല്ല. അത് സ്ത്രീക്ക്മാത്രം ബാധകമായ ഒന്നാണ്. ഒരു കുടുംബത്തിൽത്തന്നെ ഒരാൾ പതിവ്രതയും മറ്റൊരാൾ അതിന് നേരെവിപരീതത്തിൽ ജീവിക്കുന്നു. അത് ആ കുടുംബത്തിന്റെ യശസ്സിന് മങ്ങലേൽപ്പിക്കുന്നില്ല. കാരണം കുടുംബത്തിന്റെ ആഭിജാത്യവും അന്തസ്സും പടുത്തുയർത്തപ്പെട്ടത് രണ്ട് സ്തംഭങ്ങളുടെമേലാണ്. ഒന്ന് പാതിവ്രത്യമാണെങ്കിൽ മറ്റേത് നഗ്നമായ വ്യഭിചാരം.

നൂറിലധികം സ്ത്രീകളെ വിവാഹംകഴിച്ചുകൊണ്ട് ജീവിക്കുന്ന രാജാക്കന്മാരുടെ വംശീയമഹിമകൊണ്ട് ശ്രദ്ധേയമാണ് ഇന്ത്യയുടെ ചരിത്രം. ലോകത്തിന്റെ ചരിത്രവും അതുതന്നെ. ഇങ്ങനെ കൂടുതൽ സ്ത്രീകളെ വിവാഹംകഴിക്കുന്ന രാജാക്കന്മാർ ശ്രീരാമനെപ്പോലെ തന്നെ പ്രകീർത്തിക്കപ്പെടുന്നു. അത് പുരുഷന്റെ മഹത്വത്തിന്റെ അളവുകോലായി മാറുന്നു; പാതിവ്രത്യം സ്ത്രീയുടെയും. അങ്ങനെ തികച്ചും യുക്തിക്ക് നിരക്കാത്തതും അടിച്ചേൽപ്പിക്കപ്പെട്ടതുമായ ഒന്നായി പാതിവ്രത്യം എന്ന സങ്കൽപ്പം മനുഷ്യസമൂഹത്തിൽ നിലനിന്നുപോരുന്നു. തന്റെ ഭാര്യമാരുടെ ജനനേന്ദ്രിയം ബെൽറ്റുകൊണ്ട് ഭദ്രമാക്കിക്കെട്ടുന്ന സമ്പ്രദായം സമൂഹത്തിൽ നിലനിന്നിരുന്നു. യൂറോപ്യൻരാജ്യങ്ങളിലാണ് ഇത്തരം സമ്പ്രദായങ്ങൾ നിലനിന്നിരുന്നത്. ചാസ്റ്റിറ്റി ബെൽറ്റ് അഥവാ ചാരിത്ര്യപ്പട്ട എന്നാണിതിന്റെ പേര്. ഇരുമ്പുകൊണ്ടും സ്വർണംകൊണ്ടും ദന്തങ്ങൾക്കൊണ്ടും ആണ് ചാരിത്ര്യപ്പട്ടകൾ നിർമിച്ചിരുന്നത്. ഫ്രഞ്ച് വിപ്ലവാചാര്യനായ വോൾട്ടയർ ചാരിത്ര്യപ്പട്ടയെപ്പറ്റി സൂചിപ്പിച്ചിട്ടുണ്ട്. എന്നാൽ പൊതുസമൂഹം ഇത്തരത്തിലുള്ള ചാരിത്ര്യപ്പട്ടകൾ ഉപയോഗിച്ചിരുന്നില്ല. സദാചാരത്തെക്കുറിച്ചും കന്യകാത്വത്തെക്കുറിച്ചുമുള്ള മതാത്മകവും ആദർശാത്മകവുമായ ആശയങ്ങളും മൂല്യങ്ങളും സ്ഥായിയായ ഒരു ചാസ്റ്റിറ്റിബെൽറ്റായി സമൂഹത്തിൽ വർത്തിക്കുന്നു. പുരുഷാധിഷ്ഠിതവും സ്ത്രീവിരുദ്ധവുമായ ഈ സങ്കൽപ്പനങ്ങൾക്കുള്ളിൽനിന്നുകൊണ്ടാണ് ചില സ്ത്രീവാദികൾപോലും സ്ത്രീപ്രശ്നങ്ങളെയും ലൈംഗികതയെയും വിശകലനം ചെയ്യുന്നത് എന്നതാണ് വൈരുധ്യം.

പാതിവ്രത്യസങ്കൽപ്പം ലൈംഗികജീവിതത്തെ എങ്ങനെയെല്ലാം സ്വാധീനിക്കുന്നു എന്നതിനെക്കുറിച്ച് ഫ്രോയിഡ് സൂക്ഷ്മമായ പഠനങ്ങൾ നടത്തിയിട്ടുണ്ട്. പാതിവ്രത്യസങ്കൽപ്പമനുസരിച്ച് സ്ത്രീ എന്നും ചാരിത്ര്യശുദ്ധി സംരക്ഷിക്കണം. ചാരിത്ര്യശുദ്ധിസങ്കൽപ്പം പ്രകൃതിവിരുദ്ധവും കൃത്രിമവുമായ ഒന്നാകയാൽ അത് സ്വച്ഛന്ദമായ ലൈംഗികജീവിതത്തെയും ലൈംഗികാഹ്ലാദങ്ങളെയും സാരമായി ബാധിക്കുന്നുണ്ട്. പലപ്പോഴും മാനസിക ഷണ്ഡത്വത്തിന് പാതിവ്രത്യസങ്കൽപ്പമനുസരി

ച്ചുള്ള പരമ്പരാഗത കുടുംബജീവിതം വഴിതെളിയിക്കുന്നു. സ്നേഹവും ഭോഗതൃഷ്ണ അഥവാ കാമവും എന്ന വിഭജനം പാതിവ്രത്യമെന്ന സങ്കൽപ്പത്തിന്റെ സൃഷ്ടിയാണ്.

പ്രണയവും കാമവും യഥാർഥത്തിൽ പരസ്പരപൂരകമായ ഒരു വൈകാരികപ്രതിഭാസമാണ്. ഡെല്യൂസ് ഡിസയർ എന്ന് വിശേഷിപ്പിക്കുന്ന വൈകാരികസംയുക്തമാണത്. ലിബിഡോ എന്ന് മനഃശാസ്ത്രത്തിൽ പറയുന്ന സെക്ഷ്വൽ എനർജി അവിഭജിതമാണ്. അത് വെണ്ണയും നറുനെയ്യുമെന്നപോലെ ഒരൊറ്റസംയുക്തമാണ്. ലൈംഗികവിലക്കുകളാണ്. ലൈംഗികവിലക്കുകൾ സൃഷ്ടിക്കുന്ന വൈകാരികപ്രത്യാഘാതങ്ങളുടെ തീവ്രതയാണ് ഈ വെണ്ണയെയും നറുനെയ്യിനെയും വേർതിരിക്കുന്നത്. കാമിക്കുന്നവരെ പ്രണയിക്കാനും പ്രണയിക്കുന്നവരെ കാമിക്കാനും കഴിയാത്ത മാനസിക അവസ്ഥയെയാണ് ഫ്രോയിഡ് മാനസികഷണ്ഡത്വം എന്നുപറയുന്നത്. അഗമ്യഗമന അഭിലാഷവും ലൈംഗികവിലക്കുകളും മാന്യതാസങ്കൽപ്പവും ആദർശവൽക്കരണവും വ്യക്തികളുടെ സ്വച്ഛന്ദമായ ഇച്ഛകളെ അസ്വസ്ഥമാക്കുന്നു. ഒരു നടന്റെ ഭാവങ്ങൾ സ്വച്ഛന്ദമായി പ്രകാശിപ്പിക്കപ്പെടുന്നതുപോലെ സാക്ഷാൽക്കരിക്കപ്പെടേണ്ടതാണ് പ്രണയ-കാമസംയുക്തം. എന്നാൽ കുടുംബജീവിതം സൃഷ്ടിക്കുന്ന കൃത്രിമമായ മാന്യതാസങ്കൽപ്പവും ആരാധനാ മനോഭാവവും ലൈംഗികതയുടെ അനർഗളമായ പ്രവാഹത്തെ തടസപ്പെടുത്തുന്നു.

സ്ത്രീ ആരാധിക്കപ്പെടേണ്ടവളും പൂജിക്കപ്പെടേണ്ടവളുമായ ദേവിയാണെന്നും അമ്മയാണെന്നുമുള്ള ഓർമപ്പെടുത്തലുകളും മൂല്യങ്ങളും പുരുഷന്മാരുടെ മനസിൽ ഭാര്യമാരോട് മാതൃസഹജമായ ഒരാഭിമുഖ്യം സൃഷ്ടിക്കുന്നു. പെൺകുട്ടികളിൽ അല്ലെങ്കിൽ സ്ത്രീകളിൽ ഇതേ സമീപനം തന്നെയാണുണ്ടാകുന്നത്. അവർ പിതൃസഹജമായ ആഭിമുഖ്യം ഭർത്താക്കന്മാരോട് അല്ലെങ്കിൽ കാമുകന്മാരോട് നിലനിർത്തുന്നു. എന്നാൽ ഫ്രോയിഡ് ഈ വിഷയത്തിൽ നടത്തിയ വിശകലനങ്ങളിൽ നിർണായകമായ ഒരു പാളിച്ചയുണ്ട്. അദ്ദേഹത്തിന്റെ വിശകലനമനുസരിച്ച് കുട്ടിക്കാലത്ത് അച്ഛനോട് തോന്നുന്ന മകളുടെ വികാരവും അമ്മയോട് തോന്നുന്ന മകന്റെ വികാരവും ആണ് യഥാക്രമം ഇലക്ട്രാകോംപ്ലക്സ്, ഈഡിപ്പസ്കോംപ്ലക്സ് എന്നീ പ്രതിഭാസങ്ങൾക്ക് കാരണം.

വൈകാരികമായ ആഭിമുഖ്യങ്ങൾ സാമൂഹ്യസാഹചര്യങ്ങൾക്കനുസരിച്ച് മാറുന്നതാണ്. ഫ്രോയിഡാവട്ടെ എല്ലാ അമ്മമാരും ആൺമക്കളും തമ്മിലുള്ള ബന്ധത്തെ ചരിത്രനിരപേക്ഷമായി കാണുന്നു. പാശ്ചാത്യസമൂഹങ്ങളിൽ വിശേഷിച്ചും ഇന്ന് ഈഡിപ്പസ്കോംപ്ലക്സിന് പ്രസക്തിയില്ല. ലൈംഗികവിലക്കുകളിൽനിന്നും നിരോധനങ്ങളിൽനിന്നും മാത്രമല്ല ഇന്ന് പാശ്ചാത്യസമൂഹങ്ങൾ വിമോചിതമായിക്കൊണ്ടിരിക്കുന്നത്. ഇന്ത്യയിലെന്നപോലെ സ്ത്രീകളെ ദേവതക

ളായി ആരാധിക്കുന്ന പ്രവണതയും അവിടെയില്ല. അതുകൊണ്ടുതന്നെ മാനസികഷണ്ഡത്വത്തിന്റെ സാധ്യതകൾ വളരെയധികം കുറഞ്ഞുവരികയാണവിടെ. പാശ്ചാത്യരുടെ ലൈംഗികബന്ധവും ഇന്ത്യക്കാരുടെ ലൈംഗികബന്ധവും ഘടനാപരമായി വ്യത്യസ്തമാണ്. ചുംബനത്തിന്റെ രീതിമാത്രമെടുത്ത് പരിശോധിച്ചാൽ അത് വ്യക്തമാകും. പാശ്ചാത്യചുംബനങ്ങൾ ഇന്ത്യക്കാർ കാണുന്നതുവരെ ഇവിടെ സാർവത്രികമായി അംഗീകരിക്കപ്പെട്ട ചുംബനരീതി ഏകസ്വഭാവത്തിലുള്ളതായിരുന്നു. കുഞ്ഞുങ്ങളെ ചുംബിക്കുന്ന ശൈലിയാണത്. പാശ്ചാത്യചുംബനരീതി എങ്ങനെ വ്യത്യസ്തമായിരിക്കുന്നുവെന്ന് ഇന്ത്യക്കാർ അറിഞ്ഞുകഴിഞ്ഞിട്ടും ഇന്നും പരമ്പരാഗത ഇന്ത്യൻശൈലിതന്നെയാണ് ഇവിടെ നിലനിൽക്കുന്നത്. ഈ വ്യത്യാസം എല്ലാതലങ്ങളിലുമുണ്ട്. സുരക്ഷിതമായ ഭവനങ്ങളിൽ കുളിമുറികളിൽപ്പോലും നഗ്നരായി കുളിക്കാൻ കഴിയാത്തവിധം അകാരണമായ ലൈംഗികലജ്ജയും സങ്കോചവും ഇന്ത്യക്കാരെ വിശേഷിച്ചും കേരളീയരെ വിട്ടുപോയിട്ടില്ല. നഗ്നതയെ സ്വന്തം കിടപ്പുമുറിയിലും ഭയപ്പെടുന്ന പ്രവണതയായി ഇത് നിലനിൽക്കുന്നു. വർധിച്ചുവരുന്ന വന്ധ്യതയുടെയും ഷണ്ഡത്വത്തിന്റെയും അടിസ്ഥാനകാരണവും ഇതുതന്നെയാണ്.

ഭയഭക്തിബന്ധത്തിൽ അധിഷ്ഠിതമായ ഇന്ത്യൻ കുടുംബജീവിതസങ്കൽപ്പം സൃഷ്ടിക്കുന്ന പ്രത്യാഘാതങ്ങൾ വേറെയുമുണ്ട്. ദാമ്പത്യസംഘർഷങ്ങൾ, ലൈംഗിക അസംതൃപ്തി, മയക്കുമരുന്നുകളുടെയും മദ്യപാനത്തിന്റെയും സ്വാധീനം തുടങ്ങിയവയാണവ. നിർഭയത്വവും സ്വച്ഛന്ദതയും സർഗാത്മകതയും പൂത്തുലയേണ്ട ലൈംഗികജീവിതത്തിൽ ഭക്തിയും ആരാധനയും ഭയവും വിലക്കുകളും നിയന്ത്രണങ്ങളും നിരോധനങ്ങളും കടന്നുവരുമ്പോൾ എല്ലാം സംഘർഷഭരിതമാവുന്നു. ഇതിന് കാരണം അമ്മയ്ക്ക് മകനോടോ മകന് അമ്മയോടോ തോന്നുന്നതെന്ന് ഫ്രോയിഡ് കരുതിയ വികാരമല്ല. മറിച്ച് കുടുംബജീവിതത്തിലും സാമൂഹ്യജീവിതത്തിലും നിലനിൽക്കുന്ന ലൈംഗികനിയന്ത്രണാധികാരങ്ങളാണ്. മതാത്മകമായ ചിന്തകളാണ്. ആരാധനാലയവും കിടപ്പറയും ഒരുപോലെയാവുമ്പോൾ സൃഷ്ടിക്കപ്പെടുന്ന പ്രത്യാഘാതങ്ങളാണ്.

പാശ്ചാത്യസമൂഹങ്ങളിലെ കുടുംബജീവിതത്തിൽ വന്നിട്ടുള്ള മാറ്റങ്ങളെപ്പറ്റി സൂചിപ്പിച്ചു. സ്വച്ഛന്ദമായ ലൈംഗികതയെയും പ്രണയത്തെയും പ്രോത്സാഹിപ്പിക്കുന്ന രീതികളാണവ. ആരാധനകളുടെയും ഭക്തിയുടെയും ബന്ധനങ്ങളുടെയും പിരിമുറുക്കങ്ങളില്ലാത്ത ജനാധിപത്യരീതികളിൽ അധിഷ്ഠിതമാണത്. അത് തീർത്തും പുരുഷനിരപേക്ഷവും സ്ത്രീനീതിയിൽ അധിഷ്ഠിതവും ജനാധിപത്യപരവും ആണ് എന്നല്ല. ഇന്ത്യയിൽ പൊതുവിൽ നിലനിൽക്കുന്ന മതാധിഷ്ഠിത കുടുംബജീവിതത്തിൽനിന്നും വ്യത്യസ്തമാണ് എന്നാണ് പറയുന്നത്. മതവിശ്വാസങ്ങൾ പാശ്ചാത്യസമൂഹങ്ങളിലുമുണ്ട്. എന്നാൽ തീക്ഷ്ണ

മായ മാതൃദേവതാസങ്കൽപ്പം അഥവാ അമ്മ സങ്കൽപ്പം ഹിന്ദുമതത്തിന്റെ സവിശേഷതയാണ്. അത്തരമൊന്ന് പാശ്ചാത്യസമൂഹങ്ങളിൽ ഇന്നില്ല. ക്രിസ്തുമതം പിതാവിന് പ്രാധാന്യം കൊടുക്കുന്നതാണ്. അഥവാ പുരുഷന് പ്രാധാന്യം കൊടുക്കുന്നതാണ്. പിതാവ്, പുത്രൻ, പരിശുദ്ധാത്മാവ് എന്ന ക്രൈസ്തവമതത്തിന്റെ ത്രിത്വസങ്കൽപ്പം അടിസ്ഥാനപരമായും പുരുഷസങ്കൽപ്പകേന്ദ്രിതമാണ്. അതുകൊണ്ടുതന്നെ ഫ്രോയിഡ് പറയുന്ന ഈഡിപ്പസ് കോംപ്ലക്സ് ക്രിസ്തീയസമൂഹങ്ങളെ സംബന്ധിച്ചിടത്തോളം ഒരു കെട്ടുകഥമാത്രമാണ്. മാത്രമല്ല ക്രിസ്ത്യാനികളുടെ ദൈവമെന്ന പുരുഷൻ കുടുംബത്തിലും ഭൂമിയിലും നിലകൊള്ളുന്ന പുരുഷനല്ല. ക്രിസ്ത്യാനികൾ സ്വന്തം പിതാവിനെ ക്രിസ്തുവായി കാണുന്നില്ല. മാത്രമല്ല, അവർക്കിടയിൽ അമ്മയെ ദേവിയായി ആരാധിക്കുന്ന സഹോദരനുമില്ല. ദൈവത്തെ പിതാവായി കാണുന്നതും പിതാവിനെ ദൈവമായി കാണുന്നതും വ്യത്യസ്തമാണ്.

അതുപോലെതന്നെ ദൈവത്തെ അമ്മയായി കാണുന്നതും അമ്മയെ ദൈവമായി കാണുന്നതും വ്യത്യസ്തമാണ്. ഇന്ത്യക്കാർ അഥവാ ഹിന്ദുക്കൾ പൊതുവിൽ അമ്മയെ അല്ലെങ്കിൽ സ്ത്രീയെ ദേവിയായി ആരാധിക്കുന്നു. പാശ്ചാത്യരുടെ ഇടയിൽ ഈ രീതിയില്ലാത്തതുകൊണ്ട് അവരുടെ കുടുംബജീവിതം താരതമ്യേന ആത്മീയതയിൽ അധിഷ്ഠിതമല്ലാത്തതും ശാസ്ത്രീയയുക്തികൾക്കനുസരിച്ച് നീങ്ങുന്നതുമാണ്. മതവിശ്വാസങ്ങൾ ഇപ്പോഴും അവരുടെ കുടുംബങ്ങളിൽ നിർണായകമാണെങ്കിലും ലൈംഗികജീവിതത്തെ അത് സാരമായി ബാധിക്കുന്നില്ല. പാപചിന്തകളും കുമ്പസാരങ്ങളും ക്രിസ്തീയകുടുംബങ്ങളെ ഇന്നും പാരതന്ത്ര്യത്തിൽ തളച്ചിടുന്നതാണെങ്കിലും ഹിന്ദുകുടുംബജീവിതവുമായി താരതമ്യം ചെയ്യുമ്പോൾ അതവരുടെ ലൈംഗികജീവിതത്തെ സാരമായി ബാധിക്കുന്നില്ല എന്നുപറയേണ്ടിയിരിക്കുന്നു. അതിന് കാരണം ആധുനിക ശാസ്ത്രത്തിന്റെ പല ക്രിയാത്മകവശങ്ങളും പല ജനാധിപത്യഘടകങ്ങളും ഇന്ന് പാശ്ചാത്യസമൂഹങ്ങളിൽ പ്രചരിച്ചതാണ്.

കുട്ടികളെ വളർത്തുന്ന രീതി ആൺപെൺ ബന്ധങ്ങൾ എന്നിവയിലെല്ലാം പാശ്ചാത്യസമൂഹങ്ങളിൽ ഇന്ന് പ്രകടമാവുന്ന ക്രിയാത്മകരീതികളാണതിനടിസ്ഥാനം. അതിവൈകാരികതയിലധിഷ്ഠിതമല്ലാത്ത ബന്ധമാണ് പാശ്ചാത്യർ കുട്ടികളോട് നിലനിർത്തുന്നത്. ഇത് പലപ്പോഴും ഇന്ത്യക്കാരുടെ വിമർശനത്തിന് വിധേയമായിട്ടുണ്ട്. കുട്ടികളെ അമിതമായി സ്നേഹിക്കാതിരിക്കുക, അവരെ അനാവശ്യമായി നിരീക്ഷിക്കാതിരിക്കുക, കഠിനമായി ശിക്ഷിക്കാതിരിക്കുക തുടങ്ങിയ പലകാര്യങ്ങളിലും മെച്ചപ്പെട്ട രീതികളാണ് ഇന്നവർ പിന്തുടരുന്നത്.

മേൽപ്പറഞ്ഞ രീതികൾ വളർത്തിയെടുക്കാൻ നമുക്ക് ഇതുവരെ കഴിഞ്ഞിട്ടില്ല. വിഖ്യാത മനഃശാസ്ത്രജ്ഞനായ എറിക് ഫ്രോം തന്റെ

ആർട്ട് ഓഫ് ലവിങ് എന്ന ഗ്രന്ഥത്തിൽ സ്നേഹത്തെ എങ്ങനെ സർഗാത്മകമായ ഒരു പ്രയോഗമായി വികസിപ്പിക്കാം എന്ന് വിശദീകരിക്കുന്നുണ്ട്. മുകളിൽ വിശദീകരിച്ച പാശ്ചാത്യകുടുംബങ്ങളിലെ പ്രവണതകൾ എറിക് ഫ്രോം പറയുന്ന കാര്യങ്ങളുമായി പൊരുത്തപ്പെടുന്നതാണ്. മതാത്മകവികാരത്തെയും സ്നേഹത്തെയും വേർപെടുത്തുക എന്നതാണ് എറിക് ഫ്രോമിന്റെ രീതി. ആത്മരതി, പരപീഡാരതി എന്നിവയിൽനിന്നെല്ലാം വിമോചിതമായ സ്നേഹത്തെയാണ് എറിക് ഫ്രോം വിഭാവനം ചെയ്യുന്നത്.

ഇന്ന് സ്നേഹമെന്നപേരിൽ തീക്ഷ്ണമാവുന്ന വികാരങ്ങളിൽ ഫ്രോം വിമർശിക്കുന്ന മതാത്മകവികാരങ്ങളുടെ സ്വാധീനം പ്രകടമാണ്. ആത്മഹത്യകൾ, കൊലപാതകങ്ങൾ, ആത്മപീഡ എന്നിവയെല്ലാം കുടുംബങ്ങളിൽ വർധിച്ചുവരുന്നതിന്റെ ഉത്തരവാദിത്വം സ്നേഹത്തിലേക്ക് അരിച്ചിറങ്ങിയ മതാത്മകമായ കലർപ്പുകളാണ്. കുട്ടികളെയായാലും ഇണകളെയായാലും സ്നേഹിക്കുന്നത് സ്വന്തം ആത്മസംതൃപ്തിക്കുവേണ്ടിയാണ് എന്ന് വരുമ്പോൾ സ്നേഹം എത്ര തീവ്രമായിരുന്നാലും അത് സ്നേഹിക്കപ്പെടുന്നവർക്ക് ദോഷകരമാവുന്നു. ഈ ലളിതമായ സത്യമാണ് പലപ്പോഴും വിസ്മരിക്കപ്പെടുന്നത്. സ്വന്തം ഇഷ്ടാനിഷ്ടങ്ങളെയാണ് നാം പലപ്പോഴും സ്വന്തം ആശയങ്ങളെന്നുപറയുന്നത്. അല്ലെങ്കിൽ അഭിപ്രായങ്ങളെന്ന് പറയുന്നത്. ഇഷ്ടാനിഷ്ടങ്ങളെ യുക്തിവൽക്കരിക്കുക എന്നതാണ് നമ്മുടെ തത്വശാസ്ത്രം. ഇഷ്ടാനിഷ്ടങ്ങളെ ഇഷ്ടാനിഷ്ടങ്ങളായി മാത്രം നിലനിർത്തുകയും ആശയങ്ങളെ ആശയങ്ങളായിത്തന്നെ സമീപിക്കുകയും ചെയ്യുക എന്ന രീതി നാമിനിയും അവലംബിച്ചുകാണുന്നില്ല.

ഒരാൾക്ക് കുരങ്ങനെ ഇഷ്ടപ്പെടാതിരിക്കാനുള്ള സ്വാതന്ത്ര്യമുണ്ട്. എന്നാൽ അതിന്റെ പേരിൽ കുരങ്ങനിൽനിന്ന് മനുഷ്യൻ പരിണമിച്ചുവെന്ന അഭിപ്രായത്തെ എതിർക്കുന്നത് അസംബന്ധമാണ്. ആധുനിക ജനാധിപത്യ സങ്കൽപ്പങ്ങൾക്കനുസരിച്ച് ഉയർന്നുവരുന്ന ഒരു കുടുംബസംവിധാനത്തിൽ അല്ലെങ്കിൽ കുടുംബരഹിതസംവിധാനത്തിൽ ഇന്ന് കാണുന്ന സംഘർഷങ്ങളും പ്രശ്നങ്ങളും ഉണ്ടാവുകയില്ല. സ്നേഹം ജനാധിപത്യാധിഷ്ഠിതമാവുമ്പോൾ മാത്രമേ അത് സർഗാത്മകമാവുകയുള്ളൂ. അതുപോലെതന്നെ ജനാധിപത്യം സ്നേഹാധിഷ്ഠിതമാവുമ്പോൾ മാത്രമേ അത് യഥാർഥ ജനകീയജനാധിപത്യമാവുകയുള്ളൂ. സ്നേഹരഹിതമായ ജനാധിപത്യം ന്യൂനപക്ഷത്തിന്റെ അധികാരപ്രയോഗമായി അധഃപതിക്കുന്നതുപോലെ ജനാധിപത്യരഹിതമായ സ്നേഹം ഗുണഭോക്താക്കൾക്ക് വിദ്വേഷം സമ്മാനിക്കുന്ന വികാരമായി തരംതാഴും. പ്രണയവും ജനാധിപത്യവും സംയോജിക്കുമ്പോഴാണ് യഥാർഥ സർഗാത്മകസമൂഹം സൃഷ്ടിക്കപ്പെടുന്നത്.

രതിയുടെ മനഃശാസ്ത്രം വിശകലനം ചെയ്യുമ്പോൾ ഫ്രോയിഡ് ലൈംഗികവ്യതിയാനങ്ങളെക്കുറിച്ച് പറയുന്നുണ്ട്. ഈ വ്യതിയാനങ്ങ

ളെല്ലാംതന്നെ ലൈംഗികവിലക്കുകളുടെ ഫലമായി രൂപംകൊണ്ടതാണ് എന്നാണ് ഫ്രോയിഡിന്റെ അഭിപ്രായം. ഇതിനെ പൊതുവിൽ പ്രകൃതി വിരുദ്ധലൈംഗികത എന്നാണ് വിശേഷിപ്പിക്കുന്നത്. എന്നാൽ സ്വവർ ഗാനുരാഗവും ഉഭയലൈംഗികാസക്തിയും ഇന്ന് പ്രകൃതിവിരുദ്ധലൈം ഗികതയായി വിശേഷിപ്പിക്കപ്പെടുന്നില്ല. ഭിന്നലൈംഗികത എന്ന ഗണ ത്തിലാണ് ഇന്ന് ഇത് പരിഗണിക്കപ്പെടുന്നത്. വിശ്വപ്രസിദ്ധ യവന കവയിത്രിയായിരുന്ന സാഫോയും വിഖ്യാത യവനചിന്തകനായിരുന്ന സോക്രട്ടീസും സ്വവർഗാനുരാഗികളായിരുന്നുവെന്ന് പറയപ്പെടുന്നു. ഭരണകൂടത്തെ പ്രകോപിപ്പിക്കുന്ന ചിന്തകന്മാരും പ്രതിഭാശാലികളും പലപ്പോഴും ഈ ആരോപണം നേരിട്ടിട്ടുണ്ട്. ലിംഗകേന്ദ്രിതമായ രതിസ ങ്കൽപ്പം സൃഷ്ടിക്കുന്ന കുരുക്കാണിത്. ഇതനുസരിച്ച് അഥവാ ഈ യാഥാസ്ഥിതികസങ്കൽപ്പമനുസരിച്ച് ആണ് പെണ്ണിനെയും പെണ്ണ് ആണിനെയും മാത്രമേ കാമിക്കുന്നുള്ളൂ. അല്ലെങ്കിൽ പ്രണയിക്കുന്നു ള്ളൂ.

മനുഷ്യസമൂഹം അതിന്റെ ദീർഘകാലചരിത്രത്തിലൂടെ പ്രകടമാ ക്കിയ ആത്മബന്ധങ്ങളുടെ യാഥാർഥ്യത്തെ തമസ്കരിക്കുന്ന സമീപന മാണിത്. സ്വവർഗാനുരാഗത്തെയും സ്വയംഭോഗത്തെയും ലൈംഗിക വ്യതിയാനമായി വിലയിരുത്തുന്ന പ്രവണതയ്ക്ക് ശാസ്ത്രീയാടിത്തറ നൽകാനുള്ള ശ്രമങ്ങൾ നടക്കുകയുണ്ടായി. മാനസിക വൈകല്യമായി ട്ടാണ് ആധുനിക മനഃശാസ്ത്രം ഇന്നും ഇതിനെ വിലയിരുത്തുന്നത്. ആധുനികമനഃശാസ്ത്രവും ക്രിമിനൽ വ്യവസ്ഥയും എങ്ങനെ പര സ്പരം ബന്ധപ്പെട്ടിരിക്കുന്നുവെന്ന് മിഷേൽ ഫൂക്കോ അദ്ദേഹത്തിന്റെ *അബ്നോർമൽ* എന്ന കൃതിയിൽ വിശദീകരിക്കുന്നുണ്ട്.

എതിർലിംഗത്തിൽപ്പെട്ടവരോടും സ്വഗണത്തിൽപ്പെട്ടവരോടും ഒരു പോലെ താൽപ്പര്യമുള്ളവരാണ് ഉഭയലൈംഗികാസക്തർ. ഉഭയലിം ഗത്വം അഥവാ ബൈസെക്ഷ്വാലിറ്റി എന്നത് ഒരു സ്വാഭാവിക പ്രതിഭാസ മാണെന്ന് ആധുനികമനഃശാസ്ത്രജ്ഞർ പറയുന്നുണ്ടെങ്കിലും ഫ്രോയിഡ് അതിനെ പ്രകൃതിവിരുദ്ധലൈംഗികതയുടെ ഗണത്തി ലാണ് പെടുത്തിയത്. മനുഷ്യന്റെ വളർച്ചയുടെ ആദ്യഘട്ടത്തിൽ കുട്ടി കൾ ഏത് ലിംഗത്തിൽപ്പെട്ടവരായാലും ലൈംഗികാവയവങ്ങൾ ഒരു പോലെയായിരിക്കുമെന്ന് ശാസ്ത്രീയമായി തെളിയിക്കപ്പെട്ടിരിക്കുന്നു. സ്ത്രൈണഹോർമോണുകളും പുരുഷഹോർമോണുകളും ഒരേ മനു ഷ്യനിൽത്തന്നെ ഉൽപ്പാദിപ്പിക്കപ്പെടുന്നുണ്ടെന്നും ശാസ്ത്രീയമായി വ്യക്തമാക്കപ്പെട്ടിരിക്കുന്നു. നേരത്തെ സൂചിപ്പിച്ച അർധനാരീശ്വര സങ്കൽപ്പമെന്ന മിത്തിലെ യാഥാർഥ്യത്തിന്റെ ഒരു തലമാണിത്. ഉഭയ ലിംഗപ്രവണത എല്ലാ വ്യക്തികളിലും ജനിക്കുന്ന ഘട്ടത്തിൽ ഉണ്ടാവു മെന്ന് ഫ്രോയിഡ് പറയുന്നുണ്ട്. സാമ്പ്രദായികമായ ലൈംഗികനിർവച നങ്ങൾ ശാസ്ത്രീയയാഥാർഥ്യങ്ങളെയും സാമൂഹികയാഥാർഥ്യങ്ങ ളെയും നിരാകരിക്കുന്നതാണ്. വളരെക്കാലം സ്വയംഭോഗം എന്നത്

ഒരു കുറ്റമായും മാനസികവൈകല്യമായും ഭരണകൂടം കണക്കാക്കിയിരുന്നു. മതപരമായ സങ്കൽപ്പങ്ങളും അന്ധവിശ്വാസങ്ങളും കൂടിച്ചേർന്ന് സ്വയംഭോഗത്തെ പാപമായി പരിഗണിക്കാൻ തുടങ്ങി. ഇതിന്റെ വിശദാംശങ്ങൾ ഫൂക്കോയുടെ *അബ്നോർമൽ* എന്ന കൃതിയിൽ കാണാവുന്നതാണ്.

ലൈംഗികതയെ സംബന്ധിച്ച് പല അന്ധവിശ്വാസങ്ങളും സമൂഹത്തിൽ നിലനിന്നിട്ടുണ്ട്. ഈ അന്ധവിശ്വാസങ്ങൾ ലൈംഗികതയെ നിർവചിക്കുന്ന ഘടകമായി വർത്തിച്ചുവരികയാണ്. എല്ലാ സ്ത്രീകളും ബലാത്സംഗംചെയ്യപ്പെടാൻ ആഗ്രഹിക്കുന്നു എന്ന് തുടങ്ങിയ തെറ്റായ ആശയങ്ങൾ ഇന്നും പൊതുസമൂഹത്തിൽ സ്വാധീനംചെലുത്തുന്നുണ്ട്. സ്ത്രീയുടെ ലൈംഗികതയെ നിർവചിക്കുന്നത് പുരുഷനായതുകൊണ്ടുതന്നെ പുരുഷന്റെ എല്ലാ മുൻധാരണകളും അതിൽ നിഴലിക്കുന്നു. അസാമാന്യമായ മസിൽപ്പവറുള്ള പുരുഷനെയാണ് സ്ത്രീകൾ ഇഷ്ടപ്പെടുന്നത് എന്ന തെറ്റായ ധാരണ എത്രത്തോളം ഇവിടെ പ്രചരിച്ചിരുന്നു എന്നതിന് നമ്മുടെ സിനിമകൾ തെളിവാണ്.

ലൈംഗികതയെ നിർവചിക്കുന്നതിൽ ഭരണകൂടവും മതമേധാവികളും വാത്സ്യായനനെപ്പോലുള്ള കാമശാസ്ത്രകാരന്മാരും ആധുനിക മനഃശാസ്ത്രവും ഉത്സാഹം കാണിച്ചു. വാത്സ്യായനന്റെ കൃതിയെ ഒരു ശാസ്ത്രഗ്രന്ഥമായിട്ടാണ് ഭാരതീയർ കണ്ടത്. എന്നാൽ ശാസ്ത്രീയയുക്തികൾക്ക് നിരക്കാത്ത രീതിയിലാണ് വാത്സ്യായനൻ ലൈംഗികതയെ നിർവചിച്ചത്. ലൈംഗികതയെക്കുറിച്ചുള്ള തെറ്റായ ധാരണകൾ സമൂഹത്തിൽ സൃഷ്ടിക്കപ്പെടാൻ കാരണം ആധികാരികമെന്ന രീതിയിൽ രചിക്കപ്പെട്ടിട്ടുള്ള ഗ്രന്ഥങ്ങളാണ്. *അറേബ്യൻ കാമശാസ്ത്രം* ഇതിന്റെ മറ്റൊരു ഉദാഹരണമാണ്. ആർത്തവരക്തം മണ്ണിൽത്തളിച്ചാൽ കൂടുതൽ വിളവുകളുണ്ടാകുമെന്ന് ഗോത്രവർഗ കർഷകർ വിശ്വസിക്കുന്നുണ്ട്. പുത്രകാമേഷ്ടി സർവകാമേഷ്ടി തുടങ്ങിയ യാഗങ്ങൾ പ്രാചീനഇന്ത്യയിൽ വളരെ പ്രചാരംനേടിയിരുന്നു. ചത്ത കുതിരയുമായി സ്ത്രീകൾ സംഭോഗത്തിലേർപ്പെട്ടാൽ കുട്ടികളുണ്ടാവുമെന്ന ധാരണ ഇവിടത്തെ രാജാക്കന്മാർ വെച്ചുപുലർത്തി. അങ്ങനെ അതുമായി ബന്ധപ്പെട്ട യാഗത്തിൽ രാജ്ഞിമാർ പരസ്യമായി അശ്വസംഭോഗം നടത്തി. ആർത്തവം, ഗർഭധാരണം, ഗർഭഛിദ്രം, കന്യാചർമഭേദനം തുടങ്ങി പലവിഷയങ്ങളിലും ഇത്തരം അന്ധവിശ്വാസങ്ങൾ സമൂഹത്തിൽ പ്രചരിക്കപ്പെട്ടു.

കന്യാചർമം ഭേദിക്കൽ പല സമൂഹങ്ങളിലും നിലനിൽക്കുന്നുണ്ട്. പ്രാചീനസമൂഹങ്ങളിൽ ഗോത്രത്തലവന്മാർ ഇതൊരവകാശമെന്നനിലയിൽ നിലനിർത്തിയിരുന്നുവത്രെ. വിവാഹിതയായ സ്ത്രീയുടെ ആദ്യരാത്രി ഗോത്രത്തലവന്മാർക്കുള്ളതായിരുന്നു. കേരളത്തിലെ ദളിതസ്ത്രീകളുടെ ആദ്യരാത്രി ജന്മിമാർക്കുള്ളതായിരുന്നു. സ്വപ്നസ്ഖലനംപോലുള്ള ലൈംഗികപ്രതിഭാസങ്ങൾ ഒരു രോഗമാണെന്ന് ആളു

കൾ വിശ്വസിച്ചിരുന്നു. പാശ്ചാത്യരുടെ ഇടയിലും ഈ അന്ധവിശ്വാസം നിലനിന്നിരുന്നു. എന്നാൽ ആർത്തവംപോലെയുള്ള ഒരു സ്വാഭാവിക ശാരീരികപ്രതിഭാസം മാത്രമാണ് സ്വപ്നസ്ഖലനം എന്ന് ശാസ്ത്രം കണ്ടെത്തുകയുണ്ടായി. ജൂതമതവിഭാഗങ്ങളുടെ ഇടയിലും മറ്റും നഗ്നത എന്നുപറയുന്നത് ഒരു പാപമായി പരിഗണിക്കപ്പെട്ടിരുന്നു.

എന്നാൽ ഹിന്ദുക്കളും ബുദ്ധജൈനസന്യാസിമാരും നഗ്നതയെ ദൈവികതയായിട്ടാണ് കാണുന്നത്. കുംഭമേളയിൽ ലക്ഷക്കണക്കിന് സന്യാസിമാർ പൂർണനഗ്നരായി വിലസുന്നത് എല്ലാവർക്കുമറിയാവുന്നതാണല്ലോ. വർധമാനമഹാവീരനും അദ്ദേഹത്തിന്റെ അനുയായികളും പൂർണനഗ്നരായി ജീവിച്ചു. പൂർണനഗ്നന്മാരായ ജൈനന്മാരെയാണ് ദിഗംബരന്മാരെന്ന വിളിക്കുന്നത്. പല ഗോത്രവർഗജനവിഭാഗങ്ങളും നഗ്നതയെ ആഘോഷിക്കുന്നുണ്ട്. പ്രാചീനകാലത്ത് സൈനികർ നഗ്നരായി യുദ്ധംചെയ്തിരുന്നുവത്രെ. ഹിന്ദുക്ഷേത്രങ്ങളിലെ പൂർണനഗ്നശിൽപ്പങ്ങളും പ്രതിമകളും ഈ നഗ്നതാപൂജയെ വെളിവാക്കുന്നു. ദേവീദേവന്മാരുടെ ശിൽപ്പങ്ങളും ഇക്കൂട്ടത്തിൽ ധാരാളം കാണാം. പ്രാചീനഗ്രീസിലും ഇത്തരം ശിൽപ്പങ്ങളും ചിത്രങ്ങളും ഉണ്ടായിരുന്നു. ആദ്യകാലത്ത് ഒളിമ്പിക് മത്സരത്തിൽപ്പോലും ആളുകൾ നഗ്നരായി ഓടിയിരുന്നത്രെ. ലൈംഗികതയെ സംബന്ധിച്ച് കടുത്ത യാഥാസ്ഥിതിക സങ്കൽപ്പങ്ങൾ നിലനിർത്തുന്ന സമൂഹങ്ങളിൽ തന്നെയാണ് ഇത്തരത്തിൽ വിപരീതദശയിലുള്ള നഗ്നതാപൂജ നടക്കുന്നത് എന്നത് ശ്രദ്ധേയമാണ്. പൗരാണിക ഭാരതത്തിൽ നിലനിന്നിരുന്ന ആചാരങ്ങളും അനുഷ്ഠാനങ്ങളും തുറന്ന ലൈംഗികതയുമായി ബന്ധപ്പെട്ടതാണ്. അതിന്റെ പ്രകാശനങ്ങളാണ് ക്ഷേത്രച്ചുവരുകളിലെ നഗ്നശിൽപ്പങ്ങൾ. അങ്ങനെ ഒരുഭാഗത്ത് ലൈംഗികതയെ ആദർശവൽക്കരിക്കുകയും സ്ത്രീ അമ്മയാണെന്ന് പറയുകയും അതേ അവസരത്തിൽ സ്ത്രീയുടെ യോനിയെ ആരാധിക്കുകയും ചെയ്യുന്ന വൈപരീത്യമാണിത്.

ധാരാളം യുവതികളുമായി രാസക്രീഡയിൽ ഏർപ്പെടുന്ന ശ്രീകൃഷ്ണൻ വിഷ്ണുവിന്റെ പ്രധാനപ്പെട്ട അവതാരങ്ങളിലൊന്നാണ്. രാധാമാധവന്മാരുടെ രാസക്രീഡയാണ് ജയദേവന്റെ *ഗീതഗോവിന്ദ*ത്തിൽ വർണിക്കുന്നത്. ഈ കൃതി ആത്മീയകൃതിയായിട്ടാണ് ഹിന്ദുക്കൾ പരിഗണിക്കുന്നത്. വാത്സ്യായനന്റെ *കാമസൂത്ര*ത്തിലെ ലൈംഗികസങ്കൽപ്പങ്ങൾക്കനുസരിച്ച് രചിക്കപ്പെട്ട കൃതിയാണിത്. മണിപ്രവാള സാഹിത്യകൃതികൾ ലൈംഗികതയുമായി ബന്ധപ്പെട്ട ആവിഷ്കാരങ്ങളാണ്. *ചന്ദ്രോത്സവം* എന്ന പ്രസിദ്ധമണിപ്രവാള കൃതിയിൽ മേദിനീവെണ്ണിലാവ് എന്ന ഒരു മാദകസുന്ദരിയെ വർണിക്കുന്നുണ്ട്. സൗന്ദര്യത്തിന്റെ അപാരബിംബമായിട്ടാണ് അവൾ ചിത്രീകരിക്കപ്പെട്ടിട്ടുള്ളത്. ഈ കൃതിയിൽ വേശ്യകളെ വർണിക്കുന്നുണ്ട്. തേവടിച്ചികൾ എന്ന പേരിലാണ് അവർ അറിയപ്പെട്ടത്. ദേവദാസികളും നർത്തകികളും

തേവടിച്ചികളും നിറഞ്ഞുനിന്ന നാടുവാഴിത്ത സംസ്കാരത്തിന്റെ പ്രതിഫലനമാണ് ഈ കൃതി. ഭോഗാലസരായ നാടുവാഴികളുടെയും ബ്രാഹ്മണരുടെയും ജീവിതമാണ് ഇതിൽ ചിത്രീകരിക്കുന്നത്. അധിനിവേശശക്തികൾക്ക് ഭോഗാലസരായി ജീവിക്കാൻവേണ്ടിയാണ് ദേവദാസിസമ്പ്രദായവും മറ്റും നിലനിർത്തിയത്. അന്ന് ആട്ടക്കാരികൾ അഥവാ നർത്തകികൾ എന്നുപറഞ്ഞാൽ അവർ ദേവദാസികളായിരുന്നു. നമ്മുടെ ക്ലാസിക് നൃത്തങ്ങൾ വികാസം പ്രാപിക്കുന്നതങ്ങനെയാണ്.

പൗരാണിക സംസ്കാരങ്ങളുടെ ജീവിത ദർശനത്തിന്റെയും ലാവണ്യബോധത്തിന്റെയും ജീവൽ ബിംബങ്ങളാണ് ക്ലാസിക് കലകൾ എന്നു പറയാം. മാർക്സിസ്റ്റ് ചിന്തകനായ ക്രിസ്റ്റഫർ കാഡ്വെൽ ക്ലാസിക് കലകളുടെ സാമൂഹിക ഉള്ളടക്കത്തെക്കുറിച്ച് ആഴത്തിൽ പഠനം നടത്തുകയുണ്ടായി. എല്ലാ ക്ലാസിക് കലകളുടെയും സാംസ്കാരികമായ അന്തർധാര കീഴാളവർഗ സംസ്കൃതി ഉൾച്ചേർന്ന നാടൻപാട്ടുകളും കലാ–വാങ്മയ രൂപങ്ങളുമാണെന്ന നിഗമനത്തിലാണ് അദ്ദേഹം എത്തിയത്. എന്നാൽ വർഗസമൂഹം സത്താപരമായും ഘടനാപരമായും വികാസം പ്രാപിക്കുന്നതിനനുസരിച്ച്, ഉപരിവർഗം തങ്ങളുടെ അഭിരുചികൾക്കും വർഗപരമായ താൽപ്പര്യങ്ങൾക്കുമിണങ്ങുന്ന രീതിയിൽ കലയെ സാങ്കേതികമായി ചിട്ടപ്പെടുത്തുന്നു. സത്താപരമായ ഈ അപമാനവീകരണം ഭാരതീയക്ലാസിക് കലകളെയും സംസ്കാരത്തെയും നൂറ്റാണ്ടുകളോളം ജഡവും മൃതവുമാക്കി നിലനിർത്തുകയാണ് ചെയ്തത്.

നാടകം, സിനിമ, ചിത്രകല, സാഹിത്യം തുടങ്ങിയ സർഗാത്മക കലകളിൽ ഉണ്ടായ കാലാനുസൃതമായ വികാസം ഇന്ത്യൻ നൃത്തകലയിൽ ഉണ്ടായിട്ടില്ല. ഫ്യൂഡൽ സംസ്കാരത്തിന്റെ ലാവണ്യമുദ്രയാണിന്നും ഇന്ത്യൻ നൃത്തകല. ദേവദാസികളെന്നു വിളിക്കപ്പെട്ട ലൈംഗികാടിമകൾ സമ്പന്നരായ ഉപരിവർഗ പുരുഷന്മാരെ കാമപരവശരാക്കാൻ വേണ്ടി നടത്തിയ നൃത്തരൂപങ്ങളാണ് ഇന്ന് കലാലയവിദ്യാർഥികൾ ആയിരക്കണക്കിന് രൂപ ചെലവഴിച്ച് വേദികളിൽ അവതരിപ്പിക്കുന്നത്. ഫ്യൂഡൽ കാബറെ എന്നു വിശേഷിപ്പിക്കപ്പെടാവുന്ന ഭരതനാട്യവും മോഹിനിയാട്ടവും ഒഡീസിയും രാസലീലയും മണിപ്പൂരിയും കുച്ചുപ്പുടിയുമെല്ലാം ദാസിയാട്ടത്തിന്റെ ശുദ്ധീകരിച്ച പതിപ്പുകൾ മാത്രമാണ്.

കാബറേയിൽ അംഗലാവണ്യ പ്രദർശനം സ്ത്രീശരീരത്തെ ഭോഗപരമായ ഒരു കലാരൂപമായി ഉപദർശിക്കുന്നു. ബൂർഷ്വാസമൂഹം വ്യക്തിസ്വാതന്ത്ര്യത്തിന് നൽകുന്ന വിവക്ഷകൾ ഉൾച്ചേർന്നാണ് ആധുനിക കലകളുടെ സത്തയും ഘടനയും രൂപപ്പെടുന്നത്. പലരും കരുതുന്നതുപോലെ മുതലാളിത്തം സ്ത്രീയെ ഭോഗവസ്തുവായി മാത്രമല്ല പരിഗണിക്കുന്നത്–ലൈംഗികതൃഷ്ണ, ഉൽപ്പാദനപ്രവർത്തനം, ആത്മീയമെന്ന് തങ്ങൾ കരുതുന്ന വ്യാവഹാരികപ്രവർത്തനങ്ങൾ തുടങ്ങിയ മേഖലക

ളിലെല്ലാം തങ്ങളുടെ ഊർജസ്രോതസായി ബൂർഷ്വാസമൂഹം സ്ത്രീയെ കാണുന്നു. അതുകൊണ്ടുതന്നെ മുതലാളിത്തയുഗം വികസിക്കുന്നതോടെ സ്ത്രീയുടെ പ്രവർത്തനവൈവിധ്യം പ്രകടമാകുന്നു. ഫ്യൂഡൽ ഘടനയ്ക്കുള്ളിൽ രൂപപ്പെട്ട കലാരൂപങ്ങളുടെ സങ്കീർണമായ സാങ്കേതികരീതികളും മുദ്രകളും ഭാവ–രസാദികളുടെ അനുശാസനകളും കാലാനുസൃതമായി മാറ്റാൻ പറ്റാത്തതാണെന്ന അടിമബോധമാണ് ഇന്നും കലാരംഗത്ത് നിലനിൽക്കുന്നത്. പ്രതിഭാശാലികളായ ചില കലാകാരികളും കലാകാരന്മാരും നടത്തിയ ഒറ്റപ്പെട്ട പരീക്ഷണങ്ങളൊഴിച്ചാൽ, കലയുടെ രൂപവും സങ്കേതവും ഉള്ളടക്കവും കാലത്തിനനുസരിച്ച് പരിപ്രവർത്തനം ചെയ്യപ്പെടേണ്ടതാണെന്ന സർഗപരമായ കാഴ്ചപ്പാട് നമ്മുടെ കലാലോകം നിലനിർത്തുന്നില്ല. കലയുടെ മേഖലയിൽ ഇന്നും മതാത്മകമായ (മതത്തിൽപോലും നവോത്ഥാനങ്ങളുണ്ടാകാറുണ്ട്)കാഴ്ചപ്പാടാണ് നിലനിൽക്കുന്നത്.

ഭരതമുനിയുടെ *നാട്യശാസ്ത്ര*വും അതിനെ ഉപജീവിച്ച് രചിച്ച നന്ദികേശന്റെ *അഭിനയദർപ്പണം*, ധനഞ്ജയന്റെ *ദശരൂപകം,* ശാരംഗദേവന്റെ *സംഗീത രത്നാകരം,* തുളുരാജന്റെ *സംഗീത സാരാമൃതം,* ബാലരാമവർമയുടെ *ഹസ്തലക്ഷണ ദീപിക* തുടങ്ങിയ ക്ലാസിക് കൃതികളെല്ലാം ഭാരതീയ കലയുടെ ദർശനവും ലാവണ്യനിയമവും രൂപപ്പെടുത്തുന്നു.

രസശൃംഗം അഥവാ ഏറ്റവും ഉയർന്ന രസം ശൃംഗാരമാണെങ്കിൽ ക്ഷേത്രങ്ങളിലും മറ്റ് ആരാധനാകേന്ദ്രങ്ങളിലും ശൃംഗാരരസപ്രധാനമായ കലകളും ഉയർന്നുവരേണ്ടതാണ് എന്ന ഫ്യൂഡൽതാൽപ്പര്യം *നാട്യശാസ്ത്രം* നിറവേറ്റുന്നു. ശൃംഗാരത്തെ വിപ്രലംഭം, സംഭോഗം എന്നിങ്ങനെ പകുത്തിരിക്കുന്നു. വിപ്രലംഭത്തിന് പൂർവ വിപ്രലംഭം, ഉത്തര വിപ്രലംഭം എന്നിങ്ങനെ രണ്ടവസ്ഥകളുണ്ട്. കൂടാതെ വിപ്രലംഭത്തിലെ പൂർവരാഗത്തിന് *നാട്യശാസ്ത്രം* പത്തവസ്ഥകൾകൂടി കൽപ്പിക്കുന്നു. അഭിലാഷം, ചിന്ത, സ്മൃതി, ഗുണകീർത്തനം, ഉദ്വേഗം, പ്രലാപം, ഉന്മാദം, വ്യാധി, ജഡത, മരണം എന്നിങ്ങനെ വിരഹംമൂലമുണ്ടാകുന്ന ദുരന്തത്തെ വിഭജിച്ചിരിക്കുന്നു. ഈ രീതിയിൽ രസവിഭജനം നടത്തുന്നത് ലൈംഗികതയുമായി ബന്ധപ്പെട്ട മനോ–ശാരീരികാവസ്ഥകളെ കേന്ദ്രീകരിച്ചതാണെന്നതിൽനിന്നും നാട്യകലയുടെ പ്രത്യയശാസ്ത്രാർഥ തലങ്ങൾ വ്യക്തമാവുന്നുണ്ട്.

*കാമശാസ്ത്ര*ത്തിലെ ഭോഗജന്യമായ ആനന്ദദർശനത്തെ ആന്തരികതലത്തിൽ പിൻപറ്റുന്നതാണ് *നാട്യശാസ്ത്ര*ത്തിന്റെ രസാനുഭൂതിസിദ്ധാന്തങ്ങൾ. ആത്മീയതയുടെ അന്തർധാരയായി വർത്തിക്കേണ്ട ഭക്തി –ധ്യാന–ശാന്തി–കരുണഭാവങ്ങളെ ഒഴിവാക്കി ശൃംഗാരരസത്തിന് *നാട്യശാസ്ത്ര*ത്തിൽ നൽകിയ മുന്തിയ പരിഗണന ക്ലാസിക് കലാസങ്കൽപ്പത്തിന്റെ ദാർശനികമായ ആന്തരിക ദാരിദ്ര്യം വെളിപ്പെടുത്തുന്നു. നിർവേദം, ഗ്ലാനി, ശങ്ക, അസൂയ, ശ്രമം, ചിന്ത, ഔത്സുക്യം, നിദ്ര, സ്വപ്നം, വിബോധം, ജാഡ്യം, മോഹം എന്നീ അനുഭാവ പ്രകടനങ്ങൾ വിപ്രലംഭ

ശൃംഗാരവുമായി ബന്ധപ്പെട്ടവയാണ്. രതിക്ക് ആത്മീയ പരിവേഷം നൽകിക്കൊണ്ടാണ് ചിന്തയെ മനുഷ്യന്റെ കാമവുമായി ബന്ധപ്പെടുത്തിയിരിക്കുന്നത്. ചുരുക്കത്തിൽ മനുഷ്യന്റെ മൗലികമായ പ്രവർത്തനം ലൈംഗികതയും മൗലികഭാവം ലൈംഗിക ഇച്ഛാശക്തിയും തജ്ജന്യവുമായ ഭാവങ്ങളുമാണെന്ന് അനുശാസിക്കുന്ന ജീവിതദർശനമാണ് *നാട്യശാസ്ത്രങ്ങൾ* മുന്നോട്ടുവെക്കുന്നത്.

ഭാരതീയ നടനകലയുടെ അടിസ്ഥാന ആശയങ്ങളിലൊന്ന് സ്ത്രീത്വത്തെയും പൗരുഷത്തെയും ദ്വന്ദ്വമായി ഉപദർശിക്കുന്നുവെന്നതാണ്. യവനദാർശനികർ സൗരകല, ചാന്ദ്രകല എന്നിങ്ങനെയാണ് ഈ ദ്വന്ദ്വത്തെ സമീപിക്കുന്നത്. വേദകാലഘട്ടത്തിലെ സ്ത്രീ–പുരുഷ സങ്കൽപ്പം ക്ലാസിക് കാലഘട്ടമാവുമ്പോഴേക്കും നിയതമായ പ്രത്യയശാസ്ത്രവൽക്കരണത്തിന് വിധേയമാവുന്ന കാഴ്ച ശ്രദ്ധേയമാണ്. ആത്മാവിന് സ്ത്രീ–പുരുഷ ഭേദമില്ലെന്ന് *ഋഗ്വേദം* ഉദ്ഘോഷിക്കുന്നു (*ഋഗ്വേദം* 1, 164, 16). എന്നാൽ പുരുഷാധിഷ്ഠിത വ്യവസ്ഥയ്ക്കനുസൃതമായ രീതിയിലാണ് സ്ത്രീകളുടെ കർമ–ഗുണ–ധർമഭേദത്തെ നിർവചിക്കുന്നത്. ഉദാഹരണം പുരുഷന് ബീജാധാനത്തിനുള്ള ഉർവരഭൂമിയാണ് സ്ത്രീ (*അഥർവവേദം:* 3,4,17). ഭർത്താവിന്റെ ഇച്ഛാനുസാരിണിയും പുത്രന്മാർക്ക് ജന്മംകൊടുക്കുന്നവളുമായ സ്ത്രീയുടെ ഒരേയൊരു ഭാഗ്യം ഭർത്താവാണ് (*അഥർവവേദം* 5.11–2.2). ഇങ്ങനെ വേദങ്ങളിൽ പുരുഷന് നൽകുന്ന പ്രഥമസ്ഥാനത്തെയും അധീശത്വത്തെയും അടിസ്ഥാനമാക്കുന്നതാണ് ക്ലാസിക് കലകൾ രൂപംകൊണ്ട ഫ്യൂഡൽ കാലഘട്ടത്തിലെ ലാവണ്യദർശനങ്ങൾ.

ഭരതമുനിയുടെ *നാട്യശാസ്ത്ര*ത്തിന്റെ സൗന്ദര്യദർശനം പുരുഷാധിനിവേശ പരികൽപ്പനകളിൽ അധിഷ്ഠിതമാണ്. ശൃംഗാരരസത്തെ രസശൃംഗമായി പരിഗണിക്കുന്ന ദർശനം, സ്ത്രീയെ ഭോഗവസ്തുവായി സങ്കൽപ്പിക്കുന്ന കാലത്തിന്റേതാണെന്നതിന് സംശയമില്ല. മാനവികപക്ഷത്തുനിന്നു ചിന്തിച്ചാൽ രസശൃംഗമാവേണ്ടത് കരുണരസമായിരുന്നിട്ടും ശൃംഗാരത്തിന് ആ സ്ഥാനം ലഭിച്ചതിന്റെ വർഗപരമായ സൂചനകൾ സ്പഷ്ടമാണല്ലോ. സ്ത്രീ–പുരുഷ സങ്കൽപ്പത്തിന്റെ വേദകാല വിവക്ഷകൾ തകർക്കപ്പെടുകയാണിവിടെ. അതായത് അടിസ്ഥാനപരമായി ക്ലാസിക് കലാസങ്കൽപ്പം വേദദർശനത്തെ പിൻപറ്റുന്നുണ്ടെങ്കിലും വേദകാലത്തിലെ ആത്മീയതയും പരിമിതമായ സ്ത്രീപരിഗണനയും ഫ്യൂഡൽ കാലഘട്ടത്തിൽ ഹനിക്കപ്പെടുകയാണുണ്ടായത്.

ഭാരതീയ സങ്കൽപ്പമനുസരിച്ച് നൃത്തം ആത്മാവിനും ശരീരത്തിനും അനുഭൂതി നൽകുന്നു. അതുകൊണ്ടുതന്നെ യോഗവിദ്യയുടെ അത്യുന്നത രൂപമായി നൃത്തകലയെ കാണുന്നു. യോഗം അഥവാ അദ്വൈതം കലയും കലാകാരനും തമ്മിലുള്ള പാരസ്പര്യത്തെ നിർവചിക്കുന്നു. സർഗസൃഷ്ടിയുടെമേൽ കലാകാരനുള്ള സർഗപരമായ നിയന്ത്രണത്തെ ഈ യോഗ–അദ്വൈത ദർശനം അംഗീകരിക്കുന്നില്ല. ചിട്ടപ്പെടുത്തിയതും പൂർവകൽപ്പിതവുമായ കലാസൃഷ്ടിയിൽ ലയിക്കുന്ന കലാകാരന്

കലയെ പുനഃസൃഷ്ടിക്കാനോ മാറ്റിത്തീർക്കാനോ കഴിയുന്നില്ലെന്ന് മാത്ര മല്ല, ഈ സിദ്ധാന്തപ്രകാരം അതിന് അധികാരവുമില്ല. അഥവാ, കലാ സൃഷ്ടിയും കലാകാരനും തമ്മിലുള്ള വ്യതിരിക്തത സാധ്യമാവുന്നി ല്ലെന്നർഥം. നടരാജസങ്കൽപ്പവുമായി ജന്മബന്ധം കൽപ്പിക്കപ്പെട്ട ഭരത നാട്യം ക്ഷേത്രങ്ങളിലെ ലൈംഗികാടിമത്തവുമായി ബന്ധപ്പെട്ടാണ് രൂപം കൊണ്ടത്. ലൈംഗികാടിമത്തത്തിന് ആത്മീയവും സാംസ്കാരികവുമായ ഔന്നത്യം കൽപ്പിച്ചിരുന്നതുകൊണ്ട് കലാകാരികൾക്ക് അവരുടെ അടി മത്തത്തെക്കുറിച്ച് തിരിച്ചറിവുണ്ടായിരുന്നില്ല എന്നതാണ് ഇന്ത്യൻ ക്ലാസിക് കലകളുടെ സൗവർണ വികാസത്തിന്റെ വിജയരഹസ്യം.

ഇന്ന് കലാലയ വേദികളിൽ അരങ്ങുതകർക്കുന്ന ഭരതനാട്യാദി നൃത്തകലകൾ അടിസ്ഥാനപരമായ താള-നൃത്ത-നിയമങ്ങൾ പിഴവു പറ്റാതെ പിന്തുടരുന്നുണ്ട്. വളരെ ആർഭാടപൂർവമായ വസ്ത്രധാരണം ഇതിന്റെ സവിശേഷതയാണ്. എന്നാൽ ലൈംഗികാടിമകളായ ദേവദാ സികൾ കാമവശീകരണത്തിനായി ഏതാണ്ട് നഗ്നരായിത്തന്നെയാണ് ഇത്തരം നൃത്തങ്ങളാടിയിരുന്നത്. ഭരതനാട്യമാടുമ്പോൾ സ്ത്രീകളുടെ അവയവങ്ങൾ ഏതു രീതിയിൽ പ്രത്യക്ഷമാവണമെന്ന് പ്രാചീന ശിൽപ്പി കൾ വെളിപ്പെടുത്തുന്നു. വ്യക്തമായ അനുശാസനങ്ങൾ നിറവേറ്റുന്ന താണ് നാട്യനിയമങ്ങളും. ഈശ്വരാന്വേഷണ രൂപത്തിൽ നർത്തകികൾ നടത്തുന്ന കുറവഞ്ചിയാണ് ആധുനിക ഭരതനാട്യത്തിന്റെ അടിസ്ഥാനം.

തികഞ്ഞ സംഭോഗ ശൃംഗാരമായിരുന്നു ഇതിന്റെ അടിസ്ഥാനം. ഭര തനാട്യത്തിന് ഇന്നു കാണുന്ന ലാവണ്യപരവും കലാപരവുമായ പദവി ലഭ്യമാവുന്നത് ഇ കൃഷ്ണയ്യർ, രുക്മിണീദേവി അരുണ്ഡേൽ എന്നിവ രുടെ ശ്രമഫലമായാണ്. ഫ്യൂഡലിസം തകർന്നതോടെ ഭരതനാട്യാദി കലകളെ അപകർഷബോധത്തോടുകൂടിയാണ് സമൂഹം സമീപിച്ചിരു ന്നത്. ക്ഷേത്രങ്ങൾക്കു ദാനമായി നൽകപ്പെട്ട പെൺകുട്ടികളായ അടിമ കൾ, ഉപരിവർഗപുരുഷന്മാർക്കുമുന്നിൽ നടത്തിയിരുന്ന കാമശാസ്ത്ര പരമായ നൃത്തമായിരുന്നു ഭരതനാട്യം. ദേവദാസി സമ്പ്രദായത്തിന്റെ അടിസ്ഥാനമായി പരിഗണിക്കപ്പെടുന്ന താന്ത്രികമതാരാധന നൃത്തക ലയുടെ ദർശനവും ലാവണ്യനിയമവും അഭിദർശിക്കുന്നു. താന്ത്രികാ രാധനയുടെ അടിത്തറയെന്ന് പറയുന്നത് ശിവ-ശക്തി സമന്വയമാണ്. ലൈംഗിക ചോദനയുടെ സ്രോതസായ കുണ്ഡലിനിയെ ഉണർത്തുക യാണ് തന്ത്രയോഗത്തിന്റെ പ്രധാന കർമം. തന്ത്രവിദ്യാ പ്രയോഗത്തിൽ സ്ത്രീക്കും പുരുഷനും തുല്യപങ്കാളിത്തമുണ്ടെന്നും താന്ത്രികമതം അനു ശാസിക്കുന്നു. അങ്ങനെ മനുഷ്യസർഗപ്രക്രിയയെ ലൈംഗികതയുമായി ബന്ധപ്പെട്ട ആഭിചാര കർമവുമായി താന്ത്രികാരാധന ബന്ധിപ്പിക്കുന്നു. യോഗാഭ്യാസത്തിലൂടെ കുണ്ഡലിനിയെ ഉണർത്തി പരമാനന്ദം സാ ക്ഷാൽക്കരിക്കുകയെന്ന സങ്കൽപ്പമാവട്ടെ, താന്ത്രിക മതത്തിന്റെ ആധു നിക രീതിയുമായി ബന്ധപ്പെട്ടതാണ്. ദയാനന്ദസരസ്വതി *സത്യാർഥപ്ര*

കാശം എന്ന കൃതിയിൽ താന്ത്രിക മതത്തിന്റെ പ്രാഗ്രൂപങ്ങളെപ്പറ്റി വിവരിക്കുന്നുണ്ട്.

സ്ത്രീശരീരത്തെക്കുറിച്ചും മനസിനെക്കുറിച്ചുമുള്ള പ്രതിലോമപരമായ പുരുഷാധിപത്യ വീക്ഷണമാണ് ഇന്ത്യൻ ക്ലാസിക് കലകളുടെ ലാവണ്യനിയമത്തെയും ഉള്ളടക്കത്തെയും രൂപപ്പെടുത്തിയത്. ദൈവത്തെയും പ്രകൃതിയെയും ലൈംഗികതയെക്കുറിച്ചുമുള്ള പ്രതീകവൽക്കരിക്കപ്പെട്ട ബിംബങ്ങളായി സങ്കൽപ്പിക്കുന്ന പൗരാണിക കലകൾ കലാകാരിയെ സ്ത്രീജനനേന്ദ്രിയത്തിന്റെ സാമാന്യവൽക്കരിക്കപ്പെട്ട പ്രതിരൂപങ്ങളായി മാത്രമേ പരിഗണിക്കുന്നുള്ളൂ. താന്ത്രികാരാധനയിലെ ലിംഗ –യോനി ബിംബങ്ങളിൽ, യോനീബിംബത്തിന്റെ അപമാനവീകരിക്കപ്പെട്ട പ്രതിരൂപമായോ അസാമാന്യവൽക്കരിക്കപ്പെട്ട ജൈവരൂപമായോ മാത്രമേ പെൺകുട്ടികൾക്ക് നൃത്ത(ക്ലാസിക്)കലയിൽ കർതൃസാന്നിധ്യമുള്ളൂ. കലാകാരിയുടെ സാന്നിധ്യത്തെ സമർഥമായി അപമാനവീകരിച്ചുകൊണ്ടാണ് സ്ത്രീയെ കേവലമായി ബിംബവൽക്കരിക്കുന്നത്. ക്ലാസിക് കലകളിലെ ദൈവ സങ്കൽപ്പമാവട്ടെ, ലൈംഗികതയുടെ പുരുഷാകാരമല്ലാതെ മറ്റൊന്നുമല്ല. സ്ത്രീയുടെ അല്ലെങ്കിൽ പുരുഷന്റെ മാനവിക മോചനം, സ്വത്വപ്രകാശനം തുടങ്ങിയ സർഗപരമായ യാതൊന്നിനും ഇടംകൊടുക്കാതെയും കർതൃസാന്നിധ്യം നിഷേധിച്ചുകൊണ്ടും നടത്തുന്ന യാന്ത്രികമായ ആഭിചാരക്രിയക്ക് ലാവണ്യാത്മകമായ പരിവേഷം നൽകുകയാണ് എല്ലാ ക്ലാസിക് കലകളും ചെയ്യുന്നത്.

പുരുഷകേന്ദ്രീകൃത സ്ത്രീ സൗന്ദര്യസങ്കൽപ്പത്തിൽ പിറവിയെടുത്ത നടനകലകളിലെല്ലാം കലാകാരികൾ അന്യവൽക്കരിക്കപ്പെട്ടവരാണ്. സ്വന്തം ശരീരത്തിന്റെ ചലനങ്ങളെ നിർണയിക്കാനും രൂപപ്പെടുത്താനും അവകാശമില്ലാത്ത സ്രഷ്ടാവ്, സ്വന്തം ശരീരത്തിൽ ഉടമസ്ഥാവകാശമില്ലാത്ത സ്വത്വബോധമറ്റ അടിമയ്ക്ക് സമാന(ൻ)യാകുന്നു. ശരീരത്തിന്റെ ദ്രുതചലനത്തിനും ലാസ്യഭാവഹാവാദികൾക്കും നൽകുന്ന അനുശാസനങ്ങൾ കലാകാരിയെ കേവലശരീരമായി പരിഗണിക്കുന്ന സൗന്ദര്യശാസ്ത്രദർശനം പ്രതിഫലിപ്പിക്കുന്നു. ശരീരത്തിനുമേൽ നിയന്ത്രണമുള്ള സർഗമനസിനെയല്ല, മനസിനും താളത്തിനുമനുസരിച്ച് പരിപൂർണ വിധേയയാവാൻ കഴിയുന്ന ശരീരത്തിന്റെ കേവലസത്തയാണ് ക്ലാസിക്കൽ നൃത്തങ്ങൾ പ്രതിഫലിപ്പിക്കുന്നത്.

3

ആത്മീയതയുടെ ലൈംഗികപരിസരം

മാതൃദേവതാസങ്കൽപ്പം

യാ ദേവി സർവ ഭൂതേഷു എന്നത് ഭാരതത്തിന്റെ ആരാധനാസങ്കൽപ്പത്തിന്റെ അന്തർധാരയെ വ്യക്തമാക്കുന്ന ആശയമാണ്. ഭാരതത്തിന്റെ എന്നല്ല ലോകത്തിന്റെ മുഴുവനും ആത്മീയതയുടെ അടിസ്ഥാനസങ്കൽപ്പമാണിത്. പ്രാചീനകാലഘട്ടങ്ങളിൽ ലോകത്തിലെല്ലായിടത്തും ശക്തിപ്രാപിച്ചിരുന്ന ഒന്നാണ് അമ്മദൈവസങ്കൽപ്പം അഥവാ മാതൃദേവതാസങ്കൽപ്പം. ശക്തിയായും ദേവിയായും അമ്മയായും പ്രാചീനജനങ്ങൾ ആരാധിച്ചിരുന്നത് ഭൂമിയെയായിരുന്നു. ഭൂമിയെ ദേവതയായി ആരാധിച്ചിരുന്ന സങ്കൽപ്പത്തെ വിശ്വദേവതാസങ്കൽപ്പം എന്നും വിളിക്കുന്നു. വിശ്വംമുഴുവൻ നിറഞ്ഞുനിൽക്കുന്ന ശക്തിയുടെ അഥവാ ചൈതന്യത്തിന്റെ പ്രതീകമായിട്ടാണ് മാതൃദേവതയെ ജനങ്ങൾ ആരാധിച്ചിരുന്നത്. അങ്ങനെ ഭൂമീദേവത അമ്മയുടെ പ്രതിരൂപമായി ആരാധിക്കപ്പെട്ടുപോന്നു. പ്രാചീന സൈന്ധവ-മെസപ്പൊട്ടോമിയൻ-ഈജിപ്ഷ്യൻ-അമേരിക്കൻ-ആഫ്രിക്കൻ നാഗരികതകൾ അമ്മദേവതാസങ്കൽപ്പം നിലനിർത്തിയിരുന്നു.

പ്രകൃതിയുടെ ചൈതന്യത്തിന്റെ മൂർത്തിമത്ഭാവമായിട്ടാണ് ഭൂമിയെ പ്രാചീനഗോത്രജനവിഭാഗങ്ങൾ സങ്കൽപ്പിച്ചിരുന്നത്. കാരണം ജീവന്റെ ഉറവിടമാണ് ഭൂമി. ജീവചൈതന്യത്തെ ദൈവികതയായി ആരാധിക്കുന്ന പ്രവണത പ്രാചീനവിശ്വാസങ്ങളുമായി അഭേദ്യമായി ബന്ധപ്പെട്ടിരിക്കുന്നു. ദൈവത്തിന്റെ മൂന്ന് അടിസ്ഥാന കർമങ്ങളായി സങ്കൽപ്പിക്കപ്പെട്ടുപോരുന്നത് സൃഷ്ടി-സ്ഥിതി-സംഹാര കൃത്യങ്ങളാണ്. ജീവന്റെ പുനരുൽപ്പാദനവും അതിന്റെ നിലനിൽപ്പും ഈ മൂന്ന് കർമങ്ങളുമായി ഇഴചേർന്നിരിക്കുന്നു. ഇന്ത്യൻ ആത്മീയതയുടെ അടിസ്ഥാനസങ്കൽപ്പ

ങ്ങളിലൊന്നായ ത്രിമൂർത്തിസങ്കൽപ്പം ഇത് വ്യക്തമാക്കുന്നു. ബ്രഹ്മാവ്, വിഷ്ണു, ശിവൻ എന്നീ ത്രിമൂർത്തികൾ മേൽപ്പറഞ്ഞ ത്രികർമങ്ങളുമായി ബന്ധപ്പെട്ടതാണ്. ഭൂമിയാണ് അറിഞ്ഞിടത്തോളം ജീവന്റെ അക്ഷയസ്രോതസായി നിലനിൽക്കുന്ന ലോകം. ജീവനെ സൃഷ്ടിക്കുകയും നിലനിർത്തുകയും പുതിയ ജീവന്റെ സൃഷ്ടിക്കായി പഴയതിനെ സംഹരിക്കുകയും ചെയ്യുന്നത് ഭൂമിയുടെ സമാനതകളില്ലാത്ത കർമമായി തുടർന്നുപോരുന്നു. പ്രാചീന ഗോത്രജനവിഭാഗങ്ങൾ പ്രകൃതിയെ വിശേഷിച്ചും ഭൂമിയെ ഉർവരതയുടെ അഥവാ ഫലഭൂയിഷ്ഠതയുടെ കേന്ദ്രമായി സങ്കൽപ്പിച്ചു. അതുകൊണ്ട് കാർഷികവൃത്തിയെ ഉർവരതാപൂജയുമായി ബന്ധപ്പെടുത്തി പ്രാചീന ഗോത്രജനവിഭാഗങ്ങൾക്കിടയിലെ കൃഷിസമ്പ്രദായം ഒരു ആധ്യാത്മികപ്രവൃത്തിയുടെ ഭാഗമായിട്ടാണ് നിലനിന്നത്.

പ്രാചീന ഗോത്രസമൂഹങ്ങൾ കാർഷികോൽപ്പാദനത്തിന്റെ അഭിവൃദ്ധിയുമായി ബന്ധപ്പെടുത്തിയാണ് അമ്മദൈവങ്ങളെ ആരാധിച്ചത്. ഇതിന്റെ ഭാഗമായി ശിവപൂജയും ലിംഗപൂജയും പ്രാചീനകാലംമുതൽതന്നെ നിലനിന്നുപോന്നു. അമ്മദേവതാസങ്കൽപ്പം അഥവാ മാതൃദേവത എന്നത് ശൈവാരാധനയുമായി ബന്ധപ്പെട്ടുകൊണ്ടാണ് രൂപം കൊണ്ടത്. ഭൂമി അഥവാ ഭൂമിദേവത അതിന്റെ സൃഷ്ടിസ്ഥിതിസംഹാര കർമങ്ങൾ നടത്തുന്നത് സർവസ്വതന്ത്രമായിട്ടല്ല. പ്രകാശത്തിന്റെയും ചൂടിന്റെയും ഊർജത്തിന്റെയും സ്രോതസായ സൂര്യനില്ലെങ്കിൽ ഭൂമിയില്ല, ഭൂമിയുടെ ചൈതന്യവുമില്ല. ഈ തിരിച്ചറിവാണ് ശൈവപൂജയെയും അമ്മദൈവാരാധനയെയും ബന്ധപ്പെടുത്തുന്നതിന്റെ രഹസ്യം.

ശിവനെ സൂര്യന്റെ പ്രതീകമായും ഭൂമിയെ ദേവിയായും സങ്കൽപ്പിച്ചുപോരുന്നു. എന്നാൽ പ്രാചീന ശൈവാരാധനയും പിൽക്കാലത്തുയർന്നുവന്ന ശൈവാരാധനകളും തമ്മിൽ ഒട്ടേറെ വ്യത്യാസങ്ങളുണ്ട്. വേദാന്തവും പൗരോഹിത്യകർമങ്ങളും ഓരോ കാലഘട്ടത്തിലെയും ആരാധനാ സമ്പ്രദായങ്ങൾക്ക് പരിഷ്കാരങ്ങൾ വരുത്തുകയുണ്ടായി. എന്നിരിക്കിലും ഇന്ത്യയുടെ ആരാധനാ സങ്കൽപ്പങ്ങളിൽ മാതൃദേവതാസങ്കൽപ്പവും ശൈവസങ്കൽപ്പവും നിർണായകമായ സ്വാധീനം ചെലുത്തിയിട്ടുണ്ട്. മാതൃദേവതാസങ്കൽപ്പവും ശൈവസങ്കൽപ്പവും പരസ്പരപൂരകമായിട്ടാണ് രൂപംകൊണ്ടതെന്ന് പറഞ്ഞുവല്ലോ. ശിവനുമായി താദാത്മ്യംപ്രാപിച്ചുകൊണ്ടാണ് ശക്തി നിലനിൽക്കുന്നത്. ശക്തിയുടെ സഹായത്തോടുകൂടിയാണ് പ്രപഞ്ചം സൃഷ്ടിക്കപ്പെടുന്നത് എന്നാണ് വിശ്വാസം. ആദിയിൽ ശിവന്റെ ഉദ്ധൃതലിംഗം സർവസംഹാരശക്തിയായി ഭീമാകാരം പൂണ്ടുവെന്നും ശിവലിംഗത്തിൽനിന്നും ലോകത്തെ രക്ഷിക്കാൻ ശക്തി അഥവാ പാർവതി യോനീരൂപംപൂണ്ട് ശിവലിംഗത്തെ ആവാഹിച്ചു എന്നുമാണ് ഐതിഹ്യം. ഇതാണ് ശിവലിംഗ സങ്കൽപ്പത്തിന്റെ അടിസ്ഥാനം. നിത്യചൈതന്യമായ ശക്തിയെന്നത് ശിവന്റെതന്നെ സ്വരൂപമാണ്. അതുകൊണ്ടതിനെ സ്വരൂപശക്തിയെന്നും വിളിക്കാറുണ്ട്. കാളി,

ദുർഗ, ദേവി എന്നിവയെല്ലാം ശക്തിയുടെ വിഭിന്നരൂപങ്ങളാണ്. ശിവന്റെ തന്നെ സ്വരൂപമായ ശക്തിയുടെ സഹായത്തോടുകൂടിയാണ് പ്രപഞ്ചം സൃഷ്ടിക്കപ്പെടുന്നത് എന്നാണ് വിശ്വാസം. ശിവനും മാതൃദേവതയും തമ്മിലുള്ള ഈ അഭേദ്യമായ ബന്ധത്തെ സൂചിപ്പിക്കുന്നതാണ് ശിവശക്തിസങ്കൽപ്പം. ശിവനും ദേവിയും പരസ്പരം ഭിന്നമായ മൂർത്തികളല്ല എന്നർഥം. ശക്തിയുടെ മറ്റു പേരുകളാണ് ഭുവനേശ്വരി, മഹാമായ, ഭഗവതി എന്നിവ.

പ്രാചീന ജനവിഭാഗങ്ങൾക്കിടയിൽ നിലനിന്ന മാതൃദേവതാ ആരാധനകൾക്ക് നേതൃത്വംവഹിച്ചിരുന്നത് ബ്രാഹ്മണരായിരുന്നില്ല. മറിച്ച് പറയർ തുടങ്ങിയ താഴ്ന്ന ജാതിക്കാരായിരുന്നു. അവർക്കിടയിലെ മാതൃദേവതാ ആരാധന ഇന്നും നിലനിൽക്കുന്നുണ്ട്. അനാര്യ ജനവിഭാഗങ്ങൾക്കിടയിൽ മാതൃദേവതാസങ്കൽപ്പത്തിന് വലിയ സ്വാധീനമുണ്ടായിരുന്നു. എന്നാൽ ആര്യന്മാർക്കിടയിൽ ഇതിന് വലിയ സ്വാധീനമുണ്ടായിരുന്നില്ല. ഇന്ദ്രൻ, വരുണൻ, സൂര്യൻ, തുടങ്ങിയ പുരുഷദൈവങ്ങളെയാണ് ആര്യന്മാർ മുഖ്യമായും ആരാധിച്ചിരുന്നത്. എന്നാൽ മധ്യകാലഘട്ടത്തോടുകൂടി വർണവ്യവസ്ഥയിലധിഷ്ഠിതമായ വിശ്വാസങ്ങളും കുലഗോത്രസമൂഹങ്ങളുടെ അമ്മദേവതാസങ്കൽപ്പവും പരസ്പരം കൂടിച്ചേരാൻ തുടങ്ങി. മധ്യകാലഘട്ടത്തിലാണ് ഈ കൂടിച്ചേരൽ പ്രക്രിയ ശക്തിപ്പെട്ടത്. അങ്ങനെ പ്രാചീന ഗോത്രസമൂഹങ്ങൾ ഹിന്ദുമതത്തിന്റെ ഭാഗമായി മാറാൻ തുടങ്ങി. അതോടുകൂടി അമ്മദൈവസങ്കൽപ്പങ്ങൾക്ക് ഉന്നതമായ പദവി ലഭിക്കാൻതുടങ്ങി.

മാതൃദായക കുടുംബസമ്പ്രദായത്തിന് പ്രാബല്യമുണ്ടായിരുന്ന സമൂഹങ്ങളിൽ അമ്മദൈവം ശൈവ ആരാധനയോടൊപ്പം ഉയർത്തപ്പെട്ടു. അതിന്റെ ഭാഗമായിട്ടാണ് തമിഴ്നാട്ടിലെ മധുരയിൽ ആരോരും ശ്രദ്ധിക്കാതിരുന്ന മീനാക്ഷി മാന്യമായ പദവിയിലേക്കുയർത്തപ്പെട്ടത്. ശൈവമതത്തിന്റെ ആവിർഭാവത്തിന് ശേഷമാണ് മീനാക്ഷിക്ക് മാന്യപദവി ലഭിക്കുന്നത്. കേരളത്തിലെ ഭഗവതിക്ഷേത്രങ്ങളും മൈസൂരിലെ ചാമുണ്ഡിക്ഷേത്രവും ബംഗാളിലെ കാളിക്ഷേത്രവും വളരെ പ്രശസ്തിയാർജിച്ച അമ്മദേവക്ഷേത്രങ്ങളാണ്. പതിനേഴും പതിനെട്ടും നൂറ്റാണ്ടുകളിൽ കേരളം ഭരിച്ചിരുന്ന രാജാക്കന്മാരുടെ കുലദേവതകൾ ഭഗവതിമാരായിരുന്നു.

R R Frazer തന്റെ *എൻസൈക്ക്ളോപീഡിയ ഓഫ് റിലിജിയൻ ആൻഡ് എത്തിക്സ്* എന്ന ഗ്രന്ഥത്തിൽ മാതൃദേവതകളും ശൈവക്ഷേത്രങ്ങളും തമ്മിലുള്ള ബന്ധത്തെ വളരെ വിശദമായി പഠനവിധേയമാക്കുന്നുണ്ട്. പ്രാചീന മാതൃദേവതാസങ്കൽപ്പം ഇന്നത്തെ ക്ഷേത്രസംസ്കാരങ്ങളിൽനിന്നും തികച്ചും ഭിന്നമായിരുന്നു. ആഭിചാരകർമങ്ങൾ അഥവാ ഭൂതപ്രേതാദികളെയും അലഞ്ഞുതിരിയുന്ന ആത്മാക്കളെയും പ്രീതിപ്പെടുത്താൻവേണ്ടി നടത്തുന്ന കർമങ്ങൾ പ്രാചീന അമ്മദേവതാ ആരാധനയുടെ ഭാഗമായിരുന്നു. ഇതിന്റെ ഭാഗമായി നരബലി, രക്തദാനം,

മന്ത്രവാദം എന്നിവയെല്ലാം നടന്നിരുന്നു. ഇത്തരം പ്രാകൃത ആചാരങ്ങളിലൂടെ ധാരാളം സ്വത്ത് സമ്പാദിക്കാൻ ഈ ക്ഷേത്രങ്ങൾക്ക് കഴിഞ്ഞു. കാലക്രമത്തിൽ ഇത്തരം ക്ഷേത്രങ്ങൾ നാടുവാഴികളുടെയും രാജാക്കന്മാരുടെയും ശ്രദ്ധാകേന്ദ്രങ്ങളായിത്തീർന്നു. അവർ ഇത്തരം ക്ഷേത്രങ്ങൾ പരിപോഷിപ്പിക്കുകയും ഏറ്റെടുക്കുകയും ചെയ്തു. പ്രതാപശാലികളായ രാജാക്കന്മാരും ബ്രാഹ്മണപുരോഹിതരും ഇക്കാര്യത്തിൽ ഒന്നിച്ചു. അവർ ഇത്തരത്തിലുള്ള പ്രാചീന ആരാധനാലയങ്ങൾ ഉന്നത ഹിന്ദുക്ഷേത്രങ്ങളാക്കി പുനർനിർമിച്ചു. ഇങ്ങനെ പുനർനിർമിക്കപ്പെട്ടപ്പോൾ ശിവൻ, വിഷ്ണു എന്നീ പുരുഷദൈവങ്ങളോടൊപ്പം അമ്മദേവതകളും ഉന്നതപദവിയിലേക്കുയർത്തപ്പെട്ടു. അക്കാലത്താണ് പുരുഷദൈവങ്ങളെയും അമ്മദൈവങ്ങളെയും പരസ്പരം ബന്ധപ്പെടുത്തിക്കൊണ്ടുള്ള പുരാണകഥകളും ഐതിഹ്യങ്ങളും മറ്റും രചിക്കപ്പെടുന്നത്.

മാതൃദൈവങ്ങൾക്കിടയിൽ കാരുണ്യം കൂടുതൽ കാട്ടുന്നവരും ക്രൂരത കൂടുതൽ കാട്ടുന്നവരും ഉണ്ടായിരുന്നു. പകർച്ചവ്യാധികളിൽ നിന്നും വരൾച്ചയിൽനിന്നും മറ്റും രക്ഷ ലഭിക്കാൻ ഉഗ്രരൂപിണികളായ ദേവതകളെ പ്രസാദിപ്പിക്കേണ്ടതുണ്ടായിരുന്നു. കേരളത്തിലെ കൊടുങ്ങല്ലൂർ ഭഗവതിയും തമിഴ്നാട്ടിലെ മാരിയമ്മയും വസൂരി രോഗം മാറ്റാൻ കഴിവുള്ള ദേവതമാരായിരുന്നുവത്രെ. ഈ ദേവതകളുടെ കോപങ്ങളാണ് ഇത്തരം വ്യാധികൾക്ക് കാരണമെന്ന് വിശ്വസിക്കപ്പെടുന്നു. ആന്ധ്രയിലെ മുത്തിയമ്മ ഇതുപോലുള്ള ഒരു ദേവതയായിരുന്നു. ബംഗാളിലെ കാളി തലയോടുകൊണ്ടുള്ള മാലയാണ് ധരിച്ചിരുന്നത്. രക്തദാനം, നരബലി, ഭൂതപ്രേതപിശാചുകളെ പ്രീതിപ്പെടുത്താനുള്ള കർമങ്ങൾ, മദ്യസേവ, മന്ത്രവാദം, തന്ത്രവിദ്യ, ജ്യോത്സ്യം എന്നിവയെല്ലാം ഇത്തരം അമ്മദൈവാരാധനയുടെ ഭാഗമായിരുന്നു.

അമ്മദേവതാ സങ്കൽപ്പവും ശൈവ ആരാധനയും പരസ്പരം ഇഴചേർന്നു നിൽക്കുന്നതാണെന്ന് പറഞ്ഞുവല്ലൊ. ഇന്ത്യയിലെ പ്രശസ്തരായ ആധ്യാത്മികവ്യക്തിത്വങ്ങളുടെ ജീവിതം ഇതിന് മികച്ച ദൃഷ്ടാന്തമാണ്. ശ്രീരാമകൃഷ്ണ പരമഹംസർ, ശ്രീനാരായണഗുരു, ചട്ടമ്പിസ്വാമികൾ, സ്വാമിവിവേകാനന്ദൻ തുടങ്ങി ഒട്ടേറെ സന്യാസിശ്രേഷ്ഠർ ഒരേ സമയം മാതൃദേവതയെയും ശിവനെയും ആരാധിച്ചിരുന്നവരായിരുന്നു. ശ്രീരാമകൃഷ്ണ പരമഹംസർ കടുത്ത കാളിഭക്തനായിരുന്നു. ശ്രീനാരായണഗുരുവിന്റെ ശാരദാദേവിയോടുള്ള ഭക്തി വളരെ പ്രസിദ്ധമാണല്ലോ. സ്വാമിവിവേകാനന്ദൻ മാതൃദേവതയെ വിശ്വചൈതന്യത്തിന്റെ അനശ്വര പ്രതിരൂപമായിട്ടാണ് കാണുന്നത്. തന്റെ വിപുലമായ ഇന്ത്യൻ സന്ദർശനങ്ങൾക്കിടയിൽ അദ്ദേഹം ഒട്ടേറെ ക്ഷേത്രങ്ങളും സന്ദർശിച്ചു. ഉത്തരേന്ത്യയിലെ കാളിക്ഷേത്രങ്ങളിൽ മാത്രമല്ല, ശൈവക്ഷേത്രങ്ങളിലും അദ്ദേഹം സന്ദർശനം നടത്തി.

അമർനാഥിനടുത്തുള്ള പഞ്ചതരണി എന്ന സ്ഥലത്ത് വിവേകാനന്ദനും സന്യാസിസംഘവും സന്ദർശനം നടത്തി. ഭൂമിയിൽനിന്നും പതി

നാലായിരത്തി അഞ്ഞൂറ് അടി ഉയരത്തിൽ കിടക്കുന്ന പ്രദേശമാണ് പഞ്ചതരണി. പഞ്ചതരണി എന്ന വാക്കിനർഥം അഞ്ച് അരുവികളെന്നാണ്. വളരെ തണുപ്പുള്ള പ്രദേശമായിരുന്നു അത്. അവിടെ വിവേകാനന്ദൻ സ്നാനം ചെയ്യുകയും ആരാധന നടത്തുകയും ചെയ്തു. അവിടെനിന്നു വീണ്ടും അമർനാഥ് ഗുഹാക്ഷേത്രത്തിലെത്തിയ സ്വാമി ശിവനെ ആരാധിച്ചു. അദ്ദേഹം കടുത്ത ഒരു ശിവഭക്തനായിരുന്നു എന്ന് സിസ്റ്റർ നിവേദിത ഓർമിക്കുന്നു. ഒരു കത്തീഡ്രൽപോലെ വിശാലമായിരുന്നു ആ ഗുഹാക്ഷേത്രം. വിവേകാനന്ദൻ തന്റെ ശരീരം മുഴുവൻ ശിവനെ അനുസ്മരിപ്പിക്കുമാറ് ഭസ്മം പൂശി. ശിവഭക്തിയിൽ മുഖം വെട്ടിത്തിളങ്ങി. ഒറ്റ വസ്ത്രംമാത്രം ധരിച്ച് ക്ഷേത്രത്തിൽ പ്രവേശിച്ചു. എന്നിട്ട് ശിവനെ വണങ്ങി. അപ്പോൾ നൂറുകണക്കിന് ഭക്തരുടെ കണ്ഠത്തിൽനിന്നും കീർത്തനാലാപനങ്ങൾ ഉയർന്നു. അതിന്റെ സ്വരം ക്ഷേത്രഭിത്തികളിൽ തട്ടി മാറ്റൊലികൊണ്ടു. ശിവലിംഗത്തിൽ അദ്ദേഹം പ്രണാമം അർപ്പിച്ചു.

അസാധാരണമായ വൈകാരികാവേശത്തിൽ സ്വാമി സ്വയം മറന്നു. അഗാധമായ യോഗാനുഭൂതി അദ്ദേഹത്തെ ആവേശിച്ചു. അതിനെക്കുറിച്ച് അദ്ദേഹം പറഞ്ഞത് ശിവൻ അദ്ദേഹത്തിന്റെ മുമ്പിൽ പ്രത്യക്ഷപ്പെട്ടു എന്നാണ്. അമർനാഥിന്റെ അനുഗ്രഹം തന്നിൽ ചൊരിയും വരെ താൻ മരണം പൂകുകയില്ലെന്ന് വിവേകാനന്ദൻ ശിഷ്യരോട് പറഞ്ഞിരുന്നു. ഒരിക്കൽ ശ്രീരാമകൃഷ്ണ പരമഹംസരും ഇതുമായി ബന്ധപ്പെട്ട് ഒരു പരാമർശം നടത്തിയിട്ടുണ്ട്. താൻ ആരാണെന്നും താൻ എന്താണെന്നും നരേന്ദ്രൻ തിരിച്ചറിയുമ്പോൾ അയാൾ തന്റെ ശരീരത്തിൽനിന്നും മുക്തനാവുമെന്നാണ് മുമ്പു പരമഹംസർ പറഞ്ഞത്. ശ്രീനാരായണഗുരുവിന് ശിവനോടുണ്ടായിരുന്ന ആരാധനയുമായി ഇതിനു സാമ്യമുണ്ട്. അരുവിപ്പുറത്ത് ശിവലിംഗപ്രതിഷ്ഠ നടത്തിയപ്പോൾ നാരായണഗുരുവിനുണ്ടായിരുന്ന അസാധാരണമായ ആധ്യാത്മിക അനുഭൂതിയോട് വിവേകാനന്ദന്റെ അനുഭവങ്ങളെ സാദൃശ്യപ്പെടുത്താവുന്നതാണ്.

ശക്തിപൂജ

പ്രാചീന ഗോത്രജനവിഭാഗങ്ങൾക്കിടയിൽ പ്രചാരത്തിലുണ്ടായിരുന്ന ശക്തിപൂജ വിവിധ ചരിത്രഘട്ടങ്ങളിൽ പല മാറ്റങ്ങൾക്കും വിധേയമായി. ആദ്യകാലത്ത് കാർഷിക സമൃദ്ധിക്കുവേണ്ടി നടത്തിയിരുന്ന പൂജയായിരുന്നു ഇത്. ഭൂമീദേവിയെ പ്രീതിപ്പെടുത്താൻവേണ്ടി നടത്തിയ ഉർവരതാപൂജകൾ എന്ന നിലയിലാണ് ഇതിന്റെ തുടക്കം. കാലക്രമത്തിൽ ശക്തിപൂജയ്ക്ക് തത്വചിന്താപരമായ മാനങ്ങൾ കൈവന്നു. മാതൃദേവതയെ പ്രപഞ്ചത്തിന്റെ തന്നെ മാതാവായ പരാശക്തിയായി ആരാധിക്കാൻ തുടങ്ങിയതോടെയാണ് ഈ മാറ്റം പൂർണമായത്. അതായത് ആദ്യകാലത്ത് ഭൂമീദേവതയെ പ്രീതിപ്പെടുത്തുന്ന ലളിതമായ ആരാധനയിൽനിന്ന് തുടങ്ങി അത് കൂടുതൽ ഉയർന്ന ആധ്യാത്മികതയിലേക്ക് വികസിച്ചു. ഗ്രാമീണജീവിതമാണ് ശക്തിപൂജയുടെ അടിത്തറ. നിർമ

ലവും ശാലീനവും ശുദ്ധവും ആയ ഗ്രാമങ്ങൾ പ്രകൃതിയുടെ അനുഗ്രഹങ്ങൾ വേണ്ടുവോളം ലഭിച്ചവയാണ്. ശാന്തവും മനോഹരവുമായ ഗ്രാമജീവിതവും അതിന്റെ സമൃദ്ധിയും പ്രാചീന ജനമനസുകളിൽ സൃഷ്ടിച്ച അനുഭൂതിയുടെ ആവിഷ്കാരമായിരുന്നു അമ്മദൈവങ്ങൾ. മധ്യകാലഘട്ടത്തിൽ അമ്മദേവതാ സങ്കൽപ്പം ശക്തിപൂജയായി വികസിച്ചെങ്കിലും കൊളോണിയൽ ഭരണത്തോടെ അതിൽ പല മാറ്റങ്ങളും സംഭവിച്ചു.

തന്ത്രവിദ്യയും മന്ത്രവാദവും ആവിർഭവിച്ചു. താന്ത്രികമതം എന്ന ഒരു മതംതന്നെ ബുദ്ധമതത്തിനുള്ളിൽ വികാസം പ്രാപിച്ചു. ശക്തിപൂജയുടെ ഭാഗമായിട്ടാണ് ഇതെല്ലാം ഉത്ഭവിച്ചത്. ശക്തി എന്ന പദത്തിന്റെ അർഥം ബലം, ഓജസ്സ് എന്നൊക്കെയാണ്. ബ്രഹ്മസാക്ഷാൽക്കാരത്തിനുള്ള മാർഗമാണ് ശക്തിപൂജ എന്നൊരു വിശ്വാസം ഉണ്ട്. എന്നാൽ മധ്യകാലഘട്ടത്തിൽ ഭോഗാസക്തിയുടെ ആഘോഷങ്ങളായി ഇത് മാറാൻ തുടങ്ങി. സംഘകാലത്ത് മാതൃദേവതയ്ക്ക് വളരെ പ്രാബല്യമുണ്ടായിരുന്നു. കൊറ്റവൈ എന്ന പേരിലറിയപ്പെട്ട മാതൃദേവതയാണ് സംഘകാലത്തെ ജനങ്ങൾ ആരാധിച്ചിരുന്നത്. അമരി, കുമരി, കവുരി, ചമരി, ചൂലി, നീലി, ചങ്കരി, കാളി എന്നൊക്കെ ഈ ദേവതയ്ക്ക് പേരുണ്ടായിരുന്നു.

സൈന്ധവ സംസ്കാരത്തിന്റെ സവിശേഷതകളിൽ പ്രധാനമായിരുന്നു അമ്മദൈവാരാധന. സൈന്ധവ നാഗരികതയുമായി ബന്ധപ്പെട്ട് സർ ജോൺമാർഷലിന്റെ നേതൃത്വത്തിൽ നടന്നിട്ടുള്ള പുരാവസ്തു ഖനനങ്ങളിൽനിന്നും അമ്മദേവിയുടെയും പുരുഷദൈവത്തിന്റെയും പ്രതിമകൾ കണ്ടെടുക്കപ്പെട്ടിട്ടുണ്ട്. പശുപതി അഥവാ പശുവിന്റെ നാഥൻ എന്ന പുരുഷപ്രതിമ ശിവന്റെ ആദിരൂപവുമായി വിലയിരുത്തപ്പെടുന്നു. മൂന്നു ശിരസ്സുള്ള പത്മാസനത്തിലിരിക്കുന്ന ഈ പുരുഷപ്രതിമ ശൈവാരാധനയുടെ ആദിരൂപമായി വ്യാഖ്യാനിക്കപ്പെടുന്നു. എങ്കിലും അമ്മദൈവാരാധനയ്ക്ക് കൂടുതൽ പ്രാധാന്യമുള്ളതായി ചരിത്രകാരന്മാർ വിലയിരുത്തുന്നു. അക്കാലത്ത് മാതൃദായക കുടുംബങ്ങൾക്ക് പ്രാധാന്യമുണ്ടായിരുന്നതുകൊണ്ടാണ് അമ്മ ദൈവാരാധനയ്ക്ക് പ്രചാരം സിദ്ധിച്ചതെന്നൊരഭിപ്രായമുണ്ട്.

മരുമക്കത്തായ സമ്പ്രദായം നിലവിലുണ്ടായിരുന്ന കേരളത്തിൽ അമ്മദേവതയ്ക്ക് കൂടുതൽ പ്രാധാന്യം ലഭിച്ചത് ശ്രദ്ധേയമാണ്. സൈന്ധവ സംസ്കാരത്തിന്റെ ഭാഗമായി നിലനിന്നിരുന്ന ലിംഗ-യോനി പൂജകൾ ശിവശക്തി ആരാധനയുടെ ആദിരൂപമായി കാണാവുന്നതാണ്. കുടുംബത്തിന്റെ ചൈതന്യസ്രോതസായ സ്ത്രീയും പ്രപഞ്ചത്തിന്റെ ചൈതന്യസ്രോതസായ ദേവിയും ഒന്നാണെന്ന വിശ്വാസമാണ് മാതൃദേവതാസങ്കൽപ്പത്തിന്റെ അടിത്തറ. ഇതനുസരിച്ച് സ്ത്രീയിൽ ദൈവികത ആരോപിക്കപ്പെടുന്നു. പുനരുൽപ്പാദനം, രതി, ക്ഷമ, കാരുണ്യം, സ്നേഹം, പ്രേമം എന്നിവയ്ക്കു പുറമെ പരിരക്ഷനൽകൽ അനുഗ്രഹാശിസുകൾ നൽകൽ എന്നിവയുടെയെല്ലാം അക്ഷയസ്രോതസായി അഥവാ ശക്തിസ്വരൂപിണിയായി സ്ത്രീയെ സങ്കൽപ്പിച്ചുപോരുന്നു. ഇതി

ഹാസ സ്ത്രീ കഥാപാത്രങ്ങളായ സീതാദേവി, ദ്രൗപദി, കണ്ണകി, തുടങ്ങിയവരെല്ലാംതന്നെ ഇന്ത്യയിലെ മാതൃദേവതാ സങ്കൽപ്പവുമായി ഇണങ്ങിച്ചേർന്നിരിക്കുന്നു. സ്ത്രീയുടെ ഏറ്റവും ഉയർന്ന സാക്ഷാൽക്കാരം എന്ന നിലയിലാണ് മാതൃത്വത്തെ പരിഗണിച്ചുപോരുന്നത്. അത് സൃഷ്ടിയുടെയും പരിരക്ഷയുടെയും മഹനീയ രൂപമായി ആരാധിക്കപ്പെട്ടുപോരുന്നു. സ്ത്രീയെന്ന പദത്തിന് ക്ഷേത്രം എന്നും ഭൂമി എന്നുമെല്ലാം അർഥം കൽപ്പിക്കപ്പെടുന്നു.

സാമൂഹിക വികാസത്തിന്റെ ആദ്യഘട്ടത്തിൽ ലോകത്തിലെല്ലായിടത്തും സ്ത്രീകൾക്ക് ഉയർന്ന സാമൂഹ്യപദവിയുണ്ടായിരുന്നു. നായാട്ട്, കൃഷി എന്നിവയിലെല്ലാം പുരുഷനോടൊപ്പംതന്നെ സ്ത്രീക്കും ഉയർന്ന പങ്കാളിത്തമുണ്ടായിരുന്നു. ലിംഗപരമായ വിവേചനവും മർദനങ്ങളും ചൂഷണങ്ങളും പ്രാചീന സമൂഹങ്ങളിൽ ഉണ്ടായിരുന്നില്ല. എന്നാൽ കാലക്രമത്തിൽ സ്വകാര്യസ്വത്ത് ആവിർഭവിച്ചതോടെ, ആ സ്വത്ത് പരിരക്ഷിക്കുന്നതിന്റെ ഭാഗമായി സ്ത്രീയെ കുടുംബത്തിൽ തളച്ചിടാൻ തുടങ്ങിയതോടെ സ്ത്രീയുടെ ഉന്നത പദവി തകരാൻ തുടങ്ങി. കുടുംബത്തിലും സമൂഹത്തിലും പുരുഷാധികാരം ശക്തിപ്പെടാൻ തുടങ്ങി. ആദികാലത്ത് ലോകത്ത് നിലനിന്നിരുന്ന സ്ത്രീയുടെ ഉന്നതപദവിയുടെയും അന്തസ്സിന്റെയും സ്വാധീനത്തിന്റെയും പ്രതീകമായി അമ്മദേവതാ സങ്കൽപ്പത്തെ കാണാവുന്നതാണ്. ഹാരപ്പൻ നാഗരികതയുടെ അവശിഷ്ടങ്ങളെന്ന നിലയിൽ ധാരാളം സ്ത്രീപ്രതിമകൾ കണ്ടെടുക്കപ്പെട്ടിട്ടുണ്ട്. പടിഞ്ഞാറൻ ഏഷ്യയിൽനിന്നും ഇത്തരത്തിലുള്ള രൂപങ്ങൾ കണ്ടെടുക്കപ്പെട്ടിരിക്കുന്നു. സ്ത്രീകൾക്ക് കാർഷിക സമൂഹത്തിൽ മുന്തിയ പരിഗണന ലഭിച്ചിരുന്നു. സ്ത്രീ വിത്ത് വിതച്ചാൽ കൂടുതൽ വിളവുകളുണ്ടാകുമെന്നുള്ള വിശ്വാസത്തിന്റെ അടിസ്ഥാനത്തിലാണ് ഇന്നും കാർഷികവൃത്തിയിൽ വിത്ത് വിതയ്ക്കലും ഞാറുനടീലും മറ്റും സ്ത്രീകൾ ചെയ്യുന്നത്. ഉർവരതാപൂജയുമായി ബന്ധപ്പെട്ട് ഉത്തരേന്ത്യയിലെ പല ഗോത്രവർഗക്കാർക്കിടയിലും ആർത്തവരക്തം കൃഷിഭൂമിയിൽ അർപ്പിക്കുന്ന പതിവുണ്ട്. ധാന്യങ്ങൾ ഉൽപ്പാദിപ്പിക്കുന്ന ഭൂമിയും കുഞ്ഞിനെ പ്രസവിക്കുന്ന അമ്മയും ഏതോ ഒരു അലൗകികശക്തിയുമായി ബന്ധപ്പെട്ടിരിക്കുന്നുവെന്ന വിശ്വാസമാണ് അമ്മദേവതാസങ്കൽപ്പത്തിന്റെ അടിസ്ഥാനം. അതുകൊണ്ടുതന്നെയാണ് ലൈംഗികമായ ആചാരങ്ങൾ ആരാധനയുടെ ഭാഗമായി വളർന്നുവന്നത്. ലൈംഗികതയെ പാപകർമമായിട്ടല്ല മറിച്ച് സൃഷ്ടിയുടെയും ചൈതന്യത്തിന്റെയും ഏറ്റവും ഉയർന്നതും ആഹ്ലാദകരവുമായ ആവിഷ്കാരമായിട്ടാണ് പരിഗണിക്കപ്പെട്ടുപോന്നത്. താന്ത്രികമതക്കാർക്കിടയിൽ ഈ സങ്കൽപ്പം പ്രബലമാണ്. ലൈംഗികതയെ അടിച്ചമർത്തുകയല്ല അതിലൂടെ ആഹ്ലാദവും മോക്ഷവും പ്രാപിക്കുക എന്നതാണ് താന്ത്രികമതത്തിന്റെ മൗലികതത്വം.

താന്ത്രികമതത്തിൽ മറ്റെല്ലാ മതങ്ങളിൽനിന്നും വ്യത്യസ്തമായി രതിയെ ഒരു നിഷേധാത്മക പ്രവണതയായോ അടിച്ചമർത്തേണ്ടതും

നിരോധിക്കേണ്ടതുമായ ഒരു വികാരമായോ കാണുന്നില്ല എന്നത് ശ്രദ്ധേയമാണ്. അതുമാത്രമല്ല രതിയെ വളരെ ദൈവികമായ ഒരു പ്രതിഭാസമായിട്ടാണ് താന്ത്രികർ കാണുന്നത്. അത് ആശയവാദപരമാണെങ്കിലും ലോകമതങ്ങളിൽവെച്ച് താന്ത്രികമതം പുരോഗമനപരമാകുന്നത് അത് ലൈംഗികതയെ അടിച്ചമർത്തേണ്ടുന്ന വികാരമായി കാണുന്നില്ല എന്നതുകൊണ്ടാണ്. മനുഷ്യന്റെ സർഗാത്മകമായ ശേഷിയായിട്ടാണ് അത് രതിയെ വിഭാവനം ചെയ്യുന്നത്. അനുഷ്ഠാനപ്രധാനമായിട്ടാണ് താന്ത്രിമതത്തിൽ ലൈംഗികത നിലകൊള്ളുന്നത്. ലൈംഗികബന്ധത്തെ ധ്യാനത്തിന്റെ പരകോടിയായി അത് സങ്കൽപ്പിക്കുന്നു. ഇന്ത്യയിലെ ബ്രാഹ്മണ്യവും ജാതിവ്യവസ്ഥയും ലൈംഗികതയെ സംബന്ധിച്ച് നിലനിർത്തിയ പ്രാകൃതസങ്കൽപ്പങ്ങളിൽനിന്നുമുള്ള ആരോഗ്യകരമായ വിച്ഛേദമായിരുന്നു താന്ത്രികസങ്കൽപ്പം. ബ്രാഹ്മണ്യമൂല്യങ്ങളോട് എതിരിട്ട ബുദ്ധന്റെ ചിന്തകളുടെ വിധ്വംസകതയാണ് ഇതിന് പ്രചോദനമായത്. എന്നാൽ പിൽക്കാലത്ത് താന്ത്രികമതത്തെയും ബ്രാഹ്മണ്യം ആഗിരണം ചെയ്ത് പുരുഷാധിഷ്ഠിതമായ ഒരു വ്യവസ്ഥയാക്കിമാറ്റിയെടുത്തു എന്നത് ഒരു വൈപരീത്യമാണ്.

സ്ത്രീയെ സംബന്ധിച്ച് ഉദാത്തമായ അഥവാ ആദർശാത്മകമായ ആശയങ്ങൾ ഹിന്ദുമതവുമായി ബന്ധപ്പെട്ട് ഉയർന്നുവന്നിട്ടുണ്ടെങ്കിലും പ്രയോഗത്തിൽ സ്ത്രീയുടെ സാമൂഹികവും വ്യക്തിപരവുമായ അന്തസ്സിനെ ഇടിച്ചുതാഴ്ത്തുന്ന രീതിയാണ് ഇന്ത്യയിൽനിലനിന്നുപോരുന്നത്. സ്ത്രീയെ പുരുഷന്റെ ആധിപത്യത്തിൻകീഴിൽ നിർത്തുക എന്ന ലക്ഷ്യം സാക്ഷാൽക്കരിക്കാൻവേണ്ടിയാണ് ഇന്ത്യയിൽ ഒട്ടേറെ നിയമങ്ങളും ആശയസംഹിതകളും രൂപംകൊണ്ടിട്ടുള്ളത്. ഇതിന്റെ ഏറ്റവും പ്രധാനപ്പെട്ട ഉദാഹരണമാണ് *മനുസ്മൃതി.* ആധുനിക ജനാധിപത്യസമൂഹത്തിന് ഒരിക്കലും ഉൾക്കൊള്ളാനാവാത്ത പഴഞ്ചൻ നിയമസംഹിതയാണിത്. ജീവിതകാലംമുഴുവൻ സ്ത്രീ പുരുഷന്റെ അടിമയായിരിക്കുക എന്ന പുരുഷതാൽപ്പര്യമാണ് *മനുസ്മൃതി*യിലൂടെ ഉറപ്പിക്കപ്പെട്ടത്. ബാല്യത്തിൽ പിതാവിന്റെയും യൗവനത്തിൽ ഭർത്താവിന്റെയും വാർധക്യത്തിൽ പുത്രന്റെയും കീഴിൽ കഴിയേണ്ടവളാണ് സ്ത്രീ എന്ന് *മനുസ്മൃതി* പറയുന്നു. അതായത് സ്വാതന്ത്ര്യമെന്നത് സ്ത്രീക്ക് ഒരിക്കലും വിധിച്ചിട്ടില്ല. സീതയുടെയും ശൂർപ്പണഖയുടെയും ദ്രൗപദിയുടെയും ശകുന്തളയുടെയും ഐതിഹാസിക ഉദാഹരണങ്ങൾ നാം ഓർക്കേണ്ടതാണ്.

പിതാ രക്ഷതി കൗമാരേ
ഭർത്താ രക്ഷതി യൗവനേ
രക്ഷന്തിസ്ഥവിരേ പുത്രാ
ന സ്ത്രീ സ്വാതന്ത്ര്യമർഹതി

എന്ന മനുവിന്റെ ശ്ലോകം യാഥാസ്ഥിതികന്മാർ വ്യാഖ്യാനിക്കുന്നത് മറ്റൊരു തരത്തിലാണ്. സ്ത്രീയെ പുരുഷൻ സംരക്ഷിക്കണം

എന്നാണത്രേ അതിന്റെ അർഥം. എന്നാൽ മനു അനുശാസിക്കുന്നത് ഭർത്താവിനെ ശുശ്രൂഷിക്കുക എന്നതാണ് സ്ത്രീയുടെ ധർമമെന്ന താണ്. ഭർത്താവ് പരസ്ത്രീഗമനം നടത്തുന്നവനും അഥവാ മറ്റു സ്ത്രീകളുടെ പാതിവ്രത്യത്തെ നശിപ്പിക്കുന്നവനുമാണെങ്കിലും പതി വ്രതയായ ഭാര്യ ഭർത്താവിനെ ദൈവതുല്യം ശുശ്രൂഷിക്കണമെന്നാണ് മനു പറയുന്നത്. ഭർത്താവ് ജീവിച്ചിരിപ്പില്ലെങ്കിലും ഭാര്യ അതുതന്നെ ചെയ്യണം. ആജീവനാന്തം വിധവയായി കഴിയണം. മറ്റൊരു പുരു ഷന്റെ മുഖത്തുപോലും നോക്കരുത്. അന്ത്യംവരെ കുലസ്ത്രീയായി ജീവിക്കണം. വിധവകൾക്ക് വിവാഹം നിഷിദ്ധമാണ്. ഇത്തരത്തിൽ സ്ത്രീകളെ ലൈംഗികമായി അടിമകളാക്കുന്ന വ്യവസ്ഥയ്ക്കുള്ള താത്വിക ന്യായീകരണങ്ങളാണ് *മനുസ്മൃതി* നിരത്തുന്നത്. *മനുസ്മൃ തി*യെപ്പോലെതന്നെ *ശങ്കരസ്മൃതി*യും സ്ത്രീകളെ ലൈംഗികാടിമത്ത ത്തിൽ തളച്ചിടാൻവേണ്ടി രചിക്കപ്പെട്ടതാണ്. ഭർത്താവിന്റെ എച്ചിലില യിൽ മാത്രമേ പത്നി ആഹാരംകഴിക്കാവൂ എന്നാണ് *ശങ്കരസ്മൃതി* പറയുന്നത്. ഭർത്താവിന്റെ മറ്റു പത്നിമാരെ ഭർത്താവിനെയെന്നപോ ലെതന്നെ ശുശ്രൂഷിക്കണം. *ശാകുന്തള*ത്തിൽ ദുഷ്യന്തനെ പ്രണയിച്ച ശകുന്തളയ്ക്ക് ലഭിച്ച ഉപദേശമായിരുന്നു അത്. സ്ത്രീകൾ പുറത്ത് സഞ്ചരിക്കരുത്. കലയും സാഹിത്യവും സംഗീതവും ആസ്വദിക്കരുത്. ഇത്തരത്തിൽ സ്ത്രീകളെ അപമാനവീകരിക്കുന്ന നിയമങ്ങളാണ് പ്രാചീന ഇന്ത്യയിൽ രൂപംകൊണ്ടത്.

*അറേബ്യൻ കാമസൂത്ര*വും പ്രാചീന റോമൻകവിയായ ഓവി ഡിന്റെ മൂന്നുഭാഗങ്ങളായി രചിക്കപ്പെട്ട *അർസ് അമർടോറിയ* (*ആർട്ട് ഓഫ് ലൗ*)യും പ്ലേറ്റോയുടെ *സിമ്പോസിയവും* സ്ത്രീകളെക്കുറിച്ചും സ്ത്രീശരീരത്തെക്കുറിച്ചുമുള്ള അധിനിവേശ ധാരണകളാണ് പങ്കുവെ ക്കുന്നത്. അതനുസരിച്ച് രതിയെന്ന വികാരം ഒരു ജൈവശാസ്ത്ര പ്രതിഭാസമാണ്. ആധുനികശാസ്ത്രവും ഈ അഭിനിവേശ ധാരണ കൾ പങ്കുവെക്കുന്നുണ്ട്. ഹോർമോണുകളുടെയും ജീനുകളുടെയും ജൈവശാസ്ത്രപരമായ വ്യതിയാനങ്ങളുടെയും അടിസ്ഥാനത്തിലാണ വർ സെക്ഷ്വാലിറ്റിയെ നിർവചിക്കുന്നത്. എന്നാൽ ലൈംഗികത എന്നു പറയുന്നത് ഒരു ജൈവശാസ്ത്രപ്രതിഭാസം എന്നതിലുപരി സാമൂഹി കവും രാഷ്ട്രീയവുമായ ഒരു പ്രതിഭാസമാണെന്ന് ഡെല്യൂസിനെപ്പോ ലുള്ള ചിന്തകന്മാർ നിരീക്ഷിക്കുന്നു.

പരമ്പരാഗത ലൈംഗികധാരണയനുസരിച്ച് ലൈംഗികവികാര ങ്ങൾ സ്ത്രീപുരുഷന്മാരിൽ കേവലമായി ഉയർന്നുവരുന്നു. അതിന്റെ ഭാഗമായിട്ടാണ് ആളുകൾ ലൈംഗികബന്ധത്തിലേർപ്പെടുന്നത്. എന്നാൽ സാമൂഹികമായ അഭിലാഷം ആണ് രതി എന്നത്. വൈകാരി കമായ സമവായത്തിന്റെയും സുരക്ഷിതത്വത്തിന്റെയും ആനന്ദ ത്തിന്റെയും മാനസികതലത്തിൽ സൃഷ്ടിക്കപ്പെടുന്ന വ്യക്തികളുടെ സവിശേഷബന്ധമാണത്. കാളിദാസനെപ്പോലുള്ള കവികൾ ചില

പ്രത്യേകമാസങ്ങളിൽ ലൈംഗികവികാരം സ്ത്രീകളിൽ ഉണരുന്നുവെന്നും പറയുന്നു. അതനുസരിച്ച് സ്ത്രീകൾ തങ്ങളുടെ കാമുകന്മാരെ സ്വപ്നംകാണുന്നു. കാളിദാസൻ തന്റെ *ഋതുസംഹാരം* എന്ന കൃതിയിലാണ് ഇത് വിവരിക്കുന്നത്. പ്രകൃതിയിലുണ്ടാകുന്ന മാറ്റങ്ങൾ മനുഷ്യരുടെ മനസിലും ശരീരത്തിലും കാര്യമായ മാറ്റങ്ങൾ സൃഷ്ടിക്കുമെന്നത് യാഥാർഥ്യമാണ്. എന്നാൽ ലൈംഗികത എന്നത് സാമൂഹികവും സാംസ്കാരികവും രാഷ്ട്രീയവുമായ ഒരു പ്രതിഭാസമാണ്. പരമ്പരാഗതലൈംഗികശാസ്ത്ര ഗ്രന്ഥങ്ങൾ ചരിത്രനിരപേക്ഷമായിട്ടാണ് ലൈംഗികതയെ വിശകലനം ചെയ്തത് എന്ന് നാം കാണുന്നു.

കുട്ടിക്കാലത്ത് അമ്മയുമായി സുദൃഢമായ പ്രണയബന്ധം ആൺകുട്ടികൾ എങ്ങനെയാണ് സ്ഥാപിക്കുന്നത് എന്ന് ഫ്രോയിഡ് ഈഡിപ്പസ് കോംപ്ലക്സിനെ വിശദീകരിക്കുന്ന ഘട്ടത്തിൽ പറയുന്നുണ്ട്. ഫ്രോയിഡിന്റെ നിഗമനങ്ങൾ സാമൂഹികവും മറ്റു ബൗദ്ധികവുമായ ഘടകങ്ങളെ തീരെ പരിഗണിക്കുന്നില്ല. കുട്ടികളുടെ ലൈംഗികതയെ ഒരുപാട് ഘടകങ്ങൾ നിർണയിക്കുന്നുണ്ട്. ആഹാരം, കാലാവസ്ഥ, ആരോഗ്യം, കുടുംബപശ്ചാത്തലം, സാമൂഹികപദവി, അംഗീകാരം, സാമൂഹികബന്ധം, രാഷ്ട്രീയപശ്ചാത്തലം ഇതിന്റെയെല്ലാം തലത്തിലാണ് കുട്ടികളുടെ എന്നല്ല മുതിർന്നവരുടെയും ലൈംഗികത രൂപംകൊള്ളുന്നത്. ജൈവപരമായ ഉത്തേജനങ്ങളെയാണ് ഫ്രോയിഡ് രതി എന്നുവിളിക്കുന്നത്. ഇത് തീർത്തും സംശയാസ്പദമായ ഒരു വിഷയമാണ്. ഉദാഹരണത്തിന് ചില ശരീരഭാഗങ്ങളിൽ സ്പർശിക്കുമ്പോൾ മുതിർന്നവർക്കുപോലും ഇക്കിളിയുണ്ടാവുന്നു. ഇത്തരം ഇക്കിളികളെ ഫ്രോയിഡ് ലൈംഗിക ഉത്തേജനമായി വിശദീകരിക്കുന്നുണ്ട്. വിരൽ നുണയുന്നതിനെപ്പോലും ലൈംഗികതയായിട്ടാണ് ഫ്രോയിഡ് വിശദീകരിക്കുന്നത്.

വിരൽനുണയുന്നതിനെ ലൈംഗികതയുടെ പ്രകടനമായി ഫ്രോയിഡ് വിശദീകരിക്കുമ്പോൾ അതദ്ദേഹത്തെ സ്വയംഭോഗത്തെസംബന്ധിച്ച ഒരു നിഗമനത്തിലെത്തിക്കുന്നു. അതായത് വിരൽനുണയലാണ് സ്വയംഭോഗശീലം വളർത്തുന്നത് എന്ന നിഗമനം. ഇങ്ങനെ ലൈംഗികതയെ സംബന്ധിച്ച വളരെ ലളിതവൽക്കൃതമായ കാഴ്ചപ്പാടുകളാണ്. മുല നുണഞ്ഞതിനുശേഷം അതിന്റെ ആഹ്ലാദത്തിൽ മന്ദഹാസത്തോടെ ഉറങ്ങുന്ന കുഞ്ഞിനെ ലൈംഗികവേഴ്ചയെത്തുടർന്ന് ശയിക്കുന്ന മുതിർന്നവരുമായി ഫ്രോയിഡ് താരതമ്യം ചെയ്യുന്നു. സ്വന്തം ശരീരത്തെ ഉപയോഗിച്ചുകൊണ്ട് ലൈംഗികാഹ്ലാദം അനുഭവിക്കുകയാണ് കുഞ്ഞ് ചെയ്യുന്നത് എന്നാണ് ഫ്രോയിഡ് പറയുന്നത്. മാത്രമല്ല, ഇത്തരം കുഞ്ഞുങ്ങൾ അമിത മദ്യപാനത്തിലും പുകവലിയിലും താൽപ്പര്യം കാണിക്കുന്നുവെന്നും അദ്ദേഹം പറയുന്നു. അദ്ദേഹത്തിന്റെ ഇത്തരം നിരീക്ഷണങ്ങൾക്ക് സാർവലൗകിക പ്രസക്തിയുണ്ടെന്നാണ് പലമനഃശാസ്ത്രജ്ഞരും കരുതുന്നത്. സ്വന്തം ശരീരത്തെ സ്പർശി

ക്കുന്നതുകൊണ്ടുള്ള ആനന്ദമാണ് ലൈംഗികത എന്നത് തെറ്റായ ഒരു ചിന്തയാണ്. കാരണം കായികാഭ്യാസികളും സ്പോർട്സ് താരങ്ങളും തങ്ങളുടെ ശരീരത്തിന്റെ സൗകുമാര്യവും ഓജസ്സും നിരന്തരം ആസ്വദിക്കുന്നു. ഇത് ലൈംഗികപരമായ ഒരു ആനന്ദമല്ല. സന്യാസിമാർപോലും തങ്ങളുടെ ശരീരമുപയോഗിച്ചുകൊണ്ടാണ് ധ്യാനാത്മകമായ ആനന്ദം അനുഭവിക്കുന്നത്. ആത്മീയവാദികൾ ഇതിനെയും ലൈംഗികാഹ്ലാദമായി വിശകലനം ചെയ്യുന്നത്, അതിന്റെ സവിശേഷ അർഥത്തിൽ അത് ശരിയായിരിക്കാം. കാരണം ശരീരഭാഗങ്ങൾ കൊണ്ടുണ്ടാകുന്ന ആനന്ദം ഒരാളുടെ സെക്ഷ്വൽ എനർജിയുടെ ബഹിസ്ഫുരണം തന്നെയാണ്.

എന്നാൽ ഇതല്ല ലൈംഗികമായ ആനന്ദം എന്നുപറയുന്നു. അത് ചുരുങ്ങിയത് രണ്ട് വ്യക്തികൾ തമ്മിലുള്ള സാമൂഹ്യബന്ധത്തിൽനിന്നുണ്ടാകുന്ന ആനന്ദം ആത്മരതിയിൽപ്പോലും മറ്റൊരാളെ വിഭാവനം ചെയ്യാതെ ആനന്ദം സാധ്യമാവുകയില്ല. അതായത് ഉടലിന്റെ അതിർത്തികൾക്കപ്പുറത്തുനിന്ന് മറ്റൊരാളുടെ ശരീരത്തിലേക്കും അയാളുടെ ഭിന്നലോകങ്ങളിലേക്കുമുള്ള സഞ്ചാരമാണ് ലൈംഗികത. ഒരു വ്യക്തി മറ്റൊരു വ്യക്തിയുടെ ലോകത്തിലേക്ക് സഞ്ചരിക്കുക എന്നാൽ സാമൂഹികബന്ധം സ്ഥാപിക്കുക എന്നാണർഥം. ഇത്തരം സാമൂഹികബന്ധം സ്ഥാപിക്കാനുള്ള സാധ്യതകൾ ഒരാൾക്ക് ഇല്ലാതാവുമ്പോൾ അയാളിലെ ലൈംഗികത മുരടിക്കുന്നു. അല്ലെങ്കിൽ ലൈംഗികത ഉത്തേജിപ്പിക്കപ്പെടുന്നില്ല. ഫ്രോയിഡ് ലൈംഗികബന്ധത്തെ ശരീരങ്ങൾ തമ്മിലുള്ള ബന്ധമായിട്ടാണ് കാണുന്നത്. കേവലാർഥത്തിൽ ഇത് ശരിയാണ്. എന്നാൽ ശരീരത്തിന്റെ പരോക്ഷസഞ്ചാരങ്ങളെ ഫ്രോയിഡ് പരിഗണിക്കുന്നില്ല.

ഒരു വ്യക്തിയിൽ ലൈംഗികബോധം അല്ലെങ്കിൽ ലൈംഗികവികാരമുണ്ടാകുന്നത് ആ വ്യക്തി സമൂഹത്തിന്റെ ലോകത്തിലേക്ക് പ്രവേശിക്കുമ്പോഴാണ്. വൈകാരികമായ അടുപ്പം സ്ഥാപിക്കാൻ ഒരാൾ ശ്രമിക്കുമ്പോഴാണ് ലൈംഗിക ഉത്തേജനമുണ്ടാകുന്നത്. വൈകാരിക അടുപ്പം എന്നുപറയുന്നത് മാനുഷികമായ ബന്ധമാണ്. സ്നേഹത്തിന്റെയും പരസ്പരം മനസിലാക്കലിന്റെയും ആശയവിനിമയത്തിന്റെയും ലോകത്തിലൂടെ സഞ്ചരിക്കപ്പെടുന്നതിലൂടെ ഉണ്ടാകുന്ന സവിശേഷവും തീവ്രവുമായ വൈകാരികതയെയാണ് ലൈംഗികത എന്നുപറയുന്നത്. എന്നാൽ പരമ്പരാഗത മനഃശാസ്ത്രചിന്തകൾ നേരെമറിച്ചാണ് കാണുന്നത്. ഉത്തേജിതമായ വികാരത്തെ അഥവാ ലൈംഗികവികാരത്തെ അവർ മുൻകൂട്ടിക്കാണുന്നു. ആധുനിക മനഃശാസ്ത്രം ലൈംഗികത ഉത്തേജിപ്പിക്കാൻവേണ്ടി മരുന്നുകൾ നൽകുന്നു. എന്നാൽ ലൈംഗിക ഉത്തേജനത്തിന്റെ യഥാർഥമരുന്ന് സാമൂഹികരാഷ്ട്രീയസാഹചര്യങ്ങളാണ്. ലൈംഗികവിലക്കുകളും ലൈംഗിക അടിമത്തവും നിലനിൽക്കുന്ന ഒരു സാഹചര്യത്തിൽ ഒരാളുടെ

ലൈംഗികത ഉത്തേജിതമാവുന്നില്ല. അല്ലെങ്കിൽ ഉത്തേജനത്തിന് പ്രശ്നങ്ങൾ സൃഷ്ടിക്കപ്പെടുന്നു.

ആധുനിക മനഃശാസ്ത്രമാവട്ടെ, ഈ സാമൂഹ്യസാഹചര്യങ്ങളെ പരിഗണിക്കുന്നുമില്ല. വംശീയവും സാമൂഹികവുമായ പ്രതിബന്ധങ്ങൾ പരിഗണിക്കാതെ ലൈംഗികതയെ വിശകലനം ചെയ്യാൻ കഴിയില്ല. ജാതീയവും വർണപരവുമായ അടിച്ചമർത്തലുകൾ നിലനിൽക്കുന്ന ഒരു സമൂഹത്തിൽ അത്തരം അടിച്ചമർത്തലുകൾ അനുഭവിക്കുന്ന സ്ത്രീകളുടെ ലൈംഗികതയും അത്തരം അടിച്ചമർത്തലുകളില്ലാത്ത സ്ത്രീകളുടെ ലൈംഗികതയും വ്യത്യസ്തമായിരിക്കും. ചരിത്രപരമായ സാഹചര്യങ്ങൾ സമൂഹത്തിന്റെ ലൈംഗികതയെ സ്വാധീനിക്കുന്നു. ആധുനിക മനഃശാസ്ത്രം കരുതുന്നത് സ്ത്രീകളുടെ ശരീരത്തിന് ഒട്ടേറെ കുറവുകളും പരിമിതികളുമുള്ളതുകൊണ്ടാണ് ലൈംഗികമുരടിപ്പും വന്ധ്യതയുംമറ്റും ഉണ്ടാകുന്നത് എന്നാണ്. എന്നാൽ കുടുംബസാഹചര്യങ്ങളും എല്ലാറ്റിനുമുപരി ലൈംഗികവിലക്കുകളും നിരോധനങ്ങളുമാണ് സ്ത്രീകളുടെ ലൈംഗികതയെ നിർണായകമായി ബാധിക്കുന്നത്. ജൈവപരമായ പ്രചോദനങ്ങളിൽനിന്നല്ല മറിച്ച് സാമൂഹ്യമായ പ്രചോദനങ്ങളിൽനിന്നാണ് രതി ഉണരുന്നത്. മറ്റൊരാളുടെ ലോകത്തിലേക്കുള്ള സഞ്ചാരം നിഷേധിക്കപ്പെടുമ്പോൾ ലൈംഗികത അസാധ്യമാവുന്നു.

ഫ്രോയിഡിനെ സംബന്ധിച്ചിടത്തോളം വ്യക്തികളുടെ അബോധത്തിൽനിന്നാണ് ലൈംഗികത ഉണ്ടാകുന്നത്. എന്നാൽ അബോധം എന്നത് ഒരു ബാഹ്യസൃഷ്ടിയാണെന്ന് ഫ്രോയിഡ് കാണുന്നില്ല. ഫ്രോയിഡിനെ സംബന്ധിച്ചിടത്തോളം ഒരു വ്യക്തി ജനിക്കുമ്പോൾതന്നെ അയാളുടെ അബോധം രൂപംകൊള്ളുന്നു. പിന്നീടുള്ളതെല്ലാം രൂപപ്പെടലുകളാണ്. രതിചോദനയെ സാമൂഹ്യപ്രതിഭാസമായി ഫ്രോയിഡ് കാണുന്നില്ല. എന്നാൽ മാനസിക പ്രതിഭാസമായി കാണുന്നു. മനസിനെ ഒരു സാമൂഹികനിർമിതിയായി കാണാനുള്ള കഴിവില്ലായ്മയാണ് ഫ്രോയിഡിനെ ഇത്തരമൊരു നിഗമനത്തിലേക്ക് നയിച്ചത്.

മനസ്സ് എന്ന ബാഹ്യനിർമിതി

സംഘാത്മകമനസിന്റെ സഞ്ചാരപഥത്തിലാണ് ഓരോ വ്യക്തിയുടെയും മനസ്സ് പ്രവർത്തിക്കുന്നത്. ഒരു പെൺകുട്ടിയുടെ മനസ്സ് രൂപംകൊള്ളുന്നത് അവളുൾപ്പെടുന്ന സമൂഹത്തിന്റെ രാഷ്ട്രീയവ്യവസ്ഥയ്ക്കുള്ളിലാണ്. രോഗികളുടെ മനസിനെ വിശകലനം ചെയ്തുകൊണ്ടാണ് ഫ്രോയിഡ് തന്റെ നിഗമനങ്ങളിലെത്തിയത്. അതുകൊണ്ടുതന്നെ സമൂഹത്തിലെ ഭൂരിപക്ഷംവരുന്ന മനുഷ്യരുടെ ലൈംഗികത എങ്ങനെ രൂപംകൊള്ളുന്നുവെന്ന് അദ്ദേഹത്തിന് മനസിലാക്കാൻ കഴിഞ്ഞില്ല.

സാമൂഹികവും വംശീയവുമായ മർദനങ്ങൾ വ്യക്തികളുടെ ലൈംഗികതയെ എങ്ങനെ സ്വാധീനിക്കുന്നുവെന്ന് മനസിലാക്കുന്നതിലൂടെ

മാത്രമേ ഭിന്നലൈംഗികതയെ വിലയിരുത്താൻ കഴിയുകയുള്ളൂ. എന്നാൽ പരമ്പരാഗത ലൈംഗികസങ്കൽപ്പങ്ങൾ പുരുഷന്റെ അധികാരകേന്ദ്രങ്ങളെ പ്രശ്നവൽക്കരിക്കുന്നില്ല. മാത്രമല്ല പുരുഷന്റെ മുൻധാരണകളും ശാഠ്യങ്ങളും സ്ത്രീകളുടെ ലൈംഗികതയുടെമേൽ അടിച്ചേൽപ്പിക്കുന്നു. സ്ത്രീയെ കേവലമായ അവയവ സമുച്ചയമായി പരികൽപ്പനചെയ്യുന്നു. ഇതനുസരിച്ച് *കാമശാസ്ത്രം* ചെയ്തതുപോലെ സ്ത്രീകളെ വർഗീകരിക്കുന്നു. പുരുഷന്മാരെ മോഹിപ്പിക്കുന്നതിൽ സവിശേഷ കഴിവുമായിട്ടാണ് ഓരോ പെണ്ണും ജനിക്കുന്നത് എന്ന് *കാമശാസ്ത്രം* വിധിയെഴുതുന്നു. കണ്ണ്, മൂക്ക്, കവിൾ, കൈത്തലം, മാറ്, കാലുകൾ, അരക്കെട്ട് എന്നിവയുടെയെല്ലാം ആകൃതിക്കനുസരിച്ച് സ്ത്രീലൈംഗികതയെയും സ്ത്രീയെയും വർഗീകരിക്കുന്നു. അവയവങ്ങൾതന്നെ മാറ്റിവെക്കാൻ കഴിയുന്ന ആധുനികകാലത്ത് *കാമശാസ്ത്രം* ഒരു ചിരിപ്പിക്കുന്ന ഗ്രന്ഥമായി പരിണമിക്കുന്നു.

ഭിന്നലൈംഗികത എന്നാൽ ഭിന്നമായ മനസിന്റെ ബാഹ്യനിർമിതി അല്ലാതെ മറ്റൊന്നുമല്ല. സ്ത്രീയും പുരുഷനുമെന്ന ഏകകേന്ദ്രിത ലൈംഗിക മാതൃകയ്ക്ക് അപ്പുറം ഭിന്നലൈംഗികതയുടെ ഒരു ലോകമുണ്ട്. നേരത്തെ പറഞ്ഞിട്ടുള്ള മൂന്നാംഗണത്തിന്റെയും നാലാംഗണത്തിന്റെയും ലോകമാണത്. ഭിന്നലൈംഗികത എന്നതുകൊണ്ടുദ്ദേശിക്കുന്നത് ജീവശാസ്ത്രപരമായ ഭിന്നതകൾമാത്രമല്ല. മറിച്ച് വിഭിന്ന സാംസ്കാരിക അഥവാ രാഷ്ട്രീയ ലൈംഗികതകളാണ്. ലൈംഗികതയെ ഏകകേന്ദ്രിതമായി വർഗീകരിക്കുകയും നിർവചിക്കുകയും ചെയ്യുന്ന ലൈംഗികതയിൽനിന്ന് വ്യത്യസ്തമായ ലൈംഗികതയാണത്. മറ്റൊരർഥത്തിൽ പറഞ്ഞാൽ ലൈംഗികതയുടെ ജനാധിപത്യമാണത്. ഫ്രോയിഡ് ആത്മരതിയെയും പരപീഡാരതിയെയും കുറിച്ച് തന്റെ കൃതികളിൽ പരാമർശിക്കുന്നുണ്ട്. പരമ്പരാഗത മനഃശാസ്ത്രം സാഡിസത്തെ പുരുഷന്റെ സ്വഭാവമായും മസോപ്പിസത്തെ സ്ത്രീയുടെ സ്വഭാവമായും ചിത്രീകരിക്കുന്നു. സാഡിസമെന്നുപറഞ്ഞാൽ പരപീഡാരതിയാണ്. ഇതിനെ ഒരു മാനസിക പ്രതിഭാസമായിട്ടാണ് ഫ്രോയിഡും കാണുന്നത്. എന്താണ് യാഥാർഥ്യം?

പരപീഡാരതി അഥവാ സാഡിസം കേവലം മാനസികപ്രതിഭാസമാണോ?

സാഡിസം ഒരു രാഷ്ട്രീയപ്രതിഭാസമാണ്.

എന്തുകൊണ്ട്?

1937–ൽ ചൈനയിൽ ജപ്പാൻകാർ നടത്തിയ കിരാതമായ നാങ്കിങ് കൂട്ടക്കൊലയുമായി ബന്ധപ്പെട്ട സംഭവങ്ങളെക്കുറിച്ച് നമുക്ക് പരിശോധിച്ചുകൊണ്ട് തുടങ്ങാം. നാങ്കിങ് ബലാത്സംഗം റേപ്പ് ഓഫ് നാങ്കിങ് എന്ന പേരിലാണ് ഇത് പരക്കെ അറിയപ്പെടുന്നത്. മൂന്നുലക്ഷത്തിലധികം പേർ ഇവിടെ കൊല്ലപ്പെട്ടു എന്നാണ് കണക്ക്. കുട്ടികളടക്കം എൺപതിനായിരത്തിലധികം സ്ത്രീകൾ അവിടെ ബലാത്സംഗംചെയ്യപ്പെട്ടു. ബലാ

ത്സംഗംചെയ്യപ്പെട്ട സ്ത്രീകളുടെ യോനിയിൽ ബയണറ്റ് കുത്തിയിറക്കുകയായിരുന്നു. ജപ്പാൻപട്ടാളക്കാരാണ് ഈ ക്രൂരകൃത്യം ചെയ്തത്. സഹോദരന്മാരെക്കൊണ്ട് സഹോദരിമാരെയും പിതാക്കന്മാരെക്കൊണ്ട് പുത്രിമാരെയും മക്കളെക്കൊണ്ട് അമ്മമാരെയും ബലാത്സംഗം ചെയ്യിപ്പിച്ചു. *ദ റേപ്പ് ഓഫ് നാങ്കിങ്* എന്ന ഐറിസ് ചാങിന്റെ ഗ്രന്ഥത്തിലാണ് ഇതിന്റെ വിശദവിവരങ്ങളുള്ളത്. ലോകത്തിലെ ഏറ്റവും ഭീകരമായ ബലാത്സംഗങ്ങളിൽ ഒന്നാണ് ഇത്.

രണ്ടാംലോകമഹായുദ്ധകാലഘട്ടത്തിൽ 34140 സ്ത്രീകൾ ജർമനിയിൽ ലൈംഗികാടിമകളാക്കപ്പെട്ടിരുന്നു. ജർമൻസൈനികർ ഇവരെ വ്യത്യസ്ത സൈനികക്യാമ്പുകളിൽ പ്രത്യേകം പാർപ്പിച്ചിരുന്നു. അമേരിക്കയിലെ റെഡ് ഇന്ത്യൻസ്ത്രീകളെ ഇംഗ്ലീഷുകാർ ഭീകരമായി റേപ്പ് ചെയ്യുകയായിരുന്നു. ഇതുപോലെ ചരിത്രത്തിൽ ഒട്ടേറെ ക്രൂരമായ പരപീഡാരതിയുടെ ഉദാഹരണങ്ങൾ കാണാം. ജർമൻകാർ ചൈനീസ് സ്ത്രീകൾക്കുനേരെ നടത്തിയതും ജർമൻസൈനികർ നടത്തിയതുമായ ക്രൂരതകൾ വ്യക്തികളുടെ പരപീഡാരതിവാസനയെയാണ് പ്രതിഫലിപ്പിക്കുന്നത്. ചരിത്രസാമൂഹ്യസാഹചര്യങ്ങൾ വ്യക്തികളിൽ അടിച്ചേൽപ്പിക്കുന്ന രാഷ്ട്രീയപ്രയോഗമാണ് പരപീഡാരതി. സ്ത്രീ കീഴടക്കപ്പെടേണ്ടവളാണെന്നും പുരുഷൻ സ്ത്രീയെ കീഴടക്കുന്ന അല്ലെങ്കിൽ എല്ലാം കീഴടക്കുന്ന യോദ്ധാവാണെന്നുമുള്ള അടിച്ചേൽപ്പിക്കപ്പെട്ട അധിനിവേശ ധാരണയാണ് സാഡിസത്തിന്റെ അടിസ്ഥാനം. ഇന്ത്യൻപുരാണങ്ങളും മിത്തുകളും മതനിയമങ്ങളും മതാനുശാസനങ്ങളും പ്രത്യയശാസ്ത്രങ്ങളും സാഡിസത്തെ ഉറപ്പിക്കുന്നു. *മഹാഭാരത*ത്തിലെ ഭീഷ്മർ മുതലുള്ള യോദ്ധാക്കൾ സ്ത്രീകളെ തട്ടിക്കൊണ്ടുവന്ന് വിവാഹംകഴിപ്പിച്ചതും മറ്റും ഏവർക്കുമറിവുള്ളതാണല്ലോ. കീഴടക്കലിന്റെ തത്വശാസ്ത്രമാണ് സാഡിസം. കീഴടക്കുന്നവൻ, വീരപുരുഷനായി കീഴടക്കപ്പെടുന്നവൾ വീരവനിതയായി ആരാധിക്കപ്പെടുന്നു. കീഴടക്കുന്നത് ജീവിതധർമമായും കീഴടക്കപ്പെടുന്നത് ജീവിതസായൂജ്യമായും കരുതപ്പെടുന്നു. കീഴടക്കാത്തവൻ ദുർബലനും കീഴടക്കപ്പെടാത്തവൾ ദുർബലയുമായി കണക്കാക്കപ്പെടുന്നു.

ഒരു രാഷ്ട്രം മറ്റൊരു രാഷ്ട്രത്തിന്റെമേൽ ആധിപത്യം നേടുന്നതും ഒരു പുരുഷൻ സ്ത്രീയുടെമേൽ ആധിപത്യംനേടുന്നതും ഒരുപോലെയുള്ള പ്രക്രിയയായി വാഴ്ത്തപ്പെടുന്നു. സ്ത്രീയുടെ ശരീരത്തെ കോളനിയായും പുരുഷന്റെ ശരീരത്തെ കൊളോണിയൽ രാജ്യമായും ചിത്രീകരിക്കുന്ന പ്രവണത കൊളോണിയൽ കാലഘട്ടത്തിൽ ശക്തമായിരുന്നു. സ്ത്രീയുടെ ശരീരം ഒരു ഇരുണ്ടരാഷ്ട്രമായും പുരുഷന്റെ ശരീരം വെള്ളക്കാരന്റെ പിതൃഭൂമിയായും പരിഗണിക്കപ്പെട്ടുപോരുന്നു. അപരിഷ്കൃതമായ പെണ്ണുടലിൽ പരിഷ്കൃതനായ പുരുഷന്റെ ശരീരം സ്ഥാപിക്കുന്ന അധികാരമാണ് രാഷ്ട്രീയം അഥവാ കൊളോണിയൽ രാഷ്ട്രീയം. ഫ്യൂഡൽകാലഘട്ടത്തിൽ സ്ത്രീയുടെ ശരീരം ജന്മിമാരാൽ കീഴടക്കപ്പെ

ടേണ്ടതായി പരിഗണിക്കപ്പെട്ടുപോന്നു. കുറിയേടത്ത് താത്രിയും മറ്റും ഇതിന്റെ ദുരന്തസാക്ഷ്യങ്ങളാണ്. ജന്മിത്തമൂല്യങ്ങളാണ് കുറിയേടത്ത് താത്രിയെ ഇരയാക്കിയത്.

പ്രാചീന ഇന്ത്യയിൽ സ്ത്രീശരീരം കീഴടക്കപ്പെട്ടതിന്റെ ദുരന്തചിത്രങ്ങൾ വേറെയുമുണ്ട്. വംശീയ അഹന്തയും സവർണമൂല്യങ്ങളും ദേശീയവികാരവും ഒത്തുചേർന്ന പുരുഷാധിഷ്ഠിതമൂല്യങ്ങളാണ് സ്ത്രീശരീരത്തിന്റെ മേൽ ആധിപത്യം സ്ഥാപിക്കുന്നത്. ദേശീയ പതാകയുടെയും ദേശീയഗാനത്തിന്റെയും പശ്ചാത്തലത്തിലാണ് സൈനികർ സ്ത്രീകളെ ബലാത്സംഗം ചെയ്യുന്നത്. തങ്ങൾക്ക് അതിനുള്ള അധികാരമുണ്ട് എന്നവർ വിശ്വസിക്കുന്നു. ഈ വിശ്വാസത്തിന് അടിത്തറനൽകുന്നത് ദേശീയവികാരമാണ്. ദേശീയവികാരം സൈനികരെ അമിതമായ ആത്മവിശ്വാസത്തിലേക്ക് നയിക്കുന്നു. അതവർ ജനിച്ചപ്പോൾ കിട്ടിയ ആത്മവിശ്വാസമല്ല. ദേശീയഗാനത്തിന്റെ തീവ്രമായ അലകൾ മുതൽ ദേശചിഹ്നങ്ങൾവരെ സൈനികരിൽ ഒരു ലൈംഗികപ്രചോദനം സൃഷ്ടിക്കുന്നു. ദേശീയമൃഗങ്ങൾ ലൈംഗികചിഹ്നങ്ങളാണ്. കരുത്തിന്റെ, പുരുഷന്റെ കീഴടക്കൽശേഷിയുടെ ചിഹ്നങ്ങളായി അത് പ്രവർത്തിക്കുന്നു. ഇരകളുടെമേൽ ആധിപത്യംചെലുത്തുന്ന പുരുഷന്റെ ശക്തിയുടെ പ്രതീകമായി അത് മാറുന്നു. ദേശീയഗാനം ഉപയോഗിച്ചുകൊണ്ട് സിനിമാതിയേറ്ററുകളിൽപ്പോലും ആളുകളെ എഴുന്നേറ്റ് നിൽപ്പിക്കുന്നതുപോലെ ദേശീയവികാരം സൈനികരിൽ ലൈംഗികപ്രചോദനം നൽകുന്നു. എന്നാൽ സ്വാഭാവികലൈംഗികതയുടെ പ്രചോദനമല്ല അത്.

സ്വാഭാവികലൈംഗികത പൊതുവിൽ നിഷേധിക്കപ്പെടുന്നവരാണ് സൈനികർ. പലപ്പോഴും സ്വാഭാവികലൈംഗികത നിഷേധിക്കപ്പെടുന്നതുകൊണ്ട് വ്യത്യസ്ത ലൈംഗിക പരീക്ഷണങ്ങളിൽ മുഴുകേണ്ടിവരുന്ന സൈനികർ സ്ത്രീലൈംഗികതയിൽ താൽപ്പര്യംകാണിക്കുന്ന അപൂർവ സന്ദർഭമാണ് ബലാത്സംഗനിമിഷങ്ങൾ. സ്വഭാര്യമാരുമായും അവർ ലൈംഗികബന്ധം നിലനിർത്തുന്നത് ഭർത്താക്കന്മാരെന്ന നിലയിലാണ്. എന്നാൽ സ്ത്രീകളെ അവർ ബലാത്സംഗംചെയ്യുന്നത് സൈനികരെന്ന നിലയിലാണ്. അതിനവർക്ക് ശക്തിനൽക്കുന്നത് ദേശീയതയുടെ അടയാളങ്ങളാണ്. ദേശസ്നേഹികളായ യോദ്ധാക്കളെല്ലാം സ്ത്രീകളെ വെട്ടിപ്പിടിച്ചവരും കീഴടക്കിയവരുമാണ്.

രാമനും അർജുനനും മറ്റു യോദ്ധാക്കളും എല്ലാംതന്നെ സ്വന്തം കായികശക്തികൊണ്ടാണ് തങ്ങളുടെ ഭാര്യമാരെ വരിച്ചത്. ഏറ്റവും വലിയ യോദ്ധാക്കൾക്ക് മക്കളെ പിടിച്ചുകൊണ്ടുപോകാം എന്നാണ് പെൺകുട്ടികളുടെ അച്ഛന്മാർ പ്രാചീന ഇന്ത്യയിൽ പറഞ്ഞത്. മക്കൾ അവരെ ഇഷ്ടപ്പെടുന്നുണ്ടോ എന്നത് പ്രശ്നമല്ല. കീഴടക്കലിന്റെ തത്വശാസ്ത്രമാണത്. ഈ തത്വശാസ്ത്രം ഉപയോഗിച്ചുകൊണ്ടാണ് പാണ്ഡവർ പാഞ്ചാലിയെ കൗരവർക്ക് കാഴ്ചവെച്ചത്. അനേകായിരം സ്ത്രീകളെ വിധവകളാക്കിയ അശോകചക്രവർത്തിയുടെ അടയാളങ്ങൾ ദേശീയപ

താകയിലെ അടയാളങ്ങളാകുന്നത് അതുകൊണ്ടാണ്. ഓരോ യുദ്ധവും സ്ത്രീകളെ അനാഥരാക്കുന്നു. അവരെ വിധവകളാക്കുന്നു. അതുകൊണ്ടുതന്നെ ഏറ്റവും വലിയ യോദ്ധാക്കളെല്ലാം ഏറ്റവും വലിയ സ്ത്രീവിരുദ്ധരായിരുന്നുവെന്നത് ചരിത്രത്തിലെ നിഷേധിക്കാനാവാത്ത ഒരു യാഥാർഥ്യമാണ്. യുദ്ധത്തിന്റെ ഏറ്റവും വലിയ ഭീകരത അനുഭവിക്കുന്നത് സ്ത്രീകളാണ്.

ബലാത്സംഗവും യുദ്ധവും ഒരേ രാഷ്ട്രീയപ്രതിഭാസങ്ങളാകുന്നു. ലോകത്തിലേറ്റവും കൂടുതൽ ബലാത്സംഗങ്ങൾ നടത്തിയിട്ടുള്ളത് പട്ടാളക്കാരാണ് എന്നത് ഒരു തർക്കമറ്റ സംഗതിയാണ്. ഇത്തരത്തിൽ ബലാത്സംഗങ്ങൾക്ക് അവർക്ക് പ്രചോദനമേകുന്നത് ആയിരക്കണക്കിന് വർഷങ്ങളിലൂടെ പ്രസരിച്ചുകൊണ്ടിരിക്കുന്ന യോദ്ധാക്കളുടെ ഓർമകളാണ്, മുദ്രകളാണ്, ബിംബങ്ങളാണ്. പെണ്ണിനുമേൽ ആണ് നടത്തുന്ന കേവലരാഷ്ട്രീയാധികാരമല്ല ബലാത്സംഗം. മറിച്ച് തന്റെ രാഷ്ട്രീയാധികാരം എങ്ങനെയെല്ലാം തനിക്ക് വിനിയോഗിക്കാം എന്ന് ആളിന് നൽകുന്ന സ്വാതന്ത്ര്യമാണ്. അതനുസരിച്ച് കൊല നടത്താം. പീഡനം നടത്താം. ബലാത്സംഗം നടത്താം. അടിമയാക്കാം. ഈ ഓരോ പ്രവൃത്തിക്കും ദേശീയമായ നീതീകരണമുണ്ട്. ചരിത്രപരമായ സാധൂകരണമുണ്ട്. സാമൂഹ്യമായ പദവിബലമുണ്ട്. അധികാരശേഷിയുണ്ട്. നിയമപരിരക്ഷയുണ്ട്. കൊലയ്ക്ക് ശ്രീകൃഷ്ണൻ നീതീകരണം നൽകുമെങ്കിൽ ബലാത്സംഗത്തിന് ഭീഷ്മർ പ്രചോദനം നൽകും. സുയോധനൻ പ്രചോദനം നൽകും. അർജുനൻ പ്രചോദനം നൽകും. ആക്രമണത്തിന് രാമൻ പ്രചോദനം നൽകും. നൂറ്റാണ്ടുകളിലൂടെ സംക്രമിക്കപ്പെടുന്ന സവർണഅധികാരങ്ങൾ നീതീകരണം നൽകും.

*അർഥശാസ്ത്ര*വും *കാമശാസ്ത്ര*വും *രാമായണ*വും *മഹാഭാരത*വും നീതീകരണം നൽകും. കീഴടക്കലിന്റെ പ്രത്യയശാസ്ത്രമാണ് ബലാത്സംഗത്തിന് പ്രചോദനമാകുന്നത്. അത് കേവലം ലൈംഗികസംതൃപ്തിക്കുവേണ്ടി നടത്തുന്നതല്ല. മറിച്ച് ഒരധികാരപ്രയോഗത്തിന്റെ തുടർച്ചയാണ്. വംശീയവിദ്വേഷത്തിന്റെ പ്രകാശനമാണ്. വിദ്യാഭ്യാസവും ചരിത്രവും ദേശീയഗാനവും ദേശീയപാരമ്പര്യവും സവർണമൂല്യങ്ങളും പുരുഷന് നൽകുന്ന പ്രചോദനങ്ങളുടെയും നീതീകരണങ്ങളുടെയും നിർമിതികളാണ് ബലാത്സംഗങ്ങൾ. സ്ത്രീക്കുമേൽ നടത്തുന്ന എല്ലാ അതിക്രമണങ്ങളും *കാമശാസ്ത്ര*ത്തിന്റെയും *അർഥശാസ്ത്ര*ത്തിന്റെയും മാത്രമല്ല ഇതിഹാസങ്ങളുടെയും താളുകളുടെയും പ്രേരണ അതിനുണ്ട്. സ്വന്തം മാതാവിന്റെ ശിരസ്സറുത്ത പരശുരാമന്റെ മഴുവിന്റെ മൂർച്ചയെക്കാൾ ശക്തിയുണ്ട് ഈ പ്രാമാണികഗ്രന്ഥങ്ങളുടെ പ്രേരണകൾക്ക്.

മനസ്സ് ഒരു ബാഹ്യനിർമിതിയാണ് എന്ന ആശയവും ബലാത്സംഗം ഒരധികാരപ്രയോഗമാണ് എന്ന സങ്കൽപ്പവും എങ്ങനെയാണ് യോജിച്ചുപോകുന്നത് എന്ന് നോക്കണം. മനസിനെ ഒരു പ്രഹേളികയായിട്ടാണ് സമൂഹം കരുതിപ്പോരുന്നത്. അതിനെ നിർവചിക്കാനുള്ള ആത്മീയവാ

ദികളുടെ ശ്രമങ്ങൾക്ക് നല്ല ജനസമ്മിതിയുമുണ്ട്. അതനുസരിച്ച് മനസ്സ് എന്നതൊരു അമൂർത്തപ്രതിഭാസമാണ്. ശരീരത്തിൽനിന്നും വേറിട്ടു നിൽക്കുന്നത്. ശരീരത്തിനെ നിയന്ത്രിക്കുന്നത്. ശരീരത്തിനുമേൽ ആധിപത്യം ചെലുത്തുന്നത്. ഫ്രോയിഡ് ഇതിനെ സൂപ്പർഈഗോ എന്നുവിളിക്കുന്നു. ഫ്രോയിഡ് മനുഷ്യമനസിനെ മൂന്നാക്കിത്തിരിച്ചു. ഇദ്, ഈഗോ, സൂപ്പർഈഗോ. അതായത് അബോധമനസ്സ്, ഉപബോധമനസ്സ്, ബോധമനസ്സ്. ഇത് ഒരു സാങ്കൽപ്പികവിഭജനംമാത്രമാണ്. മനസിനെക്കുറിച്ചുള്ള ആത്മീയവാദികളുടെ ആശയവാദപരമായ സങ്കൽപ്പങ്ങളും ഫ്രോയിഡിന്റെ വിഭജനവും സാദൃശ്യമുള്ളതാണ്. ഫ്രോയിഡിൽ ആധുനികതയുടേതായ എല്ലാ മുദ്രകളുമുണ്ടായിരുന്നു. ആത്മീയവാദികൾ മനസിനെ ശരീരത്തിനതീതമായ ഒരു യാഥാർഥ്യമായി കണക്കാക്കുന്നു. അവർ അതിനെ ആത്മാവിന്റെ ഭാഗമായി കാണുന്നു. അനശ്വരമായ ഒരു പ്രതിഭാസമായിട്ടാണ് അവർ ആത്മാവിനെ കാണുന്നത്.

ആശയവാദപരമായ സങ്കൽപ്പമനുസരിച്ച് മനസ്സ് എന്നത് വ്യക്തിയെ സംബന്ധിച്ചിടത്തോളം തയാറാക്കപ്പെട്ട ഒരു ആന്തരികപ്രതിഭാസമാണ്. എന്നുവെച്ചാൽ ഒരു വ്യക്തിയുടെ മനസ്സ് ആദ്യമേതന്നെ രൂപവൽക്കരിക്കപ്പെട്ടിരിക്കുന്നു. വ്യക്തികളുടെ മനസിനെ സ്വതന്ത്രയൂണിറ്റുകളായിട്ടാണ് അത് കാണുന്നത്. സാമൂഹ്യമനസിന്റെ അസ്തിത്വത്തെ അത് അംഗീകരിക്കുന്നില്ല. മനസിന് സാമൂഹികമായ ഒരു ചലനമണ്ഡലത്തിൽനിന്നുകൊണ്ടുമാത്രമേ പൊതുമാനദണ്ഡങ്ങൾ രൂപപ്പെടുത്താൻകഴിയുകയുള്ളൂ എന്ന യാഥാർഥ്യത്തെയാണ് ആത്മീയവാദികൾ നിഷേധിക്കുന്നത്. ഒരു സ്ത്രീയുടെ മനസ്സ് ആ സമൂഹത്തിലെ സ്ത്രീകൾ പൊതുവായി പങ്കുവയ്ക്കുന്ന ആശയങ്ങളുടെയും മൂല്യങ്ങളുടെയും അമ്പരപ്പുകളുടെയും ശീലങ്ങളുടെയും ആകാംക്ഷകളുടെയും ഭാഗമാണ് എന്ന യാഥാർഥ്യം കുട്ടികൾക്കുപോലുമറിയാം. അതുപോലെതന്നെ പുരുഷന്മാരുടെയും. പൊതുവായ മാനസികപ്രകൃതം അഥവാ സാമൂഹികവ്യക്തിമനസ്സ് ലൈംഗികവിഷയത്തിലാണ് ഏറ്റവും തീക്ഷ്ണമായി പ്രവർത്തിക്കുന്നത്.

പാഞ്ചാലിയെ ദുശ്ശാസനൻ ഓടിച്ചിട്ട് പിടിച്ച് മുടിവലിച്ച് കൗരവസഭയിലേക്ക് കൊണ്ടുവന്നു. അപ്പോൾ പാഞ്ചാലി ഒറ്റവസ്ത്രംമാത്രമേ ധരിച്ചിരുന്നുള്ളൂ. ദുശ്ശാസനൻ പിടിച്ചുവലിച്ചതിനാൽ ആ ഒറ്റവസ്ത്രം അഴിഞ്ഞു. ആ സമയത്ത് കൃഷ്ണൻ അവളെ പൂർണനഗ്നയാക്കാനുള്ള ശ്രമം തടഞ്ഞു. എങ്കിലും കൗരവർ അവളെ ഭീകരമായി ഭേദ്യംചെയ്തു. പാഞ്ചാലി സഭാമധ്യത്തിൽ കമഴ്ന്നടിച്ചുവീണു. നൂറുകണക്കിന് പുരുഷന്മാർ അപ്പോൾ അവിടെയുണ്ടായിരുന്നു. വലിയ വീരനെന്നു പറയപ്പെടുന്ന കർണൻപോലും ദ്രൗപദിയെ അപമാനിച്ചു സംസാരിച്ചു. പാഞ്ചാലിയുടെ വസ്ത്രങ്ങൾ അഴിച്ചുവാങ്ങാൻ കർണൻ ദുശ്ശാസനനോട് പറഞ്ഞു. അഞ്ചുഭർത്താക്കന്മാരുള്ളതിനാൽ പാഞ്ചാലി കുലടയാണെന്നും കുലടയെ നഗ്നയാക്കുന്നതിൽ തെറ്റില്ലെന്നുമാണ് കർണൻ പറഞ്ഞത്.

ധീരനെന്ന് പ്രകീർത്തിക്കപ്പെടുന്ന കർണ്ണൻ പാഞ്ചാലിയെ അപമാനിച്ചത് നേരത്തെ പറഞ്ഞ പുരുഷാധിഷ്ഠിതമായ വംശീയ അഹന്തയുടെയും വീരപുരുഷസങ്കൽപ്പത്തിന്റെയും പിൻബലത്തിലാണ്. കർണ്ണൻ ദുര്യോധനൻ, ദുശ്ശാസനൻ തുടങ്ങിയവർ പാഞ്ചാലിയെ അപമാനിച്ചപ്പോൾ അവിടെ കൂടിയിരുന്ന ആളുകളുടെയെല്ലാം മനസ്സ് ഒരൊറ്റ മനസായിരുന്നു. സംഘമനസ്സ്. അധിനിവേശത്തിന്റെ സംഘാത്മകതയാണത്. പിന്തിരിപ്പൻ സംഘമനസ്സ്. സംസ്കാരത്തിന്റെ പേരിൽ ഊറ്റംകൊള്ളുകയും ഏറ്റവും നീചമായ പ്രവൃത്തിചെയ്തുകൊണ്ട് സംസ്കാരമില്ലായ്മ കാണിക്കുകയും ചെയ്യുന്ന സംഘമനസ്സ്. മനസ്സ് എന്നത് അങ്ങനെ ഒറ്റതിരിഞ്ഞ് പ്രവർത്തിക്കാൻ കഴിയാത്ത വിപുലമായ സംഘാത്മകതയുടെ വലയിൽക്കുടുങ്ങി പ്രവർത്തിക്കുന്ന ഒന്നാണെന്ന് മനസിലാവുന്നു. അപൂർവം ചിലവ്യക്തികൾക്കുമാത്രമേ ഈ സംഘാത്മകതയെ ഭേദിക്കാൻകഴിയുകയുള്ളൂ. പൊതുബോധത്തിനെതിരായി പ്രവർത്തിക്കാൻ കഴിയുകയുള്ളൂ. അതിനെയാണ് വിപ്ലവപരത എന്നുപറയുന്നത്. ഇത്തരത്തിൽ വിപ്ലവാത്മകത പ്രകടിപ്പിക്കുമ്പോൾ അതിനെ സമൂഹം ശിക്ഷിക്കുന്നു. ധർമശാസ്ത്രങ്ങളും തത്വശാസ്ത്രങ്ങളും പുരാണങ്ങളും പറഞ്ഞുകൊണ്ട് കഠോരകൃത്യങ്ങളെ ന്യായീകരിക്കുന്നു.

വേശ്യകളെയും കുലടകളെയും ഹിജഡകളെയും വസ്ത്രാക്ഷേപം ചെയ്യുന്നതിൽ തെറ്റില്ലെന്നാണ് കർണ്ണനടക്കമുള്ള വീരപുരുഷന്മാരും ആത്മീയാചാര്യന്മാരും കരുതിയത്. ഭിന്നലൈംഗികതയെ എക്കാലവും ക്രൂശിച്ചത് ഈ പ്രതിലോമപരമായ സംഘമനസാണ്. ഒരു സമൂഹത്തിന്റെ പൊതുവായ മൂല്യസങ്കൽപ്പങ്ങൾക്കും പ്രത്യയശാസ്ത്രങ്ങൾക്കും അനുസരിച്ചാണ് സമൂഹമനസ്സ് പ്രവർത്തിക്കുന്നത്. ഈ സമൂഹമനസാവട്ടെ, സമൂഹത്തിന്റെ ഉൽപ്പാദനബന്ധങ്ങളുമായി അഭേദ്യമായി ബന്ധപ്പെട്ടിരിക്കുന്നു. മനസ്സ് ഒരു ആന്തരികപ്രതിഭാസമല്ല എന്നു പറഞ്ഞാൽ അത് മനസിന്റെ സവിശേഷതകളെ നിഷേധിക്കുകയാണോ എന്നൊരു സംശയം ഉയർന്നുവരാം. മെറ്റീരിയൽ സൈക്യാട്രി വികസിച്ച ഇക്കാലത്ത് ഇത്തരം സംശയങ്ങൾ എളുപ്പം ദുരീകരിക്കാൻകഴിയും. മനഃശാസ്ത്രജ്ഞരാണ് ആധുനികകാലത്ത് മനസിനെ അമൂർത്തവൽക്കരിക്കുന്നത്. ആധുനികമനഃശാസ്ത്രം എങ്ങനെയാണ് ഭരണകൂടവുമായി യോജിച്ചുനിന്നുകൊണ്ട് വ്യക്തികളുടെ സർഗാത്മകതയെ നിരോധിക്കുന്നത് എന്ന് മിഷേൽ ഫൂക്കോ നിരീക്ഷിച്ചിട്ടുണ്ട്. മനസ്സ് എന്ന് കേൾക്കുമ്പോൾത്തന്നെ ഉയർന്നുവരുന്ന ചില ആശയങ്ങളുണ്ട്. എന്തൊക്കെയാണവ?

1. അമൂർത്തത
2. ആന്തരികത
3. നിഗൂഢത
4. ശരീരത്തിൽനിന്നും വേറിട്ടുനിൽക്കുന്നത്.
5. ബുദ്ധിയിൽനിന്നും വേറിട്ടുനിൽക്കുന്നത്.
6. യുക്തിനിരപേക്ഷത

ഇന്ന് മറ്റൊരു പ്രധാന പ്രവണത ഉയർന്നുവന്നിട്ടുണ്ട്. മനസ്സ് എന്നത് നിരീക്ഷിക്കപ്പെടേണ്ടതും കൗൺസിലിങ് ചെയ്യപ്പെടേണ്ടതും വർഗീകരിക്കപ്പെടേണ്ടതും ചികിത്സിക്കപ്പെടേണ്ടതുമായ ഒന്നാണെന്നത്. ആധുനികമനഃശാസ്ത്രം ഇന്ന് വിദ്യാലയങ്ങളിൽ പിടിമുറുക്കിയിരിക്കുന്നു. കുട്ടികളുടെ മനസിനെ നിരീക്ഷിക്കുന്നു. കൗൺസിലിങ് ചെയ്യുന്നു. തരംതിരിക്കുന്നു. ചികിത്സിക്കുന്നു. അധ്യാപകരുടെ മനസിനെ എന്തുചെയ്യുന്നുവെന്നറിയില്ല. കുട്ടികളുടെ മനസിന്റെ കഴിവുകളെ ആധുനികമനഃശാസ്ത്രം വിധിയെഴുതി വർഗീകരിക്കുന്നു. അതനുസരിച്ച് ഫൂക്കോ പറഞ്ഞപോലെ ലൈംഗികവികാരങ്ങളെ അടിച്ചമർത്തുന്നു. മനസിന്റെ "നിഗൂഢതയും അമൂർത്തത"യും ചൂഷണം ചെയ്തുകൊണ്ട് പ്രവർത്തിക്കുന്ന മറ്റ് ഏജൻസികളാണ് ജ്യോതിഷം, ഹസ്തരേഖാശാസ്ത്രം, ആൾദേവാലയങ്ങൾ തുടങ്ങിയവ. എല്ലാ മതങ്ങളും പൗരോഹിത്യവും മനസുമായി ബന്ധപ്പെട്ട് നിലനിർത്തുന്ന പൊതുവായ ചില സങ്കൽപ്പങ്ങളുണ്ട്. അവയിതാണ്;

1. പാപം
2. കുറ്റബോധം
3. അപമാനബോധം

എല്ലാ മനുഷ്യനും പാപികളാണ് എന്നുപറഞ്ഞുകൊണ്ടാണ് ക്രിസ്തുമതം മനസിനെ പാപത്തിൽനിന്നും മുക്തമാക്കുന്നത്. പാപികളായ മനുഷ്യർ തങ്ങളുടെ ലൈംഗികവികാരത്തെ കുറ്റകരമായ വികാരമായി കാണുന്നു. ഈ സങ്കൽപ്പത്തിൽനിന്നും ഉയർന്നുവന്ന കുമ്പസാരക്കൂടുകളിൽ 'പാപി'കളായ എത്രയെത്ര മഗ്ദലനമറിയമാർ തലയിട്ടടിച്ചില്ല. കുരുശിൽക്കിടന്നുകൊണ്ട് യേശു കരഞ്ഞതിനേക്കാൾ വേദനയോടെ വിധവകളും ആജീവനാന്തകന്യകകളും നടത്തിയ കരച്ചിലുകളുടെ ചരിത്രമാണ് ക്രിസ്തുമതത്തിന്റെ ചരിത്രം. അത് ക്രൈസ്തവ ലൈംഗികതയുടെ ചരിത്രമാണ്. മനസ്സ് ഇങ്ങനെ സമൂഹത്തിൽനിന്നും വേറിട്ടതും അമൂർത്തവും നിഗൂഢവും കുമ്പസാരക്കൂടുകളാൽ ശുദ്ധീകരിക്കപ്പെടേണ്ടതും ആണെന്ന പ്രതിലോമ ധാരണയുടെ പിൻബലത്തിലാണ് സ്ത്രീമനസുകൾ അല്ലെങ്കിൽ സ്ത്രീശരീരങ്ങൾ കുരിശിലേറ്റപ്പെട്ടത്.

ക്രൂശിത സ്ത്രീശരീരങ്ങളുടെ ചരിത്രമാണ് സ്ത്രീലൈംഗികതയുടെ ചരിത്രം. ഹിന്ദുമതത്തിൽ ഇതിന്റെ ഉദാഹരണങ്ങൾ നിരവധിയാണ്. ഭർത്താവിന്റെ ചിതയിലേക്ക് വലിച്ചെറിയപ്പെട്ട വിധവകളുടെ ചരിത്രമാണത്. മനസ്സ് എന്നത് ഒരു ബാഹ്യനിർമിതിയാണെന്ന് അംഗീകരിക്കപ്പെടുകയും അത് ഒരമൂർത്ത പ്രതിഭാസമല്ല, സമൂർത്തമായ ശരീരത്തിന്റെ അഥവാ സമൂർത്തസംഘശരീരത്തിന്റെ ബഹുസ്വരസഞ്ചാരമാണെന്ന് തിരിച്ചറിയപ്പെടുകയും ചെയ്യുന്ന സമൂഹത്തിൽ മാത്രമേ ലൈംഗികാടിമത്തം അവസാനിക്കുകയും ലൈംഗികജനാധിപത്യം പുലരുകയും ചെയ്യുകയുള്ളൂ. സ്ത്രീ വിമോചിപ്പിക്കപ്പെടുന്നത് സ്ത്രീ ലൈംഗികത

വിമോചിപ്പിക്കപ്പെടുമ്പോഴാണ്. സ്ത്രീ ലൈംഗികത വിമോചിക്കപ്പെടുന്നത് ലൈംഗികാടിമത്തം അവസാനിക്കുമ്പോഴാണ്. ലൈംഗികാടിമത്തം അവസാനിക്കുന്നത് ലൈംഗികജനാധിപത്യം പുലരുമ്പോഴാണ്.

ഭിന്ന ലൈംഗികതയെ അധിനിവേശസങ്കൽപ്പങ്ങൾ എക്കാലവും കുരിശിലേറ്റുകയായിരുന്നു. സ്ത്രീ എന്നും പുരുഷൻ എന്നും വേർതിരിക്കപ്പെട്ട അഥവാ ലൈംഗികവൽക്കരിക്കപ്പെട്ട ഒരു സമൂഹത്തിലാണ് നാം ജീവിക്കുന്നത്. പുരുഷന്റെ അന്തസും അധികാരവും നിലനിർത്താൻ വേണ്ടി പുരുഷനുചുറ്റും കറങ്ങുന്ന ഒരു ഉപഗ്രഹത്തെയാണ് പാതിവ്രത്യമുള്ള സ്ത്രീയായി ഹിന്ദുസമൂഹം പരിഗണിക്കുന്നത്. ഇതര മതങ്ങളും വ്യത്യസ്തമല്ല. പുരുഷന്റെ ബീജങ്ങൾ വിളയിക്കുന്ന കൃഷിഭൂമിയായിട്ടാണ് സ്ത്രീശരീരത്തെ അല്ലെങ്കിൽ ഗർഭപാത്രത്തെ ഹിന്ദുമതം പരിഗണിച്ചത്. സ്വന്തം രാജ്ഞിമാരുടെ പാതിവ്രത്യം സംരക്ഷിക്കാൻവേണ്ടി വരിയുടയ്ക്കപ്പെട്ടവരാണ് ഇവിടത്തെ നപുംസകങ്ങൾ. ഭാര്യമാരുടെ അവിഹിത ബന്ധത്തെ നിരീക്ഷിക്കാൻവേണ്ടി രാജാക്കന്മാർ കൊട്ടാരങ്ങളിൽ ചില ആണുങ്ങളെ നിയോഗിക്കും. ഷണ്ഡരാക്കിയശേഷമാണ് അവരെ അതിന് നിയോഗിക്കുക. ഇത്തരത്തിൽ ഷണ്ഡീകരിക്കപ്പെട്ട ഒരുപാടാളുകൾ ഇന്ത്യയിലുണ്ടായിരുന്നു.

4

സ്ത്രീകളുടെ ലോകചരിത്രപ്രധാനമായ പരാജയം–എംഗൽസിന്റെ വിശകലനം

ഇരുപതാം നൂറ്റാണ്ട് സ്ത്രീപ്രസ്ഥാനങ്ങളുടെ വളർച്ചയുടെ കാലഘട്ടമായിരുന്നു. സാർവദേശീയതലത്തിൽ പുരുഷാധിപത്യത്തിന്റെ അധികാരദുർഗങ്ങൾക്കെതിരെ അത് ആഞ്ഞടിച്ചു. സ്ത്രീപീഡനത്തിനെതിരായി സ്ത്രീകളനുഭവിക്കുന്ന അനേകം പ്രശ്നങ്ങൾ ഉയർത്തിപ്പിടിച്ചും സ്ത്രീവിമോചനപ്രസ്ഥാനങ്ങൾ ലോകമെങ്ങും ഉയർന്നുവന്നു. എന്നാൽ സ്ത്രീവിമോചനപ്രസ്ഥാനങ്ങളിൽ അടിസ്ഥാനപരമായി കാണുന്ന ഒരു പ്രവണത,

1. പരിഷ്കരണവാദപരമായ ആശയങ്ങൾ.
2. ധർമനിർവഹണം അഥവാ ഫങ്ഷണൽ ആയ സമീപനം

ആദ്യത്തേത് സ്ത്രീകളുടെ തൊഴിൽപ്രശ്നങ്ങൾ, ആരോഗ്യസുരക്ഷ, വിദ്യാഭ്യാസം, സാക്ഷരത, നിയമപരമായ പരിരക്ഷകൾ, മനുഷ്യാവകാശങ്ങൾ, രാഷ്ട്രീയാവകാശങ്ങൾ എന്നിവയ്ക്ക് പ്രാധാന്യം കൊടുക്കുന്നതാണ്. രണ്ടാമത്തേത് സ്ത്രീകളുടെ പരമ്പരാഗതമായ പാതിവ്രത്യസങ്കൽപ്പം, വിശുദ്ധി, മാതൃത്വത്തിന്റെ ആദർശവൽക്കരണം എന്നിവയിൽ അധിഷ്ഠിതമാണ്. ഇന്ത്യയിൽ ഈ രണ്ടുതരം പ്രസ്ഥാനങ്ങളും സജീവമായ സാന്നിധ്യമാണ്. ആദ്യത്തേത് പുരോഗമനപരമായ കാഴ്ചപ്പാടുകളാണ് മുന്നോട്ടുവയ്ക്കുന്നതെങ്കിലും അത് അടിസ്ഥാനപരമായ സ്ത്രീവിമോചനം എന്ന ആശയത്തോട് വിദൂരബന്ധംപോലും സ്ഥാപിക്കുന്നില്ല. കാരണം അത് നിലവിലുള്ള പ്രതിലോമകരമായ മുതലാളിത്ത–ഫ്യൂഡൽ ബന്ധനങ്ങളെയും അതിന്റെ പ്രത്യയശാസ്ത്രങ്ങളെയും പുരുഷാധിപത്യമൂല്യങ്ങളെയും എതിർക്കുന്നില്ല. മറിച്ച് മുതലാളിത്തവ്യവസ്ഥിതിക്കുള്ളിൽനിന്നുകൊണ്ട് ഭരണഘടനാപരമായ അവകാശങ്ങൾ നേടിയെടുത്ത് സ്ത്രീപുരുഷസമത്വം നിലനിർത്താ

നാണ് ശ്രമിക്കുന്നത്. ഇത്തരം പരിഷ്കരണപ്രസ്ഥാനങ്ങൾക്ക് ശാശ്വതമായ അല്ലെങ്കിൽ അടിസ്ഥാനപരമായ സ്ത്രീവിമോചനം സാക്ഷാൽക്കരിക്കാൻ സാധ്യമല്ല. കാരണം സ്ത്രീകൾ നേരിടുന്ന ഒട്ടേറെ പ്രശ്നങ്ങൾക്ക് പരിഹാരംകാണുന്നതിൽ ഇത്തരം പ്രസ്ഥാനങ്ങൾ വിജയംവരിക്കുന്നുണ്ടെങ്കിലും അത്രത്തോളം അവ പുരോഗമനപരമാണെങ്കിലും ആത്യന്തികമായി സ്ത്രീയെ പൂട്ടിയിട്ടിരിക്കുന്ന ചങ്ങലകൾ അറുത്തുമാറ്റാൻ അവയ്ക്ക് സാധ്യമല്ല.

രണ്ടാമത്തെ പ്രസ്ഥാനങ്ങൾ അഥവാ ധർമനിർവഹണ പ്രസ്ഥാനങ്ങൾ ഫ്യൂഡൽ മൂല്യങ്ങളിൽ അധിഷ്ഠിതമാണ്. ഇന്ത്യയിലെ സംഘപരിവാർശക്തികളുടെ നേതൃത്വത്തിൽ വളർന്നുവരുന്ന സ്ത്രീപ്രസ്ഥാനങ്ങൾ ഇതിനൊരുദാഹരണമാണ്. അവ വീണ്ടുംവീണ്ടും സ്ത്രീകളെ തങ്ങളുടെ പാരമ്പര്യത്തിന്റെ ചങ്ങലകളിൽ തളച്ചിടുന്നു. അന്ധവിശ്വാസത്തിന്റെയും അനാചാരങ്ങളുടെയും ലോകത്തുനിന്ന് മുക്തിനേടാൻ കഴിയാത്ത പാരമ്പര്യവാദമാണ് ഇതിന്റെ അടിത്തറ. ജ്യോതിഷം, ഹസ്തരേഖാശാസ്ത്രം, ആൾദൈവകേന്ദ്രങ്ങൾ, സാമ്പ്രദായിക സ്ത്രീശാക്തീകരണം, *മനുസ്മൃതി*, പാരമ്പര്യവാദം, വർണ–ജാതിമൂല്യങ്ങൾ തുടങ്ങിയവയെ പിന്തുടരുകവഴി അവ പരിഷ്കരണവാദപ്രസ്ഥാനങ്ങളുടെ വളർച്ചയെപ്പോലും തടയുന്നു. ഹിന്ദുമതത്തിൽ സ്ത്രീകൾക്ക് ഉന്നതമായ ഒരു സ്ഥാനമുണ്ടായിരുന്നുവെന്ന് ഇത്തരം പ്രസ്ഥാനങ്ങൾ ജനങ്ങളെ തെറ്റിദ്ധരിപ്പിക്കുന്നു. സ്ത്രീകളെ അടിമത്തത്തിൽ തളച്ചിടുന്ന എല്ലാവിധ മൂല്യങ്ങളെയും അധികാരയന്ത്രങ്ങളെയും പ്രത്യയശാസ്ത്രങ്ങളെയും ഇവ ശക്തിപ്പെടുത്തുന്നു. കന്യകാത്വം, പാതിവ്രത്യം, സതി–സാവിത്രിമൂല്യങ്ങൾ, മാതൃത്വത്തിന്റെ ആദർശവൽക്കരണം, വീരപുരുഷസങ്കൽപ്പം, കുലീനസ്ത്രീസങ്കൽപ്പം, വിധവാവിശുദ്ധിസങ്കൽപ്പം, കുലസ്ത്രീത്വം, ഗൃഹലക്ഷ്മീസങ്കൽപ്പം എന്നിവയിലെല്ലാം അധിഷ്ഠിതമാണത്. ആധുനികശാസ്ത്രത്തിന്റെ ഗുണകരമായ വശങ്ങളെ അത് നഗ്നമായി നിരാകരിക്കുകയും ജീർണമായ പാരമ്പര്യവാദങ്ങളെ ലജ്ജയില്ലാതെ പുണരുകയുംചെയ്യുന്നു.

പരിഷ്കരണവാദപരമായ സ്ത്രീപ്രസ്ഥാനങ്ങൾക്ക് മേൽപ്പറഞ്ഞ ദോഷങ്ങളില്ലെങ്കിലും അവയ്ക്കും അടിസ്ഥാനപരമായ ഒരു കുഴപ്പമുണ്ട്. നിലവിലുള്ള വ്യവസ്ഥയെ മാറ്റിപ്പണിയാതെയും കുടുംബബന്ധങ്ങളിലൂടെ ജനാധിപത്യവൽക്കരണം, ലൈംഗികജനാധിപത്യം തുടങ്ങിയ ആശയങ്ങളെ ആന്തരികവൽക്കരിക്കാതെയും അത്തരം പ്രസ്ഥാനങ്ങൾ പുരുഷാധിപത്യ അധികാരത്തെ ശാശ്വതീകരിക്കാൻ സഹായിക്കുന്നു. പ്രത്യയശാസ്ത്രപരമായ പ്രതിസന്ധിയാണ് ഇതിന് കാരണം.

വനിതാപ്രസ്ഥാനങ്ങളിൽ വേറൊരു വിഭാഗമുണ്ട്. റാഡിക്കൽ ഫെമിനിസ്റ്റ് പ്രസ്ഥാനമാണത്. അത് വനിതാവിമോചനം ലക്ഷ്യമാക്കുന്നുവെന്ന് പറയുമ്പോഴും പുരുഷാധിപത്യപ്രത്യയശാസ്ത്രത്തിന്റെ പല മൂല്യങ്ങളും അറിഞ്ഞോ അറിയാതെയോ ആന്തരികവൽക്കരി

ക്കുന്നു. സോഷ്യലിസ്റ്റ് വനിതാവിമോചനപ്രസ്ഥാനങ്ങളുടെ വളർച്ചയിലൂടെ മാത്രമേ യഥാർഥ സ്ത്രീവിമോചനപ്രസ്ഥാനം സാധ്യമാവുകയുള്ളൂ. അത്തരമൊരു പ്രസ്ഥാനത്തിന്റെ ലക്ഷ്യം സ്ത്രീസുരക്ഷാവാദം ആവരുത്. മറിച്ച് വിമോചനലക്ഷ്യമായിരിക്കണം അവയെ നയിക്കേണ്ടത്. സ്ത്രീസുരക്ഷാവാദം ആത്യന്തികമായി *മനുസ്മൃതി*യുടെ വാദമാണ്. സ്ത്രീയെ പുരുഷൻ സംരക്ഷിക്കണം എന്ന വാദമാണത്. അത് ആത്യന്തികമായ സ്ത്രീവിമോചനത്തിന് എങ്ങനെ വിരുദ്ധമായി നിലകൊള്ളുന്നു എന്ന് വിശദീകരിക്കുകയാണ് ഈ അധ്യായത്തിന്റെ ലക്ഷ്യം. എന്നാൽ ഈ അധ്യായത്തിൽ വിശദീകരിക്കുന്ന കാര്യങ്ങളിൽ ഒതുങ്ങുന്നതല്ല സ്ത്രീവിമോചനപ്രസ്ഥാനമെന്ന സങ്കീർണവും ഗൗരവതരവുമായ വിഷയം. എങ്കിലും അടിസ്ഥാനപരമായ കാഴ്ചപ്പാടുകൾ ചർച്ചചെയ്യുക എന്നതാണ് ഉദ്ദേശിക്കുന്നത്.

പല വനിതാവിമോചനപ്രസ്ഥാനങ്ങളും ധരിച്ചുവെച്ചിരിക്കുന്നത് സ്ത്രീകൾക്ക് നിയമപരമായ പരിരക്ഷകളും സാമൂഹിക സമത്വവും ഗാർഹികസമത്വമെന്ന നിലയിൽ തങ്ങൾ കാണുന്ന സമത്വങ്ങളും ആർജിച്ചുകഴിഞ്ഞാൽ പ്രശ്നങ്ങൾ അവസാനിച്ചു എന്നാണ്. എന്നാൽ സാമൂഹികവും ഗാർഹികവുമായ സമത്വങ്ങളോ നിയമപരമായ പരിരക്ഷകളോ ലഭിച്ചുകഴിഞ്ഞാൽ പരിഹരിക്കപ്പെടുന്നതല്ല സ്ത്രീകളുടെ അടിസ്ഥാനപരമായ പ്രശ്നങ്ങൾ. തൊഴിലിടങ്ങളിലെ ചൂഷണം, പീഡനങ്ങൾ, അസമത്വങ്ങൾ, നിയമപരമായ അരക്ഷിതാവസ്ഥകൾ, സാമ്പത്തിക ചൂഷണം, സാമൂഹ്യപിന്നോക്കാവസ്ഥ, ജാതീയവും വംശീയവുമായ മർദനങ്ങൾ, സ്വത്വപരമായ പ്രശ്നങ്ങൾ, മതപരമായ വിലക്കുകൾ തുടങ്ങി ഇന്ന് സ്ത്രീപ്രസ്ഥാനങ്ങൾ മുന്നോട്ടുവയ്ക്കുന്ന എല്ലാവിധ ആശയങ്ങളും മുദ്രാവാക്യങ്ങളും വളരെയേറെ പ്രസക്തമാണ് എന്നതിന് യാതൊരു സംശയവുമില്ല. പുതിയൊരു സാമൂഹിക വ്യവസ്ഥ നിലവിൽവരാനും സ്ത്രീകളുടെ ആത്യന്തികമായ വിമോചനം സാധ്യമാക്കാനും ഇത്തരം ആശയങ്ങളിൽ ഊന്നിനിന്നുകൊണ്ടുള്ള പ്രസ്ഥാനങ്ങൾ അനിവാര്യവുമാണ്. അതിലും സംശയമില്ല.

എങ്കിൽ സ്ത്രീകൾ നേരിടുന്ന അടിസ്ഥാനപ്രശ്നം എന്താണ്?

മുതലാളിത്തവ്യവസ്ഥയിൽ പരിഷ്കരണങ്ങൾ വരുത്തിയതുകൊണ്ടോ മുതലാളിത്തവ്യവസ്ഥതന്നെ അട്ടിമറിച്ചതുകൊണ്ടോ മാത്രം പരിഹരിക്കപ്പെടാൻ കഴിയാത്തവിധം സങ്കീർണമായ ഒരു വിഷയമാണ് സ്ത്രീസമൂഹം അഭിമുഖീകരിക്കുന്നത്. ആയിരക്കണക്കിന് വർഷങ്ങളായി സ്ത്രീസമൂഹത്തിന് ഒട്ടേറെ മാറ്റങ്ങളുണ്ടായിട്ടുണ്ടെങ്കിലും വളരെയേറെ പുരോഗതി സ്ത്രീസമൂഹത്തിന് ലഭ്യമായിട്ടുണ്ടെങ്കിലും അടിസ്ഥാനപരമായി പരിഹരിക്കപ്പെടാത്ത പ്രശ്നം ഇന്നും നിലനിൽക്കുന്നു. അത് പരിഹരിക്കപ്പെടാത്തിടത്തോളംകാലം സ്ത്രീസമൂഹം നേടിയെടുത്ത നേട്ടങ്ങൾതന്നെ അപ്രസക്തമാവുംവിധം അനുസ്യൂതം പുതിയ ഭീഷണികൾ സ്ത്രീസമൂഹം നേരിടുകയാണ്. അതിന്റെ പ്രകട

മായ ലക്ഷണങ്ങളാണ് അനുദിനം നാം കാണുന്നത്. അപ്പോൾ സ്വാഭാവികമായും ഒരു ചോദ്യമുയരും. ഇത് സ്ത്രീസമൂഹത്തിന് മാത്രം ബാധകമാണോ? പുരുഷന്മാർക്ക് ബാധകമല്ലേ? ഈ ചോദ്യത്തെ ദാർശനികമായും പ്രത്യയശാസ്ത്രപരമായും അഭിമുഖീകരിക്കുന്നതിലൂടെ നമുക്ക് സ്ത്രീപ്രസ്ഥാനങ്ങൾ നേരിടുന്ന അടിസ്ഥാനപരമായ വെല്ലുവിളി എന്തെന്ന് മനസിലാക്കാൻ സാധിക്കും.

നമുക്ക് എംഗൽസിന്റെ നിരീക്ഷണങ്ങളിലേക്ക് കണ്ണോടിക്കാം. ലോകത്തിൽ സ്ത്രീപ്രസ്ഥാനങ്ങളുടെ വളർച്ചയ്ക്ക് സഹായകമായതും ഏറ്റവും നിർണായകവുമായ വിശകലനമാണ് ഫ്രെഡറിക് എംഗൽസ് തന്റെ *കുടുംബം സ്വകാര്യസ്വത്ത് ഭരണകൂടം എന്നിവയുടെ ഉത്ഭവം* എന്ന ഗ്രന്ഥത്തിൽ നടത്തിയിട്ടുള്ളത്. ചരിത്രത്തിൽ സ്ത്രീകൾ എങ്ങനെ അടിമകളായി എന്ന് പരിശോധിക്കാൻ നിർണായകമായ ദിശാബോധമാണ് എംഗൽസ് നൽകുന്നത്. അദ്ദേഹം വിശദീകരിക്കുന്നു;

> പൊതുസ്വത്തായിരുന്ന കാലിപ്പറ്റങ്ങളെയും മറ്റും സ്വകാര്യ സ്വത്താക്കി മാറ്റിയത് എങ്ങനെയെന്നും എപ്പോഴെന്നുമുള്ളതിനെക്കുറിച്ച് ഇന്നോളവും അറിയാൻ കഴിഞ്ഞിട്ടില്ല. എങ്കിലും അത് ഈ ഘട്ടത്തിലായിരിക്കണം മുഖ്യമായും സംഭവിച്ചത്. കാലിപ്പറ്റങ്ങളും മറ്റു പുതിയ സമ്പത്തുകളും കുടുംബത്തിൽ ഒരു വിപ്ലവം വരുത്തിത്തീർത്തു. ഉപജീവനത്തിനുള്ള വക അന്വേഷിക്കുക എന്നും പുരുഷന്റെ ചുമതലയിൽപ്പെട്ട കാര്യമായിരുന്നു. അവൻ ഉൽപ്പാദിപ്പിച്ചു, ഉൽപ്പാദനോപാധികളുടെ ഉടമസ്ഥതയും വഹിച്ചു. കാലിപ്പറ്റങ്ങൾ ഉപജീവനത്തിനുള്ള പുതിയ ഉപാധിയായിരുന്നു. അവയെ മെരുക്കിയെടുത്തതും പോറ്റിവളർത്തിയതും പുരുഷനായിരുന്നു. അതുകൊണ്ട് അവൻ കാലികളുടെയും അവയെ കൈമാറി സമ്പാദിക്കുന്ന മറ്റ് ഉൽപ്പന്നങ്ങളുടെയും ഉടമയായി. ഈ ഘട്ടത്തിൽ ഉൽപ്പാദനത്തിൽ നിന്നുണ്ടായ മിച്ചം പുരുഷന്റെ കൈകളിലാണ് ചെന്നുചേർന്നത്. ഉപഭോഗത്തിലല്ലാതെ ഉടമസ്ഥതയിൽ സ്ത്രീക്കു പങ്കില്ലാതായിത്തീർന്നു. കാടത്തകാലത്തെ പോരാളിയും നായാടിയും കുടിയിലെ ഒന്നാംസ്ഥാനം സ്ത്രീക്കു വിട്ടുകൊടുത്തിട്ട് രണ്ടാംസ്ഥാനംകൊണ്ടു സ്വയം തൃപ്തിപ്പെട്ടിരുന്നു. 'കൂടുതൽ മാന്യനായ' ഇടയനാകട്ടെ തന്റെ സമ്പത്തിന്റെ ഊറ്റംവച്ചുകൊണ്ട് സ്ത്രീയെ രണ്ടാംസ്ഥാനത്തേക്കു തള്ളിയിട്ട് ഒന്നാം സ്ഥാനത്തേക്കു കയറിക്കൂടി. ഉപജീവനത്തിനുള്ള വകയുണ്ടാക്കുക എന്ന പുരുഷന്റെ ജോലിയുമായി തട്ടിച്ചുനോക്കുമ്പോൾ സ്ത്രീ ചെയ്യുന്ന വീട്ടുജോലി നിസ്സാരമാണെന്നുവന്നു. സ്ത്രീകളെ സാമൂഹ്യോൽപ്പാദനപരമായ ജോലികളിൽനിന്ന് ഒഴിച്ചുനിർത്തുകയും സ്വകാര്യമാത്രമായ വീട്ടുജോലിയിൽ തളച്ചിടുകയും ചെയ്യുന്ന കാലത്തോളം അവരുടെ മോചനവും സ്ത്രീപുരുഷ സമത്വവും അസാധ്യമായിത്തന്നെ അവശേഷിക്കുമെന്നാണ് ഇത് കാണിക്കുന്നത്. ആധുനിക

> വൻകിടവ്യവസായത്തിനുമാത്രമേ ഈ മോചനത്തിന് വഴിതെളിക്കാൻ കഴിയൂ. സ്ത്രീകളെ ധാരാളമായി ഉൽപ്പാദനത്തിൽ പങ്കെടുക്കാൻ അനുവദിക്കുക മാത്രമല്ല അതിനാവശ്യപ്പെടുകയുമാണ് ആധുനിക വൻകിടവ്യവസായം ചെയ്യുന്നത്. സ്വകാര്യ മാത്രമായ വീട്ടുജോലിതന്നെയും ഒരു പൊതു വ്യവസായമായി മാറ്റാനും അത് യത്നിക്കുന്നു.

കുടുംബം എന്ന ഗണം ആവിർഭവിച്ചതോടെയാണ് സ്ത്രീയുടെ ചരിത്രപരമായ പരാജയം സംഭവിച്ചത് എന്നാണ് എംഗൽസ് കണ്ടെത്തുന്നത്. ഇതൊരു ചരിത്രപരമായ പ്രക്രിയയായിരുന്നു. ആദ്യകാലത്ത് സ്വകാര്യ സമ്പത്തോ കുടുംബവ്യവസ്ഥയോ ഉണ്ടായിരുന്നില്ല. അക്കാലത്ത് സ്ത്രീയും പുരുഷനും ഒരുപോലെ പരിഗണിക്കപ്പെട്ടിരുന്നു. അവർ ലിംഗഭേദമില്ലാതെ അഥവാ ജന്മഗണപരിഗണനയില്ലാതെ (ജെൻഡർ എന്ന ഇംഗ്ലീഷ് വാക്കിന് ജന്മഗണം അല്ലെങ്കിൽ ജന്മശരീരം എന്ന മലയാള പദം സ്വീകരിക്കാവുന്നതാണ്).

മനുഷ്യവംശത്തിന്റെ ആദ്യഘട്ടത്തെക്കുറിച്ച് അതായത് ചരിത്രാതീത ഘട്ടത്തെക്കുറിച്ച് പഠനംനടത്തിയ സുപ്രസിദ്ധ നരവംശശാസ്ത്രജ്ഞനായ ഹെൻറി മോർഗന്റെ പഠനങ്ങളാണ് എംഗൽസിന്റെ വിശകലനങ്ങൾക്കടിസ്ഥാനം. മോർഗൻ സമാഹരിച്ച നിരീക്ഷണങ്ങൾ ഇന്നും കുടുംബത്തെക്കുറിച്ചുള്ള നരവംശശാസ്ത്രത്തിലെ ആധികാരിക നിരീക്ഷണങ്ങളായി പരിഗണിക്കപ്പെടുന്നു.

കാടത്തം, അപരിഷ്കൃതാവസ്ഥ, നാഗരികത എന്നീ മൂന്ന് കാലഘട്ടങ്ങളെക്കുറിച്ചാണ് മോർഗൻ പ്രധാനമായും പഠനംനടത്തിയത്. ആദ്യത്തെ രണ്ട് യുഗങ്ങളിലോരോന്നിനെയും ഉപജീവനത്തിനായുള്ള ഉൽപ്പാദനോപാധികളുടെ വളർച്ചയുടെ അടിസ്ഥാനത്തിൽ താഴ്ന്ന, മധ്യം, ഉന്നതം എന്നിങ്ങനെ മൂന്ന് ഘട്ടങ്ങളായി അദ്ദേഹം തരംതിരിച്ചു. കാരണം അദ്ദേഹംതന്നെ പറയുന്നു:

> അക്കാര്യത്തിൽ മനുഷ്യൻ പ്രകടിപ്പിച്ച സാമർഥ്യത്തെ ആശ്രയിച്ചാണ് ഭൂമിയിൽ മനുഷ്യരുടെ ആധിപത്യം നിലകൊള്ളുന്നത്. ഭക്ഷ്യോൽപ്പാദനത്തിൻമേൽ പരിപൂർണ നിയന്ത്രണം നേടുവാൻ സാധിച്ചിട്ടുള്ളത് മനുഷ്യർക്ക് മാത്രമാണ്. മാനവ പുരോഗതിയുടെ മഹത്തായ യുഗങ്ങൾ ഏറിയകൂറും ഉപജീവന മാർഗങ്ങളുടെ വികാസവുമായി താദാത്മ്യപ്പെട്ടു നിൽക്കുന്നു.

ഇതോടൊന്നിച്ചിണങ്ങി കുടുംബത്തിന്റെ പരിണാമവും നടക്കുന്നു.

1. കാടത്തം

1. *താഴ്ന്നഘട്ടം* മാനവരാശിയുടെ ശൈശവദശയാണ്. ഉഷ്ണമേഖലയിലെയും ശീതോഷ്ണമേഖലയിലെയും വനങ്ങളിൽ തന്നെയാ

യിരുന്നു മനുഷ്യന്റെ വാസം. താമസം ഭാഗികമായിട്ടെങ്കിലും മരങ്ങളിന്മേലായിരിക്കണം. കാരണം, ഹിംസ്രജന്തുക്കൾ നിറഞ്ഞ വനങ്ങളിൽ അങ്ങനെ മാത്രമെ അവനു നിലനിന്നുപോകാൻ കഴിയുമായിരുന്നുള്ളൂ. കായ്കനികളും കിഴങ്ങുകളുമായിരുന്നു ഭക്ഷണം. വാക്കുകൾ ഉച്ചരിക്കാൻ കഴിവുണ്ടായി എന്നതാണ് ഈ കാലഘട്ടത്തിലെ പ്രധാന നേട്ടം. ഈ കാലഘട്ടം അനേകായിരം വർഷം നീണ്ടുനിന്നിട്ടുണ്ടാവണം.

2. *മധ്യഘട്ടം* മത്സ്യത്തെയും അതുപോലുള്ള ജലജീവികളെയും ഭക്ഷണമാക്കുകയും തീ ഉപയോഗിച്ചു തുടങ്ങുകയും ചെയ്യുന്നിടത്താരംഭിക്കുന്നു. നദികളുടെയും സമുദ്രങ്ങളുടെയും തീരങ്ങളിലൂടെ ചുവടുവെച്ചു പുതിയ താവളങ്ങൾ തേടിയ മനുഷ്യൻ, ആ കാടത്തദശയിൽത്തന്നെ, ഭൂമിയുടെ ഉപരിതലത്തിൽ ഭൂരിഭാഗത്തിലേക്കും പടർന്നുകഴിഞ്ഞിരുന്നു. പ്രാചീന ശിലായുഗത്തിലേതെന്നു വിശേഷിപ്പിക്കപ്പെടുന്ന ശിലായുധങ്ങൾ ഈ കാലഘട്ടത്തിലുള്ളവയാണ്. പുതുതായി കുടിയേറിയ ഭൂവിഭാഗങ്ങളും കണ്ടുപിടുത്തത്തിനുള്ള അടങ്ങാത്ത ത്വരയും ഒപ്പം കല്ലോ മരമോ കൂട്ടിയുരച്ച് തീകത്തിക്കുന്ന വിദ്യയും കൂടിയായപ്പോൾ പുതിയ ഭക്ഷ്യങ്ങൾ ലഭ്യമായി. പലതരം കിഴങ്ങുകളും തീക്കുണ്ഡത്തിലിട്ടു ചുട്ടെടുത്തു കഴിക്കുവാൻ തുടങ്ങി. പോരാത്തതിന് ആദ്യത്തെ ആയുധങ്ങളായ വടിയും കുന്തവും കണ്ടുപിടിച്ചതോടെ, വേട്ടയാടിക്കിട്ടിയ ഇറച്ചിയും ചുട്ടുതിന്നാൻ തുടങ്ങി. എന്നിട്ടും, ആഹാരകാര്യത്തിൽ തുടർച്ചയായി അനിശ്ചിതത്വം നിലനിന്നിരുന്നതിന്റെ ഫലമായിട്ടാവണം ഈ കാലഘട്ടത്തിൽ നരഭോജനം പ്രത്യക്ഷപ്പെട്ടതെന്നു തോന്നുന്നു.

3. *ഉന്നതഘട്ടം* അമ്പും വില്ലും കണ്ടുപിടിച്ചിടത്ത് തുടങ്ങുന്നു. അതോടെ കാട്ടിറച്ചി ഒരു സ്ഥിരം ആഹാരവും വേട്ടയാടൽ ഒരു സാധാരണ തൊഴിലുമായി. ഗ്രാമങ്ങളിൽ സ്ഥിരവാസമുറപ്പിക്കുവാൻ തുടങ്ങിയ ഈ പ്രാചീനദശയിൽത്തന്നെ ഉപജീവനോപാധികളുടെ ഉൽപ്പാദനം കുറെയൊക്കെ വശമാക്കുകയും ചെയ്തു. മൺപാത്രനിർമാണം അറിഞ്ഞുകൂടായിരുന്നു. എങ്കിലും മരപ്പാത്രങ്ങളുണ്ടാക്കാനും നാരുപയോഗിച്ച് മെടയാനും ചൂരലും ഈറയും മറ്റുമുപയോഗിച്ച് കുട്ടയുണ്ടാക്കാനും മിനുസപ്പെടുത്തിയ (ആധുനിക ശിലായുഗത്തിലെ)ശിലായുധങ്ങളുണ്ടാക്കാനും അവർ പഠിച്ചു. മരം തുരന്നു വഞ്ചിയുണ്ടാക്കാനും ചിലയിടങ്ങളിൽ വീടുപണിക്ക് തടിയും പലകയും ഒരുക്കിയെടുക്കാനും തീയും കൽക്കോടാലിയും ഉപയുക്തമായി.

അടുത്തഘട്ടം ആരംഭിക്കുന്നത് മൺപാത്രനിർമാണത്തോടുകൂടിയാണ്. മിക്കവാറും എല്ലായിടത്തും ഒരുപോലെയാണ് മൺപാത്രനിർമാണത്തിന്റെ തുടക്കം. തീ പിടിക്കാതിരിക്കാൻ മരപ്പാത്രങ്ങളും കുട്ടകളും ആദ്യമൊക്കെ കളിമണ്ണുകൊണ്ട് പൊതിഞ്ഞു. ക്രമേണ കളിമണ്ണുകൊണ്ടുമാത്രം മെനഞ്ഞെടുക്കുന്ന പാത്രങ്ങളും ഉപയോഗിക്കാമെന്ന് കണ്ടുപിടിച്ചു.

ഇവിടംവരെയും മനുഷ്യപരിണാമത്തിന്റെ ഗതി ഭൂതലത്തിന്റെ എല്ലാ

ഭാഗങ്ങളിലും സാമാന്യേന ഒന്നുതന്നെയായിരുന്നു എന്നു കരുതാം. പക്ഷെ, അപരിഷ്കൃതാവസ്ഥയുടെ ആരംഭത്തോടെ കിഴക്കും പടിഞ്ഞാറും തമ്മിൽ വഴിപിരിയുന്നു. അപരിഷ്കൃത കാലഘട്ടത്തിന്റെയാകെ പൊതുസവിശേഷതയായ കാലിവളർത്തലും സസ്യങ്ങളുടെ കൃഷിയും ആരംഭിക്കുന്നതോടെ, അതത് ഭൂഖണ്ഡങ്ങളിലെ പ്രകൃത്യവസ്ഥകളുടെ സ്വാധീനം പ്രകടമായിത്തുടങ്ങുന്നു. പഴയ ലോകം എന്ന് വിളിക്കപ്പെടുന്ന കിഴക്കൻ അർധഗോളത്തിൽ മെരുക്കിയെടുക്കാവുന്ന മൃഗങ്ങളിൽ ഒട്ടുമിക്കവയും, ചോളം ഒഴിച്ചുള്ള എല്ലാ ധാന്യങ്ങളും ഉണ്ടായിരുന്നു. എന്നാൽ പടിഞ്ഞാറൻ ഭൂഖണ്ഡമായ അമേരിക്കയിൽ ചെമ്മരിയൊട്ടകം എന്ന ഒരൊറ്റ മൃഗവും–അതുതന്നെയും തെക്കൻ പ്രദേശങ്ങളിൽമാത്രം –ചോളം എന്ന ഒരൊറ്റ ധാന്യവുമേ ലഭ്യമായിരുന്നുള്ളൂ.

മധ്യഘട്ടത്തിൽ കിഴക്ക് മൃഗങ്ങളെ മെരുക്കാൻ തുടങ്ങിയതോടെയും പടിഞ്ഞാറ് ജലസേചനം വഴിയായുള്ള കൃഷിയോടെയും പച്ചക്കട്ടയും കല്ലും ഉപയോഗിച്ചുള്ള വീടുപണിയോടെയും ആരംഭിക്കുന്നു.

നമുക്ക് പടിഞ്ഞാറുനിന്ന് തുടങ്ങാം. കാരണം, യൂറോപ്പുകാർ വെട്ടിപ്പിടിക്കുന്നതുവരെയും അവിടത്തുകാർ ഈ ഘട്ടം പിന്നിട്ട് കഴിഞ്ഞിരുന്നില്ല.

യൂറോപ്പുകാർ ചെല്ലുന്ന കാലത്ത് അവർ കൃഷിയിൽ സാമാന്യം നല്ല പുരോഗതി കൈവരിച്ചിരുന്നു. കാർഷികോൽപ്പന്നങ്ങൾ ഭക്ഷണത്തിന്റെ മുഖ്യഭാഗവുമായിരുന്നു. മരംകൊണ്ടുണ്ടാക്കിയ വീടുകളിലാണ് അവർ പാർത്തിരുന്നത്. ചുറ്റും വേലികെട്ടി മറയ്ക്കുകയും ചെയ്തിരുന്നു. വടക്കുപടിഞ്ഞാറൻ പ്രദേശങ്ങളിലെ വർഗക്കാർ കാടത്തത്തിന്റെ ഉന്നതഘട്ടത്തിലായിരുന്നു. മൺപാത്രനിർമാണവും കൃഷിയും അവർക്ക് അജ്ഞാതങ്ങളായിരുന്നു. അതേസമയം മധ്യതെക്കൻ പ്രദേശങ്ങളിലെ വർഗക്കാർ അപരിഷ്കൃതാവസ്ഥയുടെ മധ്യഘട്ടത്തിലെത്തിയിരുന്നു. കോട്ടയ്ക്ക് സമാനം പച്ചക്കട്ടയോ കല്ലോകൊണ്ട് പണിത വീടുകളിലാണ് അവർ താമസിച്ചിരുന്നത്. കൃഷിക്ക് കൃത്രിമ ജലസേചനമാർഗങ്ങളുപയോഗിച്ചിരുന്നു. മൃഗങ്ങളെ മെരുക്കിവളർത്താനും തുടങ്ങിക്കഴിഞ്ഞിരുന്നു. എന്നുതന്നെയല്ല ലോഹങ്ങളുടെ ഉപയോഗവും അവർ കണ്ടുപിടിച്ചിരുന്നു. പക്ഷെ ഇരുമ്പ് അവരുടെ അറിവിൽ പെട്ടിരുന്നില്ല. അതുകൊണ്ട് ശിലായുധങ്ങൾ തന്നെയാണ് അന്നും ഉപയോഗിച്ചുകൊണ്ടിരുന്നത്. സ്പെയിൻകാരുടെ അധിനിവേശത്തോടെ തുടർന്നുള്ള സ്വതന്ത്രമായ വളർച്ച അസാധ്യമായി.

കിഴക്ക് പാലും ഇറച്ചിയും കിട്ടുന്ന മൃഗങ്ങളെ മെരുക്കി വളർത്താൻ തുടങ്ങിയിടത്താണ് അപരിഷ്കൃതാവസ്ഥയുടെ മധ്യഘട്ടം ആരംഭിക്കുന്നത്. പിന്നെയും വളരെക്കാലത്തേക്ക് കൃഷി അവർക്ക് അജ്ഞാതമായിരുന്നു. ആര്യന്മാരെയും സെമൈറ്റ് വർഗങ്ങളെയും മറ്റ് അപരിഷ്കൃതരിൽ നിന്ന് വേർതിരിച്ചു നിർത്തുന്നത്, കാലികളെ മെരുക്കിയെടുക്കുകയും വളർത്തുകയും അവയുടെ വലിയ പറ്റങ്ങളുണ്ടാക്കുകയും ചെയ്ത

താണ്. ഏഷ്യയിലെയും യൂറോപ്പിലെയും ആര്യന്മാർക്കിടയിൽ കാലികളുടെ പേരുകൾ ഇന്നും പൊതുവായിരിക്കുമ്പോൾ കൃഷിവിളകളുടെ പേരുകൾ അങ്ങനെയല്ല.

ഫാമിലിയെ സംബന്ധിച്ച മോർഗന്റെ നിരീക്ഷണങ്ങൾ നരവംശശാസ്ത്രചരിത്രത്തിൽ വിപ്ലവകരമായ വ്യതിയാനം സൃഷ്ടിച്ചു. മോർഗൻ ജീവിതത്തിന്റെ ഏറിയ പങ്കും കഴിച്ചുകൂട്ടിയത് അമേരിക്കയിലെ ന്യൂയോർക്ക് സംസ്ഥാനത്തിൽ ഇന്നും കാണപ്പെടുന്ന 'ഇറോക്വോയ്' ഗോത്രങ്ങൾക്കിടയിലാണ്. അവരുടെ കൂട്ടത്തിലെ ഒരു അവാന്തരവിഭാഗമായ 'സെനേക്ക' ഗോത്രക്കാർ അദ്ദേഹത്തെ ഒരു ഗോത്രാംഗമായി അംഗീകരിക്കുകയും ചെയ്തിരുന്നു. ഇറോക്വോയ് ഗോത്രങ്ങൾക്കിടയിൽ അവരുടെ യഥാർഥത്തിലുള്ള കുടുംബബന്ധങ്ങൾക്ക് വിരുദ്ധമായ ഒരു രക്തബന്ധവ്യവസ്ഥയാണ് അദ്ദേഹം കണ്ടത്. ഒരു പുരുഷനും ഒരു സ്ത്രീയും തമ്മിൽ വിവാഹം, ആ ബന്ധം രണ്ടിലാർക്ക് വേണമെങ്കിലും അനായാസം അവസാനിപ്പിക്കുകയും ചെയ്യാം. ഇതിനെ 'യുഗ്മ' കുടുംബം എന്നാണ് മോർഗൻ വിശേഷിപ്പിക്കുന്നത്. അത്തരം ദമ്പതികളുടെ കുട്ടികൾ അവരുടെ കുട്ടികളായിത്തന്നെ അറിയപ്പെടുകയും അംഗീകരിക്കപ്പെടുകയും ചെയ്തിരുന്നു. അതുപോലെതന്നെ മക്കൾ, സഹോദരങ്ങൾ തുടങ്ങിയ ബന്ധങ്ങളെ സംബന്ധിച്ചും യാതൊരു സംശയവും ഇല്ലായിരുന്നുതാനും. പക്ഷേ, ആ പദങ്ങൾ പ്രയോഗിച്ചിരുന്നത് ആ അർഥത്തിലായിരുന്നില്ല. ഇറോക്വോയ് സ്വന്തം മക്കളെ മാത്രമല്ല സഹോദരൻമാരുടെ മക്കളെയും മക്കളെന്നുതന്നെയാണ് വിളിച്ചിരുന്നത്; അവർ അയാളെ അച്ഛനെന്നും. അതേസമയം സഹോദരിമാരുടെ മക്കളെ അനന്തിരവരെന്നും അവർ അയാളെ അമ്മാവനെന്നുമാണ് വിളിച്ചിരുന്നത്.

സ്ത്രീകൾ സ്വസഹോദരിയുടെ സന്താനങ്ങളെ സ്വസന്താനങ്ങളെയെന്നപോലെ മക്കളെന്നും അവർ അവളെ അമ്മയെന്നും വിളിക്കുന്നു. സഹോദരന്റെയും സഹോദരിയുടെയും മക്കൾ മച്ചുനൻമാരുമായിരുന്നു. ഇവയൊന്നും പൊള്ളയായ വാക്കുകളായിരുന്നില്ല. രക്തബന്ധത്തിന്റെ അടുപ്പവും അകൽച്ചയും കൃത്യമായി കുറിക്കുന്ന പദങ്ങളാണിവ. ഒരൊറ്റ വ്യക്തിയുടെ നൂറുകൂട്ടം ബന്ധങ്ങളെ വ്യവച്ഛേദിച്ചു കാണിക്കുവാൻ ഇവ പര്യാപ്തങ്ങളുമായിരുന്നു. ഈ സമ്പ്രദായം അതിന്റെ പൂർണമായ രൂപത്തിൽ അമേരിക്കൻ ഇന്ത്യക്കാരുടെ എല്ലാ വിഭാഗങ്ങളിലും, മാത്രമല്ല, കാര്യമായ വ്യത്യാസമൊന്നും കൂടാതെ ഇന്ത്യയിലെ ആദിവാസികൾക്കിടയിലും ദക്ഷിണേന്ത്യയിലെ ദ്രാവിഡ ഗോത്രങ്ങൾക്കിടയിലും ഗൗരാ ഗോത്രങ്ങൾക്കിടയിലും നിലനിന്നിരുന്നു. ദക്ഷിണേന്ത്യയിലെ തമിഴരുടെയും അമേരിക്കയിലെ ന്യൂയോർക്ക് സംസ്ഥാനത്തെ സെനേക്കാ ഇറോക്വോയ്കളുടെയും ഇടയിൽ ഇരുന്നൂറോളം വ്യത്യസ്ത വ്യക്തിബന്ധങ്ങളെ കുറിക്കുന്ന പദങ്ങൾ സമാനങ്ങളായി ഇന്നും നിലനിന്നു പോരുന്നുണ്ട്. പക്ഷേ, ഇന്ത്യയിലെ ആദിവാസികൾക്കിടയിലും അതുപോലെ തന്നെ എല്ലാ വിഭാഗം അമേരിക്കൻ ഇന്ത്യക്കാർക്കിടയിലും നിലനിന്നി

രുന്ന ഈ കുടുംബവ്യവസ്ഥ യഥാർഥ രക്തബന്ധവ്യവസ്ഥയ്ക്ക് വിരുദ്ധമായ ഒന്നാണ്.

ഇതിനെന്ത് വിശദീകരണം നൽകാനാവും? അച്ഛൻ, മകൻ, സഹോദരൻ, സഹോദരി തുടങ്ങിയവയൊന്നും വെറും പൂജക പദങ്ങളല്ല. അവയോരോന്നും അങ്ങേയറ്റം നിഷ്കൃഷ്ടവും പ്രാമാണികവുമായ പരസ്പര ബാധ്യതകളെ ഉൾക്കൊള്ളുന്നുണ്ട്. അവയുടെ ആകത്തുക ഈ ജനവിഭാഗങ്ങളുടെ സാമൂഹ്യ ഘടനയുടെ അവിഭാജ്യഭാഗവുമാണ്. ഹാവായ് ദ്വീപ് നിവാസികൾക്കിടയിൽ ഈ നൂറ്റാണ്ടിന്റെ പൂർവാർധംവരെയും നിലനിന്നുപോന്നിരുന്ന കുടുംബ ബന്ധങ്ങളെക്കുറിച്ചുള്ള പഠനം ഈ പ്രതിഭാസത്തിന് തൃപ്തികരമായ വിശദീകരണം നൽകുവാനുതകി. അമേരിക്കയിലും പ്രാചീന ഭാരതത്തിലും നിലവിലുണ്ടായിരുന്ന രക്തബന്ധവ്യവസ്ഥതന്നെയാണ് ഇവർക്കിടയിലും കാണാൻ കഴിഞ്ഞത്. പക്ഷെ, ഒരു വ്യത്യാസമുണ്ടായിരുന്നു, ഇവിടെ മാതാപിതാക്കളുടെ എല്ലാ സഹോദരീ സഹോദരൻമാരുടെയും മക്കൾ പൊതുവായ സന്താനങ്ങളായി ഗണിക്കപ്പെടുന്നു. അമേരിക്കയിൽ തന്നെ ഇപ്പോൾ അപ്രത്യക്ഷമായിട്ടുള്ള ഒരു പ്രാകൃതകുടുംബ രൂപത്തെയാണ് അമേരിക്കൻ രക്തബന്ധവ്യവസ്ഥ സൂചിപ്പിക്കുന്നത്. അതിലും പ്രാചീനമായ ഒരു ആദികുടുംബരൂപത്തെയാണ് ഹാവായിലെ രക്തബന്ധവ്യവസ്ഥ കാണിക്കുന്നത്. മോർഗൻ പറയുന്നു:

> കുടുംബം ഒരു സജീവതത്വത്തെയാണ് പ്രതിനിധാനം ചെയ്യുന്നത്. അത് ഒരിക്കലും നിശ്ചലമല്ല, സമൂഹം താഴ്ന്ന അവസ്ഥയിൽ നിന്ന് ഉയർന്ന അവസ്ഥയിലേക്ക് നീങ്ങുന്നതിനൊപ്പം തന്നെ കുടുംബം താഴ്ന്ന രൂപത്തിൽനിന്ന് ഉയർന്ന രൂപത്തിലേക്ക് പുരോഗമിക്കുന്നു. മറിച്ച് രക്തബന്ധവ്യവസ്ഥകൾ നിശ്ചലങ്ങളാണ്. അതിദീർഘ കാലയളവുകൾക്കിടയിൽ കുടുംബത്തിന്റെ രൂപത്തിലുണ്ടാകുന്ന പരിവർത്തനങ്ങളെയാണവ സൂചിപ്പിക്കുന്നത്. കുടുംബത്തിന് സമഗ്രമായ മാറ്റം വരുമ്പോൾ അതിനൊപ്പം മാത്രം ഈ ബന്ധങ്ങളിലും സമഗ്രമായി മാറ്റമുണ്ടാകുന്നു.

മാർക്സ് കൂട്ടിച്ചേർക്കുന്നു:

> ഇത് രാഷ്ട്രീയവും നൈതികവും മതപരവും ദാർശനികവുമായ വ്യവസ്ഥകൾക്കെല്ലാം പൊതുവെ ബാധകമാണ്.

രക്തബന്ധവ്യവസ്ഥകളും അതിന്റെ അടിസ്ഥാനത്തിലുള്ള കുടുംബങ്ങളും ഇന്ന് നിലവിലുള്ളവയിൽനിന്ന് വ്യത്യസ്തമാണ്. കാരണം, അവയിലെല്ലാം ഓരോ കുട്ടിക്കും പല അച്ഛൻമാരും അമ്മമാരും ഉണ്ട്. അമേരിക്കൻ രക്തബന്ധ വ്യവസ്ഥയിൽ സഹോദരനും സഹോദരിയും ഒരേ കുട്ടിയുടെ അച്ഛനും അമ്മയും ആവുക സാധ്യമല്ല. ഹാവായ് ദ്വീപിലെ വ്യവസ്ഥയിൽ നേരെമറിച്ചാണ്. പുരുഷന്മാർ ബഹുഭാര്യാത്വ

ത്തിലും അവരുടെതന്നെ ഭാര്യമാർ ബഹുഭർതൃത്വത്തിലും കുട്ടികളെല്ലാം അവർക്കു പൊതുവും ആയിരിക്കുന്ന അവസ്ഥയാണ് പ്രാകൃതസമൂഹത്തിൽ കാണാൻ കഴിയുന്നത്. ആ അവസ്ഥയിൽ ക്രമാനുഗതമായി വന്നുഭവിച്ച മാറ്റങ്ങൾ അവസാനം ഏകഭാര്യാത്വത്തിൽ എത്തിച്ചേരുന്നു. അങ്ങനെ പൊതുവിവാഹബന്ധങ്ങളുടെ വൃത്തം ചുരുങ്ങിച്ചുരുങ്ങി ഇന്ന് സാർവത്രികമായിത്തീർന്നിരിക്കുന്ന ഒറ്റയായ 'ദമ്പതികുടുംബ'ത്തിൽ വന്നെത്തിയിരിക്കുന്നു.

ഇങ്ങനെ കുടുംബത്തിന്റെ ചരിത്രം പുനഃസൃഷ്ടിച്ചെടുത്ത മോർഗനും അദ്ദേഹത്തിന്റെ ഭൂരിപക്ഷം സഹപ്രവർത്തകരും ലൈംഗിക അരാജകത്വം നിലനിന്നിരുന്ന ഒരു പ്രാകൃതദശ ഉണ്ടായിരുന്നു എന്ന നിഗമനത്തിലാണ് എത്തിച്ചേർന്നത്. ആ ദശയിൽ ഓരോ സ്ത്രീയും ഓരോ പുരുഷനും അതുപോലെതന്നെ ഓരോ പുരുഷനും ഓരോ സ്ത്രീക്കും ഒരുപോലെ അവകാശപ്പെട്ടവരായിരുന്നു. അതിന്റെ തെളിവുകൾ ചരിത്രത്തിന്റെയും മതത്തിന്റെയും പാരമ്പര്യങ്ങളിൽ ആദ്യമായി തേടിയത് ബച്ചോഫെനാണ്. പക്ഷെ, അദ്ദേഹത്തിനു കിട്ടിയ തെളിവുകൾ സംഘവിവാഹത്തിന്റെ കാലംവരെയേ എത്തുന്നുള്ളൂ. അവ്യവസ്ഥിത ലൈംഗികബന്ധങ്ങളുടെ കാലം അതിനും എത്രയോ പിന്നിലാണ്! അതുകൊണ്ട് പ്രത്യക്ഷമായ തെളിവുകൾ കണ്ടെത്തുക സാധ്യമാണെന്നു തോന്നുന്നില്ല.

സ്ത്രീയും പുരുഷനും തമ്മിലുള്ള ലിംഗപരമായ വിഭജനത്തെ ചരിത്രത്തിലെ ആദ്യത്തെ വർഗവിഭജനമായിട്ടാണ് എംഗൽസ് പരാമർശിക്കുന്നത്. ആദ്യകാലത്ത് സ്ത്രീക്ക് ഉണ്ടായിരുന്ന സമത്വം നഷ്ടമാവുകയും അവൾ കുടുംബത്തിലെ അടിമയായി മാറുകയും ചെയ്യുന്നു. അതുകൊണ്ടാണ് അത് ലോകചരിത്രപ്രധാനമായ പരാജയമായിരുന്നു എന്ന് എംഗൽസ് പറയുന്നത്. ആ ഘട്ടത്തെക്കുറിച്ച് എംഗൽസ് പറയുന്നത് നോക്കുക:

> മനുഷ്യരാശിയുടെ ലൈംഗികബന്ധ ചരിത്രത്തിൽ, ഇത്തരം ഒരു ദശയുണ്ടായിരുന്നു എന്ന വസ്തുത നിഷേധിക്കുന്നത് ഇന്നൊരു ഫാഷനായിത്തീർന്നിട്ടുണ്ട്. മനുഷ്യരാശിയെ ഈ അപമാനത്തിൽ നിന്നു രക്ഷിച്ചെടുക്കാനുള്ള വ്യഗ്രതയാണ് ഈ നിഷേധത്തിനു പിന്നിലുള്ളത്. പ്രത്യക്ഷമായ തെളിവുകളില്ലെന്നുള്ളതാണ് ഒരു കാരണമായി പറയുന്നത്. മൃഗങ്ങളുടെ സ്ഥിതി ഉദാഹരണമായി ചൂണ്ടിക്കാണിക്കുന്നുമുണ്ട്. എന്തായാലും ഇവയിൽ നിന്നെല്ലാം എനിക്ക് എത്തിച്ചേരാൻ കഴിയുന്നത് ഇവയൊന്നും മനുഷ്യനെയും അവന്റെ പ്രാകൃതദശയെയും സംബന്ധിച്ചിടത്തോളം യാതൊന്നും തെളിയിക്കുന്നില്ല എന്ന നിഗമനത്തിലാണ്. പക്ഷികൾക്കിടയിൽ ഏകഭാര്യാത്വമുണ്ടെന്നു പറയുന്നതിൽ അർഥമില്ല. കാരണം, മനുഷ്യൻ പക്ഷിയിൽനിന്നു പരിണമിച്ചുണ്ടായവനല്ല. പിന്നെ ഏകഭാര്യാത്വമാണ് സന്മാർഗത്തിന്റെ പരകോടിയെങ്കിൽ, പട്ടും വളയും

കൊടുക്കേണ്ടത് പന്നിവിരയ്ക്കാണ്. സ്ത്രീപുരുഷലിംഗങ്ങൾ ഒരുമിച്ചുള്ളത് അതിനാണല്ലോ. പക്ഷെ, സസ്തനജന്തുക്കളെ മാത്രമെടുത്താൽ അവയ്ക്കിടയിൽ എല്ലാവിധ ലൈംഗികബന്ധങ്ങളും ഉണ്ടെന്നുകാണാം. അവ്യവസ്ഥിതമായ ബന്ധങ്ങളും സംഘവിവാഹത്തിന്റെയും ബഹുഭാര്യാത്വത്തിന്റെയും ഏകഭാര്യാത്വത്തിന്റെയുമെല്ലാം നേർത്ത രൂപങ്ങളും അവയ്ക്കിടയിലുണ്ട്. ഇല്ലാത്തത് ബഹുഭർതൃത്വം മാത്രമാണ്. അത് മനുഷ്യന്റെ മാത്രം നേട്ടമാണ്. മനുഷ്യനോട് ഏറ്റവും അടുത്തു നിൽക്കുന്ന ആൾക്കുരങ്ങുകൾക്കിടയിൽ ഏകഭാര്യാത്വവും ബഹുഭാര്യാത്വവും ഇടകലർന്നു കാണാമെന്നും അതല്ല ഏകഭാര്യാത്വം മാത്രമേ ഉള്ളൂ എന്നും മറ്റുമുള്ള തർക്കങ്ങൾക്കു വിരാമമിട്ടുകൊണ്ട് എസ്പിനാസ് (*മൃഗസമൂഹങ്ങൾ*–1877) വെട്ടിത്തുറന്നു പറയുന്നു;

ഉൽപ്പാദനോപാധികളുടെ വികാസം സമൂഹത്തിന്റെ ഭൗതികമായ അടിത്തറയിൽ ഗണ്യമായ മാറ്റംവരുത്താൻ തുടങ്ങി. അതോടുകൂടി സ്ത്രീയുടെ അസമത്വങ്ങൾ വർധിക്കുകയും ചെയ്തു. പുരുഷന്മാർ സ്വകാര്യസ്വത്തിന്റെ ഉടമസ്ഥരായിമാറി. അങ്ങനെ കുടുംബമെന്നത് സ്വകാര്യസ്വത്തിന്റെ സാമ്പത്തികയൂണിറ്റായിമാറി. സ്ത്രീകൾക്ക് സമൂഹത്തിലുണ്ടായിരുന്ന സ്ഥാനം നഷ്ടപ്പെട്ടതും അവൾ ഒരു വീട്ടുടമയായി മാറിയതും ചരിത്രപരമായ ഒരു പരാജയമായിരുന്നു.

കുടുംബവ്യവസ്ഥ ഉടലെടുത്തതോടെ പുരുഷാധിപത്യവ്യവസ്ഥയും നിലവിൽവന്നു. പുരുഷാധിപത്യമെന്നത് ലിംഗാടിസ്ഥാനത്തിലുള്ള ഒരധികാരവ്യവസ്ഥയാണ്. അതുമായി അഭേദ്യമായി ബന്ധപ്പെട്ടതാണ് സ്വകാര്യസ്വത്തുടമാവ്യവസ്ഥയും. സ്ത്രീയുടെ പുനരുൽപ്പാദനസംബന്ധമായ അഥവാ പ്രത്യുൽപ്പാദനപരമായ ജൈവശാസ്ത്രധർമവുമായി ബന്ധിപ്പിച്ചാണ് പുരുഷാധിപത്യപ്രത്യയശാസ്ത്രം അടിച്ചേൽപ്പിക്കപ്പെട്ടത്. അതുകൊണ്ടുതന്നെ ലിംഗാടിസ്ഥാനത്തിലുള്ള സവിശേഷപ്രാധാന്യം സ്ത്രീപുരുഷബന്ധത്തിനുണ്ട്. അതായത് അത് കേവലം സ്വത്തുടമാബന്ധമല്ലെന്നർഥം. സാമ്പത്തികമായി തുല്യതനേടിയതുകൊണ്ടു മാത്രം ലിംഗപരമായ വിവേചനങ്ങളും അസമത്വങ്ങളും അവസാനിക്കുന്നില്ല.

ഡെസ്മണ്ട് മോറീസിന്റെ നഗ്നവാനരൻ അഥവാ ദി നേക്കഡ് ഏയ്പ്

ലോകപ്രസിദ്ധ നരവംശശാസ്ത്രജ്ഞനും ജന്തുശാസ്ത്രജ്ഞനുമാണ് ഇംഗ്ലീഷുകാരനായ ഡോ. ഡെസ്മണ്ട് മോറീസ്. *ദി ബയോളജി ഓഫ് ആർട്, ഏയ്പ്സ് ആന്റ് മങ്കീസ്, ദി ഹ്യൂമൻ സൂ* തുടങ്ങിയവയാണ് അദ്ദേഹത്തിന്റെ മറ്റ് പ്രധാനപ്പെട്ട ഗ്രന്ഥങ്ങൾ. ഹോമോസാപ്പിയൻസ് എന്ന പേരിലറിയപ്പെടുന്ന നഗ്നവാനരൻ പ്രകൃതിയിൽ ഏതെല്ലാം

നിലയിൽ വേറിട്ടുനിൽക്കുന്നുവെന്ന് മോറീസ് നിരീക്ഷിക്കുന്നു. നാടകീയമായി അദ്ദേഹം വിശദീകരിക്കുന്ന കാര്യങ്ങൾ പൊതുവിൽ പുരുഷകേന്ദ്രിതമാണെങ്കിലും പ്രാചീനമനുഷ്യന്റെ സാമൂഹ്യജീവിതത്തെക്കുറിച്ചും ലൈംഗികജീവിതത്തെക്കുറിച്ചും അദ്ദേഹം നടത്തിയ പഠനങ്ങൾ കാണാതിരുന്നുകൂടാ.

മോറീസിന്റെ അഭിപ്രായത്തിൽ പ്രാചീനകാലത്തുതന്നെ മനുഷ്യർക്കിടയിൽ ആൺപെൺവിഭജനം പ്രകടമായിരുന്നു. നായാട്ട് നടത്തിയത് പുരുഷന്മാരായിരുന്നു. സ്ത്രീകൾ കുടുംബത്തിനകത്ത് തളച്ചിടപ്പെടാൻതുടങ്ങി. അവർക്ക് കുട്ടികളെ വളർത്തുകയും പരിശീലിപ്പിക്കുകയും ചെയ്യേണ്ട ഉത്തരവാദിത്വമുണ്ടായിരുന്നു. നായാടി സമൂഹത്തിൽ കുട്ടികളെ സൈനികപ്രതിരോധത്തിനുവേണ്ടി പരിശീലിപ്പിക്കേണ്ടതും അനിവാര്യമായിരുന്നു. നായാടിസമൂഹം ക്രമേണ ഒരു സ്ഥലത്ത് അല്ലെങ്കിൽ ചില സ്ഥലങ്ങളിൽ താമസമുറപ്പിക്കുന്ന സമൂഹമായി പരിണമിക്കുകയായിരുന്നു. മനുഷ്യസമൂഹത്തിലെ ഈ പരിണാമദിശയാണ് ഏറ്റവും പ്രധാനപ്പെട്ട മാറ്റങ്ങൾക്ക് വഴിതെളിച്ചത്. പഴങ്ങളും മറ്റും കഴിച്ച് അലഞ്ഞുതിരിഞ്ഞു നടന്നിരുന്ന പ്രാചീനഗോത്രസമൂഹം അതിന്റെ ഏദൻതോട്ടം വിട്ടു എന്നാണ് മോറീസ് പറയുന്നത്. ഇന്ന് സംസ്കാരം എന്ന പേരിലറിയപ്പെടുന്ന നാഗരികമായ മുന്നേറ്റത്തിലേക്കുള്ള കാൽവയ്പ്പായിരുന്നു അത്. കാട്ടിലെ വാനരൻ, നാട്ടിലെ വാനരനായി മാറാൻ തുടങ്ങി. അഞ്ചുലക്ഷത്തിലധികം വർഷം പഴക്കമുള്ള ആ പ്രാചീനമനുഷ്യൻ ഒട്ടേറെ പരിവർത്തനങ്ങൾക്ക് വിധേയമായി എന്നുപറഞ്ഞുവല്ലോ. മോർഗനും എംഗൽസും നിരീക്ഷിച്ച പരിവർത്തനങ്ങളെക്കുറിച്ചാണ് മോറീസും സൂചിപ്പിക്കുന്നത്.

പുതിയ ജീവിതരീതി അഥവാ പുതിയ സാമൂഹിക–കുടുംബഘടന നിർണായകമായ ഒന്നായിരുന്നു. അലഞ്ഞുതിരിഞ്ഞ വാനരൻ കുടുംബത്തിലെ പിതാവായി മാറിയതിന് ഒരു പശ്ചാത്തലംകൂടി ഉണ്ടായിരുന്നുവെന്ന് മോറീസ് സൂചിപ്പിക്കുന്നുണ്ട്. അസ്ഥിരമായ ഭക്ഷണലഭ്യതയാണ് അതിന്റെ കാരണമായി മോറീസ് സൂചിപ്പിക്കുന്നത്. ആദ്യകാലത്തെ കിരാതമനുഷ്യന് ലഭിച്ചതുപോലെ സുഭിക്ഷമായ ഭക്ഷണം അല്ലെങ്കിൽ സുസ്ഥിരമായ ഭക്ഷണം കുടുംബമനുഷ്യന് ലഭിച്ചില്ല. അതുകൊണ്ടുതന്നെ ആഹാരം കരുതിവയ്ക്കുക, പങ്കിടുക എന്നീ കാര്യങ്ങൾ അവന് ചെയ്യേണ്ടിവന്നു. അതോടൊപ്പം കുടുംബത്തിലെ ആൺകുട്ടികളും പെൺകുട്ടികളും എന്ന വിഭജനവും നിലവിൽവന്നു. അതായത് ആദ്യകാലത്തെ ലിംഗവിഭജനം സഹകരണത്തിൽ അധിഷ്ഠിതമായിരുന്നു എന്നർഥം. ഘടനാപരമായി സഹകരണത്തിൽ അധിഷ്ഠിതമായിരുന്നെങ്കിലും ഉള്ളടക്കത്തിൽ പുരുഷമേധാവിത്വത്തിലേക്കാണ് ഇത് നയിച്ചത്.

ചരിത്രാതീതകാലത്തെ ഏകഭാര്യാത്വത്തെക്കുറിച്ചും ബഹുഭാര്യാത്വത്തെക്കുറിച്ചും മോറീസ് നിരീക്ഷിക്കുന്നുണ്ട്. ആണും പെണ്ണും തമ്മിലുള്ള ജനസംഖ്യാപരമായ അനുപാതം ഒരു പ്രധാനപ്പെട്ട ഘടകമായി

മോറീസ് വിലയിരുത്തുന്നു. ആണുങ്ങളെക്കാൾ കൂടുതലാണ് പെണ്ണുങ്ങളെങ്കിൽ ഒന്നിലധികം പെണ്ണുങ്ങളുമായി പുരുഷന്മാർ ബന്ധപ്പെടുന്നു. എന്നാൽ ബഹുഭാര്യാത്വം എന്ന വ്യവസ്ഥ വളരെ അപൂർവമായി മാത്രമേ നിലനിന്നിരുന്നുള്ളൂവെന്നാണ് അദ്ദേഹം പറയുന്നത്. ബഹുഭാര്യാത്വവ്യവസ്ഥയിൽ കൂടുതൽ ഉത്തരവാദിത്വങ്ങളും മറ്റും പുരുഷന് ഏറ്റെടുക്കേണ്ടിവരുന്നതുകൊണ്ട് കൂടുതലായും ഏകഭാര്യാവ്യവസ്ഥയാണ് സമൂഹത്തിൽ നിലനിന്നത് എന്നാണ് അദ്ദേഹം പറയുന്നത്.

മനുഷ്യരുടെ ലൈംഗികജീവിതത്തിൽ കാര്യമായ മാറ്റം സംഭവിച്ച ഒരു ഘട്ടമായിട്ടാണ് ഡെസ്മണ്ട് മോറീസ് ആ കാലത്തെ വിശദീകരിക്കുന്നത്. സ്വന്തം ജനനേന്ദ്രിയങ്ങളെ നഗ്നമായി പ്രദർശിപ്പിച്ച മനുഷ്യർ അതിനെ മറച്ചുവയ്ക്കാൻ തുടങ്ങി. ആദ്യകാലത്ത് തണുപ്പിൽനിന്നും മറ്റും രക്ഷനേടാൻവേണ്ടിയാണ് ഇങ്ങനെ ചെയ്തിരുന്നതെങ്കിൽ പിൽക്കാലത്ത് സ്വകാര്യതയ്ക്കുവേണ്ടി അത് ചെയ്യാൻ തുടങ്ങി. ലൈംഗികാവയവങ്ങൾ സ്വകാര്യഅവയവങ്ങളാണെന്ന ചിന്ത രൂപപ്പെടാൻ തുടങ്ങി. ഇതോടൊപ്പംതന്നെ ഇണയോടൊപ്പം ശയിക്കുക എന്നത് പ്രാചീനമനുഷ്യന്റെ ഒരു പ്രധാനശീലമായിമാറി. എന്നാൽ ആദ്യകാലത്ത് നിലനിന്ന താരതമ്യേന സ്വതന്ത്രമായ ശാരീരികബന്ധങ്ങളും രതിബന്ധങ്ങളും രാത്രിയിലേക്ക് ചുരുങ്ങി എന്നാണ് മോറീസ് പറയുന്നത്. പ്രതിലൈംഗികത അഥവാ ലൈംഗികനിയന്ത്രണങ്ങൾ ഇക്കാലത്താണ് ഉണ്ടായത് എന്നാണ് മോറീസ് നിരീക്ഷിക്കുന്നത്.

അച്ഛൻ അമ്മ, ഭാര്യ, പെൺമക്കൾ, ആൺമക്കൾ, അന്യർ തുടങ്ങിയ പരിഗണനകൾ രൂപംകൊണ്ട കാലത്തെക്കുറിച്ചാണ് മുകളിൽ സൂചിപ്പിച്ചത്. പുരുഷനായിരുന്നു ഇക്കാലത്ത് കുടുംബത്തിന്റെ കേന്ദ്രം. സ്വത്തിന്റെ നിയന്ത്രണാധികാരവും പുരുഷനായിരുന്നു. ആദ്യകാലത്ത് സ്ത്രീകൾക്കും പുരുഷന്മാർക്കും ഒരുപോലെ അവകാശമുള്ള ഒരു വ്യവസ്ഥയായിരുന്നു നിലനിന്നിരുന്നത്. ഉൽപ്പാദനവിഭവങ്ങളുടെ സ്വകാര്യവൽക്കരണം എന്ന പ്രതിഭാസം രൂപംകൊണ്ടത് ഇക്കാലത്താണ്. എന്നാൽ ആഹാരത്തിന്റെ സിംഹഭാഗവും ഉൽപ്പാദിപ്പിച്ചിരുന്നത് സ്ത്രീകളായിരുന്നു. ഗാർഹികജീവിതം എന്ന ഒരു പ്രതിഭാസം ആവിർഭവിച്ചു. അതോടുകൂടിയാണ് സ്ത്രീ ഭാര്യയായി അല്ലെങ്കിൽ വീട്ടുജോലിക്കാരിയായി അധഃപതിക്കുകയും സാമൂഹികോൽപ്പാദനപ്രവർത്തനങ്ങളിൽനിന്ന് മാറ്റിനിർത്തപ്പെടുകയും ചെയ്തത് എന്നാണ് എംഗൽസ് വിശകലനം ചെയ്യുന്നത്. കുടുംബത്തിലും സമൂഹത്തിലും സ്ത്രീയുടെ വിധേയത്വം ഉടലെടുക്കുന്നത് ഈ തൊഴിൽപരമായ വിഭജനത്തിലൂടെയാണ് എന്നാണ് എംഗൽസിന്റെ നിരീക്ഷണം.

സ്ത്രീ ഏതെല്ലാം നിലയിൽ വിധേയത്വം അനുഭവിക്കുന്നുവെന്ന് എംഗൽസ് നിരീക്ഷിക്കുന്നുണ്ട്. സ്വത്തിന്റെമേലുള്ള പുരുഷന്റെ ആധിപത്യവും ലിംഗത്തിന്റെ അഥവാ ജന്മശരീരത്തിന്റെ അടിസ്ഥാനത്തിലുള്ള തൊഴിൽവിഭജനപ്രക്രിയയും പ്രത്യുൽപ്പാദനപ്രവർത്തനങ്ങളിൽ നില

നിൽക്കുന്ന പുരുഷാധിപത്യം അഥവാ പാട്രിയാർക്കിയും സ്വകാര്യസ്വത്ത് ആവിർഭവിക്കുന്നതിന്റെ ഭാഗമായിട്ടാണ് എംഗൽസ് വിശദീകരിക്കുന്നത്.

കുടുംബത്തിൽ സ്ത്രീക്ക് അനുഭവിക്കേണ്ടിവന്ന അല്ലെങ്കിൽ അഭിമുഖീകരിക്കേണ്ടിവന്ന പുതിയ നിയന്ത്രണങ്ങളും പരിശീലനങ്ങളുമാണ് സ്ത്രീയെ വിധേയത്വത്തിൽ തളച്ചിടാൻ കാരണമായത്. ഇവിടെ ഒരു പുതിയപ്രശ്നം ഉയർന്നുവരുന്നു. അതാണ് പുനരുൽപ്പാദനം എന്ന വിഷയം. അതായത് സ്വകാര്യസ്വത്തിന്റെ ആധിപത്യംമാത്രമല്ല പുരുഷന്റെ ആധിപത്യത്തിന് കാരണമായത് എന്നർഥം. മറ്റൊരർഥത്തിൽ പറഞ്ഞാൽ സ്ത്രീയും പുരുഷനും ചൂഷണം ചെയ്യപ്പെടുന്നതിന്റെ അടിസ്ഥാനത്തിലുള്ള വ്യത്യാസം പരിഗണിക്കേണ്ടതുണ്ട് എന്നർഥം. മുതലാളിത്തത്തിലും എല്ലാ വർഗസമൂഹങ്ങളിലും സ്ത്രീയും പുരുഷനും ചൂഷണം ചെയ്യപ്പെടുന്നുണ്ട്. എന്നാൽ സ്ത്രീ മറ്റൊരു പ്രധാനപ്പെട്ട വിഷയം അഭിമുഖീകരിക്കുന്നു. ലിംഗപരമായ അഥവാ ജന്മശരീരപരമായ പീഡനമാണത്. ഈയൊരവസ്ഥ ഉയർന്നുവരുന്നത് പുരുഷാധിപത്യവ്യവസ്ഥയിൽ അധിഷ്ഠിതമായ അധികാരബന്ധങ്ങളാണ്. എല്ലാ വർഗസമൂഹങ്ങളിലും അടിസ്ഥാനപരമായി പാട്രിയാർക്കി നിലനിൽക്കുന്നു. സ്വകാര്യസ്വത്തവകാശം ഇല്ലായ്മചെയ്യുന്നതിലൂടെ സ്ത്രീപീഡനം അവസാനിക്കുകയില്ല എന്നർഥം. സ്വകാര്യസ്വത്ത് അവസാനിക്കുന്നതോടെ അഥവാ സോഷ്യലിസവും കമ്യൂണിസവും നിലവിൽവരുന്നതോടെ സ്ത്രീപുരുഷബന്ധങ്ങൾക്ക് ഗുണകരമായ പലമാറ്റങ്ങളും സംഭവിക്കും എന്ന കാഴ്ചപ്പാട് തീർത്തും നിഷേധിക്കുന്നില്ല. എന്നാൽ കേവലമായ സ്വത്തുടമാവ്യവസ്ഥയിൽ അധിഷ്ഠിതമല്ല പുരുഷാധിപത്യമെന്ന സവിശേഷപ്രതിഭാസം. സമൂഹത്തിലും കുടുംബത്തിലും സ്ത്രീ അനുഭവിക്കുന്ന എല്ലാത്തരം വിവേചനങ്ങളും പീഡനങ്ങളും അവസാനിച്ച് അവളെ വിമോചിപ്പിക്കുക എന്നതാണ് സ്ത്രീവിമോചനം എന്നതുകൊണ്ട് അർഥമാക്കുന്നത്. ഇത് സാധ്യമാവണമെങ്കിൽ പാട്രിയാർക്കിയുടെ സവിശേഷത എന്തെന്ന് മനസിലാക്കണം.

പാട്രിയാർക്കി അഥവാ പുരുഷാധിഷ്ഠിത അധികാരബന്ധങ്ങൾ

സ്വകാര്യസ്വത്തിന്റെ ആവിർഭാവം മാത്രമാണ് ആണും പെണ്ണും തമ്മിലുള്ള ഇന്നത്തെ വിഭജനത്തിന് അഥവാ സ്ത്രീ മർദനങ്ങൾക്ക് അടിസ്ഥാനകാരണമെങ്കിൽ ഒരു ചോദ്യം സ്വാഭാവികമായും ഉയർന്നുവരുന്നു. സ്വകാര്യസ്വത്തിന്റെ നിയന്ത്രണവും മേധാവിത്വവും എങ്ങനെ പുരുഷന്റെ കൈകളിൽവന്നു. അതെന്തുകൊണ്ട് സ്ത്രീക്ക് കൈവന്നില്ല. സ്വകാര്യസ്വത്ത് ഇല്ലാതിരുന്ന ഒരു സാമൂഹ്യവ്യവസ്ഥിതിയിൽ അഥവാ കമ്യൂണിസത്തിൽ സ്വകാര്യസ്വത്തവകാശം പുരുഷന്റെ കൈകളിലേക്ക് വരാൻ ഇടയാക്കിയതെന്താണ്? ഇവിടെയാണ് പുരുഷാധിഷ്ഠിത അധികാരങ്ങൾ അഥവാ ലിംഗമർദനത്തിന്റെ അധികാരബന്ധങ്ങൾ എന്ന ഒരു പ്രതിഭാസം ഉരുത്തിരിഞ്ഞുവരുന്നത്. ലൈംഗികമായി സ്ത്രീകളെ

കീഴ്പ്പെടുത്തുക എന്ന ലക്ഷ്യം ആദിമനുഷ്യരിൽ രൂപപ്പെടാൻതുടങ്ങിയതോടെയാണ് ഇതുണ്ടാവുന്നത്. ലൈംഗികമായി അനുഭവിക്കുന്നതും ലൈംഗികമായി കീഴ്പ്പെടുത്തുന്നതും രണ്ടും രണ്ടാണ്. ലൈംഗികമായ ഒരു സ്വത്തായി പെണ്ണിനെ ഉപയോഗിക്കാനുള്ള അഭിലാഷങ്ങൾ ആദ്യ കാലഘട്ടത്തിലെ മനുഷ്യരിൽ പ്രകടമായിരുന്നു. ഇതിന് അവന്റെ അഥവാ ആണിന്റെ ജൈവശരീരം അനുകൂലഘടകമായിരിക്കണം. എന്നാൽ ആണും പെണ്ണും എന്ന ജൈവപരമായ വിഭജനമാണ് പുരുഷാധിപത്യത്തിന് അടിസ്ഥാനം എന്ന റാഡിക്കൽ ഫെമിനിസ്റ്റുകളുടെ കാഴ്ചപ്പാട് തികച്ചും അസംബന്ധമാണ്. പുരുഷന്റെ അധികാരങ്ങളെക്കുറിച്ച് റാഡിക്കൽ ഫെമിനിസ്റ്റുകൾക്ക് ഒന്നും അറിയില്ല എന്നതാണ് യാഥാർഥ്യം. അവർക്ക് കുടുംബത്തെ ഒരു ഉപരിഘടനയായിമാത്രമേ കാണാൻകഴിയുകയുള്ളൂ.

കുടുംബത്തിനകത്ത് സ്ത്രീക്ക് നേരിടേണ്ടിവന്ന പുനരുൽപ്പാദനപരമായ ധർമങ്ങളാണ് അവളുടെ അടിമത്തത്തിന്റെ അടിസ്ഥാനകാരണം. കുടുംബത്തിനകത്തെ സ്ത്രീയുടെ തൊഴിൽ, കുടുംബത്തിനു പുറത്തെ ഉത്തരവാദിത്വങ്ങൾ, ലക്ഷ്യങ്ങൾ, എന്നിവ നിജപ്പെടുത്താൻ തുടങ്ങിയതോടെയാണ്. സ്വകാര്യസ്വത്ത് ആരംഭിക്കുന്നതിനുമുമ്പുതന്നെ ഉടലെടുത്ത പുരുഷന്റെ സവിശേഷാധികാരങ്ങളാണ് കുടുംബമെന്ന പ്രതിഭാസത്തിലേക്ക് നയിച്ച സ്വകാര്യസ്വത്തിന്റെ രൂപവൽക്കരണത്തിന്റെ അടിസ്ഥാനം. അതായത് സ്വകാര്യസ്വത്ത് ആരംഭിക്കുന്നതിനുമുമ്പുതന്നെ പുരുഷന്റെ അധികാരങ്ങൾ ആരംഭിച്ചിരിക്കണം. സ്വകാര്യസ്വത്ത് ആരംഭിക്കാൻ അതായിരുന്നു കാരണം എന്നർഥം. പ്രാകൃത കമ്യൂണിസ്റ്റ് ദശയിലുള്ള ആദിമസമൂഹങ്ങളിലെ സ്വത്തില്ലാത്ത അവസ്ഥ തകർക്കുന്നതിലേക്ക് നയിച്ചത് ഈ അധികാരബന്ധങ്ങളാണ്. ഗോത്രങ്ങൾ തമ്മിലുള്ള യുദ്ധങ്ങൾ, ഗോത്രപ്രതിരോധങ്ങൾ, ലൈംഗികാഭിലാഷങ്ങൾ, ആഹാരം തേടാനുള്ള മത്സരങ്ങൾ, നായാട്ട് എന്നിവയിലൂടെയെല്ലാം പ്രകടമായ പുരുഷ അധികാരങ്ങളാണ് പ്രാകൃതകമ്യൂണിസത്തിന്റെ തകർച്ചയിലേക്ക് നയിച്ചത്.

കുടുംബവ്യവസ്ഥ രൂപംകൊണ്ടതോടെ ഈ അധികാരബന്ധങ്ങൾക്ക് വളർച്ചയും ഘടനാപരമായ സവിശേഷതകളും കൈവന്നു. പുരുഷാധിപത്യ പ്രത്യയശാസ്ത്രം രൂപംകൊണ്ടു. സ്വത്തുടമാവ്യവസ്ഥയിൽ സ്വത്തിന്റെ മേലുള്ള ഒരു വർഗത്തിന്റെ ആധിപത്യവും കുടുംബത്തിനകത്തെ ലിംഗപരമായ ആധിപത്യവും രണ്ടാണ്. സ്വത്തുടമാവ്യവസ്ഥയിലെ വർഗാധിപത്യവും ലിംഗാധിപത്യവും അഥവാ ജന്മശരീരത്തിലെ ആധിപത്യവും പരസ്പരം കോർത്തിണക്കപ്പെട്ടിരിക്കുന്നുവന്നത് നിഷേധിക്കാൻ കഴിയില്ല. എന്നാൽ കോർത്തിണക്കപ്പെട്ടു എന്നതിന്റെ അർഥം രണ്ടുമൊന്നാണ് എന്നല്ല. ആഗോളവൽക്കരണകാലത്തും ആയിരക്കണക്കിന് വർഷങ്ങൾക്കുമുമ്പുള്ള മനുവിന്റെ സംരക്ഷണവാദം എത്രത്തോളം ഇവിടെ ആധിപത്യംചെലുത്തുന്നു എന്ന് നമുക്കറിയാവുന്ന

താണ്. സ്ത്രീ സ്വാതന്ത്ര്യമർഹിക്കുന്നില്ല എന്ന് പരസ്യമായി പറയുന്ന മനുവിന്റെ പ്രത്യയശാസ്ത്രമാണ് ഇന്ന് സമൂഹത്തിൽ മേധാവിത്വം വഹിക്കുന്നത്. ചൂഷണവും ലിംഗപരമായ മർദനവും തികച്ചും വ്യത്യസ്തമായ രണ്ട് പ്രതിഭാസങ്ങളാണ് എന്ന തിരിച്ചറിവാണ് സ്ത്രീവിമോചന പ്രസ്ഥാനത്തിന്റെ വളർച്ചയ്ക്ക് സഹായകമാവുന്നത്. പ്രാചീനകാലത്ത് ആവിർഭവിച്ച പുനരുൽപ്പാദനപരമായ സ്ത്രീയുടെ ഉത്തരവാദിത്വങ്ങൾ ഡെസ്മണ്ട് മോറീസ് തന്റെ *നേക്കഡ് ഏയ്പ്* എന്ന ഗ്രന്ഥത്തിൽ ഇങ്ങനെ വിവരിക്കുന്നു;

> ബീജസങ്കലനത്തിനുശേഷം ഗർഭപാത്രത്തിൽ ഭ്രൂണം വളരാൻ തുടങ്ങിയാൽ പെണ്ണിൽ ധാരാളം മാറ്റങ്ങളുണ്ടാകുന്നു. മാസംതോറുമുള്ള ആർത്തവചക്രം നിലയ്ക്കുന്നു. രാവിലെ ഛർദ്ദി വരുന്നു, രക്തസമ്മർദം കുറയുന്നു, അൽപ്പം വിളർച്ച ബാധിക്കുന്നു, അൽപ്പം കഴിഞ്ഞാൽ മുലകൾ ചീർക്കുന്നു, വിശപ്പുകൂടുന്നു. അവൾ സൗമ്യയായിത്തീരുന്നു.
>
> 266 ദിവസത്തെ ഗർഭധാരണകാലത്തിനുശേഷം ഗർഭാശയം വളരെ ശക്തിയായും താളക്രമത്തിലും സങ്കോചിക്കാൻ തുടങ്ങുന്നു. ഗർഭത്തിനു ചുറ്റുമുള്ള ഉൽബഹദരം പൊട്ടുകയും ഗർഭസ്ഥശിശു കിടന്നിരുന്ന ദ്രാവകം പുറത്തുപോവുകയും ചെയ്യുന്നു. കൂടുതൽ ശക്തമായ സങ്കോചത്തിന്റെ ഫലമായി ശിശു പുറത്തേക്കു തള്ളപ്പെടുന്നു. വീണ്ടുമുള്ള സങ്കോചങ്ങളുടെ ഫലമായി മറുപിള്ളയും പുറത്തു വരുന്നു. കുട്ടിയുമായി തള്ളയെ ബന്ധിപ്പിക്കുന്ന പൊക്കിൾക്കൊടി പിന്നെ ഖണ്ഡിക്കപ്പെടുന്നു. മറ്റു ജീവജാതികളിൽ തള്ളതന്നെ സ്വയം കടിച്ചുമുറിച്ചിട്ടാണ് ഇതു സാധിക്കുന്നത്. നമ്മുടെ പൂർവികരും ആദ്യം ഇങ്ങനെതന്നെ ചെയ്തിരിക്കണം. എന്നാൽ ഇപ്പോൾ ഭംഗിയായി കത്രികകൊണ്ടാണിതു മുറിക്കുന്നത്. കുട്ടിയുമായി ബന്ധിപ്പിക്കപ്പെട്ടിരുന്ന കുറ്റി ജനിച്ചു കുറേക്കഴിഞ്ഞു വരണ്ടുണങ്ങി വീണുപോകുന്നു (*നഗ്നവാനരൻ*-പരിഭാഷ കെ കുഞ്ഞിക്കൃഷ്ണൻ).

കുഞ്ഞുങ്ങളെ തീറ്റുക, കുളിപ്പിക്കുക, കളിപ്പിക്കുക, പരിരക്ഷിക്കുക, പരിശീലിപ്പിക്കുക തുടങ്ങി ഒട്ടേറെ രക്ഷാകർതൃചുമതലകൾ സ്ത്രീകളാണ് നിലനിർത്തുന്നത്. ഡെസ്മണ്ട് മോറീസ് നഗ്നവാനരനെ അധ്യാപകവാനരൻ എന്നുവിശേഷിപ്പിക്കുന്നു. കുടുംബജീവിതത്തിൽ സ്ത്രീകൾക്കുള്ള പുനരുൽപ്പാദനപരമായ ധർമങ്ങൾ സ്ത്രീകളെ പുരുഷാധിപത്യവ്യവസ്ഥയിൽ തളച്ചിടാൻ പ്രേരിപ്പിക്കുന്നു. പുനരുൽപ്പാദനപരമായ ധർമങ്ങൾ പുരുഷന് കുടുംബത്തിനകത്ത് സവിശേഷ അധികാരം നൽകുന്നു. കുടുംബത്തിന്റെ ആധികാരിക നിയന്ത്രണം പുരുഷനാണെങ്കിലും പ്രയോഗത്തിൽ ഉത്തരവാദിത്വം സ്ത്രീകൾക്കാണ്. പാട്രിയാർക്കി എന്ന പുരുഷാധിപത്യവ്യവസ്ഥയെ മുതലാളിത്തത്തിൽനിന്നും വേർതിരിച്ചുകാ

ണേണ്ടതുണ്ട്. മുതലാളിത്തവും പുരുഷാധിപത്യവ്യവസ്ഥയും പരസ്പരപൂരകമാണെങ്കിലും മുതലാളിത്തത്തിന് മുമ്പെ ആവിർഭവിച്ചതാണ് പുരുഷാധിപത്യവ്യവസ്ഥ. ഇത് സ്ത്രീയെ ജീവശാസ്ത്രപരമായ ഒരു പുനരുൽപ്പാദനയന്ത്രമായി തരംതാഴ്ത്തുന്നു.

അധികാരത്തിന്റെയും നിയന്ത്രണത്തിന്റെയും ഒരു സവിശേഷവ്യവസ്ഥയാണിത്. സ്ത്രീയുടെമേൽ പുരുഷൻ സ്ഥാപിക്കുന്ന ലൈംഗികാധികാരമാണ് ഇതിന്റെ അടിത്തറ. എന്നാൽ ജീവശാസ്ത്രപരമായ വ്യത്യാസങ്ങളല്ല സ്ത്രീപുരുഷ വിഭജനത്തിന്റെ അടിസ്ഥാനം. മുതലാളിത്തവും പുരുഷാധിപത്യവ്യവസ്ഥയും പരസ്പരം കൈകോർത്തുകൊണ്ട് സങ്കീർണമായ ഒരധികാരവ്യവസ്ഥയെ രൂപപ്പെടുത്തുന്നു. സ്റ്റെല്ല ഐസൻസ്റ്റീൻ ഇതിനെ ക്യാപിറ്റലിസ്റ്റ് പാട്രിയാർക്കി എന്നുവിളിക്കുന്നു. മുതലാളിത്തത്തോടുകൂടി അവസാനിക്കുന്നതല്ല ഈ മുതലാളിത്ത പുരുഷാധിപത്യവ്യവസ്ഥ. ലിംഗപരമായ ശ്രേണീബന്ധത്തിൽ അധിഷ്ഠിതമാണിത്. കുടുംബവ്യവസ്ഥയുടെ സങ്കീർണഘടനയാണ് പുരുഷാധിപത്യവ്യവസ്ഥിതിയുടെ ഉറവിടം. മുതലാളിത്തത്തിന് മുമ്പുതന്നെ ഈ പുരുഷാധിപത്യവ്യവസ്ഥ രൂപംകൊണ്ടിട്ടുണ്ടെങ്കിലും മുതലാളിത്തത്തിൽ അത് സങ്കീർണമായ ഒരു വ്യവസ്ഥയായി പരിണമിച്ചിരിക്കുന്നു.

സമൂലമായ ഒരു ജനാധിപത്യ ക്രമത്തിലൂടെമാത്രമേ പുരുഷാധിപത്യവ്യവസ്ഥയെ മറികടക്കാൻ കഴിയുകയുള്ളൂ. പുനരുൽപ്പാദനത്തിലധിഷ്ഠിതമായ കുടുംബവ്യവസ്ഥയിൽ സ്ത്രീക്ക് തുല്യപങ്കാളിത്തവും അധികാരവും ലഭ്യമാവുമ്പോൾ മാത്രമേ പുരുഷാധിപത്യവ്യവസ്ഥ ആത്യന്തികമായി തകരുകയുള്ളൂ. ഇത് കേവലം സാമ്പത്തികമായ അധികാരനിർവഹണത്തിന്റെ പ്രശ്നമല്ല. ലിംഗപരമായ പുനരുൽപ്പാദനത്തിന്റെ അടിസ്ഥാനത്തിലുള്ള പുരുഷാധിപത്യവ്യവസ്ഥ കേവലം സാമ്പത്തികമായ അധികാരത്തിൽ കെട്ടിപ്പടുത്തതല്ല. നേരത്തെ വിശദീകരിച്ചതുപോലെ ഇതൊരു അധികാരവ്യവസ്ഥയാണ്. സദാചാരനിയമങ്ങളും മൂല്യങ്ങളും വിലക്കുകളും നിയന്ത്രണാധികാരങ്ങളും ഉൾപ്പെട്ടതാണ് ശ്രേണീവ്യവസ്ഥയിലധിഷ്ഠിതമായ ഈ പുരുഷാധിപത്യവ്യവസ്ഥ. വിവാഹം, സ്വത്തവകാശം, പിന്തുടർച്ചാവകാശം എന്നിവയെയെല്ലാം നിയന്ത്രിക്കുന്ന അധികാരഘടനയാണിത്. സെക്സിൽനിന്നും ജെൻഡറിലേക്കുള്ള പരിണാമം ഇവിടെ വളരെ പ്രശസ്തമാണ്. കുടുംബത്തിലും സമൂഹത്തിലും സ്ത്രീകൾക്കുള്ള സ്ഥാനങ്ങളും പദവികളും അധികാരങ്ങളും നിയന്ത്രിക്കുന്നത് പുരുഷാധിപത്യവ്യവസ്ഥയാണ്. പുരുഷാധിപത്യവ്യവസ്ഥ സ്ത്രീയെ പുനർനിർവഹിക്കുന്നു.

സ്ത്രീകളുടെ ലൈംഗികത, സദാചാരം, മൂല്യങ്ങൾ, ജീവിതരീതികൾ, ശൈലികൾ, വഴക്കങ്ങൾ, ധർമങ്ങൾ എന്നിവയെല്ലാം ഇതനുസരിച്ച് നിർവചിക്കപ്പെടുന്നു. ഇത്തരത്തിൽ പുരുഷനാൽ നിർവചിക്കപ്പെട്ട സ്ത്രീയുടെ സൗന്ദര്യവും മൂല്യങ്ങളും സ്വത്വങ്ങളും അവ പുരുഷനാൽ നിർവചിക്കപ്പെട്ടതാണെന്ന യാഥാർഥ്യത്തെപ്പോലും വിസ്മൃതമാക്കി

ക്കൊണ്ട് സമൂഹത്തിൽ ഉറപ്പിക്കപ്പെടുന്നു. സ്ത്രീയെ സംബന്ധിച്ച നിർവചനങ്ങളെല്ലാം സമൂഹത്തിൽ സ്ത്രീനിർമിതമായ നിർവചനങ്ങളെന്നനിലയിൽ ഉറപ്പിക്കപ്പെടുന്നു. സ്ത്രീകളും ഈ നിലയിൽത്തന്നെ ഇതിനെ സ്വീകരിക്കുന്നു. ഇവിടെയാണ് പുരുഷാധിപത്യത്തിന്റെ വിജയം. സ്ത്രീകളുടെ അഭിരുചികൾ അനന്തമായി നിർണയിക്കപ്പെടുന്നു. എന്നുവെച്ചാൽ അഭിരുചികളുടെ പെരുക്കൽ ഒരു സാർവത്രികമായ പ്രതിഭാസമാണ്. കൂട്ടുകുടംബവ്യവസ്ഥയിൽനിന്നും ന്യൂക്ലിയർ കുടുംബത്തിലേക്കുള്ള പരിണാമത്തിൽ സ്ത്രീകളുടെ അഭിരുചികളുടെ പെരുക്കൽ വളരെ പ്രകടമാണ്. ഇത് കമ്പോളവ്യവസ്ഥയുമായി ബന്ധപ്പെട്ട് നിലകൊള്ളുന്നു. സ്ത്രീശരീരം ചരക്കുവൽക്കരിക്കപ്പെടുന്നതിലൂടെയാണ് ഇത്തരത്തിലുള്ള ഒരു പ്രതിഭാസം വളർന്നുവരുന്നത്. ആഗോളമുതലാളിത്തത്തിന്റെ വിപണിതാൽപ്പര്യങ്ങളുമായി ഒത്തുപോകുന്നതാണിത്. സ്ത്രീശരീരത്തെ ചരക്കുവൽക്കരിച്ചുകൊണ്ടും അനന്തമായ ഭൗതികാവശ്യങ്ങളുടെ കേന്ദ്രമായി സ്ത്രീശരീരത്തെ വിഭാവനം ചെയ്തുകൊണ്ടുമാണ് മുതലാളിത്ത വിപണിവ്യവസ്ഥ നിലനിൽക്കുന്നത്. ആഭരണങ്ങൾ, വസ്ത്രങ്ങൾ, സൗന്ദര്യവർധകവസ്തുക്കൾ തുടങ്ങി അനന്തമായ ചരക്കുവൽക്കരണമാണ് ഇന്നു നടക്കുന്നത്. ഇത്തരം വിലപിടിപ്പുള്ള ചരക്കുകളുടെ അഭാവത്തിൽ സ്ത്രീശരീരം ഒരു നിർജീവവും വിലകുറഞ്ഞതുമായ വസ്തുവാണെന്ന ധാരണ പടർന്നുപിടിക്കുന്നു. സ്ത്രീശരീരത്തിന് ചരക്കുകളില്ലാതെ നിലനിൽക്കുക സാധ്യമല്ല എന്ന സങ്കൽപ്പമാണ് മുതലാളിത്ത വിപണികളുടെ അടിസ്ഥാനം.

5

ലൈംഗികന്യൂനപക്ഷങ്ങളുടെ ഇടങ്ങൾ

ഹെർമഫ്രോഡൈറ്റുകൾ അഥവാ സെക്ഷ്വലി ആംബിഗ്വെസ് എന്നെല്ലാം വിശേഷിപ്പിക്കപ്പെടുന്ന മൂന്നാംജന്മ ശരീരമനുഷ്യർ ലൈംഗികന്യൂനപക്ഷങ്ങളെന്ന നിലയിൽ സ്വന്തം ഇടത്തിനായി പോരാടുകയാണിന്ന്. ഉഭയലിംഗ മനുഷ്യർ അവരുടെ ലിംഗനീതിക്കായി ഉയർത്തുന്ന നിലവിളികൾ കണ്ടില്ലെന്നുനടിക്കുന്നത് ഒരു ജനാധിപത്യസമൂഹത്തിന് ചേരുന്നതല്ല. ആണും പെണ്ണും ചേർന്ന മൂന്നാമതൊരു ജന്മശരീരം എന്നതിലുപരി ആണിനും പെണ്ണിനുമപ്പുറത്തുള്ള ജന്മഗണമാണവർ. മുഖ്യധാരാസമൂഹത്തിന്റെ വ്യവസ്ഥാപിതമായ ലൈംഗികസങ്കൽപ്പനങ്ങളുമായി പൊരുത്തപ്പെടാത്തതിനാൽ അവർ ലൈംഗികന്യൂനപക്ഷമായി അറിയപ്പെടുന്നു. പുരുഷാധിഷ്ഠിത മൂല്യസങ്കൽപ്പങ്ങൾ അവരെ സമൂഹത്തിന്റെ അരികുകളിലേക്ക് വലിച്ചെറിയുന്നു. ഇത്തരമൊരു ജന്മശരീരത്തെ പുച്ഛത്തോടെയാണ് പൊതുസമൂഹം കാണുന്നത്. എന്നാൽ ലോകമെങ്ങും ലിംഗസമത്വത്തിനും ലിംഗനീതിക്കും വേണ്ടിയുള്ള ചർച്ചകളും പഠനങ്ങളും നടന്നുകൊണ്ടിരിക്കുകയാണ്. സിനിമയിലായാലും നാടകത്തിലായാലും സാഹിത്യത്തിലായാലും പൊതു ഇടങ്ങളിലായാലും ഈ മൂന്നാം ലിംഗഗണം അവരുടെ അവകാശങ്ങൾക്ക് വേണ്ടി പോരാട്ടങ്ങൾ നടത്തുന്നു. സ്ത്രീത്വത്തെക്കുറിച്ചും പൗരുഷത്തെക്കുറിച്ചും നിലനിൽക്കുന്ന സാമ്പ്രദായിക ധാരണകളെ ഇവരുടെ പോരാട്ടങ്ങൾ മുറിവേൽപ്പിക്കുന്നു.

പുരുഷനും സ്ത്രീക്കുമപ്പുറത്തുള്ള ജന്മശരീരത്തിന്റെ അനുരാഗവിവശതയാർന്ന നിലവിളികൾ നമ്മുടെ നിയമസംവിധാനങ്ങൾ കേൾക്കാൻ തുടങ്ങിയിരിക്കുന്നു. സ്വവർഗാനുരാഗത്തെ കുറ്റവിമുക്തമാക്കിക്കൊണ്ടുള്ള ഡൽഹിഹൈക്കോടതിയുടെ വിധി അതാണ് തെളിയിക്കു

ന്നത്. മതവിശ്വാസങ്ങളെയും സദാചാരസങ്കൽപ്പങ്ങളെയും മാരകമായി പ്രഹരമേൽപ്പിക്കുന്ന ഒരു വിധിയാണിത്. എന്നാൽ നിയമസംവിധാനങ്ങളുടെ പരിരക്ഷമാത്രം പോര ഒരു ജന്മശരീരത്തിന് അതിന്റെ സർവമാന അവകാശങ്ങളോടുംകൂടി ജീവിക്കാൻ. നൂറ്റാണ്ടുകളുടെ സവർണപ്രത്യയശാസ്ത്രം അടിച്ചേൽപ്പിച്ച മൂല്യങ്ങൾ ഇന്നും പൊതുസമൂഹത്തിൽ അടിഞ്ഞുകിടക്കുകയാണ്. പുരുഷനും സ്ത്രീയുമല്ലാത്ത ഒരു ജന്മഗണത്തെ എങ്ങനെ സ്വീകരിക്കും എന്ന കാര്യത്തിൽ ഇന്നും പൊതുസമൂഹത്തിന് ധാരണയില്ല.

ജനാധിപത്യത്തെക്കുറിച്ചുള്ള നമ്മുടെ അവകാശവാദങ്ങളെല്ലാം തന്നെ സ്വവർഗാനുരാഗികളുടെ കാര്യത്തിൽ അർഥരഹിതമാവുകയാണ് ചെയ്യുന്നത്. പുരുഷകേന്ദ്രിതമായ കുടുംബവ്യവസ്ഥയ്ക്കുള്ളിൽ ഇടമില്ലാത്തതുകൊണ്ടാണ് മൂന്നാം ജന്മശരീരം പുറത്തുപോകുന്നത്. അച്ഛൻ, അമ്മ, മക്കൾ എന്ന ത്രിത്വസങ്കൽപ്പത്തിൽ അധിഷ്ഠിതമായ ഇന്നത്തെ അണുകുടുംബഘടനയ്ക്ക് മൂന്നാംജന്മശരീരത്തെ ഉൾക്കൊള്ളാനാകില്ല. അതുകൊണ്ടുതന്നെ മൂന്നാംജന്മഗണത്തിൽപ്പെടുന്നവർ തങ്ങളുടെ ആത്മസംത്രാസങ്ങൾ ആവിഷ്കരിക്കാൻവേണ്ടി തങ്ങളുടെതായ ഇടംകണ്ടെത്തുന്നു. കേവലം ഉടലിന്റെ അസ്തിത്വമല്ല മൂന്നാം ജന്മഗണത്തിന്റേത്. മറിച്ച് അത് സ്വത്വപരമായ ആഭിമുഖ്യങ്ങളെ പ്രതിനിധാനം ചെയ്യുന്നു.

ഇന്ത്യക്ക് മൂന്നാംലിംഗ ഗണത്തിന്റെ ഒരു വലിയ ചരിത്രമുണ്ട്. ഇതിഹാസങ്ങളിലും പുരാണങ്ങളിലും ഒട്ടേറെ പരാമർശങ്ങൾ മൂന്നാംലിംഗ ഗണത്തെക്കുറിച്ച് ഉണ്ടായിരുന്നിട്ടും നമ്മുടെ പൊതുസമൂഹത്തിന് ഇവരെക്കുറിച്ച് ഒരു നിലപാട് സ്വീകരിക്കാൻ കഴിയുന്നില്ല. പ്രകൃതിജന്യമായ ഒരു പിശകായിട്ടാണ് ഇവരെ സമൂഹം പരിഗണിക്കുന്നത്. ശരീരത്തിന്റെ ആവിഷ്കാരങ്ങൾക്ക് ഒട്ടേറെ വൈവിധ്യങ്ങളുണ്ടെന്ന് മനസിലാക്കാനുള്ള ആർജവം നമുക്കില്ലായെന്നതിന്റെ തെളിവാണിത്. ജൈവികമായ ഒരു പ്രതിഭാസമായിട്ടാണ് നാം പലപ്പോഴും മൂന്നാംജന്മഗണത്തെ പരിഗണിക്കുന്നത്. എന്നാൽ ഇത് തികച്ചും സാമൂഹ്യമായ ഒരു പ്രതിഭാസമാണ്.

ചരിത്രത്തിൽ എല്ലാ കാലത്തും എല്ലാ രാജ്യങ്ങളിലും സ്വവർഗരതി നിലനിന്നിരുന്നു എന്നതിന് ഒട്ടേറെ തെളിവുകളുണ്ട്. മൂന്നാം ജന്മഗണത്തിന്റെ അനുരാഗവും ചരിത്രത്തിൽ നിലനിന്നിരുന്നു. എന്നാൽ ആധുനികകാലത്തു മാത്രമാണ് ഇത് ഒരു ജനാധിപത്യ വിഷയമായി ഉയർന്നുവരുന്നത്. മനുഷ്യസമൂഹത്തിന്റെ വിഭിന്ന ആഭിമുഖ്യങ്ങളെ ജീവശാസ്ത്രപരമായ സമസ്യയാക്കി ന്യൂനീകരിക്കുന്നത് യുക്തിക്ക് നിരക്കുന്നതല്ല. അനന്തമായ ആഭിമുഖ്യങ്ങളാണ് മനുഷ്യശരീരങ്ങളെ നിയന്ത്രിക്കുന്നത്. അവയെ രൂപപ്പെടുത്തുന്നതും അതുതന്നെയാണ്. ലൈംഗികതയെ അമർത്തുകയും നിരോധിക്കുകയും ചെയ്യുന്ന മനുഷ്യവംശത്തോളം പഴക്കമുള്ള പ്രവണതകളിലാണ് മൂന്നാംലിംഗ ഗണത്തിന്റെയും സ്വവർഗാനുരാഗത്തിന്റെയും വേരുകൾ കിടക്കുന്നത്. ഇത് മനുഷ്യവംശ

ത്തിലെ ലൈംഗികന്യൂനപക്ഷത്തിന്റെ പ്രതിരോധമാണ്. അഥവാ അത്തരമൊരു പ്രതിരോധത്തിന്റെ സൃഷ്ടിയാണ്. പ്രണയത്തിന്റെ ഉന്മാദമന്ത്രസ്വനങ്ങൾ നമ്മുടെ മുഖ്യധാരാ ശ്രവണയന്ത്രങ്ങൾക്ക് പിടിച്ചെടുക്കാൻ കഴിയുന്നതല്ല. പ്രണയത്തിനും രതിക്കും അതുമായി ബന്ധപ്പെട്ട എല്ലാ വികാരയന്ത്രങ്ങൾക്കും വിലക്ക് കൽപ്പിക്കുന്ന അധികാരപ്രയോഗങ്ങൾക്കെതിരെ മനുഷ്യവംശം നടത്തുന്ന നിതാന്തമായ ചെറുത്തുനിൽപ്പാണ് ഇവയെല്ലാം. ആ നിലയ്ക്ക് ഇവ ലൈംഗികതയുടെ സാംസ്കാരികപ്രതിരോധമാണ്. ഇത് ജനിതകപരമായ ഒരു പ്രതിഭാസമെന്നതിലുപരി ലൈംഗികതയുടെ രാഷ്ട്രീയപ്രതിരോധമാണ്.

പുരുഷാധിപത്യം തീക്ഷ്ണമായിരുന്ന യവനർക്കിടയിലും റോമാക്കാർക്കിടയിലും സ്വവർഗാനുരാഗങ്ങൾ വിവിധരീതിയിൽ നിലനിന്നിരുന്നു എന്നതിന് തെളിവുകളുണ്ട്. ലെസ്ബിയനിസം തന്നെ ഗ്രീസുമായി ബന്ധപ്പെട്ടതാണ്. ആധുനികകാലത്ത് ഫെമിനിസ്റ്റ് സാഹിത്യവുമായി ബന്ധപ്പെട്ട് ഒരു ലെസ്ബിയൻ ധാരതന്നെ വികസിക്കുകയുണ്ടായി. ഇത്തരത്തിലുള്ള ലെസ്ബിയൻ സാഹിത്യധാരകൾ ലോകത്തിന്റെ പല ഭാഗങ്ങളിലും ഉണ്ട്.

നോവലിസ്റ്റ്, ചെറുകഥാകൃത്ത്, നാടകകൃത്ത്, കവി എന്നീ നിലകളിൽ പ്രസിദ്ധനായിരുന്ന ഐറിഷ് എഴുത്തുകാരനായിരുന്ന ഓസ്കാർ വൈൽഡ് അന്നത്തെ വിക്ടോറിയൻ സദാചാരസങ്കൽപ്പങ്ങളെ രൂക്ഷമായി വിമർശിച്ച പ്രതിഭാശാലിയായിരുന്നു. അദ്ദേഹത്തിന്റെ ആഭിമുഖ്യങ്ങളെ കുറ്റകൃത്യങ്ങളായിട്ടാണ് വിക്ടോറിയൻ ഇംഗ്ലണ്ട് കണ്ടത്. അതിനദ്ദേഹത്തിന് ജയിൽശിക്ഷ അനുഭവിക്കേണ്ടിവന്നു. പ്രാചീനഗ്രീസിൽ ജീവിച്ചിരുന്ന സാഫോ എന്ന കവയിത്രിക്കും ഭരണകൂടത്തിന്റെയും പൊതുസമൂഹത്തിന്റെയും പീഡനങ്ങൾ ഏൽക്കേണ്ടിവന്നു. സാഫോയുടെ നാടായിരുന്നു ഗ്രീസിലെ ലെസ്ബോസ് എന്ന ദ്വീപ്. സാഫോയ്ക്ക് നൂറുകണക്കിന് പെൺസുഹൃത്തുക്കൾ ഉണ്ടായിരുന്നത്രെ. അവരോടുള്ള സാഫോയുടെ തീവ്രാനുരാഗങ്ങൾ ആ കവിതകളിൽ അലയടിക്കുന്നു. അങ്ങനെ ഫീമെയിൽ ഹോമോസെക്ഷ്വാലിറ്റി അഥവാ ലെസ്ബിയനിസം എന്ന പേര് അവരുമായി ബന്ധിപ്പിക്കപ്പെട്ടു.

മിഷായേൽ ഫൂക്കോ തന്റെ കൃതികളിൽ സ്വവർഗാനുരാഗത്തിന്റെ രാഷ്ട്രീയമാനങ്ങളെ വെളിച്ചത്തുകൊണ്ടുവരുന്നുണ്ട്. *ദി ഹിസ്റ്ററി ഓഫ് സെക്ഷ്വാലിറ്റി, ദി അബ്നോർമൽ* എന്നീ കൃതികളിൽ അദ്ദേഹം ലൈംഗികതയെ സംബന്ധിച്ച വളരെ വ്യത്യസ്തമായ വിശകലനങ്ങൾ നടത്തുന്നു. പുരുഷ–സ്ത്രീ ലൈംഗികതയെ ഒരു ശരീരത്തിനുള്ളിൽത്തന്നെ ഏകോപിപ്പിക്കാനുള്ള ശ്രമമായിട്ടാണ് ഫൂക്കോ സ്വവർഗലൈംഗികതയെ കാണുന്നത്. നൂറ്റാണ്ടുകളിലെ ലൈംഗികതയുടെ ചരിത്രം വിശകലനം ചെയ്തുകൊണ്ടാണ് ഫൂക്കോ ഇത്തരമൊരു നിരീക്ഷണം നടത്തുന്നത്. ഭരണകൂടവും സാമൂഹികമതസ്ഥാപനങ്ങളും ലൈംഗികതയ്ക്കുമേൽ ഏൽപ്പിച്ച നിയന്ത്രണങ്ങളും വിലക്കുകളുമാണ് ഫൂക്കോ പരിശോധനയ്ക്കു വിധേയമാക്കുന്നത്.

കിരീടം ചൂടാത്ത മനുഷ്യകാമനകളുടെ വ്യത്യസ്തമായ ആവിഷ്കാരമാണത്. ആദർശവൽക്കരണങ്ങൾക്കും തിരസ്കരണങ്ങൾക്കും അതീതമായി സമൂഹത്തിന്റെ ആഭിമുഖ്യങ്ങളുടെ സൂക്ഷ്മദൃശ്യങ്ങൾ കണ്ടെത്തുക എന്നതാണ് പ്രധാനം. സ്വവർഗരതിയെ അഥവാ സ്വവർഗാനുരാഗത്തെ സ്വാഭാവികരതിയായും സ്വാഭാവിക അനുരാഗമായും തിരിച്ചറിയാൻ തുടങ്ങിയ ഒരു കാലഘട്ടമാണിത്. സമൂഹത്തിലെ വളരെ ചെറിയ ഒരു ന്യൂനപക്ഷമാണ് ഇത്തരത്തിൽ തിരിച്ചറിയാൻ തുടങ്ങിയത്. എന്നാൽ മുഖ്യധാരാസമൂഹം ശക്തമായ എതിർപ്പുകൾ ഇന്നും നിലനിർത്തുന്നു.

സ്വവർഗരതിയെ ജന്തുഗണത്തിന്റെ അടിസ്ഥാനസവിശേഷതകളിലൊന്നായി ഡെസ്മണ്ട് മോറീസ് തന്റെ *നേക്കഡ് ഏയ്പ്* എന്ന കൃതിയിൽ നിരീക്ഷിക്കുന്നുണ്ട്. എതിർലിംഗവുമായി ശരിയായ രീതിയിലുള്ള ലൈംഗിക ആഭിമുഖ്യം പുലർത്താൻ കഴിയാതെവരുമ്പോഴാണ് സ്വവർഗരതിതാൽപ്പര്യം ഉണ്ടാവുന്നത് എന്നാണ് മോറീസിന്റെ നിരീക്ഷണം. പലപ്പോഴും ഇത്തരം ഘട്ടത്തിൽ അചേതനവസ്തുക്കളുമായി ജന്തുക്കൾ ഇണചേരാൻ ശ്രമിക്കുമെന്ന് അദ്ദേഹം അഭിപ്രായപ്പെടുന്നു.

കൂട്ടിലടയ്ക്കപ്പെട്ട മാംസഭോജികൾ കൂട്ടിനകത്തെ ഭക്ഷണപാത്രങ്ങളുമായി ഇണചേരാൻ ശ്രമിക്കുന്നതിനെക്കുറിച്ച് മോറീസ് പരാമർശിക്കുന്നു. കുരങ്ങന്മാർ, സിംഹങ്ങൾ എന്നിവയ്ക്കിടയിലും സ്വവർഗരതിയുടെയും സ്വയംരതിയുടെയും ഉദാഹരണങ്ങൾ അദ്ദേഹം നിരത്തുന്നു. എതിർലിംഗവുമായുള്ള ലൈംഗികബന്ധം സുഗമമാവാതെ വരുമ്പോൾ സംഭവിക്കുന്ന ബഹിർഗമനമായിട്ടാണ് ഡെസ്മണ്ട് മോറീസ് സ്വവർഗരതിയെ കാണുന്നത്. പാശ്ചാത്യരാജ്യങ്ങളിൽ നടന്നിട്ടുള്ള സ്വവർഗരതിയുടെ റിപ്പോർട്ടുകളും അദ്ദേഹം തെളിവായി നിരത്തുന്നു. പൊതുവിൽ നിരുപദ്രവകരമായ ഒരു ബന്ധമായിട്ടാണ് മോറീസ് സ്വവർഗരതിയെ കാണുന്നത്.

രക്ഷാകർത്താക്കളുടെ സ്വാധീനമാണ് സ്വവർഗരതിയെ സ്വാധീനിക്കുന്ന ഒരു പ്രധാന ഘടകമായി മോറീസ് എടുത്തുകാണിക്കുന്നത്. രക്ഷാകർത്താക്കളിൽ അമ്മയ്ക്ക് പുരുഷന്റെ സ്വഭാവമാണുള്ളതെങ്കിൽ അത് കുട്ടികളുടെ രതിവാസനയെ ആഴത്തിൽ സ്വാധീനിക്കുമെന്ന് മോറീസ് അഭിപ്രായപ്പെടുന്നു. ആന്തരാവയവഘടകങ്ങൾ ഒരു വഴിക്കും പെരുമാറ്റത്തിന്റെ ഘടകങ്ങൾ മറ്റൊരു വഴിക്കും സഞ്ചരിക്കുമെന്ന് അദ്ദേഹം നിരീക്ഷിക്കുന്നു. ഫ്രോയിഡ് ഈഡിപ്പസ് കോംപ്ലക്സിനെപ്പറ്റി വിശദീകരിക്കുമ്പോൾ പരാമർശിക്കുന്നതും ഇതുതന്നെയാണ്.

ഇതനുസരിച്ച് പിതാവിന്റെയും മാതാവിന്റെയും സ്വഭാവസവിശേഷതകളെ പരമ്പരാഗതമായി നിർവചിക്കുന്നു. പുരുഷന് സ്ഥായിയായ ചില സ്വഭാവസവിശേഷതകളും സ്ത്രീക്ക് അതിനു വിരുദ്ധമായ സവിശേഷതകളും ഉണ്ടെന്ന് സങ്കൽപ്പിക്കപ്പെടുന്നു. ഇത് ജനിതകപരമായി കൈമാറ്റം ചെയ്യപ്പെടുന്നതാണെന്ന് കരുതപ്പെടുന്നു. ഇത്തരത്തിൽ

സ്ത്രീത്വത്തെക്കുറിച്ചും പൗരുഷത്തെക്കുറിച്ചും നിലനിൽക്കുന്ന പരമ്പരാഗതധാരണകൾ ഉറപ്പിക്കുന്നതാണ് ഡെസ്മണ്ട് മോറീസിന്റെയും സമീപനം. പ്രത്യുൽപ്പാദനത്തിന്റെ വിജയത്തെ ലൈംഗികരീതികൾ തടസപ്പെടുത്തുകയാണെങ്കിൽ അത് ജീവശാസ്ത്രപരമായി അടിസ്ഥാനരഹിതമാണെന്നും മോറീസ് പറയുന്നു. പുരുഷവർഗത്തിലും സ്ത്രീഗണത്തിലും പെടുകയോ പെടാതിരിക്കുകയോ ചെയ്യുന്ന ആളുകളും സ്വവർഗപ്രേമികളും ജീവശാസ്ത്രപരമായ അർഥത്തിൽ വഴിതെറ്റിയവരാണെന്ന് മോറീസ് അഭിപ്രായപ്പെടുന്നു.

സമുദായം ജന്മംകൊടുത്ത അവർക്ക് സമുദായത്തിന് ഒന്നും തിരിച്ചുനൽകാൻ കഴിയുകയില്ലെന്ന് അദ്ദേഹം പറയുന്നു. ചുരുക്കിപ്പറഞ്ഞാൽ ജീവശാസ്ത്രകേന്ദ്രിതമാണ് മോറീസിന്റെ നിഗമനങ്ങൾ. നിലനിൽക്കുന്ന വൈദ്യശാസ്ത്രത്തിന്റെ ലക്ഷ്യങ്ങളും ആശയങ്ങളുമായി യോജിച്ചുപോകുന്നതാണ് അത്. ജീവശാസ്ത്രത്തിന് അഥവാ ആധുനികജീവശാസ്ത്രത്തിന് ഒരു സദാചാരമുണ്ട്. അത് മതത്തിന്റെ സദാചാരത്തിൽനിന്നും അടിസ്ഥാനപരമായി വ്യത്യസ്തമല്ല. പ്രജനനശേഷിയിൽ അധിഷ്ഠിതമാണത്. ജീവജാതികളുടെ തുടർച്ച നിലനിൽക്കുക എന്ന ജീവശാസ്ത്രലക്ഷ്യമാണത്. അതുകൊണ്ട് പ്രജനനത്തിന് വിരുദ്ധമായിട്ടുള്ളതൊന്നും സമൂഹത്തിന് വിരുദ്ധമല്ല എന്ന നിഗമനത്തിൽ അതെത്തുന്നു.

സ്വവർഗാനുരാഗത്തെ ജനിതകവ്യതിയാനമായും രോഗമായും കാണുന്ന പഴയ സമീപനത്തിൽനിന്നും ആധുനികവൈദ്യശാസ്ത്രം ഒരു പരിധിവരെ മോചിതമായിട്ടുണ്ട്. സ്വവർഗരതിയെക്കുറിച്ച് നിലനിൽക്കുന്ന മറ്റൊരു പ്രധാനപ്പെട്ട ധാരണ അവർ ലൈംഗികകാമനയെ അമിതമായി ആശ്രയിക്കുന്നു എന്നതാണ്. സ്വവർഗാനുരാഗികൾക്കിടയിലെ മാനസികമായ ആഭിമുഖ്യങ്ങളെയും അതിന്റെ തീവ്രതകളെയും നിരാകരിക്കുന്നതിന് സമമാണിത്. നമ്മുടെ പരമ്പരാഗത കുടുംബസങ്കൽപ്പങ്ങൾക്ക് പുറത്ത് മൊട്ടിടുന്ന എല്ലാറ്റിനെയും നുള്ളിയെറിയുന്ന സമീപനമാണിത്.

ലൈംഗിക ന്യൂനപക്ഷങ്ങളെന്ന നിലയിൽ ഭിന്ന ലൈംഗികഗണങ്ങൾ ഉയർത്തുന്ന മാനുഷികമായ അവകാശങ്ങൾ നിഷേധിക്കപ്പെട്ടുകൂടാത്തതാണ്. മതരഹിതമായ ജീവിതം നയിക്കുന്ന ഒരു ജനവിഭാഗം കൂടിയാണിവർ. ഇത്തരത്തിലുള്ള ജന്മശരീരങ്ങളെ വൈദ്യശാസ്ത്രത്തിന്റെ സഹായത്തോടുകൂടി മുഖ്യധാരയിലേക്ക് കൊണ്ടുവരാം എന്ന് കരുതുന്നത് അസംബന്ധമാണ്. അങ്ങനെ കൃത്രിമമായി മുഖ്യധാരയിലേക്ക് കൊണ്ടുവന്നാലും അവരുടെ യഥാർഥ ആഭിമുഖ്യങ്ങൾ ഇല്ലാതാവുന്നില്ല. കാരണം ഇതൊരു രോഗാവസ്ഥയല്ല. ഇതൊരു സാമൂഹിക ആഭിമുഖ്യമാണ്. പുരുഷകേന്ദ്രിത ലൈംഗികവ്യവസ്ഥയോടുള്ള ചെറുത്തുനിൽപ്പ് എന്ന നിലയിൽ ഉയർന്നുവരുന്ന മൂന്നാംലിംഗഗണത്തിന്റെ ശബ്ദങ്ങൾക്ക് വളരെയേറെ പ്രസക്തിയുണ്ട്.

6

മിഷായേൽ ഫൂക്കോ ലൈംഗികതയുടെ ചരിത്രം

ലൈംഗികത എന്ന വാക്ക് നിഷേധാത്മകമായിട്ടാണ് ആളുകൾ പൊതുവിൽ ഉപയോഗിക്കുന്നത്. കുറ്റബോധം, പാപബോധം, പ്രായശ്ചിത്തം, ശിക്ഷ, അപകർഷതാബോധം എന്നീ പദങ്ങളുമായി ബന്ധപ്പെട്ടല്ലാതെ ലൈംഗികതയെക്കുറിച്ച് സംസാരിക്കാൻ കഴിയാത്തവിധം ഈ പദങ്ങൾ അതുമായി ഇഴചേർന്നിരിക്കുന്നു. ഇത്തരമൊരു ഇഴചേരലിന് മനുഷ്യവംശത്തോളംതന്നെ പഴക്കമുണ്ട്. മേൽപ്പറഞ്ഞ പദങ്ങളുമായി ബോധപൂർവവും അബോധപൂർവവുമായി ബന്ധപ്പെടുത്തി മാത്രമേ ലൈംഗികതയെക്കുറിച്ച് ചിന്തിക്കാൻ കഴിയുകയുള്ളൂ എന്ന അവസ്ഥയാണുള്ളത്. ലൈംഗികത എന്നാൽ മറച്ചുവയ്ക്കപ്പെടേണ്ടതാണ് എന്ന ആശയം വളരെ പഴയതാണ്. സിഗ്മണ്ട് ഫ്രോയിഡിന്റെ മനഃശാസ്ത്ര രംഗത്തെ ഇടപെടലോടുകൂടി ഈ ആശയം കാലഹരണപ്പെട്ടു. *ലൈംഗികതയുടെ ചരിത്രം* എന്ന മൂന്നു വാല്യങ്ങളിൽ രചിക്കപ്പെട്ട മിഷായേൽ ഫൂക്കോയുടെ ഗ്രന്ഥത്തിൽ ഇത് പരാമർശിക്കുന്നുണ്ട്. ചരിത്രമില്ലാതിരുന്ന ഫ്രോയിഡിന്റെ ലൈംഗികതയ്ക്ക് ചരിത്രമുണ്ടെന്ന് തെളിയിക്കുന്നതാണ് ഫൂക്കോയുടെ പഠനം.

പ്രാചീനലോകത്തിൽ ലൈംഗികത സാഹിത്യത്തിലും കലയിലും മതബോധങ്ങളിലും വളരെ പ്രൗഢമായി നിലനിന്നിരുന്നു. സൗന്ദര്യാത്മകവും ഭാവനാത്മകവുമായ തലങ്ങളിൽ പ്രസരിച്ചുനിന്ന പ്രാചീനലോകത്തിന്റെ ലൈംഗികത ഇതിഹാസങ്ങളിലും ചരിത്രങ്ങളിലും അതിന്റെ പ്രോജ്വലമായ മുദ്രകൾ പതിപ്പിച്ചു. ദേശീയവികാരം, യുദ്ധവീര്യം, ത്യാഗസന്നദ്ധത എന്നീ മൂല്യങ്ങളെല്ലാം രതിയുമായി പ്രകടമായ ബന്ധം സ്ഥാപിച്ചിരുന്നു. അഭൗമ സൗന്ദര്യമുള്ള വീരാംഗനമാർക്കുവേണ്ടി നടത്തിയിട്ടുള്ള ഐതിഹാസികമായ യുദ്ധങ്ങൾ ഇവിടെ സ്മരിക്കാവുന്ന

താണ്. യുദ്ധം ചെയ്യിപ്പിക്കാനും യുദ്ധം അവസാനിപ്പിക്കാനും സമാധാനം സ്ഥാപിക്കാനും സ്ത്രീകൾ പ്രചോദനമായിട്ടുണ്ട്. ഗ്രീക്കുകാരും ട്രോയും തമ്മിലുള്ള യുദ്ധം ചരിത്രപ്രധാനമായ ഒന്നായിരുന്നു. യുദ്ധത്തിൽ എല്ലാം നഷ്ടപ്പെട്ട ഗ്രീസിന്റെ ദുഃഖവും ചരിത്രപ്രസിദ്ധമാണ്. യുദ്ധവെറിപൂണ്ട ഭർത്താക്കന്മാർ യുദ്ധമവസാനിപ്പിച്ച് സമാധാനം സ്ഥാപിക്കാൻ വേണ്ടി പ്രാചീനഗ്രീസിലെ സ്ത്രീകൾ നടത്തിയ സമരം വളരെ പ്രസിദ്ധമാണ്. *ലിസിസ്ട്രാറ്റ* എന്ന അരിസ്റ്റോഫെനിസിന്റെ നാടകത്തിന്റെ ഇതിവൃത്തം അതാണ്. ഭാര്യമാർ ഭർത്താക്കന്മാരോട് കിടപ്പറയിലും അടുക്കളയിലും എല്ലാംതന്നെ നിസ്സഃഹകരണം നടത്താനാണ് തയാറായത്. എന്നാൽ യവനസംസ്കാരം സ്ത്രീകളുടെ അസ്തിത്വത്തെതന്നെ നിഷേധിക്കുന്നതായിരുന്നു. സ്ത്രീകൾക്ക് ഒരു മനസുണ്ടെന്ന് അംഗീകരിക്കാൻ അവിടത്തെ പുരുഷസംസ്കാരത്തിന് കഴിയുമായിരുന്നില്ല.

ഗ്രീക്ക്സംസ്കാരം അടിമകളുടെ സംസ്കാരത്തിനുമുകളിലാണ് കെട്ടിപ്പടുത്തത് എന്ന് എംഗൽസ് നിരീക്ഷിച്ചിട്ടുണ്ട്. എന്നാൽ സ്ത്രീകളുടെ ലൈംഗികാടിമത്തത്തിന് മുകളിലാണ് ഗ്രീക്ക്സംസ്കാരം കെട്ടിപ്പടുത്തത് എന്ന് കൂട്ടിച്ചേർക്കേണ്ടിയിരിക്കുന്നു. ഏഥൻസിന്റെയും സ്പാർട്ടയുടെയും ഉജ്വലപ്രഭാവമാർന്ന നാഗരികതകൾ സ്ത്രീകളുടെ കണ്ണീരിനുമുകളിലാണ് ഉയർന്നുവന്നത്. മറ്റൊരർഥത്തിൽ പറഞ്ഞാൽ ആധുനിക യൂറോപ്യൻ നാഗരികതയുടെ അടിത്തറയായ യവനനാഗരികത തീർത്തും പുരുഷനാഗരികതയായിരുന്നു. ദേവഗണങ്ങൾക്കിടയിലും അപ്സരസുകൾക്കിടയിലും സ്ത്രീകൾക്ക് കണ്ണഞ്ചിപ്പിക്കുന്ന സിംഹാസനങ്ങളുണ്ടായിരുന്നെങ്കിലും യഥാർഥ ജീവിതത്തിൽ സ്ത്രീയുടെ സ്ഥാനം അടിമസമാനമായിരുന്നു.

വിഖ്യാത ചിന്തകനായിരുന്ന സോക്രട്ടീസിന്റെ പത്നി സാന്തിപി ഇതിന്റെ ഒരു പ്രതീകമായിരുന്നു. സാഫോ പ്രണയത്തിന്റെയും രതിയുടെയും രക്തസാക്ഷിയായിരുന്നുവെങ്കിൽ സാന്തിപി ഗാർഹികാടിമത്തത്തിന്റെ ജീവിക്കുന്ന രക്തസാക്ഷിയായിരുന്നു. ഗ്രീക്ക്സംസ്കാരത്തിന്റെ തകർച്ചയ്ക്ക് ശേഷം ഉയർന്നുവന്ന റോമാസംസ്കാരത്തിന്റെ അവസ്ഥയും വ്യത്യസ്തമായിരുന്നില്ല. അവിടെ പുരുഷന്റെ ഭോഗസാമ്രാജ്യത്തിലെ അക്ഷയമായ പാനപാത്രം മാത്രമായിരുന്നു സ്ത്രീകൾ. റോമാസാമ്രാജ്യത്തിലെ അടിമച്ചന്തകളിൽ ഏറ്റവും ശ്രദ്ധയാകർഷിച്ച ചരക്ക് സ്ത്രീയായിരുന്നു. യുദ്ധങ്ങളുടെ വീരചരിത്രമാണ് റോമിന്റെ ചരിത്രമെങ്കിൽ നിശ്ചയമായും അത് സ്ത്രീജീവിതത്തിന്റെ ദുരന്തത്തിന്റെ ചരിത്രംകൂടിയാണ്. യുദ്ധത്തിൽ കൊല്ലപ്പെടുന്ന സ്ത്രീകൾ മാത്രമല്ല പരാജിതരായി അടിമകളാക്കപ്പെടുന്ന സ്ത്രീകളും റോമിന്റെ ചരിത്രത്തെ ദുരന്തസ്ഥായിയാക്കുകയായിരുന്നു.

മതാധിഷ്ഠിത മധ്യകാല യൂറോപ്പിന്റെ ചരിത്രവും വ്യത്യസ്തമല്ല. പ്രാചീനലോകത്ത് നിലനിന്നിരുന്ന താരതമ്യേന തുറന്ന ലൈംഗിക പ്രകാശനം മധ്യകാലഘട്ടത്തിൽ നിരോധിക്കപ്പെട്ടു. മതപൗരോഹിത്യം

ലൈംഗികതയുടെമേൽ ഏൽപ്പിച്ച വിലക്കുകളായിരുന്നു കാരണം. ലൈംഗികതയെ കർശനമായി നിയന്ത്രിക്കുന്ന മൂല്യസംഹിതകളോടൊപ്പംതന്നെ ലൈംഗികതയെ ജീവിതത്തിന് പുറത്തുനിർത്തുന്ന അഥവാ സ്ത്രീയെ ജീവിതത്തിന് പുറംതള്ളുന്ന സന്യാസത്വവും ആശ്രമജീവിതവും പ്രശ്നങ്ങളെ കൂടുതൽ വഷളാക്കി. സ്ത്രീത്വത്തെ പ്രലോഭനത്തിന്റെ ശ്യാമഗർത്തമായി ചിത്രീകരിക്കുന്ന പൗരോഹിത്യഭാവനകൾക്ക് മതഗ്രന്ഥങ്ങളുടെ പിൻബലവുമുണ്ടായിരുന്നു.

നവോത്ഥാനാനന്തര യൂറോപ്പിൽ കാര്യങ്ങൾ മാറിമറിയാൻ തുടങ്ങി. സൗന്ദര്യാരാധന, സ്വാതന്ത്ര്യബോധം, വിമർശനത്വര എന്നിവയെല്ലാം ലൈംഗികതയെ തുറന്നുവിടാൻ പ്രേരിപ്പിച്ചു. ഇരുണ്ട മധ്യകാല യൂറോപ്പിന്റെ പൗരോഹിത്യകാർക്കശ്യങ്ങൾക്കെതിരായ ധൈഷണിക യുദ്ധമായിരുന്നു നവോത്ഥാനകാലഘട്ടത്തിൽ നടന്നത്. ക്രിസ്റ്റഫർ മാർലോയുടെ *ഡോക്ടർ ഫോസ്റ്റസ്* എന്ന നാടകം ഇതിന്റെ ഏറ്റവും പ്രകടമായ ഉദാഹരണമായിരുന്നു. ഷേക്സ്പിയർ നാടകങ്ങളിൽ പ്രണയവും ലൈംഗികതയും ഉയർന്ന സർഗാത്മകമാനങ്ങൾ കൈവരിച്ചു. എങ്കിലും ഷേക്സ്പിയറുടെ സ്ത്രീ കഥാപാത്രങ്ങളെല്ലാംതന്നെ കുറ്റങ്ങളുടെയും പാപങ്ങളുടെയും ദുരന്തങ്ങളുടെയും സ്രോതസുകളായി നിലകൊള്ളുന്നു എന്നത് ശ്രദ്ധേയമാണ്. സ്ത്രീ ദുരന്തത്തിന്റെ പ്രചോദനമാകുന്നത് ലൈംഗികതയെ സംബന്ധിച്ചിടത്തോളം വളരെ പ്രതീകാത്മകപ്രാധാന്യമുള്ളതാണ്.

ഷേക്സ്പിയറുടെ *ഹാംലറ്റ്* എന്ന നാടകത്തിൽ ലൈംഗികതയുടെ പ്രതീകാത്മകത ശ്രദ്ധേയമാണ്. തന്റെ അമ്മയുടെ രണ്ടാംവിവാഹം ഹാംലറ്റിന്റെ മനസിൽ എന്തെന്നില്ലാത്ത സംഘർഷമുണ്ടാക്കുന്നു. ഈഡിപ്പസ് കോംപ്ലക്സിന്റെ വളർച്ചയും വിഘടനവും *ഹാംലറ്റിൽ* നാം കാണുന്നു. സ്ത്രീശരീരത്തെ ദുരന്തത്തിന്റെ സ്രോതസായി കാണുക എന്ന പുരുഷസങ്കൽപ്പനത്തിന്റെ പ്രതീകമാണയാൾ. സ്വന്തം അമ്മയോട് *ഹാംലറ്റ്* പറയുന്ന കഠിനമായ വാക്കുകൾ മനുഷ്യവംശം നൂറ്റാണ്ടുകളോളം അടിച്ചമർത്തിയ വാക്കുകളായിരുന്നു. ലൈംഗികതയെയും മരണത്തെയും പരസ്പരപൂരകമായിട്ടാണ് ഷേക്സ്പിയർ നാടകങ്ങൾ വിഭാവനം ചെയ്യുന്നത്. ലൈംഗികത മരണത്തിലേക്ക് നയിക്കുന്നു എന്നുമാത്രമല്ല, ലൈംഗികതയിൽ മരണം ഉൾച്ചേർന്നിരിക്കുന്നു എന്ന് സങ്കൽപ്പിക്കുന്ന വിചിത്രഭാവനയാണിത്. മതാധിഷ്ഠിതമായ പൗരോഹിത്യത്തിന്റെ ലൈംഗികസങ്കൽപ്പങ്ങളോട് കലഹിച്ചു എന്നതാണ് നവോത്ഥാനകാലഘട്ടത്തിലെ ലൈംഗികസങ്കൽപ്പങ്ങളുടെ പ്രാധാന്യം. അത് പുരുഷ മുൻനിശ്ചയങ്ങളോടെയാണെങ്കിലും ലൈംഗികതയെ മാനുഷിക വികാരമായി അഭിമുഖീകരിക്കാൻ ധൈര്യംകാണിച്ചു എന്നതാണ് യാഥാർഥ്യം. ദൈവങ്ങളുടെ ഇരുളടഞ്ഞലോകത്തുനിന്നും അത് ലൈംഗികതയെ മനുഷ്യന്റെ സങ്കീർണമായ ജീവിതയാഥാർഥ്യങ്ങളിലേക്ക് ഇറക്കിക്കൊണ്ടുവന്നു. കലയിലും സാഹിത്യത്തിലും തത്വചിന്തയിലുമെല്ലാം ഈ വിച്ഛേദം പ്രകടമായിരു

ന്നു. എന്നാൽ ലൈംഗികതയെ സംബന്ധിച്ച പുരുഷ മുൻനിശ്ചയങ്ങൾ വളരെ ദൃഢമായിരുന്നു.

പതിനേഴാം നൂറ്റാണ്ട് ലൈംഗികതയെ സംബന്ധിച്ചിടത്തോളം അടക്കിനിർത്തിയതായിരുന്നില്ല. നവോത്ഥാനത്തിന്റെ സ്വാധീനമായിരുന്നു അതിന് കാരണം. എന്നാൽ വിക്ടോറിയൻ കാലഘട്ടം രതിയെ സംബന്ധിച്ചിടത്തോളം വളരെ ശ്രദ്ധാപൂർവം നിരീക്ഷിച്ച കാലഘട്ടമായിരുന്നു. അതായത് രതിയെ പൊതുസമൂഹത്തിൽനിന്നും മാറ്റിനിർത്തുകയും അതിനെ വീട്ടിലേക്ക് ജാഗ്രതയോടെ തളയ്ക്കുകയും ചെയ്ത കാലഘട്ടമായിരുന്നു അത്. പ്രത്യുൽപ്പാദനത്തിനുവേണ്ടി മാത്രം ദമ്പതിമാർ ആശ്ലേഷിക്കുന്ന ഒന്നായി ലൈംഗികത മാറി. നിശ്ശബ്ദതയായിരുന്നു അതിന്റെ പൊതുഭാഷ എന്ന് ഫൂക്കോ നിരീക്ഷിക്കുന്നുണ്ട്. ലൈംഗികതയെ സംബന്ധിച്ചിടത്തോളം അതിന്റെ മാതൃഭാഷയായി മാറി നിശ്ശബ്ദത. അർത്ഥപൂർണമായ നിശ്ശബ്ദതയായിരുന്നു അത്. ഈ നിശ്ശബ്ദത ആകെ ഭഞ്ജിക്കപ്പെടുന്നത് ദമ്പതിമാരുടെ കിടപ്പറയിൽ മാത്രമാണ്. അവിടെ ലൈംഗികതയെക്കുറിച്ച് സംസാരിക്കുന്നത് രഹസ്യമായിട്ടാണ്.

രഹസ്യം എന്നത് ലൈംഗികതയുടെ പര്യായപദമായി മാറി. രഹസ്യം പറയുക എന്നുപറഞ്ഞാൽ ലൈംഗികതയെക്കുറിച്ച് സംസാരിക്കുക എന്നല്ലാതെ മറ്റൊരർഥവുമില്ല. ഏതെങ്കിലും ഒരു വ്യക്തിയുടെ ലൈംഗികവിഷയം പരസ്യമാവുന്നത് രഹസ്യമായിട്ടാണ്. രഹസ്യമായ പരസ്യം. പരസ്യം എന്നത് ലൈംഗികതയുടെ വിപരീതപദമായി മാറുന്നു. ലൈംഗികതയ്ക്ക് പല ചിഹ്നങ്ങളും സൂചകങ്ങളും കൈവരുന്നു. ഈ കാലഘട്ടത്തിന്റെ മറ്റൊരു പ്രത്യേകത കുട്ടികൾക്ക് ലൈംഗികതയെക്കുറിച്ച് സംസാരിക്കാൻ അവകാശമില്ല എന്നുള്ളതാണ്. അവർ ലൈംഗികതയെക്കുറിച്ച് സംസാരിക്കുന്നത് കർശനമായി വിലക്കപ്പെട്ടിരിക്കുന്നു. കാരണം അവർക്ക് ലൈംഗികതയില്ല എന്നതായിരുന്നു സങ്കൽപ്പം. ഇത് പൊതുവായ ഒരു ബൂർഷ്വാ യുക്തിയായിരുന്നുവെന്ന് ഫൂക്കോ നിരീക്ഷിക്കുന്നുണ്ട്. ലൈംഗികതയെക്കുറിച്ച് വിക്ടോറിയൻ കാലഘട്ടത്തിൽ സംസാരിച്ചിരുന്ന ചില സ്ഥലങ്ങളുണ്ട്. വേശ്യാലയങ്ങൾ, മനോരോഗാശുപത്രികൾ എന്നിവിടങ്ങളിൽ മാത്രമാണ് ലൈംഗികതയെക്കുറിച്ച് പരസ്യമായി സംസാരിച്ചിരുന്നത്. അവിടെ ലൈംഗികതയെക്കുറിച്ച് സംസാരിക്കാനുള്ള സഹിഷ്ണുത കളിയാടിയിരുന്നു. വേശ്യകൾ, ഗുണഭോക്താക്കൾ, പിമ്പുകൾ എന്നിവർ മാത്രമാണ് ലൈംഗികതയെക്കുറിച്ച് സംസാരിച്ചിരുന്നവർ. ബൂർഷ്വാ സദാചാരത്തിന്റെ ഏറ്റവും പ്രകടമായ ഉദാഹരണമായിരുന്നു വിക്ടോറിയൻ കാലഘട്ടം എന്നാണ് ഫൂക്കോ പറയുന്നത്. ആൺകുട്ടികളെയും പെൺകുട്ടികളെയും വേർതിരിച്ചുനിർത്തുന്ന വിദ്യാഭ്യാസ വ്യവസ്ഥയും അതോടൊപ്പം രൂപംകൊണ്ടു.

ലൈംഗികതയെ അമർത്തുന്ന പ്രവണത ഒരു സവിശേഷ അധികാരവ്യവസ്ഥയുമായി ബന്ധപ്പെട്ടതാണെന്ന് ഫൂക്കോ കണ്ടെത്തുന്നു. ഈ അധികാരവ്യവസ്ഥ സമൂഹം മുഴുവൻ പ്രസരിച്ചുനിൽക്കുന്നുണ്ട്.

പതിനെട്ടാം നൂറ്റാണ്ടിലെ വിദ്യാലയങ്ങൾ ഇതിന്റെ മികച്ച ദൃഷ്ടാന്തമായി ഫൂക്കോ അവതരിപ്പിക്കുന്നു. സ്കൂൾ കെട്ടിടങ്ങളുടെ നിർമാണരീതി അദ്ദേഹം വിവരിക്കുന്നു. ക്ലാസ്സ് റൂമുകൾക്കിടിയിലെ അകലങ്ങൾ, ക്ലാസ്സ് റൂമിലെ സ്ഥലസൗകര്യം, മേശകളുടെ ആകൃതി, ഡോർമിറ്ററികൾ, കർട്ടനുകൾ, വിനോദസൗകര്യങ്ങളുടെ ആസൂത്രണങ്ങൾ എന്നിവയിലെല്ലാം മുഴച്ചുനിന്നിരുന്നത് ലൈംഗികത തന്നെയായിരുന്നു. വീടിന്റെ അകത്തളങ്ങളും പുറംതളങ്ങളും വ്യത്യസ്തമായിരുന്നില്ല. വീടിന്റെ നിർമാണത്തിൽ ലിംഗപരമായ മുൻനിശ്ചയങ്ങളും ആസൂത്രണങ്ങളും വളരെ പ്രകടമാണ്.

സ്ത്രീകളുടെ ഇടം, പുരുഷൻമാരുടെ ഇടം എന്നിങ്ങനെ അത് വിഭജിക്കപ്പെട്ടിരിക്കുന്നു. ഇന്നും ഈ പ്രവണത പൊതുവിൽ നമ്മുടെ ലോകത്ത് കാണുന്നുണ്ട്. അടുക്കളകൾ സ്ത്രീകൾക്കും ഓഫീസ്മുറികൾ പുരുഷന്മാർക്കും. പഴയകാലത്ത് വലിയ തറവാടുവീടുകളിൽ കുളപ്പുരകൾ, അന്തപ്പുരങ്ങൾ എന്നിവയെല്ലാം സ്ത്രീകളെ തളയ്ക്കുന്ന കേന്ദ്രങ്ങളായി ആസൂത്രണം ചെയ്യപ്പെട്ടിരുന്നു. ശാലീനത, സൗകുമാര്യം, ക്ഷമ, സഹനം എന്നിവയുടെയെല്ലാം മൂർത്തിമത്ഭാവങ്ങളായി സ്ത്രീകൾ വിഭാവനം ചെയ്യപ്പെട്ടപ്പോൾ അവരുടെ താവളങ്ങൾക്കും ആ സ്വഭാവം കൈവന്നു. അങ്ങനെ ലൈംഗികതയെക്കുറിച്ച് കൂടുതൽ സംസാരിക്കാതെ ലൈംഗികത അർഥപൂർണമായി പ്രയോഗിക്കപ്പെടാൻ തുടങ്ങി.

ലൈംഗികതയെക്കുറിച്ച് സംസാരിക്കാനുള്ള ആധികാരികത ചില കേന്ദ്രങ്ങൾക്കു മാത്രമായിരുന്നു. അതിലൊന്ന്, വൈദ്യശാസ്ത്രവും രണ്ട്, മനോരോഗചികിത്സയുമായിരുന്നു. വൈദ്യശാസത്രവും മനോരോഗചികിത്സയും ഒരുതരത്തിൽ ശിക്ഷാകേന്ദ്രങ്ങളായിരുന്നു. അതായത് ലൈംഗികത എന്ന കുറ്റകരമായ വികാരത്തിന്റെ കേന്ദ്രമായി ശരീരത്തെ വിശേഷിച്ചും സ്ത്രീശരീരത്തെ വിഭാവനം ചെയ്യുക, കുറ്റകരമായ വികാരങ്ങൾക്ക് ശാസ്ത്രപരമായ ശിക്ഷ അഥവാ ചികിത്സ നടപ്പാക്കുക, അങ്ങനെ ശരീരത്തിൽനിന്നും ലൈംഗികതയെ അഥവാ ലൈംഗിക വികാരത്തെ ഭൂതബാധ എന്നനിലയിൽ ഒഴിപ്പിച്ച് ശുദ്ധീകരിക്കുക ഇതാണ് സംഭവിച്ചത്. അങ്ങനെ വൈദ്യശാസ്ത്രം വിശേഷിച്ചും മനോരോഗചികിത്സ ശരീരത്തിന്റെ മേൽ ആധിപത്യം പുലർത്തുന്ന അധികാരശക്തിയായി പരിണമിച്ചു. ചികിത്സ ഒരു വിചാരണയും വിധിനിർണയവുമായി മാറി.

ലൈംഗികവികാരം എന്നത് കുറ്റമായി പരിണമിച്ചു എന്നുമാത്രമല്ല ലൈംഗികതയെ മനസിൽനിന്നും മോചിപ്പിക്കുക എന്നത് ഒരു ശിക്ഷയായി മാറി. ആധുനിക വൈദ്യശാസ്ത്രത്തിന്റെ ഒരു സവിശേഷാധികാരമായി ഇത് പരിണമിച്ചു. വളരെ സങ്കീർണമായ ചില പ്രക്രിയകളിലൂടെയാണ് വൈദ്യശാസ്ത്രാധികാരം ലൈംഗികതയുടെമേൽ വിജയം നേടിയത്. കുട്ടികളുടെ കാര്യത്തിൽ ഇത് വളരെ പ്രകടമാണ്. കൗൺസിലിങ്, ചികിത്സാരീതികൾ എന്നിവയിലൂടെയാണ് ഈ അധികാരം പ്രയോഗിക്കപ്പെട്ടത്. കുട്ടികളുടെ മാനസിക വ്യാപാരങ്ങളെ മുഴുവൻ വിചാരണ

ചെയ്യാനും പുറത്തുകൊണ്ടുവരാനും അങ്ങനെ കഴിഞ്ഞു. ഹിപ്പ്നോട്ടിസംപോലുള്ള പല മാർഗങ്ങളും അവലംബിക്കപ്പെട്ടു. സ്വപ്നങ്ങൾ, ഭാവനകൾ, അഭിലാഷങ്ങൾ, പ്രണയങ്ങൾ, മോഹങ്ങൾ, വികാരങ്ങൾ എന്നിവയെല്ലാം ചോദ്യംചെയ്യപ്പെടുകയും തീർപ്പ് കൽപ്പിക്കപ്പെടുകയും ചെയ്തു. കുട്ടികളുടെ മനസും ശരീരവും കടന്നുകയറുന്ന ഇടപെടലുകളായി ഇവ മാറി. രഹസ്യങ്ങൾ ഇല്ലാതായി പരസ്യങ്ങൾ അവഗണിക്കപ്പെട്ടു. കുട്ടികളുടെ ജീവിതത്തിനുമേൽ ഒരു വലിയ നിരീക്ഷണവലയം നിർമിക്കപ്പെട്ടു. നിയന്ത്രണത്തിന്റെയും അടിച്ചമർത്തലിന്റെയും ഒരു വൻകവചം സ്ഥാപിക്കപ്പെട്ടു.

വീട്ടിലും സ്കൂളിലും കളിസ്ഥലത്തും പൊതുസ്ഥലത്തും കുട്ടികളെ ഈ നിരീക്ഷണവലയവും കവചവും ചൂഴ്ന്നുനിന്നു. അവർ ലൈംഗികതയുടെ സ്രോതസുകളായി മാറി. എല്ലാ ഊർജവും ശ്രദ്ധയും ലൈംഗികത കവർന്നെടുത്തു. ലൈംഗികതയ്ക്ക് സ്വാഭാവികത എന്നൊന്ന് ഇല്ലാതായി. എല്ലാം അസ്വാഭാവികമായി മാറി. ജൈവസഹജമായ ലൈംഗികവികാരം എന്നത് ഒരു മിഥ്യയായി മാറി. ജൈവസഹജമായ വികാരങ്ങളെ ഊറ്റിയെടുത്ത് തൽസ്ഥാനത്ത് കൃത്രിമമായ ജാഗ്രതയെയും നിരീക്ഷണത്തെയും പ്രതിസ്ഥാപിച്ചു. രക്ഷാകർത്താക്കളും അധ്യാപകരും ചികിത്സകരും പൊലീസുകാരും ജ്യോത്സ്യരും എന്നുവേണ്ട സകല ആളുകളും ലൈംഗികതയുടെ നിരീക്ഷകരും കാവലാളുകളുമായി മാറി. അതേ അവസരത്തിൽതന്നെ ഇവരെല്ലാവരും ലൈംഗികതയെ തരംപോലെ ചൂഷണം ചെയ്യുകയും ചെയ്തു.

ലൈംഗികതയുടെ മേൽ ആധുനിക വൈദ്യശാസ്ത്രത്തിന്റെ സഹായത്തോടെ സ്ഥാപിക്കപ്പെട്ട ഈ അധികാരബന്ധങ്ങളാണ് ഫൂക്കോ പ്രശ്നവൽക്കരിക്കുന്നത്. ഈ അധികാരങ്ങൾക്ക് ഒരു സവിശേഷകേന്ദ്രമില്ല. ആർക്കും ഏതിനും എന്തിനും എപ്പോഴും ഈ അധികാര സാമ്രാജ്യത്തിലെ കണ്ണികളാവാം. മതം, ഭരണകൂടം, ഗൃഹം, വിദ്യാലയം, ആശുപത്രികൾ, മരുന്നുകേന്ദ്രങ്ങൾ, ബന്ധുക്കൾ എന്നിങ്ങനെ വിപുലമായ ഒരു ശൃംഖലയാണ് ഈ അധികാരകേന്ദ്രം. ഇത് കേന്ദ്രരഹിതമായ കേന്ദ്രമാണ്. സവിശേഷ അധികാരത്തിന്റെയും ആനന്ദത്തിന്റെയും പരസ്പരപൂരകമായ ഒരു സംയുക്തമാണിത്. ലൈംഗികതയുടെമേൽ പിടിമുറുക്കുന്ന ആനന്ദവും ആ ആനന്ദത്തിലൂടെ സാന്ദ്രമാവുന്ന അധികാരവും. ഇതു രണ്ടും ഇടകലർന്ന് പ്രവർത്തിക്കുന്നു. ആനന്ദം നൽകുന്നതെല്ലാം അധികാരത്തിലേക്ക് നയിക്കുന്നു; അധികാരത്തിലേക്ക് നയിക്കുന്നതെല്ലാം ആനന്ദം പകരുന്നു. അങ്ങനെ ആനന്ദവും അധികാരവും പരസ്പരം തിരിച്ചറിയാൻ കഴിയാത്ത രീതിയിൽ സംയോജിക്കുന്നു. അങ്ങനെ വിക്ടോറിയൻ കാലഘട്ടത്തിൽ ഗോപ്യമായിരുന്ന ലൈംഗികത 19–ാം നൂറ്റാണ്ടോടുകൂടി അതിന്റെ നേർവിപരീതതലത്തിലെത്തി.

ലൈംഗികവ്യതിയാനങ്ങളുടെ പെരുപ്പമാണ് ഈ കാലഘട്ടത്തിന്റെ മുഖ്യസവിശേഷത. പൊതുമനഃശാസ്ത്രം ലൈംഗികവ്യതിയാനമെന്ന്

മുദ്രകുത്തിയ ലൈംഗികപ്രക്രിയകളല്ല മറിച്ച് സ്വാഭാവികമായതിനെയെല്ലാം നിരാകരിക്കുന്ന ഒരു പ്രവണത ഈ കാലഘട്ടത്തിൽ വളർന്നുവരികയുണ്ടായി. എല്ലാ മേഖലകളിലും ലൈംഗികത ചർച്ചാവിഷയമായി.

സ്കൂളുകൾ, ആശുപത്രികൾ, പൊതുഇടങ്ങൾ, ഗൃഹങ്ങൾ, എന്നിവിടങ്ങളിലെല്ലാം ലൈംഗികതയെക്കുറിച്ച് വിശദവും വിപുലവുമായ ചർച്ചകൾ നടന്നു. എന്നാൽ ലൈംഗികതയെ സംബന്ധിച്ച സ്വാഭാവികവും സ്വതന്ത്രവുമായ ചർച്ചകളെന്ന നിലയ്ക്കല്ല ഇവ ഉയർന്നുവന്നത്. മറിച്ച് ലൈംഗികതയുടെ പരിചരണമെന്ന നിലയ്ക്കാണ്. ഉദാഹരണത്തിന് പ്രസവം, ഗർഭഛിദ്രം, ഗർഭപരിരക്ഷണ മാർഗങ്ങൾ, ആരോഗ്യകരമായ ലൈംഗികബന്ധങ്ങൾ, ജനനനിയന്ത്രണം, പ്രസവകാലാവധി, പ്രസവകാലശുശ്രൂഷകൾ, ഗർഭകാലശുശ്രൂഷകൾ, ശൈശവലൈംഗികത, കൗൺസിലിങ്, വിവാഹപ്രായം, ദാമ്പത്യപ്രശ്നങ്ങൾ തുടങ്ങിയ വിവിധ വിഷയങ്ങൾ ആധുനിക ശാസ്ത്രവുമായി ബന്ധപ്പെടുത്തി ചർച്ചചെയ്യപ്പെടാൻ തുടങ്ങി. ലൈംഗികതയുടെ പരോക്ഷസംവാദങ്ങളായിരുന്നു ഇത്. ലൈംഗികതയുടെ വിവിധവിഷയങ്ങളെ പരിശോധിക്കുന്ന സംവാദങ്ങളായിരുന്നു ഇവയെങ്കിലും ഇവിടെയെല്ലാം ലൈംഗികതയുടെ സ്വാഭാവിക പ്രവണതകളെ പരിഗണിക്കുകയുണ്ടായില്ല. ഉദാഹരണത്തിന് കുട്ടികളുടെ ലൈംഗികതയുമായി ബന്ധപ്പെട്ട് ഒട്ടേറെ ചർച്ചകൾ ഉയർന്നുവന്നു. ധാരാളം സ്ഥാപനങ്ങൾ ഉണ്ടായി. പ്രസിദ്ധീകരണങ്ങൾ പടർന്നുപിടിച്ചു.

ലൈംഗികവിദ്യാഭ്യാസത്തിനുവേണ്ടിയുള്ള വിവിധ ഏജൻസികൾ രൂപംകൊണ്ടു. എന്നാൽ കുട്ടികൾക്ക് ലൈംഗികതയുണ്ട് എന്ന സാമാന്യവസ്തുതയെ അംഗീകരിക്കുകയല്ല ഈ സ്ഥാപനങ്ങളൊന്നും ചെയ്തത്. മറിച്ച് ഈ സാമാന്യവസ്തുതയെ നിരാകരിക്കുകയാണ്. സാമാന്യവസ്തുതയെ മറികടക്കുകയാണ്. വസ്തുതയെ അല്ലെങ്കിൽ യാഥാർഥ്യത്തെ അഭിമുഖീകരിക്കുകയോ അഭിസംബോധനചെയ്യുകയോ ആധുനികമനഃശാസ്ത്രത്തിന്റെ അജണ്ടയല്ല. ലൈംഗികത എന്നത് നിയമാനുസൃതമായ വിവാഹബന്ധവുമായി ബന്ധപ്പെടുത്തി മാത്രം പരിശോധിക്കുന്ന പൊതുസമൂഹത്തിന്റെ ധാരണയെ ശക്തിപ്പെടുത്തുന്നതാണ് ആധുനിക മനഃശാസ്ത്രത്തിന്റെയും ആധുനിക വൈദ്യശാസ്ത്രത്തിന്റെയും സമീപനവും.

ലൈംഗിക വിദ്യാഭ്യാസം

ആധുനിക മനഃശാസ്ത്രത്തിന്റെ വളരെ പ്രധാനപ്പെട്ട സംഭാവനയാണ് ലൈംഗികവിദ്യാഭ്യാസം. പൊതുമനഃശാസ്ത്രത്തിന്റെയും ആധുനികവൈദ്യശാസ്ത്രത്തിന്റെയും സഹായത്തോടുകൂടിയാണ് ലൈംഗികവിദ്യാഭ്യാസം നമ്മുടെ വിദ്യാഭ്യാസത്തിന്റെയും സംസ്കാരത്തിന്റെയും മണ്ഡലങ്ങളിൽ പ്രവേശിക്കുന്നത്. എന്നാൽ വിദ്യാഭ്യാസം പോലെതന്നെ വൈദ്യശാസ്ത്രത്തെയും രാഷ്ട്രീയനിരപേക്ഷമായി സമീപിക്കുക എന്ന

ഒരു പ്രവണതയാണ് നമ്മുടെ പൊതുസമൂഹത്തിനുള്ളത്. ശാസ്ത്രവും അറിവുകളും സർവസ്വതന്ത്രമായി മനുഷ്യരാശിയെ സേവിക്കുന്നു എന്ന ധാരണയാണ് ഇതിന്റെ പിറകിൽ. എന്നാൽ യഥാർഥത്തിൽ ശാസ്ത്രത്തിന് അതിന്റേതായ കൃത്യമായ രാഷ്ട്രീയധർമങ്ങളുണ്ട്. ശാസ്ത്രത്തെ ഒരു അധികാരത്തിന്റെ മണ്ഡലമായി വിശകലനം ചെയ്യുന്ന ഒരു സമീപനം നമുക്കിടയിൽ വളർന്നുവന്നിട്ടില്ല.

മനുഷ്യശരീരത്തെ അല്ലെങ്കിൽ വിശേഷിച്ചും സ്ത്രീശരീരത്തെ ചൂഷണം ചെയ്യുന്ന മുതലാളിത്തവ്യവസ്ഥയുടെ ഭാഗമായി വൈദ്യശാസ്ത്രത്തെ വിശകലനം ചെയ്യുന്ന പഠനങ്ങൾ ഇന്നു വികസിച്ചുവന്നിട്ടുണ്ട്. ആശുപത്രികൾ, മരുന്നുകമ്പനികൾ, ലബോറട്ടറികൾ, ഡോക്ടർമാർ, നഴ്സുമാർ തുടങ്ങിയ ഒരു വൻ ശൃംഖലയാണ് ആധുനികവൈദ്യശാസ്ത്രമെന്നത് നമുക്കെല്ലാവർക്കുമറിയാം. മനുഷ്യശരീരത്തെ ഓരോരോ ഭാഗങ്ങളായി കീറിമുറിക്കുന്ന ശരീരശാസ്ത്രം അത്തരമൊരു പ്രപഞ്ചദർശനത്തിന്റെ ഭാഗമാണ്. മനുഷ്യശരീരത്തെ അവയവങ്ങളുടെ കൂമ്പാരമായി കാണുന്ന ആധുനികവൈദ്യശാസ്ത്രത്തിന്റെ സമീപനം മുതലാളിത്ത ചൂഷണവുമായി ബന്ധപ്പെട്ടതാണ്. ഇതനുസരിച്ച് ഗർഭവും പ്രസവവും ഒരു രോഗാവസ്ഥയാണ്. മരുന്നില്ലെങ്കിലും ചികിത്സിക്കുക ചികിത്സയില്ലെങ്കിലും രോഗിയായി പരിഗണിക്കപ്പെടുക തുടങ്ങിയ പ്രവണതകൾ നമ്മുടെ മാതൃശിശുകേന്ദ്രങ്ങളിൽ വളർന്നുവരുന്നു. ലാഭാധിഷ്ഠിതമായ വിപണിയുടെ താൽപ്പര്യങ്ങളെ പിൻപറ്റുന്നതാണ് ആധുനികവൈദ്യശാസ്ത്രത്തിന്റെ യുക്തികൾ എന്ന് തിരിച്ചറിയപ്പെടുന്നില്ല.

ലൈംഗികവിദ്യാഭ്യാസവുമായി ഉയർന്നുവരുന്ന ചർച്ചകളും അതാണ് സൂചിപ്പിക്കുന്നത്. ലൈംഗികതയുടെ സ്വച്ഛന്ദവും സ്വാഭാവികവുമായ പ്രകാശനങ്ങളെ ശരീരത്തിന്റെ സർഗാത്മകമായ ആവിഷ്കാരങ്ങളായി കാണാൻ അറയ്ക്കുന്ന ആധുനികവൈദ്യശാസ്ത്രവും മനഃശാസ്ത്രവും ലൈംഗികതയെ വിദ്യാഭ്യാസത്തിലൂടെ മറികടക്കാമെന്ന് കരുതുന്നു. വിശക്കുന്ന മനുഷ്യന് ആഹാരത്തെക്കുറിച്ചും പോഷകത്തെക്കുറിച്ചും ബോധം നൽകുന്നതിന് സമാനമാണ് ലൈംഗികപ്രശ്നങ്ങളെ ലൈംഗികവിദ്യാഭ്യാസത്തിലൂടെ പരിഹരിക്കാമെന്ന് കരുതുന്നത്. കാരണം ലൈംഗികത എന്നത് മനുഷ്യരുടെ സർഗാത്മകമായ ആഭിമുഖ്യങ്ങളുടെ ആവിഷ്കാരമാണ്.

കേവലം ജന്തു എന്നതിലുപരി സാമൂഹികജീവിയായ മനുഷ്യന്റെ സാമൂഹികവും സാംസ്കാരികവുമായ അഭിലാഷങ്ങളുടെയും ആഭിമുഖ്യങ്ങളുടെയും അന്തഃസത്തയാണ് ലൈംഗികത എന്നുപറയുന്നത്. അത് കേവലം ശരീരനിഷ്ഠമല്ല. ശരീരനിഷ്ഠമായി പ്രകടിപ്പിക്കപ്പെടുന്ന അഭിലാഷങ്ങൾക്ക് ശരീരാതീതമായ പല മാനങ്ങളുമുണ്ടാകും. ശരീരാതീതമായ പല അഭിലാഷങ്ങൾക്കും ശരീരനിഷ്ഠമായ പല ആഭിമുഖ്യങ്ങളും കാണുന്നു. ഇതിന്റെ വൈരുധ്യാത്മകത തിരിച്ചറിയാൻ നമ്മുടെ യാന്ത്രികവാദത്തിലധിഷ്ഠിതമായ മനഃശാസ്ത്രത്തിനും വൈദ്യശാസ്ത്രത്തിനും

കഴിയുകയില്ല. ലൈംഗികാവിഷ്കാരങ്ങൾ ഒരു രോഗാവസ്ഥയെന്നനില യിൽ പരിഗണിക്കുകയാണ് ആധുനികമനഃശാസ്ത്രം ചെയ്യുന്നത്.

മനുഷ്യശരീരം വിശേഷിച്ചും ജനനേന്ദ്രിയങ്ങൾ എങ്ങനെ പ്രവർത്തി ക്കുന്നു? അവയുടെ ധർമങ്ങളേവ? അവയെ എങ്ങനെ പരിരക്ഷിക്കാം? ബീജസങ്കലനം നടക്കുന്നതെങ്ങനെ? ആർത്തവം എന്നാൽ എന്താണ്? ഗർഭാവസ്ഥയുടെ സവിശേഷതകൾ എന്തൊക്കെയാണ്? ശരീരത്തിലെ ഹോർമോണുകളുടെ വ്യതിയാനങ്ങൾ എന്തൊക്കെയാണ്? തുടങ്ങിയ വിഷയങ്ങളുടെ വിശദമായ പഠനങ്ങൾ ലൈംഗികവിദ്യാഭ്യാസത്തിലുൾപ്പെ ടുന്നു. അതോടൊപ്പംതന്നെ മാനസിക പ്രശ്നങ്ങളും ഇതിന്റെ ഭാഗമായി പരിഗണിക്കപ്പെടുന്നു. എന്നാൽ ശരീരത്തിന്റെ ആന്തരികപ്രവർത്തന ങ്ങളെ മാത്രമേ നമ്മുടെ വൈദ്യശാസ്ത്രം പരിഗണിക്കുന്നുള്ളൂ. അത നുസരിച്ച് ഓരോ അവയവത്തിനും നിശ്ചിതമായ ധർമമുണ്ട്. നാവിന്റെ ധർമം രുചി അറിയിക്കുക എന്നതാണ് സംസാരിക്കുന്നെങ്കിൽത്തന്നെ അത് മനുഷ്യന്റെ ജന്തുസഹജമായ നിലനിൽപ്പിന് അത്യാവശ്യമായതു കൊണ്ടാണ് എന്നാണ് വൈദ്യശാസ്ത്രം കരുതുന്നത്.

നിലനിൽക്കുന്ന മൂർത്തമായ ശരീരത്തിന്റെ ജൈവമണ്ഡലത്തിന് പുറത്തേക്ക് അവയവരഹിതമായ സംഘശരീരങ്ങളുടെ മേഖലകളിലേക്ക് പടരാനുള്ള ജൈവശരീരത്തിന്റെ ദാഹങ്ങളെ വൈദ്യശാസ്ത്രം കാണു ന്നില്ല. അത് ശരീരത്തിന്റെ പ്രത്യക്ഷമായ ധർമങ്ങളെ മാത്രമേ പരിഗ ണിക്കുന്നുള്ളൂ. ഭാഷയുടെയും സംഗീതത്തിന്റെയും മണ്ഡലങ്ങളിലൂടെ പടർന്നുല്ലസിക്കാനുള്ള മനുഷ്യശരീരത്തിന്റെ ഉൽക്കടമായ അഭിലാഷ ങ്ങളെ പ്രകാശിപ്പിക്കാനുള്ള ഒരു ഉപാധിമാത്രമാണ് നാവ് എന്ന് വൈദ്യ ശാസ്ത്രം പരിഗണിക്കുന്നില്ല. ആധുനികവൈദ്യശാസ്ത്രസങ്കൽപ്പനമനു സരിച്ച് ഓരോ അവയവത്തിനും ഓരോ ധർമമുണ്ട്. ഇത് യാന്ത്രികമായ സമീപനമാണ്. അവയവങ്ങൾക്ക് ധർമമില്ല. കാരണം അവയവങ്ങൾ അവ യവങ്ങളായി നിലനിൽക്കുന്നില്ല. അവ പ്രത്യക്ഷവും പരോക്ഷവുമായി പ്രവർത്തിക്കുന്ന, ആന്തരികവും ബാഹ്യവുമായി ചലിക്കുന്ന സങ്കീർണ മായ പ്രക്രിയയുടെ ഭാഗം മാത്രമാണ്.

അവയവങ്ങളുടെ ധർമമെന്ന് പറയുന്നത് ശരീരമണ്ഡലത്തിന്റെ ആന്തരികവും ബാഹ്യവുമായ ധർമങ്ങളാണ്. അധരത്തിന്റെ ധർമമെന്നു പറയുന്നത് ആധുനികവൈദ്യശാസ്ത്രത്തിന്റെ കണ്ണിൽ വായയെയും പല്ലി നെയും നാവിനെയും പൊതിയുന്ന ഒരു കവചമെന്നനിലയിലാണ്. അതു കൊണ്ട് ചുംബനമെന്നത് അധരത്തിന്റെ ധർമമല്ല. അത് ലൈംഗികപ്ര ക്രിയകളിൽമാത്രം നിറവേറ്റപ്പെടുന്ന ഒരു ശാരീരികപ്രക്രിയയാണ്. ജന്തു സഹജമായ വികാരങ്ങളുമായി ബന്ധപ്പെടുത്തിയാണ് ആധുനികവൈ ദ്യശാസ്ത്രം മനുഷ്യലൈംഗികതയെ പരിഗണിക്കുന്നത്. ജന്തുസഹജ മല്ലാത്തതെല്ലാം നിയന്ത്രിക്കപ്പെടേണ്ടതോ ചികിത്സിക്കപ്പെടേണ്ടതോ ആണ് എന്ന് കരുതപ്പെടുന്നു. അതായത് ലൈംഗികതയെ ശരീരനിഷ്ഠ

മായി പരിഗണിക്കുന്നു. മനുഷ്യരുടെ സാമൂഹികമായ മേളനത്തെ പരിഗണിക്കുന്നില്ല എന്നർഥം.

ആധുനികവൈദ്യശാസ്ത്രം ബോധവൽക്കരണരീതികളിലധിഷ്ഠിതമാണ്. അതായത് മനുഷ്യരുടെ ചിന്താമണ്ഡലത്തെ ബോധം/അബോധം എന്ന ദ്വന്ദ്വത്തിന്റെ സഹായത്തോടെ വിശദീകരിക്കുന്നു. ഫ്രോയിഡിൽ ഈ സമീപനം അതിന്റെ ക്ലാസിക് മികവിലെത്തിയിരുന്നു. അദ്ദേഹം മനുഷ്യന്റെ ചിന്താമണ്ഡലത്തെ ഇദ്, ഈഗോ, സൂപ്പർഈഗോ എന്നിങ്ങനെ വിഭജിച്ചു. ലൈംഗികവാസനയെയും ഫ്രോയിഡ് മൂന്നായി തരംതിരിക്കുന്നു. ഒന്ന്: ലൈംഗികവികാരത്തിലധിഷ്ഠിതം, രണ്ട്: ആത്മരതിപരം, മൂന്ന്: ബോധപരം. ഫ്രോയിഡിന്റെ ഇത്തരം വിഭജനങ്ങൾക്ക് വസ്തുനിഷ്ഠമായ യാതൊരടിത്തറയുമില്ല. മനുഷ്യന്റെ ചിന്തയുടെ വികാസത്തിന്റെ അടിസ്ഥാനം ബോധമനസിന്റെ സാന്നിധ്യമാണ് എന്നാണ് ഫ്രോയിഡ് കരുതിയത്. അതനുസരിച്ച് അബോധപരമായിട്ടുള്ളതെല്ലാം യുക്തിരഹിതമാണ്.

കുട്ടികളുടെ ലൈംഗികതയെക്കുറിച്ച് വളരെ തെറ്റായ ധാരണകളാണ് ഫ്രോയിഡ് നിലനിർത്തിയത്. കാര്യങ്ങളുടെ വിശദാംശങ്ങളിലൂടെയാണ് അറിവ് വികസിക്കുന്നത് എന്ന ആധുനികശാസ്ത്രത്തിന്റെ ധാരണയാണ് ഫ്രോയിഡും നിലനിർത്തിയത്. ശരീരത്തിന്റെ അന്തഃസ്ഥിതമായ ധാരണകളെക്കുറിച്ചോ സഹജാവബോധത്തെക്കുറിച്ചോ ഫ്രോയിഡിന് തീരെ മതിപ്പുണ്ടായിരുന്നില്ല. അവയെല്ലാം ഉപബോധമനസിന്റെ മിഥ്യാധാരണകളായിട്ടാണ് ഫ്രോയിഡ് കണക്കാക്കിയത്. *ഓൺ സെക്ഷ്വാലിറ്റി* എന്ന ഗ്രന്ഥത്തിൽ ഫ്രോയിഡ് ഇങ്ങനെ പറയുന്നു;

> പ്രസവവുമായി ബന്ധമുള്ളതാണ് പ്രണയം, ലൈംഗികബന്ധം എന്നിവയെന്ന് അവരറിയുന്നില്ല. ലൈംഗികതയെക്കുറിച്ച് അവനപ്പോൾ ഒരു സങ്കൽപ്പമേയുള്ളൂ. അക്രമസ്വഭാവമാർന്ന ഒരു പ്രവൃത്തിയാണത്. അച്ഛനമ്മമാർ തമ്മിൽ ബന്ധപ്പെടുന്നത് കാണാനിടയാവുന്ന കുഞ്ഞ് തന്റെ കാഴ്ചയെ, തന്റെ ശൈശവാനുഭവവുമായി കണ്ണിചേർക്കുന്നു. ഇളംപ്രായത്തിൽ തന്നെ പലരും കളിപ്പിച്ചിട്ടുള്ളത് അവരോർക്കുന്നു. അതിന്റെ മറ്റൊരു രൂപമാണിതെന്നും ഇതിൽ അൽപ്പം അക്രമസ്വഭാവമുണ്ടെന്നും അവർ വിശ്വസിക്കുന്നു.
>
> ലൈംഗികബന്ധത്തെ ആക്രമണമാണെന്ന് കുഞ്ഞ് കരുതുന്നത് അവനെ വഴിതെറ്റിക്കുന്നതാണ്. അക്രമാസക്തിക്ക് ലൈംഗികാസക്തിയിലുള്ള സ്ഥാനം വിസ്മരിക്കരുത്. ശിശുലൈംഗികതയിൽ അക്രമവാസനയ്ക്ക് പ്രധാനസ്ഥാനമാണുള്ളത്. അതുകൊണ്ട് കുട്ടികളുടെ ധാരണ തീർത്തും തെറ്റാണെന്ന് പറയാൻ കഴിയില്ലല്ലോ. ഇവിടെ പരാമർശിക്കുന്നത്, രതിബന്ധത്തിനു മുമ്പുള്ള, ലൈംഗികയുദ്ധത്തെയാണ്. കുട്ടികൾ യാദൃച്ഛികമായി കാണുന്ന

> പ്രണയരതിലീലകൾ അവരുടെ ഈ പീഡനാത്മകതയെക്കുറിച്ചുള്ള ലൈംഗിക സങ്കൽപ്പത്തെ ഉറപ്പിച്ചു നിർത്തുന്നു. ലൈംഗികമായ എല്ലാ കാഴ്ചകളെയും കൃത്യമായി മനസിലാക്കാൻ കുട്ടികൾക്ക് കഴിയുന്നില്ല. പലതും വിപരീത അർഥത്തിലാണ് കുട്ടികൾ മനസിലാക്കുന്നത്. ഗർഭനൊമ്പരം അനുഭവിക്കുന്ന സ്ത്രീ ഭർത്താവിന്റെ ആലിംഗനത്തിൽ നിന്നൊഴിഞ്ഞു മാറുന്നു. പലപ്പോഴും അച്ഛനമ്മമാർ രതിബന്ധത്തിലേർപ്പെടാൻ തുടങ്ങുമ്പോൾ കുഞ്ഞുങ്ങളെ അവഗണിക്കുന്നു. അവർ ഉറങ്ങുകയാണ് എന്നാണ് അച്ഛനമ്മമാർ വിചാരിക്കുന്നത്. എന്നാൽ കുട്ടികൾ ഉറങ്ങാതെ കിടക്കുകയാവും. ചിലപ്പോൾ ഉറക്കം നടിച്ചുകിടക്കുകയാവും. അച്ഛനമ്മമാർ നടത്തുന്ന ലീലകൾ കുട്ടി ശ്രദ്ധിക്കുന്നു. അച്ഛൻ അമ്മയെ ദ്രോഹിക്കുകയാണ്. പരസ്പരം കലഹിക്കുന്ന ഭാര്യാഭർത്താക്കന്മാരുടെ കുട്ടികൾ കരുതുന്നത്, പകൽ വേളയിൽ നടത്തിയ വഴക്കിടലിന്റെ ബാക്കിയാണ് രാത്രിയിൽ നടത്തുന്നതെന്നാണ്. അമ്മയുടെ വസ്ത്രത്തിലോ കിടക്കയിലോ മറ്റോ രക്തം കാണുമ്പോൾ കുഞ്ഞ് കരുതുന്നത് എന്താണ്? തലേന്ന് നടത്തിയ വഴക്കിന്റെ ഫലമാണിതെന്ന്.

ചില കുട്ടികൾക്ക് ഉണ്ടായേക്കാവുന്ന ധാരണകളെ സാമാന്യവൽക്കരിക്കുകയാണ് ഫ്രോയിഡ് ചെയ്യുന്നത്. ധാരണകൾ ഉണ്ടാവുന്നതിനെക്കുറിച്ചുമാത്രമേ ഫ്രോയിഡ് പറയുന്നുള്ളൂ. ഏതൊരു ധാരണയും മാറ്റത്തിന് വിധേയമാണ് എന്ന സാമാന്യതത്വംപോലും വിസ്മരിക്കപ്പെടുന്നു. ഫ്രോയിഡിന്റെ ധാരണകളുടെ മറ്റൊരു കുറവ് അത് വസ്തുനിഷ്ഠമായ അല്ലെങ്കിൽ ശാസ്ത്രനിഷ്ഠമായ അറിവുകളെ മാത്രമേ അറിവായി പരിഗണിക്കുന്നുള്ളൂ എന്നതാണ്. അണ്ഡവും ബീജവും എന്താണെന്ന് അറിയാത്തവർക്ക് ലൈംഗിക ധാരണയില്ലെന്നാണ് ഫ്രോയിഡ് കരുതിയത്. നിഗൂഢതകളും മിഥ്യകളും നിറഞ്ഞ കെട്ടുകഥകളാണ് ശൈശവലൈംഗികതകളെക്കുറിച്ച് ഫ്രോയിഡ് നിലനിർത്തിയത്.

ശരീരത്തിന്റെ ആന്തരികമായ പ്രവർത്തനങ്ങളെക്കുറിച്ച്, അതിന്റെ വിശദാംശങ്ങളെക്കുറിച്ച് അറിവില്ലാത്തവരെല്ലാം ശരീരത്തെക്കുറിച്ച് അറിവില്ലാത്തവരാണ് എന്ന ശാസ്ത്രധാരണയാണ് അദ്ദേഹത്തിനുണ്ടായിരുന്നത്. ഒരു കലാസൃഷ്ടിയിൽ ഏർപ്പെടുന്ന ആൾക്ക് ആ കലാസൃഷ്ടിയുടെ വസ്തുനിഷ്ഠമായ അറിവുകളും നിരൂപണസംബന്ധമായ ധാരണകളും അനിവാര്യമല്ല എന്ന കാര്യം നമുക്കേവർക്കുമറിയാം. ഒരു കലാകാരന് അല്ലെങ്കിൽ കലാകാരിക്ക് കലാസൃഷ്ടിയിൽ ഏർപ്പെടാനുള്ള സർഗാത്മകമായ കഴിവുകൾ മാത്രമാണ് മൂലധനമായിട്ട് വേണ്ടത്. മറ്റു കാര്യങ്ങൾ ആ വ്യക്തിയെ സഹായിച്ചേക്കാം എന്നല്ലാതെ അത് ആ വ്യക്തിയുടെ കലാപ്രവർത്തനത്തിന് അനിവാര്യമായതല്ല. ഇതുപോലെ തന്നെയാണ് ശരീരത്തെക്കുറിച്ചുള്ള ജ്ഞാനത്തിന്റെയും കാര്യം. ലൈംഗികവിദ്യാഭ്യാസത്തിലൂടെ രതിയെ സംബന്ധിച്ച സാംസ്കാരികധാരണ

കൾ അഥവാ സാമൂഹ്യമായ ധാരണകൾ രൂപപ്പെടുത്താൻ സാധിക്കുകയില്ല.

ഒരു പ്രണയിനിക്ക് ലൈംഗികവിദ്യാഭ്യാസംകൊണ്ട് തന്റെ പ്രണയത്തെ ഒരുതരത്തിലും വ്യത്യസ്തമായി മനസിലാക്കാൻ സാധ്യമല്ല. അത് ലൈംഗികവിദ്യാഭ്യാസത്തിന്റെ പരിധിയിൽ പെടുന്നില്ല. കേവലം സാങ്കേതികമായ അറിവുകൾ മാത്രമാണ് ആധുനികമനഃശാസ്ത്രം പകർന്നുനൽകുന്നത്. പ്രണയത്തിന്റെയും രതിയുടെയും സൗന്ദര്യാത്മകമായ ആവിഷ്കാരങ്ങളെ ഒരുതരത്തിലും വിശകലനം ചെയ്യാൻ ലൈംഗികവിദ്യാഭ്യാസത്തിന് സാധ്യമല്ല. ലൈംഗികവിദ്യാഭ്യാസത്തിലൂടെ ലഭിക്കുന്ന പല അറിവുകളും മനുഷ്യവംശത്തിന്റെ ചരിത്രത്തെക്കുറിച്ചുള്ള പഠനങ്ങളിൽനിന്നും ലഭ്യമാവുന്നതുമാണ്.

ലൈംഗികശാസ്ത്രത്തിൽ വളരെയേറെ പ്രാവീണ്യമുണ്ടായിരുന്ന പ്രശസ്തനായ ഒരു ഗവേഷകനായിരുന്നു കിൻസെ. മുഴുവൻ പേര് ആൽഫ്രഡ് ചാൾസ് കിൻസെ. ന്യൂജേഴ്സിയിലെ ഹോബോക്കനിലാണ് അദ്ദേഹം ജനിച്ചത്. ലൈംഗികതയെക്കുറിച്ച് വളരെയേറെ ഗവേഷണങ്ങൾ നടത്തിയ അദ്ദേഹം സ്വയംഭോഗം നടത്തിയതിന്റെ പേരിൽ മാനസികവിഭ്രാന്തിക്കടിപ്പെട്ട ഒരു സുഹൃത്തിനുവേണ്ടി പള്ളിയിൽ പോയി പ്രാർഥിച്ച കഥ വളരെ പ്രസിദ്ധമാണ്. വ്യക്തികളുടെ ലൈംഗികപെരുമാറ്റങ്ങളുമായി ബന്ധപ്പെട്ട് ഇരുപതിനായിരത്തിലധികം കേസുകൾ അദ്ദേഹം ശേഖരിച്ചിട്ടുണ്ട്. അദ്ദേഹത്തിന്റെ പഠനങ്ങൾ സ്ഥിതിവിവരക്കണക്കുകളിൽ അധിഷ്ഠിതമാണ്.

അമേരിക്കയിലെ 85 ശതമാനം സ്ത്രീകളും 96 ശതമാനം പുരുഷന്മാരും സ്വയംഭോഗത്തിൽ ആകൃഷ്ടരാണെന്നും അവരിൽ 40 ശതമാനം പേർ സ്വവർഗലൈംഗികതയിൽ തൽപ്പരരാണെന്നും കിൻസെ കണ്ടെത്തുകയുണ്ടായി. യഥാർഥത്തിൽ ഇത്തരത്തിലുള്ള സ്ഥിതിവിവരക്കണക്കുകൾ ലൈംഗികതയെക്കുറിച്ച് യാതൊരു പുതിയ അറിവും പ്രദാനം ചെയ്യുന്നില്ല. ലോകത്തിലെവിടെയും ഗവേഷണം നടത്തിയാൽ ലഭിക്കുന്ന അറിവാണിത്. ആധുനികമനഃശാസ്ത്രം ഇത്തരത്തിലുള്ള ഉപരിപ്ലവമായ അറിവുകൾ ശേഖരിക്കുന്നതിൽ ആനന്ദം കണ്ടെത്തുന്നു. ലൈംഗികതയെക്കുറിച്ചും അടിസ്ഥാനപരമായ ഉൾക്കാഴ്ചകൾ പകർന്നുനൽകുന്ന ഗ്രന്ഥങ്ങൾ ഈ ഗവേഷകന് ലഭിച്ചിരുന്നില്ല. അത്തരത്തിലുള്ള ഗ്രന്ഥങ്ങൾ ഇന്നും ലഭ്യമല്ല എന്നുള്ളതാണ് യാഥാർഥ്യം. ഇന്ന് നിലനിൽക്കുന്ന ലൈംഗികശാസ്ത്ര ഗ്രന്ഥങ്ങളെല്ലാംതന്നെ കേവലം ശരീരനിഷ്ഠമാണ്. വ്യക്തിഗതമായ ശരീരത്തിന്റെ ചോദനയെയാണ് ലൈംഗികവികാരം എന്ന കേവലധാരണയാണ് എല്ലാ ലൈംഗികശാസ്ത്രഗ്രന്ഥങ്ങളും പങ്കുവയ്ക്കുന്നത്. സംഘശരീരമായി ചുറ്റിപ്പടരാനും പടർന്നുല്ലസിക്കാനും സർഗാത്മകമായ ഫലങ്ങൾ സൃഷ്ടിക്കാനുമുള്ള മനുഷ്യരുടെ ആന്തരികചോദനയെക്കുറിച്ച് ഈ ഗ്രന്ഥങ്ങളൊന്നും പ്രതിപാദിക്കുന്നില്ല. അതുകൊണ്ടാണ് ലൈംഗികവികാരമെന്നത് ഒരിക്കലും ശമിക്കാത്ത വികാര

മാണെന്ന് ഫ്രോയിഡ് അഭിപ്രായപ്പെടുന്നത്. ലൈംഗികവികാരമായി പ്രകാശിപ്പിക്കപ്പെടുന്നത് പ്രത്യക്ഷത്തിൽ ലൈംഗികമല്ലാത്ത അഭിനിവേശങ്ങളാണെന്ന് തിരിച്ചറിയപ്പെടുന്നില്ല.

ചികിത്സാനിഷ്ഠമായ ലൈംഗികവിദ്യാഭ്യാസം വിദ്യാർഥികളുടെ സർഗാത്മകമായ അറിവുകളെ ഒരുതരത്തിലും വികസിപ്പിക്കുന്നില്ല എന്നു മാത്രമല്ല അത് മാനവസമൂഹത്തെ സംബന്ധിച്ച നിഷേധാത്മകമായ ധാരണകൾ പകുത്തുനൽകുകയും ചെയ്യുന്നു. ഓരോ ശരീരത്തെയും വ്യക്തിഗതശരീരമായി ഭദ്രമാക്കാനും അന്യശരീരങ്ങളിൽനിന്ന് അകറ്റിനിർത്താനും ലക്ഷ്യംവയ്ക്കുന്നതാണ് ആധുനിക ലൈംഗികവിദ്യാഭ്യാസം. അത് സാമൂഹികവും ദാർശനികവുമായി തലങ്ങളിലേക്ക് വികസിക്കുന്നില്ല എന്നതാണ് ഏറ്റവും പ്രധാനപ്പെട്ട പരിമിതി. കലാപരവും സർഗാത്മകവുമായ അഭിരുചികൾ ലൈംഗികാഭിനിവേശങ്ങളായി പ്രകാശിപ്പിക്കപ്പെടുന്നതിനെക്കുറിച്ച് ആധുനിക ലൈംഗികശാസ്ത്രം അറിയുന്നില്ല. പലപ്പോഴും നിയന്ത്രിക്കപ്പെടേണ്ട ലൈംഗികാഭിനിവേശങ്ങൾ സർഗപരമായ സൃഷ്ടികളായി പരിണമിക്കുന്നു എന്ന യാഥാർഥ്യംപോലും പരിഗണിക്കപ്പെടുന്നില്ല. ലൈംഗികവികാരങ്ങളെ നിയന്ത്രിക്കുന്ന തിടുക്കത്തിൽ ഇത്തരത്തിലുള്ള ആവിഷ്കാരങ്ങളും നിരോധിക്കപ്പെടുകയാണ് ചെയ്യുന്നത്. ലൈംഗികാഭിനിവേശങ്ങൾ ശരീരനിഷ്ഠമായി മാത്രം സാക്ഷാൽക്കരിക്കപ്പെടുന്നതാണ് എന്ന തെറ്റിദ്ധാരണയാണ് ഇതിന് പിറകിൽ.

മനസിനെ പരിപൂർണമായും വിശകലനവിധേയമാക്കുക എന്ന ആധുനികമനഃശാസ്ത്രത്തിന്റെ രീതിയെക്കുറിച്ച് നേരത്തെ പരാമർശിച്ചുവല്ലോ. ആധുനികമനഃശാസ്ത്രത്തിന്റെ ഈ രീതി മധ്യകാലഘട്ടത്തിലെ പുരോഹിതന്മാരുടെ കുമ്പസാരക്കൂടുകളിലെ രീതികളുമായി സാമ്യമുള്ളവയാണ്. ഇതനുസരിച്ച് ലൈംഗികവികാരങ്ങൾ പാപപങ്കിലമാണെന്ന ധാരണയിൽ അതെല്ലാം ആളുകൾ പുരോഹിതനുമുമ്പിൽ വിസ്തരിക്കുന്നു. ആധുനികമനഃശാസ്ത്രജ്ഞനുമുമ്പിൽ കൗൺസിലിങ്ങിന് വിധേയരാവുന്ന ആളുകളും ചെയ്യുന്നതിതാണ്. ഒരാളുടെ ലൈംഗികസംബന്ധമായ ആധികൾ അയാളുടെതന്നെ സൃഷ്ടിയാണ് എന്ന മുൻനിശ്ചയം ആധുനികമനഃശാസ്ത്രജ്ഞന്റെ സാംസ്കാരികമൂലധനമാണ്. മാനസികമായ സംഘർഷങ്ങളും ആധികളും സമൂഹത്താൽ സൃഷ്ടിക്കപ്പെടുന്നതാണ് എന്ന യാഥാർഥ്യം മറച്ചുവെച്ചുകൊണ്ടാണ് മനഃശാസ്ത്രജ്ഞൻ ചികിത്സ ആരംഭിക്കുന്നത്. ഇവിടെ ചികിത്സിക്കപ്പെടേണ്ടുന്നത് സാമൂഹ്യമനഃശാസ്ത്രമാണെന്ന് വിസ്മരിക്കപ്പെടുന്നു.

സമൂഹത്തിനുവേണ്ടി, സമൂഹത്തിന്റെ ധാരണകൾക്കനുസൃതമായി, സമൂഹത്തിന്റെ മൂല്യങ്ങൾക്കധിഷ്ഠിതമായി, വ്യക്തിഗതമായ വികാരങ്ങളെ എങ്ങനെ പരുവപ്പെടുത്താം എന്നാണ് ചികിത്സകൻ അന്വേഷിക്കുന്നത്. അങ്ങനെ സമൂഹത്തിന്റെ പ്രതിലോമകരമായ വീക്ഷണങ്ങളെയും ധാരണകളെയും ബലപ്പെടുത്തുകയും അതിനനുസരിച്ച് വ്യക്തികളുടെ പ്രേരണകളെയും അഭിലാഷങ്ങളെയും കീഴ്പ്പെടുത്തുകയുമാണ്

മനഃശാസ്ത്രം ചെയ്യുന്നത്. സ്വന്തം ശരീരത്തെ അത് അതിന്റെ ഉടമയിൽനിന്നും അന്യവൽക്കരിക്കുന്നു. സ്വന്തം ശരീരത്തെ നിയന്ത്രിക്കാൻ അത് വ്യക്തിയെ പരിശീലിപ്പിക്കുന്നു. സ്വന്തം ശരീരം ക്രമരഹിതമാണ് എന്ന ധാരണ അത് വികസിപ്പിക്കുന്നു.

ക്രമരാഹിത്യം എന്നത് ശരീരത്തിന്റെ അന്തഃസ്ഥിതവും സഹജവുമായ ക്രമമാണെന്ന് അത് തിരിച്ചറിയുന്നില്ല. ഓരോ ശരീരത്തിനും അതിന്റെ ആന്തരികമായ യുക്തിയുണ്ടെന്ന് അത് മനസിലാക്കുന്നില്ല. ഓരോ ശരീരത്തിനും അതിന്റെ അബോധസ്പന്ദനങ്ങളെ വികസിപ്പിക്കാൻ കഴിയുമെന്ന് അതിന് സ്വാഭാവികമായ സമയമെടുക്കുമെന്നും മനഃശാസ്ത്രം പരിഗണിക്കുന്നില്ല. അത് ബോധപൂർവമായ നിയന്ത്രണങ്ങളുടെയും അച്ചടക്കങ്ങളുടെയും സഹായത്തോടെ ശരീരത്തെ പരുവപ്പെടുത്താമെന്ന് കരുതുന്നു. പലപ്പോഴും ആധ്യാത്മികമായ ഒരു മാനത്തിലേക്ക് മനഃശാസ്ത്രം മാറുന്നു. സ്വന്തം മണ്ഡലം കടന്ന് അതിന്റെ നേരെ വിപരീതമായ ആധ്യാത്മികതയിലേക്ക് അത് 'രോഗികളെ'നയിക്കുന്നു. ഉദാഹരണത്തിന് മനസിനെ നിയന്ത്രിക്കാൻ അത് പ്രാർഥനയുടെ സഹായം തേടുന്നു. എന്നാൽ പ്രാർഥനയിൽ സംഭവിക്കുന്നത് ഒരു അന്യവൽക്കരണമാണെന്ന് അത് മനസിലാക്കുന്നില്ല.

സ്വന്തം മനസിനെ അപകർഷതയോടെ വീക്ഷിക്കാനും പാപപങ്കിലമായി കരുതാനും മാത്രമേ പ്രാർഥന സഹായിക്കുന്നുള്ളൂ. അത് താൽക്കാലികമായ ശാന്തിക്കുവേണ്ടി ദീർഘകാലം വ്യക്തികളെ പരാശ്രിതരാക്കുന്നു. ആത്മവിശ്വാസത്തിന് പകരം അപകൃഷ്ടധാരണകളെ ഉറപ്പിക്കാൻ സഹായിക്കുന്നു. ശരീരത്തെ ഒരു നിഗൂഢസമസ്യയായി ചിത്രീകരിക്കുക എന്നതാണ് ആധുനികമനഃശാസ്ത്രത്തിന്റെ ഒരു പ്രധാനരീതി. ആധുനികമനഃശാസ്ത്രത്തെ കൂടാതെ ആത്മീയമനഃശാസ്ത്രം, അതീന്ദ്രിയമനഃശാസ്ത്രം, മന്ത്രവാദം തുടങ്ങിയ രീതികളും ഇന്ന് ബലപ്പെട്ടുവരികയാണ്. ആധുനികമനഃശാസ്ത്രം ഇവയെയെല്ലാം എതിർക്കുന്നുണ്ടെങ്കിലും അടിസ്ഥാനപരമായി ആധുനികമനഃശാസ്ത്രത്തിന്റെ രീതികൾതന്നെയാണ് അവയും അവലംബിക്കുന്നത്.

വ്യത്യസ്തമായ വൈകാരികപ്രകടനങ്ങൾ രോഗാവസ്ഥയായിട്ടാണ് ആധുനികമനഃശാസ്ത്രത്തിൽ ചിത്രീകരിക്കപ്പെടുന്നത്. പെരുമാറ്റ വൈകല്യങ്ങൾ, പെരുമാറ്റ ന്യൂനതകൾ എന്നെല്ലാം പേരിലാണ് ഇവ വിശദീകരിക്കപ്പെടുന്നത്. ഒരു പരിശീലകന്റെ സാന്നിധ്യത്തെ കേന്ദ്രീകരിച്ചാണ് ഇവ വിശദീകരിക്കപ്പെടുന്നത്. ഉദാഹരണത്തിന് ഒരു ക്ലാസിൽ മുപ്പത് വിദ്യാർഥികൾ ഉണ്ടെന്നിരിക്കട്ടെ ഈ മുപ്പത് വിദ്യാർഥികളെയും പരിശീലിപ്പിക്കേണ്ടത് ഒരധ്യാപകനാണ് എന്നുകരുതുക. തീർച്ചയായും ഇങ്ങനെ പരിശീലിപ്പിക്കാൻ ആ അധ്യാപകന് ചിലമാർഗങ്ങൾ അവലംബിച്ചേ പറ്റൂ. മുപ്പത് കുട്ടികളുടെയും പെരുമാറ്റങ്ങളെ ഏകീകരിക്കുക എന്നതാണ് ആ മാർഗം.

മുപ്പത് കുട്ടികളും മുപ്പത് രീതിയിലാണ് പെരുമാറുക എന്നത് സ്വാഭാ

വികവും സാർവത്രികവുമായ ഒരു സത്യമാണ്. എന്നാൽ അങ്ങനെ വരുമ്പോൾ പരിശീലകന് മുപ്പത് പേരെയും പരിശീലിപ്പിക്കാൻ പ്രയാസമുണ്ടാവും. അതുകൊണ്ട് എളുപ്പവഴി കുട്ടികളുടെ വിഭിന്ന പെരുമാറ്റങ്ങളെ ഏകോപിപ്പിക്കുക എന്നതാണ്. ഇത് പരിശീലകന്റെ സൗകര്യത്തിനുവേണ്ടി ചെയ്യുന്നതാണ്. പത്ത് കുട്ടികൾ പത്ത് രീതിയിലാണ് പാടുന്നത് എന്നിരിക്കട്ടെ, സൂക്ഷ്മമായ അവരുടെ ആലാപനവൈവിധ്യം പരസ്പരം താരതമ്യം ചെയ്യാൻ കഴിയുന്നതല്ല. എന്നാൽ പരിശീലകർക്ക് അവരിൽ രണ്ടോമൂന്നോപേരെ തെരഞ്ഞെടുത്തേ പറ്റൂ. അപ്പോൾ ചില പൊതുമാനദണ്ഡങ്ങൾ അവർക്ക് സഹായത്തിനെത്തുന്നു. ഈ പൊതുമാനദണ്ഡങ്ങൾ പിന്തുടരുന്ന കലാകാരൻ അല്ലെങ്കിൽ കലാകാരി വിജയിക്കുന്നു. പൊതുമാനദണ്ഡങ്ങളിൽനിന്നും മാറിനടക്കുന്നവർ തഴയപ്പെടുന്നു. മൂന്ന് കുട്ടികൾക്ക് ആഹാരം തയാറാക്കുന്ന ഒരമ്മ മൂന്നുപേരുടെയും അഭിരുചികളെ ഏകീകരിക്കുന്നതുപോലെയാണ് അധ്യാപകരും കലാസൃഷ്ടികളുടെ വിധികർത്താക്കളും ചെയ്യുന്നത്.

വ്യത്യസ്തമായ ആഹാര അഭിരുചികളുള്ള കുട്ടികളുടെ അഭിരുചികളെ കോർത്തിണക്കുന്ന രീതിതന്നെയാണിത്. ആധുനികമനഃശാസ്ത്രം സ്റ്റാന്റൈഡെസ് ചെയ്യുന്നത് ഇതുപോലെയാണ്. അവർ പരിശീലകരുടെ സൗകര്യത്തിനനുസരിച്ച് അല്ലെങ്കിൽ പരിശീലകന്റെ സൂക്ഷ്മസംവേദനങ്ങളുടെ പരിമിതികളെ മറയിടാൻവേണ്ടി കുട്ടികളുടെ കഴിവുകളെ സ്റ്റാന്റൈഡെസ് ചെയ്യുന്നു. അതനുസരിച്ച് ബുദ്ധിയും ബുദ്ധിരാഹിത്യവും നിർണയിക്കപ്പെടുന്നു. ലൈംഗികവികാരത്തിന്റെ കാര്യത്തിലും ഇതുതന്നെയാണ് നടക്കുന്നത്. അത് ഓരോ കുട്ടിയുടെയും ശാരീരികവൈജാത്യങ്ങളെ കാലഗണനയുടെ പൊതുമാനദണ്ഡമനുസരിച്ച് ഏകോപിപ്പിക്കാൻ ശ്രമിക്കുന്നു. അങ്ങനെ പ്രായത്തിൽ കവിഞ്ഞ വളർച്ച എന്നും പ്രായത്തിന് ചേരാത്ത പെരുമാറ്റമെന്നും വിധിനിർണയങ്ങൾ ഉണ്ടാകുന്നു. പ്രായമെന്നത് ശരീരത്തിന്റെ പ്രവർത്തനമാണെന്ന ധാരണ വിസ്മരിക്കപ്പെടുന്നു.

കുട്ടികളുടെ വ്യത്യസ്തമായ ആഭിമുഖ്യങ്ങളെ പെരുമാറ്റ വൈകല്യമായി ചിത്രീകരിക്കുന്നു. ഓർമിക്കാനുള്ള കഴിവിനെയും യാഥാസ്ഥിതികത്വങ്ങളെ സ്വീകരിക്കാനുള്ള ശേഷിയെയും ബുദ്ധിശക്തിയായി ചിത്രീകരിക്കുന്നു. നിഷേധിക്കാനും മറികടക്കാനുമുള്ള പ്രേരണകളെ പെരുമാറ്റവൈകല്യമായി മുദ്രകുത്തുന്നു. സാമൂഹികമായ സ്വഭാവങ്ങളെ നിർമാർജനംചെയ്ത് വ്യക്തികേന്ദ്രമായ അഭിലാഷങ്ങളെ പ്രോത്സാഹിപ്പിക്കുന്നു. സാമൂഹികമായ അഭിനിവേശങ്ങളെ നിരുത്സാഹപ്പെടുത്തി മത്സരബുദ്ധി വികസിപ്പിക്കുന്നു. ആധുനികമനഃശാസ്ത്രം സമൂഹത്തോട് ചെയ്തുകൊണ്ടിരിക്കുന്ന ഏറ്റവും കുറ്റകരമായ പ്രവൃത്തിയാണിത്. വ്യക്തിത്വവികസനം എന്ന പേരിൽ ഇന്ന് വിപുലമാവുന്ന പദ്ധതികളിൽ ആധുനികമനഃശാസ്ത്രത്തിന്റെ പ്രകടമായ സാന്നിധ്യമുണ്ട്. മത്സരബുദ്ധിയാണ് ഇതിന്റെ അടിസ്ഥാനം. മറ്റൊന്ന് സ്വാർഥതയാണ്. മറ്റു കുട്ടി

കളെ അപരവ്യക്തിത്വങ്ങളായി അത് പരികൽപ്പനചെയ്യുന്നു. അപര വ്യക്തിത്വങ്ങളെന്നാൽ പരാജയപ്പെടേണ്ടവർ എന്നാണർഥം. മറ്റുള്ളവരെ പരാജയപ്പെടുത്തുക എന്നതും സ്വയംവിജയിക്കുക എന്നതും വേർതിരിവില്ലാത്ത ഒരു സമസ്യയാണ്. രണ്ടും ഒന്നുതന്നെയാണ്. മറ്റുള്ളവരെ പരാജയപ്പെടുത്തുന്നതിലൂടെ വിജയിക്കുന്നതാണ് മത്സരപ്പരീക്ഷകളുടെ അടിസ്ഥാനം. അത് സ്വന്തം ആഭിമുഖ്യങ്ങളെ മാത്രമേ വികസിപ്പിക്കുന്നുള്ളൂ. അത് പൊതുമാനദണ്ഡങ്ങളെയല്ല വേറിട്ട മാനദണ്ഡങ്ങളെയാണ് പിന്തുടരുന്നത്.

ആധുനികമനഃശാസ്ത്രം പരിപോഷിക്കുന്ന മറ്റൊരു പ്രതിലോമധാരണയാണ് പ്രയോജനവാദം. ഏത് കാര്യവും നിയതമായ പ്രയോജനത്തിന്റെ അടിസ്ഥാനത്തിൽമാത്രം വിലയിരുത്തുന്ന പ്രവണതയാണിത്. അതനുസരിച്ച് വിനോദങ്ങൾ പ്രയോജനവാദത്തിലധിഷ്ഠിതമായി ക്രമീകരിക്കപ്പെടേണ്ടിയിരിക്കുന്നു. അതിന്റെ ഭാഗമായി മാർക്ക് ലഭിക്കാൻവേണ്ടിയുള്ള സ്പോർട്സ് പരിശീലനങ്ങൾ, വ്യായാമത്തിനുവേണ്ടിയുള്ള നടത്തം എന്നിവയെല്ലാം വളരെ യുക്തിസഹമായ ജീവിതരീതിയായി അംഗീകരിക്കപ്പെടുന്നു. തികച്ചും പ്രയോജനവാദത്തിലധിഷ്ഠിതമായ ജീവിതസങ്കൽപ്പം പെരുപ്പിക്കപ്പെടുന്നു. നടത്തം വ്യായാമത്തിനുവേണ്ടിയുള്ളതാണ് എന്നുപറയുമ്പോൾ വ്യായാമം മറ്റു മാർഗങ്ങളിൽനിന്നു ലഭിക്കുമെങ്കിൽ നടത്തം ഒഴിവാക്കാമെന്നുവരുന്നു. എല്ലാത്തരം വിനോദങ്ങൾക്കും ലക്ഷ്യങ്ങളുണ്ടായിരിക്കണം എന്ന സങ്കൽപ്പം മുതലാളിത്ത യുക്തിയുമായി പൊരുത്തപ്പെടുന്നതാണ്.

ആധുനിക മനഃശാസ്ത്രം പ്രോത്സാഹിപ്പിക്കുന്ന വ്യക്തിത്വവികസനത്തിന്റെ മാതൃകകളാണിവ. പോസിറ്റീവ് തിങ്കിങ് അഥവാ ക്രിയാത്മക ചിന്ത എന്ന ഒരു സങ്കൽപ്പംതന്നെ ഉയർന്നുവന്നിരിക്കുന്നു. അതനുസരിച്ച് നിലവിലുള്ള ജീവിതക്രമത്തെയും സാമൂഹ്യവ്യവസ്ഥയെയും അതേപടി സ്വീകരിക്കാൻ വിദ്യാർഥികൾ നിർബന്ധിതരാകുന്നു. വിമർശനാത്മകചിന്ത നിഷേധാത്മകചിന്ത എന്നനിലയിൽ വർജിക്കപ്പെടുന്നു. അതനുസരിച്ച് *മൂലധനം* എഴുതിയ കാൾ മാർക്സിന്റെ ചിന്ത പോസിറ്റീവ് തിങ്കിങ് അല്ല. അൽബേർ കമ്യൂ, ഫ്രാൻസ് കാഫ്ക, സാർത്ര് തുടങ്ങിയവരുടെ ചിന്തകൾ ക്രിയാത്മകമല്ല. ജനറൽ സയൻസിന്റെ അടിസ്ഥാന സങ്കൽപ്പങ്ങൾക്കനുസരിച്ചും ബിസിനസ് സൈക്കോളജിയുടെ മാനദണ്ഡങ്ങൾ പിന്തുടർന്നും നേതൃത്വമനഃശാസ്ത്രത്തിന്റെ തത്വങ്ങൾ അനുസരിച്ചും ജീവിക്കുന്ന ഒരു ശൈലിതന്നെ രൂപപ്പെട്ടിരിക്കുന്നു. നിലവിലുള്ള സാമൂഹ്യവ്യവസ്ഥയുടെയും ഭരണകൂടപ്രത്യയശാസ്ത്രങ്ങളുടെയും പിൻബലത്തിലാണ് ഇത് വളർന്നുവരുന്നത്. മൂലധനത്തിലധിഷ്ഠിതമായ മനഃശാസ്ത്രമാണ് ഇത്. ഇതനുസരിച്ച് എല്ലാം പ്രയോജനവാദപരമായി സ്വീകരിക്കപ്പെടേണ്ടതാണ്.

ആറ്റംബോംബായിരുന്നാലും മാരകവിഷമായിരുന്നാലും അവയെല്ലാം സൗകര്യമനുസരിച്ച് ഉപയോഗിക്കുകയോ ത്യജിക്കുകയോ

ചെയ്യാം. ഒന്നും ആത്യന്തികമായി വർജ്യമല്ല. ആധുനികശാസ്ത്രത്തിന്റെ യുക്തിയാണിത്. ശാസ്ത്രതത്വങ്ങൾ അലംഘ്യമായ നിയമങ്ങളായി അനുസരിക്കപ്പെടുന്നു. അവിടെ ചോദ്യംചെയ്യലില്ല. കാരണം എല്ലാറ്റിനെയും ചോദ്യംചെയ്യുന്നതാണ് ശാസ്ത്രം. അതുകൊണ്ട് ശാസ്ത്രം ചോദ്യംചെയ്യപ്പെടേണ്ടതില്ല. ശാസ്ത്രമെന്നത് അറിവിന്റെ അനിഷേധ്യമായ മണ്ഡലമായി അംഗീകരിക്കപ്പെടുന്നു. ശാസ്ത്രം ഒരധികാരത്തിന്റെ മണ്ഡലമാണെന്ന് തിരിച്ചറിയപ്പെടുന്നില്ല. ഭരണകൂടാധികാരത്തെ പിൻതുണയ്ക്കുന്ന ഉപരിഘടനയാണ് ശാസ്ത്രം എന്നല്ല പറയുന്നത്. അതൊരിക്കലും ഒരു ഉപരിഘടനയല്ല. അടിത്തറതന്നെയായി വളർന്നിരിക്കുന്നു. എന്നാൽ വെറും അടിത്തറയല്ല. ഒരു അധികാരവ്യവസ്ഥയും ഒരു പ്രത്യയശാസ്ത്രമണ്ഡലവുമാണ്.

ഫൂക്കോ അധികാരത്തെക്കുറിച്ച് പറയുന്നത് ശാസ്ത്രത്തിനും ബാധകമാണ്. അധികാരം ഒരു വ്യവസ്ഥയല്ല എന്നാണ് ഫൂക്കോ പറയുന്നത്. അദ്ദേഹം അധികാരത്തിന്റെ ബന്ധങ്ങളെക്കുറിച്ചാണ് പറയുന്നത്. അധികാരം ബന്ധങ്ങളുടെ രൂപത്തിലാണ് നിലനിൽക്കുന്നത്. അച്ഛൻ, അമ്മ, മക്കൾ, അധ്യാപകർ, കുട്ടികൾ, കാമുകൻ, കാമുകി, ഡോക്ടർ, രോഗി, ഭരണാധികാരി, ജനങ്ങൾ എന്നുതുടങ്ങി സമൂഹത്തിന്റെ എല്ലാ മേഖലകളിലും വ്യാപരിച്ചും പ്രസരിച്ചും നിലനിൽക്കുന്ന സവിശേഷബന്ധങ്ങളാണ് അധികാരം എന്നുപറയുന്നത്. ആനന്ദത്തിന്റെയും അറിവിന്റെയും മണ്ഡലമാണത്. അറിവിന്റെ ലോകം അധികാരത്തിന്റെ ലോകംതന്നെയാണ്. അറിവ് ഒരു രാഷ്ട്രീയവ്യവസ്ഥയും അധികാരവ്യവസ്ഥയുമാണ്. അറിവ് ഒരു സാംസ്കാരികമൂലധനവും രാഷ്ട്രീയമൂലധനവുമാണ്.

സംസ്കാരവ്യവസായത്തിന്റെ ലോകത്തിൽ അറിവ്, അധികാരം ഒരു സാർവത്രികപ്രതിഭാസമായി വളർന്നിരിക്കുന്നു. അധികാരത്തിന് അകവും പുറവുമില്ല. അതിന് ഒരു നിയതമായ കേന്ദ്രമില്ല. അധികാരം എല്ലായിടത്തും വ്യാപിച്ചുനിൽക്കുന്നു. അതെല്ലാറ്റിനെയും വാരിപ്പുണരുന്നതുകൊണ്ടല്ല മറിച്ച് അതെല്ലായിടത്തും ഉള്ളതുകൊണ്ടാണ്. അറിവിന് ഒരുപാട് കണ്ണികൾ ഉള്ളതുപോലെതന്നെ അധികാരത്തിനും വിപുലമായ കണ്ണികളുണ്ട്. വിവിധ ഏജൻസികളുണ്ട്. മുമ്പുകാലത്ത് അധികാരത്തിന്റെ കേന്ദ്രങ്ങളായി സങ്കൽപ്പിക്കപ്പെട്ടത് ചില സ്ഥൂലകേന്ദ്രങ്ങളായിരുന്നു. അതായത് ഭരണനിർവഹണം, മതാധിപത്യം എന്നിവ. കുടുംബത്തെ അധികാരകേന്ദ്രങ്ങളായി മുമ്പുകാലത്ത് പരിഗണിച്ചിരുന്നില്ല. ഇന്ന് കുടുംബത്തെ മാത്രമല്ല വിദ്യാലയങ്ങളെയും പരീക്ഷാസമ്പ്രദായങ്ങളെയും ആശുപത്രികളെയും മനോരോഗചികിത്സയെയും പത്രമാധ്യമങ്ങളെയും ശാസ്ത്രത്തെയും സാങ്കേതികവിദ്യയെയും സ്പോർട്സ്മേഖലകളെയും കലാ–സാഹിത്യ–സാംസ്കാരികമണ്ഡലങ്ങളെയും അധികാരത്തിന്റെ അനന്തശയനകേന്ദ്രങ്ങളായി കാണാനുള്ള രാഷ്ട്രീയസാക്ഷരത കൈവന്നിരിക്കുന്നു.

വിഖ്യാതവിദ്യാഭ്യാസചിന്തകനായ പൗലോ ഫ്രെയർ തന്റെ *മർദിതരുടെ ബോധനശാസ്ത്രം* എന്ന കൃതിയിൽ നിലവിലുള്ള വിദ്യാഭ്യാസവ്യവസ്ഥയും ബോധനരീതികളും എങ്ങനെ പ്രതിലോമപരമായി വർത്തിക്കുന്നു എന്ന് സൂക്ഷ്മമായി വിശകലനം ചെയ്യുന്നു. അധ്യാപകർ ക്ലാസ്മുറികളിൽ എങ്ങനെ അധികാരകേന്ദ്രമായി വർത്തിക്കുന്നു. അധ്യാപനരീതി എങ്ങനെ മർദകന്റെ അധികാരപ്രയോഗരീതിയായി മാറുന്നു എന്നും അദ്ദേഹം സമർഥമായി വിശകലനം ചെയ്യുന്നു. പൗലോ ഫ്രെയർ വിദ്യാഭ്യാസവ്യവസ്ഥയെ വിമർശിച്ചതിന് സമാനമായിട്ടാണ് വിഖ്യാത റഷ്യൻ നോവലിസ്റ്റ് അലക്സാണ്ടർ സോൾഷെനിത്സൻ തന്റെ നോവലുകളിൽ ആശുപത്രികളെ പ്രശ്നവൽക്കരിക്കുന്നത്. ഒരു സാമൂഹ്യവ്യവസ്ഥയുടെ എല്ലാ ജീർണതകളും അധികാരവ്യവസ്ഥയുടെ എല്ലാ അപമാനവീകരണങ്ങളും അവിടത്തെ ആശുപത്രികളിലൂടെ പ്രകടമാവുന്നു. രോഗി പീഡിതനായി മാറുന്നു. വൈദ്യശാസ്ത്രത്തിനും മരുന്നിനുമിടയിൽ അയാൾ ഇരയാക്കപ്പെടുന്നു. സാമ്പത്തികമായ ഇരമാത്രമല്ല അയാൾ ഒരധികാരവ്യവസ്ഥയിൽ അടിപ്പെടുന്നവനാകുന്നു.

ഫൂക്കോ വിശദീകരിക്കുന്ന അധികാരവ്യവസ്ഥയെ ജൈവാധികാരവ്യവസ്ഥയിൽനിന്നും വേർതിരിച്ചു കാണേണ്ടതുണ്ട്. രണ്ടും വെള്ളം കടക്കാത്ത അറകളല്ലെങ്കിലും ലോകത്ത് സർവവ്യാപിയായി കാണുന്ന അധികാരമമണ്ഡലം ജൈവാധികാരത്തിന്റേതല്ലെന്നും അഭിനിവേശത്തിന്റേതാണെന്നും തിരിച്ചറിയപ്പെടേണ്ടതുണ്ട്. ഈ അധിനിവേശക അധികാരബന്ധങ്ങളുടെ ഉള്ളിൽനിന്നുകൊണ്ടാണ് ലൈംഗികതയെ സംബന്ധിച്ച സങ്കൽപ്പങ്ങൾ രൂപംകൊള്ളുന്നത്. മൂർത്തമായ ഒരു സമ്പദ്വ്യവസ്ഥയായും നമ്മുടെ സദാചാരവ്യവസ്ഥ രൂപംമാറിയിരിക്കുന്നു ലൈംഗികതയെ അമർത്തുകയും നിരോധിക്കുകയും ചെയ്ത പഴയ സാമൂഹ്യവ്യവസ്ഥയുടെ സ്ഥാനത്ത് ലൈംഗികതയെ പെരുപ്പിക്കുകയും അതിനെ വിപുലമായ അറിവ്–അധികാര–ആനന്ദവ്യവസ്ഥയാക്കി പൊലിപ്പിക്കുകയും ചെയ്ത മുതലാളിത്തം ലൈംഗികതയ്ക്ക് പുതിയ മാനങ്ങൾ നൽകിയിരിക്കുന്നു.

ഒരുഭാഗത്ത് വൈദ്യശാസ്ത്രം, മനഃശാസ്ത്രം, ക്ലിനിക്കുകൾ, പ്രസിദ്ധീകരണങ്ങൾ എന്നിവയിലൂടെ പടർന്നുപന്തലിച്ച ഒരു സമ്പദ്വ്യവസ്ഥ. ടെലിവിഷൻ സീരിയലുകൾ, സിനിമകൾ, പരസ്യങ്ങൾ, സൗന്ദര്യമത്സരങ്ങൾ, സൗന്ദര്യവർധകവസ്തുക്കളുടെ വിപണികൾ, മരുന്നുകൾ എന്നിവയിലൂടെ ഈ സമ്പദ്വ്യവസ്ഥ അതിവിപുലമായ മൂലധനവ്യവസ്ഥയുമായി കണ്ണിചേർക്കപ്പെട്ടിരിക്കുന്നു. മറുഭാഗത്ത് ലൈംഗികതയുടെ കമ്പോളവൽക്കരണത്തിലൂടെ സമൂഹത്തിൽ പടർന്നുപിടിച്ചിരിക്കുന്ന ക്രിമിനൽവൽക്കരണം. രോഗത്തെ സൃഷ്ടിച്ചുകൊണ്ട് ചികിത്സാവ്യവസായം വികസിപ്പിക്കുക എന്ന തന്ത്രത്തിന് സമാനമായി മുതലാളിത്തം അപരിഹാര്യമായ മാനസികവിഭ്രാന്തികൾ സൃഷ്ടിക്കുന്നു. നിതാന്തമായ ഈ വിഭ്രാ

ന്തിക്കായി ലൈംഗികതയെ ദുരുപയോഗം ചെയ്യുന്നു. ഇതിന്റെ പ്രത്യാഘാതങ്ങളാണ് ഇന്ന് ലോകത്ത് മുഴുവൻ കാണുന്നത്.

ആധുനിക മനഃശാസ്ത്രം ഈ ദുരുപയോഗ ശൃംഖലയുടെ ഒരു കണ്ണിയായി പ്രവർത്തിക്കുന്നു. ആധുനികമനഃശാസ്ത്രം മനോരോഗത്തിന്റെ സ്രോതസായി കാണുന്നത് ലൈംഗികതയെയാണ്. ഫ്രോയിഡാണ് ഇതിന് തുടക്കമിട്ടത്. അദ്ദേഹം അപസ്മാരരോഗത്തെ വ്യാഖ്യാനിച്ചത് ഇതിന്റെ പ്രകടമായ ഉദാഹരണമായിരുന്നു. എല്ലാ അപസ്മാര രോഗങ്ങളുടെയും അടിസ്ഥാനം ബാല്യകാലത്തെ ലൈംഗിക അനുഭവങ്ങളാണെന്ന് അദ്ദേഹം വിധിയെഴുതി. ലൈംഗികമോഹങ്ങളെയെല്ലാം ഇച്ഛാഭംഗങ്ങളായി വിലയിരുത്താൻ തുടങ്ങി. ലൈംഗികപ്രചോദനത്തിന് മാനസികസംഘർഷത്തിന്റെ സ്വഭാവം ഉണ്ടെന്ന് വിധിയെഴുതാൻ തുടങ്ങി. മനുഷ്യന്റെ എല്ലാ അവയവങ്ങളെയും ലൈംഗികതയുമായി ബന്ധിപ്പിച്ചുകൊണ്ട് വിശകലനം ചെയ്തു. ഫ്രോയിഡ് എഴുതുന്നു;

> ലൈംഗിക പ്രചോദനത്തിന് മാനസിക സംഘർഷത്തിന്റെ സ്വഭാവമുള്ളത് എന്തുകൊണ്ടാണെന്നത് ചിന്തിക്കേണ്ട വിഷയമാണ്. എന്നാൽ ഇത് വളരെ ലളിതമാണ്. ഇത് മനസിലാക്കിയാൽ ലൈംഗികതയെക്കുറിച്ച് നാം അടിസ്ഥാനപരമായി തന്നെ മനസിലാക്കിയെന്നു പറയാം. മനഃശാസ്ത്രജ്ഞന്മാർക്കിടയിൽ ഈ വിഷയത്തെക്കുറിച്ച് വ്യത്യസ്തമായ കാഴ്ചപ്പാടുകളാണുള്ളത്. എന്നാൽ ഒരു കാര്യം ഞാൻ വ്യക്തമാക്കുന്നു. മാനസികവിക്ഷോഭത്തിന് ഒരു പ്രധാനകാരണം ആനന്ദത്തിന്റെ അഭാവമാണല്ലോ. എന്നാൽ ലൈംഗികമായ വികാരവിക്ഷോഭത്തിന് ആനന്ദകരമായ ഒരു വശം കൂടിയുണ്ട്. ലൈംഗികവൃത്തികൾ സംഘർഷം സൃഷ്ടിക്കുന്നുവെങ്കിലും പിന്നീടത് ആനന്ദകരമാവുന്നു. ലൈംഗികബന്ധത്തിനായി ജനനേന്ദ്രിയം നടത്തുന്ന തയാറെടുപ്പുകൾപോലും ആനന്ദകരമാണ്. അങ്ങനെയെങ്കിൽ ലൈംഗികതയുമായി ബന്ധപ്പെട്ട് ഈ മനഃക്ലേശം എവിടെനിന്നു വരുന്നു. ആഹ്ലാദത്തെക്കുറിച്ചും ദുഃഖത്തെക്കുറിച്ചുമുള്ള മനഃശാസ്ത്രപരമായ അറിവ് പരിമിതമാണ്. എന്നാൽ ഇവിടെ പരാമർശിക്കുന്നത് രതിസുഖമേഖലയുമായി ബന്ധപ്പെട്ട ചില കാര്യങ്ങളാണ്. (*ഓൺ സെക്ഷ്വാലിറ്റി*, സിഗ്മണ്ട് ഫ്രോയിഡ്)

ആധുനിക മനഃശാസ്ത്രത്തിന്റെ പിതാവെന്ന നിലയിൽ അറിയപ്പെടുന്ന സിഗ്മണ്ട് ഫ്രോയിഡും അദ്ദേഹത്തിന്റെ സമകാലികനായിരുന്ന എമിൽ ക്രെയ്പ്ലിൻ എന്ന ജർമൻ മനഃശാസ്ത്രജ്ഞനും ലൈംഗികതയെ പരിചരിച്ച രീതി സമാനമാണ്. ഫ്രോയിഡിന്റെ പല നിഗമനങ്ങളോടും ക്രെയ്പ്ലിന് യോജിപ്പുണ്ടായിരുന്നെങ്കിലും ലൈംഗികതയെ സംബന്ധിച്ച് വ്യവസ്ഥാപിതസങ്കൽപ്പങ്ങളാണ് അദ്ദേഹവും നിലനിർത്തിയത്. ഭ്രാന്തിന്റെ ഉറവിടമായി മനഃശാസ്ത്രജ്ഞന്മാർ പരിഗണിച്ചുവരുന്നത്

ലൈംഗികവികാരത്തെയാണ്. അതനുസരിച്ച് ആണിന്റെ എല്ലാ രോഗങ്ങൾക്കും കാരണം പെണ്ണും പെണ്ണിന്റെ എല്ലാ രോഗങ്ങൾക്കും കാരണം ആണുമാണ്. ഭ്രാന്ത് എന്നത് ഒരു സവിശേഷ പ്രതിഭാസമായി പരിണമിച്ചതിന് പിറകിലെ അധികാരബന്ധങ്ങളെക്കുറിച്ച് മിഷേൽ ഫൂക്കോ തന്റെ *മാഡ്നസ് ആന്റ് സിവിലൈസേഷൻ*, *അബ്നോർമൽ* തുടങ്ങിയ കൃതികളിൽ പരിശോധിക്കുന്നുണ്ട്. മുമ്പുകാലത്ത് പ്രതിഭകളായി പരിഗണിക്കപ്പെട്ട ആളുകൾ ആധുനികകാലത്ത് ഭ്രാന്തന്മാരായി വർഗീകരിക്കപ്പെടുകയും സമൂഹത്തിൽനിന്ന് പുറംതള്ളപ്പെടുകയും ചെയ്യുന്നതിനെക്കുറിച്ച് ഫൂക്കോ വിശകലനം ചെയ്യുന്നു.

സമൂഹത്തിൽനിന്നും ഭ്രാന്തന്മാരെ അകറ്റിനിർത്തുന്നതിൽ മാനസികാശുപത്രികൾ വഹിച്ച പങ്ക് അദ്ദേഹം എടുത്തുകാണിക്കുന്നു. ഒരു കാലത്ത് യൂറോപ്പിൽ കുഷ്ഠരോഗം പടർന്നുപിടിച്ചിരുന്നു. എന്നാൽ അതിന് മരുന്ന് കണ്ടുപിടിക്കപ്പെട്ടതിനുശേഷം കുഷ്ഠരോഗാശുപത്രികൾ അപ്രത്യക്ഷമാവുകയും അതിന്റെ സ്ഥാനത്ത് ഭ്രാന്താശുപത്രികൾ ഉയർന്നുവരികയും ചെയ്ത സംഭവം ഫൂക്കോ എടുത്തുപറയുന്നു. ഫൂക്കോയുടെ വിശകലനം മനോരോഗവിജ്ഞാനശാഖയെയും ആധുനികവൈദ്യശാസ്ത്രത്തെയും നിശിതമായി തൊലിയുരിക്കുന്നതായിരുന്നു. ആധുനികവൈദ്യശാസ്ത്രത്തിന്റെ മനുഷ്യത്വവിരുദ്ധമായ സമീപനത്തെ പൊള്ളിക്കുന്ന പഠനങ്ങളാണ് ഫൂക്കോ നടത്തിയത്. മാനസികാരോഗ്യ ആശുപത്രികൾ വളരുന്നതിനനുസരിച്ച് ഭ്രാന്തന്മാരുടെ എണ്ണവും പെരുകിക്കൊണ്ടിരിക്കുകയാണെന്നും അതിനനുസരിച്ച് മരുന്നുകമ്പനികളുടെ എണ്ണവും പടരുകയാണെന്നും ഫൂക്കോ കണ്ടെത്തി. ഇതെങ്ങനെ സംഭവിച്ചു എന്ന അന്വേഷണമാണ് ഫൂക്കോ നടത്തുന്നത്.

മുതലാളിത്തം ദരിദ്രരെ സൃഷ്ടിക്കുന്നതുപോലെ മാനസികാരോഗ്യാശുപത്രികളും ആധുനികവൈദ്യശാസ്ത്രവും കൂടിച്ചേർന്ന് തങ്ങളുടെ അസംസ്കൃതവസ്തുക്കളെന്ന നിലയിൽ അല്ലെങ്കിൽ തങ്ങളുടെ മൂലധനം എന്നനിലയിൽ ഭ്രാന്തന്മാരെ സൃഷ്ടിച്ചുകൊണ്ടേയിരിക്കുന്നു. അത് മനുഷ്യരുടെമേലുള്ള ആധിപത്യമാണ് സൃഷ്ടിക്കുന്നത്. ബുദ്ധിപരമായ രോഗം, പെരുമാറ്റസംബന്ധമായ രോഗം, നാഡീസംബന്ധമായ രോഗം എന്നിങ്ങനെ അത് മാനസികരോഗത്തെ വിഭജിക്കുന്നു. ഇതുകൂടാതെ വേറെയും തരംതിരിവുകളുണ്ട്. മാനിയ, ഫോബിയ, മെലങ്കോളിയ, ഡെമൻഷ്യ, ഇഡിയോസി, അപസ്മാരം, ടോക്സിക്, ഇൻസാനിറ്റി എന്നിങ്ങനെയെല്ലാം രോഗങ്ങളെ വർഗീകരിക്കുന്നു. എന്നാൽ ഇത്തരത്തിലുള്ള വർഗീകരണങ്ങളെല്ലാംതന്നെ സൈക്യാട്രിയുടെ കൃത്രിമമായ കണ്ടെത്തലുകൾ മാത്രമായിരുന്നു. രോഗിയെ രോഗിയെന്ന് മുദ്രകുത്തുന്നത് സൈക്യാട്രിയുടെ ഒരധികാരമണ്ഡലമാണ്.

മനോരോഗത്തിന്റെ സാമൂഹികവും വർഗപരവും അധികാരസംബന്ധവുമായ തലങ്ങളെ വിശകലനം ചെയ്യാൻ ആധുനികമനഃശാസ്ത്രം പര്യാപ്തമല്ല. അത് രോഗികളെ അനാഥാലയങ്ങളിലെന്നപോലെ ആശു

പത്രിയിൽ തളച്ചിടുന്നു. രോഗിക്ക് രോഗിയുടെ മനസിനെക്കുറിച്ചും ശരീരത്തെക്കുറിച്ചും ആധികാരികമായ അഭിപ്രായംപറയാൻ കഴിയില്ല. എല്ലാം തീരുമാനിക്കുന്നത് ഡോക്ടറെന്ന പരമാധികാരിയാണ്. മനോരോഗികളായി സെല്ലുകളിലടയ്ക്കപ്പെട്ട പലരും മിഥ്യയായ ഒരു രോഗത്തിന്റെ ഇരകളാണ്. യഥാർഥത്തിൽ നിലനിൽക്കാത്ത രോഗത്തിന് ചികിത്സതേടുന്നവർ. കുടുംബത്തിൽനിന്നും പല കാരണങ്ങളാൽ ബഹിഷ്കരിക്കപ്പെട്ടവർ. പലതരം മനോരോഗങ്ങളോടും വിട്ടുവീഴ്ചചെയ്യാൻ കഴിയാത്തതിനാൽ പുറത്തുപോകേണ്ടിവന്നവർ–ഇവരെല്ലാംതന്നെ ആജീവനാന്തം മനോരോഗസെല്ലുകളിൽ കഴിയുന്നു. സ്വയം ചികിത്സിക്കാൻ കഴിയാത്തതുകൊണ്ട് മനോരോഗചികിത്സകന്റെ അടുത്തെത്തിയവരാണവർ.

ആധുനിക സൈക്യാട്രി മനോരോഗികളോട് ചെയ്യുന്നതു തന്നെയാണ് ലൈംഗികതയെ ഉപയോഗപ്പെടുത്തി രോഗമില്ലാത്തവരെ ലൈംഗികരോഗികളാക്കി മാറ്റുന്നതും. ആധുനിക മനോരോഗത്തിന്റെ ഈ ജനവിരുദ്ധമായ സമീപനങ്ങൾക്കെതിരായാണ് ആന്റി സൈക്യാട്രിക് പ്രസ്ഥാനം ഉടലെടുത്തത്. 1908 ൽ ജർമൻ സൈക്യാട്രിസ്റ്റായിരുന്ന ബെൺഹാർഡ് ബെയർ ആണ് ആന്റി സൈക്യാട്രി എന്ന പദം രൂപപ്പെടുത്തിയത്. മനോരോഗാശുപത്രികൾക്കെതിരെ കലാപം ചെയ്ത മനഃശാസ്ത്രജ്ഞനായിരുന്നു അദ്ദേഹം. 1960 കളിൽ ഡേവിഡ് കൂപ്പർ, റൊണാൾഡ് ഡി ലെയ്ങ് എന്നീ മനഃശാസ്ത്രജ്ഞർ ആന്റി സൈക്യാട്രിസ്റ്റ് പ്രസ്ഥാനത്തെ ശക്തിപ്പെടുത്തി. മനഃശാസ്ത്രത്തിന്റെ മനുഷ്യത്വവിരുദ്ധമായ സമീപനങ്ങളെ ഇവർ ശക്തമായി എതിർത്തു.

മുമ്പുകാലത്ത് മനോരോഗചികിത്സ എന്നത് പൊതുവായ ഒരു ചികിത്സാരീതിയുടെ ഭാഗമായിരുന്നു. ആയുർവേദചികിത്സയും യോഗയും പ്രകൃതിചികിത്സയും ഹോമിയോപ്പതിയും സിദ്ധവൈദ്യവും ആര്യവൈദ്യവും യുനാനിയും മറ്റും ഒരു പൊതുചികിത്സാപദ്ധതിയുടെ ഭാഗമായി മനോരോഗത്തെയും സമീപിച്ചു. ഒരു സമഗ്രമായ ചികിത്സാപദ്ധതിയാണ് ഈ മേഖലയിൽ വളർന്നുവന്നത്. പരിചരണത്തിന്റെയും സ്നേഹത്തിന്റെയും പരിഗണനയുടെയും ചികിത്സകൊണ്ട് രോഗം മാറ്റുന്ന രീതിക്ക് പകരം ഇവയെല്ലാം ഉപേക്ഷിച്ച് മരുന്നുകൊണ്ട് മാത്രം ചികിത്സിക്കുന്ന മുതലാളിത്തചികിത്സാരീതി സ്ഥാപനവൽക്കരിക്കപ്പെട്ടു. ഒരാൾ മാനസികരോഗിയായി നിർവചിക്കപ്പെടുന്നതിലൂടെ അയാളുടെ രോഗം സ്ഥായിയായ ഒരവസ്ഥയായി മാറുന്നു.

ആധുനികവൈദ്യശാസ്ത്രം മനോരോഗികളോട് സ്വീകരിക്കുന്ന സമീപനം തന്നെയാണ് ലൈംഗികതയുടെ കാര്യത്തിലും കാണിക്കുന്നത് എന്നു പറഞ്ഞുകഴിഞ്ഞു. വ്യത്യസ്തമായ പെരുമാറ്റ രീതികളും സ്വഭാവസവിശേഷതകളുമുള്ള ആളുകളെ വർഗീകരിച്ചുകൊണ്ട് അവരിൽ രോഗത്തെ ശാശ്വതവൽക്കരിക്കുന്നു. അങ്ങനെ അമിതലൈംഗികത എന്ന സംവർഗത്തിൽപ്പെടുത്തി ഒരു വിഭാഗത്തെ രോഗികളാക്കുമ്പോൾ മറ്റൊരുവിഭാഗത്തെ ഷണ്ഡന്മാരും വന്ധ്യകളുമാക്കി മാറ്റുന്നു. ശരീരത്തിന്റെ

ഒരേയൊരു ലക്ഷ്യം ലൈംഗികപ്രവർത്തനമാണ് എന്ന ധാരണയെ ആധുനികലൈംഗിക മനഃശാസ്ത്രം ഉറപ്പിക്കുന്നു. അതനുസരിച്ച് വിവാഹത്തിൽ താൽപ്പര്യമില്ലാത്തവർ, ബ്രഹ്മചാരികൾ, സന്യാസികൾ ഇവരെല്ലാം ചികിത്സിക്കപ്പെടേണ്ടവരാണ്. ഒന്നിലധികം ഇണകളോട് താൽപ്പര്യം തോന്നുന്നത് അബ്നോർമാലിറ്റിയുടെ ലക്ഷ്യമായി മുദ്രകുത്തപ്പെടുന്നു. വംശീയവും മതപരവും ജാതിസംബന്ധവും ലിംഗബദ്ധവും ആയ പ്രശ്നങ്ങളെല്ലാംതന്നെ മാനസികപ്രശ്നങ്ങളായി വ്യാഖ്യാനിക്കപ്പെടുന്നു.

7

സ്ത്രീ പ്രാചീന ഇന്ത്യൻ സമൂഹത്തിൽ

പത്തൊമ്പതും ഇരുപതും നൂറ്റാണ്ടുകളിലാണ് ഇന്ത്യയടക്കമുള്ള പ്രാചീനസമൂഹങ്ങളെക്കുറിച്ച് പാശ്ചാത്യർ ഗൗരവാവഹമായ പഠനം നടത്തുന്നത്. സൈന്ധവനാഗരികതയെക്കുറിച്ചും ആര്യൻനാഗരികതയെക്കുറിച്ചുമുള്ള പഠനങ്ങൾ ഇക്കാലത്തുണ്ടായി. പ്രാചീന ഇന്ത്യൻസമൂഹത്തിൽ ലൈംഗികതയ്ക്കുണ്ടായിരുന്ന സ്ഥാനം എന്തായിരുന്നു എന്നതിനെക്കുറിച്ച് ഒട്ടേറെ വിവരങ്ങൾ നമുക്കിന്ന് ലഭ്യമാണ്. ആദ്യകാലത്ത് പൗരസ്ത്യവാദികളും ദേശീയവാദികളും കൊളോണിയലിസ്റ്റുകളും പ്രാചീന ഇന്ത്യൻ സമൂഹങ്ങളെക്കുറിച്ചുള്ള പഠനത്തിൽ ആകൃഷ്ടരായി. മാക്സ് മുള്ളറെപ്പോലുള്ള പൗരസ്ത്യവാദികളായിരുന്നെങ്കിലും പ്രാചീന ഇന്ത്യൻ സ്ത്രീകളെക്കുറിച്ച് ആദർശവൽക്കരണത്തിലധിഷ്ഠിതമായ ചരിത്രത്തെയാണ് അദ്ദേഹം പിൻപറ്റിയത്.

ആർ സി ദത്ത്, ബങ്കിങ്ചന്ദ്ര ചാറ്റർജി, ദയാനന്ദസരസ്വതി തുടങ്ങിയ ദേശീയചരിത്രകാരന്മാർ സാംസ്കാരികദേശീയവാദത്തെയാണ് പിന്തുടർന്നത്. ഇന്ത്യൻ സ്ത്രീത്വത്തിന്റെ മാതൃകയായി അവർ ഉയർത്തിക്കാട്ടിയത് ബ്രാഹ്മണിക്-ക്ഷത്രിയ സ്ത്രീത്വസങ്കൽപ്പങ്ങളെയും മൂല്യങ്ങളെയുമാണ്. പ്രാചീന ഇന്ത്യയിലെ സ്ത്രീകളുടെ മാതൃകയായി അങ്ങനെ ഒരു വീരാംഗനവൃന്ദം ഉയർത്തിക്കാണിക്കപ്പെട്ടു. വേദസാഹിത്യങ്ങൾ, ഉപനിഷത്തുകൾ, പുരാണങ്ങൾ, സ്മൃതികൾ, സംഹിതകൾ, ഇതിഹാസങ്ങൾ, സംസ്കൃതനാടകങ്ങൾ, ചാണക്യന്റെ *അർഥശാസ്ത്രം*, *കാമസൂത്രം* തുടങ്ങിയ അനേകം വരേണ്യസാഹിത്യങ്ങളിലെ ഉദാത്തവൽക്കരിക്കപ്പെട്ട സ്ത്രീകളെ യഥാർഥ ഇന്ത്യൻ സ്ത്രീത്വത്തിന്റെ പ്രതീകങ്ങളായി അവതരിപ്പിക്കപ്പെടാൻ തുടങ്ങി. ഈ സങ്കൽപ്പങ്ങൾക്കനുസരിച്ചാണ് ഇന്ത്യക്കകത്തും പുറത്തുമുള്ള ആളുകൾ ഇന്ത്യയെക്കുറിച്ചുള്ള

പൊതുധാരണ രൂപപ്പെടുത്തിയത്. പ്രാചീന ഇന്ത്യയിലെ 'സുവർണയുഗ' ത്തെക്കുറിച്ച് വില്യം ജോൺസ്, എച്ച് ടി കോൾ ബ്രൂക്ക് തുടങ്ങിയ ചരിത്രകാരന്മാർ ധാരാളം പഠനങ്ങൾ നടത്തി. ഏഷ്യാറ്റിക് സമൂഹസങ്കൽപ്പവുമായി ബന്ധപ്പെട്ട് നിരവധി വിഷയങ്ങളെക്കുറിച്ച് അവർ പഠനങ്ങൾ നടത്തി. സംസ്കൃതസാഹിത്യം, തത്വചിന്ത, തുടങ്ങിയവയെല്ലാം അവർക്ക് പ്രിയപ്പെട്ട വിഷയങ്ങളായിരുന്നു.

ജാതി, വർഗം, ജെൻഡർ തുടങ്ങിയ വിഷയങ്ങൾ അവർ പരിഗണിക്കുകയുണ്ടായില്ല. അതുകൊണ്ടുതന്നെ സ്ത്രീപ്രശ്നങ്ങൾ അവരുടെ ചർച്ചയിൽ ഉയർന്നുവന്നില്ല. അതുകൊണ്ടാണ് വില്യംജോൺസ് 'സതിസമ്പ്രദായ'ത്തെക്കുറിച്ച് പരാമർശിക്കാതിരുന്നത്. കോൾ ബ്രൂക്കിനെപ്പോലുള്ള ചരിത്രകാരന്മാർ 'സതിസമ്പ്രദായ'ത്തെക്കുറിച്ച് പരാമർശിക്കുന്നുണ്ടെങ്കിലും ഇന്ത്യയിലെ സ്ത്രീസമൂഹത്തിന്റെ യഥാർഥ ജീവിതാവസ്ഥകളെക്കുറിച്ച് അദ്ദേഹം പഠനം നടത്തുകയുണ്ടായില്ല.

ഗാർഗി, മൈത്രേയി, എന്നീ സ്ത്രീകൾ പ്രാചീന ഇന്ത്യൻ സ്ത്രീത്വത്തിന്റെ മഹത്തായ പ്രതീകങ്ങളായി വാഴ്ത്തപ്പെട്ടു. എന്നാൽ 'സതിസമ്പ്രദായ'ത്തെ ഹിന്ദുസ്ത്രീകളുടെ പാതിവ്രത്യത്തിന്റെ മഹത്തായ ദൃഷ്ടാന്തമായിട്ടാണ് ചരിത്രകാരന്മാർ അവതരിപ്പിച്ചത്. സ്ത്രീകളുടെ പതിവ്രതാധർമമാണ് അവർ 'സതിസമ്പ്രദായ'ത്തിൽ കണ്ടത്.

യൂറോകേന്ദ്രസങ്കൽപ്പങ്ങളെ നിഷേധിച്ചുകൊണ്ടാണ് ആധുനിക ചരിത്രശാസ്ത്രരംഗത്ത് പ്രധാനപ്പെട്ട പല ഇടപെടലുകളും നടക്കുന്നത്. ലോകപ്രസിദ്ധ ചിന്തകരായ എഡ്വേഡ് സെയ്ദും സമീർ അമീനും യൂറോകേന്ദ്രവാദത്തെ ശക്തമായി എതിർത്തിരുന്നു. എഡ്വേഡ് സെയ്ദിന്റെ *ഓറിയന്റലിസം* എന്ന പുസ്തകം പാശ്ചാത്യവാദങ്ങളെ ശക്തമായി നിരാകരിക്കുന്നു. മാക്സ്മുള്ളർ, മെക്കാളെ തുടങ്ങിയവരെല്ലാം പാശ്ചാത്യകേന്ദ്രവാദത്തെ പിൻപറ്റിയവരാണ്. മാക്സ്മുള്ളർ കരുതിയത് ഇന്ത്യയുടെ സംസ്കാരമെന്നാൽ ആത്മീയതയുടെ സംസ്കാരമെന്നാണ്. മാക്സ്മുള്ളർ ഇന്ത്യയെക്കുറിച്ച് നിലനിർത്തിയ ഈ ഉപരിപ്ലവ ധാരണ ഇന്ത്യയെ അടിപ്പെടുത്താൻ ബ്രിട്ടീഷുകാരെ സഹായിക്കുന്നതായിരുന്നു. ഇന്ത്യക്കാർ സ്വയംഭരണത്തിന് അർഹരല്ലെന്നും രാഷ്ട്രീയാധികാരം ഇന്ത്യക്കാർക്ക് പ്രയോഗിക്കാൻ കഴിയില്ലെന്നും പാശ്ചാത്യർ കരുതാൻതുടങ്ങി. അത്തരത്തിൽ ഇന്ത്യയെ കോളനീകരിക്കാൻ ഉപയോഗിക്കപ്പെട്ട ഒരു സങ്കൽപ്പമാണ് മാക്സ്മുള്ളർ രൂപപ്പെടുത്തിയത്. അങ്ങനെ ഇന്ത്യയെക്കുറിച്ച് പൊതുവിൽ പാശ്ചാത്യർ രൂപപ്പെടുത്തിയ സങ്കൽപ്പനങ്ങൾ താഴെകൊടുക്കുന്നു:

ആത്മീയത, ഭൗതികതയോടുള്ള നിസ്സംഗത, യോഗസംസ്കാരം, സ്വേച്ഛാധിപത്യത്തോടുള്ള ആഭിമുഖ്യം, ജനാധിപത്യത്തോടുള്ള അലംഭാവം, വികസന രാഹിത്യം, ആധുനികതയോടുള്ള വിപ്രതിപത്തി, പാരമ്പര്യവാദം.

ഇന്ത്യൻ സംസ്കാരത്തെക്കുറിച്ചും ചരിത്രത്തെക്കുറിച്ചും പാശ്ചാർ

മെനഞ്ഞെടുത്ത ഇത്തരം ധാരണകളെ പിൻപറ്റിയാണ് പല ഇന്ത്യൻ ചരിത്രകാരന്മാരും തങ്ങളുടെ പഠനങ്ങൾ മുന്നോട്ടുകൊണ്ടുപോയത്.

എന്നാൽ ബ്രിട്ടീഷുകാർക്കുമുമ്പുതന്നെ ഇന്ത്യയിൽ സാംസ്കാരികവും സാമൂഹികവുമായിട്ടുള്ള ഉയിർപ്പുകൾ ഉണ്ടായിട്ടുണ്ട്. ഇതിനെക്കുറിച്ച് പ്രശസ്ത ചരിത്രകാരനായ ഡോ. കെ എൻ പണിക്കർ ഇങ്ങനെ പറയുന്നു:

> വിശദാംശങ്ങളിലേക്ക് പോവാതെ തന്നെ കൊളോണിയൽ പൂർവ കാലഘട്ടത്തിലെ ഇന്ത്യൻ സാമൂഹിക-സാംസ്കാരിക ഉയിർപ്പുകളെ അടയാളപ്പെടുത്താവുന്നതാണ്. ഇന്ത്യൻ ജാതി സംഘാടനത്തിന്റെയും ഘടനയുടെയും മാറ്റങ്ങളും 18-ാം ശതാബ്ദത്തിലെ മത സാഹചര്യങ്ങളും ഇവിടെ നിർണായകമാണ്. ബഹുദൈവ വിശ്വാസം, അന്ധവിശ്വാസങ്ങൾ, വിഗ്രഹാരാധന എന്നിവയാണ് ഹിന്ദുദർശനത്തിന്റെ മുഖ്യസവിശേഷതകൾ എന്നതിൽ സന്ദേഹമില്ല. എന്നാൽ ഈ മതാന്ധതകളെയും വിശ്വാസാരാധനാരീതികളെയും വെല്ലുവിളിക്കുന്ന രീതിയിൽ അനേകം ഉപവിഭാഗങ്ങൾ ഇന്ത്യയിലേതാണ്ട് എല്ലായിടത്തും ഉയർന്നുവന്നിരുന്നു. ഉത്തർപ്രദേശിലെ സ്തനാമി, അപ്പപാന്തി-ശിവനാരായൺ വിഭാഗങ്ങൾ, ബംഗാളിലെ ബാൽറാമികൾ, കാർത്തബാജന്മാർ, രാജസ്ഥാനിലെ ചന്ദ്രദാസികൾ, ആന്ധ്രാപ്രദേശിലെ വീരബ്രഹ്മന്മാർ തുടങ്ങിയവരെല്ലാം തന്നെ ബഹുദൈവവിശ്വാസം, വിഗ്രഹാരാധന, ജാതീയ വിവേചനങ്ങൾ എന്നിവയെ നിരാകരിച്ചവരായിരുന്നു. ജാതിനിരാകരണത്തിന്റെ ഭാഗമായി കാർത്തബാജന്മാർ വർഷത്തിൽ രണ്ടു തവണ സവിശേഷ മതസമ്മേളനങ്ങൾ വിളിച്ചുചേർത്തിരുന്നു. അവിടെവെച്ചാണവർ മതനിരാകരണ പ്രതിജ്ഞയെടുത്തിരുന്നത്. അവിടെ വെച്ചവർ സഹഭോജനം നടത്തുകയും ഉച്ചനീചത്വങ്ങളില്ലാതെ സഹോദരീ സഹോദരന്മാരെപ്പോലെ പരസ്പരം അഭിസംബോധന ചെയ്യുകയും ചെയ്തിരുന്നു. 19 ാം ശതകത്തിന്റെ ഉത്തരാർധത്തിലെ സാമൂഹിക പരിഷ്കർത്താക്കളെ അനുസ്മരിപ്പിക്കും വിധം ചരൺദാസ് തന്റെ ജാതി-വിഗ്രഹാരാധനാ വിരുദ്ധാശയങ്ങൾക്കുള്ള വൈദികാംഗീകാരം ദൃഢീകരിച്ചു. സാധാരണ മനുഷ്യരുടെ ഹൃദയങ്ങളിൽ, സരളമായ ഹിന്ദിഭാഷയിൽ വേദസത്യങ്ങൾ എത്തിക്കുകയാണ് തന്റെ യത്നമെന്നദ്ദേഹം പ്രഖ്യാപിച്ചു. അർഥനയ്ക്കും ആരാധനയ്ക്കും തുളസിയിലകൾ ഉപയോഗിക്കുന്നതുൾപ്പെടെയുള്ള ആചാരങ്ങളെ അദ്ദേഹം എതിർത്തു. 19 ാം ശതകത്തിലെ സാമൂഹ്യ പരിഷ്കർത്താക്കളെപ്പോലെ ഇവരും വ്യക്തിനിഷ്ഠ സദാചാരത്തിനാണ് പ്രാമുഖ്യം നൽകിയത്. എണ്ണത്തിൽ അവർ ഗണ്യമായ ശക്തിയായിരുന്നില്ല. മിക്ക വിഭാഗങ്ങളും 20000 മുതൽ 30000 വരെ ജനസംഖ്യയുള്ള മതവിഭാഗങ്ങളായിരുന്നു. ഈ ഓരോ വിഭാഗവും അതിന്റെ സംഘാടനരീതിയുടെയും

പ്രവർത്തനങ്ങളുടെയും വിഷയത്തിൽ 19 ാം ദശകത്തിലെ മതപ്രസ്ഥാനങ്ങളിൽനിന്നും വിഭിന്നമായിരുന്നു. എന്നാൽ, സമൂഹിക പ്രാധാന്യമില്ലാതെ വ്യക്തിഗത കലാപങ്ങളെന്ന നിലയിൽ അവയെ വിലയിരുത്തുന്നത് അത്തരം പ്രസ്ഥാനങ്ങളുടെ യഥാർഥ പ്രസക്തിയെ തമസ്കരിക്കുന്നതിനു സമമായിരിക്കും. ഇന്ത്യൻ ജനതയുടെ മതാത്മക ജീവിതത്തിൽ പുരോഹിതവൃന്ദം അടിച്ചേൽപ്പിച്ച ദുർഭരണത്തിനും അന്ധവിശ്വാസങ്ങൾക്കും എതിരായി വളർന്നുവരുന്ന അഭിപ്രായഭിന്നതകളുടെയും പ്രക്ഷോഭത്തിന്റെയും പ്രതിഫലനമായിട്ടുവേണം അവയെ വിലയിരുത്തുന്നതും തിരിച്ചറിയുന്നതും. വൈദേശിക സ്വാധീനത്തിൽനിന്നും തികച്ചും സ്വതന്ത്രമായി ഉയർന്നുവന്ന മതാത്മക പ്രസ്ഥാനമായിട്ടുവേണം അവയെ വിലയിരുത്താൻ. അവയുടെ വിജയപരാജയങ്ങളെ നിർണയിച്ചത് അന്നത്തെ സാമൂഹിക-സാമ്പത്തിക സംഭവവികാസങ്ങളായിരുന്നു. എന്നാൽ ഇന്ത്യൻ ചരിത്രത്തിൽ അത്തരം പ്രസ്ഥാനങ്ങളുടെ രാഷ്ട്രീയ-സാമൂഹിക പ്രസക്തി ആർക്കും നിഷേധിക്കാൻ കഴിയാത്തതാണ്.

പ്രാചീന ഇന്ത്യൻസാഹിത്യ കൃതികളിൽ ലൈംഗികതയെയും കുടുംബബന്ധങ്ങളെയും തികച്ചും പ്രതിലോമകരമായ രീതിയിൽ നിർവചിക്കുന്നു. സ്ത്രീത്വത്തിന്റെ മഹനീയ ഭാവമായി പാതിവ്രത്യധർമത്തിലധിഷ്ഠിതമായ മാതൃത്വത്തെ വാഴ്ത്തുമ്പോഴും അതിന് നേരെ വിപരീതമായ വേശ്യാവൃത്തിയെ ദേശീയലക്ഷ്യങ്ങൾക്കുവേണ്ടി ആദർശവൽക്കരിക്കുന്നു. സ്ത്രീ ഭാര്യയും അമ്മയും ദേവിയുമാണെന്ന് പറയുന്ന അതേ നാവുകൊണ്ടുതന്നെയാണ് പ്രാചീനഭാരതീയർ വേശ്യാവൃത്തിയെ ആദർശവൽക്കരിക്കുന്നത്. നർത്തകികളെയും നടികളെയും രാജകൊട്ടാരങ്ങളിൽ ചാരവൃത്തിക്കുവേണ്ടി നിയോഗിച്ചിരുന്നു. ഇതുകൂടാതെ രാജകൊട്ടാരങ്ങളിൽ ദേവദാസികളെയും നിലനിർത്തിയിരുന്നു. അങ്ങനെ വേശ്യാവൃത്തിക്ക് ഒരു ആധ്യാത്മികപരിവേഷം നൽകി.

വിശാഖദത്തന്റെ *മുദ്രരാക്ഷസം* എന്ന നാടകത്തിൽ സുന്ദരിയായ ഒരു വിഷകന്യകയെ ചന്ദ്രഗുപ്തന്റെ ശത്രുക്കളെ വിഷംകൊടുത്തു കൊല്ലാൻവേണ്ടി നിയോഗിക്കുന്നുണ്ട്. അന്യരാജ്യങ്ങളിലെ വിവരങ്ങൾ രഹസ്യമായി ചോർത്തിയെടുക്കാൻവേണ്ടി അൽപ്പാൽപ്പമായി വിഷംകഴിച്ച് പരിശീലിപ്പിക്കപ്പെട്ട സ്ത്രീകളാണ് വിഷകന്യകൾ. ക്രൂരവും വഞ്ചനാപരവുമായ ഈ ചാരവൃത്തിസമ്പ്രദായത്തിൽ വിഷകന്യകകൾ വേശ്യാവൃത്തിതന്നെ അനുഷ്ഠിക്കേണ്ടിവരുന്നു. അങ്ങനെ ദേശീയത്വത്തിനുവേണ്ടി വേശ്യാസമ്പ്രദായം ആദർശവൽക്കരിക്കപ്പെടുന്നു. രാഷ്ട്രീയതാൽപ്പര്യങ്ങൾക്കുവേണ്ടിയാവുമ്പോൾ ഇത്തരത്തിലുള്ള വ്യവസ്ഥകളെല്ലാം മഹത്വവൽക്കരിക്കപ്പെടുന്നു.

സ്ത്രീ അടിമത്തം

*ഋഗ്വേദ*ത്തിൽ പുരുഷ അടിമകളെക്കുറിച്ച് വളരെ കുറഞ്ഞ പരാമർശമേയുള്ളൂ. പിൽക്കാല വൈദികസാഹിത്യങ്ങളിൽ സ്ത്രീ അടിമകളെക്കുറിച്ച് ധാരാളം പരാമർശിക്കപ്പെടുന്നു. സ്വർണം, കന്നുകാലികൾ തുടങ്ങിയവയെപ്പോലെ കൈമാറാനുള്ള ചരക്കായിട്ടാണ് സ്ത്രീഅടിമകളെ പിൽക്കാല വൈദികസാഹിത്യം കാണുന്നത്. വൈദികസമൂഹത്തിൽ പുരുഷ അടിമകളെക്കാൾ കൂടുതൽ സ്ത്രീ അടിമകളാണ് ഉണ്ടായിരുന്നത് എന്ന് വ്യക്തമായും അനുമാനിക്കാം. *ഐതരേയ ആരണ്യ*കത്തിൽ അംഗരാജാവ് പതിനായിരം സ്ത്രീ അടിമകളെ തന്റെ മുഖ്യപുരോഹിതന് കാഴ്ചവെച്ചതായി പരാമർശിക്കുന്നു. കന്നുകാലികൾ, സ്വർണം മറ്റു സ്വത്തുക്കൾ എന്നിവയോടൊപ്പമാണ് അടിമപ്പെണ്ണുങ്ങളെയും പാരിതോഷികമായി നൽകുന്നത്.

Beyond the kings and Brahmanas of 'Ancient' India എന്ന ഗ്രന്ഥത്തിൽ ഉമാചക്രവർത്തി ഇക്കാര്യം വിശദീകരിക്കുന്നുണ്ട്. *ഋഗ്വേദ* സങ്കീർത്തനങ്ങളിലൊന്ന് ഒരു പുരോഹിതന് അമ്പത് ദാസിമാരെ പാരിതോഷികമായി ലഭിച്ചതിനെക്കുറിച്ച് പരാമർശിക്കുന്നുണ്ട്. ദാസിമാരെയും വഹിച്ചുപോകുന്ന പത്ത് രഥങ്ങളെക്കുറിച്ചും പരാമർശിക്കുന്നുണ്ട്. ദാസിമാരെ ബലംപ്രയോഗിച്ച് ദക്ഷിണയായി കൊടുക്കുകയായിരുന്നു. കന്നുകാലികൾ, കുതിരകൾ, സ്വർണം, വയലുകൾ, വീടുകൾ എന്നിവയെപ്പോലെതന്നെ സ്ത്രീഅടിമകളെയും വിൽക്കുകയും വാങ്ങുകയും ചെയ്തതിനെപ്പറ്റി *ഛന്ദോഗ്യോപനിഷത്ത്* പരാമർശിക്കുന്നുണ്ട്. പ്രാചീന ഇന്ത്യയിൽ അടിമകളായും ദാസികളായും വിഷകന്യകകളായും ദേവദാസികളായും വിൽക്കുകയും വാങ്ങുകയും ചെയ്യപ്പെട്ട അനേകം സ്ത്രീകളുണ്ട്. ഇതിൽ മഹാഭൂരിപക്ഷവും രാജാക്കന്മാരുടെയും ക്ഷത്രിയന്മാരുടെയും താൽപ്പര്യത്തിനുവേണ്ടി അപമാനവീകരിക്കപ്പെട്ട സ്ത്രീകളായിരുന്നുവെന്നതാണ് യാഥാർഥ്യം. ആര്യന്മാരും അനാര്യന്മാരും തമ്മിൽ നടന്ന യുദ്ധത്തിനിടയിലെ പ്രധാനപ്പെട്ട ഇരകൾ സ്ത്രീകളായിരുന്നു.

സ്ത്രീകളെ കന്നുകാലികളെപ്പോലെ വിൽക്കുകയും വാങ്ങുകയും ചെയ്യുന്ന അപമാനവീകരിക്കപ്പെട്ട ഇന്ത്യൻസാമൂഹ്യവ്യവസ്ഥയുടെ ചരിത്രംതന്നെയാണ് സ്ത്രീയുടെ ലൈംഗികതയുടെ ചരിത്രവും. ഗാർഹികമായ ജോലികളും ലൈംഗികാടിമത്തവും സ്ത്രീക്കുമേൽ അടിച്ചേൽപ്പിക്കപ്പെട്ടു. ലിംഗപരമായും തൊഴിൽപരമായും ചൂഷണം ചെയ്യപ്പെട്ട സ്ത്രീകൾ കൂടുതലായും ദളിതരും ദാസിസമൂഹങ്ങളിൽപ്പെടുന്നവരും പ്രാന്തവൽക്കരിക്കപ്പെട്ടവരുമായിരുന്നു. കൗടില്യന്റെ *അർഥശാസ്ത്രം, മനുസ്മൃതി, കാമസൂത്രം* തുടങ്ങിയ കൃതികളെല്ലാംതന്നെ സ്ത്രീകളുടെ ലൈംഗികാടിമത്തത്തെപ്പറ്റി ധാരാളം പരാമർശങ്ങൾ നൽകുന്നുണ്ട്. പതിനായിരം സ്ത്രീ അടിമകളെ അംഗരാജാവ് തന്റെ മുഖ്യപുരോഹിതന് കന്നുകാലികൾ, സ്വർണം എന്നിവയ്ക്കൊപ്പം പാരിതോഷികം നൽകിയതിനെക്കുറിച്ച് *ഐതരേയ ആരണ്യകം* പരാമർശിക്കുന്നുണ്ട്.

അതിരാവിലെതന്നെ വിദൂരപ്രദേശങ്ങളിൽപോയി വെള്ളംകോരി ചുമന്നുകൊണ്ടുവരുന്ന കുംഭദാസികൾ എന്ന പേരിലറിയപ്പെട്ട അടിമകളെക്കുറിച്ചും പ്രാചീന കൃതികളിൽ പരാമർശമുണ്ട്. വയലുകൾ, കൃഷിയിടങ്ങൾ, വീടിന്റെ അകത്തളം എന്നിവിടങ്ങളിലെല്ലാം ജോലിചെയ്തിരുന്നത് അടിമപ്പെൺകുട്ടികളായിരുന്നുവെന്ന് ബുദ്ധഘോഷൻ പറയുന്നു. എല്ലാ ബ്രാഹ്മണപുരോഹിതന്മാരും ഇത്തരത്തിലുള്ള ദാസികളെ ജോലിക്ക് നിർത്തിയിരുന്നു.

അതുപോലെതന്നെ കാവൽക്കാരായും അടിമകളെ നിയോഗിച്ചിരുന്നു. പലപ്പോഴും സമ്പന്നരായ പെൺകുട്ടികൾ സ്ത്രീധനമെന്ന നിലയിൽ അടിമപ്പെൺകുട്ടികളെ വരന്റെ ഗൃഹത്തിലേക്കയച്ചിരുന്നു. നൂറുകണക്കിന് സ്ത്രീകളെ ചിലപ്പോൾ ഇങ്ങനെ വരന്റെ ഗൃഹത്തിലേക്ക് അയച്ചിരുന്നുവെന്ന് ബെർലിങ്ഗേം തന്റെ *ബുദ്ധിസ്റ്റ് ലെജന്റ്സ്* എന്ന കൃതിയിൽ പറയുന്നു. ഇത്തരത്തിലുള്ള അടിമപ്പെണ്ണുങ്ങളെ തന്റെ ഭർത്താവ് ലൈംഗികമായി ആസ്വദിക്കുന്നത് നോക്കിനിൽക്കാനേ അയാളുടെ ഭാര്യക്കു കഴിഞ്ഞുള്ളൂ. അല്ലെങ്കിൽ അത്തരമൊരു സംഭവം ഒരു സ്വാഭാവികവ്യവസ്ഥയെന്ന നിലയിൽ നിസ്സംഗതയോടെ കാണാനെ അവർക്ക് കഴിഞ്ഞുള്ളൂ. രാജകൊട്ടാരങ്ങളിലെ ദേവദാസികൾ രാജാക്കന്മാരുടെയും പുരോഹിതന്മാരുടെയും ഭോഗവസ്തുക്കൾ മാത്രമായിരുന്നു. രാജകൊട്ടാരങ്ങളിലെ ദേവദാസികൾ കായികജോലികളും ചെയ്യണമെന്ന് ചാണക്യന്റെ *അർഥശാസ്ത്രം* വിധിക്കുന്നു.

പ്രാചീന ഇന്ത്യയിൽ രാജാക്കന്മാർതന്നെ വേശ്യാവൃത്തി സമ്പ്രദായം നിലനിർത്തിയിരുന്നു. വേശ്യകളെ അടുക്കളയിലും മറ്റും ജോലിക്കു നിർത്താമെന്ന് *അർഥശാസ്ത്രം* പറയുന്നു. ചിലരെ നേരത്തെ പറഞ്ഞതുപോലെ ചാരവൃത്തിക്കും നിയോഗിച്ചിരുന്നു. അടിമപ്പെൺകുട്ടികൾ അനുഭവിക്കുന്ന യാതനകളെക്കുറിച്ച് ജാതകകഥകൾ പരാമർശിക്കുന്നുണ്ട്. യജമാനന്മാരുടെ മർദനങ്ങളും പീഡനങ്ങളും മൃഗങ്ങളെപ്പോലെ സഹിക്കാൻ വിധിക്കപ്പെട്ടവരായിരുന്നു അടിമപ്പെണ്ണുങ്ങൾ. അടിമപ്പെണ്ണുങ്ങളെ കൂലിവേലയ്ക്കുവേണ്ടി നിയോഗിച്ച് ആ കൂലി സ്വന്തമാക്കുന്ന യജമാനന്മാരുമുണ്ടായിരുന്നു. മുടിചുറ്റിപ്പിടിച്ച് ചുമരിനിടിക്കുക, തൊഴിക്കുക തുടങ്ങിയ പീഡനമുറകൾ അടിമപ്പെൺകുട്ടികൾക്കെതിരെ പ്രയോഗിച്ചിരുന്നു. ഇതിൽനിന്ന് രക്ഷപ്പെടാൻ പലപ്പോഴും പെൺകുട്ടികൾ തല മൊട്ടയടിച്ചിരുന്നു.

എന്നാൽ ക്രൂരകളായ യജമാനത്തികൾ കയറുകൊണ്ട് അവരുടെ ശിരസ്സ് കെട്ടി മർദിക്കുമായിരുന്നുവത്രെ. ഇത്തരത്തിലുള്ള ഒരു പരാമർശം രജുമാല എന്ന ദാസ്യപ്പെൺകുട്ടിയുമായി ബന്ധപ്പെട്ട് നിലവിലുണ്ട്. അവസാനം ഗത്യന്തരമില്ലാതെ ആ പെൺകുട്ടി കാട്ടിലേക്ക് ഓടിപ്പോവുകയും ആത്മഹത്യചെയ്യാൻ ശ്രമിക്കുകയും ചെയ്തത്രേ. ക്രൂരമായ ലൈംഗികപീഡനമുറകൾ അവർക്കുമേൽ അടിച്ചേൽപ്പിക്കപ്പെട്ടിരുന്നു. യജമാനനോടൊപ്പം അന്തിയുറങ്ങാൻ നിർബന്ധിക്കപ്പെട്ട ഒരു അടി

മപ്പെൺകുട്ടിയെപ്പറ്റി *ബൗദ്ധസാഹിത്യം* പരാമർശിക്കപ്പെടുന്നുണ്ട്. അയാളുടെ ഭാര്യ ഈ രഹസ്യം കണ്ടുപിടിക്കുകയും പെൺകുട്ടിയുടെ മൂക്ക് ഛേദിക്കുകയും ചെയ്തുവത്രേ. ഇത്തരത്തിലുള്ള ലൈംഗകാതിക്രമങ്ങൾക്കും പീഡനങ്ങൾക്കുമെതിരെ ശിക്ഷാസമ്പ്രദായങ്ങളൊന്നും നിലവിലുണ്ടായിരുന്നില്ല. അതുമാത്രമല്ല ഇത്തരം പീഡനമുറകളെ നീതികരിക്കുന്ന നിയമവ്യവസ്ഥയായിരുന്നു അന്ന് നിലനിന്നിരുന്നത്.

ദാസികൾക്കെതിരായ ലൈംഗികചൂഷണത്തെക്കുറിച്ച് *അർഥശാസ്ത്രം* തന്നെ തെളിവുകൾ നൽകുന്നുണ്ട്. എന്നാൽ ലൈംഗികമായ ഹിംസാത്മകതയെ പ്രത്യക്ഷത്തിൽ *അർഥശാസ്ത്രം* നീതീകരിക്കുന്നില്ല. ഏതെങ്കിലും ഒരു ദാസിയെ യജമാനൻ ബലാത്സംഗംചെയ്താൽ അവൾക്ക് അയാൾ നഷ്ടപരിഹാരം നൽകണമെന്നും *അർഥശാസ്ത്രം* വിധിക്കുന്നു. എന്നാൽ ഇത്തരം വിധികളും ന്യായങ്ങളുമൊന്നുംതന്നെ പ്രായോഗികമായിരുന്നില്ല എന്നുള്ളതാണ് യാഥാർഥ്യം. ഒരു യജമാനൻ തന്റെ ദാസിയിൽ കുട്ടികളെ ജനിപ്പിച്ചാൽ ദാസിയും കുട്ടികളും മോചിക്കപ്പെടണമെന്നും *അർത്ഥശാസ്ത്രം* വിധിച്ചിരുന്നു. അന്നു നിലനിന്നിരുന്ന ലൈംഗികമായ ആക്രമണങ്ങളെ ലഘൂകരിക്കാൻവേണ്ടി നടത്തിയ ഒരു ശ്രമം മാത്രമായിരുന്നു ചാണക്യന്റേത്. മാത്രമല്ല ഔദ്യോഗികമായ അടിമകളും അനൗദ്യോഗികമായ അടിമകളും എന്ന വിവേചനവും നിലനിന്നിരുന്നു. നേരത്തെ പറഞ്ഞ നിബന്ധനകളെല്ലാം ഔദ്യോഗിക അടിമകൾക്കുമാത്രം ബാധകമായിരുന്നു. അനൗദ്യോഗിക അടിമപ്പെണ്ണുങ്ങളെല്ലാംതന്നെ യജമാനന്മാരുടെ ഭോഗവസ്തുക്കൾ മാത്രമായിരുന്നു. യജമാനന്മാരുടെ പല ലൈംഗിക ചൂഷണങ്ങളെയും ഭരണകൂടം ഉപയോഗപ്പെടുത്തുകയായിരുന്നു.

കുറ്റവാളികളെ ജയിലിലിലടയ്ക്കുന്നതിനുപകരം അവർക്കുമേൽ പിഴ ചുമത്തുന്ന രീതിയായിരുന്നു നിലനിന്നിരുന്നത്. ഒരു ചൂഷണത്തിനുമേൽ മറ്റൊരുചൂഷണം. അല്ലെങ്കിൽ ലൈംഗികാടിമത്തം നിലനിർത്തിയ ആളുകളെ ചൂഷണം ചെയ്തുകൊണ്ടു ജീവിക്കുന്ന ഒരു ഭരണകൂടം. ഇതാണ് പ്രാചീന ഇന്ത്യയിൽ നിലനിന്നിരുന്നത്. അടിമപ്പെണ്ണുങ്ങളെ ഒരു യജമാനൻ മറ്റൊരു യജമാനന് കൈമാറിയാൽ അതായത് കടംനൽകിയാൽ തിരിച്ചുകൊടുക്കുമ്പോൾ അവളുടെ ഒരു കുഞ്ഞിനെയും കൊടുക്കണം. കടംവാങ്ങിയ ആൾ ജനിപ്പിച്ച ആ ഒരു കുഞ്ഞ് പലിശയെന്ന നിലയിലാണ് ഉടമയ്ക്ക് ലഭിക്കുന്നത്. അടിമപ്പെണ്ണുങ്ങൾക്ക് അവരുടെതായ കുടുംബജീവിതമോ സ്വാതന്ത്ര്യമോ ഉണ്ടായിരുന്നില്ല. സവർണപൗരോഹിത്യത്തിൽ അധിഷ്ഠിതമായ സാമൂഹ്യവ്യവസ്ഥ സ്ത്രീസമൂഹത്തിനുമേൽ അടിച്ചേൽപ്പിച്ച ഭീകരതയുടെ ചില വശങ്ങൾ മാത്രമാണ് മുകളിൽ പരാമർശിച്ചത്.

ഇന്ത്യൻ സാമൂഹ്യവ്യവസ്ഥയുടെ അടിസ്ഥാനം തന്നെ സ്ത്രീവിരുദ്ധതയായിരുന്നു. സവർണാധിപത്യവും പുരുഷാധിപത്യവും പരസ്പരപൂരകമായ ഒരു അധികാരവ്യവസ്ഥയായിരുന്നു. ഒരുഭാഗത്ത് ജാതീ

യവും വർണപരവുമായ അടിച്ചമർത്തൽ. മറുഭാഗത്ത് അധ്വാനശക്തിയെ ക്രൂരമായ ചൂഷണം ചെയ്യലും ലൈംഗികമായ അടിച്ചമർത്തലും. ജാതീയവും ലിംഗപരവുമായ ശ്രേണീവ്യവസ്ഥയിൽ അധിഷ്ഠിതമായ ബ്രാഹ്മണ്യവ്യവസ്ഥ ഇന്ത്യൻസ്ത്രീത്വത്തിന് മേൽ അടിച്ചേൽപ്പിച്ച മർദനമുറകൾ അസാമാന്യമായിരുന്നു. ജാതിയും ലിംഗപരമായ വിവേചനവും ലൈംഗികമർദനങ്ങളും എല്ലാം തന്നെ പരസ്പരപൂരകമായി പ്രവർത്തിക്കുകയായിരുന്നു. ഇവിടെ ഒരു കാര്യം സവിശേഷം പരാമർശിക്കേണ്ടതുണ്ട്. ജാതീയവും വർണപരവുമായ ശ്രേണീവ്യവസ്ഥ നിലനിൽക്കുമ്പോൾതന്നെയാണ് പുരുഷാധിപത്യമെന്ന വ്യവസ്ഥയും നിലനിൽക്കുന്നത്. സ്ത്രീകൾക്ക് പാതിവ്രത്യം നിഷ്കർഷിച്ച ബ്രാഹ്മണ–ക്ഷത്രിയ പാരമ്പര്യം തന്നെയാണ് സ്ത്രീകളുടെമേൽ വേശ്യാവൃത്തിയും അടിമത്തവും അടിച്ചേൽപ്പിച്ചതും. ജാതീയമായ ശുദ്ധിസങ്കൽപ്പത്തിന്റെ മറ്റൊരു പതിപ്പായിരുന്നു സ്ത്രീയുടെ പാതിവ്രത്യശുദ്ധിയും. മെസൊപ്പൊട്ടേമിയൻ പ്രദേശങ്ങളിലെ പിതൃദായകവ്യവസ്ഥയെക്കുറിച്ച് ചരിത്രപരമായ അന്വേഷണങ്ങൾ നടത്തിയ ഗർദ ലർണർ തന്റെ *ക്രിയേഷൻ ഓഫ് പാട്രിയാർക്കി* എന്ന ഗ്രന്ഥത്തിൽ പുരുഷാധിപത്യവ്യവസ്ഥയുടെ പ്രധാന സവിശേഷതകളെക്കുറിച്ച് പരാമർശിക്കുന്നു. ഉന്നതമായ സാമ്പത്തിക നിലവാരവും സാമൂഹികപദവികളും ആർജിച്ചിരുന്ന സ്ത്രീകളുടെ ലൈംഗികതയെ പുരുഷന്മാർ കർശനമായും നിയന്ത്രിച്ചിരുന്നുവെന്നാണ് അവർ കണ്ടെത്തിയത്. സ്ത്രീകളുടെ ജാതിയും കുലവും വർണവും സാമൂഹ്യപദവികളും സാമ്പത്തിക നിലവാരവും എത്ര ഉയർന്നതാവട്ടെ അവരുടെ ലൈംഗികതയും ലിംഗപരമായ ജീവിതവും പുരുഷന്മാരാൽ നിയന്ത്രിക്കപ്പെടുന്നു എന്നതാണ് പുരുഷാധിപത്യവ്യവസ്ഥയിലെ സാർവത്രികമായ ഒരു പ്രവണത.

ഇന്ത്യയിലെ ബ്രാഹ്മണസ്ത്രീകളും ക്ഷത്രിയരാജ്ഞിമാരും ഒന്നും തന്നെ ഈ സാർവത്രിക യാഥാർഥ്യത്തിന് പുറത്തുനിൽക്കുന്നില്ല. ജെൻഡർ സംബന്ധമായ മർദനങ്ങളും ലൈംഗികമർദനങ്ങളും സാമ്പത്തിക ഘടകങ്ങളിൽനിന്നും വേർതിരിച്ചു കാണേണ്ടതാണെന്ന് ഗർദ ലർണർ ഓർമിപ്പിക്കുന്നു. ശ്രേണീബദ്ധമായതും അടഞ്ഞതുമായ ഒരു വ്യവസ്ഥയ്ക്കുള്ളിലാണ് ലിംഗപരമായ മർദനങ്ങൾ നടക്കുന്നത്. പുരുഷാധിപത്യവും സവർണമൂല്യങ്ങളും ഒരുമിച്ചാണ് പ്രവർത്തിക്കുന്നത്. എന്നാൽ സവർണാധിപത്യം തകരുന്നതോടെ പുരുഷാധിപത്യം തകരുന്നില്ല. അത് സവർണാധിപത്യത്തെ പിന്തുടർന്നുവരുന്ന സാമൂഹ്യവ്യവസ്ഥയ്ക്കുള്ളിൽ അതിന്റെ പല ഘടകങ്ങളും സ്വാംശീകരിച്ചുകൊണ്ട് വളരുന്നു.

നരവംശശാസ്ത്രജ്ഞന്മാർ നടത്തിയിട്ടുള്ള പല അന്വേഷണാത്മക പഠനങ്ങളും പ്രാചീന ഇന്ത്യയിലെ ബ്രാഹ്മണിക്കൽ പിതൃദായകവ്യവസ്ഥയെപ്പറ്റി അഥവാ പുരുഷാധിപത്യവ്യവസ്ഥയെപ്പറ്റി വിലപ്പെട്ട പല വിവരങ്ങളും നൽകുന്നു. നൂർ യാൽമെൻ തന്റെ *ഓൺ ദി പ്യൂരിറ്റി ഓഫ് വിമൻ* എന്ന ലേഖനത്തിൽ സിലോണിലെയും മലബാറിലെയും ജാതി

വ്യവസ്ഥയെ വിശകലനംചെയ്തുകൊണ്ട് സ്ത്രീ ലൈംഗികതയെക്കുറിച്ച് പല ഉൾക്കാഴ്ചകളും നൽകുന്നു. ഭൂമി, സ്ത്രീ, അനുഷ്ഠാനഗുണങ്ങൾ എന്നിവയെ ഒരു അടഞ്ഞ വ്യവസ്ഥയ്ക്കുള്ളിലാക്കി നിലനിർത്തുന്നതിൽ ഹിന്ദുസമൂഹം കാണിച്ച ശ്രദ്ധയെക്കുറിച്ച് അദ്ദേഹം പരാമർശിക്കുന്നു. സ്ത്രീയും ഭൂമിയും അനുഷ്ഠാനങ്ങളും പരസ്പരബന്ധിതമാണെന്ന് അദ്ദേഹം പറയുന്നു. ഇത് മൂന്നിനെയും ബന്ധിപ്പിക്കണമെങ്കിൽ സ്ത്രീ ലൈംഗികതയെ സവിശേഷരീതിയിൽ സംഘടിപ്പിക്കേണ്ടതുണ്ട്. അല്ലെങ്കിൽ സ്ത്രീ ലൈംഗികതയെ കേന്ദ്രീകരിച്ചാണ് ഇത് മൂന്നും സംഘടിപ്പിക്കപ്പെടുന്നത്. ജാതീയമായ പരിശുദ്ധിയും അനുഷ്ഠാനങ്ങളും ജാതിയുടെ പ്രത്യയശാസ്ത്രങ്ങളും മൂല്യവ്യവസ്ഥയും സംരക്ഷിക്കപ്പെടണമെങ്കിൽ സ്ത്രീകളെയും അവരുടെ ലൈംഗികതയെയും കർശനമായി നിയന്ത്രിക്കേണ്ടതുണ്ട്. കാരണം ജാതീയവും വർണപരവുമായ ശുദ്ധിസങ്കൽപ്പം നിലനിൽക്കണമെങ്കിൽ വിവാഹവും കുടുംബബന്ധങ്ങളും പിന്തുടർച്ചകളും കൃത്യമായി നിജപ്പെടുത്തേണ്ടതുണ്ട്. വംശീയവും ജാതീയവും വർണപരവുമായ സങ്കലനം നടക്കാതിരിക്കേണ്ടതുണ്ട്. ഇനി ഏതെങ്കിലും വിഭാഗങ്ങളുമായി സങ്കലനം നടക്കുകയാണെങ്കിൽത്തന്നെ അത് കൃത്യമായ പാരമ്പര്യസങ്കൽപ്പനങ്ങൾക്കും മൂല്യങ്ങൾക്കും അധിഷ്ഠിതമായിരിക്കണം. സാമൂഹികശ്രേണീവ്യവസ്ഥയെ പിൻപറ്റുന്നതായിരിക്കണം.

ഉദാഹരണത്തിന് ബ്രാഹ്മണർക്ക് ക്ഷത്രിയരുമായി ബന്ധം സ്ഥാപിക്കാം. താഴ്ന്നജാതിക്കാരുമായുള്ള ബന്ധം പാടില്ല. സവർണമൂല്യങ്ങളും അതിന്റെ പിന്തുടർച്ചാവകാശങ്ങളും നിലനിൽക്കണമെങ്കിൽ അടിസ്ഥാനപരമായി സജാതീയവിവാഹവും കുടുംബബന്ധങ്ങളും നിലനിർത്തേണ്ടതുണ്ട്. അതിന് സ്ത്രീകളുടെ ലൈംഗികതയെയും മറ്റും കർശനമായി നിയന്ത്രിക്കേണ്ടതുണ്ട്. സ്ത്രീകളുടെ ലൈംഗികതയെ മാത്രമല്ല അവരുടെ വിദ്യാഭ്യാസം, സാമ്പത്തികാവകാശം, സാമൂഹികാവകാശം, പെരുമാറ്റങ്ങൾ, സ്വഭാവസവിശേഷതകൾ, പാതിവ്രത്യം, വേഷവിധാനം, സൗന്ദര്യം, ഭാഷ എന്നിവയെയെല്ലാം കൃത്യമായും കർശനമായും നിർവചിക്കേണ്ടതുണ്ട്. സ്ത്രീ എങ്ങനെ സംസാരിക്കണം എന്നതിനെക്കുറിച്ച് കൃത്യമായ സവർണസങ്കൽപ്പങ്ങൾ ആയിരക്കണക്കിന് വർഷങ്ങളായി നിലനിന്നുപോരുന്നു. സ്ത്രീ ശബ്ദമുയർത്തി സംസാരിക്കാൻ പാടില്ല. അവൾ നടക്കുന്നത് ഭൂമി അറിയാൻ പാടില്ല. അവളുടെ നടത്തത്തിനിടയിൽ ശരീരഭാഗങ്ങൾ അസാധാരണമായി ചലിക്കാൻ പാടില്ല. അവളുടെ മുടി അയഞ്ഞുകിടക്കാൻ പാടില്ല. ആഭരണരഹിതമായി കാണാൻ പാടില്ല. വസ്ത്രങ്ങൾ ധരിക്കണോ ധരിക്കണ്ടയോ എന്നതെല്ലാം കൃത്യമായി നിർവചിക്കപ്പെട്ടിരിക്കുന്നു

ബ്രാഹ്മണസ്ത്രീകൾ മാറുമറയ്ക്കാൻ പാടുണ്ടായിരുന്നില്ല. അവൾ മറക്കുട ചൂടിയാണ് നടന്നിരുന്നത്. മാറുമറച്ചിരുന്നെങ്കിൽ തന്നെ അത് പേരിനുമാത്രമായിരുന്നു. താഴ്ന്ന സ്ത്രീകളും മാറുമറയ്ക്കാൻ പാടുണ്ടാ

യിരുന്നില്ല. കേരളത്തിൽ നടന്ന ചാന്നാർ കലാപം മാറുമറയ്ക്കാനുള്ള സ്വാതന്ത്ര്യത്തിനും സ്ത്രീകളുടെ അന്തസ്സ് വീണ്ടെടുക്കാനും വേണ്ടി യുള്ളതായിരുന്നു. സ്ത്രീ ചിരിക്കുന്നത്, കരയുന്നത്, കിടക്കുന്നത്, ആഹാരം കഴിക്കുന്നത് എന്നുവേണ്ട എല്ലാ കാര്യങ്ങളും പ്രത്യേകം നിഷ്കർഷചെയ്യപ്പെട്ടിരുന്നു. അല്ലെങ്കിൽ ചെയ്യപ്പെട്ടുകൊണ്ടിരിക്കുന്നു. ഇത്തരം നിഷ്കർഷകളൊന്നുംതന്നെ പുരുഷന്മാർക്ക് ബാധകമല്ല. സ്ത്രീകളുടെ അസ്തിത്വത്തെതന്നെ അടിസ്ഥാനപരമായി നിർവചിക്കു കയും നിയന്ത്രിക്കുകയും പരുവപ്പെടുത്തുകയും ചെയ്യുന്ന അഥവാ ലിംഗ മർദനത്തിലധിഷ്ഠിതമായ സ്ത്രീയെ നിർമിക്കുമ്പോൾ മാത്രമേ മേൽപ്പ റഞ്ഞ വർണ-ജാതി വ്യവസ്ഥ നിലനിൽക്കുകയുള്ളൂ. പുരുഷന്റെ അന്തസ്സും ആദരവും നിലനിൽക്കുന്നത് സ്ത്രീയുടെ പാതിവ്രത്യ ശുദ്ധിക്കും പാതിവ്രത്യധർമങ്ങൾക്കും അനുസൃതമാണെന്ന് പുരുഷാധി പത്യം വിധിക്കുന്നു. പെൺകുട്ടികൾ ഋതുമതികളാവുന്ന അവസ്ഥയെ 'അപകടകരമായ' അവസ്ഥയായിട്ടാണ് നമ്മുടെ പരമ്പരാഗതസമൂഹ ങ്ങൾ കാണുന്നത്. പല അനുഷ്ഠാനങ്ങളും അതുമായി ബന്ധപ്പെട്ട് നട ത്തുന്നു.

ഇവിടെ പെൺശുദ്ധിയും കുലശുദ്ധിയും പരസ്പരം ബന്ധപ്പെട്ടു നിൽക്കുന്നു. കുലമഹിമയും കുലശുദ്ധിയും നിലനിൽക്കണമെങ്കിൽ ഗൃഹത്തിൽ കുലസ്ത്രീ ഉണ്ടാവണമെന്ന് നിഷ്കർഷിക്കപ്പെടുന്നു. കുലം മുടിയുന്നതിന്റെ കാരണം ഗൃഹത്തിലെ സ്ത്രീക്ക് ഐശ്വര്യമില്ലാത്തതു കൊണ്ടാണ്. മുമ്പുകാലത്ത് പെൺകുട്ടികൾ പുഷ്പവതികളാവുന്നതി നുമുമ്പ് അവരെ കല്യാണം കഴിപ്പിച്ചിരുന്നു. ഉപരിജാതികളിലായിരുന്നു ഇത് നിലനിന്നിരുന്നത്. അനഭിലഷണീയമായ വർണസങ്കലനത്തെ ഉപ രിസമൂഹം ഭീതിയോടെയാണ് വീക്ഷിച്ചിരുന്നത്. ഇങ്ങനെ ഉപരിജാതി സ്ത്രീകൾ അധഃസ്ഥിതജാതി പുരുഷന്മാരുമായി പ്രണയത്തിലകപ്പെ ടുകയോ വിവാഹം കഴിക്കുകയോ ചെയ്താൽ അവർക്ക് കർശനശിക്ഷ നൽകിയിരുന്നു. അമ്മയെയും കുഞ്ഞിനെയും മുക്കിക്കൊല്ലുക, ഭ്രഷ്ട് കൽപ്പിക്കുക തുടങ്ങിയ ശിക്ഷാവിധികൾ തുടർന്നുപോരുന്നു. ഈ കാല ഘട്ടത്തിലും മിശ്രവിവാഹിതർക്കുമേൽ നടത്തുന്ന അഭിമാനഹത്യപോ ലുള്ള ദണ്ഡനമുറകൾ വ്യക്തമാക്കുന്നത് പിതൃദായക-പുരുഷാധിപ ത്യവ്യവസ്ഥയുടെ തീക്ഷ്ണതയാണ്.

മനുസ്മൃതി, നാരദസ്മൃതി തുടങ്ങിയവ പ്രാചീന ഇന്ത്യയിൽ നില നിന്ന അടിമവ്യവസ്ഥയെക്കുറിച്ച് വിലപ്പെട്ട വിവരങ്ങൾ നൽകുന്നുണ്ട്.

സ്ത്രീകളുടെ ലൈംഗികതയെ അടിമച്ചമർത്തുന്നതും നിയന്ത്രിക്കു ന്നതും പുരുഷാധിപത്യവ്യവസ്ഥയുടെ താൽപ്പര്യങ്ങളുമായി ബന്ധപ്പെ ട്ടുകൊണ്ടാണ്. ഒരുഭാഗത്ത് പാതിവ്രത്യവും ചാരിത്ര്യശുദ്ധിയും നില നിർത്തുമ്പോൾതന്നെ മറുഭാഗത്ത് വേശ്യാവൃത്തിയെയും ലൈംഗികാടി മത്തത്തിന്റെ വിഭിന്ന രൂപങ്ങളെയും പുരുഷാധിപത്യസമൂഹം നില നിർത്തുന്നു. സ്ത്രീയുടെ ലൈംഗികതയെ തീർത്തും പുരുഷതാൽപ്പര്യ

ങ്ങൾക്കുവേണ്ടി ചൂഷണം ചെയ്യുകയും നിജപ്പെടുത്തുകയും ചെയ്യുക എന്നതാണ് ഇതിന്റെ അടിസ്ഥാനരീതി. സ്ത്രീകളുടെ ലൈംഗികാഭിനിവേശങ്ങളെ നിയന്ത്രിച്ച് അവളെ സ്ത്രീ എന്ന ഒരു രാഷ്ട്രീയ-സാമൂഹ്യ നിർമിതിയാക്കിമാറ്റുന്നു. അവളുടെ ഓരോ ജീവിതഘട്ടങ്ങളെയും കൃത്യമായി നിയന്ത്രിക്കുന്നു. ഇതുമായി ബന്ധപ്പെട്ടാണ് നിരവധി അനാചാരങ്ങൾ ഇന്ത്യൻസമൂഹത്തിൽ നിലനിന്നത്. പലതും ഇന്നും നിലനിൽക്കുന്നു. ശൈശവ വിവാഹം, ശിശുഹത്യ, ഋതുമതി ആചാരം, നിർബന്ധിത വിവാഹം, സ്ത്രീധനം, വസ്ത്രനിരോധനം, വിദ്യാഭ്യാസ നിഷേധം, ഗാർഹികാടിമത്തം, ശാരീരികവും മാനസികവുമായ പീഡനങ്ങൾ, ഗർഭഛിദ്രം, ആജീവനാന്തവൈധവ്യം, സതി തുടങ്ങിയ നിരവധി സ്ത്രീവിരുദ്ധ ആചാരങ്ങൾ ഇതിന്റെ ഭാഗമാണ്. പൊതുവിൽ സ്ത്രീകളെ സമൂഹത്തിന്റെ പൊതുസാംസ്കാരിക ധാരയിൽനിന്ന് അകറ്റിനിർത്തുക എന്നതാണ് ഇന്ത്യൻ സംസ്കാരത്തിന്റെ സവിശേഷത.

കുട്ടിക്കാലം മുതൽ പെൺകുട്ടികളോട് അനുവർത്തിക്കുന്ന സമീപനങ്ങളെക്കുറിച്ച് നേരത്തെ പരാമർശിച്ചുകഴിഞ്ഞു. ജന്മസഹജമായതും ജൈവസഹജമായതുമായ എല്ലാ അഭിലാഷങ്ങളെയും മർദിച്ചൊതുക്കുന്ന സമീപനമാണ് പെൺകുട്ടികളോട് തുടർന്നുവരുന്നത്. ഒരു പെൺകുട്ടി ഋതുമതിയാവുന്നതോടെ അവളെ അകറ്റിനിർത്തുകയാണ്. ഋതുമതി ആവുക എന്നാൽ അപകടകരമായ ഒന്നാണെന്ന് സമൂഹം കരുതുന്നു. ഇതിനെപ്പറ്റി നേരത്തെ പരാമർശിച്ചതാണ്. എന്നാൽ ഇവിടെ സൂചിപ്പിക്കുന്നത് ആർത്തവം സംഭവിക്കുക എന്നത് കേവലം അപകടം മാത്രമല്ല മറിച്ച് അശുദ്ധവും കൂടിയാണ് എന്ന് സമൂഹം കരുതുന്നു എന്നാണ്. അതുകൊണ്ടാണ് ഋതുമതിയായ പെൺകുട്ടികളെ കുറെദിവസം അകറ്റി താമസിപ്പിക്കുന്നത്. അവൾ അശുദ്ധയാണ്. അശുദ്ധരക്തം പേറുന്നവളാണ്. അതുകൊണ്ട് അവളെ മലിനവസ്തു എന്നപോലെ മറ്റുള്ളവരിൽനിന്നും മാറ്റിനിർത്തുന്നു. അവൾക്ക് പ്രത്യേക പാത്രവും മറ്റും നൽകുന്നു. ഋതുമതിയായതിനുശേഷം പെൺകുട്ടികളെ കൂടുതൽ കർക്കശമായ രീതിയിൽ വളർത്തുന്നു. അവളുടെ പുരുഷന്മാരുമായുള്ള ബന്ധം നിരീക്ഷിക്കപ്പെടുന്നു. അവളെ അടുക്കളയിൽ തളയ്ക്കുന്നു. വീട്ടുകാര്യങ്ങളിൽ അഭിപ്രായംപറയാൻ അവൾക്കവകാശമില്ല. അച്ചടക്കത്തിന്റെ പരമ്പര അടിച്ചേൽപ്പിക്കപ്പെടുന്നു. അവളുടെ സംസ്കാരം വീടിനകത്ത് പുതുക്കുന്നു. വിവാഹകാര്യങ്ങളിൽ അവളുടെ അഭിലാഷങ്ങൾ തീരെ മാനിക്കപ്പെടുന്നില്ല. പലപ്പോഴും വൃദ്ധന്മാരുടെ ഭാര്യമാരാകേണ്ടിവരുന്നു അവർ.

പ്രാചീന ഇന്ത്യയിൽ നിലനിന്ന നിരവധി വിവാഹസമ്പ്രദായങ്ങളെക്കുറിച്ച് നമുക്കറിയാം. അതിലൊന്നാണ് ഗാന്ധർവം. പരസ്പരം ഇഷ്ടപ്പെടുന്ന സ്ത്രീ-പുരുഷന്മാർ തമ്മിലുള്ള വിവാഹമാണിത്. ഇതനുസരിച്ചാണ് *ശാകുന്തള*ത്തിലെ ശകുന്തളയും മറ്റും വിവാഹിതരാകുന്നത്. പലരും കരുതുന്നത് ഗാന്ധർവവിവാഹം എന്നത് സ്ത്രീക്ക് കൂടുതൽ

സ്വാതന്ത്ര്യം നൽകുന്നതും പുരുഷാധിപത്യ മൂല്യങ്ങൾ അത്രമാത്രം കർക്കശമല്ലാത്തതുമായ വിവാഹരീതിയാണെന്നാണ്. എന്നാൽ ഇത് വസ്തുതാവിരുദ്ധമാണ്.

രഘുവംശം, അഭിജ്ഞാനശാകുന്തളം, കുമാരസംഭവം എന്നീ കാളിദാസ കൃതികളിലെല്ലാം വിവാഹത്തെ കർശനമായ അച്ചടക്കത്തിന്റെ വൃത്തങ്ങളിൽ നിലനിർത്തുന്നുണ്ട്. ഗാന്ധർവവിവാഹത്തിന്റെ ആദ്യഘട്ടങ്ങളിൽ കാണുന്ന സ്വാതന്ത്ര്യവും മനോഹാരിതകളും അനുഭൂതികളും പിന്നീട് മാഞ്ഞുപോകുന്നു.

ആരണ്യകത്തിലെ പർണശാലകളുടെ സൗന്ദര്യവും ശകുന്തളയുടെ പ്രണയ–രതി മൂർഛകളും പിന്നീട് പരുഷമായ പുരുഷാധിപത്യനിയന്ത്രണത്തിന് അടിപ്പെടുന്നു. സ്ത്രീ ഇത്തരമൊരു സ്വതന്ത്രവും സ്വച്ഛന്ദവുമായ പർണശാലയിൽ കഴിയേണ്ടവളല്ലെന്ന് *ശാകുന്തളം* ഓർമിപ്പിക്കുന്നു. മുല്ലവള്ളിയും മാൻകിടാവും ദർഭപ്പുല്ലും താമരയിലയും താമരയിലയിലെ കൈനഖംകൊണ്ടുള്ള കാമലേഖനവും മാറിലെ കാമബാണസ്പർശവും പ്രണയത്തിന്റെ മാന്ത്രികാനുഭൂതികളും നാടകാന്ത്യത്തിൽ കർക്കശമായ കുടുംബവഴക്കങ്ങൾക്ക് അടിപ്പെട്ട് മാഞ്ഞുപോകുന്നു. അവയെല്ലാം സ്വപ്നസദൃശമായ അനുഭൂതികൾ മാത്രമായി അവശേഷിക്കുന്നു. ശകുന്തള പുരുഷന്റെ ശാപത്തിന് വിധേയയാകുന്നു. അവളിൽ അപമാനത്തിന്റെയും അധിക്ഷേപത്തിന്റെയും മിന്നൽപ്പിണറുകൾ പതിക്കുന്നു.

പ്രണയം എന്നത് സ്ത്രീയെ സംബന്ധിച്ചിടത്തോളം ഒരഗ്നിപരീക്ഷണമാണ്. ആനന്ദങ്ങളെല്ലാം പരിത്യജിക്കാനുള്ള അഗ്നിപരീക്ഷണം. പ്രകൃതി അനുഗ്രഹിച്ചിട്ടുള്ള എല്ലാ സ്വാതന്ത്ര്യവും പുരുഷാധിപത്യകുടുംബത്തിനും സമൂഹവ്യവസ്ഥയ്ക്കുംവേണ്ടി ബലിയർപ്പിക്കാനുള്ള അഗ്നിപരീക്ഷണം. ശരീരത്തിന്റെ മാദക–മാന്ത്രിക അനുഭൂതികളെ കഠിനമായ വേദനകൾക്കും ഉത്തരവാദിത്വങ്ങൾക്കുംവേണ്ടി പരുവപ്പെടുത്തുന്ന അഗ്നിപരീക്ഷണം.

പെണ്ണിന്റെ ജൈവസഹജമായ അഭിലാഷങ്ങളെ പുരുഷാധിപത്യ കുടുംബത്തിന്റെ ധർമസാക്ഷാൽക്കാരത്തിനായി അടിയറവയ്ക്കുന്ന പരീക്ഷണം. *കുമാരസംഭവ*ത്തിലെയും മറ്റും പ്രണയംപോലും കടുത്തപരീക്ഷണമാണ്. പുരുഷൻ എന്ന അമൂല്യപ്രതിഭാസത്തെ സാക്ഷാൽക്കരിക്കാൻവേണ്ടി സ്ത്രീ നടത്തുന്ന ബലിയാണത്. സ്വയംവര വിവാഹത്തിൽ മറ്റൊരു അഗ്നിപരീക്ഷണമാണ് നടക്കുന്നത്. അവിടെ പുരുഷനെ തെരഞ്ഞെടുക്കാനുള്ള സ്വാതന്ത്ര്യം സ്ത്രീക്കില്ല. കുലമഹിമയും അഹന്തയും ഹിംസാത്മകതയുമാണ് സ്വയംവരത്തിൽ പ്രകടമാവുന്നത്. ഈ സവിശേഷതകളുള്ള പുരുഷന്മാരാണ് യോദ്ധാക്കളെന്ന നിലയിൽ പ്രകീർത്തിക്കപ്പെടുന്നത്. വീരശൂരപരാക്രമികൾ അല്ലെങ്കിൽ യോദ്ധാക്കൾ എന്ന ആദർശവൽക്കരണത്തിൽ പ്രകടമാവുന്നത് വർണ–ജാതി–കുല മഹിമയും ഹിംസാത്മകതയും മാത്രമാണ്. പ്രതിഭയും മനോഗുണങ്ങളും ഭാവനയും അപ്രസക്തമാവുന്നു. യുദ്ധങ്ങൾ, പുരുഷന്മാരുടെ മുൻകാലപ്ര

തിജ്ഞകൾ, ചൂതുകളികൾ, കിടമത്സരങ്ങൾ എന്നിവയ്ക്കെല്ലാം സ്ത്രീ ഇരയാവുന്നു. രാജനീതി, ധർമനീതിസങ്കൽപ്പങ്ങൾ, പുരുഷന്റെ ദൗർബല്യങ്ങൾ എന്നിവയ്ക്കെല്ലാം സ്ത്രീ ഇരയാവുന്നു.

സതി അനുഷ്ഠാനമാണ് മറ്റൊരു ഭീകര ദുരന്തം. സതി അനുഷ്ഠാനത്തെക്കുറിച്ച് ഡോ. ബി ആർ അംബേദ്കർ ഇങ്ങനെ പറയുന്നു.

> വളരെ അത്യാവശ്യമായ ഈ സ്ത്രീപുരുഷസംഖ്യ സമത്വം പാലിക്കുന്നതിനുള്ള ഏകമാർഗം ഭാര്യയും ഭർത്താവും ഒരുമിച്ച് മരിക്കുക എന്നതാണ്. എന്നാൽ ഇത് അപൂർവമായ കാര്യമാണ്. ഭാര്യക്ക് മുമ്പേ ഭർത്താവ് മരിക്കുകയും സ്ത്രീ ഒരു മിച്ച വ്യക്തിയായിത്തീരുകയും ചെയ്യുന്നു. അവളുടെ കാര്യം ഗൗരവമായ പ്രശ്നമാണ്. അല്ലെങ്കിൽ മിശ്രവിവാഹംമൂലം അവൾ സമൂഹത്തിന്റെ സ്വവർഗവിവാഹ നിയമം ലംഘിക്കും. ഇതേപോലെ ഭാര്യ മരിച്ചാൽ ഒരു പുരുഷൻ അധികമായിത്തീരുകയും ചെയ്യുന്നു. അയാളുടെ കാര്യവും ഗൗരവമായ പ്രശ്നമാണ്. അല്ലെങ്കിൽ അയാൾ സ്വജാതിവിട്ട് വിവാഹം കഴിക്കുകയും സ്വവർഗവിവാഹ നിയമം ലംഘിക്കുകയും ചെയ്യും. അങ്ങനെ അധികസ്ത്രീയും അധിക പുരുഷനും ജാതിവ്യവസ്ഥയ്ക്ക് ഒരു പേടിസ്വപ്നമായിരിക്കും. സ്വന്തം വൃത്തത്തിനുള്ളിൽ നിന്ന് അവർക്ക് യോഗ്യരായ ഇണകിട്ടാതെ പോകുന്നു. ഇതിനെ അതിജീവിക്കാൻ രണ്ട് പരിഹാരമാർഗങ്ങളായിരുന്നു ഉണ്ടായിരുന്നത്. അവളുടെ മരണമടഞ്ഞ ഭർത്താവിന്റെ ചിതയിൽത്തന്നെ അവളെ ദഹിപ്പിക്കുക. ഇത് താത്വികമായ പരിഹാരമാണെങ്കിലും പ്രായോഗികമായി ശരിയാവണമെന്നില്ല. അങ്ങനെ സമൂഹത്തിന് അധികപ്പറ്റായ ഒരു വിധവ സ്വവർഗ നിയമം ലംഘിക്കും, അല്ലെങ്കിൽ സ്വജാതിയിൽനിന്ന് വിവാഹം ചെയ്ത് ഒരു നവവധുവിന്റെ അവസരം പാഴാക്കും.
>
> എങ്ങനെയാണെങ്കിലും ഒരു വിധവ സമൂഹത്തിന് ഭീഷണിയാണ്. അവളുടെ കഥകഴിക്കാൻ സാധ്യമായില്ലെങ്കിൽ അടുത്ത വഴി എന്താണ്? ജീവിതകാലം മുഴുവൻ വൈധവ്യം അവളുടെമേൽ കെട്ടിവയ്ക്കുക. നിർബന്ധിത വൈധവ്യം പേറാൻ അവൾ വിധിക്കപ്പെടുന്നു. പുരുഷമേൽക്കോയ്മയുടെ സമൂഹം ജാതിവ്യവസ്ഥയിൽ അധികപ്പറ്റായ പുരുഷന് കൊടുക്കുന്ന മാന്യമായ നീതിയും പെരുമാറ്റവും വിധവയായ സ്ത്രീക്ക് കൊടുക്കില്ല.
>
> ഇനി മിച്ച പുരുഷന്റെ കാര്യം, ഭാര്യയുടെ ചിതയിൽ ദഹിപ്പിക്കുക എന്നത് അചിന്തനീയമാണ്. കാരണം അവൻ ഒരു 'പുരുഷ'നാണ് എന്നതാണ് അതിന് ഏക കാരണം. പിന്നെ വിധവയെപ്പോലെയുള്ള ജീവിതമാണ്. ഇത് വിഷമകരമല്ല. കാരണം പരപ്രേരണ കൂടാതെതന്നെ വിവാഹരാഹിത്യം അനുഭവിക്കാൻ ചലർ തയാറാകുന്നുണ്ട്. എന്നാൽ മാനുഷികവികാരം പരിഗണിക്കുമ്പോൾ

> അത് പ്രായോഗികമല്ലെന്ന് കാണാൻ കഴിയും. ജാതിവ്യവസ്ഥയുടെ നിലനിൽപ്പിനെ ലക്ഷ്യമാക്കുമ്പോൾ ഒരുവൻ ഗൃഹസ്ഥനാകുന്നതാണ് ഉത്തമം. പ്രശ്നം സ്വജാതിയിൽനിന്ന് സ്ത്രീയെ കൊടുക്കുന്നിടത്താണ്. കാരണം ഒരു ജാതിയിലെ നിയമപരമായ അനുപാതം ഒരു പുരുഷന് ഒരു സ്ത്രീ എന്നതാണ്.
>
> ആർക്കും രണ്ടാമതൊന്നിനെ സ്വീകരിക്കാൻ അവസരമില്ല. പൂർണമായി വേലികെട്ടി അടച്ചിരിക്കുന്നതിനാൽ ജാതിക്ക് പുറത്തുനിന്ന് വിവാഹിതരാകാനും കഴിയില്ല. വിവാഹിതരാകേണ്ട പുരുഷന് തുല്യാനുപാതമാണ് വിവാഹിതരാവേണ്ട സ്ത്രീകൾക്കും എന്നു വരുമ്പോൾ അടുത്ത മാർഗം വിവാഹപ്രായമാകാത്ത പെൺകുട്ടികളിൽനിന്ന് ഒരാളെ 'റിക്രൂട്ട്' ചെയ്ത് അധികപ്പറ്റായ പുരുഷന് നൽകുക, അങ്ങനെ മാത്രമേ അവനെ സമൂഹത്തിൽ ബന്ധിച്ചിടാൻ കഴിയൂ. സ്ത്രീപുരുഷ സംഖ്യാനുപാതം നിലനിർത്താൻ നാല് മാനദണ്ഡങ്ങൾ ഉപയോഗിച്ചതായി കാണാൻ കഴിയും. 1. ഭർത്താവിന്റെ ചിതയിൽ ഭാര്യയെ ദഹിപ്പിക്കുക. 2. നിർബന്ധിത വൈധവ്യം. 3. ഭാര്യ മരിച്ച പുരുഷന്റെ മേലുള്ള നിർബന്ധിത അവിവാഹിതത്വം. 4. അവന് വിവാഹപ്രായം തികയാത്ത പെൺകുട്ടിയെ വിവാഹം ചെയ്തുകൊടുക്കുക. എന്റെ അഭിപ്രായത്തിൽ ജാതിയുടെ മെക്കാനിസം ഇങ്ങനെയാണ് (*ജാതികൾ ഇന്ത്യയിൽ* ഡോ. ബി ആർ അംബേദ്കർ).

ഇന്ത്യയിലെ സ്ത്രീ–പുരുഷ ബന്ധത്തെ നിർവചിക്കുന്നതിൽ പ്രധാനപ്പെട്ട പങ്കുവഹിക്കുന്ന ഒരു കൃതിയാണ് വാത്സ്യായനന്റെ *കാമസൂത്രം*. ലൈംഗികതയെ ഉത്സവമാക്കുന്നതെന്ന് പ്രത്യക്ഷത്തിൽ തോന്നുമെങ്കിലും സ്ത്രീലൈംഗികതയെ കർക്കശമായും പുരുഷാഭിലാഷങ്ങൾക്ക് അനുസൃതമായി നിയന്ത്രിക്കുന്ന ഒരു കൃതിയാണിത്. സ്ത്രീയുടെ ശരീരത്തിനെയും മനസിനെയും പുരുഷസങ്കൽപ്പങ്ങൾക്കും മുൻ നിശ്ചയങ്ങൾക്കും അനുസൃതമായി വ്യാഖ്യാനിക്കുകയാണ് ഈ കൃതിയുടെ ഒരു പ്രധാനപ്പെട്ട ധർമം.

കാമസൂത്രം എഴുതപ്പെട്ട കാലഘട്ടത്തെക്കുറിച്ച് വ്യക്തമായി രേഖകൾ ലഭ്യമല്ലെങ്കിലും, ഒന്നാം നൂറ്റാണ്ടിനും നാലാം നൂറ്റാണ്ടിനും ഇടയിൽ എഴുതപ്പെട്ടതായിട്ടാണ് പൊതുവേയുള്ള അനുമാനം. ഉത്തർപ്രദേശിലെ വാരണാസിയിൽ ജീവിച്ചിരുന്ന വാത്സ്യായന മഹർഷിയെയാണ് ഇതിന്റെ കർത്താവായി കരുതുന്നത്. ശിവനും പാർവതിയും തമ്മിൽ നടന്ന സംഭാഷണം കേട്ടശേഷം മനുഷ്യകുലത്തിനുവേണ്ടി ശിവദാസനായ നന്ദി എഴുതിയതാണ് *കാമസൂത്രം* എന്നൊരു ഐതിഹ്യവും നിലവിലുണ്ട്. അത് എന്തുതന്നെയായാലും, 'വാത്സ്യായനന്റെ കാമസൂത്രം' എന്നാണ് ഈ കൃതി അറിയപ്പെടുന്നത്.

ബീഹാറിലെ പാടലീപുത്രത്തിൽ (ഇന്നത്തെ പാറ്റ്ന) ജീവിച്ചിരുന്ന

ബ്രഹ്മചാരിയും പണ്ഡിതനുമായിരുന്നു വാത്സ്യായന മഹർഷി. ലഭ്യമായ വിവരങ്ങൾ ശരിയാണെങ്കിൽ അദ്ദേഹം ജീവിച്ചിരുന്നത് ഗുപ്തന്മാരുടെ കാലഘട്ടത്തിലായിരിക്കണം. വാത്സ്യായന മഹർഷി ഒരു ചാർവാകനായിരുന്നു എന്നും *കാമസൂത്രം* കൂടാതെ *ന്യായസൂത്രഭാഷ്യം* എന്ന പേരിൽ മറ്റൊരു ഗ്രന്ഥം രചിച്ചിട്ടുണ്ടെന്നും പറയപ്പെടുന്നു.

*കാമസൂത്ര*ത്തിലെ സ്നേഹപ്രകടനങ്ങളും സംഭോഗരീതികളും പുരുഷന്റെ സ്ത്രീശരീരത്തെക്കുറിച്ചുള്ള മുൻധാരണകളിൽനിന്നും രൂപംകൊണ്ടതാണ്. വാത്സ്യായനന്റെ അഭിപ്രായത്തിൽ, എട്ട് വിധത്തിൽ സ്നേഹം പ്രകടിപ്പിക്കാനാകും. ഓരോ സ്നേഹപ്രകടനവും എട്ട് സ്ഥാനങ്ങളിലൂടെയും പ്രകടിപ്പിക്കാം. അങ്ങനെ 64 സംഭോഗരീതികളെ കുറിച്ച് *കാമസൂത്രം* വിശദമാക്കുന്നു. ഈ 64 രീതികളെ '64 കലകൾ' എന്നാണ് വാത്സ്യായന മഹർഷി വിശേഷിപ്പിച്ചിരുക്കുന്നത്. നാൽപ്പതു തരം ചുംബനങ്ങളെക്കുറിച്ചും *കാമസൂത്രം* പ്രതിപാദിക്കുന്നുണ്ട്. ഇതിൽ, പത്ത് ചുംബന രീതികൾക്കൊപ്പം ചുംബിക്കുമ്പോൾ നടത്തേണ്ട നാല് മുറകളെ കുറിച്ചും പറയുന്നുണ്ട്. സന്ധിവാതം, നടുവേദന, ശാരീരിക ബുദ്ധിമുട്ടുകൾ എന്നിവയുള്ളവർ ഇതിലെ സ്ഥാനങ്ങൾ ചെയ്യാൻ ശ്രമിക്കരുതെന്ന് വാത്സ്യായനൻ മുന്നറിയിപ്പും നൽകുന്നുണ്ട്.

ഉപരിവർഗ സമൂഹങ്ങളിലെ പുരുഷന്മാർക്ക് ഭോഗാലസമായ ജീവിതം നയിക്കാൻവേണ്ടി രചപ്പെടുത്തിയ കൃതിയാണിത്. എന്നാൽ അതേ അവസരത്തിൽ സ്ത്രീശരീരത്തെ വ്യാഖ്യാനിക്കാനും പുരുഷാധിഷ്ഠിത ധർമസങ്കൽപ്പങ്ങൾക്കനുസൃതമായി സ്ത്രീകളെ അടിമപ്പെടുത്താനും ഈ കൃതി സഹായിക്കുന്നു. അങ്ങനെ ഇന്ത്യൻ വരേണ്യവർഗത്തിന്റെ ലൈംഗികസങ്കൽപ്പങ്ങളെയും പ്രത്യയശാസ്ത്രങ്ങളെയും സമർഥമായി പ്രതിഫലിപ്പിക്കൻ ഇതിനു കഴിയുന്നു. *കാമസൂത്ര*ത്തിൽ ഉപയോഗിച്ചിരിക്കുന്ന പ്രച്ഛന്നഭാഷണം അത്ഭുതമുളവാക്കുന്നതാണ്. അതുപോലെതന്നെ പ്രണേതാവുമായുള്ള കൂടിക്കാഴ്ച സാധ്യമാക്കുന്നതിനുള്ള സന്ദേശങ്ങൾ കൈമാറ്റം ചെയ്യുന്നതിന് സ്ത്രീകൾ രഹസ്യഭാഷാശൈലി പഠിക്കണമെന്നും *കാമസൂത്രം* അനുശാസിക്കുന്നുണ്ട്.

മയിലിന്റെയോ കാട്ടുനായയുടെയോ അസ്ഥി സ്വർണത്തിൽ പൊതിഞ്ഞ് വലത്തെ കൈയിൽ കെട്ടിയാൽ ഏതു സ്ത്രീയെയും കീഴടക്കാൻ പുരുഷന് സാധിക്കുമെന്ന് *കാമസൂത്രം* വിശ്വസിക്കുന്നു. ലൈംഗികവിഷയങ്ങൾ ഭംഗിയായി കൈകാര്യം ചെയ്യുന്ന *കാമസൂത്രം* ഏകപത്നീവ്രതത്തെയാണ് പിന്താങ്ങുക, എങ്കിലും മറ്റൊരുവന്റെ ഭാര്യയെ വശീകരിക്കേണ്ടതെങ്ങനെ എന്നതിനെപ്പറ്റി ഒരധ്യായം തന്നെയുണ്ട്. പുരുഷനും സ്ത്രീയും *കാമസൂത്ര*ത്തിലെ അറുപത്തിനാല് കലകളിലും പ്രാവീണ്യം നേടണമെന്ന് *കാമസൂത്രം* നിർദേശിക്കുന്നു.

മുപ്പത്തേഴ് അധ്യായങ്ങളുള്ള *കാമസൂത്ര*ത്തിൽ 20 ശതമാനം വരുന്ന ഭാഗത്ത് മാത്രമേ ലൈംഗികസ്ഥാനങ്ങളെ കുറിച്ചും സംഭോഗരീതികളെ കുറിച്ചും പറയുന്നുള്ളൂ. ബാക്കിയുള്ള 80 ശതമാനവും

ലൈംഗികജീവിതത്തിൽ അത്യന്താപേക്ഷിതമായി അറിഞ്ഞിരിക്കേണ്ടതും അടിയന്തരമായി ചെയ്യേണ്ടതുമായ വിഷയങ്ങളാണ് *കാമസൂത്രം* ചർച്ച ചെയ്യുന്നത്. ഇവിടെ 'കാമം' എന്നതുകൊണ്ട് ഉദ്ദേശിക്കുന്നത് ലൈംഗികത മാത്രമല്ല, മറിച്ച് പാട്ടുപാടൽ, വായന, നൃത്തം തുടങ്ങിയ എല്ലാ കലകളെയും ഉദ്ദേശിക്കുന്നു.

ജീവിതത്തിലെ സുപ്രധാന ലക്ഷ്യങ്ങളിൽ ഒന്നാണ് കാമം. ധാർമികമായ ജീവിതത്തെയാണ് ധർമം എന്നതുകൊണ്ട് ഉദ്ദേശിക്കുന്നത്. അർഥമാകട്ടെ, ലൗകിക സമൃദ്ധിയെന്നും മോക്ഷമെന്നത് സാക്ഷാൽക്കാരമെന്നും പറയാം. വർണ–ജാതി വ്യവസ്ഥ രൂപപ്പെടുത്തിയ സങ്കൽപ്പനങ്ങൾക്കനുസരിച്ചാണ് *കാമസൂത്ര*വും സ്ത്രീയെ പരിചരിക്കുന്നത്. ലൈംഗികതയും സ്ത്രീയുടെ സ്ഥാനവും പുരുഷന് കീഴ്പ്പെടുക എന്നതാണ്. ഇതാണ് *കാമസൂത്ര*ത്തിന്റെ പ്രത്യയശാസ്ത്രം. ലൈംഗികബന്ധത്തിൽ പുരുഷൻ തളരുമ്പോൾ സ്ത്രീ എങ്ങനെ മുൻകൈ എടുക്കണം എന്ന് *കാമസൂത്രം* നിർദേശിക്കുന്നുണ്ട്. ചുരുക്കത്തിൽ പുരുഷന്റെ ഭോഗാലസതയുടെ വിഷയമായി മാറുകയാണ് *കാമസൂത്ര*ത്തിലെ സ്ത്രീ. പ്രാചീന ഇന്ത്യയിൽ നിലനിന്നിരുന്ന ലൈംഗിക അടിമത്തത്തെയും മർദനരൂപങ്ങളെയും കൃത്യമായി പ്രതിഫലിപ്പിക്കാനും ഈ കൃതിക്ക് കഴിയുന്നു.

ഓരോ മനുഷ്യനും ഈ നാല് ഘട്ടങ്ങളിലൂടെ കടന്നുപോയേ മതിയാവൂ. നാല് ആശ്രമങ്ങളിലൂടെയാണ് ഇത് സംഭവിക്കുക. ബ്രഹ്മചര്യം, ഗാർഹസ്ഥ്യം, വാനപ്രസ്ഥം, സന്യാസം എന്നീ നാല് ആശ്രമങ്ങളിലൂടെയും കടന്നുപോകുന്ന ഒരു വ്യക്തി, ധർമം, അർഥം, കാമം എന്നീ ഘട്ടങ്ങളിലൂടെ മോക്ഷത്തിലെത്തിച്ചേരുന്നു. ഇതൊരു പ്രയാണമാണ്. ബാല്യത്തിൽനിന്ന് മരണത്തിലേക്കുള്ള പ്രയാണമെന്നതുപോലെ അപക്വതയിൽനിന്ന് പക്വതയിലേക്ക്, അജ്ഞതയിൽനിന്ന് ജ്ഞാനത്തിലേക്ക്, മറ്റുള്ളവരിൽനിന്ന് എന്നിലേക്ക്, ജനന മരണങ്ങളിൽനിന്ന് മുക്തിയിലേക്കുള്ള യാത്ര.

ഇവിടെ ഓരോരുത്തരും അവർ ആയിരിക്കുന്ന അവസ്ഥയിൽ അവരുടെ ധർമം ചെയ്തേ മതിയാവൂ. ബ്രഹ്മചര്യത്തിൽ പഠനം, ഗാർഹസ്ഥ്യത്തിൽ കുടുംബ ജീവിതം, വാനപ്രസ്ഥത്തിൽ തീർഥാടനം, പിന്നെ സന്യാസത്തിൽ ആത്മാന്വേഷണം. *കാമസൂത്ര*ത്തിന്റെ രതിവിസ്താരങ്ങളെ പരിശോധിക്കേണ്ടത് ഇന്ത്യയുടെ പൊതുവായ പുരുഷാധിപത്യ ഘടനയുമായി ബന്ധപ്പെട്ടുകൊണ്ടാണ്. സ്ത്രീയെ ആദർശവൽക്കരിക്കുകയും അതേ അവസരത്തിൽ അടിമയാക്കുകയും ചെയ്യുന്ന ഇന്ത്യയുടെ പുരുഷാധിപത്യ ധാരണകൾ ബലപ്പെടുത്തുന്നതാണ് *കാമസൂത്രം.* സ്ത്രീകളെ മയക്കാനും ലൈംഗികമായി ഉപയോഗിക്കാനും പുരുഷനെ ഉപദേശിക്കുകയും ചെയ്യുന്ന കൃതികൂടിയാണിത്.

പ്രാചീനകാലത്ത് ഇന്ത്യയിൽ നിലനിന്ന ഏതൊരാചാരവും സൂക്ഷ്മമായി വിശകലനം ചെയ്താൽ സ്ത്രീവിരുദ്ധമായിരുന്നുവെന്ന് മനസിലാക്കാൻ കഴിയും. ക്ഷേത്രങ്ങളിലെ അനുഷ്ഠാനങ്ങൾ ആചാരങ്ങൾ

വിശ്വാസങ്ങൾ തുടങ്ങി ഗാർഹികാചാരങ്ങൾവരെ സ്ത്രീവിരുദ്ധമായിരുന്നു. ഇന്ത്യയിൽ നിലനിന്ന അന്ധവിശ്വാസങ്ങൾപോലും പുരുഷനെ സംബന്ധിച്ചിടത്തോളം ശാസ്ത്രമായിരുന്നു എന്നതാണ് യാഥാർഥ്യം. അന്ധവിശ്വാസങ്ങളെ കേവലം തെറ്റായ വിശ്വാസങ്ങളായിട്ടാണ് യുക്തിവാദികളും മറ്റും സാധാരണ വിലയിരുത്താറുള്ളത്. എന്നാൽ അന്ധവിശ്വാസങ്ങൾ കേവലം തെറ്റായ വിശ്വാസങ്ങളല്ല. പലപ്പോഴും തെറ്റാണെന്ന് അറിഞ്ഞുകൊണ്ടുതന്നെ നിക്ഷിപ്ത താൽപ്പര്യങ്ങൾ സഫലമാക്കാൻ വേണ്ടി ഉപയോഗപ്പെടുത്തപ്പെട്ട മൂല്യസംഹിതകളാണവ.

ഉദാഹരണത്തിന് സ്ത്രീകളെ സംബന്ധിച്ചുള്ള വിശ്വാസങ്ങൾ നോക്കാം. പണ്ടുകാലം മുതൽ റോമിൽ നിലനിന്നിരുന്ന ഒരു വിശ്വാസമാണത്. ഋതുമതിയായ ഒരു പെൺകുട്ടി നോക്കിയാൽ പൂക്കൾ കരിഞ്ഞുപോകുമെന്നും വിളവുകൾ നശിച്ചുപോകുമെന്നും ഉള്ളത്. സ്ത്രീകളുമായി ഉരഗങ്ങളും പല്ലികളും മറ്റും ലൈംഗികബന്ധം പുലർത്തുന്നു എന്ന വിശ്വാസവും ചില സമൂഹങ്ങൾക്കിടയിലുണ്ട്. ആർത്തവരക്തമുണ്ടാകാൻ കാരണം പാമ്പുകൾ സ്ത്രീകളുടെ യോനിയിൽ കടന്നുകൂടുന്നതാണ് എന്നും വിശ്വസിക്കപ്പെടുന്നു. അതുപോലെതന്നെ ദേവന്മാരും ഗന്ധർവന്മാരും മറ്റും സ്ത്രീകളുമായി ബന്ധപ്പെടുന്നുവെന്നും വിശ്വസിക്കപ്പെടുന്നു. ഉപരിജാതി സമൂഹത്തിലെ പുരുഷന്മാർക്ക് ഗന്ധർവന്മാരെന്നപേരിൽ രാത്രികാലത്ത് സ്ത്രീകളുമായി ബന്ധപ്പെടാൻ ഈ വിശ്വാസം സഹായകമായിരുന്നു.

8

പതിവ്രതാ ധർമ്മം, ചാരിത്ര്യശുദ്ധി കന്യകാത്വം–പ്രത്യയശാസ്ത്ര പർദ

ലൈംഗികഭീതിയും ഇന്ത്യൻസമൂഹവും

സ്ത്രീ അടിസ്ഥാനപരമായി വിഷയാസക്തയാണെന്ന് ഇന്ത്യൻ പുരുഷാധിഷ്ഠിത സമൂഹം കരുതുന്നു. സ്ത്രീലൈംഗികതയെ ഭീതിയോടെ വീക്ഷിക്കുന്ന ഈ മാനസിക ഭാവത്തിന്റെ ഉത്തമ ദൃഷ്ടാന്തങ്ങളാണ് പരമ്പരാഗത സാഹിത്യകൃതികളെല്ലാം തന്നെ. ലൈംഗികാസക്തി സ്ത്രീയിൽ കൂടുതലാണെന്ന പൊതുധാരണയുടെ സാക്ഷ്യപത്രങ്ങളാണ് നമ്മുടെ സാഹിത്യകൃതികൾ. അതുകൊണ്ടുതന്നെ സ്ത്രീ അടിസ്ഥാനപരമായും പാപിയാണെന്നുള്ള ധാരണ നിലനിൽക്കുന്നത്.

പുരുഷന് കീഴ്പ്പെട്ടുകൊണ്ട് അവന്റെ അഭിലാഷങ്ങൾ പൂർത്തീകരിക്കുന്ന പതിവ്രതാ ധർമത്തിലൂടെ മാത്രമേ സ്ത്രീക്ക് അവളുടെ ജന്മസഹജമായ പാപപ്രകൃതത്തിൽനിന്നും മുക്തിനേടാൻ കഴിയുകയുള്ളൂ എന്ന വിശ്വാസം ഇന്ത്യൻസമൂഹത്തിൽ ദൃഢമാണ്. സ്ത്രീകളെ വിഷം, പാമ്പുകൾ, അഗ്നി, ഇരുട്ട് എന്നിവയോട് സാദൃശപ്പെടുത്തുന്ന ഒരുപാട് കഥകളും വിശ്വാസങ്ങളുമുണ്ട്. അതുപോലെതന്നെ നിഷേധാത്മകമായ സ്വഭാവസവിശേഷതകൾ സ്ത്രീയുടെമേൽ ആരോപിക്കപ്പെടുന്നു. വശീകരിക്കൽ, കള്ളംപറയൽ, ആഭരണഭ്രമം, ദേഷ്യം, നീചത്വം, വഞ്ചന തുടങ്ങിയവ സ്ത്രീയുടെ സവിശേഷതകളാണെന്ന് *മനുസ്മൃതി*തന്നെ പറയുന്നു (*മനുധർമശാസ്ത്രം*, IX.17). ബുദ്ധസാഹിത്യ കൃതികളും ഇതുതന്നെ പറയുന്നു. ക്രൂരത, വഞ്ചന എന്നിവയെല്ലാം സ്ത്രീയുടെ സ്വഭാവങ്ങളാണെന്ന് പരാമർശിക്കുന്ന ജാതകകഥകൾ നിലവിലുണ്ട്.

സ്ത്രീധർമപദ്ധതി എന്ന കൃതിയിൽ ത്രയമ്പകൻ സ്ത്രീകളുടെ അടിസ്ഥാനസവിശേഷതയായി പറയുന്നത് ക്രൂരതയാണ്. അതുപോലെ തന്നെ സ്ത്രീയുടെ ലൈംഗികാഭിനിവേശത്തെക്കുറിച്ചും അദ്ദേഹം പരാ

മർശിക്കുന്നു. സ്ത്രീകൾക്കുവേണ്ടി 18–ാം നൂറ്റാണ്ടിൽ രചിക്കപ്പെട്ട ഈ കൃതി സ്ത്രീകളുടെ നിഷേധാത്മക ഗുണങ്ങളെപ്പറ്റിയാണ് പരാമർശിക്കുന്നത്. മനുവിന്റെ അഭിപ്രായത്തിൽ സ്ത്രീകൾ പുരുഷന്മാരോട് ആസക്തിയുള്ളതുകൊണ്ടാണ് സൗന്ദര്യത്തിൽ തൽപ്പരരായിരിക്കുന്നത്. അല്ലായിരുന്നുവെങ്കിൽ അവർ വിരൂപികളായി ജീവിക്കും. അതുകൊണ്ടുതന്നെ സ്ത്രീകളെ ശരിയായി നിരീക്ഷിക്കുകയും അവർക്ക് കാവലാളാവുകയുമാണ് പുരുഷന്മാരുടെ ഉത്തരവാദിത്വമെന്ന് മനു പറയുന്നു.

ഇതിഹാസങ്ങളിലും പുരാണങ്ങളിലും ജാതകകഥകളിലും നാടോടിക്കഥകളിലും എല്ലാംതന്നെ സ്ത്രീകളുടെ അമിതമായ ലൈംഗികാസക്തികളെക്കുറിച്ചും വഞ്ചനകളെക്കുറിച്ചും പരാമർശിക്കുന്നുണ്ട്. ഭീഷ്മർ യുധിഷ്ഠിരന് പറഞ്ഞുകൊടുക്കുന്ന രീതിയിലുള്ള കഥയാണ് അഷ്ടാവക്രന്റെ കഥ. അതിൽ അഷ്ടാവക്രനെ പ്രലോഭിപ്പിക്കുന്ന ഒരു വൃദ്ധയെപ്പറ്റി പരാമർശിക്കുന്നുണ്ട്. ആ സ്ത്രീ പറയുന്നത് ലൈംഗിക വികാരത്തിൽ കവിഞ്ഞൊന്നും സ്ത്രീക്ക് ആനന്ദകരമായിട്ടില്ലെന്നും വൃദ്ധകൾപോലും ആളുന്ന കാമത്തിൽനിന്ന് വിമുക്തരല്ലെന്നുമാണ്.

സ്ത്രീകളുടെ ജൈവപരമായ വികാരങ്ങളെ പതിവ്രതാധർമങ്ങളുടെ അഥവാ ചാരിത്ര്യശുദ്ധിയിലധിഷ്ഠിതമായ കുടുംബിനിയുടെ ധർമങ്ങളുടെ പ്രത്യയശാസ്ത്ര പർദ ഉപയോഗിച്ചുകൊണ്ട് ഒതുക്കാനുള്ള ശ്രമമാണ് ചാണക്യനും മനുവും മറ്റും ശ്രമിക്കുന്നത്. ഇവിടെ പാതിവ്രത്യം എന്നത് അദൃശ്യമായ ഒരു പർദയായി മാറുന്നു. അത് അദൃശ്യമാവാൻ കാരണം പാതിവ്രത്യമെന്ന സങ്കൽപ്പം അഥവാ മൂല്യം ഒരു പ്രത്യയശാസ്ത്രമായി പ്രവർത്തിക്കുന്നു എന്നതുകൊണ്ടാണ്. ഇതിനർഥം സ്ത്രീകളുടെ ലൈംഗികാഭിലാഷങ്ങളെ അടിച്ചമർത്താൻ പ്രാചീന ഇന്ത്യയിൽ ശിക്ഷാവിധികളും മറ്റും ഏർപ്പെടുത്തിയിരുന്നില്ല എന്നല്ല. കഠിനമായ ദണ്ഡനമുറകൾ സ്ത്രീകളുടെ മേൽ അടിച്ചേൽപ്പിച്ചിരുന്നു.

സ്ത്രീകളെ ബലാൽക്കാരമായിത്തന്നെ നിയന്ത്രിക്കാനും അവരുടെ ലൈംഗികതയെ പുരുഷതാൽപ്പര്യങ്ങൾക്കനുസൃതമായി മർദിച്ചൊതുക്കാനും വിഭിന്നരീതിയിലുള്ള ശ്രമങ്ങൾ ഉണ്ടായിരുന്നു. എന്നാൽ ഭൗതികമായ ദണ്ഡനമുറകൾ, ബലപ്രയോഗങ്ങൾ എന്നിവയെക്കാൾ ശക്തമായത് പ്രത്യയശാസ്ത്ര പർദ എന്നു വിശേഷിപ്പിക്കാവുന്ന പാതിവ്രത്യ സങ്കൽപ്പമായിരുന്നു.

സ്ത്രീകൾക്കുമേൽ അടിച്ചേൽപ്പിച്ചതാണ് പാതിവ്രത്യസങ്കൽപ്പം എന്ന് ആലങ്കാരികമായി പറയാറുണ്ടെങ്കിലും യഥാർഥത്തിൽ സ്ത്രീകളുടെ സമ്മതിയോടെ അവരിൽ പ്രയോഗവൽക്കരിച്ചിട്ടുള്ള പ്രതിഭാസമാണിത്. അതായത് സ്ത്രീകൾ സ്വയം നിയന്ത്രിക്കുന്ന അഥവാ പുരുഷന് അനുസൃതമായി സ്വന്തം ലൈംഗികതയെ ക്രമപ്പെടുത്തുന്ന ഒരു പ്രക്രിയയാണ് ഇത്. സ്ത്രീകളുടെ സമ്മതിയെന്നത് ഇവിടെ വളരെ പ്രധാനപ്പെട്ട ഒരു ഘടകമാണ്. പാതിവ്രത്യസങ്കൽപ്പം രൂപപ്പെടുത്തുന്നത് സ്ത്രീ അല്ല എന്നുള്ളത് അടിവരയിട്ടു പറയേണ്ടിയിരിക്കുന്നു. അത് പുരു

ഷനാണ് രൂപപ്പെടുത്തുന്നത്. എന്നുവെച്ചാൽ പരമ്പരാഗതമായ പുരുഷാധിപത്യസമൂഹം. കുടുംബഘടനയെ കേന്ദ്രീകരിച്ചുകൊണ്ടാണ് ഇത് പ്രവർത്തിക്കുന്നത്. പുരുഷനുവേണ്ടിയാണ് ഈ പാതിവ്രത്യസങ്കൽപ്പം രൂപപ്പെടുത്തിയത്.

പുരുഷനുവേണ്ടി പുരുഷനാൽ രൂപപ്പെടുത്തിയതാണ് ഈ സങ്കൽപ്പം എന്ന് സ്ത്രീക്ക് തോന്നാത്തവിധം സ്വാഭാവികതയോടെയാണ് ഇത് പ്രവർത്തിക്കുന്നത്. അവിടെയാണ് സമ്മതി എന്ന പ്രതിഭാസത്തിന്റെ പ്രാധാന്യം. സ്ത്രീ കരുതുന്നത് ഇത് തികച്ചും സ്ത്രീക്ക് അനുകൂലവും അനുഗുണവും ആയ മൂല്യമാണെന്നാണ്. മാത്രമല്ല പുരുഷനിർമിതമാണെന്ന് വിശ്വസിക്കാൻ പ്രയാസമുണ്ടാക്കുംവിധം സ്വാഭാവികതയോടെ പാതിവ്രത്യത്തെക്കുറിച്ചും മറ്റും ഇതിഹാസങ്ങളും മറ്റു സാഹിത്യകൃതികളും വിശദീകരിക്കുകയും ചെയ്യുന്നു. നൂറ്റാണ്ടുകളായി തുടർന്നുവരുന്ന പാരമ്പര്യത്തിന്റെ പിൻബലംകൂടിയുണ്ടാവുമ്പോൾ ഈ സങ്കൽപ്പം അവിശ്വസനീയമായ രീതിയിൽ സ്ത്രീമനസുകളിൽ ദൃഢീകരിക്കപ്പെടുന്നു. സീത, സത്യവതി, സാവിത്രി തുടങ്ങിയ കഥാപാത്രങ്ങളെല്ലാംതന്നെ പാതിവ്രത്യസങ്കൽപ്പത്തിന്റെ ഉത്തമദൃഷ്ടാന്തങ്ങളായി ചിത്രീകരിക്കപ്പെടുന്നു. അനസൂയ, അരുന്ധതി എന്നീ കഥാപാത്രങ്ങളും ഇതിന്റെ പ്രതീകങ്ങളാണ്.

ഇതുകൂടാതെ ധാരാളം കഥകൾ പാതിവ്രത്യത്തെ മഹത്വവൽക്കരിക്കുന്നുണ്ട്. അത്തരത്തിലുള്ള ഒന്നാണ് ശമ്പുളയെക്കുറിച്ചുള്ളത്. ശമ്പുള അതിസുന്ദരിയായ ഒരു രാജകുമാരിയായിരുന്നു. അവൾ രാജ്ഞിയാവേണ്ടവളായിരുന്നു. ദൗർഭാഗ്യകരമെന്നുപറയട്ടെ അവളുടെ ഭർത്താവിന് കുഷ്ഠരോഗം പിടിപെടുന്നു. അയാൾ സിംഹാസനം ഉപേക്ഷിച്ച് സന്യാസിയായി ജീവിക്കുന്നു. അച്ഛനും അമ്മയും എല്ലാ ഭാര്യമാരും അയാളെ കയ്യൊഴിഞ്ഞു. കാരണം അയാളുടെ ശരീരം കുഷ്ഠരോഗം പിടിപെട്ട് വികൃതമായിരുന്നു. ആകെ പൊട്ടിയൊലിച്ചിരുന്നു. എന്നിട്ടും വിശ്വസ്തയായ അയാളുടെ ഭാര്യ ശമ്പുള അയാളെ പരിചരിച്ചു. നാട്ടിൽനിന്ന് പുറത്താക്കപ്പെട്ട അവർ ഒരു കാട്ടിലെത്തി. അവർ കാട്ടിൽ കഴിഞ്ഞുകൂടി.

ഒരുദിവസം പുലർച്ചെ അവൾ എഴുന്നേറ്റ് ഭർത്താവിനുവേണ്ടുന്ന ആഹാരം കാട്ടിൽനിന്നും ശേഖരിച്ചതിനുശേഷം അവൾ അടുത്തുകണ്ട മനോഹരമായ ഒരു പൊയ്കയിൽ ഇറങ്ങിക്കുളിച്ചു. അവൾ കുളിച്ച് കയറിയതിന് ശേഷം ഒരു രാക്ഷസൻ അവളെ കാണാനിടയായി. വെട്ടിത്തിളങ്ങുന്ന അവളുടെ സൗന്ദര്യം അയാളെ മദോന്മത്തനാക്കി. അവളെ സ്വന്തമാക്കാൻ അയാൾ എല്ലാ ശ്രമങ്ങളും നടത്തി. എന്നാൽ ഭർത്താവിനോട് വിശ്വസ്തത പുലർത്തിയ ശമ്പുള അയാളുടെ ശ്രമങ്ങളെയെല്ലാം നിർവീര്യമാക്കി. അവസാനം അവളെ അയാൾ കൊല്ലാൻ ശ്രമിച്ചപ്പോൾ അവൾ ദൈവത്തോട് പ്രാർഥിച്ചു. ദൈവം അവളെ രാക്ഷസനിൽനിന്നു രക്ഷിച്ചു. മടങ്ങിവന്ന ഭാര്യ പറഞ്ഞ കഥകളൊന്നുംതന്നെ കുഷ്ഠരോഗി

യായ ഭർത്താവ് വിശ്വസിച്ചില്ല. അതവളെ വല്ലാതെ വിഷമിപ്പിച്ചു. എങ്ങനെ ഭർത്താവിനെ ഇത് വിശ്വസിപ്പിക്കും എന്നാലോചിച്ച് അവസാനം അവ ളൊരു തീരുമാനത്തിലെത്തി. താൻ പറഞ്ഞതെല്ലാം സത്യമാണെങ്കിൽ ആ സത്യത്തിന്റെ ശക്തികൊണ്ട് നിങ്ങളുടെ കുഷ്ഠരോഗം പൂർണമായും സുഖപ്പെടുമെന്നും അല്ലാത്തപക്ഷം താൻ പറഞ്ഞതെല്ലാം കള്ളമായിരി ക്കുമെന്നും അവൾ പ്രഖ്യാപിച്ചു. അങ്ങനെ പൊയ്കയിൽനിന്നും കൊണ്ടു വന്ന ജലം അവൾ തന്റെ ഭർത്താവിന്റെ മേൽ തളിച്ചു. അനുഷ്ഠാനപര മായ ഒരു കർമമായിരുന്നു അത്. തൽക്ഷണം അയാളുടെ രോഗങ്ങളെല്ലാം മാറി.

രോഗം മാറിയശേഷം ഇരുവരും തിരിച്ചു നാട്ടിലെത്തി. അയാൾ രാജാധികാരം ഏറ്റെടുത്തു. എന്നാൽ രാജാവായ ഉടനെത്തന്നെ അയാൾ കൊട്ടാരത്തിലെ ചെറുപ്പക്കാരികളോട് കൂടുതൽ താൽപ്പര്യം കാണിക്കു കയും ശമ്പുളയെ അവഗണിക്കുകയും ചെയ്തു. കഥയുടെ അവസാനം ഭർത്താവ് തന്റെ തെറ്റുകൾ മനസിലാക്കി ശമ്പുളയുമായി അടുക്കുകയും സുഖമായി ജീവിക്കുകയും ചെയ്യുന്നു. കുഷ്ഠരോഗിയായ സ്വന്തം ഭർത്താ വിനെ കുട്ടയിൽ ചുമന്ന് വേശ്യാസ്ത്രീയുടെ അടുത്ത് കൊണ്ടുപോയ ശീലാവതിയെപ്പോലെ ശമ്പുളയും ഇന്ത്യൻ സ്ത്രീത്വത്തിന്റെ ഉത്തമമാ തൃകയായി ആദരിക്കപ്പെടുന്നു. അതിലുപരി ഇവരെല്ലാം ബിംബങ്ങളാണ്. നേരത്തെ പറഞ്ഞ സ്വയം സമ്മതിച്ചുകൊണ്ട് പാതിവ്രത്യധർമത്തെ ആന്തരികവൽക്കരിച്ച ഇന്ത്യൻ സ്ത്രീ സമൂഹത്തിന്റെ മനസിലെ ബിംബ ങ്ങളാണിവർ. *രാമായണ*ത്തിലെ സീതാദേവി മറ്റൊരു ബിംബമാണ്. ഈ ബിംബങ്ങളെയെല്ലാം കാമിക്കുന്നത് രാക്ഷസന്മാരാണ്. അല്ലെങ്കിൽ രാക്ഷസ തുല്യരാണ്. ഇത്തരം കഥാപാത്രങ്ങളെല്ലാംതന്നെ അവരവരുടെ പാതിവ്രത്യത്തെ സ്വയം തെളിയിക്കേണ്ടുന്ന ദുര്യോഗം അഭിമുഖീകരി ച്ചവരുമാണ്.

സ്തീകൾ പതിവ്രതകളായി ജീവിച്ചാൽ മാത്രം പോരാ. അവരത് തെളിയിക്കുക കൂടി ചെയ്യണം എന്നതാണ് വൈരുധ്യം. പതിവ്രതകളായി ജീവിക്കുന്നതിനെക്കാൾ വിഷമകരമാണ് അത് തെളിയിക്കുന്നത്. അഗ്നി പ്രവേശംപോലെയുള്ള കഠിനമായ പരീക്ഷണങ്ങളിലൂടെയാണ് പാതി വ്രത്യം തെളിയിക്കപ്പെടുന്നത്. എന്താണ് ഇതിന് കാരണം. മറ്റൊന്നു മല്ല പുരുഷന്റെ സംശയം. ജമദഗ്നിമഹർഷി തന്റെ ഭാര്യ രേണുകയെ സംശയിച്ചതുപോലെ, രാമൻ സീതയെ സംശയിച്ചതുപോലെ, നേരത്തെ പറഞ്ഞ കഥയിലെ രാജാവ് ഭാര്യ ശമ്പുളയെ സംശയിച്ചതുപോലെ, നിതാ ന്തമായി നിലനിൽക്കുന്ന സംശയം.

എന്തുകൊണ്ടാണ് വിശ്വസ്തയായ തങ്ങളുടെ പതിവ്രതാരത്ന ങ്ങളെ ഈ പുരുഷകേസരികൾ വിശ്വസിക്കാത്തത്. കാരണം മറ്റൊന്നു മല്ല. സ്ത്രീകൾ വിശ്വസിക്കാൻ കൊള്ളാത്തവരാണെന്ന് സമൂഹം വിശ്വ സിക്കുന്നു. അത് പരമ്പരാഗതമായി നിലനിൽക്കുന്നു. സ്ത്രീകളെ സംശ യിക്കാൻ പരമ്പരാഗതമായി പ്രേരിപ്പിക്കുന്ന കഥകളും ഉപദേശങ്ങളുമാണ്

ഇവിടെ നിലനിൽക്കുന്നത്. എന്നാൽ ഇത്തരം ഉപദേശങ്ങളും കഥകളും പാഠങ്ങളും മാത്രമാണ് പുരുഷന്മാരെ സംശയാലുക്കളാക്കി മാറ്റുന്നത് എന്ന് പറയുന്നത് തീർത്തും ശരിയായിരിക്കില്ല. പിന്നെ നൂറ്റാണ്ടുകളായി പുരുഷമനസുകളിൽ ബലിഷ്ഠമായി പ്രവർത്തിച്ചുകൊണ്ടിരിക്കുന്ന ഈ സംശയത്തിന്റെ ഉറവിടമെന്താണ്? ഇത് തീർത്തും മനഃശാസത്രജ്ഞന്മാർ പറയുന്നതുപോലെയുള്ള സംശയരോഗമാണോ. ഈ സംശയം എന്നത് അത്ര ലളിതമായ ഒരു മാനസിക പ്രവണതയല്ല എന്നും അത് തീർത്തും സങ്കീർണമായ ഒരു പ്രതിഭാസമാണെന്നും വിശദീകരിക്കാനാണ് ഇവിടെ ശ്രമിക്കുന്നത്.

വ്യക്തിഗതമായ ഒരു മാനസിക രോഗമായി പുരുഷസംശയത്തെ വിശദീകരിക്കുകയാണ് ആധുനിക മനഃശാസ്ത്രം ചെയ്യുന്നത്. എന്നാൽ ഒരു മാനസിക പ്രതിഭാസം എന്നതിലുപരി പുരുഷാധിപത്യപ്രത്യയശാസ്ത്രം സൃഷ്ടിച്ച സങ്കീർണമായ അധികാരബന്ധങ്ങളിൽനിന്ന് രൂപം കൊള്ളുന്ന സംഘർഷമാണിത്. ഇത് കൂടുതൽ വ്യക്തമാവണമെങ്കിൽ നമുക്ക് പാതിവ്രത്യധർമങ്ങളിലേക്ക് തന്നെ തിരിച്ചുവരേണ്ടിയിരിക്കുന്നു.

പാതിവ്രത്യധർമത്തെ അഥവാ ചാരിത്ര്യശുദ്ധിയെ പ്രത്യയശാസ്ത്ര പർദ എന്ന് പരാമർശിക്കുകയുണ്ടായി (ഇത് പർദ സമ്പ്രദായത്തെ എതിർക്കുന്നതിന്റെ ഭാഗമായി പറയുന്നതല്ല. മറിച്ച് സങ്കീർണമായ പ്രത്യയശാസ്ത്ര രൂപമെന്നനിലയിൽ പാതിവ്രത്യം എങ്ങനെയാണ് പ്രവർത്തിക്കുന്നത് എന്ന് വിശദീകരിക്കാൻവേണ്ടി മാത്രമാണ് പർദ എന്ന പദം ഇവിടെ ഉപയോഗിക്കുന്നത്. അതായത് മുഖംമൂടി എന്നർഥത്തിൽ മാത്രം). പാതിവ്രത്യം എന്ന സങ്കൽപ്പത്തിന്റെ സവിശേഷ പ്രവർത്തന രീതികൾ താഴെ കൊടുക്കുന്നു.

1. ആന്തരികവൽക്കരണം
2. സ്വാഭാവിക വൽക്കരണം
3. സമ്മതി
4. സ്വയം നിയന്ത്രണം
5. അമൂർത്തത അഥവാ അദൃശ്യത
6. അടിമത്തം.

പാതിവ്രത്യസങ്കൽപ്പം ഓരോ സ്ത്രീയും മനസിൽ ഏറ്റുവാങ്ങുന്നതാണ് എന്ന് സൂചിപ്പിക്കാൻവേണ്ടിയാണ് ആന്തരികവൽക്കരണം എന്ന പദം ഇവിടെ ഉപയോഗിച്ചത്. ക്ലാസ് മുറികളിൽ അധ്യാപകൻ നൽകുന്ന നിർദേശങ്ങളെപ്പോലെ കേവലം ബാഹ്യമായി സ്വീകരിക്കപ്പെടുന്ന കൽപ്പനകളല്ല പാതിവ്രത്യത്തെ ബലപ്പെടുത്തുന്നത് എന്നാണ് പറഞ്ഞുവരുന്നത്. അധ്യാപകരുടെ ഉപദേശനിർദേശങ്ങൾ കുട്ടികൾ ഒരിക്കലും ആന്തരികവൽക്കരിക്കുന്നില്ല. അധ്യാപകന്റെ സാന്നിധ്യത്തിൽ മാത്രമേ അതിന് പ്രസക്തിയുള്ളൂ. അധ്യാപകരുടെ അസാന്നിധ്യത്തിൽ കുട്ടികൾ എല്ലാ നിയന്ത്രണരേഖകളും ലംഘിക്കാൻ ശ്രമിക്കുന്നു. ഒരു പരിധിവരെ ലംഘിക്കുന്നു. എന്നാൽ പാതിവ്രത്യസങ്കൽപ്പം എന്നത് അങ്ങനെയല്ല. അത്

സ്ത്രീയുടെ മനസിൽ അവളറിയാതെ പ്രവേശിക്കുകയും പ്രവേശിച്ചു കഴിഞ്ഞാൽ അവളുടെ സമ്മതി ലഭിക്കുകയും സമ്മതി ലഭിച്ചുകഴിഞ്ഞാൽ അതവളിൽ ദൃഢമായി നിലനിൽക്കുകയും ചെയ്യുന്നു.

സ്ത്രീയുടെ ശരീരത്തിന്റെ മാന്ത്രികസഞ്ചാരങ്ങളെ ഡെല്യൂസിന്റെ ഭാഷയിൽ പറഞ്ഞാൽ അവയവരഹിതമായ ശരീരത്തിന്റെ സഞ്ചാരങ്ങളെ തളച്ചിട്ടുകൊണ്ടാണ് അവളെ ചരിത്രത്തിൽ പുരുഷൻ അടിമയാക്കിയത്. ജന്മസഹജവും ജൈവാർജിതവുമായ വികാരങ്ങളെയും അഭിനിവേശങ്ങളെയും ആണ് അവയവരഹിതമായ ശരീരത്തിന്റെ സഞ്ചാരം എന്നതുകൊണ്ട് ഉദ്ദേശിക്കുന്നത്. അവയവങ്ങളുടെ പ്രത്യക്ഷ ധർമങ്ങൾക്കപ്പുറമാണ് ശരീരത്തിന്റെ സർഗാത്മകസഞ്ചാരം. അത് പ്രത്യക്ഷ ശരീരത്തിനപ്പുറമുള്ള പരോക്ഷ ശരീരപ്രവർത്തനമാണ്. ഭാവന, സർഗാത്മകത എന്നെല്ലാം പൊതുവിൽ വിവക്ഷിക്കപ്പെടുന്ന പ്രവർത്തനങ്ങൾ ശരീരത്തിന്റെ പരോക്ഷ യാഥാർഥ്യങ്ങളാണ്. ഇതിന്റെ ഒരു പ്രധാന തലമാണ് ലൈംഗികത. മനുഷ്യരുടെ പരോക്ഷവും പ്രത്യക്ഷവുമായ പ്രവർത്തനങ്ങളുടെ ആകെത്തുകയാണത്. സ്ത്രീയുടെ ലൈംഗികതയുടെമേൽ പുരുഷൻ ആധിപത്യം ചെലുത്തിയതോടെ രണ്ട് പ്രധാനപ്പെട്ട പ്രവണതകൾ രൂപപ്പെട്ടു. ഒന്ന് സ്ത്രീക്ക് ലൈംഗികത എന്നൊന്നില്ലാതെയായി. ഇത് പ്രത്യക്ഷത്തിൽ തെറ്റായ പ്രസ്താവമാണെന്ന് തോന്നിയേക്കാം. സ്ത്രീകൾക്ക് ലൈംഗികതയില്ലേ? സ്ത്രീകളുടെ ലൈംഗികതയ്ക്കുമേൽ പുരുഷൻ ആധിപത്യം ചെലുത്തിയതോടുകൂടി അത് സ്ത്രീയുടെ ലൈംഗികത എന്നതിനപ്പുറം പുരുഷന്റെ ലൈംഗികതയായി മാറി. സ്ത്രീയുടെ ലൈംഗിക സ്വാതന്ത്ര്യം ഇല്ലാതാവുമ്പോൾ അതെങ്ങനെ സ്ത്രീയുടെ ലൈംഗികതയാവും.സ്ത്രീയുടെ ലൈംഗികതയെ സ്ത്രീ തന്നെ നിർണയിക്കുമ്പോഴാണ് അത് സ്ത്രീയുടെ ജൈവാധികാരത്തിലധിഷ്ഠിതമായ ലൈംഗികതയാവുന്നത്. പ്രകൃതിയിലെ എല്ലാ ജീവജാലങ്ങൾക്കും ഈ ജൈവാധികാരമുണ്ട്.

ആദ്യകാലത്ത് അഥവാ ചരിത്രാതീതകാലത്ത് സ്ത്രീകൾക്ക് സ്വതന്ത്രമായ ലൈംഗികത ഉണ്ടായിരുന്നുവെന്ന് നരവംശ ശാസ്ത്രജ്ഞന്മാർ തെളിവുകൾ നൽകുന്നു. പുരുഷാധിപത്യ പ്രവണതകൾ സമൂഹത്തിൽ വേരുറയ്ക്കുന്നതിന് മുമ്പ് സ്ത്രീകൾക്ക് താരതമ്യേന വിപുലമായ ലൈംഗികസ്വാതന്ത്ര്യം ഉണ്ടായിരുന്നുവെന്ന് ചരിത്രകാരന്മാരും അഭിപ്രായപ്പെടുന്നു. എന്നാൽ പുരുഷാധികാരം ഉറപ്പിക്കപ്പെട്ടതോടെ സ്ത്രീയെ കുടുംബഘടനയ്ക്കുള്ളിൽ തളച്ചിട്ടതോടെ സ്ത്രീയുടെ ലൈംഗികതയുടെ മേൽ പുരുഷൻ ആധിപത്യം നേടാൻ തുടങ്ങി. അതിനെത്തുടർന്നുള്ള കാലഘട്ടത്തിൽ നാം കാണുന്നത് സ്ത്രീകളുടെ ലൈംഗികതയെ പുരുഷൻ നിർണയിക്കുന്നതാണ്. സ്ത്രീയുടെ സ്വതന്ത്രമായ തെരഞ്ഞെടുപ്പിന്റെ അടിസ്ഥാനത്തിലല്ല അവളുടെ ലൈംഗികത രൂപപ്പെട്ടത്. സ്ത്രീയുടെ യഥാർഥ താൽപ്പര്യങ്ങൾക്കനുസൃതമായിട്ടല്ല അവളുടെ ലൈംഗികത വികസിച്ചത്. സ്ത്രീയുടെ കർതൃത്വത്തിലധിഷ്ഠിതമായ ലൈംഗികതയല്ല സ്ത്രീ ലൈംഗികത എന്നപേരിൽ അറിയപ്പെട്ടത്.

പുരുഷനാൽ നിർണയിക്കപ്പെട്ട, പുരുഷനാൽ നിയന്ത്രിക്കപ്പെട്ട സ്ത്രീയുടെ ലൈംഗികതയിൽ സ്ത്രീശരീരമെന്നത് ഒരു വിഷയവസ്തുവാണ്. അവളുടെ അഭിലാഷങ്ങളല്ല അവിടെ പ്രാവർത്തികമാവുന്നത്. അവളുടെ അഭിലാഷങ്ങളെ നിർവചിക്കുന്നതും നിർണയിക്കുന്നതും പുരുഷനാണ്. നേരത്തെ പറഞ്ഞ ലോകത്തിലെ എല്ലാ കാമസൂത്രഗ്രന്ഥങ്ങളും അതിന്റെ വ്യക്തമായ തെളിവുകളാണ്. നേരത്തെ പറഞ്ഞ പ്രത്യയശാസ്ത്ര പർദ പ്രസക്തമാവുന്നത് ഇവിടെയാണ്. സ്ത്രീയുടെ സമ്മതിയുടെ അടിസ്ഥാനത്തിലാണ് അവളുടെ മേൽ അല്ലെങ്കിൽ അവളുടെ ഉള്ളിൽ പാതിവ്രത്യസങ്കൽപ്പം വളർത്തിയെടുത്തത് എന്നുപറഞ്ഞു കഴിഞ്ഞു. സമ്മതി എന്നാൽ യഥാർഥവും സ്വതന്ത്രവുമായ അനുവാദമല്ല. അത് മിഥ്യയെ യാഥാർഥ്യമായി തെറ്റിദ്ധരിച്ചുകൊണ്ട് നൽകുന്ന സമ്മതി മാത്രമാണ്. പാതിവ്രത്യസങ്കൽപ്പത്തിന് ഒരു മിഥ്യയുടെ അടിത്തറയാണുള്ളതെങ്കിലും അത് യാഥാർഥ്യത്തിന്റെ ഗോപുരമായി സ്ത്രീകൾ തെറ്റിദ്ധരിക്കുന്നതിൽനിന്നാണ് പ്രത്യയശാസ്ത്ര പർദ്ദ ഉടലെടുക്കുന്നത്.

എന്തുകൊണ്ടാണ് പാതിവ്രത്യം ഒരു മിഥ്യയാണ് എന്നുപറയുന്നത്. ഇതിനെക്കുറിച്ച് കൂടുതൽ വിശദീകരണം ആവശ്യമില്ലെന്നു തോന്നുന്നു. ഏകപത്നീവ്യവസ്ഥയിൽ അധിഷ്ഠിതമായ വിവാഹം, വിവാഹപൂർവ ലൈംഗികതയുടെ നിരോധനം, ഭർത്താവിനുവേണ്ടി മാത്രമുള്ള ഭാര്യയുടെ മുഴുവൻ സമർപ്പണം, അന്യപുരുഷന്മാരുമായുള്ള ബന്ധത്തിന്റെ നിരോധനം, കുടുംബിനി എന്ന നിലയിലുള്ള ഉത്തരവാദിത്വങ്ങൾ നിറവേറ്റൽ എന്നിവയാണ് സ്ത്രീയുടെ പാതിവ്രത്യ സങ്കൽപ്പത്തിന്റെ അടിത്തറകൾ. ഇത് കൃത്യമായും സ്ത്രീയുടെ ജൈവാധികാരങ്ങളെ ഇല്ലായ്മചെയ്യുന്നതാണ്. ഭർത്താവ് മരിച്ചാൽ ഭാര്യ അയാളുടെ ചിതയിൽത്തന്നെ എരിയുന്നത് അതിന്റെ ഭാഗമായിട്ടാണ്.

പുരുഷനില്ലാത്ത ഒരു ചാരിത്ര്യശുദ്ധി സ്ത്രീക്ക് മാത്രമായി പിന്തുടരേണ്ടിവരുന്നത് മാനവസമൂഹത്തിന്റെ ചരിത്രത്തിലെ ഏറ്റവും അസംബന്ധപൂർണമായ ഒരു സമസ്യയാണ്. ജാതീയമായ അകറ്റിനിർത്തൽ പോലെ അല്ലെങ്കിൽ ശുദ്ധിസങ്കൽപ്പം പോലെ തികച്ചും കൃത്രിമമായ ഒരു സങ്കൽപ്പമാണ് ചാരിത്ര്യശുദ്ധി എന്നുപറയുന്നത്. അത് സ്ത്രീയുടെ മാത്രം ജൈവമായ അഭിലാഷങ്ങളെ ഇല്ലായ്മചെയ്യലാണ്. വിധവകൾക്ക് ഒരുകാലത്ത് പുനർവിവാഹത്തിനുള്ള അവകാശം ഉണ്ടായിരുന്നില്ല. വിധവകൾ തന്നെ ഒരുകാലത്തുണ്ടായിരുന്നില്ല. കാരണം ഭർത്താവിന്റെ ചിതയിൽ അവർ എരിഞ്ഞടങ്ങിയിരുന്നു. വിധവകൾ വിവാഹിതരാവാൻ തുടങ്ങിയതോടെ ഹിന്ദുത്വത്തിന്റെ ചാരിത്ര്യസങ്കൽപ്പത്തിന് ചെറിയ ഒരു ഇടിവ് പറ്റി. മനുഷ്യരുടെ വ്യക്തിസ്വാതന്ത്ര്യത്തിനുമേലുള്ള നഗ്നമായ കടന്നാക്രമണങ്ങളാണ് ചരിത്രത്തിൽ ലൈംഗികനിരോധനത്തിന്റെയും ലൈംഗികാധിപത്യത്തിന്റെയും പേരിൽ നടന്നിട്ടുള്ളത്.

സ്വന്തം ശരീരത്തിനുമേൽ സ്ത്രീക്ക് അധികാരമില്ലാതാവുക എന്നതാണ് സ്ത്രീലൈംഗികതയുടെ മേലുള്ള പുരുഷാധിപത്യത്തിന്റെ

ബാക്കിപത്രം. ലൈംഗികാധികാരം മാത്രമല്ല ഇല്ലാതാവുന്നത്. എല്ലാ ജൈവാധികാരങ്ങളും ആധിപത്യത്തിന് വിധേയമാവുന്നു. ഇഷ്ടമുള്ള തൊഴിൽ ചെയ്യാനുള്ള സ്വാതന്ത്ര്യം, സാമൂഹികവും സാംസ്കാരികവും രാഷ്ട്രീയവുമായ പ്രവർത്തനങ്ങളിൽ ഇടപെടാനുള്ള സ്വാതന്ത്ര്യം, വിദ്യാഭ്യാസത്തിനുള്ള സ്വാതന്ത്ര്യം, സ്വതന്ത്രമായി സഞ്ചരിക്കാനുള്ള സ്വാതന്ത്ര്യം, ഇഷ്ടമുള്ള ഇണയെയും അഥവാ ഇണകളെയും തെരഞ്ഞെടുക്കാനുള്ള സ്വാതന്ത്ര്യം, തെരഞ്ഞെടുക്കാതിരിക്കാനുള്ള സ്വാതന്ത്ര്യം, വിവാഹം കഴിക്കാനും കഴിക്കാതിരിക്കാനുമുള്ള സ്വാതന്ത്ര്യം, വിവാഹമോചനത്തിനുള്ള സ്വാതന്ത്ര്യം, ഗർഭം ധരിക്കാനും ഗർഭം ധരിക്കാതിരിക്കാനുമുള്ള സ്വാതന്ത്ര്യം, സ്വന്തം ഗൃഹത്തിൽ താമസിക്കാനുള്ള സ്വാതന്ത്ര്യം, കുട്ടികളെ സ്വന്തം താൽപ്പര്യങ്ങൾക്കനുസരിച്ച് വളർത്താനുള്ള സ്വാതന്ത്ര്യം, സ്വന്തം മതവിശ്വാസങ്ങൾ നിലനിർത്താനുള്ള സ്വാതന്ത്ര്യം, മതരഹിതമായ ജീവിതം നയിക്കാനുള്ള സ്വാതന്ത്ര്യം–ഇങ്ങനെ സ്ത്രീ തന്റെ നിരവധി സ്വാതന്ത്ര്യങ്ങൾ പുരുഷന് അടിയറവയ്ക്കുന്നു. അതുകൊണ്ട് ലൈംഗികമായ ആധിപത്യം എന്നത് സ്ത്രീയുടെ മുഴുവൻ ജീവിതത്തിനുമേലുള്ള പുരുഷന്റെ അധിനിവേശമാണ്.

എല്ലാവിധ അടിമത്തങ്ങളുടെയും മാതാവ് ലൈംഗികാടിമത്തമാണ്. എല്ലാവിധ മർദനങ്ങളുടെയും മാതാവ് ലൈംഗികമർദനമാണ്. എല്ലാവിധ പീഡനങ്ങളുടെയും മാതാവ് ലൈംഗികപീഡനമാണ്. കാരണം ലൈംഗികപീഡനം, ലൈംഗിക മർദനം, ലൈംഗിക അടിമത്തം ഇവയെല്ലാം മറ്റെല്ലാവിധ മർദനരൂപങ്ങൾക്കും മുമ്പേ ചരിത്രത്തിൽ ഉടലെടുത്തതാണ്. പലവിധ മർദനരൂപങ്ങളും ചരിത്രത്തിൽനിന്ന് നിർമാർജനം ചെയ്യപ്പെട്ടിട്ടും സ്ത്രീ ലൈംഗികതയുടെ മേലുള്ള മർദനങ്ങൾ ഇന്നും നിലനിൽക്കുന്നു. ജന്മിവ്യവസ്ഥയിലും മുതലാളിത്തത്തിലും അടിമത്തത്തിലും വകഭേദങ്ങളോടെയാണെങ്കിലും ഏറ്റക്കുറച്ചിലുകളോടെയാണെങ്കിലും അത് നിലനിൽക്കുന്നു. ജന്മിയുടെ ഭാര്യയും കുടിയാന്റെ ഭാര്യയും അത് അടിസ്ഥാനപരമായി അനുഭവിക്കുന്നു. അടിമപ്പെണ്ണും, മുതലാളിയുടെ ഭാര്യയും ഒരുപോലെ പുരുഷാധിപത്യവ്യവസ്ഥയ്ക്ക് കീഴ്പ്പെടുന്നു. ജന്മിയുടെ ഭാര്യ, പ്രഭുവിന്റെ ഭാര്യ, മുതലാളിയുടെ ഭാര്യ, രാജാവിന്റെ ഭാര്യ ഇവരുടെയെല്ലാം സാമൂഹ്യപദവികളിലും സാമ്പത്തികനിലകളിലും വളരെയേറെ വ്യത്യാസങ്ങളുണ്ട്. എന്നിരിക്കിലും സ്ത്രീ എന്ന നിലയിൽ അവർ അടിസ്ഥാനപരമായി പുരുഷന്റെ അടിമയാണ്. ഈ അടിമത്തം പലപ്പോഴും പരോക്ഷമായിരിക്കും. എന്നുവെച്ചാൽ പ്രത്യക്ഷത്തിൽ സ്ത്രീ അവളുടെ അടിമത്തം തിരിച്ചറിയണമെന്നില്ല. അതിന് കാരണം നേരത്തെ പറഞ്ഞ പ്രത്യയശാസ്ത്ര പർദയാണ്.

സ്ത്രീയുടെ ശരീരത്തിനുമേൽ പലവിധ നിയന്ത്രണങ്ങൾ നടത്തിയും സ്വഭാവരീതികൾക്കുമേൽ പലവിധ ക്രമീകരണങ്ങൾ നടപ്പാക്കിയും പല മൂല്യസംഹിതകളും പരോക്ഷമായി അടിച്ചേൽപ്പിച്ചുമാണ് പാതിവ്രത്യസങ്കൽപ്പം എന്ന പ്രത്യയശാസ്ത്ര പർദ ശക്തിപ്പെടുന്നത്.

അത് ചരിത്രപരമായി വളർന്നുവരുന്നതാണ്. അതിന്റെ ഒരു സവിശേഷ രീതി എന്നുപറയുന്നത് സ്ത്രീയുടെ ശരീരത്തെ പരുവപ്പെടുത്തുന്നതാണ്. ആഭരണങ്ങൾ, വസ്ത്രങ്ങൾ, സൗന്ദര്യവർധക വസ്തുക്കൾ, ചെരിപ്പുകൾ, കേശാലങ്കാരരീതികൾ തുടങ്ങി ഒട്ടേറെ മാർഗങ്ങളിലൂടെ സ്ത്രീശരീരത്തെ പുരുഷശരീരത്തിൽനിന്നും തികച്ചും വ്യത്യസ്തമായി വളർത്തിയെടുക്കുന്നു. ആദ്യകാലത്ത് ചരിത്രത്തിൽ സ്ത്രീയും പുരുഷനും എന്ന വ്യത്യാസമില്ലാതെ താരതമ്യേന ഏകീകൃതമായ വസ്ത്രങ്ങളും ആഭരണങ്ങളും ആണ് ആളുകൾ ധരിച്ചിരുന്നത്.

എന്നാൽ കാലക്രമത്തിൽ സ്ത്രീകൾക്ക് പ്രത്യേകം വസ്ത്രങ്ങളും ആഭരണങ്ങളും ഉണ്ടാവാൻ തുടങ്ങി. സ്ത്രീയുടെ ശരീരമെന്നത് അമിതമായി ആവരണം ചെയ്യപ്പെടേണ്ടതും അലങ്കരിക്കപ്പെടേണ്ടതും ആണെന്ന ധാരണയാണ് ഇതിന്റെ പിറകിലുള്ളത്. കുടുംബഘടനയ്ക്കുള്ളിൽ പുരുഷാധികാരം ശക്തിപ്പെട്ടതോടെ ആണിത് സംഭവിച്ചത്. നേരത്തെ പറഞ്ഞ പാതിവ്രത്യസങ്കൽപ്പത്തിന്റെ ഭാഗമായിട്ടാണ് ഇത് രൂപപ്പെട്ടത്. ഇത് രൂപപ്പെട്ടതോടെ അത് പാതിവ്രത്യസങ്കൽപ്പത്തെ ദൃഢമാക്കാൻ തുടങ്ങി. സ്ത്രീയുടെ ശരീരം അമിതമായി ആവരണം ചെയ്യപ്പെടേണ്ടതും അലങ്കരിക്കപ്പെടേണ്ടതും പുരുഷതാൽപ്പര്യങ്ങൾക്കനുസൃതമായി മാത്രം ആകർഷിക്കപ്പെടേണ്ടതുമാണെന്ന സങ്കൽപ്പങ്ങൾക്കനുസരിച്ചാണ് സ്ത്രീ എന്ന സാമൂഹ്യനിർമിതി രൂപപ്പെടുന്നത്. സ്ത്രീ എന്നത് ഒരു പ്രകൃതിനിർമിതിയല്ല സാമൂഹ്യനിർമിതിയാണ് എന്ന് ഫെമിനിസ്റ്റുകൾ പറയുന്നതിന്റെ അർഥമിതാണ്.

ആഭരണങ്ങൾക്കും വസ്ത്രങ്ങൾക്കും വിഭിന്ന സൗന്ദര്യവർധകവസ്തുക്കൾക്കും മതാനുഷ്ഠാനങ്ങൾക്കും വിധേയമായിട്ടാണ് സ്ത്രീയുടെ ശരീരം ഒരു സാമൂഹ്യനിർമിതി എന്ന നിലയിൽ ആവിർഭവിക്കുന്നത്. ശരിയായി ആവരണം ചെയ്യപ്പെടുകയും അലങ്കരിക്കപ്പെടുകയും ചെയ്തില്ലെങ്കിൽ സ്ത്രീശരീരം ഒട്ടേറെ വിപത്തുകൾ സൃഷ്ടിക്കുമെന്ന് *അർഥശാസ്ത്രം* പോലുള്ള കൃതികൾ പ്രചരിപ്പിച്ചു കഴിഞ്ഞതാണ്. എല്ലാ രാജ്യങ്ങളിലും ഇത്തരത്തിലുള്ള സങ്കൽപ്പമുണ്ടായിരുന്നു. അതുകൊണ്ടുതന്നെ ആൺകുട്ടികളിൽനിന്ന് വ്യത്യസ്തമായി പെൺകുട്ടികൾ സ്വന്തം ശരീരത്തെക്കുറിച്ച് കൂടുതലായും സവിശേഷമായും ബോധവാന്മാരാകുന്നു. ബോധവാന്മാരാകുന്നു എന്നുപറഞ്ഞാൽ അതിന്റെ കൃത്യമായ അർഥത്തിലല്ല. മറിച്ച് ശരീരത്തെക്കുറിച്ച് അമിതമായ ശ്രദ്ധയും ജാഗ്രതയും പുലർത്തുന്നു എന്നാണർഥം. ശരീരത്തിനുമേലുള്ള സ്വയംനിർണയാധികാരം ഇല്ലാതാവുന്നു.

ശരീരത്തിനുമേലുള്ള സ്വയംനിർണയാധികാരം എന്നുപറഞ്ഞാൽ ശരീരത്തിനുമേലുള്ള എല്ലാവിധ അധിനിവേശങ്ങളും ഇല്ലാതാവുക എന്നാണർഥം. ശരീരമെന്നത് സ്ത്രീക്ക് ഒരു അലങ്കാരവും ബാധ്യതയുമായി മാറുന്നു. അലങ്കരിക്കപ്പെടാത്തപ്പോഴെല്ലാം ശരീരം അപകർഷമായി അനുഭവപ്പെടുന്നു. പുറത്ത് കാണിക്കാൻ പറ്റാത്ത അല്ലെങ്കിൽ പ്രസന്റബിൾ അല്ലാത്ത വ്യക്തിയായി സ്ത്രീ സ്വയം പരിഗണിക്കുന്നു.

ശരീരം പ്രസന്റബിൾ ആവാത്ത സമയത്ത് സ്ത്രീക്ക് സ്വന്തം ശരീരത്തെക്കുറിച്ച് ആത്മവിശ്വാസമില്ലാതാവുന്നു. ശരീരത്തിന്റെ യഥാർഥ അഴകും ആരോഗ്യവും പ്രകടമാവുന്നത് ആടയാഭരണങ്ങൾ ഇല്ലാത്തപ്പോഴാണ് എന്ന യാഥാർഥ്യം മിഥ്യയായി മാറുകയും ശരീരത്തെക്കുറിച്ചുള്ള മിഥ്യകൾ യാഥാർഥ്യമായി മാറുകയും ചെയ്യുന്നു. ഒരു സംഘമനസിലൂടെയാണ് ശരീരത്തെക്കുറിച്ചുള്ള ഇത്തരം ജാഗ്രതകൾ ഓരോ സ്ത്രീയിലും രൂപപ്പെടുന്നത്. താൻ ഉൾപ്പെടുന്ന സമൂഹത്തിലെ മറ്റ് സ്ത്രീകളുടെ വസ്ത്രവിധാനങ്ങൾ, ആഭരണങ്ങൾ എന്നിവയെ പിന്തുടരാനുള്ള വ്യഗ്രത ശ്രദ്ധേയമാണ്. സ്വയം മനോഹരിയാവുക എന്നതിലപ്പുറം സാമൂഹ്യനിലവാരത്തിനനുസരിച്ച് പ്രത്യക്ഷപ്പെടുക എന്നതിലാണ് സ്ത്രീകൾക്ക് താൽപ്പര്യം. ഓരോ സാമൂഹ്യസന്ദർഭങ്ങൾക്കുമനുസൃതമായി ആഭരണങ്ങളും വസ്ത്രങ്ങളും തെരഞ്ഞെടുക്കുന്നതിൽ ഇത് വ്യക്തമാണ്.

വസ്ത്രങ്ങളും ആഭരണങ്ങളും ഒരേസമയം സ്ത്രീശരീരത്തെ ആകർഷകമാക്കുകയും അതേസമയം അത് ബാധ്യതയും സൃഷ്ടിക്കുന്നു. തികഞ്ഞ മിഥ്യാബോധവും സൃഷ്ടിക്കുന്നു. എവിടെയാണ് മിഥ്യാബോധം. ഇത് എളുപ്പം വ്യക്തമാക്കാവുന്നതാണ്. മനുഷ്യശരീരത്തിന്റെ സൃഷ്ടിയോളം ആകർഷകവും മനോഹരവുമായ മറ്റൊന്നും മനുഷ്യനെ സംബന്ധിച്ചിടത്തോളമില്ല. സാങ്കേതികവിദ്യയും ശാസ്ത്രവും എത്രമാത്രം വികസിച്ചാലും ഒരു ബദൽ മനുഷ്യശരീരം സൃഷ്ടിക്കുക അസാധ്യമാണ്. അങ്ങനെ സൃഷ്ടിക്കപ്പെട്ടിരുന്നുവെങ്കിൽ ഇന്നുകാണുന്ന ലൈംഗികാതിക്രമങ്ങളും മറ്റും ഉണ്ടാകുമായിരുന്നില്ല. ശരീരത്തിന്റെ നിറം, അതിന്റെ ചലനം, അതിന്റെ ആകർഷകത്വം എന്നിവയെല്ലാം അത് നഗ്നമാവുമ്പോഴാണ് അതിന്റെ ഉയർന്നനിലയിൽ എത്തുന്നത് എന്നതിന് യാതൊരു സംശയവുമില്ല.

മുതലാളിത്ത സമൂഹത്തിൽ സ്ത്രീകളുടെ വേഷവിധാനങ്ങൾ നഗ്നതമറയ്ക്കാനുള്ളതല്ല. മറിച്ച് അതിനെ പ്രദർശിപ്പിക്കാനുള്ളതാണ്. ഇത് മുതലാളിത്തത്തിന്റെ വാണിജ്യതാൽപ്പര്യവുമായി ബന്ധപ്പെട്ടതാണ്. എങ്കിലും നഗ്നതയ്ക്കുപോലും നഗ്നത ഉണ്ടാവണമെങ്കിൽ അതിന് വസ്ത്രത്തിന്റെ സഹായം ആവശ്യമാണ് എന്ന ബോധം മുതലാളിത്തത്തിലും പ്രവർത്തിക്കുന്നു. ചുരുക്കിപ്പറഞ്ഞാൽ നഗ്നവും സുന്ദരവുമായ ശരീരം അതിനെക്കാൾ എത്രയോ ആകർഷകത്വം കുറഞ്ഞതും ഗുണമില്ലാത്തതുമായ മൃതവസ്തുക്കൾക്കൊണ്ട് മൂടിവയ്ക്കുകയാണ് ചെയ്യുന്നത്. ഇത് കൃത്യമായും സ്ത്രീലൈംഗികതയെ നിയന്ത്രിക്കാനുള്ള പുരുഷതാൽപ്പര്യങ്ങളിൽനിന്ന് ഉടലെടുത്തതാണ്. അതുകൊണ്ടാണ് സ്വന്തം സ്ത്രീകളുടെ ശരീരഭാഗങ്ങൾ പുറത്തു കാണിക്കാതിരിക്കാൻ പുരുഷസമൂഹം എക്കാലവും ശ്രമിക്കുന്നത്. ശരീരഭാഗങ്ങളുടെ സൗന്ദര്യം പുറത്തുകാണിക്കാതിരിക്കാൻവേണ്ടി കണ്ടെത്തിയ ഉപായമായ വസ്ത്രധാരണം ശരീരസൗന്ദര്യത്തിന്റെ ഉപാധിയായി മാറിയത് നേരത്തെ പറഞ്ഞ

മിഥ്യാബോധത്തിന്റെ മികച്ച ഉദാഹരണമാണ്. കോടിക്കണക്കിന് വില വരുന്നതെങ്കിലും രത്നാഭരണങ്ങളും ആഡംബരവസ്ത്രങ്ങളും പുരുഷനെ സംബന്ധിച്ചിടത്തോളം കിടപ്പറയിൽ അനാവശ്യവസ്തുവായി മാറുന്നത് മുകളിൽപ്പറഞ്ഞതിനെ ബലപ്പെടുത്തുന്നു. അവിടെ കൃത്യമായ ബോധം പ്രവർത്തിക്കുന്നു. ശരീരത്തിന്റെ നഗ്നതയോളം വില ആഭരണങ്ങൾക്കില്ലാ എന്നത് പ്രത്യയശാസ്ത്ര പർദയുടെ പ്രവർത്തനം എങ്ങനെയാണ് നടക്കുന്നത് എന്നുള്ളതിന്റെ തെളിവാണ്.

വസ്ത്രങ്ങളും ആഭരണങ്ങളും സൗന്ദര്യവർധക വസ്തുക്കളും ഉപയോഗിച്ചുകൊണ്ട് സ്ത്രീയുടെ ശരീരത്തെ പരുവപ്പെടുത്തുക എന്നത് പ്രത്യയശാസ്ത്ര പർദയുടെ ഭാഗമാണ്. സ്വന്തം ശരീരത്തെ അനായാസമായും സ്വതന്ത്രമായും സ്വച്ഛന്ദമായും ലളിതമായും കാണാൻ സ്ത്രീകൾക്ക് കഴിയുന്നില്ല. എപ്പോഴും ശരീരമെന്നത് തന്നിൽനിന്നും വേറിട്ടു നിൽക്കുന്ന ഒന്നായി സ്ത്രീ പരിഗണിക്കുന്നു. ഇങ്ങനെ വരുമ്പോൾ കാലക്രമത്തിൽ സ്ത്രീക്ക് ഒരു സവിശേഷ അന്യവൽക്കരണ സ്വഭാവം ഉണ്ടാവുന്നു. സ്വന്തം ശരീരം പ്രദർശിക്കപ്പെടേണ്ടതും ബാഹ്യമനസുകളാൽ വിധികൽപ്പിക്കപ്പെടേണ്ടതും ആണെന്നുള്ള ബോധം ദൃഢമാവുന്നു. വസ്ത്രങ്ങളും ആഭരണങ്ങളും മാത്രമല്ല ഒട്ടേറെ മാർഗങ്ങളിലൂടെയാണ് പ്രത്യയശാസ്ത്ര പർദ അതിന്റെ പ്രവർത്തനം നടത്തുന്നത്. പാതിവ്രത്യസങ്കൽപ്പം രൂപപ്പെടുന്നതിന്റെ സ്രോതസുകൾ വിശദീകരിച്ചാൽ അത് ഈ ഗ്രന്ഥത്തിന്റെ പരിധിയിൽ ഒതുങ്ങുകയില്ല.

പുരുഷൻ അവന്റെ താൽപ്പര്യങ്ങൾക്കനുസൃതമായി രൂപപ്പെടുത്തിയ പാതിവ്രത്യസങ്കൽപ്പത്തെ സ്ത്രീ സമ്മതിയിലൂടെ ആന്തരികവൽക്കരിക്കുന്നത് സ്ത്രീയുടെ ഏറ്റവും വലിയ പരാജയമാണ്. ഇതിന് കാരണം പാതിവ്രത്യ സങ്കൽപ്പങ്ങൾ, അതിനനുസൃതമായ ശരീരത്തെ പരുവപ്പെടുത്തൽ എന്നിവ സ്ത്രീക്ക് നൽകുന്ന താൽക്കാലികവും ബാഹ്യവുമായ ആനന്ദങ്ങളാണ്. ലഹരിമരുന്നുകളുടെ ഉപയോഗംപോലെ താൽക്കാലികമായി ആനന്ദം നൽകുകയും കാലക്രമത്തിൽ അപകടകരമാവുകയും ചെയ്യുന്നതുപോലെയാണ് സ്ത്രീയുടെ പ്രത്യയശാസ്ത്ര പർദ പ്രവർത്തിക്കുന്നത്. സ്വന്തം ശരീരത്തെയും 'സ്ത്രീത്വ'ത്തെയും പ്രകീർത്തിക്കുന്നതും ആദർശവൽക്കരിക്കുന്നതും സ്ത്രീക്ക് താൽക്കാലികമായ ആനന്ദങ്ങൾ നൽകുന്നു. അതെല്ലാം പുരുഷന്റെ സ്വാർഥതാൽപ്പര്യങ്ങൾക്കനുസൃതമായിട്ടാണെന്ന് തിരിച്ചറിയപ്പെടുന്നില്ല. ചരിത്രത്തിൽ നിതാന്തമായി ഇത് സംഭവിക്കുന്നു. വ്യാജസ്തുതികൾ, ആദർശവൽക്കരണങ്ങൾ, ആത്മീയവൽക്കരണങ്ങൾ ഇവയെല്ലാം പിന്തുടർന്നുകൊണ്ടാണ് പുരുഷാധിപത്യസമൂഹങ്ങളും സ്ത്രീയെ കെട്ടിയിടാനുള്ള ചങ്ങലയായി പാതിവ്രത്യസങ്കൽപ്പത്തെ ഉപയോഗപ്പെടുത്തുന്നത്. സ്ത്രീയുടെ സ്വാതന്ത്ര്യത്തെയും നിലനിൽപ്പിനെയും തളച്ചിടാനുള്ള ചങ്ങല അവളുടെ അനുവാദത്തോടെ നൽകുകയാണ് പുരുഷാധിപത്യം ചെയ്യുന്നത്. സ്ത്രീയുടെ നിലനിൽപ്പിനെ തന്നെ തളച്ചിടുന്ന ചങ്ങലകൊണ്ട് പുരു

ഷൻ സ്ത്രീയെ ബന്ധിക്കുകയല്ല. സ്ത്രീയെക്കൊണ്ട് സ്വയം ബന്ധിപ്പിക്കുകയാണ് ചെയ്യുന്നത്. ഈ പ്രക്രിയയാണ് പ്രത്യയശാസ്ത്രനിർമിതി എന്ന നിലയിൽ പാതിവ്രത്യസങ്കൽപ്പത്തിന്റെ ദൃഢീകരണത്തിൽ നടക്കുന്നത്.

സ്ത്രീക്ക് ലൈംഗികത ഉണ്ട് എന്ന യാഥാർഥ്യത്തെ മറച്ചുവയ്ക്കുന്നതാണ് പാതിവ്രത്യസങ്കൽപ്പം. ഇന്ന് ഫെമിനിസ്റ്റുകൾപോലും പാതിവ്രത്യത്തെ ചോദ്യംചെയ്യാൻ ഭയപ്പെടുന്നു. കാരണം അവരും ആന്തരികവൽക്കരിച്ചിരിക്കുന്നത് ഈ സങ്കൽപ്പത്തെയാണ്. പുരുഷാധിപത്യസമൂഹം നിർമിച്ചെടുത്ത പ്രത്യയശാസ്ത്രങ്ങൾ തങ്ങൾക്കുള്ളിലും തങ്ങളറിയാതെ പ്രവർത്തിക്കുന്നുണ്ടെന്ന് അവർ തിരിച്ചറിയുന്നില്ല. സ്ത്രീകൾക്ക് ലൈംഗികത ഉണ്ടെന്നുപോലും സമ്മതിക്കാൻ മനഃശാസ്ത്രജ്ഞന്മാരും കപട ഫെമിനിസ്റ്റുകളും തയാറാവുന്നില്ല. അവർ സ്ത്രീകളുടെ നേരെ നടക്കുന്ന അതിക്രമങ്ങളെക്കുറിച്ച് വാചാലരാവുന്നു. അവർ അനുഭവിക്കുന്ന ഗാർഹികപീഡനങ്ങളെക്കുറിച്ച് സംസാരിക്കും. തൊഴിലിടങ്ങളിലെ ചൂഷണം, ആരോഗ്യപ്രശ്നങ്ങൾ, ഇൻഷൂറൻസ്, കൂലി എന്നിവയെക്കുറിച്ചെല്ലാം സംസാരിക്കും. അതെല്ലാം നല്ലതുതന്നെ. എന്നാൽ അവർ നിശ്ശബ്ദരാവുന്നത് സ്ത്രീയുടെ ലൈംഗികതയെക്കുറിച്ചാണ്. ചരിത്രത്തിലെ ആദ്യത്തെ വർഗവിഭജനത്തെക്കുറിച്ചാണ്.

എല്ലാ പീഡനങ്ങളുടെയും അമ്മയായ ലൈംഗികപീഡനത്തെക്കുറിച്ചാണ്. ലൈംഗികതയുടെ നിരോധനത്തിൽനിന്നാണ് ലൈംഗികാതിക്രമണങ്ങൾ ഉണ്ടാവുന്നത് എന്നവർക്ക് മനസിലാകുന്നില്ല. സ്ത്രീയുടെ ലൈംഗികതയെക്കുറിച്ച് സംസാരിക്കുമ്പോൾ സ്ത്രീ അനുഭവിക്കുന്ന ജെൻഡർ സംബന്ധമായ പ്രശ്നങ്ങളെക്കുറിച്ചാണ് അവർ സംസാരിക്കുന്നത്. എന്നാൽ സ്ത്രീപുരുഷ വിഭജനം, സ്ത്രീ അനുഭവിക്കുന്ന ലിംഗപരമായ വിവേചനങ്ങൾ, മർദനങ്ങൾ എന്നിവയുടെയെല്ലാം അടിസ്ഥാനം സ്ത്രീലൈംഗികതയ്ക്കുമേലുള്ള പുരുഷാധിപത്യത്തിന്റെ അധിനിവേശമാണെന്ന ചരിത്രയാഥാർഥ്യം തിരിച്ചറിയപ്പെടുന്നില്ല.

സ്ത്രീക്ക് ലൈംഗികതയോ? ഇങ്ങനെ ഒരു ചോദ്യം അല്ലെങ്കിൽ സംശയം ഇന്ന് അപൂർവമായിട്ടാണ് ഉയർന്നുവരുന്നത്. മനഃശാസ്ത്രജ്ഞന്മാരും ചില വനിതാ പൈങ്കിളി പ്രസിദ്ധീകരണങ്ങളും സ്ത്രീലൈംഗികതയെക്കുറിച്ച് കോളങ്ങൾ നിറയ്ക്കുന്നു. എന്നാൽ അവരുടെ കോളങ്ങളിൽ സ്ത്രീലൈംഗികതയെക്കുറിച്ച് എന്താണ് വിശദീകരിക്കുന്നത്. വളരെ ഉപരിപ്ലവവും വ്യാജവും അങ്ങേയറ്റം വളച്ചൊടിക്കപ്പെട്ടതുമായ പുരുഷധാരണകൾക്കനുസൃതമായി രൂപപ്പെട്ട സ്ത്രീലൈംഗികതയെക്കുറിച്ചുള്ള കപട സങ്കൽപ്പങ്ങളെ ബലപ്പെടുത്തുന്നവയാണ് അവ. അതിൽ ഇല്ലാത്തത് ലൈംഗികതയാണ്. ഏകപത്നീ വ്യവസ്ഥയിൽ അധിഷ്ഠിതമായ, കുടുംബഘടനയെ കേന്ദ്രീകരിക്കുന്ന പുരുഷാധിപത്യ വ്യവസ്ഥയുടെ വ്യാജനിർമിതിയായ സ്ത്രീ സങ്കൽപ്പനങ്ങളെ ആദർശവൽക്കരിക്കുന്നവയാണ് അവയെല്ലാം.

എല്ലാ സ്ത്രീകളും ഏകപുരുഷകേന്ദ്രിതമായ സദാചാരമൂല്യങ്ങളെ പിന്തുടരുന്നതിനെയാണ് അവരെല്ലാം ലൈംഗികത എന്നുവിശേഷിപ്പിക്കുന്നത്. ലൈംഗികത എന്നത് ഒരു വ്യക്തി മറ്റൊരു വ്യക്തിയുമായി നടത്തുന്ന സ്വതന്ത്രവും പരസ്പരധാരണയിലധിഷ്ഠിതവുമായ ആത്മബന്ധമാണെന്ന് തിരിച്ചറിയാതെ കരാറുകളിലും നിർവചനങ്ങളിലും ഒതുങ്ങിയ ബന്ധങ്ങളെ യഥാർഥലൈംഗികതയായി ചിത്രീകരിക്കുകയാണവർ. കുടുംബവ്യവസ്ഥയ്ക്ക് പുറത്തുള്ള ബന്ധങ്ങളെയെല്ലാം നിരാകരിക്കുന്ന പുരുഷാധിപത്യമൂല്യങ്ങളുടെ ആവർത്തനങ്ങളാണവ. വർത്തമാനകാലത്ത് നിലനിൽക്കുന്ന സ്ത്രീയുടെ ധാരണകളെല്ലാം അവളുടെ താൽപ്പര്യങ്ങൾക്കനുസൃതമായി നിലനിൽക്കുന്ന ധാരണകളാണെന്ന് അവർ കരുതുന്നു. സ്ത്രീയുടെ മേൽ വരിഞ്ഞുമുറുക്കുന്ന അദൃശ്യമായ ചങ്ങലകൾ അവർ കാണുന്നില്ല.

പ്രാചീനകാലത്ത് ചൈനയിലും മറ്റും പെൺകുട്ടികൾക്ക് ചെറിയ ചെരിപ്പുകൾ നിർബന്ധമായിരുന്നു. ചെറിയ ചെരിപ്പുകൾ ധരിച്ചു ധരിച്ച് അവരുടെ കാലുകൾ ചെറുതാവുകയും ദുർബലമാവുകയും ചെയ്യുന്നു. അവരെ ഓടിപ്പിടിച്ച് കീഴ്പ്പെടുത്താൻ ഉണ്ടാക്കിയ തന്ത്രമായിരുന്നു അത്. ചൈനീസ് ചെരിപ്പ് ഒരു പ്രതീകമാണ്. സ്ത്രീകൾക്കുമേൽ സ്ഥാപിക്കപ്പെടുന്ന എല്ലാവിധ പ്രത്യയശാസ്ത്രക്കുരുക്കുകളുടെയും പ്രതീകവൽക്കരണമാണത്.

പാതിവ്രത്യസങ്കൽപ്പവുമായി ബന്ധപ്പെട്ട കന്യകാത്വം എന്ന ആശയം ഹിന്ദുമതത്തിന്റെയും ക്രിസ്തുമതത്തിന്റെയും അടിസ്ഥാനസങ്കൽപ്പങ്ങളിലൊന്നാണ്. പാശ്ചാത്യരാജ്യങ്ങളിലും ഏഷ്യൻരാജ്യങ്ങളിലും ഈ സങ്കൽപ്പത്തിന് സമൂഹത്തിൽ ബലിഷ്ഠമായ സ്വാധീനമുണ്ടായിരുന്നു. കന്യകാത്വസങ്കൽപ്പം വിശേഷിച്ചും സ്ത്രീയുമായി ബന്ധപ്പെട്ടതാണ്. കന്യകയുടെ കാമുകനായിരിക്കുക അല്ലെങ്കിൽ ഭർത്താവായിരിക്കുക എന്നത് പൗരുഷത്തിന്റെ അടിസ്ഥാന ഗുണമായി അംഗീകരിക്കപ്പെടുന്നു.

വംശീയവും ജാതീയവുമായ ശുദ്ധിസങ്കൽപ്പത്തെപ്പോലെ തികച്ചും കാൽപ്പനികമായ ഒന്നാണ് കന്യകാത്വസങ്കൽപ്പവും. എന്നാൽ ഈ കാൽപ്പനികസങ്കൽപ്പം ഏറ്റവും മൂർത്തമായ സാമൂഹിക–സാംസ്കാരിക ജീവിതത്തെ രൂപപ്പെടുത്തി. കന്യകാത്വസങ്കൽപ്പം നേരത്തെ പറഞ്ഞ സംശയരോഗത്തിന് കാരണമായി. പുരുഷന്മാർക്ക് തങ്ങളുടെ ഭാര്യയുടെ അല്ലെങ്കിൽ കാമിനിയുടെ കന്യകാത്വത്തിൽ സംശയംതോന്നുക സ്വാഭാവികമാണ്. അതിനുകാരണം പുരുഷൻ അല്ലെങ്കിൽ പുരുഷാധിഷ്ഠിത വ്യവസ്ഥ സ്ത്രീക്ക് കന്യകാത്വസങ്കൽപ്പം നിഷ്കർഷിക്കുമ്പോൾ പുരുഷന് അത് നിർബന്ധമാക്കുന്നില്ല എന്നതാണ്. അതുകൊണ്ടുതന്നെ പല സ്ത്രീകളുമായും വിവാഹേതര–വിവാഹപൂർവ ബന്ധങ്ങളിലേർപ്പെടാൻ പുരുഷന് സാധിക്കുന്നു. അതുകൊണ്ട് സ്ത്രീകളെ സംശയിക്കുക പുരഷന്മാരെ സംബന്ധിച്ചിടത്തോളം സ്വാഭാവികമായിത്തീർന്നു.

വിവാഹജീവിതത്തിലും സ്വന്തം ഭാര്യയുടെ പാതിവ്രത്യത്തിൽ പുരുഷന് സംശയം തോന്നുന്നു. പ്രാചീനകാലങ്ങളിൽ കന്യകാത്വപരിരക്ഷയ്ക്കായി അല്ലെങ്കിൽ പാതിവ്രത്യപരിരക്ഷയ്ക്കായി ബെൽറ്റുകൾ ഉപയോഗിച്ചിരുന്നതിനെക്കുറിച്ച് പരാമർശിച്ചുവല്ലോ. സ്വന്തം ഭാര്യ താനില്ലാത്ത അവസരത്തിൽ പുറത്തുപോകാതിരിക്കാൻ വേണ്ടി അവളെ നഗ്നയാക്കി വീട്ടിലടച്ചിട്ട സന്യാസിയെക്കുറിച്ചും നമുക്കറിയാം. ആധുനികകാലത്ത് കന്യകാത്വ സംശയം അല്ലെങ്കിൽ പാതിവ്രത്യസംശയം മാത്രമല്ല അതുമായി ബന്ധപ്പെട്ട സങ്കീർണമായ അസൂയകലർന്ന ഒരു മനോഭാവം പുരുഷമനസുകളിൽ രൂപപ്പെടുന്നുണ്ട്.

ഭാര്യ മറ്റുള്ളവരുമായി ബന്ധം സ്ഥാപിക്കുന്നില്ലെന്ന് ഉറപ്പുണ്ടെങ്കിൽപ്പോലും ഭാര്യയെ മറ്റൊരുതരത്തിൽ സംശയിക്കുന്ന മാനസികാവസ്ഥയാണിത്. ഭാര്യയുടെ ശാരീരികബന്ധത്തിൽ മാത്രമേ ഭർത്താവിന് ഉറപ്പുള്ളൂ. അതായത് ഭാര്യ മറ്റാരുമായും ശാരീരികമായി ബന്ധപ്പെടുന്നില്ല എന്നുറപ്പുണ്ട്. എന്നാൽ അവൾ മാനസികമായി മറ്റാരിലെങ്കിലും ആകൃഷ്ടയാണോ എന്ന സംശയം ബലപ്പെട്ട് സങ്കീർണമായ ഒരു മാനസികാവസ്ഥയായി പരിണമിക്കുന്നു. പാതിവ്രത്യ-കന്യകാത്വ സങ്കൽപ്പം സൃഷ്ടിച്ച ഊരാക്കുടുക്കാണിത്. പലപ്പോഴും കുടുംബകലഹങ്ങളിലേക്കും ആത്മഹത്യകളിലേക്കും കൊലപാതകങ്ങളിലേക്കും ഇത് നയിക്കുന്നു.

മുമ്പുകാലം മുതൽതന്നെ വളർന്നുവന്ന കുടുംബകലഹങ്ങളുടെയും ആത്മഹത്യകളുടെയും കൊലപാതകങ്ങളുടെയും പിറകിൽ ഈ പ്രത്യയശാസ്ത്ര പർദ സജീവമായി പ്രവർത്തിച്ചിരുന്നു. ഈ പ്രത്യയശാസ്ത്ര പർദയുടെ ഭാഗമായിത്തന്നെയാണ് വർധിച്ചുവരുന്ന ഗാർഹികസംഘർഷങ്ങളും ഉണ്ടാവുന്നത്. ഇതുമായി ബന്ധപ്പെട്ട് ഒരുപാട് പദങ്ങൾ നിലനിൽക്കുന്നുണ്ട്. നശിക്കുക, നശിപ്പിക്കുക, അപമാനിക്കുക, മാനഹാനി സംഭവിക്കുക, ദുഷിക്കുക എന്നിവയാണവ. പുരുഷന്റെ ലൈംഗികാതിക്രമണത്തിന് കീഴ്പ്പെട്ടാലും സ്വന്തം ഇഷ്ടത്തിനനുസരിച്ച് ലൈംഗികബന്ധത്തിലേർപ്പെട്ടാലും അത് വിവാഹബാഹ്യമാണെങ്കിൽ സ്ത്രീയെ സംബന്ധിച്ചിടത്തോളം അവൾ 'നശിച്ചു'കഴിഞ്ഞു എന്ന സങ്കൽപ്പമാണിത്. അങ്ങനെ 'നശിച്ച'വൾ ആത്മഹത്യയെ അഭയംപ്രാപിക്കുന്നു. അസംഖ്യം ആത്മഹത്യകൾ അങ്ങനെ നമ്മുടെ നാട്ടിൽ ഇന്നും നടന്നുകൊണ്ടിരിക്കുന്നു. അതുപോലെതന്നെയാണ് അപമാനിക്കപ്പെടുക, മാനഹാനിസംഭവിക്കുക തുടങ്ങിയ സങ്കൽപ്പങ്ങളും. ബലാത്സംഗത്തിനും പീഡനത്തിനും വിധേയരായ സ്ത്രീകളെ സൂചിപ്പിക്കാൻ ഉപയോഗിക്കുന്നതാണ് ഈ പദം. പത്രമാധ്യമങ്ങളും ഇലക്ട്രോണിക് മാധ്യമങ്ങളും സിനിമകളും സീരിയലുകളും ഇത് സമൃദ്ധമായി ഉപയോഗിക്കുന്നു. അതിക്രമത്തിന് വിധേയമാകുന്ന ഒരാൾ എങ്ങനെയാണ് അപമാനിക്കപ്പെടുന്നത്?

ഒരു പുരുഷൻ മറ്റൊരു പുരുഷനാൽ കായികമായി ആക്രമിക്കപ്പെട്ടാൽ അപമാനിക്കപ്പെട്ടു എന്നുപറയാറില്ല. അപ്പോൾ അപമാനം എന്നത്

സ്ത്രീയുടെ ചാരിത്ര്യസങ്കൽപ്പവുമായി ബന്ധപ്പെട്ടതാണ്. സ്ത്രീയെ അപമാനിച്ചതു പുരുഷനാണെങ്കിൽ അവനെ സംബന്ധിച്ചിടത്തോളം അവൻ അപമാനിതനല്ല എന്നും വരുന്നു. യഥാർഥത്തിൽ സ്ത്രീകളെ ആക്രമിക്കുന്നവരാണ് അപമാനിതരാവേണ്ടത്. എന്നാൽ അതിനു വിരുദ്ധമായി ആക്രമിക്കപ്പെടുന്ന അല്ലെങ്കിൽ ലൈംഗികമായി ചൂഷണം ചെയ്യപ്പെടുകയോ പീഡിപ്പിക്കപ്പെടുകയോ ചെയ്യുന്ന സ്ത്രീകൾ ജീവിതാവസാനംവരെ ഇരകളായും അപമാനിതരായും നീതിക്കുവേണ്ടി കൈനീട്ടുന്നവരായും ജീവിക്കേണ്ടിവരുന്നു. സമൂഹം അവരെ നിന്ദയോടെയും പുച്ഛത്തോടെയും ആണ് കാണുന്നത്. ഇത് തീർച്ചയായും സ്ത്രീകളെ അപമാനവീകരിക്കുന്ന ഒരു അവസ്ഥയാണ്.

ഇവിടെ രണ്ടുതരം ഹിംസയാണ് നടക്കുന്നത്. ആദ്യത്തേത് സ്ത്രീ അനുഭവിച്ച ആക്രമണം. രണ്ടാമത്തേത് അതിനുശേഷം അവൾക്ക് അഭിമുഖീകരിക്കേണ്ടിവരുന്ന അവഹേളനങ്ങളുടെയും ഇരയായി ജീവിക്കുന്നതിന്റെയും അവസ്ഥ. ആദ്യത്തേത് കുറച്ച് സമയംമാത്രം നീണ്ടുനിൽക്കുന്ന ആക്രമണമാണെങ്കിൽ രണ്ടാമത്തേത് ജീവിതാന്ത്യംവരെ നീണ്ടുനിൽക്കുന്ന അവസ്ഥ.

അടുത്തകാലത്ത് മലയാളത്തിൽ രചിക്കപ്പെട്ട ഒരു ചെറുകഥയിൽ ബലാത്സംഗം ചെയ്യപ്പെട്ട ഒരു പെൺകുട്ടി ആക്രമണകാരികളോട് മധുരമായി പകരംവീട്ടുന്ന സന്ദർഭമുണ്ട്. *അഗ്നി* എന്ന പേരുള്ള ഈ കഥ രചിച്ചത് സിതാരയാണ്. ബലാത്സംഗം ചെയ്തവനോട് അവന്റെ പ്രകടനം അത്ര പോരായിരുന്നുവെന്നും മറ്റും പറയുന്ന ഭാഗമാണത്. പുരുഷന്റെ ലൈംഗികതയെയും കപട വ്യക്തിത്വത്തെയും അങ്ങേയറ്റം മുറിവേൽപ്പിക്കുന്ന പ്രകടനമാണവൾ നടത്തിയത്. മാനഹാനിയും ദുഃഖവും സഹിച്ച് വീണ്ടും പീഡനങ്ങൾ ഏറ്റുവാങ്ങേണ്ടിവരുന്ന പെൺകുട്ടിയിൽനിന്നും വ്യത്യസ്തമായി വിമോചിതയായ പെണ്ണായി അവൾ മാറുന്നു. ഇവിടെ പുതിയ ലോകത്തിന്റെ സ്ത്രീസങ്കൽപ്പത്തിലേക്കാണ് കഥാകൃത്ത് വിരൽ ചൂണ്ടുന്നത്. പുതിയ സ്ത്രീസ്വത്വത്തെയാണ് ആവിഷ്കരിക്കുന്നത്. പാതിവ്രത്യ–കന്യകാത്വ സങ്കൽപ്പങ്ങളുടെ ഗർഭഗൃഹങ്ങളിൽ തളച്ചിടപ്പെട്ട സ്ത്രീയെ വിമോചിപ്പിക്കുന്ന ആശയമാണിത്.

കന്യകാത്വസങ്കൽപ്പനത്തിന്റെ ഉള്ളടക്കം സ്ത്രീയെ തീർത്തും അടിമയാക്കുക എന്നതുതന്നെയാണ്. നമ്പൂതിരി സമുദായത്തിൽ നല്ലൊരു ഭാഗം സ്ത്രീകളും ആജീവനാന്ത കന്യകളായിരുന്നു. എന്നുവെച്ചാൽ അവർക്ക് പൂർണമായും ലൈംഗികബന്ധവും വിവാഹജീവിതവും നിഷേധിക്കപ്പെട്ടിരുന്നു. നമ്പൂതിരി സമുദായത്തിലെ സീമന്തപുത്രൻ മാത്രം സ്വന്തം സമുദായത്തിൽനിന്നും വിവാഹം കഴിക്കുക എന്ന രീതിയായിരുന്നു ഇവിടെ നിലനിന്നിരുന്നത്. സീമന്തപുത്രനൊഴിച്ച് മറ്റുള്ള ആണുങ്ങളെല്ലാം നായർ സ്ത്രീകളുമായും മറ്റും സംബന്ധവിവാഹം ചെയ്തിരുന്നു. ഇതിന്റെ ഭാഗമായിട്ടാണ് നമ്പൂതിരി സമുദായത്തിലെ ഭൂരിപക്ഷം സ്ത്രീകളും അവിവാഹിതരായി ജീവിക്കേണ്ടിവന്നത്.

ഏതെങ്കിലും നമ്പൂതിരി പെൺകുട്ടി പരപുരുഷന്മാരുമായി ബന്ധപ്പെട്ടു എന്ന് സംശയം തോന്നിയാൽ അവരെ സ്മാർത്തവിചാരം പോലുള്ള ദണ്ഡനമുറകൾക്ക് വിധേയമാക്കിയിരുന്നു. അതുപോലെ തന്നെ പുലപ്പേടി, മണ്ണാപ്പേടി തുടങ്ങിയ ആചാരങ്ങളും നിലനിന്നിരുന്നു. മൂവന്തി സമയത്ത് ഉപരിജാതിയിലെ പെൺകുട്ടികളെ അല്ലെങ്കിൽ സ്ത്രീകളെ താഴ്ന്ന ജാതിയിൽ പെട്ട പുരുഷന്മാർ കണ്ടുപോയാൽ അവരെ വീട്ടിൽനിന്നും പുറത്താക്കുകയായിരുന്നു. എം ടിയുടെ ഒരു സിനിമയിൽ ഇത് ചിത്രീകരിച്ചിട്ടുണ്ട്. ഇത്തരത്തിലുള്ള എണ്ണമറ്റ അനാചാരങ്ങളും അന്ധവിശ്വാസങ്ങളും നമ്മുടെ സമൂഹത്തിൽ നിലനിന്നിരുന്നു. നമ്പൂതിരി സമുദായത്തിലെ അനാചാരം പ്രതീകാത്മക പ്രാധാന്യമുള്ളതാണ്. തോന്നുന്ന വീടുകളിലെല്ലാം കയറിപ്പറ്റി സംബന്ധവിവാഹമെന്ന പേരിൽ സ്ത്രീകളെ വെപ്പാട്ടികളാക്കുകയും സ്വന്തം കുടുംബത്തിലെയും സമുദായത്തിലെയും സ്ത്രീകളെ ആജീവനാന്ത അവിവാഹിതകളാക്കുകയും ചെയ്യുന്ന നമ്പൂതിരി പുരുഷന്മാരുടെ രീതി ഇന്ത്യൻ പുരുഷാധിപത്യസമൂഹത്തിന്റെ ഇരട്ടസമീപനത്തിന്റെ പ്രതീകമാണ്. ഒരുഭാഗത്ത് കന്യകാത്വത്തെയും പാതിവ്രത്യത്തെയും ആദർശവൽക്കരിക്കുകയും മറുഭാഗത്ത് വേശ്യാസമ്പ്രദായം, ദേവദാസി സമ്പ്രദായം, വെപ്പാട്ടി വ്യവസ്ഥ, ബഹുഭാര്യാത്വം എന്നിവ നിർബാധം നിലനിർത്തുകയും ചെയ്യുക എന്നതാണ് പുരുഷാധിപത്യത്തിലധിഷ്ഠിതമായ ഇന്ത്യൻ കുടുംബവ്യവസ്ഥ നാളിന്നുവരെ പിന്തുടർന്നതും ഇന്നും പിന്തുടർന്നുകൊണ്ടിരിക്കുന്നതും.

സ്ത്രീയെ ഒരു വീട്ടുമൃഗമായി തളച്ചിടുക എന്നതാണ് പുരുഷാധിപത്യസമൂഹം ചെയ്തുകൊണ്ടിരിക്കുന്നത്. പ്രത്യയശാസ്ത്രപരമായ പർദയോടൊപ്പംതന്നെ പ്രത്യക്ഷമായ ഹിംസാത്മകതയും, സ്ത്രീകൾക്കെതിരെ ഉപയോഗിച്ചിരുന്നു എന്നതിന്റെ തെളിവാണ് മേൽപ്പറഞ്ഞത്. *അർഥശാസ്ത്ര*ത്തിൽ ചാണക്യൻ നിർദേശിച്ച രീതിതന്നെയാണിത്. സ്ത്രീകളുടെ പ്രചോദനങ്ങളെ നിയന്ത്രിക്കാൻ ഭരണകൂടത്തിന്റെ ബലപ്രയോഗത്തെ ആശ്രയിക്കാനാണ് ചാണക്യൻ പുരുഷന്മാരോട് പറയുന്നത്. അങ്ങനെ പുരുഷാധിഷ്ഠിത മൂല്യങ്ങൾ സ്ത്രീകൾ ഭേദിക്കുമ്പോൾ അവർക്ക് കർശനമായ ശിക്ഷയും നൽകിയിരുന്നു. ഉപരിജാതിയിലെ സ്ത്രീ താഴ്ന്ന ജാതിയിലെ പുരുഷനുമായി ബന്ധം സ്ഥാപിച്ചാൽ പുരുഷൻ കൊല്ലപ്പെടണമെന്നും സ്ത്രീ പൊതുസമൂഹത്തിൽ അപമാനിക്കപ്പെടണമെന്നും ഗൗതമൻ നിർദേശിക്കുന്നു.

സ്ത്രീ പുരുഷാധിഷ്ഠിതമൂല്യങ്ങൾ ഭേദിക്കുമ്പോൾ ഭേദിക്കപ്പെടുന്നത് ജാതിമൂല്യങ്ങൾ തന്നെയാണ് എന്നുവരുന്നു. ജാതിമൂല്യങ്ങളും ലിംഗമൂല്യങ്ങളും പരസ്പരം ബന്ധപ്പെട്ടുകൊണ്ടാണ് പ്രവർത്തിക്കുന്നത്. സ്ത്രീ ലിംഗമൂല്യങ്ങൾ ഭേദിച്ചാൽ രാജാവ് അവളെ പട്ടികൾക്കെറിഞ്ഞുകൊടുക്കണമെന്ന് മനുവും ഗൗതമനും പറയുന്നു. ഹിന്ദുസമുദായത്തിലെ പ്രത്യേകിച്ചും സവർണജാതിയിലെ സ്ത്രീകളെ താഴ്ന്നജാതിയിലെയോ

അന്യമതങ്ങളിലെയോ പുരുഷന്മാർ പ്രണയിക്കുകയോ വിവാഹം കഴിക്കുകയോ ചെയ്താൽ അഭിമാനഹത്യ നടപ്പാക്കുന്നത് സമീപകാലത്ത് നാം കാണുകയുണ്ടായി. പലപ്പോഴും സഹോദരന്മാരാണ് ഈ ക്രൂര കൃത്യം നടപ്പാക്കുന്നത്. വിവാഹാനന്തരം സഹോദരിയെയും ഭർത്താവിനെയും നിഷ്ഠുരമായി കൊലചെയ്യുക എന്ന രീതിയാണിത്. ചില കോടതിവിധികളും ഇതിനെ ന്യായീകരിക്കുകയുണ്ടായി എന്നതാണ് അത്ഭുതകരം. നൂറ്റാണ്ടുകളായി തുടർന്നുവന്ന രീതിയാണിത്.

മുമ്പുകാലത്ത് രാജാവും മറ്റുമാണ് ശിക്ഷ നടപ്പാക്കിയിരുന്നതെങ്കിൽ ഇന്ന് സംഘപരിവാർ ശക്തികളുടെ പിൻബലത്തോടെ കുടുംബാംഗങ്ങൾ തന്നെയാണ് ഇത് ചെയ്യുന്നത്. അപമാനിതയായ സ്ത്രീ ആത്മഹത്യ ചെയ്യാത്തതുകൊണ്ടാണ് അപമാനിതനായ സഹോദരൻ അഭിമാനഹത്യ ചെയ്യുന്നത്. സ്ത്രീയെ ബലാത്സംഗം ചെയ്യുന്നതും ലൈംഗികതയുടെ പേരിൽ അവളെ കൊലചെയ്യുന്നതും ഒരേ പ്രവൃത്തിതന്നെയാണ്. കൊലചെയ്യുന്നതിന്റെ മനഃശാസ്ത്രം തന്നെയാണ് ബലാത്സംഗത്തിലും പ്രവർത്തിക്കുന്നത്. ഉത്തരേന്ത്യയിലും മറ്റും മേൽപ്പറഞ്ഞ കേസുകളിൽ ബലാത്സംഗമായിരുന്നു ശിക്ഷ. സ്ത്രീകൾ തങ്ങൾക്കിഷ്ടപ്പെട്ട ബന്ധങ്ങളിലേർപ്പെട്ടാൽ ശിക്ഷ ബലാത്സംഗമായിരുന്നു. പത്തോളം പുരുഷന്മാരെക്കൊണ്ട് ഒരു സ്ത്രീയെ ബലാത്സംഗം ചെയ്യിപ്പിച്ച കഥ പത്രങ്ങളിൽ വന്നതാണ്.

വിധവകളുടെ പർദ

ലൈംഗിക നിരോധനം എല്ലാ ഹിംസകളുടെയും അമ്മയാണ്. മേൽപ്പറഞ്ഞവ പ്രത്യക്ഷമായ ശാരീരികാക്രമണമാണെങ്കിൽ പരോക്ഷമായ ഒരുപാട് ആക്രമണങ്ങളുമുണ്ട്. അതിലൊന്നാണ് വൈധവ്യ സങ്കൽപ്പം. സതി സമ്പ്രദായത്തിന്റെ മറ്റൊരു രൂപമാണിത്. സതി സമ്പ്രദായത്തിൽ സ്ത്രീയെ നിമിഷങ്ങൾകൊണ്ട് ഇല്ലാതാക്കുകയാണെങ്കിൽ വൈധവ്യ സങ്കൽപ്പം സ്ത്രീകളെ ആജീവനാന്തം തടവറയിലിടുകയാണ്, ഇഞ്ചിഞ്ചായി ഇല്ലാതാക്കുകയാണ്. ഭർത്താവ് നേരത്തെ മരിച്ചതിന്റെ ഉത്തരവാദി ഭാര്യയാണ് എന്ന സങ്കൽപ്പമാണ് ഇതിന്റെ അടിസ്ഥാനങ്ങളിലൊന്ന്. അവൾ ഉത്തമയായ സ്ത്രീയായിരുന്നെങ്കിൽ അഥവാ പതിവ്രതയായിരുന്നെങ്കിൽ ഭർത്താവ് ദീർഘായുസ്സോടെ ജീവിക്കുമായിരുന്നു എന്ന സങ്കൽപ്പം ഭർത്താവ് മരിച്ചതോടെ അവൾ ഉത്തമയായ ഭാര്യയല്ലെന്ന് ബോധ്യമാവുന്നു. ആഭരണങ്ങളും നല്ല വസ്ത്രങ്ങളും സഞ്ചാരങ്ങളും ആരാധനകൾപോലും നിഷേധിക്കപ്പെട്ട് എല്ലാത്തരം വികാരങ്ങളും സ്വയം അടിച്ചമർത്തി ജീവിക്കാനവൾ നിർബന്ധിക്കപ്പെടുന്നു.

ഹിന്ദുമതത്തിൽ വിധവയുടെ ജീവിതം വളരെ പരിതാപകരമാണ്. ആരാധനകൾ നടത്തുമ്പോൾ വിധവകളെ കാണേണ്ടിവരുന്നത് മറ്റു സ്ത്രീകൾക്ക് ഒരു അപശകുനമാണ്. അന്തരിച്ച പ്രശസ്ത എഴുത്തുകാരി കമലാസുരയ്യയ്ക്ക് അത്തരമൊരനുഭവമുണ്ടായിരുന്നു. ലോകപ്ര

സിദ്ധയായ കവിയും നോവലിസ്റ്റും കഥാകൃത്തുമായ അവരെ ചില ലോക്കൽ സ്ത്രീകൾ ഈർഷ്യയോടെ നോക്കുന്നതും സംസാരിക്കുന്നതും എഴുത്തുകാരി അറിഞ്ഞു. ഇത്തരം അനുഭവങ്ങളാണ് അവരെ ഇസ്ലാംമതത്തിലേക്ക് മതപരിവർത്തനം ചെയ്യുന്നതിന് പ്രേരിപ്പിച്ചത്. പ്രാചീനകാലത്ത് വിധവകളുടെ മേൽ 'നിയോഗം' എന്ന സമ്പ്രദായം അടിച്ചേൽപ്പിക്കപ്പെട്ടു. ഇതനുസരിച്ച് വിധവകളെ ചില സവിശേഷ അധികാരങ്ങളുള്ള പുരുഷന്മാർ വിവാഹം ചെയ്തിരുന്നു.എന്നാൽ ഈ വിവാഹം അനുഷ്ഠാനപരമായിരുന്നു. വിധവ ഇപ്രകാരം വിവാഹം ചെയ്യപ്പെട്ടാലും യഥാർഥ ഭർത്താവ് മരിച്ചുപോയ ആൾ തന്നെയാണ് എന്നായിരുന്നു ഒരു വിശ്വാസം. നിയോഗ സമ്പ്രദായത്തിൽ കുട്ടികൾ ജനിച്ചാൽ അവരിൽ യാതൊരുവിധ അവകാശവും പുതിയ ഭർത്താവിനുണ്ടായിരുന്നില്ല. സ്ത്രീയുടെ ദേഹംമുഴുവൻ നെയ്യ്പോലുള്ള വസ്തുക്കൾ പുരട്ടിവേണം പുതിയ ഭർത്താവിന്റെ കൂടെ ശയിക്കാൻ.

ഇത്തരത്തിൽ വളരെ വികൃതവും വിചിത്രവും അപമാനവീകൃതവുമായ ആചാരങ്ങളാണ് ഹിന്ദുസമൂഹം സ്ത്രീകളുടെമേൽ അടിച്ചേൽപ്പിച്ചത്. നിയോഗസമ്പ്രദായത്തിൽ ചിലയിടങ്ങളിൽ മരിച്ച ഭർത്താവിന്റെ സഹോദരനാണ് വിധവയുടെ പുതിയ ഭർത്താവായി വരുന്നത്. യഥാർഥത്തിൽ സ്ത്രീയെ ഇത്രമാത്രം അടിച്ചമർത്തുകയും ഇല്ലാതാക്കുകയും ചെയ്യുന്ന മറ്റൊരു മതമില്ല. സ്ത്രീ ദേവിയാണ്, അമ്മയാണ് എന്നെല്ലാമുള്ള ഹിന്ദുമതത്തിന്റെ പ്രഖ്യാപനങ്ങൾ തീർത്തും കപടമാണ്. വൈധവ്യം എന്ന അവസ്ഥ ഒരു സാമൂഹിക മരണമാണ്. ഓർലാൻഡോ പാറ്റേഴ്സൺ തന്റെ *സ്ലേവറി ആന്റ് സോഷ്യൽ ഡെത്ത്* എന്ന ഗ്രന്ഥത്തിൽ സോഷ്യൽ ഡെത്ത് എന്ന പ്രയോഗം നടത്തുന്നുണ്ട്. പ്രത്യുൽപ്പാദനം, ലൈംഗികത എന്നിവയിൽ നിന്നെല്ലാം തീർത്തും അന്യവൽക്കരിക്കപ്പെടുകയാണ് ഒരു വിധവ. കുടുംബത്തിൽനിന്നുപോലും അവൾ അന്യവൽക്കരിക്കപ്പെടുന്നു.കാരണം ഭാര്യയല്ലാതായവളാണ് വിധവ. ഭർത്താവ് മരിച്ചതോടെ അവളിലെ ഭാര്യ മരിച്ചു. അവളിനി ആർക്കും വേണ്ടാത്ത എല്ലാവർക്കും ഭാരമായ ഒരു മൃതജീവിയാണ്. അവളൊരു കുഞ്ഞിനെ പ്രസവിച്ചിട്ടില്ലെങ്കിൽ അതിനെക്കാൾ ഭീകരമാണ് അവളുടെ അവസ്ഥ. അവളൊരു വ്യക്തിപോലും അല്ലാതായി മാറുന്നു. ബ്രാഹ്മണിക് പാട്രിയാർക്കി അടിച്ചേൽപ്പിച്ച ദുരന്തമാണിത്.

സ്ത്രീയെ അവൾ വിധവയായിക്കഴിഞ്ഞാൽ എല്ലാവിധ സ്വാതന്ത്ര്യങ്ങളും ലൈംഗികതയും നിഷേധിച്ചുകൊണ്ട് അവളെ ഒരു പെൺസന്യാസിയായി മാറ്റുന്നു. അല്ലെങ്കിൽ വീട്ടിനകത്ത് വീടിനും നാടിനും വേണ്ടാത്തവളായി അകറ്റിനിർത്തുന്നു. ഹിന്ദുമതത്തിനകത്തുതന്നെ ഭ്രഷ്ടയായി അവൾ ജീവിക്കുന്നു. ഹിന്ദുമതം പ്രാന്തവൽക്കരിച്ച അനേകം വിഭാഗങ്ങളിൽ ഒന്നാണവൾ-വിധവാസമൂഹം. വിധവകളെ ഒരു പ്രാന്തവൽക്കൃത വിഭാഗമായി ബ്രാഹ്മണിക് പാട്രിയാർക്കി കാണുന്നു. തല മുണ്ഡനം ചെയ്ത് ആഭരണങ്ങളെല്ലാം ഉപേക്ഷിച്ച് വെള്ളവസ്ത്രം ധരിച്ച് ഉപേക്ഷിക്കപ്പെട്ട ജീവിതം നയിക്കുകയായിരുന്നു അവൾ.

ഭാര്യ അല്ലാതാവുന്നതോടെ അവൾ ഒന്നുമല്ലാതാവുന്നു. കന്യകയുമല്ല, മകളുമല്ല, ഭാര്യയുമല്ല. സുമംഗലി, സൗഭാഗ്യവതി, പതിവ്രത, കന്യക എന്നീ കപടമായ ആദർശ പദങ്ങളെല്ലാം അവളിൽനിന്ന് എടുത്തുമാറ്റപ്പെട്ടിരിക്കുന്നു. മംഗളകരമായ ഒന്നും അവൾക്കിനിയില്ല. ഒരു വിധവ വളരെക്കാലം ജീവിച്ചിരിക്കുന്നത് കുടുംബത്തിനുതന്നെ വിനയാണെന്ന് വിശ്വസിക്കപ്പെടുന്നു. ഏതു നിമിഷവും കാമാതുരമായ ജീവിതത്തിലേക്ക് പ്രലോഭിപ്പിക്കപ്പെടാവുന്നവളാണ് വിധവ എന്നു വിശ്വസിക്കപ്പെടുന്നു. കാരണം അവൾക്ക് ഭർത്താവില്ല. അതിനാൽ അവളുടെ മനസ്സ് എപ്പോഴും പുരുഷസ്പർശനത്തിനും സാമീപ്യത്തിനും വേണ്ടി ദാഹിക്കുന്നു. അവൾ മറ്റു പുരുഷന്മാർക്കുതന്നെ ഭീഷണിയായി മാറുന്നു–ഇതാണ് പൊതുസമൂഹം വിധവയെക്കുറിച്ച് നിലനിർത്തുന്ന ധാരണകൾ.

ഭാര്യ പതിവ്രതയല്ലെങ്കിൽ ഭർത്താവ് കടലിൽ മുങ്ങിമരിക്കും എന്നതാണ് മുക്കുവസമുദായങ്ങളിലെ ഒരു വിശ്വാസം. തകഴിയുടെ *ചെമ്മീൻ* എന്ന പ്രശസ്തമായ നോവലിലെ പ്രമേയമിതാണ്. കറുത്തമ്മ എന്ന നായിക വിവാഹത്തിനുമുമ്പ് പരീക്കുട്ടി എന്ന ഒരാളെ സ്നേഹിച്ചിരുന്നു. എന്നാൽ അവളെ അച്ഛനമ്മമാർ വിവാഹം കഴിപ്പിച്ചുകൊടുക്കുന്നത് പളനിക്കാണ്. പളനി അവളെ വിവാഹം കഴിക്കുന്നതോടെ അവളുടെ പൂർവകഥകളും അയാളറിയുന്നു. കടലിൽപ്പോയ ഭർത്താവിന്റെ ജീവനുവേണ്ടി കറുത്തമ്മ പ്രാർഥനാ നിർഭരമായി കാത്തിരിക്കുന്നു. ഈ കാത്തിരിപ്പ് മുക്കുവരുടെ മാത്രം കാത്തിരിപ്പല്ല. ഇന്ത്യൻ സ്ത്രീയുടെ കാത്തിരിപ്പാണ്. ഈ പ്രാർഥനാനിർഭരത, ഈ ശുദ്ധിസങ്കൽപ്പം, ഇന്ത്യൻ സ്ത്രീത്വത്തിനുമേൽ സവർണ വ്യവസ്ഥ അടിച്ചേൽപ്പിച്ചതാണ്.

ഒരു സ്ത്രീ വിധവയാകുന്നതിന്റെ കാരണം അവളുടെ പൂർവകർമങ്ങളാണെന്ന് വിശ്വസിക്കപ്പെടുന്നു. പതിവ്രതയായിരുന്നിട്ടും സാവിത്രി എന്ന കഥാപാത്രം വിധവയാകുന്നുണ്ട്. അവൾ തന്റെ ഭർത്താവായ സത്യവാന്റെ ജീവനുവേണ്ടി പൊരുതുന്നുണ്ട്. പക്ഷേ, അവളുടെ വിധി അവളെ വിധവയാക്കുന്നു. ഒന്നുകിൽ പതിവ്രതയാവുക അല്ലെങ്കിൽ സതിയാവുക അതുമല്ലെങ്കിൽ വിധവയാവുക ഇതാണ് പൗരോഹിത്യസങ്കൽപ്പം. സ്ത്രീ പതിവ്രതയായിരുന്നെങ്കിൽ വിധവയാകുമായിരുന്നില്ലല്ലോ അങ്ങനെ വരുമ്പോൾ അവൾക്ക് സതിയാവാനുള്ള വഴിയുണ്ട്. ഭർത്താവിനോടൊപ്പം മരിക്കണം. എങ്കിൽ അവൾക്ക് സ്വർഗത്തിൽ പ്രവേശിക്കാം. യഥാർഥ സ്ത്രീ ഭർത്താവിനു മുമ്പ് മരിക്കുന്നവളാണ്. ഇതൊക്കെയാണ് വിധവയെക്കുറിച്ചുള്ള സങ്കൽപ്പങ്ങൾ.

ഭാര്യ മരിച്ച ഒരാൾക്ക് ഇത്തരം പ്രശ്നങ്ങളൊന്നുമില്ല. വിഭാര്യനായ അയാൾക്ക് വൈധവ്യംപോലുള്ള ഒരു ദുരന്താവസ്ഥയില്ല. അയാൾക്ക് പുനർവിവാഹം കഴിക്കാം. വിധവയ്ക്കാവട്ടെ പുനർവിവാഹം കഴിച്ചാലും അവളുടെ വിധവാത്വം അവളെ പിന്തുടരും. മരിച്ചുപോയ പുരുഷന്റെ ഭാര്യയായിരുന്നുവെന്നുള്ള അവസ്ഥ, അവളുടെ ഭൂതകാലം, വർത്തമാനകാലത്തെ വേട്ടയാടും. വർത്തമാനകാലത്തെക്കാൾ ഭൂതം ശക്തമായി

നിലനിൽക്കും. അവൾ ദുരന്തഗ്രസ്ഥമായ ഭൂതത്തിന്റെ പ്രതീകമായി പുതിയ കുടുംബത്തെ നിരന്തരം ആവേശിക്കുന്നു. ഒന്നുകിൽ സ്ത്രീ അവളുടെ ഭർത്താവിനോടൊപ്പം മരണത്തിൽ 'സഹഗമനം' അല്ലെങ്കിൽ 'സഹമരണം' അനുഷ്ഠിക്കണം.

യഥാർഥരൂപത്തെ അതിന്റെ നിഴൽരൂപം പിന്തുടരുന്നതുപോലെ ഭർത്താവിനെ ഭാര്യ മരണത്തിലും പിന്തുടരണം. ഇത്തരമൊരു ഉത്തരവാദിത്വം തനിക്കുണ്ടെന്ന് സ്ത്രീ ഉറപ്പിക്കുന്നതിന്റെ ഭാഗമായി അവൾ വിവാഹവേളയിൽ പ്രതിജ്ഞചെയ്യുന്നു. ത്രയമ്പകന്റെ *സ്ത്രീധർമപദ്ധതി* എന്ന കൃതിയിൽ ബ്രാഹ്മണന്മാർ ഈ പ്രതിജ്ഞാവാചകം ചൊല്ലിക്കൊടുക്കേണ്ടതിനെപ്പറ്റി പറയുന്നുണ്ട്. ജീവിച്ചിരിക്കുമ്പോഴും മരിക്കുമ്പോഴും ഭർത്താവിനെ ഭാര്യ പിന്തുടരണം എന്ന് വധുവിനെക്കൊണ്ട് പ്രതിജ്ഞ ചെയ്യിപ്പിക്കുന്നു. ഭർത്താവ് മരിച്ചാൽ ഭാര്യ എങ്ങനെയാണ് അയാളെ പിന്തുടരേണ്ടതെന്നും, ചിതയിൽ ചാടേണ്ടതെന്നും ത്രയമ്പകന്റെ ഗ്രന്ഥം പരാമർശിക്കുന്നുണ്ട്. സതി ആവാത്ത അഥവാ സതി അനുഷ്ഠാനം നിർബന്ധമല്ലാത്ത സമൂഹങ്ങളിലെ സ്ത്രീകൾ ഭർത്താവിന്റെ മരണശേഷം പ്രതീകാത്മകമായി മംഗല്യസൂത്രം ഭേദിക്കുന്നു. നെറ്റിയിലെ സിന്ദൂരപ്പൊട്ട് മായ്ക്കുന്നു. വളകൾ പൊട്ടിച്ചെറിയുന്നു. ഇതെല്ലാം പ്രതീകാത്മകമാണ്. സ്വാഭാവികജീവിതം അവൾക്ക് നിഷേധിക്കപ്പെടുകയാണ്.

ലൈംഗികതയുടെ പ്രതീകമായ ചുവന്ന വസ്തുക്കളെല്ലാം വിധവയ്ക്ക് നിഷേധിക്കപ്പെടുന്നു. അലൈംഗികതയുടെ പ്രതീകമായ ശുഭ്രവസ്ത്രം അവളുടെമേൽ വീഴുന്നു. കുങ്കുമം അവളിൽനിന്നും മായ്ച്ചുകളയുന്നു. കാരണം അത് തീക്ഷ്ണവർണമാണ്. അത് ഫലഭൂയിഷ്ഠതയുടെ, ഉർവരതയുടെ, പ്രത്യുൽപ്പാദനക്ഷമതയുടെ വർണമാണ്. കുങ്കുമത്തിന് പകരം അവൾ വിഭൂതി ഉപയോഗിക്കുന്നു. വിഭൂതി എന്നാൽ ചാരമാണ്. അവളുടെ വിഷാദാത്മകമായ ഭാവി ജീവിതത്തിന്റെ ദുരന്തഗ്രസ്ഥമായ അടയാളം പോലെ അവൾ ചാരമേറ്റുവാങ്ങുന്നു. ജീവിച്ചിരിക്കെ തന്നെ മരിച്ചതിന് തുല്യമായി കഴിയുന്ന അവളുടെ ജീവിതത്തിന്റെ പ്രതീകമായി അവൾ ചാരം സ്വീകരിക്കുന്നു. ഭർത്താവിന്റെ മരണത്തിന്റെ ഓർമകൾ പേറുന്ന ചാരം. ജീവിതത്തിൽനിന്ന് എല്ലാ പ്രതീക്ഷകളും സ്വപ്നങ്ങളും മോഹങ്ങളും പിഴുതെറിയാനുള്ള ആജ്ഞയുടെ അടയാളമാണത്.

*മഹാഭാരത*ത്തിൽ ദ്രൗപദി തന്റെ മുടി കെട്ടഴിച്ചുവിടുന്നുണ്ട്. അതുപോലെതന്നെ വിധവകൾ ചില പ്രത്യേകാവസരങ്ങളിൽ മുടികെട്ടാറില്ല. ദ്രൗപദി തന്റെ ഭർത്താക്കന്മാർ ജീവിച്ചിരിക്കെതന്നെ കുറച്ചുകാലം വിധവയെപ്പോലെ ജീവിക്കുന്നു– പന്ത്രണ്ട് സംവത്സരം. കാരണം അവളെ കൗരവസദസിലിട്ട് ദുശ്ശാസനനെപ്പോലുള്ള തെമ്മാടികൾ ആക്രമിച്ചപ്പോൾ, വ്സ്ത്രാക്ഷേപം ചെയ്തപ്പോൾ അവളെ സംബന്ധിച്ചിടത്തോളം ഭർത്താക്കന്മാരെല്ലാം മരിച്ചു. അതിന്റെ പ്രതീകമായിട്ടാണ് അവൾ മുടിയഴിച്ചിട്ടത്. അവളുടെ ആ വൈധവ്യം അവസാനിപ്പിച്ചത് ഭീമനാണ്.

സംഘകാല കൃതികളിലൊന്നായ *പുറനാനൂറിൽ* വിധവകൾ അനുഷ്ഠിക്കേണ്ട ആചാരങ്ങളെക്കുറിച്ച് പറയുന്നുണ്ട്. എ ഡി രണ്ടാംനൂറ്റാണ്ടിൽ രചിക്കപ്പെട്ടു എന്നു കരുതുന്ന കൃതിയാണ് *പുറനാനൂറ്*. അതിൽ പറയും പ്രകാരം വിധവകൾ വളകൾ തുടങ്ങിയ ആഭരണങ്ങൾ ധരിക്കാൻ പാടില്ല. തല മുണ്ഡനം ചെയ്ത് തലയിൽ മണ്ണ് പുരട്ടി കല്ല് തലയിണയാക്കി കിടക്കണം. ഇതിനെക്കുറിച്ച് പരാമർശിച്ച മറ്റൊരു ഗ്രന്ഥമാണ് സംസ്കൃതത്തിൽ രചിക്കപ്പെട്ട *മദനപാരിജാതം*. എ ഡി നാലാം നൂറ്റാണ്ടിൽ രചിക്കപ്പെട്ട *സ്കന്ദപുരാണം* എന്ന കൃതിയുടെ വ്യാഖ്യാനമാണിത്. പ്രാദേശികമായി ഇത്തരം ആചാരാനുഷ്ഠാനങ്ങളിൽ വ്യത്യസ്തതകൾ ഉണ്ടായിരുന്നെങ്കിലും അടിസ്ഥാനപരമായി എല്ലായിടത്തും വിധവകൾ അകറ്റിനിർത്തപ്പെടുകയും സാമൂഹികമായി മൃതരാക്കപ്പെടുകയുമായിരുന്നു.

സ്ത്രീകളുടെ മുടി അപകടകരവും അമംഗളകരവുമായിട്ടാണ് പരിഗണിക്കപ്പെട്ടത്. അത് മാലിന്യമാണെന്ന് കരുതപ്പെടുന്നു. പിഴുതെറിയപ്പെട്ട മുടിയല്ല പിഴുതെറിയപ്പെടാത്ത ശിരസ്സിൽ വളർന്നുനിൽക്കുന്ന മുടിയെപ്പറ്റിയാണ് പറയുന്നത്. മുടി ലൈംഗികതയുടെയും പ്രതീകമായി കാണുന്നവരുണ്ട്. വിധവ തന്റെ മുടി മൊട്ടയടിക്കുന്നില്ലെങ്കിൽ അവളുടെ മുടിയിഴകളിൽ വീഴുന്ന ഓരോ തുള്ളി വെള്ളവും അവളുടെ മരിച്ചുപോയ ഭർത്താവിന്റെ ആത്മാവിനെ ദുഷിപ്പിക്കും. മുടി അങ്ങനെ ലൈംഗികതയെ മാത്രമല്ല പ്രതീകവൽക്കരിക്കുന്നത്; ജാതീയ വിശ്വാസങ്ങളെയുമാണ്.

പുരുഷനെ സംബന്ധിച്ചിടത്തോളം ശക്തിയുടെയും പൗരുഷത്തിന്റെയും സ്വാതന്ത്ര്യത്തിന്റെയും പ്രതീകമാണ് മുടി. ചില സന്യാസിമാർ മുടി വളർത്തുന്നു. താടിരോമങ്ങൾ വളർത്തുന്നു. എന്നാൽ സ്ത്രീകളെ സംബന്ധിച്ചിടത്തോളം അത് നേരെ വിപരീതമാണ്.

ഭർത്താവ് മരിക്കുന്നതുവരെ സൗന്ദര്യത്തിന്റെയും സമൃദ്ധിയുടെയും ഐശ്വര്യത്തിന്റെയും ശ്യാമനിധിയായിരുന്ന കാർകൂന്തൽ അയാളുടെ മരണത്തോടെ അപശകുനത്തിന്റെയും അശുദ്ധിയുടെയും പ്രതീകമാകുന്നു. ലൈംഗിക ഭീതിയുടെ സൂചകമാകുന്നു. ഇങ്ങനെ ഒരു വൈപരീത്യം സംഭവിക്കാൻ എന്താണ് കാരണം. ഹൈന്ദവസങ്കൽപ്പവുമായി വിശേഷിച്ചും ലൈംഗികതയുമായി അതിനുള്ള ബന്ധങ്ങളിലെല്ലാം ഈ വൈപരീത്യം കാണാം. ഒരിക്കൽ ഹിതമായത് മറ്റൊരിക്കൽ അഹിതമാവുന്നു. ദൈവികമായിരുന്നത് പൈശാചികമാവുന്നു. വാഴ്ത്തപ്പെട്ടവൾ ശപിക്കപ്പെട്ടവളാകുന്നു. ദിവ്യമായത് നരകതുല്യമാവുന്നു. ആദർശവാക്യങ്ങൾ ശാപവചനങ്ങളാകുന്നു. മുടി പ്രത്യുൽപ്പാദനക്ഷമതയുടെയും പൗരുഷത്തിന്റെയും ശക്തിയുടെയും സൗന്ദര്യത്തിന്റെയും മാത്രം പ്രതീകമല്ല. അത് അടിസ്ഥാനപരമായി ലൈംഗികതയുടെ പ്രതീകമാണ്. സ്ത്രീസൗന്ദര്യത്തിന്റെയും സ്ത്രീയുടെ വശ്യതയുടെയും ചുരുക്കിപ്പറഞ്ഞാൽ സ്ത്രീലൈംഗികതയുടെ ഏറ്റവും മൂർത്തമായ പ്രതീകമാണത്.

ഭർത്താവ് മരിക്കുന്നതോടെ ഈ വശ്യതയും സൗന്ദര്യവുമെല്ലാം

അമംഗളകരമാകുന്നു. പുരുഷന്റെ കൃത്യമായി പറഞ്ഞാൽ ഏകപുരുഷന്റെ അസാന്നിധ്യത്തിൽ സ്ത്രീയുടെ എല്ലാ വാഴ്ത്തപ്പെട്ട സൗന്ദര്യവും ഭീതിജനകമായി മാറുന്നു. ഇത് ഇന്ത്യൻ പുരുഷാധിപത്യസമൂഹത്തിന്റെ മൂല്യങ്ങളുടെ രോഗാവസ്ഥയാണ്. ഇതിന്റെ വൈരുധ്യമാണ് വിധവകളുടെ ജീവിതത്തിൽ കാണുന്നത്.

വിധവകളുടെ കാര്യത്തിൽ വേറെയും വിശ്വാസങ്ങളുണ്ട്. ആൺകുട്ടികളില്ലാത്ത വിധവകൾ കൂടുതൽ സംശയത്തിന് ഇരകളാവുന്നു. ആൺകുട്ടികളില്ലാത്ത സ്ത്രീകൾ ഐശ്വര്യവതികളല്ല എന്നാണ് പൊതുവിലുള്ള വിശ്വാസം. വിധവകൾക്ക് ഒരു സാമൂഹ്യജീവിതമില്ല. അവർ ഏറ്റവും താഴ്ന്നതെന്ന് പറയപ്പെടുന്ന ജോലികൾ ചെയ്ത് ജീവിക്കണം. വിധവകളിൽ ഏറ്റവും കൂടുതൽ ഭയപ്പെടേണ്ടത് ബ്രാഹ്മണവിധവകളെയാണെന്ന് ഒരു വിശ്വാസമുണ്ട്. കാരണം അവർ ബ്രാഹ്മണപുരോഹിതന്മാരെ സന്യാസജീവിതം തുടരുന്നതിൽ നിന്നും പിന്തിരിപ്പിക്കാൻ ഒരു കാരണമാവും. അവളുടെ വൈധവ്യ അവസ്ഥ പുരോഹിതന് ഒരു പ്രലോഭനമായേക്കും. വിധവയെ കണികാണുന്നതുതന്നെ അമംഗളകരമാണെന്ന് വിശ്വസിക്കപ്പെടുന്നു. മതവിശ്വാസങ്ങളിൽപ്പോലും നമ്മൾ കാണുന്നത് സ്ത്രീദൈവങ്ങൾ കൂടുതൽ അപകടകാരികളായിട്ടാണ്. ഉഗ്രരൂപിണി, സംഹാരിണി എന്നെല്ലാമാണ് നമ്മുടെ സ്ത്രീദൈവങ്ങളെ വിശേഷിപ്പിക്കാറ്. വസൂരിയുടെ മാരകമായ വിത്തുവിതയ്ക്കുന്ന മാരിയമ്മ തുടങ്ങി സ്ത്രീദൈവങ്ങളെല്ലാം പൊതുവിൽ ക്ഷിപ്രകോപികളും സർവസംഹാരം നടത്തുന്നവരുമാണ്.

ഒരു നാട്ട് പുരാവൃത്തത്തിൽ മാരിയമ്മയെ ബ്രാഹ്മണവിധവയോട് സാദൃശപ്പെടുത്തുന്നുണ്ട് എന്ന് ഉമാചക്രവർത്തി തന്റെ *ബിയോണ്ട് ദി കിങ്സ് ആന്റ് ബ്രാഹ്മണാസ് ഓഫ് ഏൻഷ്യന്റ് ഇന്ത്യ* എന്ന ഗ്രന്ഥത്തിൽ പറയുന്നുണ്ട്. ഒരു സ്ത്രീ വിധവയാക്കപ്പെടുന്നതോടുകൂടി അവൾക്ക് തന്റെ ഭർത്താവിന്റെ സമ്പാദ്യങ്ങളിലും മറ്റും അവകാശമില്ലാതാവുന്നു. പൊതുവിൽ സ്ത്രീകൾ വിവാഹിതരാവുന്നതോടെ അവർക്ക് അൽപ്പസ്വൽപ്പം ആഭരണങ്ങളൊഴിച്ച് കുടുംബസ്വത്തിൽത്തന്നെ അവകാശമില്ലാതാവുന്നു എന്നതായിരുന്നു അവസ്ഥ. വിവാഹാനന്തരം ഭർത്താവിന്റെ കൂടെ കഴിയാൻ ഇഷ്ടമില്ലെങ്കിലും അവൾക്ക് വിവാഹമോചനത്തിന് അവകാശമില്ല. വിധവയായതിനുശേഷം പുനർവിവാഹത്തിനുള്ള അവസരവും ഇല്ല. ഇതായിരുന്നു ആദ്യകാലഘട്ടങ്ങളിലെ സ്ഥിതി. ഇന്നും ഇതിന് വലിയ മാറ്റമില്ല.

വിവാഹത്തോടുകൂടി ഒരു സ്ത്രീ ഒരു പിതൃഅധികാരത്തിന്റെ കൂടിൽനിന്നും മറ്റൊരു പിതൃഅധികാരത്തിന്റെ കൂടിലേക്ക് മാറുകയാണ്. അതോടുകൂടി അവളുടെ 'പൂർവാശ്രമ'ത്തിലെ അധിപന് അവളുടെ മേലുള്ള അധികാരങ്ങളെല്ലാം ഇല്ലാതാവുന്നു. അതുകൊണ്ടാണല്ലോ വിധവയ്ക്ക് സ്വന്തംവീട്ടിലേക്ക് തിരിച്ചുപോകാൻ കഴിയാത്തത്. അങ്ങനെ അവൾ തിരിച്ചുവന്നാൽ അവിടെയുള്ളവർക്കെല്ലാം അത് അമംഗളകര

മാണ്. അപ്പോൾ ഭർത്താവ് മാത്രമല്ല സ്ത്രീയുടെമേൽ അധികാരം സ്ഥാപിക്കുന്നത് എന്ന് കൂടുതൽ വ്യക്തമാകും. ഭാര്യയായിരുന്നപ്പോൾ ഒരു പുരുഷന്റെ അധികാരത്തിന് കീഴിലായിരുന്നവൾ വിധവയാക്കപ്പെടുന്നതോടെ പലപുരുഷന്മാരുടെ അധികാരത്തിനു കീഴിൽ തളച്ചിടപ്പെടുന്നു. ലക്ഷ്മണരേഖകൾ, വിലങ്ങുകൾ, മതിലുകൾ, ഒറ്റപ്പെടുത്തലുകൾ........... അവൾക്കുമേൽ ഒരധികാരി ഇല്ലാത്തതുകൊണ്ട് പല അധികാരികളും നിയന്ത്രണം ചെലുത്തുന്നു. നിയമപാലകർ നിയമം ഭേദിക്കുന്നു. ഇത്തരമൊരു അവസ്ഥയിൽ പല സ്ത്രീകളും ആത്മഹത്യ ചെയ്യുന്നു.

ഇവിടെ എടുത്തുപറയേണ്ട ഒരു കാര്യമുണ്ട്. എല്ലാ ജാതീയവിഭാഗങ്ങളിലും വിധവകൾ അനുഭവിക്കേണ്ടിവന്നിരുന്ന പ്രശ്നങ്ങൾക്ക് വ്യത്യാസമുണ്ട് എന്നതാണ്. താഴ്ന്ന ജാതിയിൽപ്പെട്ട വിധവകൾക്ക് ഉപരിജാതികളിലേതുപോലെ പ്രയാസങ്ങൾ അനുഭവിക്കേണ്ടിവന്നിരുന്നില്ല. എന്നിരിക്കിലും ഒരു ഭാര്യയെന്ന നിലയിൽ ഒരു സ്ത്രീ അനുഭവിച്ചിരുന്ന ജീവിതം ഒരിക്കലും ഒരു വിധവയ്ക്കും തിരിച്ചുകിട്ടുന്നില്ല. ശൂദ്രന്മാർക്കിടയിലും അസ്പൃശ്യർക്കിടയിലും വിധവകൾ അവരുടെ തലമുണ്ഡനം ചെയ്തിരുന്നില്ല. ഒരു പ്രത്യേകവസ്ത്രവും അവർ ധരിച്ചിരുന്നില്ല.

അതുപോലെതന്നെ ഉപരിജാതി സ്ത്രീകളെപ്പോലെ ശൂദ്രരും അസ്പൃശ്യരുമായ വിധവകൾ മംഗളകർമങ്ങളിൽനിന്നും ഒഴിച്ചുനിർത്തപ്പെട്ടിരുന്നുമില്ല. ഇത്തരം ജാതീയവിഭാഗങ്ങളിലെ വിധവകൾ പുനർവിവാഹം ചെയ്തിരുന്നു. ഉപരിജാതികളിലെ വിധവകളാണ് ഏറ്റവും കൂടുതൽ വിവേചനങ്ങളും പീഡനങ്ങളും അനുഭവിച്ചത് എന്ന് പോളൈൻ കോളൻഡ തന്റെ *Widowhood among untouchable Sudras* എന്ന പ്രബന്ധത്തിൽ പറയുന്നു. ഇതിനു കാരണമായി പ്രബന്ധകാരൻ പറയുന്നത് പ്രത്യയശാസ്ത്രപരമായ സ്വാംശീകരണത്തെക്കുറിച്ചാണ്. ഉപരിജാതിയിലെ വിധവയെ മരിച്ച പുരുഷന്റെ ജീവഭാഗമായി കാണുന്ന പ്രവണതയെക്കുറിച്ചാണ്. താഴ്ന്ന ജാതിയിൽപ്പെട്ട സ്ത്രീയുടെ കാര്യത്തിൽ ഇത്തരമൊരു സ്വാംശീകരണം ഇല്ലത്രെ. എന്നുവെച്ചാൽ പുരുഷാധിപത്യ വീക്ഷണം ഏറ്റവും ദൃഢമായിരിക്കുന്നത് ഉപരിജാതിയിലാണ് എന്നർഥം.

അധ്വാനിക്കുന്ന സംസ്കാരത്തിന്റെ അഭാവം, സാമൂഹ്യബന്ധങ്ങൾ ഇല്ലാതിരിക്കൽ, അന്ധവിശ്വാസങ്ങളുടെ പെരുപ്പം ഇതെല്ലാം ഉപരിജാതികളെ കൂടുതൽ സ്ത്രീവിരുദ്ധരാക്കുന്നു. കേരളത്തിലെ ജാതീയ ഘടനയും ലിംഗനീതിയും പരിശോധിച്ചാൽ ഇത് വ്യക്തമാകും. ദളിത് സമൂഹങ്ങളിലും മറ്റ് പിന്നോക്കസമൂഹങ്ങളിലും സ്ത്രീകൾക്കെതിരായ മർദനമുറകളും പ്രത്യയശാസ്ത്ര പർദകളും താരതമ്യേന ദുർബലമായിരുന്നുവെന്നതാണത്. കുറഞ്ഞത് പുറത്തിറങ്ങാനുള്ള സ്വാതന്ത്ര്യം പോലും ഈ സമൂഹങ്ങളിലെ സ്ത്രീകൾക്കുണ്ടായിരുന്നില്ല. രജപുത്ര

വിധവകളെയും ദക്ഷിണേന്ത്യയിലെ ശൂദ്രവിധവകളെയും താരതമ്യം ചെയ്തുകൊണ്ട് കോളൻഡ പറയുന്നത് രജപുത്രവിധവകളാണ് കൂടുതൽ വിഷമകരമായ ജീവിതം നയിച്ചിരുന്നത് എന്നതാണ്. രജപുത്രർ ഉത്തരേന്ത്യയിലെ ഉപരിജാതിഹിന്ദുക്കളാണ്. അവർക്കിടയിലാണ് സതി സമ്പ്രദായം ഏറ്റവും കൂടുതൽ പ്രചാരത്തിലിരുന്നത്. രജപുത്ര പുരുഷന്മാർ ക്ഷാത്രവീര്യമുള്ളവരായി പരിഗണിക്കപ്പെടുന്നു. അതായത് ക്ഷത്രിയരാണ് അവർ.

യുദ്ധോത്സുകരും പരാക്രമികളുമായ പുരുഷന്മാരുടെ കുടുംബങ്ങളിലെ സ്ത്രീകളാണ് ഏറ്റവും കൂടുതൽ മർദനമുറകൾ നേരിട്ടത്. രജപുത്ര വിധവകൾക്ക് പുനർവിവാഹം ചെയ്യാനുള്ള അവകാശമുണ്ടായിരുന്നില്ല. ഒരു സ്ത്രീക്ക് ഒരു പുരുഷൻ എന്നത് രജപുത്രരുടെ ഒരു ആപ്തവാക്യമാണ്. സ്ത്രീധനസമ്പ്രദായവും അവർക്കിടയിലുണ്ട്. ഒരു സ്ത്രീ വിവാഹേതരബന്ധം പുലർത്തിയാൽ അവൾ കുടുംബത്തോടെ കളങ്കപ്പെട്ടു എന്നാണ് രജപുത്ര വിശ്വാസം. വ്യഭിചാരിണികളെ വധിക്കുന്ന രീതിയാണ് അവർക്കിടയിൽ ഉണ്ടായിരുന്നത്. സതീദേവതയെ അവർ ആരാധിക്കുന്നു. ഏതൊരു രജപുത്ര സ്ത്രീയും ആദ്യമായി അനുഷ്ഠിക്കുന്ന മതകർമം സതീക്ഷേത്രത്തിൽ ആരാധന നടത്തുക എന്നതാണ്.

ശൂദ്ര സമൂഹങ്ങളിലാകട്ടെ വിധവകൾക്ക് വിവാഹം ചെയ്യാം. വിധവയെ സംബന്ധിച്ച അടിസ്ഥാനപരമായ സ്ത്രീവിരുദ്ധ സങ്കൽപ്പങ്ങൾ അവരും പിന്തുടരുന്നുണ്ട് എന്നതൊരു യാഥാർഥ്യമാണ്. ഇതിനുകാരണം ഉപരിജാതി ഹിന്ദുക്കളിലെ മൂല്യങ്ങളും മറ്റും ഈ സമൂഹങ്ങളിലേക്ക് പടർന്നുപിടിച്ചതാകാം. ഒരു അധിനിവേശ പ്രത്യയശാസ്ത്രം എന്ന നിലയിൽ ബ്രാഹ്മണിക് മൂല്യങ്ങൾ ഇന്ത്യയിലെ എല്ലാ ജാതീയ സമൂഹങ്ങളിലും പടർന്നുപിടിച്ചിരുന്നു. ജാതി, വർഗം, പാട്രിയാർക്കി എന്നിവയെല്ലാം സ്ത്രീലൈംഗികതയെ നിർണയിക്കുന്നതിലും രൂപപ്പെടുത്തുന്നതിലും നിർണായക പങ്കുവഹിച്ചു.

മുതിർന്ന കുട്ടികളുള്ള വിധവകളുടെ വിവാഹക്കാര്യത്തിൽ കടുത്ത നിയന്ത്രണങ്ങൾ ഉണ്ടായിരുന്നു. താഴ്ന്ന സമൂഹങ്ങളിൽപ്പെട്ടവർ വിധവാവിവാഹത്തെ പ്രോത്സാഹിപ്പിച്ചതിന് പിറകിൽ ഉൽപ്പാദനപരവും പ്രത്യുൽപ്പാദനപരവുമായ ചില ഘടകങ്ങൾ ഉണ്ടായിരുന്നു. അധഃസ്ഥിത ജാതീയവിഭാഗങ്ങളിലെ പ്രധാനപ്പെട്ട തൊഴിൽ എന്നത് കാർഷികവൃത്തിയായിരുന്നു. കാർഷികവൃത്തിയിൽ ഏർപ്പെടാൻ കൂടുതൽ മനുഷ്യാധ്വാനം ആവശ്യമായിരുന്നതുകൊണ്ട് ആയിരിക്കണം അവർ വിധവാവിവാഹത്തെ പ്രോത്സാഹിപ്പിച്ചത്. ഈ സമൂഹങ്ങളിലെ സ്ത്രീകളുടെ പ്രധാനപ്പെട്ട തൊഴിലും കാർഷികവൃത്തിയായിരുന്നു.

വിധവകളുടെ കാര്യത്തിൽ സവിശേഷമായി ശ്രദ്ധിക്കേണ്ട ഒരു കാര്യം ഭർത്താവിന്റെ അഭാവത്തിൽ ഒരു കുടുംബംതന്നെ അവളുടെ മേൽ വിലങ്ങുകൾ തീർക്കുന്നതാണ്. ഒരു വിധവയുടെ മരണം അടിസ്ഥാനപരമായി അവരുടെ സാമൂഹികമരണവും ലൈംഗികമരണവു

മാണ്. ഇത് കൂടുതലും സംഭവിക്കുന്നത് ഉപരിജാതി ഹിന്ദുസമൂഹത്തിലാണ്. പിതൃദായകമായ ഒരു സാമൂഹ്യവ്യവസ്ഥയുടെ അടിസ്ഥാന വീക്ഷണങ്ങൾക്കനുസരിച്ചാണ് വിധവകളുടെ ജീവിതം നിർണയിക്കപ്പെടുന്നത്. സമകാലീന സമൂഹത്തിൽ വിധവകളുടെ ജീവിതം പരമ്പരാഗതമായ വിധവകളുടെ ദുരവസ്ഥകളെ തന്നെ പിന്തുടരുന്നു. വിധവാവിവാഹം നിയമപരമായ പരിരക്ഷകൾ ഉള്ളതാണെങ്കിൽപോലും വിധവകളുടെ കുട്ടികൾ വളരുന്നതോടെ വിധവകളുടെ വിവാഹം എന്ന ആശയത്തിന് പ്രസക്തിനഷ്ടപ്പെടുന്നു.

കുട്ടികൾ വിധവകളുടെ ഭാവി ജീവിതത്തെത്തന്നെ രൂപപ്പെടുത്തുന്നു. വിധവ യുവതിയാണോ അല്ലയോ, എന്നതിലുപരി വിധവയുടെ കുട്ടികൾ വളർച്ചയെത്തിയതാണോ എന്ന വിഷയത്തിന് കൂടുതൽ പ്രാധാന്യം കൈവരുന്നു. കുട്ടികൾ വളരുന്നതോടെ വിധവ വൃദ്ധയായി എന്നൊരു ധാരണ രൂപപ്പെടുന്നു. ഇനി അവൾ വൃദ്ധയല്ലെങ്കിൽ പോലും പ്രായമായ കുട്ടികളുടെ അമ്മ എന്ന നിലയിൽ പുനർവിവാഹത്തിനുള്ള എല്ലാ സാധ്യതകളും അടയുന്നു. ഒരു സ്ത്രീ എന്ന നിലയിൽ അവളുടെ ജൈവസഹജമായ എല്ലാ അഭിലാഷങ്ങളും അടിച്ചമർത്തപ്പെടുന്നു. ഇനി കുട്ടികൾ ചെറുപ്പമാണെങ്കിൽപോലും അഥവാ കുട്ടികളില്ലെങ്കിൽ പോലും വിധവ യൗവനാവസ്ഥ തരണം ചെയ്തവളാണെങ്കിൽ അപ്പോഴും അവളുടെ പുനർവിവാഹം എന്ന വിഷയത്തിന് പ്രസക്തി നഷ്ടപ്പെടുന്നു. ചുരുക്കിപ്പറഞ്ഞാൽ ആധുനിക സമൂഹത്തിൽ വിധവകളുടെ ഭാവിജീവിതം പഴയകാലത്തേതുപോലെ തന്നെ ദുരന്തപൂർണമായി തുടരുന്നു. ഇനി വിധവയ്ക്ക് ഒരു വിവാഹം ഇല്ലെങ്കിൽപ്പോലും അവളുടെ എല്ലാവിധ വ്യക്തിബന്ധങ്ങളും കടുത്ത നിയന്ത്രണങ്ങൾക്കും നിരീക്ഷണങ്ങൾക്കും വിധേയമാവുന്നു..

കുടുംബഘടനയുടെ മഹത്വവൽക്കരണങ്ങൾക്കിടയിൽ സംഭവിക്കുന്ന ഏറ്റവും വലിയ ദുരന്തമാണിത്. മുതലാളിത്ത കാലഘട്ടത്തിൽ അണുകുടുംബ ഘടനയിൽ ജീവിക്കുന്ന വിധവകളുടെ ജീവിതം പഴയ കാലത്തെക്കാൾ ദുരനുഭവങ്ങൾ നിറഞ്ഞതാണ്. അഭിലാഷങ്ങളും സ്വപ്നങ്ങളും അനുഭവങ്ങളും പങ്കുവെക്കാൻ കൂട്ടുകാരികളില്ലാതെ ഒറ്റപ്പെട്ടും അകന്നും ജീവിക്കേണ്ടിവരുന്നവരാണ് മുതലാളിത്ത അണുകുടുംബ വ്യവസ്ഥയിലെ വിധവകൾ. സഹോദരി, അമ്മ തുടങ്ങിയ പരിഗണനകൾക്കപ്പുറം സ്ത്രീ എന്ന ജന്മസഹജമായ എല്ലാ പരിഗണനകളും വിധവയ്ക്ക് നഷ്ടപ്പെടുന്നു. വിധവ എന്ന പദംതന്നെ അവളുടെ ജീവിതത്തെ അടിമുടി ഗ്രസിച്ച അഭിശപ്ത പദമായി മാറുന്നു. ഇത്തരത്തിലുള്ള പദങ്ങൾ അതുവഹിക്കുന്ന എല്ലാവിധ മർദനങ്ങളുടെയും പ്രതീകമായി സ്ത്രീയുടെമേൽ പതിക്കുന്നു.

ഭർത്താവിന്റെ അസാന്നിധ്യത്തിലും ഭർത്താവിന്റെ സാന്നിധ്യം അതിന്റെ കൂടുതൽ മടങ്ങ് അഭിമുഖീകരിക്കുന്നവളാണ് വിധവ. ഭർത്താവിന്റെ സാന്നിധ്യത്തിൽ ഭർത്താവിന്റെ നിയന്ത്രണം മാത്രമാണ് അവൾ

നേരിടുന്നതെങ്കിൽ ഭർത്താവിന്റെ മരണത്തോടെ ഒട്ടേറെ പുരുഷന്മാരുടെ കൂട്ടായതും ഒറ്റപ്പെട്ടതുമായ നിയന്ത്രണവും നിരീക്ഷണവും അവൾ നേരിടുന്നു. ഒപ്പം സ്ത്രീകളുടെയും. അതുകൊണ്ടുതന്നെ ഇന്നും വിധവകളുടെ ജീവിതം സാമൂഹികവും സാംസ്കാരികവുമായ മൃത്യുവാണ്.

സ്ത്രീയെ സംബന്ധിച്ച് നമ്മുടെ പുരാണങ്ങളും ഇതിഹാസങ്ങളും കൊട്ടിഘോഷിക്കുന്ന എല്ലാവിധ മഹത്വവൽക്കരണങ്ങളെയും നിഷ്പ്രഭമാക്കുന്ന ഒന്നാണ് വിധവകളുടെ ജീവിതം. ചുരുക്കിപ്പറഞ്ഞാൽ നേരത്തെ പറഞ്ഞ പാതിവ്രത്യസങ്കൽപ്പത്തിന്റെ ഇരയാണ് വിധവ. അനേകായിരങ്ങളെ അടിമകളാക്കിയതും ആത്മഹത്യയിലേക്ക് തള്ളിവിട്ടതും ഭർത്താവിന്റെ ചിതയിലേക്ക് വലിച്ചെറിഞ്ഞതും ആജീവനാന്തം അവിവാഹിതരാക്കിയതും അജ്ഞാതമായ കോണുകളിലേക്ക് വേശ്യകളാക്കി വലിച്ചെറിഞ്ഞതും കുടുംബത്തിന്റെ ശ്വാസംമുട്ടിക്കുന്ന അകത്തളങ്ങളിലേക്ക് തളച്ചിട്ടതും ഒരേ പ്രത്യയശാസ്ത്ര പർദയുടെ ഭാഗമായിട്ടാണ്. വിവാഹകേന്ദ്രിതമായ. ഏകപത്നി വ്യവസ്ഥയിലധിഷ്ഠിതമായ, ബ്രാഹ്മണിക്-പുരുഷാധിഷ്ഠിത മൂല്യങ്ങളിൽ അധിഷ്ഠിതമായ, ജാതിപ്രത്യയശാസ്ത്രത്തിൽ അധിഷ്ഠിതമായ, ശ്രേണീബദ്ധമായ, വർഗതാൽപ്പര്യങ്ങൾക്കനുസൃതമായ, സാമൂഹിക-കുടുംബ വ്യവസ്ഥയുടെ പ്രത്യയശാസ്ത്ര പർദയാണത്.ഇതിന്റെ അടിസ്ഥാനം ലൈംഗികതയുടെ നിരോധനമാണ്. വിശേഷിച്ചും സ്ത്രീ ലൈംഗികതയുടെ.

ലൈംഗികതയുടെ നിരോധനത്തിലൂടെയും മർദനത്തിലൂടെയും ആണ് സ്ത്രീ-പുരുഷ നിർമിതി എന്ന ജെൻഡറിനെ വളർത്തിയെടുക്കുന്നത്. ലൈംഗികതയെ നിരോധിക്കുന്നതിലൂടെയും നിഷേധിക്കുന്നതിലൂടെയുമാണ് ജെൻഡർ ശക്തിപ്പെടുന്നത്. പലർക്കുമുള്ള തെറ്റിദ്ധാരണ കുടുംബഘടനയ്ക്കുള്ളിൽ ലൈംഗികത നിഷേധിക്കപ്പെട്ട് ജീവിക്കുന്ന സ്ത്രീകളുടെ ജീവിതാവസ്ഥയ്ക്ക് നേരെ വിപരീതമാണ് വേശ്യകളാക്കപ്പെട്ട സ്ത്രീകൾ എന്നത്. യഥാർഥത്തിൽ പതിവ്രതാരത്നങ്ങളായ കുടുംബിനികളും വേശ്യാലയങ്ങളിൽ തളയ്ക്കപ്പെട്ട സ്ത്രീകളും ഒരേ ജീവിതാവസ്ഥയെതന്നെയാണ് അഭിമുഖീകരിക്കുന്നത്. കുടുംബിനികൾക്ക് ലൈംഗികസ്വാതന്ത്ര്യം തടയപ്പെട്ടിരിക്കുന്നുവെന്നും വേശ്യകളാക്കപ്പെട്ട സ്ത്രീകൾക്ക് ലൈംഗിക സ്വാതന്ത്ര്യം അനുവദിക്കപ്പെട്ടിരിക്കുന്നുവെന്നും നാം കരുതുന്നു.

കുടുംബിനികൾക്ക് ലൈംഗികസ്വാതന്ത്ര്യം തടയപ്പെട്ടിരിക്കുന്നു എന്നത് ഒരു യാഥാർഥ്യമാണ്. കാരണം പുരുഷൻ അടിച്ചേൽപ്പിക്കുന്ന ലൈംഗിക പരിചരണങ്ങളുടെ വിഷയവസ്തു മാത്രമാണ് സ്ത്രീ. പുരുഷനുമായി ജീവിതകാലം മുഴുവൻ ലൈംഗികബന്ധത്തിലേർപ്പെടുന്നതുകൊണ്ട് മാത്രം ആ സ്ത്രീക്ക് ലൈംഗിക സ്വാതന്ത്ര്യമുണ്ടെന്ന് കരുതാൻ കഴിയുകയില്ല. കാരണം സ്ത്രീക്ക് ഇന്നത്തെ സാമൂഹ്യാവസ്ഥയിൽ ലൈംഗികതയിൽ കർതൃസ്ഥാനമില്ല. ലൈംഗികബന്ധത്തിൽ പുരുഷന്റെ കർതൃത്വത്തിനാണ് പ്രാധാന്യം. അതിനാണ് മുൻഗണന. പുരു

ഷന്റെ കായികശേഷി, സ്ത്രീയെക്കുറിച്ചുള്ള മുൻധാരണകൾ, ലൈംഗികതയെക്കുറിച്ചുള്ള ധാരണകൾ, പുരുഷന്റെ മാനസിക സംഘർഷങ്ങൾ, സവിശേഷ അഭിനിവേശങ്ങൾ, അധികാരം തുടങ്ങിയ ഒട്ടേറെ ഘടകങ്ങൾക്ക് ആധിപത്യമുള്ള ഒരു ഘട്ടമാണ് സ്ത്രീ–പുരുഷ സംയോഗത്തിന്റെ ഘട്ടം.

ഒരു ശരീരം അധിനിവേശകന്റെ ശരീരമായും മറ്റൊരു ശരീരം അധിനിവേശിത ശരീരമായും, ഒരു ശരീരം കർതൃത്വത്തിന്റെ ശരീരമായും മറ്റൊരു ശരീരം വിധേയത്വത്തിന്റെ ശരീരമായും, ഒരു ശരീരം ആസ്വദിക്കുന്ന ശരീരമായും മറ്റൊരു ശരീരം ആസ്വദിപ്പിക്കുന്ന ശരീരമായും, ഒരു ശരീരം ചലിക്കുന്ന ശരീരമായും മറ്റൊരു ശരീരം ചലനത്തെ ആശ്രയിക്കുന്ന ശരീരമായും, ഒരു ശരീരം ഉപരിശരീരമായും മറ്റൊരു ശരീരം അടിപ്പെടുന്ന ശരീരമായും മാറുന്ന പ്രക്രിയയായി ലൈംഗികബന്ധം പരിണമിച്ചിരിക്കുന്നു.

പറഞ്ഞുവരുന്നത് കുലസ്ത്രീയും അഥവാ കുടുംബിനിയും വ്യഭിചാരികളാക്കപ്പെട്ട സ്ത്രീകളും തമ്മിലുള്ള വ്യത്യാസത്തെക്കുറിച്ചാണ്. വ്യത്യാസത്തെക്കാളുപരി സാമ്യമാണ് ഇവിടെ പ്രശ്നവൽക്കരിക്കപ്പെടേണ്ടത്. വേശ്യകളാക്കപ്പെട്ട അഥവാ ലൈംഗിക തൊഴിലാളികളാക്കപ്പെട്ട സ്ത്രീകൾ കുടുംബിനികളെപ്പോലെതന്നെ പുരുഷന്റെ മേൽപ്പറഞ്ഞ ഏകപക്ഷീയവും ആധിപത്യത്തിലധിഷ്ഠിതവുമായ ലൈംഗികതയ്ക്ക് ഇരകളാവുന്നു. വേശ്യാലയങ്ങളിലെ സ്ത്രീകൾ കുടുംബിനികളെപ്പോലെതന്നെ ലൈംഗികമർദനങ്ങൾക്കും ലൈംഗികനിയന്ത്രണങ്ങൾക്കും വിധേയരാവുന്നു. ഒന്നിലധികം പുരുഷന്മാർ ഇത്തരം സ്ത്രീകളെ പ്രാപിക്കുന്നു എന്നത് ഒരു യാഥാർഥ്യമാണ്. അതുകൊണ്ട് അവരനുഭവിക്കുന്ന ലൈംഗികാധിപത്യം ഇല്ലാതാവുന്നില്ല. കുടുംബിനികളെക്കാൾ കൂടുതൽ ലൈംഗികപരീക്ഷണങ്ങൾക്ക് അവർ വിധേയരാവുന്നു. കാരണം അവർക്ക് അവരെ പ്രാപിക്കുന്ന പുരുഷന്മാരുമായി യാതൊരുവിധ ധാർമികബന്ധവുമില്ല. തീർത്തും തൊഴിലാളികളാണവർ. അതിലുപരി അടിമകളാണ്. നിയമം അവരെ നിർവചിച്ചിട്ടില്ല. നീതി അവരെ സാധൂകരിച്ചിട്ടില്ല. അതുകൊണ്ട് ഏതൊരു പരീക്ഷണങ്ങളെയും നേരിടാൻ അവർ അർഹരാണ്. കടുത്ത പരീക്ഷണങ്ങളെ മാത്രമല്ല മുൻധാരണകളെയും അവർക്ക് നേരിടേണ്ടിയിരിക്കുന്നു.

അവരെ പ്രാപിക്കുന്ന പുരുഷന്മാരുടെ എണ്ണം കൂടുമെങ്കിലും പരീക്ഷണങ്ങളുടെ അടിസ്ഥാനസ്വഭാവത്തിൽ മാറ്റമില്ല. നിർജീവമായ ഉടലായി, അവയവങ്ങളുടെ സമാഹാരമായി അവർ പരിഗണിക്കപ്പെടുന്നു. പുരുഷന്മാർ അനേകമുണ്ടെങ്കിലും പ്രത്യയശാസ്ത്രപരമായി ഒരേ പുരുഷനാണ് അവരെ നേരിടുന്നത്. ചുരുക്കിപ്പറഞ്ഞാൽ പുരുഷാധിപത്യസമൂഹത്തിന്റെയും കുടുംബത്തിന്റെയും ഇരകളാക്കപ്പെടുന്ന സ്ത്രീയെപ്പോലെതന്നെയാണ് അടിസ്ഥാനപരമായി ഒരു ലൈംഗികത്തൊഴിലാളിയും.

സ്നേഹം, കാരുണ്യം, ആർദ്രത, പരിഗണന, പ്രണയം എന്നിവയെല്ലാം ഒരു ലൈംഗികത്തൊഴിലാളിക്ക് നിഷേധിക്കപ്പെടുന്നു. പേരിനെങ്കിലും കുടുംബിനികൾക്ക് ഇവയിൽ ചില അംശങ്ങൾ ലഭിച്ചേക്കാം. ലൈംഗികത്തൊഴിലാളിക്ക് അതും ലഭിക്കുന്നില്ല. അതുകൊണ്ടുതന്നെ ഏറ്റവും കൂടുതൽ ലൈംഗികത നിഷേധിക്കപ്പെട്ട ഒരു സാമൂഹിക ഗണത്തിലേക്ക് വലിച്ചെറിയപ്പെട്ട സ്ത്രീസ്വത്വമാണ് ലൈംഗികത്തൊഴിലാളികളുടേത്. അതുകൊണ്ട് അവളുടെ ജീവിതം കുടുംബിനിയുടെയും കുലസ്ത്രീയുടെയും ജീവിതത്തെക്കാൾ മോശമാണ് എന്നല്ല പറഞ്ഞുവരുന്നത്. തൊഴിലാളിയും അടിമയും തമ്മിൽ ഒരു വ്യത്യാസമുണ്ട്. പട്ടിണിയാണെങ്കിലും ഒരു തൊഴിലാളിക്ക് പണിയെടുക്കാതിരിക്കാനുള്ള സ്വാതന്ത്ര്യമുണ്ട്. സ്ഥലത്തുനിന്നും മാറിപ്പോകാനുള്ള സ്വാതന്ത്ര്യമുണ്ട്. ഇങ്ങനെ നിരവധി സ്വാതന്ത്ര്യങ്ങളുണ്ട്.

ഇതുപോലെ അനുകൂലമായ പല ഘടകങ്ങളും ലൈംഗികത്തൊഴിലാളികൾക്കുണ്ട്. പക്ഷേ അവരും ആത്യന്തികമായി കുടുംബിനികളെപ്പോലെതന്നെ പുരുഷാധിപത്യത്തിന്റെ ഇരകളാണ്. പുരുഷന്റെ ഭോഗതാൽപ്പര്യങ്ങൾക്കുവേണ്ടി സ്വന്തം ലൈംഗികതയെ ബലികഴിക്കേണ്ടിവരുന്നവരാണ്. സ്വന്തം ശരീരത്തെ മുഴുവൻ ലൈംഗിക അവയവങ്ങളായി പരിവർത്തിപ്പിക്കുന്ന തൊഴിലാളിയാണ്. തൊഴിലിൽനിന്നും ഒന്നും സൃഷ്ടിക്കാത്ത, ശരീരത്തിന്റെ സർഗാത്മകത മുഴുവൻ നിഷേധിക്കപ്പെട്ട ഇരകളാണ്.

പ്രശസ്ത അമേരിക്കൻ സാമൂഹ്യപ്രവർത്തകയും പണ്ഡിതയുമാണ് മാർത അൽട്ടർ ചെൻ (Martha Alter Chen) പറയുന്നത് ഇന്ത്യയിലാകെ 33 ദശലക്ഷം വിധവകളുണ്ടെന്നാണ്. ഇന്ത്യയിലെ വിധവകളുടെ ജീവിതത്തെപ്പറ്റി വിശദമായ പഠനം അവർ നടത്തിയിട്ടുണ്ട്. 2011–ൽ ഇന്ത്യാഗവൺമെന്റ് പത്മശ്രീ പുരസ്കാരം നൽകി അവരെ ആദരിച്ചു. *വിഡോസ് ഇൻ ഇന്ത്യ* എന്ന അവരുടെ ഗ്രന്ഥം വളരെ പ്രശസ്തമാണ്.

വിധവകളുടെ ജീവിതത്തെപ്പറ്റി നിരവധി പഠനങ്ങൾ ഇന്ന ലഭ്യമാണ്. അതിലേറ്റവും പ്രധാനപ്പെട്ട മറ്റൊരു ഗ്രന്ഥമാണ് മാലിനി ഭട്ടാചാര്യയുടെ *ഇൻ രാധാസ് നെയിം.* ഇന്ത്യൻ ജനസംഖ്യയിൽ 33 ദശലക്ഷം അതായത് ആകെ ജനസംഖ്യയുടെ 8 ശതമാനം വരുന്ന വിധവകളുടെ ജീവിതത്തെ സംബന്ധിച്ച രചനയാണ് മേൽപ്പറഞ്ഞ കൃതി. ഉത്തർപ്രദേശിലെ മഥുര ജില്ലയിൽപ്പെട്ട വൃന്ദാവനത്തിലെ സ്ത്രീകളുടെ വിശേഷിച്ചും വിധവകളുടെ ജീവിതത്തെപ്പറ്റി പ്രതിപാദിക്കുന്ന കൃതിയാണ് *ഇൻ രാധാസ് നെയിം.*

പണ്ടുകാലം മുതൽതന്നെ ഹിന്ദുമതവിശ്വാസികളുടെ തീർഥാടന കേന്ദ്രമായി അറിയപ്പെടുന്ന പ്രദേശമാണ് വൃന്ദാവനം. വൈഷ്ണവ മത വിശ്വാസികളായ ആളുകളാണ് അവിടെ കൂടുതൽ ഉള്ളത്. ചൈതന്യരുടെ അനുയായികളാണ് അവരിൽ കൂടുതലും. വൈരാഗി വൈഷ്ണവരായ അധഃസ്ഥിത ജാതിജനവിഭാഗങ്ങളാണ് അവർ. കൂടുതലും ദരിദ്ര

രായ അധഃസ്ഥിതവർഗക്കാർ. അവരുടെ ലൈംഗികജീവിതം ഏറെ അയവുള്ളതാണെന്ന് മാലിനി ഭട്ടാചാര്യ രേഖപ്പെടുത്തുന്നു. ഗാർഹിക പീഡനങ്ങളെ അതിജീവിക്കാൻ കഴിയാതെ വീടുവിട്ടവർ, വീട്ടിൽനിന്നും പുറത്താക്കപ്പെട്ടവർ, സന്യാസിനി ജീവിതം നയിക്കാൻ വേണ്ടി വീടുവിട്ടവർ, ലൈംഗികാക്രമണത്തിന് വിധേയരായവർ, വൃദ്ധകളായ ലൈംഗികത്തൊഴിലാളികൾ തുടങ്ങിയ സ്ത്രീകളാണ് അവിടെ ജീവിക്കുന്നവരിൽ ഭൂരിഭാഗവും.

സ്വാതന്ത്ര്യത്തിനു മുമ്പുതന്നെ ഈ പ്രദേശം സ്ത്രീകളുടെ അഭയകേന്ദ്രമായി അറിയപ്പെട്ടിരുന്നു. വിധവാവിവാഹം, നിയമപരമായി അംഗീകരിക്കപ്പെട്ടെങ്കിലും യാഥാസ്ഥിതികരായ ഹിന്ദുക്കൾ വിധവകളുടെ വിവാഹത്തെ തടയുകയായിരുന്നു. അതിൽ കൂടുതലും ബംഗാളിലെ വിധവകളായിരുന്നു. ബംഗാളിലെ യാഥാസ്ഥിതിക ഹിന്ദുക്കൾ വിധവാവിവാഹത്തിനെതിരായി നിലകൊണ്ടതിനെപ്പറ്റി ഈശ്വരചന്ദ്രവിദ്യാസാഗറെപ്പോലുള്ള സാമൂഹ്യപരിഷ്കർത്താക്കൾ പറയുന്നുണ്ട്. ബംഗ്ലാദേശിന്റെ രൂപീകരണകാലഘട്ടത്തിൽ ധാരാളം വിധവകൾ വൃന്ദാവനത്തിലേക്ക് കുടിയേറുകയുണ്ടായി.വൃന്ദാവനത്തിലെ സ്ത്രീകൾ അവിടേക്ക് കുടിയേറിപ്പാർക്കുന്ന നിരാലംബരായ മറ്റു സ്ത്രീകളെ സ്വാഗതം ചെയ്തു. ഇന്ത്യയിലെ വിധവകളുടെ ജീവിതത്തിന്റെ ഒരു പരിച്ഛേദമാണ് വൃന്ദാവനം. ഇന്ത്യൻ സ്ത്രീത്വത്തെപ്പറ്റി ആദർശവൽക്കരിക്കുന്ന സാഹിത്യകൃതികളെ പരിഹസിക്കുന്ന പരിച്ഛേദമാണത്.

9

ലൈംഗികാടിമത്തത്തിന്റെ കപട ആത്മീയ മുഖം ദേവദാസികൾ

ലൈംഗികാടിമത്തത്തിന്റെ ഏറ്റവും പ്രധാനപ്പെട്ട ദൃഷ്ടാന്തങ്ങളിലൊന്നാണ് ദേവദാസി സമ്പ്രദായം. പുരുഷാധിഷ്ഠിതമായ ഹിന്ദുത്വ മൂല്യങ്ങളുടെ ഇരകളാക്കപ്പെട്ടവരാണ് ചരിത്രത്തിലെ ദേവദാസികൾ. വിധവകൾ, വേശ്യകളാക്കപ്പെട്ടവർ, അസ്പൃശ്യർ എന്നിവരെപ്പോലെതന്നെ ദുരന്തഗ്രസ്തമായ ഒരു ജീവിതത്തിന്റെ ചരിത്രസാക്ഷ്യമാണ് ദേവദാസികളുടെ ജീവിതം. നൂറ്റാണ്ടുകളോളം ഇന്ത്യയുടെ കലാ-സാംസ്കാരിക-ആധ്യാത്മിക ജീവിതത്തെ കൊഴുപ്പിച്ച ദേവദാസികൾ ഇന്ന് ചരിത്രത്തിൽനിന്നും ഏതാണ്ട് മറഞ്ഞുപോയിരിക്കുകയാണ്. നർത്തകികളും ഗായികമാരും നാടകകലാകാരികളുമായിരുന്ന ദേവദാസികൾ രാജസദസുകളെയും ഫ്യൂഡൽ-കലാ സദസുകളെയും ഒരുപോലെ ഉന്മിഷത്താക്കിയിരുന്നു. പ്രാചീന ഇന്ത്യയിലെ ലൈംഗികാടിമത്തത്തിന്റെ ഫ്യൂഡൽ രൂപമാണ് ദേവദാസി സമ്പ്രദായം. പ്രാചീന ഇന്ത്യയിലെ അടിമസ്ത്രീകളെക്കുറിച്ച് മുൻ അധ്യായത്തിൽ വിശദീകരിച്ചു. സ്ത്രീകളെ ലൈംഗിക അടിമകളാക്കുന്ന ഇന്ത്യൻ രീതിയുടെ ഒരു സവിശേഷ മാതൃകയാണ് ദേവദാസി സമ്പ്രദായം. മതവിശ്വാസത്തിന്റെ മറ ഉപയോഗിച്ച് വേശ്യാവൃത്തിയെ ആദർശവൽക്കരിക്കുന്ന സവിശേഷ രീതിയാണ് ദേവദാസി സമ്പ്രദായം. ഇന്ത്യയിൽ വിശേഷിച്ചും ദക്ഷിണേന്ത്യയിൽ ക്ഷേത്രങ്ങളെ കേന്ദ്രീകരിച്ച് നിലനിന്ന സമ്പ്രദായങ്ങളാണിത്.

അഞ്ചാമത്തെ വയസോടുകൂടി ചില കുടുംബങ്ങളിലെ പെൺകുട്ടികൾ ദേവദാസികളെന്ന നിലയിൽ വിൽക്കപ്പെടുന്നു. ദരിദ്രരായ കുടുംബങ്ങൾ തങ്ങളുടെ കുട്ടികളെ സർക്കസിലേക്കും മറ്റ് തൊഴിലിലേക്കും പറഞ്ഞുവിടുന്നതുപോലെ തികച്ചും സാധാരണമായ ഒരു പ്രക്രിയയാണിത്. ദേവദാസി സമ്പ്രദായത്തെ സംബന്ധിച്ചിടത്തോളം ആധ്യാത്മി

കമായ ഒരു പരിവേഷമുണ്ട്. കാരണം ഇവിടെ വിൽക്കപ്പെടുന്നത് പലപ്പോഴും ക്ഷേത്രങ്ങളിലേക്കാണ്. പല ദേവദാസിപ്പെൺകുട്ടികളും ക്ഷേത്രങ്ങളിലല്ല എത്തപ്പെടുന്നത് എങ്കിൽപ്പോലും ആ പേരിന് ഒരു വശ്യതയുണ്ട്. ഒരു മഹത്വവൽക്കരണം. നേരത്തെ പറഞ്ഞപോലെ ബ്രാഹ്മണിക് പ്രത്യയശാസ്ത്രം അടിച്ചേൽപ്പിച്ച ഒരു മിഥ്യാബോധം.

ദേവദാസിയെന്ന പേരിന്റെ വശ്യത പുറത്ത് ആധ്യാത്മിക പരിവേഷം. ഉള്ളറയിൽ ലൈംഗികാടിമത്തം. കൃത്യമായും വേശ്യാവൃത്തി. ഇതാണ് ദേവദാസി സമ്പ്രദായം. പലപ്പോഴും ക്ഷേത്രങ്ങളിലെ പുരോഹിതന്മാരും കർമികളുമാണ് ദരിദ്രകുടുംബങ്ങളിലെ സുന്ദരികളായ പെൺകുട്ടികളെ വിലകൊടുത്തു വാങ്ങുന്നത്. ഇങ്ങനെ വിലയ്ക്കുവാങ്ങപ്പെട്ട പെൺകുട്ടികൾ പുരോഹിതന്മാരുടെ വെപ്പാട്ടികളായും പലരുടെയും വെപ്പാട്ടികളായും മാറുന്നു. മതവിശ്വാസത്തെയും ദാരിദ്ര്യത്തെയും ചൂഷണം ചെയ്തുകൊണ്ടാണ് നൂറ്റാണ്ടുകളോളം ഈ അനാചാരം നിലനിന്നത്.

ലോകത്തിലെ എല്ലാ പുരാണങ്ങളും സ്ത്രീകളെ അപ്സരസുകളായി മഹത്വവൽക്കരിക്കുന്നുണ്ട്. യഥാർഥത്തിൽ സ്വർഗലോകത്തിലെ വേശ്യകളാണ് അപ്സരസുന്ദരികൾ. പാലാഴി കടഞ്ഞ അവസരത്തിൽ അപ്സരസുന്ദരികൾ ഭൂമിയിൽ ഉയർന്നുവന്നു എന്നാണ് ഐതിഹ്യം. ദൈവങ്ങളുടെപോലും ഹൃദയം കീഴടക്കുന്ന അപാര സൗന്ദര്യ ധാമങ്ങളാണ് അപ്സരകന്യകകൾ. ഉർവശി, മേനക, രംഭ, തിലോത്തമ എന്നിവരാണ് ഏറ്റവും പ്രശസ്തരായ അപ്സരസുകൾ. നൃത്തം, സംഗീതം തുടങ്ങിയ സുകുമാര കലകളിൽ പ്രാവീണ്യമുള്ളവരാണ് അപ്സരസുകൾ. ദേവാസുരന്മാരും ദൈവങ്ങളും അപ്സരസുകൾക്കുവേണ്ടി പടവെട്ടിയിട്ടുണ്ട്. കാമത്തിന്റെ പുരുഷരൂപമായ കാമദേവന്റെയും സ്ത്രീരൂപമായ രതിദേവതയുടെയും അനുഗ്രഹാശിസ്സുകൾ പലപ്പോഴും ഈ അപ്സരസുകൾക്ക് ലഭിച്ചിട്ടുണ്ട്.

മുനിമാരുടെ തപസ്സ് മുടക്കാൻ അപ്സരസുകളെയാണ് ദേവന്മാർ പോലും ആശ്രയിച്ചത്. അപ്സരസുകളുടെ റാണിയാണ് ഉർവശി. ബ്രഹ്മാവിന്റെ ശാപം നിമിത്തമാണ് ഉർവശി ഒരിക്കൽ ഭൂമിയിൽ ജനിക്കുന്നത്. അങ്ങനെ ഭൂമിയിൽ പുരൂരവസ്സ് എന്ന പ്രസിദ്ധനായ രാജാവിന്റെ ഭാര്യയായി അവൾ. ഇന്ദ്രസദസിലെ നർത്തകിയായ ഉർവശിയെ തന്ത്രപൂർവം ദേവന്മാർ ഭർത്താവിൽനിന്നും അകറ്റി. ഒരിക്കൽ അർജുനനെകണ്ട് കാമാതുരയാകുന്ന ഉർവശിയെക്കുറിച്ചും പുരാണങ്ങൾ പറയുന്നുണ്ട്.

ഉഗ്രതപസ്വിയായ വിശ്വാമിത്രന്റെ തപസിളക്കുവാൻ അയയ്ക്കപ്പെട്ട മറ്റൊരു അപ്സരസാണ് മേനക. ശകുന്തളയുടെ അമ്മയാണവർ. വിശ്വാമിത്രന് മേനകയിൽ ജനിച്ച കുഞ്ഞാണ് ശകുന്തള. എന്നാൽ കുഞ്ഞിനെയും ഭാര്യയെന്ന നിലയിൽ മേനകയെയും സ്വീകരിക്കാൻ വിശ്വാമിത്രൻ തയാറായില്ല. അങ്ങനെയാണ് ശകുന്തള ഉപേക്ഷിക്കപ്പെടുന്നത്. ശകുന്തപ്പക്ഷികളാണ് ഉപേക്ഷിക്കപ്പെട്ട ശിശുവിനെ വളർത്തിയെടുക്കു

ന്നത്. അങ്ങനെയാണ് മേനക-വിശ്വാമിത്രൻ ദമ്പതികളുടെ മകൾക്ക് ശകുന്തള എന്ന പേരുണ്ടാകുന്നത്. ഇങ്ങനെ മഹർഷിമാരിൽനിന്നും ദൈവങ്ങളിൽനിന്നും ഗന്ധർവന്മാരിൽനിന്നും പലതവണ ഗർഭിണിയാക്കപ്പെട്ട മേനക നിരന്തരം ഉപേക്ഷിക്കപ്പെടുകയായിരുന്നു. ഉപേക്ഷിക്കപ്പെട്ടതിനുശേഷവും പഴയ ഭർത്താക്കന്മാരുമായി ഒത്തുചേർന്ന് ദാമ്പത്യ ജീവിതം നയിക്കാൻ മേനക തയാറാവുന്നുണ്ട്.

രംഭയും ഇവരെപ്പോലെ തന്നെ അനുഗൃഹീത ഗായികയും നർത്തകിയുമാണ്. അപ്സരസുന്ദരികളുമായി ബന്ധപ്പെട്ട എല്ലാ കഥകളിലും ആവർത്തിച്ചുവരുന്ന ചില സംഭവങ്ങളുണ്ട്. അതിലൊന്ന് മാമുനിമാർക്കുണ്ടാകുന്ന ഇന്ദ്രിയസ്ഖലനമാണ്. അപ്സരസുകളെ കാണുമ്പോഴാണ് അങ്ങനെ സംഭവിക്കുന്നത്. ഇങ്ങനെ സ്ഖലനങ്ങൾ സംഭവിക്കുന്ന പുരുഷന്മാർ ഉന്നതകുല ജാതരാണ്. അതുപോലെതന്നെ ഭൂമിയിൽ അപ്സരസുകൾ ജനിക്കുന്നത് ദൈവശാപത്തിന്റെ ഭാഗമായിട്ടാണ്. സ്ത്രീജന്മം ശാപജന്മമായിട്ടാണ് അപ്സരസുകളുടെ കഥകളിൽ പരിഗണിക്കപ്പെടുന്നത് എന്ന് വ്യക്തമാണല്ലോ. ഭൂമിയിൽ സ്ത്രീയായി ജനിക്കുക എന്നു പറഞ്ഞാൽ അത് അപ്സരസുകൾക്ക് ലഭിക്കുന്ന ഏറ്റവും വലിയ ശിക്ഷയാണ്. എല്ലാ അപ്സരസുകളും ലൈംഗികബന്ധത്തിനു ശേഷം പുരുഷനാൽ ഉപേക്ഷിക്കപ്പെടുന്നു. അലൗകിക സൗന്ദര്യത്തിന്റെ മൂർത്തിമത്ഭാവമായ തിലോത്തമ എന്ന അപ്സരസിന്റെ കഥയിലും ഇതുപോലുള്ള സംഭവങ്ങൾ കാണാം.

ഇന്ത്യയിലെ ദേവദാസി സമ്പ്രദായം പുരാണങ്ങളിൽ ചിത്രീകരിച്ചിരിക്കുന്ന അപ്സരസുകളെ മഹത്വവൽക്കരിക്കുന്നതിന്റെ ഭാഗമായി രൂപം കൊണ്ടതാണ്. ദേവദാസി സമ്പ്രദായത്തിൽ ദേവദാസികൾ അപ്സരസുകളോടാണ് താരതമ്യം ചെയ്യപ്പെടുന്നത്. നൃത്തം, സംഗീതം, ആരാധനാകർമങ്ങൾ, അഭിനയം എന്നിവയിലെല്ലാം നിപുണരാണ് ദേവദാസികൾ. ആത്മീയമായ ഒരുതരം വിവാഹം തന്നെയാണ് ദേവദാസികളെ പുരോഹിതന്മാർക്ക് സമർപ്പിക്കുന്നതിൽ കാണുന്നത്. വിവിധ ജാതികളിൽപ്പെട്ട ദേവദാസികൾ അവരുടെ ജാതീയമായ മേൽ-കീഴ് ബന്ധമനുസരിച്ച് ജീവിക്കുന്നു.

ജന്മി, പുരോഹിതൻ തുടങ്ങിയ ഉന്നതകുല ജാതരായ ആളുകൾ സ്ത്രീകളെ വിലയ്ക്ക് വാങ്ങുന്ന രീതിയാണ് പലയിടത്തമുള്ളത്. കുറെക്കാലം ഇവരുടെ വെപ്പാട്ടികളായ ശേഷം പലർക്കുമായി കാഴ്ചവെക്കപ്പെടുന്നു. അടുത്തകാലത്ത് ദേവദാസി സമ്പ്രദായത്തെപ്പറ്റിയുള്ള പഠനങ്ങളിൽനിന്നും മനസിലാകുന്ന ഒരു കാര്യം ദേവദാസികൾ അവസാനമായി എത്തുന്നത് വേശ്യാലയങ്ങളിലാണ് എന്നതാണ്. ദാരിദ്ര്യം, അന്ധവിശ്വാസം എന്നിവയാണ് ദേവദാസിയാവാൻ പെൺകുട്ടികളെ പ്രേരിപ്പിക്കുന്നത്. ദക്ഷിണേന്ത്യയിൽ മാത്രം രണ്ടരലക്ഷം ദേവദാസികളുണ്ടത്രെ. ഭൂരിപക്ഷം ദേവദാസികളും ദളിതരാണ്.

എ ഡി 9-ാം നൂറ്റാണ്ടിലാണ് ഇന്ത്യയിൽ ദേവദാസി വ്യവസ്ഥ രൂപം

കൊണ്ടത്. വിശ്വപ്രസിദ്ധ പണ്ഡിതനായ ജെയിംസ് ഫ്രേയ്സർ അഭിപ്രായപ്പെടുന്നത് അമ്മദൈവാരാധനയാണ് ഇത്തരത്തിലുള്ള വിവാഹസമ്പ്രദായത്തിന് വഴിയൊരുക്കുന്നത് എന്നതാണ്. ക്ഷേത്രവ്യവസ്ഥ, ഭക്തിപ്രസ്ഥാനം, ഫ്യൂഡലിസം എന്നീ മൂന്ന് ഘടകങ്ങൾ ചേർന്നാണ് ദേവദാസി സമ്പ്രദായം രൂപപ്പെട്ടതെന്ന് പ്രശസ്ത ചരിത്രകാരനായ എം ജി എസ് നാരായണൻ തന്റെ *ഹാന്റ് മേയ്ഡ്സ് ഓഫ് ഗോഡ് ഇൻ ഏസ്പക്ട്സ് ഓഫ് ആര്യനൈസേഷൻ ഇൻ കേരള* എന്ന ഗ്രന്ഥത്തിൽ പറയുന്നു. ദക്ഷിണേന്ത്യയിലാണ് ദേവദാസി സമ്പ്രദായം ഒരു പ്രധാനപ്പെട്ട ലൈംഗികാടിമത്ത വ്യവസ്ഥിതി എന്ന നിലയിൽ വളർച്ച പ്രാപിച്ചത്. പേർഷ്യൻ ഭരണാധികാരികളും മുഗളന്മാരും ഇത്തരമൊരു സമ്പ്രദായം നിലനിർത്തിയിരുന്നില്ല. മിക്ക ഭരണാധികാരികളും അവരുടെ കൊട്ടാരങ്ങളിൽ നർത്തകികളെയും വെപ്പാട്ടികളെയും നിലനിർത്തിയിരുന്നു. എന്നാൽ ദേവദാസി സമ്പ്രദായം എന്നത് ഒരു സവിശേഷ ലൈംഗികാടിമത്ത വ്യവസ്ഥയാണ്. ഇതിഹാസങ്ങളിലും പുരാണങ്ങളിലും മഹത്വവൽക്കരിക്കപ്പെട്ട വേശ്യാസങ്കൽപ്പത്തിന്റെ മൂർത്തമായ രൂപമാണിത്.

കഴിഞ്ഞ അധ്യായത്തിൽ ചാരിത്ര്യശുദ്ധി, പതിവ്രതാധർമം, തുടങ്ങിയ സങ്കൽപ്പങ്ങളെപ്പറ്റി വിശദീകരിച്ചുവല്ലോ. ഇന്ത്യൻ സദാചാരസങ്കൽപ്പത്തിന്റെ അടിത്തറയാണത്. പലപ്പോഴും ഹിന്ദുത്വവാദികൾ പറയുന്നത് ആർഷസംസ്കാരത്തിന്റെ മഹനീയ പാരമ്പര്യമാണ് അത് എന്നാണ്. എന്നാൽ ചാരിത്ര്യശുദ്ധി സങ്കൽപ്പത്തിന്റെ നേർ വിപരീതമാണ് ദേവദാസിസമ്പ്രദായം. സ്ത്രീകൾക്ക് പൊതുവിൽ ക്ഷേത്രക്കുളങ്ങളിലും മറ്റും പ്രവേശനമില്ല.

എന്നാൽ ക്ഷേത്രങ്ങളിലെ ജോലികൾ നിർവഹിക്കുന്നതിനും നൃത്തകലാദികൾ അവതരിപ്പിക്കുന്നതിനുംവേണ്ടി ദേവന് നേർച്ചയായി സമർപ്പിക്കപ്പെട്ട സ്ത്രീകളാണ് ദേവദാസികൾ. ക്ഷേത്രാചാരങ്ങളുമായി ബന്ധപ്പെട്ട ഒരു സമ്പ്രദായമെന്ന നിലയ്ക്ക് ഇത് ആവിർഭവിച്ചത് തെക്കേ ഇന്ത്യയിലാണെന്ന് കരുതപ്പെടുന്നു. പശ്ചിമേഷ്യ, ഈജിപ്ത്, ഗ്രീസ് തുടങ്ങിയ രാജ്യങ്ങളിലെ ദേവാലയങ്ങളിൽ നൃത്തഗാനങ്ങൾ നടത്തുന്നത് ഒരു തൊഴിലായി സ്വീകരിച്ചിരുന്നവർ ഉണ്ടായിരുന്നു.

ദേവന്റെ അഥവാ ദൈവത്തിന്റെ ദാസി എന്ന അർഥത്തിലുള്ള ദേവദാസി ഹൈന്ദവ ക്ഷേത്രങ്ങളിൽ നൃത്തമാടിയിരുന്ന ഒരു വിഭാഗത്തെക്കുറിക്കാൻ ഉപയോഗിക്കുന്ന പദമാണ്. ഭാരതത്തിലുടനീളം ഒരു കാലത്ത് ഈ സമ്പ്രദായം നിലവിലുണ്ടായിരുന്നതായി വിശ്വസിക്കപ്പെടുന്നുണ്ടെങ്കിലും ഈ സമ്പ്രദായത്തിന്റെ ഉൽപ്പത്തി മതപരമായ പ്രമാണങ്ങൾ അടിസ്ഥാനമാക്കിയായിരുന്നില്ല എന്ന അഭിപ്രായം നിലവിലുണ്ട്. എന്നാൽ മതവിശ്വാസം ഇത് ശക്തിപ്പെടുത്തുന്നതിന് ഒരു പ്രധാനപ്പെട്ട കാരണം തന്നെയാണ്. ഇന്ത്യൻ ജാതിവ്യവസ്ഥയും അതിലധിഷ്ഠിതമായ മതസങ്കൽപ്പങ്ങളും സ്ത്രീകളെ പുരോഹിതന്മാർക്ക് ദാനം ചെയ്യുന്നതിനെ മഹത്വവൽക്കരിക്കുന്നുണ്ട്. അതിന്റെ ഭാഗമായിട്ടാണ് ദേവദാസി

സമ്പ്രദായവും രൂപപ്പെട്ടത്. പല ദേശങ്ങളിലും വ്യത്യസ്തമായ ആചാരാനുഷ്ഠാനങ്ങളാണ് ദേവദാസികൾക്ക് ഉണ്ടായിരുന്നത്. കേരളത്തിൽ ദേവദാസിസമ്പ്രദായം നിലനിന്നിരുന്നതായി ഇളംകുളം കുഞ്ഞൻപിള്ള വാദിക്കുന്നു.

ദേവവിഗ്രഹത്തെ ചാമരംകൊണ്ടു വീശുക, കുംഭാരതി ഏന്തി ദേവന് അകമ്പടി സേവിക്കുക, ക്ഷേത്രവും പരിസരവും ശുചിയാക്കുക തുടങ്ങിയവയും ദേവദാസികളുടെ തൊഴിലിന്റെ ഭാഗമായിരുന്നു. പ്രാചീനകാലത്ത്, പൂജാരിയെപ്പോലെ ദേവദാസികളും ബഹുമാനിക്കപ്പെട്ടിരുന്നു.

ഏഴുതരം ദേവദാസികളെപ്പറ്റി സംസ്കൃത കൃതികളിൽ പരാമർശമുണ്ട്.

ദത്ത–ദേവനു സ്വയം സമർപ്പിച്ചവൾ, വിക്രീത–ദേവനു വിൽക്കപ്പെട്ടവൾ, ഭൃത്യ–ദേവനെ പരിചരിക്കുന്നവൾ, ഭക്ത–ഭക്തികൊണ്ട് കൈങ്കര്യം സ്വീകരിക്കുന്നവൾ അഥവാ ക്ഷേത്രവുമായി ബന്ധപ്പെട്ടു ജീവിക്കുന്നവൾ, ഹൃത–പ്രലോഭനങ്ങളിലൂടെ കൊണ്ടുവന്ന് ദേവനു സമർപ്പിക്കപ്പെട്ടവൾ, അലങ്കാര–രാജാവോ നാടുവാഴിയോ ദേവനു സമർപ്പിക്കുന്ന, പാണ്ഡിത്യവും കലാപാടവവും ഉള്ളവൾ. ഇവർ ക്ഷേത്രത്തിന് അലങ്കാരമാണെന്ന് കരുതപ്പെട്ടിരുന്നു. ഗോപിക അഥവാ രുദ്രഗണിക– പ്രതിഫലംപറ്റി ക്ഷേത്രത്തിൽ ആടുകയും പാടുകയും ചെയ്യുന്നവൾ.

തേവരാതിയാർ, പാട്ടിയിലാർ, തേവനാർമക്കൾ, കോയിൻ പിണാക്കൾ, തേവിടിച്ചി, നങ്ങേയിമാർ, കുടിക്കാരി, മുരേയിക്കാരി, കൂത്തച്ചി, കൂത്താച്ചി, ആട്ടക്കാരി, സുലയാർ, പോട്ടി, ബാസവി, ജോഗ്തിസ്, ഭവിൻ, കളവന്ത്, സാനിസ്, ഭോഗം, ദാരിക, മഹരീസ് എന്നിങ്ങനെ പലപേരുകളിൽ ദേവദാസികൾ അറിയപ്പെടുന്നു.

നൃത്തശിൽപ്പ കലയുടെ വികാസത്തെ ദേവദാസി സമ്പ്രദായം ഗണ്യമായി സ്വാധീനിച്ചിട്ടുണ്ട്. കേരളത്തിലെയും ദക്ഷിണേന്ത്യയിലെയും ക്ഷേത്രങ്ങളിൽ നിലനിന്നിരുന്ന ദാസിയാട്ടത്തിൽനിന്ന് ദേവദാസികൾ വികസിപ്പിച്ചെടുത്തതാണ് മോഹിനിയാട്ടം. 14–ാം ശതകത്തിൽ രചിക്കപ്പെട്ട *ശിവവിലാസം* എന്ന കൃതി, നൃത്തകലയിലെ ദേവദാസികളുടെ വൈഭവത്തിന് ഉദാഹരണമാണ്. ദേവദാസികളുടെ നിശാനൃത്തത്തിൽ ആകൃഷ്ടരായ ദേവന്മാർ, അത് സ്ഥിരമായി ആസ്വദിക്കുന്നതിനുവേണ്ടി ക്ഷേത്രച്ചുമരുകളിൽ പ്രതിമകളായി മാറി എന്നാണ് *ശിവവിലാസ*ത്തിൽ പറയുന്നത്.

തമിഴകത്തിൽ പല്ലവന്മാരും പാണ്ഡ്യന്മാരും ദേവദാസി സമ്പ്രദായത്തെ പ്രോത്സാഹിപ്പിച്ച ഭരണാധികാരികളാണ്. തമിഴ് നായനാരുടെ സങ്കീർത്തനങ്ങളാണ് ദേവദാസി സമ്പ്രദായത്തെക്കുറിച്ചുള്ള ആദ്യകാല സ്രോതസ്സ്. *തൊൽക്കാപ്പിയം, ചിലപ്പതികാരം* തുടങ്ങിയ തമിഴ് കൃതികളിലും ദേവദാസി സമ്പ്രദായത്തെക്കുറിച്ച് പരാമർശിക്കുന്നുണ്ട്. തമിഴ്നാട്ടിലെ മറവർ എന്ന വർഗക്കാർ നായാടികളായിരുന്നുവത്രെ. നായാട്ടിനൊപ്പം അവർ അനുഷ്ഠാനനൃത്തങ്ങളും ചെയ്തിരുന്നു. ബ്രാഹ്മണന്മാ

രുടെ സ്വാധീനത്തിന്റെ ഫലമായി മറവ സമുദായത്തിലെ സുന്ദരികളായ നർത്തകികൾ ദേവദാസികളാക്കപ്പെട്ടതാണ് ദേവദാസിസമ്പ്രദായത്തിന്റെ ആദ്യരൂപമെന്ന് അനുമാനിക്കപ്പെടുന്നു. ആൾവാർമാർ, നായനാർ എന്നിവരുടെ സാഹിത്യകൃതികളിൽ ദേവദാസിസമ്പ്രദായത്തെക്കുറിച്ച് പരാമർശിക്കുന്നുണ്ട്. ജീവനന്ദം എന്ന ചരിത്രകാരൻ രചിച്ച *ദ ബാക്ക് ഗ്രൗണ്ട് ഓഫ് ഭക്തിമൂവ്മെന്റ് ഇൻ മെഡീവൽ തമിഴകം* എന്ന ഗ്രന്ഥത്തിൽ തമിഴകത്തിലെ ദേവദാസിസമ്പ്രദായത്തെപ്പറ്റി പ്രതിപാദിക്കുന്നുണ്ട്.

പൊതുവിൽ ചോളഭരണാധികാരികളുടെ കാലത്താണ് ദേവദാസി സമ്പ്രദായം ഒരു വ്യവസ്ഥയെന്ന നിലയിൽ വളർച്ച പ്രാപിച്ചത്. ജെ എസ് ഗ്രിവാൾ തന്റെ *റിലീജ്യസ് മൂവ്മെന്റ് ആന്റ് ഇൻസ്റ്റിറ്റ്യൂഷൻസ് ഇൻ മെഡീവൽ ഇന്ത്യ* (വാല്യം 7–ഭാഗം 2–ഓക്സ്ഫോഡ് യൂണിവേഴ്സിറ്റി പ്രസ്) എന്ന ഗ്രന്ഥത്തിൽ തമിഴകത്തെ ദേവദാസി സമ്പ്രദായത്തിന്റെ സവിശേഷതകൾ വിശകലനം ചെയ്യുന്നുണ്ട്. കുലോത്തുംഗന്റെ എ ഡി 1215 ലെ രേഖകൾ ദേവദാസി സമ്പ്രദായത്തോടൊപ്പം നിലനിന്ന അമ്പത്താറോളം മതാഘോഷങ്ങളെക്കുറിച്ച് വിശദീകരിക്കുന്നുണ്ട്. കുലോത്തുംഗൻ മൂന്നാമനും, രാജരാജൻ മൂന്നാമനും ദേവദാസി സമ്പ്രദായത്തെ പ്രോത്സാഹിപ്പിച്ച തമിഴകത്തെ ഭരണാധികാരികളായിരുന്നു. ജാതവർമൻ കുലശേഖരന്റെ രാജ്ഞിയും ഇതിനെ പ്രോത്സാഹിപ്പിച്ചു. തിരുപ്പതി ക്ഷേത്രത്തിൽ ദേവദാസി സമ്പ്രദായത്തിന് വളരെയധികം പ്രാധാന്യമുണ്ടായിരുന്നു. പിൽക്കാല പാണ്ഡ്യന്മാരും ഈ വ്യവസ്ഥ നിലനിർത്തി. എന്നാൽ വിജയനഗര സാമ്രാജ്യത്തിന്റെ തകർച്ചയ്ക്ക് ശേഷം ദേവദാസി സമ്പ്രദായം ക്രമേണ തകരുകയായിരുന്നു.

രാഷ്ട്രീയമായ അസ്ഥിരത, സാമ്പത്തിക പ്രതിസന്ധി, ക്ഷേത്രങ്ങളുടെ പ്രാധാന്യം കുറഞ്ഞുവന്നത്, ദേവദാസികൾ രാഷ്ട്രീയകാര്യങ്ങളിൽ ഇടപെടാൻ തുടങ്ങിയത്, ദേവദാസികൾ ഒരു ക്ഷേത്രത്തിൽനിന്നും മറ്റു ക്ഷേത്രങ്ങളിലേക്ക് കൈമാറ്റം ചെയ്യപ്പെട്ടത്, ദേവദാസികൾക്കിടയിലെ ഹൈറാർക്കി, ദാരിദ്ര്യം എന്നിവയെല്ലാം ദേവദാസി സമ്പ്രദായത്തിന്റെ തകർച്ചയ്ക്ക് വഴിതെളിയിച്ചു. കൊളോണിയൽ ഭരണാധികാരികൾ ദേവദാസി സമ്പ്രദായത്തെ വേശ്യാവൃത്തി എന്നുതന്നെ വ്യാഖ്യാനിച്ചു. അത് ക്രിമിനൽ കുറ്റമായി പരിഗണിക്കപ്പെട്ടു. അങ്ങനെയാണ് ദേവദാസിസമ്പ്രദായം ആധുനികകാലത്ത് നിയമംമൂലം നിരോധിക്കപ്പെട്ടത്.

19–ാം നൂറ്റണ്ടിൽ ക്രൈസ്തവമിഷണറിമാർ, ഡോക്ടർമാർ, പത്രപ്രവർത്തകർ തുടങ്ങിയവരുടെ നേതൃത്വത്തിൽ ദേവദാസി സമ്പ്രദായം നിരോധിക്കാൻവേണ്ടിയുള്ള വിപുലമായ പ്രവർത്തനങ്ങൾ ഇന്ത്യയിൽ നടന്നു. 1930–ൽ മുത്തുലക്ഷ്മി റെഡ്ഡിയുടെ നേതൃത്വത്തിൽ നടന്ന ദേവദാസിവിരുദ്ധ പ്രവർത്തനങ്ങൾ മദ്രാസ് ലെജിസ്ലേറ്റീവ് കൗൺസിലിൽ ഈ സമ്പ്രദായം നിരോധിച്ചുകൊണ്ടുള്ള ഉത്തരവ് പാസാക്കുന്നതിന് കാരണമായി. 1930–ലാണ് ഈ നിരോധനം വരുന്നത്. 1934–ൽ ബോംബെയിലും ഇത് നിരോധിച്ചു. കർണാടക, ഗോവ, ആന്ധ്രാപ്രദേശ് എന്നിവി

ടങ്ങളിലെല്ലാതന്നെ ദേവദാസി സമ്പ്രദായം നിരോധിച്ചുകൊണ്ടുള്ള നിയമങ്ങൾ പാസാക്കപ്പെട്ടു. എഡ്ഗാർ തേസ്റ്റൺ രചിച്ച *കാസ്റ്റ്സ് ആന്റ് ട്രൈബ്സ് ഓഫ് സതേൺ ഇന്ത്യ*- (7 വാല്യങ്ങൾ) എന്ന ഗ്രന്ഥം ദേവദാസി സമ്പ്രദായത്തിന്റെ തകർച്ചയെക്കുറിച്ചും അതിലേക്ക് വഴിതെളിയിച്ച പ്രവർത്തനങ്ങളെക്കുറിച്ചും മറ്റും വിശദമായ അറിവുകൾ നൽകുന്നുണ്ട്.

ദേവദാസി സമ്പ്രദായം നിയമനടപടികളുടെ ഫലമായി നിരോധിക്കപ്പെട്ടെങ്കിലും പല സംസ്ഥാനങ്ങളിലും അത് പ്രച്ഛന്നമായ രൂപത്തിൽ നിലനിൽക്കുന്നുണ്ട്. ദേവദാസി സമ്പ്രദായവുമായി ബന്ധപ്പെട്ട നിരവധി ഐതീഹ്യങ്ങളുണ്ട്. അതിലൊന്നാണ് മാതമ്മയുടേത്. മാരിയമ്മൻ രേവതിയുമായി സാദൃശ്യമുണ്ട് മാതമ്മയ്ക്ക്. അസ്പൃശ്യരും അധഃസ്ഥിതരുമായ ആളുകളുടെ ദേവതയാണ് മാരിയമ്മൻ. പരശുരാമൻ കഥയുമായി ബന്ധപ്പെട്ടതാണത്. പരശുരാമൻ പിതാവായ ജമദഗ്നിയുടെ കൽപ്പന കേട്ട് അമ്മ രേണുകയുടെ ശിരസ്സ് അറുക്കുന്നു. അതിനുശേഷം ശിരസ്സ് പൂർവസ്ഥിതിയിലാക്കാൻ മഹർഷി കൽപ്പിക്കുന്നു. അസ്പൃശ്യയായ ഒരു സ്ത്രീയുടെ ശിരസുപയോഗിച്ചുകൊണ്ടാണ് രേണുകയുടെ ശിരസ്സ് പുനർനിർമിച്ചതത്രെ. അതിന് ശേഷമാണ് മാരിയമ്മൻ ദേവത രൂപംകൊണ്ടത് എന്നു വിശ്വസിക്കപ്പെടുന്നു. ചില ഐതീഹ്യങ്ങളിൽ യെല്ലമ്മയെപ്പറ്റിയാണ് പ്രതിപാദിക്കുന്നത്. ഉപരിജാതിയിൽപ്പെട്ടവർക്കുവേണ്ടി ജീവനും ജീവിതവും ബലിയർപ്പിക്കുന്നത് മോക്ഷദായകമായി ചിത്രീകരിക്കുന്നതിന്റെ ഭാഗമായിട്ടാണ് ഇത്തരം കഥകൾ പ്രചരിക്കപ്പെടുന്നത്.

താഴ്ന്ന ജാതിയിൽപ്പെട്ട സ്ത്രീകളെ ഉപരിജാതിയിൽപ്പെട്ടവരുടെ ലൈംഗിക താൽപ്പര്യങ്ങൾക്കുവേണ്ടി കീഴ്പ്പെടുത്തുന്നതിന്റെ സൂത്രങ്ങൾ ഇതിൽ കാണാം. താഴ്ന്ന സമുദായങ്ങളിൽപ്പെട്ട സ്ത്രീകളെ ഉപരിജാതി ഹിന്ദുക്കളുടെ ക്ഷേത്രങ്ങളുമായും ആചാരാനുഷ്ഠാനങ്ങളുമായും ബന്ധിപ്പിക്കുന്നത് ഇന്ത്യൻ ചരിത്രത്തിലെ ഒരു പ്രധാനപ്പെട്ട പ്രക്രിയയാണ്. നിരവധി ഹിന്ദുക്ഷേത്രങ്ങളുമായി ദളിത് സമൂഹങ്ങളെ ബന്ധിപ്പിക്കുന്ന ഐതീഹ്യങ്ങൾ, മിത്തുകൾ എന്നിവ പ്രചാരത്തിലുണ്ട്. അവയിലൊന്നാണ് തിരുവനന്തപുരത്തെ പത്മനാഭസ്വാമി ക്ഷേത്രവുമായി ബന്ധപ്പെട്ട് നിലനിൽക്കുന്നത്.

ക്ഷേത്രം നിലകൊള്ളുന്ന പ്രദേശം അനന്തൻകാട് എന്നപേരിലാണ് ആദ്യകാലത്ത് അറിയപ്പെട്ടിരുന്നത്. അവിടെ പുലയദമ്പതികളാണ് താമസിച്ചിരുന്നത്. അവർ കുടികിടപ്പുകാരായിരുന്നത്രെ. ഒരുദിവസം അവരൊരു അത്ഭുതസംഭവത്തിന് സാക്ഷ്യംവഹിച്ചു. അനന്തൻകാട്ടിൽ ഒരു അജ്ഞാത ശിശു ഉച്ചത്തിൽ നിലവിളിക്കുന്നു. ഉപേക്ഷിക്കപ്പെട്ട നിലയിൽ കണ്ട ആ കുഞ്ഞിന്റെ കരച്ചിൽകേട്ട് മനസ്സ് നൊന്ത പുലയ സ്ത്രീ കുഞ്ഞിന് മുലപ്പാൽ നൽകി എന്നും അതോടെ കുഞ്ഞ് കരച്ചിൽ നിറുത്തി എന്നും വിശ്വസിക്കപ്പെടുന്നു. മാല എന്നായിരുന്നു ആ പുലയസ്ത്രീയുടെ പേര്. അനന്തൻകാട്ടിൽ പടർന്ന് പന്തലിച്ചുനിൽക്കുന്ന ഇലിപ്പമരത്തിന്റെ

ചുവട്ടിലിരുന്നാണ് മാല കുഞ്ഞിനെ മുലപ്പാലൂട്ടിയത്. അപ്പോൾ ഒരു മഹാസർപ്പം വൃക്ഷത്തിന്റെ മുകളിൽനിന്നും താഴേക്ക് വന്ന് തുണിയിൽ കിടക്കുന്ന കുഞ്ഞിനെ മരപ്പൊത്തിനുള്ളിലേക്ക് കൊണ്ടുപോയി. ഇത് കണ്ട പുലയസ്ത്രീ ഭയന്നുപോയി. വാർത്തകേട്ട് നാട്ടുകാരെല്ലാം ഓടിക്കൂടി. തിരുവിതാംകൂർ രാജാവ് കൊട്ടാരം ജ്യോത്സ്യരെ വിളിച്ചുവരുത്തി. കുഞ്ഞ് മഹാവിഷ്ണുവാണെന്നും സർപ്പം അനന്തനാണെന്നും ജ്യോത്സ്യർ അഭിപ്രായപ്പെട്ടു. അതിനെത്തുടർന്ന് അവിടെ ഒരു വിഷ്ണുക്ഷേത്രം പണിയണമെന്ന് രാജകൽപ്പനയുണ്ടായി. അങ്ങനെയാണ് ശ്രീ പത്മനാഭസ്വാമി ക്ഷേത്രം ഉയർന്നുവരുന്നത്.

അയ്യാക്കണ്ണ പെരുമാട്ടുകാളി ദമ്പതിമാരുടെ വംശപരമ്പരയിൽ പെട്ടവളാണ് കുഞ്ഞിന് മുലപ്പാൽ കൊടുത്ത മാല എന്ന സ്ത്രീ. അനന്തശായിയായ ദൈവത്തിന് വിശ്രമംകൊള്ളാൻവേണ്ടിയാണ് പത്മനാഭസ്വാമിക്ഷേത്രം നിർമിക്കപ്പെടുന്നത്. ആ ക്ഷേത്രം നിന്നിടത്ത് ആദ്യമുണ്ടായിരുന്നത് മാലയെന്ന പുലയസ്ത്രീയുടെ ചെറ്റപ്പുരയായിരുന്നു. ക്ഷേത്രം പണിയാൻവേണ്ടി അവരത് പൊളിച്ചുമാറ്റിക്കൊടുത്തു. ശ്രീകോവിലിനുള്ളിൽ തെളിക്കാൻവേണ്ടി തീ കത്തിച്ചുനൽകിയതും മാലയാണത്രെ. പത്മനാഭസ്വാമിക്ഷേത്രത്തിൽ ആദ്യത്തെ നൈവേദ്യം നൽകുന്നതും മാലയത്രെ. ഏതാനും കണ്ണിമാങ്ങ ഞെട്ടോടെ പറിച്ചെടുത്ത് കണ്ണൻചിരട്ടയിലിട്ടാണത്രെ മാല ആദ്യത്തെ കാണിക്ക നൽകുന്നത്. മാലയ്ക്ക് അഞ്ച് സഹോദരന്മാരുണ്ടായിരുന്നുവത്രെ. പുത്തരിക്കണ്ടത്ത് പുന്നെല്ല് വിളയിച്ചായിരുന്നത്രെ മാല കുടുംബം പോറ്റിയിരുന്നത്. അവൾ അനന്തൻകാട്ടിലായിരുന്നു താമസിച്ചിരുന്നതെന്ന് പറഞ്ഞുവല്ലോ. ഇപ്പോൾ പത്മനാഭസ്വാമിക്ഷേത്രം നിൽക്കുന്ന സ്ഥലത്ത് കുടിൽകെട്ടി ചുള്ളിക്കമ്പുകൾ ശേഖരിച്ചും പഴങ്ങളും മറ്റും പറിച്ചെടുത്തും അവൾ സമാധാനത്തോടെ ജീവിച്ചു. മാലയിൽ അങ്ങേയറ്റം ആകൃഷ്ടനായതുകൊണ്ടാണ് മഹാവിഷ്ണു അവളുടെ മുലപ്പാൽ കുടിക്കാൻവേണ്ടി പ്രത്യക്ഷനായതത്രെ.

ഇങ്ങനെ ദൈവങ്ങൾക്ക് ദളിത് സ്ത്രീകളുടെ മുലപ്പാൽ കുടിക്കാനുള്ള അഭിനിവേശമുണ്ടാകുന്നത് വളരെ പ്രതീകാത്മക പ്രാധാന്യമുള്ളതാണ്. ജാതി, പാട്രിയാർക്കി, ലൈംഗികത, ലിംഗവിവേചനം, ആത്മീയത ഇവയെല്ലാം പരസ്പരബന്ധിതമായിട്ടാണ് ഇന്ത്യൻസമൂഹത്തിൽ പ്രവർത്തിക്കുന്നത്. സവർണ ഹിന്ദുമതത്തിന്റെ അധിനിവേശപ്രത്യയശാസ്ത്രം ഭൂരിപക്ഷംവരുന്ന കീഴ്ജാതി സമൂഹങ്ങളുടെമേൽ അടിച്ചേൽപ്പിക്കുന്നതിന്റെ ഭാഗമായിട്ടാണ് ലൈംഗികതയും അടിച്ചമർത്തപ്പെടുന്നത്.

ദളിത്-അധഃസ്ഥിത സമൂഹങ്ങളിലെ സ്ത്രീകളെ ഉൽപ്പാദനപരമായും പ്രത്യുൽപ്പാദനപരമായും ലൈംഗികമായും ഉപയോഗിക്കുക എന്നതായിരുന്നു സവർണ പാട്രിയാർക്കിയുടെ താൽപ്പര്യം. ആഭ്യന്തര കൊളോണിയലിസം എന്ന പേരിലറിയപ്പെടുന്ന ഈ അധിനിവേശത്തിന്റെ ഏറ്റവും ശക്തമായ പ്രത്യയശാസ്ത്ര ഉപകരണങ്ങളിലൊന്നായിരുന്നു മതം. വർണജാതി വ്യവസ്ഥയിൽ അധിഷ്ഠിതമായ ബ്രാഹ്മണിക് മത

ത്തിന്റെ ആധിപത്യമായിരുന്നു ഇത്.

ഈ ആധിപത്യം വിപുലമാക്കുന്നതിന്റെ ഭാഗമായിട്ടാണ് ക്ഷേത്ര വ്യവസ്ഥതന്നെ രൂപപ്പെട്ടത്. എന്താണ് ക്ഷേത്രവ്യവസ്ഥ? അത് കേവലം ആരാധനയ്ക്കുവേണ്ടിയുള്ള ഒരു വ്യവസ്ഥയാണോ? തീർച്ചയായും അല്ല. ജാതീയമായ ശ്രേണീ ബന്ധിത അധികാരം അടിച്ചേൽപ്പിക്കുന്നതിന്റെ ഭാഗമായും ഉൽപ്പാദനമേഖലയിലുള്ള പുനഃസംഘാടനത്തിന്റെ ഭാഗ മായും ആണ് ക്ഷേത്രങ്ങൾ നിർമിക്കപ്പെട്ടതും പരിപാലിക്കപ്പെട്ടതും. ബ്രാഹ്മണർ, ക്ഷത്രിയർ, വൈശ്യർ, ശൂദ്രർ എന്ന ചാതുർവർണ്യവ്യവ സ്ഥയുടെ ഒരു പ്രധാനപ്പെട്ട സാമൂഹ്യധർമ്മം ഉൽപ്പാദനവ്യവസ്ഥയെ പുനഃസംഘടിപ്പിക്കുക എന്നതായിരുന്നു. തൊഴിൽ വിഭജനത്തിൽ അധി ഷ്ഠിതമായ ജാതിവ്യവസ്ഥ ഇതിന് സഹായകമായി. എന്നാൽ ഉൽപ്പാദ നമേഖലയിൽ മാത്രമല്ല സാമൂഹികസാംസ്കാരിക ശ്രേണിയിലും ഉപ രിജാതി ഹിന്ദുക്കൾ മേധാവിത്വം നേടി. ഇതിനുവേണ്ടിയുള്ള ശക്തമായ ശ്രമത്തിന്റെ ഭാഗമായിട്ടാണ് ക്ഷേത്രങ്ങൾ ഇന്നു കാണുന്ന രീതിയിൽ പുനഃസംഘടിക്കപ്പെടുന്നത്.

എ എസ് അൾട്ടേക്കർ തന്റെ *അപ്പർകാസ്റ്റ്സ്-പൊസിഷൻ ഓഫ് വിമൻ ഇൻ ഹിന്ദു സിവിലൈസേഷൻ* എന്ന ഗ്രന്ഥത്തിൽ ദേവദാസി സമ്പ്രദായവ്യവസ്ഥയിൽ ജാതിവ്യത്യാസമനുസരിച്ച് സ്ത്രീകൾ അനു ഭവിക്കേണ്ടി വരുന്ന പ്രശ്നങ്ങളെക്കുറിച്ച് പ്രതിപാദിക്കുന്നുണ്ട്. ഇത് വിശ ദീകരിക്കുന്നതിന് മുമ്പ് ദേവദാസി സമ്പ്രദായത്തെക്കുറിച്ച് സമൂഹത്തിൽ നിലനിൽക്കുന്ന ചില തെറ്റിദ്ധാരണകളെക്കുറിച്ച് പരാമർശിക്കേണ്ടതുണ്ട്. ദേവദാസി സമ്പ്രദായമെന്നത് സ്ത്രീകളുടെ ഉന്നതമായ സാമൂഹ്യപദ വിയാണെന്ന് ചിലർ തെറ്റിദ്ധരിക്കുന്നു. അങ്ങനെ തെറ്റിദ്ധരിക്കാൻ കാരണം അവർ കരുതുന്നത് ഒരു പെൺകുട്ടി സ്വയമേവ ദേവദാസി പദം സ്വീകരിക്കുന്നു എന്നാണ്. ജാതീയമായ നിലയും സാമ്പത്തികാവസ്ഥയും ആണ് ദേവദാസി പദം സ്വീകരിക്കാൻ ഒരു പെൺകുട്ടിയെ നിർബന്ധി പ്പിക്കുന്നത്. രണ്ട് നിലയ്ക്കുള്ള ഹിംസാത്മകതയാണ് ഇവിടെ കാണു ന്നത്. ഒന്ന് ലിംഗപരമായ അധിനിവേശം, രണ്ട് സാമ്പത്തിക ചൂഷണം. ലിംഗപരമായ അധിനിവേശം രണ്ട് സ്വഭാവങ്ങൾ ഉൾക്കൊള്ളുന്നു. ഒന്ന് മിക്കവാറും എല്ലാ ദേവദാസികളും പ്രായപൂർത്തിയാവുന്നതിന് മുമ്പ് തന്നെ പുരോഹിതന്മാർക്കും മറ്റും അർപ്പിക്കപ്പെടുന്നു. ആ നിലയ്ക്ക് കുട്ടികൾക്കെതിരായിട്ടുള്ള ഒരു ഹിംസാത്മകതയാണിത്. രണ്ട് സ്ത്രീ എന്ന നിലയിൽ ജീവിതകാലം മുഴുവൻ അവളുടെ മേൽ ആധിപത്യം ചെലുത്തുന്നു.

ദേവദാസി എന്ന പദത്തിന്റെ മാസ്മരിക ശക്തി ഒരു പ്രത്യയ ശാസ്ത്ര പർദയാണ്. മതത്തിന്റെ പേരിൽ അല്ലെങ്കിൽ ദൈവത്തിന്റെ പേരിൽ അതല്ലെങ്കിൽ ക്ഷേത്രത്തിന്റെ പേരിൽ സ്ത്രീകളെ വേശ്യകളാ ക്കുന്ന ഏറ്റവും അപമാനവീകരിക്കപ്പെട്ട വ്യവസ്ഥയാണിത്. നേരത്തെ നാം പരിശോധിച്ച പ്രാചീനകാല ഇന്ത്യയിലെ സ്ത്രീ അടിമത്തത്തിന്റെ

മറ്റൊരു രൂപമാണിത്. ആദ്യകാല സ്ത്രീ അടിമത്തത്തിൽ സ്ത്രീകളെ യാതൊന്നിന്റെയും മറയില്ലാതെ അടിമകളാക്കുകയായിരുന്നുവെങ്കിൽ ദേവദാസി സമ്പ്രദായത്തിൻ കീഴിൽ ആത്മീയതയുടെ മറ ഉപയോഗിച്ചാണ് അടിമയാക്കുന്നത്.

എല്ലാ ദേവദാസികളും ഒരേ തൊഴിലല്ല ചെയ്തിരുന്നത്. അലക്കുക, അടിച്ചുവാരുക, പൂക്കൾ കോർക്കുക, ക്ഷേത്രങ്ങളിൽ മണിയടിക്കുക, ക്ഷേത്ര ശുചീകരണം നടത്തുക, ക്ഷേത്രവുമായി ബന്ധപ്പെട്ട അടുക്കളയിൽ ജോലി ചെയ്യുക തുടങ്ങിയ പലതരം ജോലികൾ ദേവദാസികൾക്ക് ചെയ്യേണ്ടിയിരുന്നു. ദേവദാസികൾ ഒരു പൊതു സമുദായമായിരുന്നുവെങ്കിലും അതിനുള്ളിൽ ജാതിയുടെ അടിസ്ഥാനത്തിൽ കൃത്യമായ വിഭജനമുണ്ടായിരുന്നു. ക്ഷേത്രങ്ങളിലെ മതപരമായ കാര്യങ്ങൾ ചെയ്തിരുന്നത് ഉപരിജാതിയിൽപ്പെട്ട ദേവദാസികളായിരുന്നു. ദളിതരും മറ്റും പൊതുവിൽ സെക്കുലർ ആയ കാര്യങ്ങളിലാണ് ഇടപെട്ടിരുന്നത് എന്ന് അൾട്ടേക്കർ വിശദീകരിക്കുന്നുണ്ട്.

ദേവദാസികളെല്ലാവരും ക്ഷേത്രങ്ങളിലല്ല കഴിയുന്നത്. ജാതീയമായ ശ്രേണിവ്യവസ്ഥയ്ക്ക് അനുസരിച്ച് താഴ്ന്ന ജാതിക്കാർ പുരോഹിതന്മാരുടെയും മറ്റും താവളങ്ങളിൽ പാർക്കുന്നു. ദേവദാസി സമ്പ്രദായത്തെക്കുറിച്ച് വിശദമായി പ്രതിപാദിക്കുന്ന മറ്റൊരു പ്രധാനപ്പെട്ട ഗ്രന്ഥമാണ് ദേവേഷ് സോണേജിയുടെ *അൺഫിനിഷ്ഡ് ജസ്റ്റേഴ്സ് -ദേവദാസീസ്, മെമ്മറി ആന്റ് മോഡേർനിറ്റി ഇൻ സൗത്ത് ഇന്ത്യ*. മധ്യപ്രദേശിലും കർണാടകയിലുമായി അഞ്ച് ലക്ഷത്തോളം ദേവദാസികൾ ഉണ്ടെന്നാണ് റൂഥ് മനോരമ പറയുന്നത്. അതിൽ ഭൂരിപക്ഷവും ദളിതരാണത്രെ. *നാഷണൽ അലയൻസ് ഓഫ് വിമൻ* എന്ന സംഘടനയുടെ പ്രസിഡണ്ടാണ് റൂഥ് മനോരമ. (*ഇന്ത്യൻ എക്സ്പ്രസ്*, മെയ് 25, 2013).

1982-ൽ കർണാടക സർക്കാർ ദേവദാസി സമ്പ്രദായം നിയമവിരുദ്ധമായി പ്രഖ്യാപിച്ചെങ്കിലും കർണാടകയിലെ പത്തോളം ജില്ലകളിൽ ഇന്നും ദേവദാസി സമ്പ്രദായമുണ്ട്. നിയമപരമായി നിരോധിക്കപ്പെട്ടതിനുശേഷവും ഇത് തുടരുന്നു. കൂടുതൽ പേരും നഗരങ്ങളിലെ വേശ്യാലയങ്ങളിൽ അടയ്ക്കപ്പെട്ടിരിക്കുകയാണ്. 17-ാം നൂറ്റാണ്ടിലെ തെലുങ്ക് നാടോടി കവിയായിരുന്ന ക്ഷേത്രയ്യ ദേവദാസികളെക്കുറിച്ച് കവിതകളെഴുതിയിരുന്നു. കൂടുതലും പ്രണയകാവ്യങ്ങളായിരുന്നു. ഈ കവിതകളെല്ലാംതന്നെ ദേവദാസികൾക്ക് സമർപ്പിക്കപ്പെട്ടതായിരുന്നു.

ദേവദാസി സമ്പ്രദായത്തെ അതിന്റെ പ്രത്യയശാസ്ത്ര പർദ അഴിച്ചുമാറ്റാതെ ആദർശവൽക്കരിക്കുന്നവരുണ്ട്. സവർണ-ബ്രാഹ്മണിക് പ്രത്യയശാസ്ത്രത്തിന്റെ അബോധപൂർവമായ സ്വാധീനമാണ് ഇതിനു കാരണം. അവരുടെ സങ്കൽപ്പമനുസരിച്ച് കലാകാരികൾ ക്ഷേത്രസദസുകളിൽ നിത്യ സാന്നിധ്യമായിരുന്നതുകൊണ്ടും മറ്റും ദേവദാസികൾ ഉയർന്ന സാമൂഹ്യപദവിയും വ്യക്തിപരമായ അന്തസ്സും ഉള്ളവരായിരുന്നു. അടിസ്ഥാനപരമായി ദേവദാസി സമ്പ്രദായം ഒരു അടിമത്ത

വ്യവസ്ഥ വിശേഷിച്ചും ലൈംഗികാടിമത്ത വ്യവസ്ഥ ആയിരുന്നുവെന്ന യാഥാർഥ്യം അംഗീകരിക്കാതെ പഴയകാല നമ്പൂതിരിമാരുടെ സംബന്ധ വ്യവസ്ഥയെ വാരിപ്പുണർന്ന നായർ തറവാട്ടിലെ കാരണവന്മാരുടെ അളിഞ്ഞബോധമാണ് ദേവദാസി സമ്പ്രദായത്തെയും ആദർശവൽക്കരിക്കുന്നത്. ഇതനുസരിച്ച് ഉന്നതമായ പദവിയും മാന്യതയും സാമ്പത്തിക നിലയും ലഭിക്കുമെങ്കിൽ ഏത് പ്രവൃത്തിയും തൊഴിലായി സ്വീകരിക്കാം. ഇത് മുതലാളിതത്തിന്റെ പ്രത്യയശാസ്ത്രമാണ്. മുതലാളിത്തത്തിന്റെ മാത്രമല്ല ബ്രാഹ്മണിസത്തിന്റെയും ഫ്യൂഡലിസത്തിന്റെയും പ്രത്യയശാസ്ത്രമാണ്. ഈ പ്രത്യയശാസ്ത്രത്തെ ആന്തരികവൽക്കരിച്ചുകൊണ്ട് ദേവദാസി വ്യവസ്ഥയെ ആദർശവൽക്കരിക്കാൻ ആളുകൾക്ക കഴിയുമ്പോൾ ബ്രാഹ്മണിസം വിജയിക്കുന്നു. അവരുടെ ലക്ഷ്യവും അതുതന്നെയായിരുന്നു.

ദേവദാസി വ്യവസ്ഥയ്ക്ക് ചരിത്രപരമായ ചില പരിണാമങ്ങൾ ഉണ്ടായിരുന്നു എന്നത് ശരിയാണ്. അതേതു വ്യവസ്ഥയ്ക്കും ഉണ്ടാകും. ബ്രിട്ടീഷുകാരുടെ വരവോടുകൂടിയാണ് അല്ലെങ്കിൽ ഇടപെടലോടുകൂടിയാണ് ദേവദാസി സമ്പ്രദായം ഒരു വ്യഭിചാരവ്യവസ്ഥയായും ക്രിമിനൽ കുറ്റമായും വിലയിരുത്തപ്പെട്ടത്. അങ്ങനെയാണത് നിരോധിക്കപ്പെടുന്നത്. ഇത് സഹിക്കാത്ത ഒരുപാട് ആളുകൾ നമ്മുടെ രാജ്യത്തുണ്ട്. ആർഷ ഭാരത സംസ്കാരത്തിന്റെ മഹനീയ പാരമ്പര്യമായി അവർ ദേവദാസി സമ്പ്രദായത്തെ കാണുന്നു. അത് നിരോധിക്കപ്പെട്ടപ്പോൾ അത് ഇന്ത്യൻ സംസ്കാരത്തിനേറ്റ പ്രഹരമായി അവർ കരുതുന്നു. സതി, ശൈശവ ഹത്യ തുടങ്ങിയ പ്രാകൃതാചാരങ്ങൾ നിരോധിക്കപ്പെട്ടപ്പോൾ ബ്രിട്ടീഷുകാർക്കെതിരായി ഹിന്ദുയാഥാസ്ഥിതികരുടെ മനസ്സ് ഉണരുകയുണ്ടായി. അതേ മനസുതന്നെയാണ് ദേവദാസി സമ്പ്രദായം നിരോധിച്ചതിന്റെ പേരിൽ നമുക്ക് ബ്രിട്ടീഷുകാർക്കെതിരായ വിരോധമുണ്ടാവുന്നത്.

ദേവദാസി സമ്പ്രദായം വേശ്യാവ്യവസ്ഥയാണെന്ന് ബ്രിട്ടീഷുകാർ വിധിയെഴുതിയതുകൊണ്ട് ബ്രിട്ടീഷുകാരുടേത് കൊളോണിയൽ സങ്കൽപ്പമാണെന്നും ദേവദാസി സമ്പ്രദായം ദൈവത്തിന്റെ ദാസിവ്യവസ്ഥയാണെന്ന ബ്രാഹ്മണിക് സങ്കൽപ്പം തന്നെയാണ് യഥാർഥ നിലപാടെന്നും ചിലർ കരുതുന്നു. ദേവദാസി സമ്പ്രദായത്തിലെ അപമാനവീകരിക്കപ്പെട്ട ഘടകങ്ങൾ താഴെ കൊടുക്കുന്നവയാണ്.

1. കുട്ടികളുടെ അവകാശ നിഷേധം.
2. നിർബന്ധിത വിവാഹം.
3. ലൈംഗികാടിമത്തം.
4. തൊഴിൽ അടിമത്തം.
5. വേശ്യാവൃത്തിയിലേക്ക് തള്ളിവിടൽ
6. ജീവിത സ്വാതന്ത്ര്യത്തിന്റെ നിഷേധം.

ഇവിടെ രണ്ടാമത്തെ ഘടകം പ്രശ്നവൽക്കരിക്കേണ്ടതുണ്ട്. ദേവദാസി സമ്പ്രദായം എന്നുപറയുന്നത് ഒരുതരത്തിലുള്ള വിവാഹം തന്നെ

യാണ്. പ്രാചീന ഇന്ത്യയിൽ എട്ടുതരം വിവാഹങ്ങൾ ഉണ്ടായിരുന്നു. ബ്രഹ്മം, ദൈവം, ആർഷം, പ്രജാപത്യം, ഗാന്ധർവം, അസുരം, രാക്ഷസം, പൈശാചം എന്നിവയാണ് അവ. ഇതിൽ എല്ലാ വിവാഹങ്ങളും ബ്രാഹ്മണിക് പുരുഷാധിപത്യ സങ്കൽപ്പത്തിന്റെ വീക്ഷണത്തിൽ തരം തിരിക്കപ്പെട്ടതാണ്.

ആർഷ വിവാഹത്തിൽ സ്ത്രീയെ സ്വീകരിക്കുന്നതിന്റെ പ്രതിഫലമായി വരന് പശുവിനെയും കാളയെയും ലഭിക്കുന്നു. ഗാന്ധർവ വിവാഹം ആണ് പ്രണയവിവാഹമായി അംഗീകരിക്കപ്പെടുന്നത്. അസുരവിവാഹം വധുവിന് പണം നൽകിയുള്ള വിവാഹമാണ്. രാക്ഷസ വിവാഹമെന്നത് തുറന്ന ഹിംസാത്മകതയാണ്. വധുവിനെ ബലാൽക്കാരമായി വിവാഹം ചെയ്യുന്ന രീതിയാണത്. ഇന്നൊരാൾ രാക്ഷസവിവാഹത്തെ ആദർശവൽക്കരിക്കുന്നതുപോലെ തന്നെയാണ് ദേവദാസി വ്യവസ്ഥയെ ആദർശവൽക്കരിക്കുന്നത്. രണ്ടിലും സ്ത്രീക്ക് സ്വാതന്ത്ര്യമില്ല. പൈശാചികവിവാഹം എന്നത് ഉറക്കത്തിൽ പിഴപ്പിച്ച ശേഷം വിവാഹം കഴിക്കുന്നതാണ്. എന്നുവെച്ചാൽ ബലാത്സംഗം ചെയ്തശേഷം വിവാഹം കഴിക്കുക. എന്നുവെച്ചാൽ ഒരു ക്രിമിനൽ കുറ്റം ചെയ്തശേഷം പ്രതി മംഗളകർമത്തിലേക്ക് പ്രവേശിക്കുക. കൊളോണിയലിസ്റ്റുകളുടെ വരവിന് മുമ്പ് ബലാത്സംഗവും വേശ്യാവൃത്തിയിലേക്ക് തള്ളിവിടുന്നതും ക്രിമിനൽ കുറ്റമായി അംഗീകരിക്കപ്പെട്ടിരുന്നില്ല. അതെല്ലാം മഹനീയമായ പ്രവർത്തിയായിട്ടാണ് അംഗീകരിക്കപ്പെട്ടത്. പെൺകുട്ടികളെ പിടിച്ചുകൊണ്ടുവന്ന് വിവാഹം കഴിപ്പിച്ച ഭീഷ്മരും മറ്റും വീരപുരുഷന്മാരായി അംഗീകരിക്കപ്പെടുന്നത് അതുകൊണ്ടാണ്.

യഥാർഥത്തിൽ പ്രാചീന ഇന്ത്യയിലെ എല്ലാ വിവാഹങ്ങളും ക്രിമിനൽ വിവാഹങ്ങളായിരുന്നു. എന്നുവെച്ചാൽ സ്ത്രീകളുടെ ഇഷ്ടാനിഷ്ടങ്ങളെ തീരെ അംഗീകരിക്കാത്ത വിവാഹം. വിവാഹാനന്തരം ദുരന്തങ്ങളിലേക്ക് തള്ളിവിടുന്ന വിവാഹം. അതിലൊരു വിവാഹം തന്നെയായിരുന്നു ദേവദാസി സമ്പ്രദായവും. അതൊരേ സമയം വിവാഹവും വിവാഹനിഷേധവുമായിരുന്നു. ദൈവത്തെ വിവാഹം ചെയ്തു എന്ന പ്രതീകവൽക്കരണമാണ് ദേവദാസി സമ്പ്രദായത്തിലുള്ളത്. അതുകൊണ്ട് ദൈവത്തിന്റെ പ്രതിപുരുഷനായ പുരോഹിതന് അവളെ ജീവിതകാലം മുഴുവൻ ലൈംഗികാടിമയാക്കാം. തോന്നുമ്പോൾ മറ്റുള്ളവർക്ക് കൈമാറാം. ആ നിലയ്ക്ക് അതൊരു ബലാൽക്കാര വിവാഹമാണ്. മറ്റൊരു നിലയിൽ അത് പെൺകുട്ടിക്ക് വിവാഹം നിഷേധിക്കലാണ്.

ദേവദാസി സമ്പ്രദായത്തിൽ യഥാർഥജീവിതത്തിലുള്ളതുപോലെ ഒരു ദാമ്പത്യം ഇല്ലാത്തതുകൊണ്ട് അത് പെൺകുട്ടികൾക്ക് വിവാഹം നിഷേധിക്കലാണ്. ഇത്തരത്തിൽ എല്ലാ നിലയ്ക്കും സ്വാതന്ത്ര്യത്തെയും കർതൃത്വത്തെയും നിഷേധിക്കുന്ന ലൈംഗികാടിമത്തമാണ് ദേവദാസി സമ്പ്രദായം.

ഹിന്ദുമതത്തിന്റെ അടിസ്ഥാനപ്രവണതകളിലൊന്നാണ് സ്ത്രീകളെ അപമാനവീകരിക്കുക എന്നത്. ഇതിൽനിന്ന് സ്ത്രീ ദൈവങ്ങൾപോലും

വിമുക്തരല്ല. അമ്മ ദൈവങ്ങളെയും മറ്റും എങ്ങനെയാണ് നിഷേധാത്മക സ്വഭാവങ്ങളുടെ മൂർത്തിമത്ഭാവങ്ങളായി ചിത്രീകരിച്ചതെന്ന് നേരത്തെ പറഞ്ഞുകഴിഞ്ഞു. സ്ത്രീ ഭോഗാലസതയുടെയും അനിയന്ത്രിതമായ കാമത്തിന്റെയും സ്രോതസായി ചിത്രീകരിക്കുന്ന പ്രവണതയാണ് ഹിന്ദു മതത്തിന്റേത്. ഇങ്ങനെ പുരുഷനെ ലൈംഗികമായി പ്രലോഭിപ്പിക്കുന്ന സ്ത്രീ പ്രതീകങ്ങളെ യക്ഷികളെന്നും മറ്റും വിളിച്ചിരുന്നു. ഇത്തരം യക്ഷികളെ പിടികൂടി പുരുഷന്മാർ ദേവതകളായി പ്രതിഷ്ഠിക്കുന്നു. പ്രതിഷ്ഠാ സമയങ്ങളിൽ ദേവിയെ കൂത്തച്ചി എന്ന് ഉച്ചത്തിൽ വിളിക്കുന്നതിനെക്കുറിച്ച് കൊട്ടാരത്തിൽ ശങ്കുണ്ണിയുടെ *ഐതീഹ്യമാല*യിൽ പറയുന്നുണ്ട്. ഇതിന്റെ ഭാഗമായിട്ടാണ് പൂരപ്പാട്ടുകളും മറ്റും നടക്കുന്നത്. അശ്ലീല പാട്ടുകളും മതാചാരമായി നടത്തുകയാണ്. ദേവിയുമായി ബന്ധപ്പെട്ടാണ് ഈ തെറിപ്പാട്ടുകൾ പാടുന്നത്. അങ്ങനെ ദേവി എന്നത് കാമലീലയുടെ ആഭിചാരമൂർത്തിയായി സങ്കൽപ്പിക്കപ്പെടുന്നു. ദേവിയെ സംഭോഗം ചെയ്യുന്നതിനെക്കുറിച്ചും പാട്ടുകളുണ്ട്. ദേവിക്ക് സ്വന്തം ലിംഗം സമർപ്പിക്കാനൊരുങ്ങുന്ന ഭക്തന്മാരുമുണ്ട്. ആത്മീയതയെക്കുറിച്ചുള്ള എല്ലാ മഹത്വവൽക്കരണങ്ങളും ഹാസ്യാത്മകമായി മാറുന്ന ഒരു സന്ദർഭമാണിത്.

പൂരപ്പാട്ടിൽ കാണുന്നത് ഇന്ത്യൻ അഥവാ ഹിന്ദുമതത്തിലെ ലൈംഗികതയെക്കുറിച്ചുള്ള ഒരടിസ്ഥാന യാഥാർഥ്യത്തിന്റെ പ്രതീകവൽക്കരണമാണ്. ഒരുവർഷംമുഴുവൻ ഭക്തന്മാർ മതപരമായ നിഷ്ഠകൾ പിന്തുടരുന്നു. എന്നുവെച്ചാൽ ലൈംഗികതയെ അടിച്ചമർത്തുന്നു. പൂരദിവസം എല്ലാ അടിച്ചമർത്തപ്പെട്ട ലൈംഗികാഭിലാഷങ്ങളും അതിന്റെ ഏറ്റവും ആഭാസരൂപത്തിൽ പുറത്തുവരുന്നു. എന്നുവെച്ചാൽ സ്ത്രീത്വത്തിന്റെ പ്രതീകമായി സങ്കൽപ്പിക്കപ്പെടുന്ന ദേവിയെ തെറിപ്പാട്ടുകൾ കൊണ്ട് അഭിഷേകം ചെയ്യുന്നു. ഒരർഥത്തിൽ ദേവീസങ്കൽപ്പത്തെയും മാതൃദായകസങ്കൽപ്പത്തെയും നിഷേധിക്കുകയാണ് ഈ ആചാരം ചെയ്യുന്നത്.

ഒരുഭാഗത്ത് കപടമായ സദാചാരബോധത്തിന്റെ അടിസ്ഥാനത്തിൽ ലൈംഗികതയെ അടിച്ചമർത്തുക, അതിനുവേണ്ടി ബ്രഹ്മചര്യം, കന്യകാത്വം തുടങ്ങിയ രീതികൾ പിന്തുടരുക, പിന്നീട് അതിനെയെല്ലാം മറികടന്നുകൊണ്ട് അനിയന്ത്രിതമായ കാമാസക്തി പ്രകടമാക്കുക. ഇവിടെയെല്ലാം അടിസ്ഥാനപരമായി വർത്തിക്കുന്ന ഒരു പ്രവണതയുണ്ട്. അതിതാണ്; ലൈംഗികതയുടെ പ്രതീകമായി സ്ത്രീയെ പ്രതിഷ്ഠിക്കുക. അതിനുശേഷം അതിനെ നിഷേധാത്മകമായ ഒരു പ്രവണതയായി സങ്കൽപ്പിച്ചുകൊണ്ട് മറികടക്കുക. അങ്ങനെ പുരുഷന്മാരായ ഭക്തരുടെ മോക്ഷത്തിനുവേണ്ടി സ്ത്രീ ദൈവത്തിനുമേൽ ആക്ഷേപങ്ങൾ ചൊരിയുക. സ്ത്രീയെ മറികടക്കേണ്ടതും മാറ്റിനിർത്തേണ്ടതുമായ ശക്തിയായി പ്രതീകവൽക്കരിക്കുകയാണ് ഇവിടെ ചെയ്യുന്നത്.

ഒരുകാലത്ത് ബുദ്ധക്ഷേത്രങ്ങളായിരുന്നു ഇതുപോലെ പൂരപ്പാട്ട്

പാടിയ ആരാധനാലയങ്ങൾ എന്നുപറയപ്പെടുന്നു. ബുദ്ധവിഹാരകേന്ദ്രങ്ങൾ ബ്രാഹ്മണന്മാർ സംഘടിതമായി തകർക്കുകയായിരുന്നുവെന്ന് ഡി പി ചതോപാധ്യായയെപ്പോലുള്ള പണ്ഡിതന്മാർ അഭിപ്രായപ്പെടുന്നുണ്ട്. ഒരുകാലത്ത് ബുദ്ധഭിക്ഷുണികളുടെ കേന്ദ്രങ്ങളായിരുന്നു ഈ വിഹാരങ്ങൾ. അത് പിൽക്കാലത്ത് ബ്രാഹ്മണർ കയ്യടക്കുകയായിരുന്നു. പലതും നശിപ്പിക്കപ്പെട്ടു. കൈയടക്കിയ കൊടുങ്ങല്ലൂർ ക്ഷേത്രംപോലെയുള്ള ദേവീക്ഷേത്രങ്ങളിൽ ഇന്നു നടക്കുന്ന കാവുതീണ്ടലും പൂരപ്പാട്ടുമടക്കമുള്ള ആചാരങ്ങൾ ബുദ്ധമതത്തിനെതിരായ അധിക്ഷേപത്തിന്റെ പ്രതീകമാണെന്ന് ഒരഭിപ്രായം നിലവിലുണ്ട്. ഇത് ശരിയായിരുന്നാലും അടിസ്ഥാനപരമായി ഇതിലെ സ്ത്രീവിരുദ്ധത പ്രകടമാണ്.

മതാനുഷ്ഠാനങ്ങളുമായി ബന്ധപ്പെട്ട് ശരീരാവയവങ്ങൾ തുളച്ച് ആഭരണങ്ങൾ ധരിക്കുന്ന രീതി പ്രാചീനകാലം മുതൽ നിലനിന്നുവരുന്നുണ്ട്. സ്ത്രീശരീരത്തിനുമേലുള്ള ലൈംഗികപരമായ നിയന്ത്രണത്തിന്റെ ഭാഗമാണിത്. പ്രാചീനമായ പല സമൂഹങ്ങളിലും സ്ത്രീ ജനനേന്ദ്രിയത്തെ അടയ്ക്കുന്ന സമ്പ്രദായമുണ്ടായിരുന്നു. സ്ത്രീ ലൈംഗികതയെ പുരുഷന്റെ ഇഷ്ടാനിഷ്ടങ്ങൾക്കനുസരിച്ച് നിയന്ത്രണാതീതമാക്കുക എന്നതായിരുന്നു ഇതിന്റെ ലക്ഷ്യം.ആദ്യകാലഘട്ടത്തിലെ ക്ഷേത്രസംസ്കാരം സ്ത്രീകളെ കൂടുതൽ ലൈംഗികമായി ചൂഷണം ചെയ്യുന്നതിന് സഹായകമായിരുന്നു. ദൈവികതയുടെ പേരിൽ സ്ത്രീ ലൈംഗികതയെ ചൂഷണം ചെയ്യുക എന്നത് ഹിന്ദു ആരാധനയുടെ മാർഗമായിരുന്നു.

*ഗീതഗോവിന്ദം*പോലുള്ള കൃതികൾ ഇതിനുവേണ്ടി രചിക്കപ്പെട്ടതാണ്. *കാമസൂത്ര*ത്തെക്കൂടാതെ ഒട്ടേറെ കൃതികൾ ഇങ്ങനെ രചിക്കപ്പെട്ടിരുന്നു. വീരഭദ്രദേവൻ പതിനാറാം നൂറ്റാണ്ടിൽ രചിച്ച *കന്ദർപ്പചൂഡാമണി* ഇതിലൊന്നാണ്. *സൗഗന്ധികപരിണയ*മാണ് മറ്റൊരു പ്രധാന കൃതി. കൃഷ്ണനാണ് ഇതിന്റെ ഗ്രന്ഥകർത്താവ്. മറ്റൊരു ഗ്രന്ഥമാണ് *രതിശാസ്ത്രം.* ഇതിന്റെ രചയിതാവിനെക്കുറിച്ചുള്ള വിവരങ്ങൾ ഇന്ന് ലഭ്യമല്ല. *ശൃംഗാരദീപിക*യാണ് മറ്റൊരു പ്രധാനകൃതി. ഹരിഹരനാണ് ഇതിന്റെ ഗ്രന്ഥകർത്താവ്. ആനന്ദൻ രചിച്ച *കാമസമൂഹം* മറ്റൊരു പ്രധാനപ്പെട്ട കൃതിയാണ്. *കാമപ്രദീപം, രതികല്ലോലിനി, സ്മരദീപിക, കാമസർവസ്വം, ശൃംഗാരാലാപം, ശൃംഗാരസഞ്ജീവനി, രസികസർവസ്വം, വൈശികതന്ത്രം, കുചിമാരതന്ത്രം, രതിസാമ്രാജ്യം, അംഗനാചുംബനം, രതിരസാർണവം* എന്നിവയാണ് മറ്റ് പ്രധാനപ്പെട്ട കൃതികൾ.

ഈ ഗ്രന്ഥങ്ങളെല്ലാംതന്നെ സ്ത്രീലൈംഗികതയെ പുരുഷന്റെ മുൻനിശ്ചയങ്ങൾക്കനുസൃതമായി വ്യാഖ്യാനിക്കുകയും അതിനെ നിയന്ത്രണാധീനമാക്കാൻ ലക്ഷ്യംവയ്ക്കുന്നതുമാണ്. ശ്രീകൃഷ്ണസങ്കൽപ്പം ഇതിനുവേണ്ടി കൂടുതൽ ഉപയോഗപ്പെടുത്തുകയുണ്ടായി.

10

ലൈംഗിക പീഡനങ്ങളുടെ വർത്തമാനം-ബൃഹത്തും അല്ലാത്തതും

ഭീതിപടർത്തുന്ന വാർത്തകൾ

ഇന്ന് ഇന്ത്യയിലാകെ നടന്നുകൊണ്ടിരിക്കുന്ന സ്ത്രീപീഡന വാർത്തകൾ നടുക്കം ഉളവാക്കുന്നവയാണ്. വ്യാപകമായ രീതിയിൽ സ്ത്രീകൾക്കെതിരായ കുറ്റകൃത്യങ്ങൾ നടക്കുന്നു. ഇതിന്റെ ഫലമായി അസാധാരണമായ ഭീതി സമൂഹത്തിൽ വിശേഷിച്ചും സ്ത്രീസമൂഹത്തിൽ ഉയർന്നുവന്നിരിക്കുകയാണ്. മനോവിഭ്രാന്തിയിലേക്ക് നയിക്കും വിധമുള്ള രീതിയാണ് ഇന്ന് പടർന്നിരിക്കുന്നത്. ജോലിസ്ഥലത്തും പൊതുഇടങ്ങളിലും സ്വന്തം വീട്ടിനകത്തുപോലും സ്ത്രീ സുരക്ഷിതയല്ലെന്ന ബോധം വളർന്ന് മാനസികനിലതന്നെ അപകടപ്പെടുത്തുന്ന രീതിയിലേക്ക് പരിണമിച്ചിരിക്കുകയാണ്.

സ്വന്തം ശരീരത്തെതന്നെ ഭയക്കുന്ന അവസ്ഥയിലേക്ക് സ്ത്രീകൾ മാത്രമല്ല അവരുടെ ബന്ധുക്കളായിട്ടുള്ള പുരുഷന്മാരും മാറിയിട്ടുണ്ട് എന്നത് ശ്രദ്ധിക്കേണ്ടതാണ്. അങ്ങനെ സുരക്ഷിതത്വത്തെക്കുറിച്ചുള്ള സ്വാഭാവികമായ ജാഗ്രത എന്നതിൽ കവിഞ്ഞ് ഭയമായി മാറുന്ന ഇത്തരമൊരവസ്ഥ നമ്മുടെ സമൂഹത്തിൽ ഇതിന് മുമ്പ് ഉണ്ടായിട്ടില്ല. തൊഴിലിടങ്ങളിലും സ്വകുടുംബങ്ങളിലും പൊതുഇടങ്ങളിലും രാഷ്ട്രീയ ഇടങ്ങളിലും എന്നുവേണ്ട സമൂഹത്തിന്റെ സമസ്ത മണ്ഡലങ്ങളിലും സ്ത്രീകൾക്കെതിരായി നടക്കുന്ന കുറ്റകൃത്യങ്ങളുടെ വർധന തന്നെയാണ് ഈ ഭീതിയുടെ ഉറവിടം എന്നിരിക്കിലും അകാരണമായ ഭീതി പടർത്തുന്നതിൽ നമ്മുടെ മാധ്യമങ്ങൾ വഹിക്കുന്ന പങ്ക് അത്ര നിസ്സാരമായി കണ്ടുകൂടാ. കേവലം വാർത്തകൾ നൽകുന്നതിലുപരി വാർത്തകളെ സെൻസേഷണലാക്കുന്ന നമ്മുടെ മാധ്യമങ്ങൾക്ക് ഈ ഭീതി പടർത്തലിൽ വലിയൊരു പങ്കുണ്ട് എന്നത് നിഷേധിക്കാനാവില്ല.

വാർത്താചാനലുകൾ സമൂഹത്തിൽ നടക്കുന്ന ലൈംഗിക അതിക്രമങ്ങളെയും മറ്റ് കുറ്റകൃത്യങ്ങളെയും സമീപിക്കുന്ന രീതി പരിശോധിച്ചാൽ മേൽപ്പറഞ്ഞ കാര്യം ശരിയാണെന്ന് ബോധ്യപ്പെടും. കുറ്റകൃത്യങ്ങളെ പൊലിപ്പിച്ച് കാണിക്കുക എന്നത് ഒരേസമയം കുറ്റം ചെയ്യാനുള്ള വാസന വളർത്തിയെടുക്കുന്നതിനും ഭയം പടർത്തുന്നതിനും കാരണമാകുന്നു. ലൈംഗിക പീഢനങ്ങൾ നടന്നുകഴിഞ്ഞാൽ അതിന്റെ വിശദാംശങ്ങൾ യാതൊരുവിധ ഔചിത്യവുമില്ലാതെ വിളമ്പുന്നതിൽ നമ്മുടെ മാധ്യമങ്ങൾക്ക് യാതൊരുവിധ മനസ്സാക്ഷിക്കുത്തുമില്ല എന്നു വന്നിരിക്കുന്നു, ലൈംഗികപീഢനത്തിന് ഇരയാകുന്ന സംഭവത്തെ ലൈംഗികാസക്തിയുണ്ടാക്കുംവിധം അവതരിപ്പിക്കുക എന്നത് വാണിജ്യ പത്രപ്രവർത്തനത്തിന്റെ അല്ലെങ്കിൽ മാധ്യമവ്യവസായത്തിന്റെ ഭാഗമായി മാറിയിരിക്കുന്നു.

ലൈംഗികാതിക്രമണങ്ങളിൽ മാത്രമല്ല വാഹനാപകടങ്ങൾപോലും റിപ്പോർട്ട് ചെയ്യുമ്പോൾ ഇത്തരം സെൻസേഷണൽ ആയ വിശദാംശങ്ങൾ നൽകുന്നതിൽ മാധ്യമങ്ങൾ യാതൊരുവിധ നിയന്ത്രണവും പാലിക്കുന്നില്ല. പലപ്പോഴും കുറ്റവാളികളെ കേന്ദ്രീകരിച്ചുകൊണ്ടല്ല ഇരയെ മാത്രം കേന്ദ്രീകരിച്ചുകൊണ്ടാണ് ലൈംഗികപീഢനക്കേസുകളിൽ വാർത്തകൾ വരുന്നത്. ഇരകളെ കുറ്റപ്പെടുത്തും വിധമുള്ള വാർത്തകൾ നൽകുന്നതിൽ, കൃത്യമായി പറഞ്ഞാൽ വാർത്തകൾ ചമയ്ക്കുന്നതിൽ മാധ്യമങ്ങൾ വളരെയധികം ഔത്സുക്യം കാണിക്കുന്നു. ഉദാഹരണത്തിന് ഡൽഹിയിൽ പെൺകുട്ടി പീഡിപ്പിക്കപ്പെടകയും വധിക്കപ്പെടുകയും ചെയ്തതിനുശേഷംവന്ന വാർത്തകൾ ശ്രദ്ധിച്ചാൽ മതിയാവും. പെൺകുട്ടി പീഡിപ്പിക്കപ്പെടുന്നതിന് മുമ്പ് എവിടെയെല്ലാം പോയിരുന്നുവെന്നതും ആരോടൊപ്പമാണ് പോയിരുന്നത് എന്നും വലിയ വാർത്തയാക്കുന്ന സ്ഥിതിയുണ്ടായി. എന്നാൽ കുറ്റവാളികളെക്കുറിച്ച് ഇത്തരം വിശദാംശങ്ങൾ നൽകുന്നതിൽ മാധ്യമങ്ങൾക്ക് ഈ ആവേശമില്ല. പീഢനം നടന്നതിൽ പെൺകുട്ടിക്കുതന്നെ ഉത്തരവാദിത്വമുണ്ട് എന്ന് സ്ഥാപിക്കുന്നതിലേക്കാണ് ഇത്തരം വാർത്തകൾ നയിക്കുന്നത്.

കുറ്റകൃത്യങ്ങളെ സംബന്ധിച്ച് വാർത്താ ചാനലുകൾ തുടർച്ചയായി നൽകുന്ന നാടകീയ വിവരണങ്ങൾ ശ്രദ്ധിച്ചാൽ നമ്മുടെ മാധ്യമങ്ങളുടെ കുറ്റവാസനയെ അടുത്തുനിന്ന് കാണാൻ സാധിക്കും. തുടർച്ചയായ ഇത്തരം വാർത്തകൾ സ്ത്രീസമൂഹത്തിൽ സൃഷ്ടിക്കുന്ന മാനസികമായ ആഘാതം ചെറുതല്ല. വാർത്താമാധ്യമങ്ങൾ കുറ്റകൃത്യങ്ങളെ പർവതീകരിച്ച് സമൂഹത്തിൽ മുഴുവൻ ഭീതി പടർത്തുകയാണ് ചെയ്യുന്നത്. സുരക്ഷിതത്വത്തെ ക്കുറിച്ചുള്ള ഓർമപ്പെടുത്തലുകൾക്കപ്പുറം നടുക്കവും ഭീതിയും ജനിപ്പിക്കുന്ന അത്തരം പ്രവണതകളെ നിയമപരമായി തന്നെ നേരിടാൻ സർക്കാർ തയാറാവേണ്ടതാണ്. യഥാർഥ സംഭവങ്ങളെ വെളിച്ചത്തുകൊണ്ടുവരുന്നതിന് പകരം കുറ്റകൃത്യങ്ങളെ നിഗൂഢവൽക്കരിക്കുന്ന ഈ പ്രവണത നമ്മുടെ പത്രമാധ്യമങ്ങളെയും ഗ്രസിച്ചിരിക്കുകയാണ്.

ഈ അടുത്തകാലത്ത് നടന്ന ബ്ലാക്മാൻ സംഭവം ഇതിന് ഏറ്റവും നല്ല ഉദാഹരണമാണ്. എന്താണ് ബ്ലാക്മാൻ സംഭവമെന്നോ ആരാണ് ബ്ലാക്മാൻ എന്നോ വെളിപ്പെടുത്താതിരിക്കുക അങ്ങനെ ബ്ലാക്മാൻ സംഭവം ഒരു സസ്പൻസാക്കിമാറ്റി ജനങ്ങളെ ഭീതിയിലാഴ്ത്തുക. ഇതാണ് ഇവിടെ നടന്നത്. ജനങ്ങൾക്കിടയിൽ ഏതെങ്കിലും ഒരു സംഭവവുമായി ബന്ധപ്പെട്ട് എന്തെങ്കിലും കഥകൾ പ്രചരിച്ചിട്ടുണ്ടെങ്കിൽ അത് അതേപടിതന്നെ ഏറ്റെടുത്ത് സീരിയലുകളാക്കുക എന്ന അധമമായ വാണിജ്യതന്ത്രമാണ് ഇവിടെ മാധ്യമങ്ങൾ നടപ്പാക്കിയത്. മാധ്യമപ്രവർത്തനത്തിന്റെ നൈതികതയും സമൂഹത്തോടുള്ള ഉത്തരവാദിത്വവും പാടെ വിസ്മരിച്ചുകൊണ്ട് നടപ്പാക്കുന്ന ഈ മാധ്യമവ്യവസായപ്രവർത്തനം സമൂഹത്തിൽ സൃഷ്ടിക്കുന്ന അപകടങ്ങൾ നിസ്സാരമല്ല. ബ്ലാക്മാൻ സംഭവത്തിന്റെ ഭാഗമായി ഒട്ടേറെ നിരപരാധികളായ ആളുകളെ പൊതുജനങ്ങൾ കൈകാര്യംചെയ്യുകയുണ്ടായി. ഒരാൾ സംശയത്തിന്റെ അടിസ്ഥാനത്തിൽ ആക്രമിക്കപ്പെടുന്നത് കുറ്റകൃത്യമായിട്ടല്ല പത്രങ്ങൾ റിപ്പോർട്ട് ചെയ്യുന്നത്. മറിച്ച് സ്വാഭാവികമായ പ്രതികരണമായിട്ടാണ്.

നമ്മുടെ നാട്ടിൽ സദാചാര പൊലീസിന്റെ ആക്രമണം വ്യാപകമാകുന്നതിൽ പത്രങ്ങൾ വഹിച്ച പങ്ക് അവഗണിക്കാൻ കഴിയുന്നതല്ല. രാത്രി പത്തുമണി കഴിഞ്ഞാൽ ഒറ്റയ്ക്ക് നടന്നുപോകുന്ന സ്ത്രീകളും പുരുഷന്മാരും ആക്രമിക്കപ്പെടുന്നത് നമ്മുടെ നാട്ടിൽ പുതിയതല്ല. ഇങ്ങനെ ആക്രമിക്കപ്പെടുന്നതിൽനിന്നും വ്യക്തികളെ പരിരക്ഷിക്കേണ്ട ഉത്തരവാദിത്വമാണ് പൊലീസിനുള്ളത്. എന്നാൽ പൊലീസ് ചെയ്യുന്നതോ അസമയത്ത് സഞ്ചരിക്കുന്നവരെ അകാരണമായി ചോദ്യംചെയ്യുകയും വിരട്ടുകയും ചെയ്യുന്നത് പൊലീസിന്റെ ഒരു പൊതു പ്രവർത്തനരീതിയായി മാറിക്കഴിഞ്ഞിരിക്കുന്നു. കേരളത്തിൽ മാത്രമാണ് ഇത്തരമൊരു സാഹചര്യമുള്ളത്. ആഗോളവൽക്കരണത്തിനുശേഷവും അസമയവും സമയവും എന്ന വിഭജനം സൃഷ്ടിച്ച് സഞ്ചാരസ്വാതന്ത്ര്യത്തെ അപകടപ്പെടുത്തുന്ന പ്രവണത തുടരുകയാണ്. മാത്രമല്ല ഇത് മറ്റൊരു അപകടത്തിലേക്ക് വഴിവെക്കുന്നു. രാത്രി പത്തോ പതിനൊന്നോ മണികഴിഞ്ഞാൽ കൂടുതൽ പുരുഷന്മാരും വീടുകളിലേക്ക് ചുരുങ്ങുകയും പാതിരാവ് ക്രിമിനലുകൾക്കുവേണ്ടി വിട്ടുകൊടുക്കുകയും ചെയ്യുന്നു. ഇത് സൃഷ്ടിക്കുന്ന പൊതുവായ ദുരന്തങ്ങളുടെ ഭാഗമാണ് നമ്മുടെ നാട്ടിൽ നടക്കുന്ന സ്ത്രീപീഡനങ്ങളിൽ ഏറെയും. അത്തരം കേസുകളിലെല്ലാം സ്ത്രീകൾ ആക്രമിക്കപ്പെടുന്നത് കൂടുതലായും അസമയത്താണെന്ന് മനസിലാക്കാൻ സാധിക്കും. കുറ്റകൃത്യങ്ങൾ കൂടുതൽ നടക്കുന്നതും ആളൊഴിഞ്ഞ സ്ഥലങ്ങളിൽവെച്ചാണ്.

പണ്ടുകാലത്ത് കേരളത്തിന്റെ നാട്ടിൻപുറങ്ങളിലെല്ലാംതന്നെ ആളുകൾ പാതിരാനേരത്തും സ്വതന്ത്രമായി നടക്കുമായിരുന്നു. രാത്രി ഒരുമണിക്കും രണ്ടുമണിക്കും കഥകൾ പറഞ്ഞുകൊണ്ടും പാട്ടുപാടി

ക്കൊണ്ടും നടന്നുനീങ്ങുന്ന സുഹൃത്ത്സംഘങ്ങളെ കാണാമായിരുന്നു. അതുകൊണ്ടുതന്നെ നാട്ടിൻപുറങ്ങളിൽ കുറ്റകൃത്യങ്ങളിലേർപ്പെടാനുള്ള പ്രവണത കുറ്റവാളികൾക്കിടയിൽ കുറവായിരുന്നു. ഇന്ന് പത്തുമണി കഴിഞ്ഞാൽ എല്ലാ വീടുകളും അതിന്റെ ഗേറ്റുകളും അടച്ചുപൂട്ടുകയായി. അയൽപക്കം എന്നൊന്നില്ലാതെയായി. അടുത്തവീട്ടിൽ എന്തുനടന്നാലും അതറിയാതിരിക്കുക എന്നത് സംസ്കാരത്തിന്റെ ഭാഗമായി. പണ്ട് അങ്ങനെ ആയിരുന്നില്ല. അടുത്തൊരുവീട്ടിൽ ഒരു കുഞ്ഞു കരഞ്ഞാൽ അല്ലെങ്കിൽ ഒരു പട്ടി കുരച്ചാൽ അത് എന്താണെന്ന് അന്വേഷിക്കാൻ നമ്മളെല്ലാം തയാറാകുമായിരുന്നു. ആ സംസ്കാരമാണ് ഇന്ന് അപ്രത്യക്ഷമായത്. ഇന്ന് പാതിരാത്രി കഴിഞ്ഞ് റോഡിലൂടെ നടക്കുന്ന ആളുകൾ ഇല്ലാതെയായി. ഇത് കുറ്റവാളികൾക്ക് വളരെ സൗകര്യമായി. പത്തുമണികഴിഞ്ഞാൽ പുറത്തുപോവാതിരിക്കുന്നത് മാന്യതയുടെ ലക്ഷണമായി.

എന്നാൽ ഇത്തരമൊരു സാഹചര്യം വരുത്തുന്നതിൽ പൊലീസിനും വലിയൊരു പങ്കുണ്ട്. നിശാസഞ്ചാരങ്ങളെ തടയുന്നതിനു പകരം നിശാസഞ്ചാരങ്ങളെ പ്രോത്സാഹിപ്പിക്കുകയാണ് പൊലീസ് ചെയ്യേണ്ടത്. രാത്രിയെ ഭയപ്പെടാതിരിക്കാൻ ഇത് തന്നെയാണ് ഏറ്റവും ശരിയായ മാർഗം. അടുത്തകാലത്ത് കേരളത്തിൽ ഒരു പെൺകുട്ടി ലൈംഗികമായി ആക്രമിക്കപ്പെടുകയും വധിക്കപ്പെടുകയും ചെയ്തു. ഇതിന്റെ വാർത്തകൾ വന്നപ്പോൾ ഒരു കാര്യം പലരും ശ്രദ്ധിച്ചിരിക്കില്ല പെൺകുട്ടിയുടെ ചെറുത്തുനിൽപ്പ് ശബ്ദങ്ങളും കരച്ചിലും കേട്ട ഒരു കൊച്ചുകുട്ടി തന്റെ രക്ഷിതാക്കളോട് ആ വിവരം പറഞ്ഞിരുന്നു. എന്നാൽ നിർഭാഗ്യകരമെന്നും ലജ്ജാകരമെന്നും പറയട്ടെ രക്ഷിതാക്കൾ അത് കേട്ടതായി ഭാവിച്ചില്ല. അടുത്തവീട്ടിൽ അസ്വാഭാവികമായി എന്തോ നടക്കുന്നു എന്ന വിവരം തിരിച്ചറിയാനുള്ള വിവേകം ആ കുട്ടിക്കുണ്ടായി. എന്നാൽ രക്ഷിതാക്കൾക്കാവട്ടെ ആ കുട്ടിക്കുണ്ടായ വിവേകത്തിന്റെ ഒരംശംപോലും ഉണ്ടായില്ല. ഉണ്ടായിരുന്നുവെങ്കിൽ ആ പെൺകുട്ടി കൊല്ലപ്പെടുമായിരുന്നില്ല. ഇത് സംഭവിച്ചത് പട്ടാപ്പകലാണെന്നത് ഓർക്കണം. അപ്പോൾ പത്രങ്ങൾ കാണേണ്ടത് കാണുന്നില്ല. ആവശ്യമില്ലാത്തത് പൊലിപ്പിച്ച് ഭീതിപടർത്തുന്ന പത്രങ്ങൾ ഇത്തരത്തിലുള്ള സൂക്ഷ്മമായ സംഭവങ്ങൾ ശ്രദ്ധിച്ച് റിപ്പോർട്ട് ചെയ്യുകയാണെങ്കിൽ നമ്മുടെ സമൂഹത്തിൽ നടക്കുന്ന കുറ്റകൃത്യങ്ങളിൽ നല്ലൊരു പങ്കും തടയാൻ സാധിക്കും.

സമൂഹത്തിൽ നടക്കുന്ന അക്രമരംഗങ്ങളെ സീരിയലുകളാക്കി മാറ്റുന്ന മറ്റൊരു പ്രവർത്തനമാണ് നമ്മുടെ ചാനലുകൾ നടത്തുന്നത്. അടുത്തകാലത്ത് നടന്നിട്ടുള്ള പഠനങ്ങൾ കുറ്റകൃത്യങ്ങൾ പടർത്തുന്നതിൽ ടിവി സീരിയലുകൾക്കുള്ള പങ്ക് വെളിച്ചത്തുകൊണ്ടുവന്നിട്ടുണ്ട്. ഇത്തരം സീരിയലുകളിൽ കൂടുതലായി നടക്കുന്നത് കൊലപാതകങ്ങളാണ്. പണത്തിനുവേണ്ടി അല്ലെങ്കിൽ അന്ധവിശ്വാസത്തിന്റെ ഭാഗമായി അതുമല്ലെങ്കിൽ കുടുംബവഴക്കിന്റെ ഭാഗമായി കൊലപാതകങ്ങൾ നട

ത്തുന്ന ഇത്തരം സീരിയലുകൾ കുഞ്ഞുമനസുകളിൽ കുറ്റവാസന സൃഷ്ടിക്കുന്നു. നിരപരാധികളെ പോലും സംശയിക്കുന്ന രീതിയിലേക്ക് സമൂഹത്തിന്റെ ഭീതിയെ കെട്ടഴിച്ചുവിടുന്ന പ്രവണത സൃഷ്ടിക്കുന്നതിൽ ഇത്തരം കലാപരിപാടികൾക്ക് വലിയ പങ്കുണ്ട്. ഭക്തിയുടെ ഭ്രാന്തമായ അന്തരീക്ഷം സൃഷ്ടിച്ചുകൊണ്ട് ശിശുഹത്യയും സ്ത്രീഹത്യയും നട ത്തുന്ന പ്രവണത നമ്മുടെ സീരിയലുകളിലെ ഒരു പൊതു സ്വഭാവമായി മാറിക്കഴിഞ്ഞിരിക്കുന്നു. ആൾദൈവങ്ങളെയും കപടസന്യാസിമാരെയും സൃഷ്ടിക്കുന്നതിൽ ഇത്തരം കലാപരിപാടികൾ വലിയ പങ്കുവഹിക്കുന്നു. രത്നങ്ങൾക്കുവേണ്ടിയും ഇല്ലാത്ത നിധികൾക്കുവേണ്ടിയും ആളുകളെ കൊല്ലുന്ന പ്രവണത ഇന്ന് വർധിച്ചുവരികയാണല്ലോ.

വർത്തമാനലോകത്ത് സ്ത്രീപീഡനങ്ങൾ വർധിച്ചുവരുന്നതിന്റെ വിലാപങ്ങളും രോഷങ്ങളും വിശദാംശങ്ങളും നമ്മുടെ മാധ്യമങ്ങളിൽ നിറഞ്ഞുകവിയുന്നുണ്ട്. തങ്ങൾക്ക് ഇതിലൊന്നും പങ്കില്ലെന്ന നിഷ്കള ങ്കഭാവത്തിലാണ് പത്ര–മാധ്യമങ്ങൾ ഇതവതരിപ്പിക്കുന്നത്. മാധ്യമങ്ങൾ എങ്ങനെയാണ് സ്ത്രീവിരുദ്ധ ആശയങ്ങളെയും വികാരങ്ങളെയും സൃഷ്ടിച്ചുവിടുന്നതെന്ന് തുടർന്നുവരുന്ന അധ്യായത്തിൽ പ്രതിപാദിക്കു ന്നതാണ്. സ്ത്രീകൾക്കെതിരായി നടക്കുന്ന പിഡനങ്ങളെ രണ്ട് പ്രധാന ഗണമായി തിരിക്കാം. ഒന്ന് ബൃഹത് പീഡനം, രണ്ട് ബൃഹത് അല്ലാ ത്തത്.

കുടുംബം, പാതിവ്രത്യസങ്കൽപ്പം, പുരുഷാധിപത്യത്തിന്റെ വിവിധ പ്രത്യയശാസ്ത്രരൂപങ്ങൾ, മുതലാളിത്തം, പൗരോഹിത്യം, ആൾദൈ വങ്ങൾ, സ്ത്രീവിരുദ്ധ സാഹിത്യകൃതികൾ, വിദ്യാഭ്യാസ സ്ഥാപനങ്ങൾ, ജുഡീഷ്യറി, മാധ്യമങ്ങൾ, സിനിമ, ടെലിവിഷൻ, സാംസ്കാരിക വ്യവ സായം, ഇന്റർനെറ്റ്, മൊബൈൽ തുടങ്ങിയ ആധുനിക സംവിധാനങ്ങൾ, പരസ്യങ്ങൾ, ഭരണകൂടത്തിന്റെ വിവിധ ഉപകരണങ്ങൾ എന്നിവയെല്ലാം ചേർന്ന വിപുലമായ ഗണത്തെയാണ് ബൃഹത് ഗണം എന്ന് ഇവിടെ വിശേഷിപ്പിക്കുന്നത്. ഇതിൽ ഒട്ടുമുക്കാലും നൂറ്റാണ്ടുകളുടെ ചരിത്രമു ള്ളവയാണ്. സ്ത്രീകൾക്കെതിരായി നടക്കുന്ന ഏറ്റവും പ്രധാനപ്പെട്ട പീഡനം ഈ ബൃഹത് ശക്തികൾ ഏകോപിച്ചുകൊണ്ട് നടത്തുന്നതാണ്.

മുതലാളിത്ത കാലഘട്ടത്തിൽ രൂപപ്പെട്ടതാണ് സ്ത്രീപീഡനം എന്ന സങ്കൽപ്പം അസംബന്ധമാണ്. അത് നൂറ്റാണ്ടുകളിലൂടെ വളർന്നുവന്ന താണ് എന്നു നാം കണ്ടുകഴിഞ്ഞു. മുതലാളിത്ത കാലഘട്ടത്തിൽ സ്ത്രീകൾക്കെതിരായി നടക്കുന്ന കുറ്റകൃത്യങ്ങൾ ഭീകരമാണെങ്കിലും അവയെല്ലാം ചർച്ചചെയ്യാനും മനസിലാക്കാനും പ്രശ്നവൽക്കരിക്കാനും ഉള്ള സാധ്യതകൾ ഇന്നുണ്ട് എന്നതും വിസ്മരിക്കാൻ കഴിയുകയില്ല. സ്ത്രീകളുടെ ജീവിതം ഭൂതകാലഘട്ടത്തിൽ മെച്ചപ്പെട്ടതായിരുന്നുവെന്നും ഇന്നത് കൂടുതൽ ദുർഘടമായിരിക്കുന്നുവെന്നും ഒരഭിപ്രായമുണ്ട്. നേരെ മറിച്ച് മുതലാളിത്ത കാലഘട്ടം സ്ത്രീയെ മോചിപ്പിച്ചുകൊണ്ടിരിക്കുക യാണ് എന്നും ഭൂതകാലഘട്ടം സ്ത്രീയുടെ ഭീകരമായ അടിമത്തത്തിന്റെ കാലഘട്ടമായിരുന്നുവെന്നും പറയുന്ന മറ്റൊരു കാഴ്ചപ്പാടുണ്ട്.

ഇത്തരത്തിൽ മുതലാളിത്തത്തെയും മുതലാളിത്ത പൂർവസമൂഹങ്ങളെയും പരസ്പരം താരതമ്യം ചെയ്യുന്നത് യഥാർഥത്തിൽ യാതൊരു ഫലവും സൃഷ്ടിക്കുകയില്ല. മുതലാളിത്ത കാലഘട്ടത്തിൽ സ്ത്രീക്ക് അനുകൂലമായ ഒരുപാട് ഘടകങ്ങൾ രൂപപ്പെട്ടുവരുന്നുണ്ടെങ്കിലും ചരക്കുവൽക്കരണത്തിന്റെയും ചൂഷണത്തിന്റെയും വിഭ്രാന്തമായ ഒരു ലോകം അത് തുറന്നിടുന്നുണ്ട്. അതുപോലെതന്നെ മുതലാളിത്തം സ്ത്രീക്കുമേൽ അടിച്ചേൽപ്പിക്കുന്ന ദൃശ്യവും അദൃശ്യവുമായ ചൂഷണങ്ങളുടെയും പീഡനങ്ങളുടെയും എല്ലാം അടിത്തറ മോഹനമായ യുഗമെന്ന് വിശേഷിക്കപ്പെടുന്ന മുതലാളിത്ത പൂർവസമൂഹത്തിലാണ് രൂപംകൊണ്ടത്. കഴിഞ്ഞ അധ്യായങ്ങളിലെല്ലാം വിശദമായി ചർച്ചചെയ്ത പുരുഷാധിപത്യ അധികാരഘടനയാണത്.

ബൃഹത് പീഡനത്തെക്കുറിച്ചും ബൃഹത് ഇതര പീഡനത്തെക്കുറിച്ചുമാണ് നാം ചർച്ചചെയ്യുന്നത്. ബൃഹത് പീഡനങ്ങൾ പൊതുസമൂഹത്തിന്റെ സമ്മതിയോടെ നടത്തപ്പെടുന്ന ചൂഷണങ്ങളാണ് അല്ലെങ്കിൽ പീഡനങ്ങളാണ്. ഉദാഹരണമായി കുടുംബത്തിനകത്ത് നടക്കുന്ന പീഡനങ്ങൾ പൊതുസമൂഹം പ്രശ്നവൽക്കരിക്കുന്നില്ല. അത് ന്യായയുക്തം ആണെന്ന് സമൂഹം കരുതുന്നു. ഭാര്യ കിടപ്പറയിൽ അനുസരിക്കുന്നില്ലെങ്കിൽ അവളെ അടിക്കാൻ *ഖുറാൻ* നിർദേശിക്കുന്നു. ഹിന്ദുമതത്തിലും ക്രിസ്തുമതത്തിലുമെല്ലാം തന്നെ സ്ത്രീകളെ പീഡിപ്പിക്കാൻ ഇങ്ങനെ പരസ്യമായി പറയുന്നുണ്ട്. കന്യകാത്വം, പാതിവ്രത്യം, സ്ത്രീ അടിമത്തം, ദേവദാസി സമ്പ്രദായം, കന്യാദാനം, വൈധവ്യം തുടങ്ങിയ ഒട്ടേറെ സമ്പ്രദായങ്ങൾ സ്ത്രീ പീഡനസമ്പ്രദായങ്ങളായിരുന്നു. ബൃഹത് പീഡനമുറകൾക്ക് പൊതുസമൂഹത്തിന്റെ അംഗീകാരം ലഭിക്കുന്നു. നമ്മുടെ വിദ്യാഭ്യാസവ്യവസ്ഥ തന്നെ ലിംഗകേന്ദ്രിതമാണ്. ആൺകുട്ടികളെയും പെൺകുട്ടികളെയും വേർതിരിച്ച് നിർത്തി ലൈംഗികതയെ അടിച്ചമർത്തിയാണ് ആധുനികവിദ്യാഭ്യാസം ഇന്ത്യയിൽ നിലനിൽക്കുന്നത്.

സ്കൂളുകളിൽ ലിംഗകേന്ദ്രിതമായ വിദ്യാഭ്യാസം നടപ്പാക്കിയതോടെ കൊളോണിയലിസ്റ്റുകൾ അവരുടെ വിക്ടോറിയൻ സദാചാരം നമ്മുടെ സാമൂഹ്യജീവിതത്തിൽ ഉറപ്പിക്കാൻ തുടങ്ങി. 'ലൈംഗികതയുടെ ചരിത്രം' എന്ന അധ്യായത്തിൽ ഈ വിഷയത്തെക്കുറിച്ച് സൂചിപ്പിച്ചിട്ടുണ്ട്. ആൺകുട്ടികൾക്കും പെൺകുട്ടികൾക്കും വെവ്വേറെയായി സ്കൂളുകൾ സ്ഥാപിക്കുന്നത് ബൃഹത് പീഡനമുറയുടെ ഒരു പ്രധാനപ്പെട്ട രൂപമാണ്.

മലയാളത്തിലെ പ്രമുഖ നോവലിസ്റ്റും കഥാകൃത്തുമായ കെ പി രാമനുണ്ണി തന്റെ *പ്രോബ്ലംസ്പ്രോബ്ലം* എന്ന കഥയിൽ പ്രശ്നവൽക്കരിക്കുന്നത് സ്കൂളുകളിലെ ലൈംഗികതയെയാണ്. ശരീരത്തെ അറപ്പോടെയും അവജ്ഞയോടെയും പാപബോധത്തോടെയും പരിപാലിക്കുന്ന നമ്മുടെ വിദ്യാഭ്യാസവ്യവസ്ഥയും സദാചാരതെമ്മാടികളുടെ സാംസ്കാരികവ്യവസ്ഥയും വിചാരണചെയ്യപ്പെടുന്ന കഥയാണിത്. സ്നേഹവും പ്രണ

യവും കാരുണ്യവും ശ്രദ്ധയും ഇല്ലാത്ത ലോകത്തിലേക്ക് വലിച്ചെറിയപ്പെട്ട പെൺകുട്ടികളുടെ ഉടലിന്റെ ആന്തരികതാപങ്ങളും ആത്മനൊമ്പരങ്ങളും ഇത്ര ചേതോഹരമായി ആവിഷ്കരിച്ച കഥകൾ മലയാളത്തിലില്ല. ആണും പെണ്ണും ഇടകലർന്ന് സൃഷ്ടിക്കുന്ന പ്രണയത്തിന്റെയും രതിയുടെയും രക്തച്ഛവിയാർന്ന മോഹനദൃശ്യങ്ങൾ *പ്രോംബ്ലം സ്പ്രോബ്ലം* എന്ന കഥയെ അവിസ്മരണീയമാക്കുന്നു. കാവ്യഭാവനമുറ്റുന്ന ഭാഷയിൽ കഥാകൃത്ത് വിവരിക്കുന്നു;

> പാവാടസ്സുന്ദരികളും മീശച്ചേട്ടന്മാരും കൂടിച്ചേരുന്ന തറവാട്ടുകാവുകളിലെ സ്നേഹക്കൂത്ത്. ഒരു കൊഞ്ചിക്കലെങ്ങാനും ചേട്ടന്മാരിൽനിന്നു ലഭിച്ചാൽ പാവാടസ്സുന്ദരികളുടെ ചിരിച്ചു കുഴഞ്ഞു പഞ്ചാരപ്പാവുപോലുള്ള ഒട്ടിപ്പിടിക്കൽ. പിച്ച്, നുള്ള്, ഇഷ്ടത്തമാശ. അപ്പോൾ ആ സുന്ദരികളുടെ കവിളിണകളിൽ പൊടിയുന്ന കുങ്കുമവർണ്ണത്തിലുള്ള വിയർപ്പ്. ഭൂലോകം മുഴുവൻ ആവാഹിച്ചെടുക്കാൻ വീറുള്ള കൊച്ചരിമീശച്ചേട്ടന്മാരുടെ ശ്വാസോച്ഛ്വാസം. പിന്നെ പാവാടക്കോതകളെ ആകാശ ഊഞ്ഞാലിൽ ഇരുത്തി വീരശ്ശിരോമണികളുടെ നീട്ടിയാട്ടൽ. ഊഞ്ഞാൽപ്പടിക്കും പട്ടുടുപ്പിനും ഇടയിലുള്ള കാൽമിനുസത്തിൽ ചേട്ടന്മാരുടെ വിരലുകൾ തട്ടുമ്പോൾ ആ കൗമാരക്കാരികളിൽ പിടഞ്ഞു കയറുന്ന പൊട്ടിത്തരിപ്പ്. നാഴികകളും വിനാഴികകളും കഴിയുമ്പോഴേക്ക് ഗർഭപാത്രവും വൃഷണസഞ്ചിയും ചലിക്കുന്ന ശാരീരികാസ്തിത്വങ്ങൾ ആ ദേവതമാർക്കും അവരുടെ ഗന്ധർവ്വക്കുട്ടന്മാർക്കും പൂർണ്ണമായി നഷ്ടപ്പെട്ടിരിക്കും. ഏതോ അറബിക്കഥയിലെ ഭാവനപോലെ പ്രണയസത്ത് മാത്രം ഉള്ളിൽനിറച്ച അത്ഭുതരൂപങ്ങളായി അവർ പരിണമിച്ചിരിക്കും.

ലിംഗപരമായി അല്ലെങ്കിൽ ജന്മശരീരപരമായി പടുത്തുയർത്തപ്പെടുന്ന വിദ്യാലയങ്ങളിലെ കുട്ടികളുടെ ശ്മശാന സദൃശമായ വികാരങ്ങളെയാണ് എഴുത്തുകാരൻ പ്രശ്നവൽക്കരിക്കുന്നത്. സ്വപ്നങ്ങളുടെ ശവപ്പറമ്പാണ് ഓരോ കോളേജ് വിദ്യാർഥിയുടെയും വിദ്യാർഥിനിയുടെയും മനസ്സ്. അവിടെ എല്ലാറ്റിനും വിലക്കുകൾ കൽപ്പിക്കുന്ന അധ്യാപകരുടെ കാർക്കശ്യങ്ങൾ കൊമ്പുകിളിർത്ത് വളരുന്നു. ലൈംഗികാക്രമണങ്ങളുടെയും ഹിംസകളുടെയും വേരുകൾ ഇത്തരത്തിലുള്ള ലൈംഗികമായ അസ്പൃശ്യതയാണെന്ന് എഴുത്തുകാരൻ വ്യക്തമാക്കുന്നു. ലൈംഗികമായ അയിത്തം ലൈംഗികാക്രമണമായി പരിണമിക്കുന്നതിന്റെ ബീഭത്സ ദൃശ്യങ്ങളാണ് നമുക്കുചുറ്റും കാണുന്നത്.

മിക്സഡ് സ്കൂളുകളിലും കൃത്യമായ ലിംഗവിവേചനങ്ങൾ നടക്കുന്നു. ഹോസ്റ്റലുകൾ, അനാഥാലയങ്ങൾ, മതസ്ഥാപനങ്ങൾക്കു കീഴിലെ സ്കൂളുകൾ, കോളേജുകൾ എന്നിവിടങ്ങളിലെല്ലാം നടക്കുന്ന സ്ത്രീകൾക്കെതിരായ ബൃഹത് പീഡനമുറകളെ സമൂഹം അംഗീകരിച്ചുകൊടു

ക്കുന്നത് പാരമ്പര്യവാദത്തിന്റെയും പ്രത്യയശാസ്ത്ര പർദയുടെയും അടിസ്ഥാനത്തിലാണ്. രക്ഷിതാക്കൾ തന്നെ മുൻകൈ എടുത്തുകൊണ്ടാണ് കുട്ടികളെ ഇത്തരം സ്ഥാപനങ്ങളിലേക്ക് അയയ്ക്കുന്നത്. കുട്ടികൾക്ക് ലൈംഗികതയുണ്ട് എന്ന് മുതിർന്നവർ അംഗീകരിക്കാൻ തയാറാവുന്നില്ല എന്ന് നമുക്കുതോന്നുമെങ്കിലും യഥാർഥത്തിൽ കുട്ടികൾക്ക് ലൈംഗികതയുണ്ട് എന്ന് മനസിലാക്കിയതുകൊണ്ടാണ് മുതിർന്നവർ ലൈംഗികതയെ അടിച്ചമർത്തുന്നതും നിഷേധിക്കുന്നതും. ലൈംഗികത എന്നത് ഈ രണ്ട് പ്രക്രിയകൾക്കും വിധേയമായിക്കൊണ്ട് ഏകപത്നീ വ്യവസ്ഥയിലധിഷ്ഠിതമായ കുടുംബ ഘടനയിൽ പുരുഷന് നിയന്ത്രണാധീനമാവേണ്ടതാണെന്ന സങ്കൽപ്പമാണ് ഇന്ന് ദൃഢീകരിക്കപ്പെട്ടിരിക്കുന്നത്.

സ്കൂളുകളിൽ മാത്രമല്ല വീടുകളിലും ഇതുതന്നെയാണ് സംഭവിക്കുന്നത്. പെൺകുട്ടികളെ അവരുടെ ശരീരങ്ങളിൽ തളച്ചിടുക എന്നത് കുടുംബഘടനയുടെ സവിശേഷതയാണ്. പെൺകുട്ടികളുടെ മേൽ അമിതമായ ശ്രദ്ധ ചെലുത്തുക എന്നത് രക്ഷിതാക്കളുടെയും അധ്യാപകരുടെയും സമൂഹത്തിന്റെയും പൊതുവായ ഒരു മാനസിക സമീപനമാണ്. വിവേചനം, നിയന്ത്രണങ്ങൾ, പരുവപ്പെടുത്തലുകൾ, ഉപദേശങ്ങൾ എന്നിവയെല്ലാം നടപ്പാക്കപ്പെടുന്നത് മുകളിൽ പറഞ്ഞ അമിതമായ ശ്രദ്ധയുടെ സഹായത്തോടെയാണ്. ഈ അമിതമായ ജാഗ്രത പെൺകുട്ടികളെ സംബന്ധിച്ചിടത്തോളം വീർപ്പുമുട്ടൽ ഉണ്ടാക്കുന്നതാണ്. ഒരുതരം കുറ്റബോധവും അപകർഷതാ ബോധവും പെൺമനസുകളിൽ വളരാൻ ഇത് കാരണമാകുന്നു. അമിതമായ ശ്രദ്ധ മറ്റ് പല പ്രവർത്തനങ്ങളും ഉൾച്ചേർന്നതാണ്. നിരീക്ഷണം, അമിതലാളന, അമിതശാസന എന്നിവയെല്ലാം ഇതിനൊപ്പം സംഭവിക്കുന്നു.

മുടി, കൈനഖം, കൈകാലുകൾ, ശരീരവളർച്ച എന്നീ കാര്യങ്ങളിലെല്ലാം പെൺകുട്ടികൾ സവിശേഷമായി രക്ഷിതാക്കളുടെ നിരീക്ഷണത്തിനും വിശകലനത്തിനും വിധേയമാവുന്നു. ഇത് എല്ലാ കുടുംബങ്ങളിലെയും നൂറ്റാണ്ടുകളുടെ പഴക്കമുള്ള ഒരു രീതിയാണ്. ഇത്തരത്തിലുള്ള നിരീക്ഷണങ്ങളുമായി പെൺകുട്ടികൾ ക്രമേണ പൊരുത്തപ്പെടുന്നു എന്നുള്ളത് യാഥാർഥ്യമാണ്. എന്നാൽ ഈ യാഥാർഥ്യത്തോടൊപ്പം മറ്റൊരു പ്രധാന സംഭവം കൂടി നടക്കുന്നുണ്ട്. അതായത് പെൺകുട്ടിയെ സംബന്ധിച്ചിടത്തോളം താൻ ഒരു സവിശേഷ വ്യക്തിയാണ് എന്ന ബോധം അവളുടെ ഉള്ളിൽ രൂപപ്പെടുന്നു. എന്താണ് ഈ സവിശേഷ വ്യക്തിയുടെ സവിശേഷതകൾ? വ്യക്തി എന്ന നിലയിൽ താൻ പ്രത്യേകമായി നിരീക്ഷിക്കപ്പെടുന്നവളായിരിക്കും എന്ന ബോധമാണ്. ഇങ്ങനെ നിരീക്ഷിക്കപ്പെടുന്നതിൽ ശരീരത്തിനും ശരീരാവയവങ്ങൾക്കും പ്രാധാന്യമുണ്ട്. ശരീരത്തോടൊപ്പംതന്നെ ഭാഷ, പെരുമാറ്റം, സ്വഭാവരീതികൾ എന്നിവയെല്ലാം നിരീക്ഷിക്കപ്പെടുന്നു. സ്ത്രീ എന്നുപറഞ്ഞാൽ പുരുഷന് നിരീക്ഷിക്കാനും നിയന്ത്രണാധീനമാക്കാനും ഉള്ളവളാണ് എന്ന ബോധം തലമുറകളായി പടരുന്നു. നിരീക്ഷണത്തിന്റെ കേന്ദ്രം അമ്മ

യാണെങ്കിൽപ്പോലും നിരീക്ഷണത്തിന്റെ ലക്ഷ്യം ഭാവിപുരുഷനാണ്. നിരീക്ഷണത്തിന്റെ ഭൂതസ്രോതസും പുരുഷനാണ്. പുരുഷാധിഷ്ഠിത കുടുംബസങ്കൽപ്പമാണ്.

നിരീക്ഷിക്കപ്പെടുക എന്നുള്ളത് നിഷ്കളങ്കമായ ഒരു പ്രക്രിയയായി വായനക്കാർക്ക് തോന്നിയേക്കാം. എന്നാൽ അത്ര നിഷ്കളങ്കമായ ഒരു പ്രവൃത്തിയല്ല. നിരീക്ഷണത്തിൽ ഹിംസയുടെ രൂപങ്ങളുണ്ട്. ലോകപ്രസിദ്ധ ഫെമിനിസ്റ്റായ ലോറ മൾവി പുരുഷ നോട്ടങ്ങളുടെ ഹിംസാത്മകതയെപ്പറ്റി പറഞ്ഞിട്ടുള്ള കാര്യങ്ങൾ ഇവിടെ പ്രസക്തമാണ്. നിരീക്ഷണം എന്നത് പ്രധാനമായും കണ്ണുകൊണ്ട് നടത്തുന്ന ഒരു പ്രവർത്തനമാണ്. അതായത് നോട്ടം. ഒരു കുഞ്ഞ് ജനിക്കുമ്പോൾ തന്നെ അത് നോട്ടത്തിന് വിധേയമാവുന്നു. ആണാണോ പെണ്ണാണോ എന്നതാണ് ആ നോട്ടത്തിന്റെ അർഥം. പെണ്ണാവാതിരിക്കാനുള്ള നോട്ടമാണത്. അതിൽ പിന്നീട് നോട്ടങ്ങളുടെ പരമ്പരയാണ്. രക്ഷിതാക്കളിൽനിന്ന് തുടങ്ങി സമൂഹത്തിലേക്ക്, പൊലീസിലേക്ക്, അധ്യാപകരിലേക്ക്, ജഡ്ജിമാരിലേക്ക്, പടരുന്ന നോട്ടം എന്ന സവിശേഷ ഹിംസാത്മകത. സ്ത്രീ കാണപ്പെടേണ്ടവൾ പുരുഷൻ നോക്കുന്നവനും ആയിമാറുന്നു എന്ന് ലോറ മൾവി നിരീക്ഷിക്കുന്നുണ്ട്.

സ്ത്രീ ഒരു പ്രത്യക്ഷശരീരം മാത്രമായി നോക്കപ്പെടുകയും നിരീക്ഷിക്കപ്പെടുകയും വിശകലനം ചെയ്യപ്പെടുകയും വിധിയെഴുതപ്പെടുകയും ചെയ്യുന്നു. പുരുഷന്റെ സ്വഭാവഗുണങ്ങൾ ഇല്ലാതിരിക്കുക, സ്ത്രീയുടേതെന്ന് സങ്കൽപ്പിക്കപ്പെട്ടുപോരുന്ന ലജ്ജ, ശാലീനത, സൗമ്യത തുടങ്ങിയ സ്വഭാവങ്ങൾ ഉറപ്പിക്കുക എന്നിവയെല്ലാം നോട്ടത്തിന്റെയും നിരീക്ഷണത്തിന്റെയും ലക്ഷ്യങ്ങളാണ്. അങ്ങനെ രക്ഷിതാക്കളിൽനിന്നും പിന്നീടത് വിദ്യാലയങ്ങളിലേക്ക് പടരുന്നു. ആൺകുട്ടികൾ കരുതുന്നത് പെൺകുട്ടികളെല്ലാം നിരീക്ഷിക്കപ്പെടേണ്ടവരാണെന്നാണ്. അങ്ങനെ നിരീക്ഷണത്തിന് വിധേയരാവുന്ന പെൺകുട്ടികൾ നിരീക്ഷകരെ നിരന്തരം നേരിടുന്നു. നിരീക്ഷിതരായ പെൺകുട്ടികൾ തങ്ങളുടെ ഇളയവരെയും ഇങ്ങനെ നിരീക്ഷിക്കുന്നു. നോട്ടവും നിരീക്ഷണവും ഫെമിനിസ്റ്റുകൾ പ്രശ്നവൽക്കരിക്കുന്നതുവരെ ഒരു സ്വാഭാവിക സംഭവമായിരുന്നു. മാത്രമല്ല, പലപ്പോഴും അത് ഉദാത്തമായ പ്രവൃത്തിയായും അംഗീകരിക്കപ്പെട്ടിരുന്നു.

കുമാരനാശാന്റെ പ്രശസ്ത കൃതിയായ *കരുണ*യിൽ വാസവദത്ത എന്ന ഗണികസ്ത്രീയെ ഉപഗുപ്തൻ നോട്ടത്തിനും നിരീക്ഷണത്തിനും ഉപദേശത്തിനും വിധേയയാക്കുന്നുണ്ട്. അതൊരു മഹത്തായ ആത്മീയ ദൗത്യമായിട്ടാണ് ആശാൻ ചിത്രീകരിക്കുന്നത്. ഏറ്റവും വലിയ ഹിംസയാണത് ഉപഗുപ്തൻ നടത്തുന്നത്. ഒരു സ്ത്രീയുടെ നഗ്നശരീരത്തിലേക്ക് അവളുടെ അനുവാദമില്ലാതെ നോക്കുക എന്ന പ്രവൃത്തിയുടെ മ്ലേച്ഛസ്വഭാവം ആശാന്റെ കാലത്ത് തിരിച്ചറിയപ്പെട്ടിരുന്നില്ല. ഇന്ന് നമുക്കേവർക്കും അറിയാം ഏതൊരു വ്യക്തിയുടെയും അടുത്തേക്ക് വരി

കയും സംസാരിക്കുകയും ചെയ്യണമെങ്കിൽ ആ വ്യക്തിയുടെ അനുവാദം വാങ്ങേണ്ടതുണ്ട്. ഇതൊരു ലളിതമായ ജനാധിപത്യമര്യാദയാണ്. ഉപഗുപ്തൻ പോകുന്നത് ഒരു സ്ത്രീയുടെ അടുത്തേക്കാണ്. അവൾ ഏതാണ്ട് നഗ്നയായി ശരീരമാസകലം ചോരയൊലിപ്പിച്ചുകൊണ്ട് മരണത്തെ കാത്തിരിക്കുകയാണ്.

അവയവങ്ങൾ മുഴുവൻ വെട്ടിമുറിക്കപ്പെട്ടിരിക്കുന്നു. ഇത്തരമൊരവസ്ഥയിൽ അവളുടെ അടുത്തേക്ക് യാതൊരു മര്യാദയുമില്ലാതെ നാട്ടുഭാഷയിൽ പറഞ്ഞാൽ ഉളുപ്പില്ലാതെ കടന്നുവരികയാണ് ഉപഗുപ്തൻ ചെയ്യുന്നത്. അതിന് അയാൾക്ക് പിൻബലമെന്താണ്. ഒന്ന് അയാൾ ഒരു സന്യാസിയാണ്. രണ്ട് അയാൾ പുരുഷനാണ്. ഒരു സ്ത്രീയും ഇത്തരമൊരവസ്ഥയിൽ ഒരു പുരുഷസാമീപ്യം ആഗ്രഹിക്കില്ല. വിശേഷിച്ചും അവൾ ഇഷ്ടപ്പെടുന്നവരുടെ സാമീപ്യം. ഉപഗുപ്തനാകട്ടെ അധികാരഭാവത്തിൽ അവളുടെ അടുത്തേക്ക് വരുന്നു. അവളുടെ അനുവാദം അയാൾ ചോദിക്കുന്നതേയില്ല. കാരണം അവളൊരു സ്ത്രീ ആണ് എന്നതുതന്നെ. ആശാന്റെ കൃതിയിലെ മഹത്തായതെന്ന് ഘോഷിക്കപ്പെടുന്ന പ്രവൃത്തിയാണിത്. ഇന്നു നമുക്കറിയാം ഏറ്റവും ജനാധിപത്യവിരുദ്ധമായ പ്രവൃത്തിയും ഹിംസാത്മകതയുമാണിത്. ഇന്നാരും ഇത്തരത്തിൽ ഒരു സ്ത്രീ സന്ദർശനം നടത്തില്ലാ എന്നുള്ളതിന് യാതൊരു സംശയവുമില്ല. സ്ത്രീ എന്നത് ആർക്കും എപ്പോഴും നിരീക്ഷിക്കാനും നോക്കാനും ഉള്ള ഒരു വിഷയവസ്തുവാണെന്ന സങ്കൽപ്പം നമ്മുടെ പാരമ്പര്യത്തിൽ ഉറപ്പിക്കപ്പെട്ടിരിക്കുന്നു എന്നതിന്റെ ഉത്തമദൃഷ്ടാന്തമാണിത്.

കുടുംബഘടനയിലും വിദ്യാഭ്യാസസ്ഥാപനങ്ങളിലും അടിയുറച്ചുപോയ ഇത്തരം പീഡനമുറകൾ വളർന്നാണ് ബൃഹത് പീഡനമുറകൾ രൂപംകൊള്ളുന്നത്. നാം പിന്തുടർന്നുപോരുന്ന പീഡനമുറകളാണിവ. അല്ലെങ്കിൽ നാം സമ്മതി നൽകിയിട്ടുള്ള ബൃഹത് പീഡനമുറകൾ. ഇതിന്റെയെല്ലാം ഫലമായി സ്ത്രീകൾക്ക് പൊതു ഇടങ്ങൾ നിഷേധിക്കപ്പെടുകയും അവൾ ഒട്ടേറെ വിവേചനങ്ങൾക്കും മർദനങ്ങൾക്കും ഇരയാവുകയും ചെയ്യുന്നു.

പെൺകുട്ടികളുടെ കുളി, പഠനം, സഞ്ചാരം, കളികൾ എല്ലാംതന്നെ കർശനമായ നിയന്ത്രണങ്ങൾക്കും നിരീക്ഷണങ്ങൾക്കും വിധേയമാവുന്നുണ്ട്. എല്ലാ മേഖലയിലും സ്ത്രൈണത രൂപപ്പെടുത്തുക എന്നതാണ് ഇതിന്റെ ലക്ഷ്യം. ഉറക്കം, വായന, ഷോപ്പിങ്, ആഹാരം കഴിക്കൽ തുടങ്ങിയ എല്ലാ കാര്യങ്ങളിലും ജെൻഡർ പ്രവർത്തിക്കുന്നുണ്ട്. പഠനകാര്യങ്ങളിൽ ശ്രദ്ധിച്ചാലറിയാം പൊതുവിൽ പെൺകുട്ടികൾ പാഠങ്ങൾ ബൈഹാർട് പഠിക്കുന്നതിൽ കൂടുതൽ ശ്രദ്ധ ചെലുത്തുന്നു. വിമർശനാത്മകമായ രീതികൾ കുറയ്ക്കുന്നതിലാണ് നമ്മുടെ പരമ്പരാഗതമായ വിദ്യാഭ്യാസ സമ്പ്രദായങ്ങൾ ശ്രദ്ധചെലുത്തുന്നത്. കുളിക്കുമ്പോൾ പൊതു ഇടങ്ങളിൽപോലും അതായത് പുഴകളിലും കുളങ്ങളിലും മറ്റുമാവുമ്പോൾ സാധാരണവസ്ത്രത്തോടെയാണവൾ കുളിക്കുന്നത്. നീന്തൽ നിയന്ത്രിക്കപ്പെടുന്നു.

സഞ്ചാരങ്ങളിൽ കൃത്യമായ സ്ത്രീരീതികൾ രൂപപ്പെട്ടുവരുന്നുണ്ട്. വളരെ ചുരുങ്ങിയ സമയമാണ് പുറത്ത് സഞ്ചാരത്തിനുവേണ്ടി സ്ത്രീക്ക് ലഭിക്കുന്നത്. അതുകൊണ്ട് വളരെ വേഗത്തിൽ നടക്കാൻ അവൾ നിർബന്ധിക്കപ്പെടുന്നു. ചുറ്റുപാട് നിരീക്ഷിക്കാൻ അവൾക്ക് കഴിയുന്നില്ല. അപരിചിതരുമായുള്ള ബന്ധം ആശയവിനിമയം, ഇതെല്ലാം നിയന്ത്രിക്കപ്പെടുന്നു. നഗരങ്ങളിലായാലും ഗ്രാമങ്ങളിലായിരുന്നാലും പൊതു ഇടങ്ങൾ നിഷേധിക്കപ്പെടുന്നു.

ക്ലബ്ബുകൾ, വായനശാലകൾ, സാംസ്കാരിക കേന്ദ്രങ്ങൾ, കവലകൾ, കമാനങ്ങൾ, നാട്ടുപാതകൾ, സ്റ്റേഡിയങ്ങൾ, മ്യൂസിയങ്ങൾ, പാർക്കുകൾ എന്നിവയെല്ലാം പുരുഷന്മാർ കീഴടക്കുന്നു. ഇനി പുരുഷന്മാർ കീഴടക്കുന്നില്ലെങ്കിലും ഈ സ്ഥലങ്ങളെല്ലാം സ്ത്രീക്ക് അപ്രാപ്യമാണ്. അതുകൊണ്ടാണ് സിമോൺ ദ ബുവെയർ, സ്ത്രീയായി ജനിക്കുന്നതല്ല മറിച്ച് ആയിത്തീരുന്നതാണ് എന്ന് പറഞ്ഞത്. ആയിത്തീരുക എന്നാൽ രൂപപ്പെടുക എന്നാണർഥം.

ആധുനിക കാലത്ത് വളർന്നുവന്നിട്ടുള്ള ആൾദൈവ സ്ഥാപനങ്ങൾ, ജ്യോത്സ്യം തുടങ്ങിയ എല്ലാം തന്നെ മേൽപ്പറഞ്ഞ ബൃഹത് പീഡനരൂപങ്ങളെ ശക്തിപ്പെടുത്തുന്നതാണ്. ആഗോളവൽക്കരണത്തിന്റെ പടർച്ചയോടെ ഒരുപാട് വ്യാജകേന്ദ്രങ്ങൾ വളർന്നുവന്നിരിക്കുന്നു. സ്ത്രീയുടെ ഒറ്റപ്പെടലിനെയും മറ്റും ശമിപ്പിക്കാനെന്ന രീതിയിൽ വളർന്നുവരുന്ന ഇത്തരം സ്ഥാപനങ്ങളെല്ലാം അവളെ കൂടുതൽ ചൂഷണം ചെയ്യുന്നതിലേക്കാണ് നയിക്കുന്നത്. ആധ്യാത്മികതയുടെ മറവിൽ നടക്കുന്ന ലൈംഗികപീഡനങ്ങളെക്കുറിച്ച് അടുത്ത കാലത്ത് നടന്ന റിപ്പോർട്ടുകൾ ഞെട്ടിപ്പിക്കുന്നതാണ്. ആൾദൈവ സന്യാസികളുടെ പീഡനത്തിനിരയായി ആത്മഹത്യ ചെയ്തവർ നിരവധിയാണ്. പലരും കൊല്ലപ്പെട്ടു. പൊലീസും കോടതിയും നോക്കുകുത്തികളാവുന്നു.

കേരളത്തിലെ ആൾദൈവകേന്ദ്രങ്ങളിൽ നടന്നിട്ടുള്ള സംഭവങ്ങളെല്ലാം ഇന്ന് ഏതാണ്ട് പുറത്തുവന്നിട്ടുണ്ട്.വാണിജ്യവൽക്കരിക്കപ്പെട്ട ആത്മീയതയാണ് ആൾദൈവാലയങ്ങളിൽ നിലനിൽക്കുന്നത്. അമൃതാനന്ദമയിയുടെ ആശ്രമത്തിൽ നടന്നിട്ടുള്ള കൊലപാതകങ്ങൾ ഇന്നും തെളിയിക്കപ്പെട്ടിട്ടില്ല. പ്രധാനപ്പെട്ട ആൾദൈവങ്ങളുടെ ചുവടുപിടിച്ച് നാട്ടിൻപുറങ്ങളിലും ആൾദൈവങ്ങൾ വളർന്നുവന്നിരിക്കുന്നു. ഈ നാടൻ ആൾദൈവങ്ങൾ നടത്തിയിട്ടുള്ള തട്ടിപ്പുകളുടെ കഥകൾ പത്രങ്ങൾ റിപ്പോർട്ട് ചെയ്തിട്ടുണ്ട്. ജ്യോത്സ്യം നേരത്തെ പറഞ്ഞ ബൃഹത് പീഡനമുറകളിൽ ഏറ്റവും പ്രധാനപ്പെട്ട ഒന്നാണ്. ആയിരക്കണക്കിന് സ്ത്രീകളെ ആജീവനാന്ത കന്യകകളാക്കി മാറ്റിയതും ചെറുപ്പത്തിലേ വൈധവ്യത്തിലേക്ക് വലിച്ചെറിഞ്ഞതും ആത്മഹത്യ ചെയ്യിപ്പിച്ചതും ഈ അന്ധവിശ്വാസത്തിന്റെ മറവിലാണ്. ശാസ്ത്രീയ യുക്തിയുമായി യാതൊരു ബന്ധവുമില്ലാത്ത ജ്യോത്സ്യം പുരുഷാധിഷ്ഠിത മൂല്യങ്ങളെ ഉറപ്പിക്കുന്ന ഒരധികാര വ്യവസ്ഥയായി നിലനിൽക്കുന്നു. ആധുനിക ഇല

ക്ട്രോണിക് മാധ്യമങ്ങളിലുടെയും ഇന്റർനെറ്റിലൂടെയും മറ്റും കൂടുതൽ സ്വാധീനം ചെലുത്താൻ ഈ ബൃഹത് പീഡനമുറകൾക്ക് കഴിയുന്നു.

ഇങ്ങനെ വിവിധ രൂപങ്ങളിൽ പ്രവർത്തിക്കുന്ന ബൃഹത് പീഡനമുറകളെ മറച്ചുവെച്ചുകൊണ്ടാണ് പൊതുസമൂഹവും മാധ്യമങ്ങളും സ്ത്രീ പീഡനങ്ങളെ പ്രശ്നവൽക്കരിക്കുന്നത്. അതായത് ബൃഹത് ഇതര പീഡനങ്ങളെ മാത്രമാണ് പൊതുസമൂഹം പീഡനമായി കാണുന്നത്. ബൃഹത് പീഡനങ്ങളിൽനിന്നാണ് ബൃഹത് ഇതരപീഡനങ്ങൾ വളർന്നുവരുന്നതെന്ന യാഥാർഥ്യം വിസ്മരിക്കപ്പെടുന്നു. ബൃഹത് പീഡനമുറകളിൽ പലപ്പോഴും അദൃശ്യമായ ഒന്നാണ് ഭരണകൂട ഉപകരണങ്ങളുടെ പീഡനമുറകൾ. ഒരു സ്ത്രീ ആക്രമിക്കപ്പെട്ടാൽ പൊതുസമൂഹവും ഭരണകൂടവും ആക്രമിക്കപ്പെടുന്നതിന്റെ ധാർമിക ഉത്തരവാദിത്വം സ്ത്രീയുടെ അഥവാ ഇരയുടെമേൽ കെട്ടിവയ്ക്കുകയാണ് ചെയ്യുന്നത്. പീഡനത്തിന്റെ ഉത്തരവാദിത്വം ഇരയാക്കപ്പെടുന്നവർക്കാണ് എന്ന് കരുതുന്നത് ബൃഹത് പീഡനമുറകളുടെ ഒരു രീതിയാണ്. ഇത് പരമ്പരാഗതമായി തുടർന്നുവരുന്നതാണ്. സ്ത്രീ പീഡനത്തിന്റെ ഉത്തരവാദിത്വം സ്ത്രീക്കു തന്നെ അഥവാ അതിന്റെ ഇരയ്ക്കു തന്നെ എന്നുപറയുന്നതിന്റെ ആസ്പദങ്ങൾ മൂന്നാണ്. അവ താഴെ കൊടുക്കുന്നു;

1. സമ്മതി
2. സാഹചര്യമൊരുക്കൽ
3. പ്രലോഭനം

ലോകത്തെമ്പാടും നടക്കുന്ന സ്ത്രീപീഡനകേസുകളെ സംബന്ധിച്ച് പൊതുസമൂഹം ചർച്ച ചെയ്യുമ്പോൾ ഈ മൂന്ന് ഘടകങ്ങളും എടുത്തുപറയാറുണ്ട്. സ്ത്രീയുടെ സമ്മതിയില്ലാതെ ബലാത്സംഗങ്ങളും പീഡനങ്ങളും നടക്കുകയില്ലാ എന്നത് നൂറ്റാണ്ടുകളായി പൊതുസമൂഹത്തിൽ പ്രചരിച്ചുപോരുന്ന ഒരു തെറ്റായ ധാരണയാണ്. ഈ തെറ്റിദ്ധാരണ ഭരണകൂടവും ജുഡീഷ്യറിയും മാധ്യമങ്ങളുമെല്ലാം ഒരുപോലെ പിന്തുടരുന്നു. സിനിമകളിലും സീരിയലുകളിലുമെല്ലാം ഇതുതന്നെ പറയുന്നു. 1789-ൽ അമേരിക്കയിലെ പെൻസിൽവാനിയയിലെ കോടതിയിൽ റെബേക്ക മക്കാർട്ടർ എന്ന സ്ത്രീ ബോധിപ്പിച്ച കാര്യം ഇവിടെ ഉദ്ധരിക്കട്ടെ. ഡേവിഡ് റോബ് എന്ന ആൾ അവരെ ആവർത്തിതമായ ലൈംഗികാക്രമണത്തിന് വിധേയയാക്കി. നിങ്ങളുടെ സമ്മതത്തോടെയാണോ അല്ലയോ എന്ന കോടതിയുടെ ചോദ്യത്തിന് സ്ത്രീ ഇങ്ങനെ മറുപടി പറഞ്ഞു;

"ചെറുത്തുനിന്നുകൊണ്ട് ഞാൻ സമ്മതിച്ചു. ഓരോ സമയവും ഞാൻ പൊരുതിനിന്നു. അവസാനം ഞാൻ സമ്മതിച്ചു."

ആ സ്ത്രീയെ പീഡകൻ കിടക്കയിലേക്ക് വലിച്ചെറിഞ്ഞുകൊണ്ടാണ് പീഡനത്തിന് വിധേയമാക്കിയത്. ആ സമയത്ത് സ്ത്രീക്ക് അവരുടെ കൈകൾ ചലിപ്പിക്കാൻപോലും കഴിഞ്ഞിരുന്നില്ല എന്നും അവർ

കോടതിയിൽ പറഞ്ഞു. ഓരോ സമയവും അയാളോട് പൊരുതി നിന്നെങ്കിലും അവസാനം താൻ സമ്മതിച്ചു എന്നാണ് ആ സ്ത്രീ പറഞ്ഞത്. അതിന്റെ ഫലമായി ജഡ്ജി ഡേവിഡിൽ വ്യഭിചാരക്കുറ്റം മാത്രം ചുമത്തുകയാണുണ്ടായത്. ബലാത്സംഗക്കുറ്റത്തിൽനിന്നും അയാളൊഴിവായി. സ്ത്രീയുടെ സമ്മതിയോടെയാണ് അയാളവളെ പ്രാപിച്ചത് എന്ന് ജഡ്ജി വിധിയെഴുതി.

എന്നാൽ യഥാർഥത്തിൽ ഇവിടെ എന്താണ് സംഭവിച്ചത്? കിടക്കയിലേക്ക് വലിച്ചെറിയപ്പെട്ട് ശാരീരികവും മാനസികവുമായി തളർന്നുപോകുകയായിരുന്നു സ്ത്രീ. അവരുടെ കൈ അവരുടെ ശിരസിനടുത്തേക്കുപോലും ഉയർന്നില്ല എന്നാണ് അവർ കോടതിയിൽ പറഞ്ഞത്. പിന്നെ എങ്ങനെയാണ് അവർക്ക് സമ്മതിക്കാൻ കഴിയുക? പൊരുതി തളർന്ന് നിസ്സഹായയായി അയാൾക്ക് മുന്നിൽ കീഴടക്കപ്പെട്ടതിനെയാണ് സമ്മതിച്ചു എന്ന് സ്ത്രീ പറഞ്ഞത്. അഥവാ പുരുഷന്റെ ആക്രമണത്തെ അതിജീവിക്കാൻ കഴിഞ്ഞില്ലാ എന്നാണ് ആ സ്ത്രീ അർഥമാക്കിയത്.

മിക്ക കേസുകളിലും സംഭവിക്കുന്നത് ഇതാണ്. പുരുഷന്റെ ആക്രമണത്തെ ചെറുത്തുനിന്ന് വിജയിക്കാൻ കഴിയാതാവുമ്പോൾ സ്ത്രീ തന്നെ കരുതുന്നത് താൻ സമ്മതിച്ചു എന്നാണ്. ചെറുത്തുനിൽപ്പിന് ഒരു സാധ്യതയും ഇല്ലാതാവുമ്പോൾ മനസ്സ് തളരുമ്പോൾ, ശരീരം ജീവച്ഛവമാവുമ്പോൾ, തങ്ങൾ സമ്മതിക്കുകയാണ് എന്ന ധാരണ സ്ത്രീകളുടെ ഉള്ളിലും രൂപപ്പെടുന്നു. ബലാത്സംഗം ചെയ്യപ്പെടുന്നവരുടെ അനുഭവങ്ങളിൽനിന്നും മനസിലാക്കാൻ കഴിയുന്നതാണിത്. ഇത് വിവേചനത്തോടെ മനസിലാക്കാൻ കോടതിക്ക് കഴിഞ്ഞില്ല എന്നതാണ് നിർഭാഗ്യകരം. ലൈംഗികാക്രമണത്തെത്തന്നെ നിർവചിക്കുന്നതിൽ അധികാരം നടത്തുന്ന ഇടപെടൽ നാം ഇവിടെ കാണുന്നു. ചെറുത്തുനിൽക്കാൻ കഴിയാത്ത അല്ലെങ്കിൽ ചെറുത്തുനിന്ന് പരാജയപ്പെടുന്ന ഇരയുടെ നിസ്സഹായാവസ്ഥയെ സമ്മതിയായി കോടതി വിധിയെഴുതുന്നു. നമ്മുടെ നാട്ടിൽ നടക്കുന്ന പീഡനക്കേസുകളിലും സംഭവിക്കുന്നത് ഇതാണ്.

Vagina on trial-the institution and psychology of rape എന്ന വിഖ്യാതമായ പ്രബന്ധത്തിൽ കാത്‌ലീൻ ബാറി (Kathleen Barry) ബലാത്സംഗത്തിന് വിധേയരാവുന്ന സ്ത്രീകളുടെ അവസ്ഥ പ്രക്ഷുബ്ധജനകമായി അവതരിപ്പിക്കുന്നുണ്ട്. ഒരു പുരുഷന് മുമ്പിൽ വീടിന്റെ മുൻവാതിൽ തുറന്നാൽ തന്റെ യോനി പുരുഷലിംഗത്തിന് മുമ്പിൽ തുറക്കുകയാണെന്ന് കോടതികൾ കരുതുന്നു എന്നാണവർ പറയുന്നത്. ഒരു പുരുഷനെ വീട്ടിലേക്ക് ക്ഷണിച്ചാൽ അത് ലൈംഗികബന്ധത്തിനുള്ള സമ്മതമായും കോടതി കാണുന്നു എന്ന് അവർ പറയുന്നു.

ഇത്തരം സന്ദർഭങ്ങളിൽ സ്ത്രീ ബലാത്സംഗം ചെയ്യപ്പെട്ടാൽ അതൊരു കുറ്റകൃത്യമാവുന്നില്ല. ഇവിടെയാണ് നമ്മുടെ ബൃഹത് പീഡനത്തിന്റെ ഭീകരത വ്യക്തമാകുന്നത്. 1971-ൽ പ്രസിദ്ധീകരിക്കപ്പെട്ട മേൽപ്പറഞ്ഞ പഠനാർഹമായ പ്രബന്ധം ലോകത്തിലെ കോടതികളെ

തൊലിയുരിച്ചുകാണിക്കുന്നതായിരുന്നു. ലോകമെങ്ങുമുള്ള സ്ത്രീവാദികളെയും ജനാധിപത്യവാദികളെയും അങ്ങേയറ്റം ആകർഷിച്ച പഠനമാണിത്. സ്ത്രീ ജനനേന്ദ്രിയം എങ്ങനെയാണ് കോടതിയിൽ വിചാരണ ചെയ്യപ്പെടുന്നത് എന്നാണ് അവർ വിശദീകരിക്കുന്നത്. ഒരു ബലാത്സംഗത്തെ തുടർന്ന് നടക്കുന്ന കോടതിയുടെ ബലാത്സംഗമാണിത്.

ബലാത്സംഗം നടന്നു എന്നതിന് അതിന്റെ ഇരയായ സ്ത്രീ തന്നെ തെളിവുകൊടുക്കേണ്ട അവസ്ഥ. പുരുഷലിംഗത്തിന്റെ തുളച്ചുകയറൽ പ്രക്രിയ തുടങ്ങിയ വിഷയങ്ങൾ തെളിയിക്കാൻ സ്ത്രീ ജനനേന്ദ്രിയം പരീക്ഷണവസ്തുവാകുന്നു. ഇത്തരം കേസുകളിൽ സ്ത്രീ നിരത്തുന്ന തെളിവുകൾ വിജയിക്കുന്നില്ലെങ്കിൽ അവരുടെ സമ്മതിയോടെ നടക്കുന്ന ബന്ധങ്ങളായി അവ മാറുന്നു. അല്ലെങ്കിൽ കോടതി വിധിയെഴുതുന്നു. അങ്ങനെ സമ്മതി എന്നത് സ്ത്രീയുടെമേൽ അടിച്ചേൽപ്പിക്കുന്ന ഒരു വ്യാജപ്രമാണമായി മാറുന്നു.

അമേരിക്കയിൽ 1958–60 കാലഘട്ടത്തിൽ നടന്ന ബലാത്സംഗങ്ങളെക്കുറിച്ച് പഠനം നടത്തിയ പ്രസിദ്ധ ഇസ്രായേലി ക്രിമിനോളജിസ്റ്റാണ് ഡോ. മെനാക്യം അമീർ, അദ്ദേഹത്തിന്റെ പഠനങ്ങളിലൊന്നിൽ പറയുന്നത് ബലാത്സംഗം നടത്തിയവരിൽ അഞ്ചിൽ മൂന്ന് പേരും സാധാരണ മാനസികാവസ്ഥ ഉള്ളവരും പതിനേഴിനും മുപ്പതിനും ഇടയ്ക്ക് പ്രായമുള്ളവരുമാണെന്നാണ്. 90 ശതമാനം ബലാത്സംഗങ്ങളും ബലാത്സംഗം ചെയ്തവർ പ്ലാൻ ചെയ്തതായിരുന്നുവെന്നും അദ്ദേഹം കണ്ടെത്തുന്നു.മുൻകൂട്ടി തീരുമാനിച്ചതനുസരിച്ചാണ് സംഭവങ്ങൾ നടന്നത് എന്നാണ് അദ്ദേഹം പറയുന്നത്. അതായത് ബലാത്സംഗം ചെയ്യുന്നവർ പലപ്പോഴായി അത് പ്ലാൻ ചെയ്തിരുന്നു. പലതും പരാജയപ്പെടുന്നു. ഇത്തരത്തിലുള്ള നിരവധി കേസുകൾ അദ്ദേഹം വിശകലനം ചെയ്യുന്നുണ്ട്.

ഐക്യരാഷ്ട്ര സംഘടനയുടെ റിപ്പോർട്ട് അനുസരിച്ച് 25,00,000 കേസുകൾ ഓരോ വർഷവും പൊലീസ് റിക്കാർഡ് ചെയ്യുന്നുണ്ട്. യുണൈറ്റഡ് സ്റ്റേറ്റ്സിന്റെ ഡിപ്പാർട്ട്മെന്റ് ഓഫ് ജസ്റ്റിസിന്റെ പ്രസിദ്ധീകരണമായ *ക്രിമിനൽ വിക്ടിമൈസേഷൻ ഇൻ യു എസ്* പറയുന്നത് 2005–ൽ 191,670 സ്ത്രീകൾ ബലാത്സംഗം ചെയ്യപ്പെട്ടു എന്നാണ്. അതിൽ 16 ശതമാനം മാത്രമേ പൊലീസിൽ റിപ്പോർട്ട് ചെയ്തിട്ടുള്ളൂ. റിപ്പോർട്ട് ചെയ്തിട്ടുള്ള കേസുകളും റിപ്പോർട്ട് ചെയ്യപ്പെടാത്ത കേസുകളും ഡോ. അമീർ പഠനവിധേയമാക്കിയിട്ടുണ്ട്. ബലാത്സംഗം എന്നത് ഭൂരിപക്ഷവും പ്ലാൻചെയ്തതാണ് എന്ന് പറയുമ്പോൾ നമ്മൾ മനസിലാക്കേണ്ട കാര്യം ഒരാളെത്തന്നെ ലക്ഷ്യമിട്ടല്ല ഇങ്ങനെ പ്ലാൻ ചെയ്യുന്നത് എന്നാണ്. പലരെയും ലക്ഷ്യമിടുന്നു. പലപ്പോഴായി ലക്ഷ്യമിടുന്നു. ഒരാളെത്തന്നെ പലപ്പോഴായി ലക്ഷ്യമിടുന്നു. ഇതിൽനിന്നും എന്താണ് മനസിലാവുന്നത്? സ്ത്രീയുടെ സമ്മതി എന്ന വ്യാജസങ്കൽപ്പം ഇവിടെ തകരുകയാണ്. അതുമാത്രമല്ല തകരുന്നത് നേരത്തെ നാം കണ്ട രണ്ടും മൂന്നും ഘടകങ്ങൾ. സാഹചര്യമൊരുക്കലും പ്രലോഭിപ്പിക്കലും ആണ് അവ.

സ്ത്രീപീഡനങ്ങൾ നടക്കുമ്പോൾ പൊതുവിൽ ഉയർന്നുകേൾക്കുന്ന ആരോപണങ്ങൾ ആണ് ഇവ. പീഡകരെ രക്ഷിക്കാൻവേണ്ടി ഇരകൾക്കെതിരായി ഉയർത്തുന്ന ഏറ്റവും ഹീനമായതും വ്യാജമായതുമായ ആരോപണങ്ങൾ. ഡൽഹി പീഡനം നടന്നപ്പോൾ ഉയർന്ന സംഘപരിവാർ നേതാക്കളും സന്യാസിമാരും ഇതുതന്നെ ആവർത്തിച്ചു- സമ്മതി, സാഹചര്യമൊരുക്കൽ, പ്രലോഭനം. പ്രലോഭനം വ്യത്യസ്ത രീതികളിലാണെന്ന് അവർ പറയുന്നു. എന്നാൽ പൊതുസമൂഹവും സംഘപരിവാർ ശക്തികളും എല്ലാം തന്നെ ഉന്നയിക്കുന്ന രണ്ട് പ്രധാനപ്പെട്ട കാര്യങ്ങൾ ശ്രദ്ധിക്കേണ്ടിയിരിക്കുന്നു. ഒന്ന് പ്രലോഭിപ്പിക്കുന്ന വസ്ത്രങ്ങൾ, രണ്ട് പ്രലോഭിപ്പിക്കുന്ന പെരുമാറ്റങ്ങൾ.

ഇതിൽ വസ്ത്രത്തിനാണ് അവർ പ്രാമുഖ്യം കൊടുക്കുന്നത്. ആധുനിക രീതിയിലുള്ള സ്ത്രീകളുടെ വസ്ത്രവിധാനങ്ങൾ നമ്മുടെ ബൃഹത് പീഡക വൃന്ദങ്ങൾക്ക് ഉൾക്കൊള്ളാൻ കഴിയുന്നില്ല. എന്നാൽ അതുകൊണ്ടാണ് ബലാത്സംഗങ്ങൾ നടക്കുന്നത് എന്ന് പറയുന്നത് ശുദ്ധ അസംബന്ധമാണ് എന്ന് കഴിഞ്ഞ അധ്യായങ്ങളിലൊന്നിൽ വിശദീകരിച്ച കുപ്രസിദ്ധമായ ബലാത്സംഗങ്ങളുടെ കഥകൾ സ്പഷ്ടമാക്കുന്നു. രണ്ടാംലോകമഹായുദ്ധകാലത്തും മറ്റും ലോകത്ത് നടന്നിട്ടുള്ള കൂട്ട ബലാത്സംഗങ്ങളുടെ കഥകൾ, നേരിയ വെളിച്ചത്തിൽ രാത്രികാലത്ത് വീടുകളിൽ കയറി നടത്തിയിട്ടുള്ള അതിക്രമങ്ങൾ, പർദ്ദ ധരിച്ച സ്ത്രീകളെ ബലാത്സംഗം ചെയ്തത്, കുട്ടികളെ ബലാത്സംഗം ചെയ്തത്, ഒറീസയിലെ കന്യാസ്ത്രീകൾക്കെതിരെ നടത്തിയിട്ടുള്ള ആക്രമണം, ഗുജറാത്തിൽ മുസ്ലീങ്ങൾക്കെതിരെ നടത്തിയത്- ഇതെല്ലാംതന്നെ വസ്ത്രമാണ് പ്രലോഭിപ്പിക്കുന്നത് എന്ന വ്യാജസങ്കൽപ്പത്തെ തൊലിയുരിച്ച് കാണിക്കുന്നതാണ്.

ബലാത്സംഗത്തിന്റെ മനഃശാസ്ത്രം

സ്ത്രീകൾ ഏതുതരം വസ്ത്രം ധരിക്കണമെന്ന് പുരുഷൻ തീരുമാനിക്കണം എന്നതാണ് മേൽപ്പറഞ്ഞ തെറ്റിദ്ധാരണയുടെ അടിസ്ഥാനമായി നിലകൊള്ളുന്ന സമീപനം. പ്രാചീനകാലം മുതൽതന്നെ സ്ത്രീകളുടെ വസ്ത്രത്തിന്റെ കാര്യത്തിൽ പുരുഷസങ്കൽപ്പങ്ങൾ കൃത്യമായി പാലിക്കപ്പെട്ടുപോന്നിരുന്നു. സ്ത്രീകളുടെ ശരീരഭാഗങ്ങൾ മറ്റുള്ളവർ കാണാതിരിക്കുക എന്ന പുരുഷാധിഷ്ഠിതമായ സ്വാർഥ ആഗ്രഹങ്ങളായിരുന്നു ഇതിന്റെ പിറകിൽ. മാത്രമല്ല സ്ത്രീകളുടെ വസ്ത്രം നേരത്തെ പറഞ്ഞ പാതിവ്രത്യസങ്കൽപ്പങ്ങളുമായി പൊരുത്തപ്പെടുന്നതുമായിരിക്കണം. പഴയകാലം മുതൽതന്നെ സ്ത്രീകളെ അമിതരതിയുടെ ഉറവിടമായി സങ്കൽപ്പിച്ചുപോരുന്ന പതിവുണ്ടായിരുന്നു.

പുരുഷനെ പ്രലോഭിപ്പിക്കുന്നവളും പുരുഷന്റെ ശക്തിയും ഓജസ്സും വീര്യവും കഴിവും എല്ലാംതന്നെ ചോർത്തിക്കളയുകയാണ് സ്ത്രീചെയ്യുന്നതെന്നും ഉള്ള ധാരണ നിലവിലുണ്ടായിരുന്നു. സ്ത്രീയുടെ ആസ

ക്തികളെ മെരുക്കിയെടുക്കേണ്ടതാണെന്നുള്ള ധാരണ അതോടുകൂടി ശക്തമായി. അങ്ങനെ സ്ത്രീയെ സൗമ്യയും ശാലീനയും ലജ്ജാവതിയും ആയി ചിത്രീകരിക്കാൻ തുടങ്ങി. പരസ്പരവിരുദ്ധമായ ഈ രണ്ടു തരം ചിത്രീകരണങ്ങളും പുരുഷൻതന്നെയാണ് നടത്തുന്നത്. അഥവാ പുരുഷാധിപത്യ പ്രത്യയശാസ്ത്രവും അധികാരവും അതുമായി ബന്ധപ്പെട്ട വ്യവസ്ഥകളുമാണ് നടപ്പാക്കുന്നത്. അങ്ങനെ സ്ത്രീകളെ മെരുക്കിയെടുക്കാനും അവളെ നിയന്ത്രണാധീനമാക്കാനുമുള്ള സംരക്ഷകന്റെ ഉത്തരവാദിത്വമാണ് പുരുഷനുള്ളതെന്ന് ബലപ്പെട്ടു. ഇതിന്റെ മറ്റൊരു പ്രകാശനമാണ് സ്ത്രീയുടെ മേലുള്ള അതിക്രമങ്ങൾ. കാരണം സ്ത്രീയെ നിയന്ത്രണാധീനമാക്കാനുള്ള അധികാരം പുരുഷനാണ് ഉള്ളതെങ്കിൽ ആ അധികാരം ഏതുവിധേനയും വിനിയോഗിക്കാമല്ലോ. അത്തരത്തിലുള്ള ഒരു വിനിയോഗമാണ് സ്ത്രീകൾക്കെതിരായി നടക്കുന്ന ലൈംഗികാതിക്രമണങ്ങളും. ഇതാണ് ബലാത്സംഗത്തിന്റെ മനഃശാസ്ത്രം.

കഴിഞ്ഞ അധ്യായത്തിൽ വിശദീകരിച്ച സ്ത്രീശരീരത്തെ മെരുക്കിയെടുക്കാനുള്ള പുരുഷന്റെ വിവിധശ്രമങ്ങൾ പുരുഷാധികാരത്തിന്റെ പ്രകാശനങ്ങളാണ്. നോട്ടം, നിരീക്ഷണം, വിശകലനം, വിധിനിർണയം, അകറ്റിനിർത്തൽ, നിയന്ത്രണാധീനമാക്കൽ, ഉപദേശനിർദേശങ്ങൾ, വിലക്കുകൾ, ഗുണപാഠങ്ങൾ തുടങ്ങിയ വിവിധ പ്രക്രിയകളിലൂടെ ആണ് പുരുഷാധികാരം പ്രവർത്തിക്കുന്നത്. സ്ത്രീയെ രൂപപ്പെടുത്താനാണ് ഈ അധികാരം പ്രവർത്തിച്ചുകൊണ്ടിരിക്കുന്നത്. അത് സ്ത്രീകളിലൂടെയും പ്രവർത്തിച്ചുകൊണ്ടിരിക്കുന്നു. പാഠങ്ങളിലൂടെയും മാധ്യമങ്ങളിലൂടെയും കഥകളിലൂടെയും ആചാരാനുഷ്ഠാനങ്ങളിലൂടെയും പ്രവർത്തിച്ചുകൊണ്ടിരിക്കുന്നു. അതാണ് ബൃഹത് പീഡനരീതികൾ. ഇതിന്റെ ഏറ്റവും സവിശേഷവും പ്രകടിതവും തീക്ഷ്ണവുമായ രൂപങ്ങളാണ് ബൃഹതേതര പീഡനങ്ങൾ. ഗാർഹികവും സാമൂഹികവുമായ പീഡനങ്ങളുടെ ഒരു പരമ്പരതന്നെയുണ്ട്.

വിവാഹം നിശ്ചയിച്ച വധുവിനെ വരൻ പരിചയപ്പെടുത്തുന്നതിന്റെ ഭാഗമായി ലൈംഗികമായി ചൂഷണം ചെയ്യുക, പീഡിപ്പിക്കുക തുടങ്ങി ഒട്ടേറെ അതിക്രമങ്ങൾ നടക്കുന്നു. ആസിഡ് ഉപയോഗിച്ച് ആക്രമിക്കുക, സ്തനം ഇസ്തിരിപ്പെട്ടികൊണ്ട് പൊള്ളിക്കുക തുടങ്ങി ഗാർഹികപീഡനങ്ങളുടെ പരമ്പരകൾ നടക്കുന്നു. സ്ത്രീധനത്തെ ചൊല്ലിയുള്ള കൊലപാതകങ്ങൾ, പീഡനങ്ങൾ, സ്ത്രീകളുടെ ലൈംഗികാവയവങ്ങൾക്ക് മുറിവേൽപ്പിക്കുക, നിർബന്ധിതമായി ഗർഭവതിയാക്കുക, പാദങ്ങൾ കെട്ടുക, നിർബന്ധിതമായി ഗർഭഛിദ്രം ചെയ്യുക, വീട്ടിൽ അടച്ചുപൂട്ടുക, കിടപ്പറയിൽ ബലാത്സംഗം ചെയ്യുക, ഗർഭിണികളെ കൊല്ലുക, സതി അനുഷ്ഠിപ്പിക്കുക തുടങ്ങിയ അനേകം പീഡനമുറകൾ പ്രയോഗിക്കപ്പെടുന്നു. ലൈംഗികത്തൊഴിലാളികൾക്കെതിരായ പീഡനങ്ങളും ഒരു ഭാഗത്ത് നടക്കുന്നു.

മൂന്നാം ലിംഗ ഗണങ്ങൾക്കെതിരായും ആക്രമണങ്ങൾ നടക്കുന്നു.

എന്നാൽ ഗാർഹിക പീഡനങ്ങളെ ഇന്നും ഗൗരവത്തോടുകൂടി കാണാൻ നമ്മുടെ പൊതുസമൂഹത്തിന് കഴിയുന്നില്ല. ഗാർഹിക പീഡനങ്ങളെ മറച്ചുവെച്ചുകൊണ്ട് പുറത്തുനടക്കുന്ന പീഡനങ്ങളെപ്പറ്റി വാചാലരായിട്ട് കാര്യമില്ല. റിപ്പോർട്ട് ചെയ്യപ്പെടാത്ത, പരാതികൾ ലഭിക്കാത്ത, പൊതുസമ്മതിയോടെ നടക്കുന്ന ഗാർഹിക പീഡനങ്ങളെയും പുറത്തെ പീഡനങ്ങളെയും കാണാതെ റിപ്പോർട്ട് ചെയ്യപ്പെടുന്ന പീഡനങ്ങളെമാത്രം പ്രശ്നവൽക്കരിക്കാൻ ശ്രമിക്കുന്നത് നിരർഥകമാണ്.

സ്ത്രീകളുടെ വസ്ത്രവിധാനങ്ങളെക്കുറിച്ചാണ് നാം പറഞ്ഞുവന്നത്. പുരുഷന്മാരെ പ്രലോഭിപ്പിക്കുന്നത് സ്ത്രീകളുടെ വസ്ത്രങ്ങളാണെന്നും അതാണ് പീഡനങ്ങൾക്കും മറ്റും കാരണമെന്നും വിശ്വസിക്കുന്ന പൊതുസമൂഹം യഥാർഥത്തിൽ സ്ത്രീകൾക്കെതിരായ ലൈംഗികാതിക്രമണങ്ങളെ ന്യായീകരിക്കുകയാണ് ചെയ്യുന്നത്.ആധുനികകാലത്ത് സ്ത്രീകൾ അവർക്ക് കൂടുതൽ സൗകര്യമുള്ളതും ഇഷ്ടമുള്ളതുമായ വസ്ത്രങ്ങൾ ധരിക്കുന്നത് നമ്മുടെ ഫ്യൂഡൽ സങ്കൽപ്പങ്ങൾ നിലനിർത്തുന്ന പൊതുബോധത്തിന് അംഗീകരിക്കാനാവുന്നില്ല. സ്ത്രീകളുടെ വ്യക്തിസ്വാതന്ത്ര്യത്തിന്റെ നിഷേധമാണ് ഈ പൊതുബോധം.

ലൈംഗികാതിക്രമണങ്ങളുടെ കാരണം സ്ത്രീകളുടെമേൽതന്നെ വെച്ചുകെട്ടുന്ന പ്രവണതയ്ക്ക് നൂറ്റാണ്ടുകളുടെ ചരിത്രമുണ്ട്. 1780 ബി സിയിൽ മെസപ്പൊട്ടോമിയയിൽ നിലനിന്ന ഹമുറാബിയുടെ നിയമസംഹിതയിൽ ഒരു കന്യക ബലാത്സംഗം ചെയ്യപ്പെട്ടാൽ കുറ്റവാളി വധിക്കപ്പെടണമെന്ന് പറയുന്നുണ്ട്. ഭർതൃമതിയാണ് ബലാത്സംഗം ചെയ്യപ്പെടുന്നതെങ്കിൽ കുറ്റവാളിയോടൊപ്പം അവളും വധിക്കപ്പെടണമെന്ന് പറയുന്നു. ഭർതൃമതി ബലാത്സംഗം ചെയ്യപ്പെടുന്നത് അവളുടെ സമ്മതിയോടെ ആണെന്നാണ് ഈ നിയമസംഹിത പറയുന്നത്.

അമേരിക്കയിലെ ഒരു സാമൂഹികസംഘടനയാണ് RAINN-Rape Abuse and Incest National Network. ലൈംഗികാതിക്രമണങ്ങൾക്കെതിരായി പ്രവർത്തിക്കുന്ന അമേരിക്കയിലെ ഏറ്റവും വലിയ സംഘടനയാണിത്. ഈ സംഘടനയുടെ റിപ്പോർട്ട് അനുസരിച്ച് അമേരിക്കയിലുള്ള ബലാത്സംഗത്തിന്റെ ഇരകളിൽ 44 ശതമാനവും പതിനെട്ട് വയസിന് താഴെയുള്ളവരാണ്. പ്രസ്തുത സംഘടന നടത്തിയ അന്വേഷണത്തിൽനിന്നും പുറത്തുവന്ന വസ്തുതകൾ താഴെ കൊടുക്കുന്നു;

1. അമേരിക്കയിൽ ഓരോ രണ്ടുമിനിറ്റിലും ലൈംഗികാതിക്രമണങ്ങൾ നടക്കുന്നു.
2. ഓരോ വർഷവും 2,07,754 ആളുകൾ ഇരകളാവുന്നു.
3. 54 ശതമാനം കേസുകൾ റിപ്പോർട്ട് ചെയ്യപ്പെടുന്നില്ല.
4. അതിക്രമങ്ങൾ നടത്തുന്നവരിൽ 97 ശതമാനവും ഒരു ദിവസം പോലും ജയിലിൽ കഴിയുന്നില്ല.
5. അക്രമികളിൽ മൂന്നിൽ രണ്ടാളുകളും അതിക്രമത്തിന് ഇരയായവളെ അറിയുന്നവരോ പരിചയമുള്ളവരോ ആണ്.

6. അമേരിക്കയിൽ 1/6 സ്ത്രീകൾ ലൈംഗികാതിക്രമണത്തിന് ഇരകളാകുന്നു.
7. ലൈംഗികാതിക്രമണങ്ങളിൽ 9/10 സ്ത്രീകളാണ്.

ലൈംഗികാതിക്രമണത്തിന് വിധേയരാകുന്നവരുടെ ഗണം

1. വെള്ളക്കാർ – 17.7%
2. കറുത്തവർ – 18.8%
3. ഏഷ്യൻ-പസഫിക്-ഐസ്‌ലാൻഡർ – 6.8%
4. അമേരിക്കൻ ഇന്ത്യൻ, അലാസ്ക – 34%
5. വിവിധ വംശങ്ങളിൽപ്പെട്ടവർ – 24.4%
6. പുരുഷന്മാർ – 3%– അമേരിക്കയിൽ 1/33%
7. കുട്ടികൾ – 15% – 12 വയസിൽ താഴെ.
8. 29% കുട്ടികൾ 12 നും 17 നും ഇടയിൽ
9. 44% കുട്ടികൾ 18 വയസിൽ താഴെ.
10. പെൺകുട്ടികളിൽ 7 ശതമാനവും 5നും 8നും ഇടയിൽ പ്രായമുള്ളവർ. 12 ശതമാനം പെൺകുട്ടികൾ 9നും 12നും ഇടയിൽ പ്രായമുള്ളവർ.

1995-ൽ ലോക്കൽ ചൈൽഡ് പ്രൊട്ടക്ഷൻ ഏജൻസികൾ നടത്തിയ പഠനത്തിൽനിന്നും വെളിപ്പെട്ട വിവരങ്ങൾ താഴെ കൊടുക്കുന്നു.

1. അമേരിക്കയിൽ 126,000 കുട്ടികൾ ലൈംഗികാതിക്രമണത്തിന് വിധേയരാവുന്നു.
2. ഇതിൽ 75 ശതമാനം പെൺകുട്ടികളാണ്.

1992-2001 ൽ നടന്ന പഠനത്തിന്റെ റിപ്പോർട്ട്

1. അമേരിക്കൻ ഇന്ത്യക്കാരിൽ ആകെ 5,900 കുട്ടികൾ ഇരകളായി.

2004-2005 ൽ നടന്ന സർവെഫലം

1. ആകെ 64,080 സ്ത്രീകൾ ബലാത്സംഗത്തിനിരയായി.
2. അതിൽ 3204 പേർ ഗർഭിണികളാക്കപ്പെട്ടു.

psychology, feminism and discourse analysis in the study of sexual violence എന്ന ഗ്രന്ഥത്തിൽ ഐറീന ആന്റേഴ്സണും കാതി ദോഹർടിയും (Irina Anderson and Kathy Doherty) 1095 ആളുകളെ ഇന്റർവ്യൂ ചെയ്തതിന്റെ വിവരങ്ങൾ രേഖപ്പെടുത്തിയിട്ടുണ്ട്. അതിൽ 22 ശതമാനം പേരും പറയുന്നത് ബലാത്സംഗത്തിന് ഉത്തരവാദി സ്ത്രീകൾ തന്നെയാണെന്നാണ്. 2005-ലെ ഇന്റർനാഷണൽ സർവെ റിപ്പോർട്ട് പ്രകാരം അഭിപ്രായം രേഖപ്പെടുത്തിയവരിൽ 37 ശതമാനവും ബലാത്സംഗത്തെ തടഞ്ഞില്ലാ എന്നാണ് പറയുന്നത്. അവർ "വേണ്ട" എന്നു പറഞ്ഞില്ലത്രേ. 26 ശതമാനം പേരും അഭിപ്രായപ്പെട്ടത് പ്രലോഭി

പ്പിക്കുന്ന വസ്ത്രങ്ങളാണ് സ്ത്രീകൾ ധരിച്ചിരുന്നത് എന്നും അതാണ് ബലാത്സംഗത്തിന് കാരണമെന്നും. 2000–ലെ ബ്രിട്ടീഷ് ക്രൈം സർവെയുടെ പഠനം വെളിവാക്കുന്നത് ബലാത്സംഗം ചെയ്യപ്പെട്ട 1/20 സ്ത്രീകളും അതായത് 4.9 ശതമാനം പതിനാറ് വയസ്സ് കഴിഞ്ഞവരാണ്.

നാഷണൽ ക്രൈം റിക്കാർഡ്സ് ബ്യൂറോ–എൻ സി ആർ ബി 2011–ൽ ഇന്ത്യയിൽ നടന്ന ബലാത്സംഗങ്ങളെക്കുറിച്ച് വിശദമായി പഠനങ്ങൾ നടത്തുകയുണ്ടായി. ഇതേവർഷം 24,206 ബലാത്സംഗക്കേസുകൾ ഇന്ത്യയിൽ രജിസ്ട്രർ ചെയ്യപ്പെടുകയുണ്ടായി. രജിസ്ട്രർ ചെയ്യാത്ത കേസുകൾ ഇതിലും കൂടുതലാണ്. ഓരോ ഇരുപത് മിനുട്ടിലും ഇന്ത്യയിൽ ഓരോ കേസുകൾ റിപ്പോർട്ട് ചെയ്യപ്പെടുന്നു. സർവെ റിപ്പോർട്ട് പ്രകാരം ഇന്ത്യയിലെ നഗരങ്ങളിലാണ് കൂടുതൽ കേസുകൾ റിപ്പോർട്ട് ചെയ്യുന്നത്. 2013–ലെ അതായത് ഏറ്റവും പുതിയ ബി ബി സി റിപ്പോർട്ടനുസരിച്ച് 7200–ലധികം കുട്ടികൾ ഓരോ വർഷവും ഇന്ത്യയിൽ ബലാത്സംഗത്തിന് ഇരയാകുന്നു.

വുമൺ ആൻഡ് ചൈൽഡ് ഡെവലപ്മെന്റിന്റെ ജൂനിയർ മിനിസ്റ്ററായ രേണുക ചൗധരി പറയുന്നത് 70 ശതമാനം ഇന്ത്യൻ സ്ത്രീകളും ഗാർഹിക പീഢനത്തിന് ഇരകളാകുന്നു എന്നാണ്. നാഷണൽ ക്രൈം റിക്കാർഡ്സ് ബ്യൂറോ നടത്തിയ കണക്കെടുപ്പിൽ ഓരോ 3 മിനിട്ടിലും ഇന്ത്യയിൽ സ്ത്രീകൾ ആക്രമണങ്ങൾക്ക് വിധേയരാവുന്നു എന്നാണ്. ഓരോ 29 മിനിട്ടിലും കുറഞ്ഞത് ഒരു സ്ത്രീ ബലാത്സംഗം ചെയ്യപ്പെടുന്നു. ഓരോ 77 മിനിട്ടിലും ഒരു സ്ത്രീധനമരണമുണ്ടാകുന്നു എന്നാണ് 2012–ഏപ്രിലിലെ ബി ബി സി ന്യൂസ് പറയുന്നത്. 'ഇന്ത്യ ടാക്കിൾസ് ഡൊമസ്റ്റിക്സ് വയലന്റ്സ്' എന്ന വാർത്താപരിപാടിയിലാണ് ബി ബി സി ഈ വസ്തുത വെളിപ്പെടുത്തിയത്. പ്രൊട്ടക്ഷൻ ഓഫ് വുമൺ ഫ്രം ഡൊമസ്റ്റിക് വയലൻസ് ആക്ട് ഇന്ത്യയിൽ നിലനിൽക്കവേയാണ് ഇത്തരം അതിക്രമണങ്ങളെല്ലാം നടക്കുന്നത്.

സ്ത്രീകളുടെ സ്വകാര്യതയെയും വ്യക്തിത്വത്തെയും കർതൃത്വത്തെയും സാമൂഹിക തുല്യതയെയും സ്വാതന്ത്ര്യത്തെയും നിഷേധിക്കുന്ന പ്രവണതയാണ് സ്ത്രീപീഢനം എന്നത്. സ്ത്രീകൾക്കെതിരായ അതിക്രമങ്ങളെ ചില കുറ്റവാളികളുടെ പ്രവർത്തനങ്ങൾ മാത്രമാക്കി ചുരുക്കി അവയെ നിയമംകൊണ്ടുമാത്രം ഇല്ലാതാക്കാൻ കഴിയുമെന്ന് കരുതുന്നത് മൗഢ്യമാണ്. സ്ത്രീപീഢനങ്ങളെ സംബന്ധിച്ചിടത്തോളം പ്രധാനപ്പെട്ട കാരണം ഇവിടെ ആവർത്തിക്കുകയാണ്. ബൃഹത് പീഢനമാണ് അത്. നൂറ്റാണ്ടുകളായി പൊതുസമൂഹം .പിന്തുടർന്നുപോരുന്ന ബൃഹത് പീഢനത്തിന്റെ ഏറ്റവും നഗ്നവും പ്രകടിതവുമായ രൂപമാണ് ബൃഹത് ഇതര പീഢനങ്ങളിൽപ്പെടുന്ന ബലാത്സംഗങ്ങളും മറ്റും. ആഗോളവൽക്കൃത മുതലാളിത്ത കാലഘട്ടത്തിലെ ലിബറൽ നയങ്ങളും വാണിജ്യവൽക്കരണവും സ്ത്രീപീഢനങ്ങളെ ഉത്തേജിപ്പിക്കുകയാണ്. മുത

ലാളിത്തത്തിന്റെ വാണിജ്യ ചരക്കായി സ്ത്രീയും ലൈംഗികതയും മാറിയതോടെയാണ് നമ്മുടെ സമൂഹത്തിൽ ലൈംഗിക പീഡനങ്ങൾ വർധിച്ചത്.

മുതലാളിത്തവും ലൈംഗിക ഉദാരീകരണവും

ക്ലാസിക്കൽ മുതലാളിത്ത കാലഘട്ടത്തിൽ തൊഴിലാളികളുടെ ലൈംഗികതയെ പൊതുവിൽ അടിച്ചമർത്തുക അല്ലെങ്കിൽ ഡീസെക്ഷ്വലൈസ് ചെയ്യുക എന്നതായിരുന്നു മുതലാളിത്തത്തിന്റെ രീതി. ഇതിനൊരു പ്രധാനപ്പെട്ട കാരണമുണ്ടായിരുന്നു. ക്ലാസിക്കൽ മുതലാളിത്ത ഘട്ടത്തിൽ സ്ത്രീശരീരം ചരക്കായി മാറിയിരുന്നില്ല. ഭൗതിക വസ്തുക്കളുടെ ഉൽപ്പാദനം വർധിപ്പിക്കുക, തൊഴിലാളിയുടെ അധ്വാനശക്തി അതിനായി പരമാവധി ചൂഷണം ചെയ്യുക, എന്നതുമാത്രമായിരുന്നു മുതലാളിത്തത്തിന്റെ താൽപ്പര്യം. തൊഴിലാളികളുടെ ശരീരത്തെ ഡീസെക്ഷ്വലൈസ് അഥവാ അപലൈംഗികവൽക്കരണം നടത്തിക്കൊണ്ടാണ് മുതലാളിത്തം ലൈംഗികതയെ പരിചരിച്ചത്. തൊഴിലാളികൾ കൂടുതൽ ആനന്ദിക്കുന്നതും ആഹ്ലാദിക്കുന്നതും ഉൽപ്പാദനത്തെ ബാധിക്കും എന്നതായിരുന്നു ഇതിന്റെ പിറകിലുള്ള താൽപ്പര്യം. എന്നാൽ മുതലാളിത്തത്തിന്റെ വികാസത്തോടെ സംഭവിച്ച മൂലധനത്തിന്റെ വിസ്ഫോടനം ഉൽപ്പാദനസങ്കൽപ്പത്തെതന്നെ മാറ്റിമറിച്ചു. അതനുസരിച്ച് ലൈംഗികത ഒരു ചരക്കായി മാറി. അതിന്റെ ഏറ്റവും ഭീകരമായ വർത്തമാനങ്ങളാണ് നാം കാണുന്നതും കേൾക്കുന്നതും.

സാങ്കേതികവിദ്യയുടെയും ആധുനിക ഇലക്ട്രോണിക് മാധ്യമങ്ങളുടെയും വളർച്ചയോടെ ലൈംഗികത ഒരു ചരക്കായി വിനിയോഗിക്കാമെന്ന് മുതലാളിത്തം തിരിച്ചറിഞ്ഞു. ലൈംഗികത ചരക്കാവുക എന്നു പറഞ്ഞാൽ സ്ത്രീശരീരവും ലൈംഗികാഭിലാഷങ്ങളും ചരക്കുവൽക്കരിക്കപ്പെടുക എന്നാണ് അർഥം. സ്ത്രീശരീരവും സ്ത്രീയുടെ വികാരങ്ങളും വിചാരങ്ങളും മാത്രമല്ല പുരുഷന്റെ വികാരങ്ങളും വിചാരങ്ങളും അതിനനുസൃതമായി ചരക്കുവൽക്കരിക്കപ്പെടുവാൻ തുടങ്ങി.

ഉൽപ്പന്നങ്ങൾ വിറ്റഴിക്കപ്പെടാനുള്ള മാധ്യമമായി സ്ത്രീശരീരവും ഒപ്പം പുരുഷശരീരവും മാറി. സ്ത്രീശരീരം ഒരേസമയം ചരക്കും ചരക്ക് വിറ്റഴിക്കപ്പെടാനുള്ള മാധ്യമവും. അതായത് മാധ്യമചരക്കുമായി മാറി. ഇത് പഴയകാലത്തെ ലൈംഗികസങ്കൽപ്പങ്ങളെ മാറ്റിമറിച്ചു. പരസ്യങ്ങളിലൂടെ വിപണനം ചെയ്യപ്പെടുന്ന സ്ത്രീശരീരം സാംസ്കാരിക ചിഹ്നമായിമാറി. ഏതൊരു ചരക്കും വിറ്റഴിക്കപ്പെടണമെങ്കിൽ സ്ത്രീശരീരമോഡൽ അത്യാവശ്യമാണെന്ന് വന്നു.

വർധിച്ചുവരുന്ന ഉപഭോഗാസക്തി പരസ്യവൽക്കരണം, ചരക്കുവൽക്കരണം ലൈംഗികതയുടെ നിഗൂഢവൽക്കരണം, എന്നിവയെല്ലാം ചേർന്ന് രൂപപ്പെട്ട ഒരു പ്രതിലോമ സംസ്കാരമുണ്ട്. ഈ പ്രതിലോമ സംസ്കാരമാണ് ലൈംഗിക പീഡനങ്ങളെ ശാശ്വതവൽക്കരിക്കുന്നത്.

ലൈംഗികതയെ അടിച്ചമർത്തുന്നതിൽനിന്നും നിഗൂഢവൽക്കരണത്തിലേക്ക് പ്രവേശിക്കുന്നത് നിർണായകമായ ഒരു മാറ്റമാണ്.

ലൈംഗികതയുടെ നിഗൂഢവൽക്കരണം എല്ലാകാലത്തും നിലനിന്നിരുന്നത് യാഥാർഥ്യമാണ്. എന്നാൽ ആഗോളവൽക്കരണ കാലഘട്ടത്തിലെ ലൈംഗിക നിഗൂഢവൽക്കരണം കമ്പോളവ്യവസ്ഥയുമായി ബന്ധപ്പെട്ടതാവുമ്പോൾ അതിന് പുതിയൊരു മാനം കൈവരുന്നു. അതായത് ലൈംഗികതയുടെ സാർവത്രികവൽക്കരണം. ലൈംഗികതയെ മനുഷ്യർ തമ്മിലുള്ള സാമൂഹികവും സർഗാത്മകവുമായ പാരസ്പര്യം എന്നതിൽനിന്നും വ്യതിചലിപ്പിച്ച് അതിനെ സാർവത്രികവൽക്കരിക്കുന്ന പ്രവണതയാണിത്. സാമൂഹിക സാംസ്കാരിക-രാഷ്ട്രീയ മേഖലകളിലെല്ലാം ലൈംഗികചിഹ്നങ്ങളെയും പ്രതീകങ്ങളെയും വ്യാപനം ചെയ്തുകൊണ്ട് നടക്കുന്ന ലൈംഗിക നിഗൂഢവൽക്കരണത്തിന്റെ പ്രസരണമാണിത്. ലൈംഗികത എന്നത് സാക്ഷാൽക്കരിക്കാൻ പറ്റാത്തതും സങ്കീർണവുമായ ഒന്നാണെന്ന ധാരണ ഇതിന്റെ ഫലമായി വിനിമയം ചെയ്യപ്പെടുന്നു. ഒരുഭാഗത്ത് ലൈംഗികതയെ കുടുംബവ്യവസ്ഥയ്ക്ക് അകത്തേക്ക് തളയ്ക്കുക, മറുഭാഗത്ത് അതിനെ അതിന്റെ നേർവിപരീതമായ വാണിജ്യവൽക്കരണത്തിലേക്ക് വ്യാപനം ചെയ്യുക- ഈ ഇരട്ട പ്രക്രിയയാണ് സമകാലീനമുതലാളിത്തത്തിൽ നടക്കുന്നത്.

മുതലാളിത്തത്തിലെ ലൈംഗികതയുടെ ചരക്കുവൽക്കരണവും നിഗൂഢവൽക്കരണവും സാർവത്രികവൽക്കരണവും ഇന്ന് പലരും ഗൗരവത്തോടെ ചർച്ചചെയ്യുന്നുണ്ട്. എന്നാൽ ഈ പ്രക്രിയ ഏകപക്ഷീയമായിട്ടാണ് അവർ ചർച്ചചെയ്യുന്നത്. എന്നുവെച്ചാൽ കുടുംബഘടനയെയും അതിനെ കേന്ദ്രീകരിച്ചുനിൽക്കുന്ന ലൈംഗിക സദാചാര സങ്കൽപ്പങ്ങളെയും കണക്കിലെടുക്കാതെയാണ് പലരും മേൽപ്പറഞ്ഞ പ്രവണതകളെ വിശകലനം ചെയ്യുന്നത്. ഇതുരണ്ടും കണക്കിലെടുത്തു കൊണ്ടുമാത്രമേ ലൈംഗികതയുമായി ബന്ധപ്പെട്ട വിഷയങ്ങളെ വിശകലനം ചെയ്യാൻ കഴിയുകയുള്ളൂ.

ലൈംഗിക ഉദാരീകരണത്തെ മനസിലാക്കാനുള്ള വഴിയിതാണ്. ലൈംഗികതയെ കെട്ടഴിച്ചുവിടുകയല്ല അല്ലെങ്കിൽ അതിനെ യഥാർഥത്തിൽ ഉദാരീകരിക്കുകയല്ല മുതലാളിത്തം ചെയ്യുന്നത്. മൂലധനവുമായി ബന്ധപ്പെടുത്തിമാത്രമേ മുതലാളിത്തം എല്ലാറ്റിനെയും പരിചരിക്കുന്നുള്ളൂ. അതനുസരിച്ച് സ്ത്രീശരീരം, സ്ത്രീകളുടെ ശബ്ദം, ഭാഷ, ചിഹ്നങ്ങൾ, ലൈംഗികത എന്നിവയെയെല്ലാം മുതലാളിത്തം ചരക്കുവൽക്കരിക്കുന്നു അല്ലെങ്കിൽ വിപണിവൽക്കരിക്കുന്നു എന്നു പറയുമ്പോൾ അത് നിലവിലുള്ള കുടുംബഘടനയെ പ്രത്യക്ഷത്തിൽ തകർക്കാതെതന്നെ വേണം എന്നതാണ് മുതലാളിത്തത്തിന്റെ താൽപ്പര്യം. കാരണം അധ്വാനശക്തിയുടെയും ഉപഭോഗക്ഷമതയുടെയും സ്രോതസുകളായ മനുഷ്യർ കുടുംബഘടനയ്ക്കുള്ളിലാണ് കഴിയുന്നത്.

വളരെ ചെറിയൊരു ന്യൂനപക്ഷം മാത്രമേ പുറത്തുകഴിയുന്നുള്ളൂ.

കുടുംബഘടനയെ നിലനിർത്തുക എന്നത് അതുകൊണ്ടുതന്നെ മുതലാളിത്തത്തിന്റെ ബാധ്യതയാണ്. അതിനെ ക്രിയാത്മകമായി സംരക്ഷിക്കുക എന്നതല്ല മറിച്ച് തങ്ങളുടെ മൂലധനതാൽപ്പര്യങ്ങൾക്കനുസരിച്ച് മെരുക്കിയെടുക്കുക എന്നതാണ് മുതാളിത്തത്തിന്റെ തന്ത്രം. കാരണം ഇന്നത്തെ ന്യൂക്ലിയർ കുടുംബങ്ങളാണ് മുതലാളിത്തത്തിന്റെ അടിസ്ഥാനവിപണി യൂണിറ്റുകളായി പ്രവർത്തിക്കുന്നത്. മുതലാളിത്തം നിർമിച്ചുവിടുന്ന ചരക്കുകൾ-ഇന്നവയുടെ സ്വഭാവങ്ങൾ വളരെയേറെ മാറിയിരിക്കുന്നു-ഇത്തരം ചരക്കുകൾ വിപുലമായി വിറ്റഴിക്കപ്പെടണമെങ്കിൽ വീട്, കുടുംബം, ദാമ്പത്യം എന്നിവയെ ശാശ്വതീകരിക്കുകയും ദൃഢീകരിക്കുകയും ചെയ്യേണ്ടതുണ്ട്.

വീട്, കുടുംബം എന്നീ ഗണങ്ങൾക്കുതന്നെ വ്യത്യാസമുണ്ട്. ഇംഗ്ലീഷിൽ ഹൗസ്ഹോൾഡ്, ഫാമിലി എന്നീ രണ്ട് പദങ്ങളാണ് ഉപയോഗിക്കപ്പെടുന്നത്. ഇത് രണ്ടും വ്യത്യസ്തമാണ്. ഒരു ഫാമിലിക്കുള്ളിലെ വ്യക്തികളുടെ യൂണിറ്റാണ് ഹൗസ്ഹോൾഡ്. ഒരു ഫാമിലിയായി താമസിക്കുമ്പോൾതന്നെ വ്യത്യസ്ത അടുപ്പുകളുണ്ടാക്കിയും വ്യത്യസ്തരീതിയിൽ ജീവിക്കുകയും ചെയ്യുന്നവരാണ് പലരും. ഓരോ ഹൗസ്ഹോൾഡിലും പെട്ടവർ അവരുടെ വരുമാനങ്ങൾ ഉപയോഗിച്ചുകൊണ്ട് ജീവിക്കുന്നു. ഹൗസ്ഹോൾഡിന് പുറത്തുള്ളവർ അവരുടെ ബന്ധുക്കളാണെങ്കിലും ഇങ്ങനെ വരുമാനം പങ്കിട്ടുകൊണ്ട് ജീവിക്കുന്നില്ല. ഫാമിലി എന്നത് ഒരു ഔപചാരികബന്ധം മാത്രമാണ്. ഇതിന്റെ വിശദാംശങ്ങളിലേക്ക് ഇവിടെ കടക്കുന്നില്ല. വീട്, കുടുംബം, ദാമ്പത്യബന്ധം ഇവയെ ശാശ്വതീകരിച്ചുകൊണ്ടുമാത്രമേ ആഗോളമുതലാളിത്തത്തിന് അതിന്റെ വിപുലമായ ചരക്കുകളെ വിറ്റഴിക്കാൻ കഴിയുകയുള്ളൂ എന്ന് പറഞ്ഞുവല്ലോ. സ്ത്രീപുരുഷബന്ധത്തെ അഥവാ അണുകുടുംബത്തിലെ ഏകപത്നീ ദാമ്പത്യവ്യവസ്ഥയെയും അതിന്റെ അടിസ്ഥാന ലൈംഗിക ദൃഢതയെയും സദാചാരമൂല്യങ്ങളെയും വൈകാരികസാന്ദ്രതയെയും സംരക്ഷിച്ചുകൊണ്ടുമാത്രമേ മുതലാളിത്തത്തിന് മുന്നോട്ടുപോകാൻ കഴിയുകയുള്ളൂ.

ആധുനിക സിനിമകൾ, സീരിയലുകൾ, പരസ്യങ്ങൾ എന്നിവയെല്ലാം പ്രഥമദൃഷ്ട്യാ പരിശോധിച്ചാൽ ഇതു വ്യക്തമാവുന്നതുമാണ്.

മാധ്യമങ്ങളിലെ സ്ത്രീ പരിചരണം

മേൽപ്പറഞ്ഞ വിഷയത്തെപ്പറ്റി കൂടുതൽ മനസിലാക്കാൻ നമുക്ക് സിനിമയടക്കമുള്ള എല്ലാ മാധ്യമങ്ങളിലെയും സ്ത്രീപരിചരണത്തെ അടുത്തുനിന്ന് അറിയാൻ ശ്രമിക്കാം. നേരത്തെ പറഞ്ഞ കുടുംബം, വീട്, ദാമ്പത്യം എന്ന ത്രിത്വത്തെ ബന്ധിപ്പിക്കുന്നതാണ് മാധ്യമങ്ങളിലെ സ്ത്രീപരിചരണം. ബന്ധങ്ങളുടെ ദൃഢത, ബന്ധങ്ങൾ നിർവചനാതീതമാണ്, വിശ്വാസങ്ങൾ ഉൽക്കൃഷ്ടമാണ് തുടങ്ങിയ പരസ്യവാക്യങ്ങളുടെ വിസ്താരമാണ് നമ്മുടെ സിനിമകളും സീരിയലുകളും. രത്ന

ങ്ങളും ആഭരണങ്ങളും വിറ്റഴിക്കപ്പെടാൻവേണ്ടി ഉപയോഗപ്പെടുത്തുന്ന ചിഹ്നങ്ങൾ അല്ലെങ്കിൽ മാധ്യമങ്ങൾ മാത്രമാണ് ലൈംഗികതയും സ്ത്രീയും സ്ത്രീ–പുരുഷബന്ധങ്ങളും എന്നുവരുന്നു. അമൂല്യമായ രത്നങ്ങൾ പ്രണയത്തിന്റെയും നിഗൂഢരതിയുടെയും ചിഹ്നങ്ങളാവുന്നു. ഇവിടെ സംഭവിക്കുന്ന ഒരു മാറ്റം വളരെ പ്രധാനപ്പെട്ടതാണ്.

ലൈംഗികതയെയും രതിയെയും സ്ത്രീശരീരത്തെയും ചരക്ക് എന്ന ആത്യന്തിക സമസ്യക്കപ്പുറം പോകാൻ മുതലാളിത്തം സമ്മതിക്കുന്നില്ല. അതായത് രത്നത്തെക്കുറിച്ചുള്ള ഒരു പരസ്യത്തിൽ സ്ത്രീയും സ്ത്രീ ശരീരവും സ്ത്രീയുടെ നിഗൂഢവൽക്കരിക്കപ്പെട്ട രതിയും രത്നത്തിന് കീഴിലാണ്. പരസ്യത്തിൽ പ്രത്യക്ഷപ്പെടുന്ന ഗ്ലാമർമോഡൽപോലും രത്നത്തിന് കീഴിലാണ്. രത്നമാണ് ഏറ്റവും വിലപിടിപ്പുള്ളത്. ലൈംഗികതയെ ചരക്കുവൽക്കരിക്കുന്നതിൽ പരസ്യങ്ങൾ ചെലുത്തുന്ന സൂക്ഷ്മ ശ്രദ്ധ മുതലാളിത്ത കുടുംബഘടനയെ ശരിക്കും മനസിലാക്കാൻ പര്യാപ്തമാണ്. ഈ പരസ്യം അഥവാ മുതലാളിത്ത മൂലധന കാഴ്ചപ്പാടിനനുസരിച്ച് രൂപപ്പെടുന്നതാണ് നമ്മുടെ കുടുംബങ്ങളും. അതനുസരിച്ച് ഉൽപ്പന്നങ്ങൾ സ്വായത്തമാക്കാതിരിക്കുക എന്നത് സ്ത്രീ–പുരുഷ ബന്ധത്തെയും കുടുംബത്തെയും നിഷേധിക്കുന്നതിന് തുല്യമാണ്. പഴയ ഭാഷയിൽ പറഞ്ഞാൽ കുടുംബദ്രോഹമാണ്.

സ്ത്രീ–പുരുഷ ബന്ധത്തിന്റെ അടിസ്ഥാനമെന്നത് ആദ്യകാലത്ത് പാതിവ്രത്യ ധർമവും അതുമായി ബന്ധപ്പെട്ട മറ്റ് മൂല്യങ്ങളുമായിരുന്നു എങ്കിൽ ഇന്നത് മാത്രം പോരാ. പുതിയ വിശ്വാസങ്ങൾ വേണം. എന്താണ് പുതിയ വിശ്വാസങ്ങൾ? മറ്റൊന്നുമല്ല രത്നങ്ങൾ, ആഭരണങ്ങൾ, വിലപിടിപ്പുള്ള മറ്റു വസ്തുക്കൾ. ഇതിന്റെ പട്ടിക വലുതാണ്–ബംഗ്ലാവ്, ആഡംബരക്കാറ് തുടങ്ങി വളരെ വിപുലം. ഇതെല്ലാം പുതിയ വിശ്വാസങ്ങളുടെ പ്രതീകമാണ്. അതുകൊണ്ട് പഴയ പാതിവ്രത്യമൂല്യവും മൂല്യങ്ങളും നിലനിർത്തിക്കൊണ്ട് മാത്രം മുതലാളിത്ത അണുകുടുംബത്തിന് മുന്നോട്ടുപോകാനാവില്ല.

ലൈംഗികതയുടെ ഇരട്ട പരിചരണം (Double Treatment of Sexuality)

മുതലാളിത്ത സമൂഹത്തിലെ ലൈംഗികതയ്ക്ക് സംഭവിച്ച നിർണായകമായ പരിണാമത്തെ വിലയിരുത്താനാണ് "ഇരട്ട പരിചരണം" എന്ന പദം ഇവിടെ ഉപയോഗിച്ചിരിക്കുന്നത്. ഒരുഭാഗത്ത് അണുകുടുംബ കേന്ദ്രിതമായി ലൈംഗികതയെ ഉറപ്പിച്ചുനിർത്തുന്നു. അതുവഴി കുടുംബഘടനയെ ആസ്പദമാക്കി വിപുലമായ കമ്പോളങ്ങൾ തുറന്നിടുകയും ചെയ്യുക എന്നതാണ് മുതലാളിത്തത്തിന്റെ അടിസ്ഥാനപരമായ പ്രവർത്തനം. ഇവിടെ സാമ്പത്തിക ഘടകത്തിന് വളരെ പ്രധാനപ്പെട്ട പങ്കുവഹിക്കാനുണ്ട്. മുതലാളിത്ത താൽപ്പര്യമാണ് അഥവാ മൂലധന താൽപ്പര്യമാണ് ആഗോളവൽക്കരണ യുഗത്തിലെ ലൈംഗികതയെ

നിർണയിക്കുന്നത്. എന്നാൽ ആഗോളമുതലാളിത്തം ലൈംഗികതയെ ചരക്കുവൽക്കരിക്കാനുള്ള വിപുലമായ തന്ത്രങ്ങൾകൂടി ആവിഷ്കരിക്കുന്നു. ഇതിന്റെ ഭാഗമായി കുടുംബത്തിന് പുറത്ത് ലൈംഗികതയുടെ ഉദാരീകരണം സംഭവിക്കുന്നു. ഇങ്ങനെ സംഭവിക്കുമ്പോൾ പോലും അത് യഥാർഥ ലൈംഗികതയുടെ ഉദാരീകരണമല്ല. മറിച്ച് വളരെ സങ്കീർണമായ രീതിയിൽ ലൈംഗികതയെ വിപണനം ചെയ്യുകയാണ് എന്നതാണ് ഇവിടെ ശ്രദ്ധേയമായിട്ടുള്ളത്.

സെക്സ് ടൂറിസം, സെക്സ് റാക്കറ്റുകളുടെ പ്രവർത്തനങ്ങൾ, ഇതിന്റെയെല്ലാം ഭാഗമായി രൂപപ്പെട്ടിട്ടുള്ള പെൺവാണിഭങ്ങൾ–ഇതെല്ലാം ലിബറൽ മുതലാളിത്തത്തിന്റെ ഒരു മുഖം മാത്രമാണ്. ഇതെല്ലാം കണ്ടിട്ട് മുതലാളിത്തം ലൈംഗികതയെ അനിയന്ത്രിതമായ രീതിയിൽ ഉദാരീകരിക്കുകയാണ് എന്ന് പലരും കരുതുന്നുണ്ട്. ഏറ്റവും അസംബന്ധമായ ഒരു കാഴ്ചപ്പാടാണിത്. സ്ത്രീപീഡനങ്ങളെക്കുറിച്ചുള്ള വാർത്തകൾ കേൾക്കുമ്പോൾ നമുക്ക് ഒരു ധാരണ രൂപപ്പെട്ടേക്കാം. മുതലാളിത്തത്തോടുകൂടിയാണ് സ്ത്രീപീഡനങ്ങൾ ഇത്ര വ്യാപകമായത് എന്ന ധാരണയാണത്. ഈ ധാരണ തികച്ചും തെറ്റാണ്.

മുതലാളിത്ത പൂർവസമൂഹങ്ങളിലും ഇത് വ്യാപകമായിരുന്നു. രണ്ട് കാലഘട്ടത്തിലെയും ലൈംഗിക പീഡനങ്ങളുടെ വസ്തുനിഷ്ഠമായ തെളിവുകൾ നിരത്തി പരിശോധിക്കുക എന്നത് അപ്രസക്തമായ കാര്യമാണ്. മുൻകാലഘട്ടങ്ങളിൽ സ്ത്രീകൾക്കെതിരായ അതിക്രമണങ്ങളെ നേരിടുന്ന നിയമങ്ങളോ സാമൂഹികസംവിധാനങ്ങളോ ഉണ്ടായിരുന്നില്ല. അതുകൊണ്ട് നിയമം കുറ്റകരം എന്ന് വിലയിരുത്താത്തതിനാൽ മുമ്പുകാലങ്ങളിൽ സ്ത്രീപീഡനങ്ങൾ സ്വാഭാവിക സംഭവങ്ങളായി നിലനിന്നു. മാത്രമല്ല ഇന്നത്തേതുപോലെ മാധ്യമങ്ങൾ ഇല്ലാത്തതിനാൽ എല്ലാതരം ലൈംഗികാതിക്രമണങ്ങളും അതിന്റെ സ്രോതസിൽതന്നെ കുഴിച്ചുമൂടപ്പെട്ടു. പുറത്തറിയിക്കാത്ത അതിക്രമങ്ങളായിരുന്നു അത്. ലൈംഗികതയെ സൂചിപ്പിക്കുന്ന പ്രധാനപ്പെട്ട ഒരു പദമാണ് സ്വകാര്യത. ലൈംഗികത സ്വകാര്യ വിഷയമായതിനാൽ ലൈംഗികമായ അതിക്രമങ്ങളും സ്വകാര്യ പ്രശ്നമായി നിലനിൽക്കുന്നു അല്ലെങ്കിൽ അവസാനിക്കുന്നു.

വ്യക്തി സ്വാതന്ത്ര്യം, സ്ത്രീ പുരുഷ സമത്വം, സ്ത്രീ കർതൃത്വം തുടങ്ങിയ ഒരുപാട് സംജ്ഞകൾ ഇന്നുണ്ടെങ്കിലും പൊതുസമൂഹം സ്വകാര്യത എന്ന പദത്തോട് കൂടുതൽ ആഭിമുഖ്യം കാണിക്കുന്നു. കേരള സർക്കാറിന്റെ 2013–ലെ സ്ത്രീസംരക്ഷണ ബില്ലിന്റെ പേരും സ്ത്രീയുടെ സ്വകാര്യതയും അന്തസ്സും സംരക്ഷിക്കാനുള്ള ബിൽ എന്നാണ്. ഈ ബില്ലിന്റെ പാപ്പരത്തത്തെപ്പറ്റി വിശദീകരിക്കുന്നതിന് മുമ്പ് നമുക്ക് മുതലാളിത്ത കാലഘട്ടത്തിലെ ലൈംഗികതയുടെ ഇരട്ട പരിചരണത്തിലേക്ക് തന്നെ തിരിച്ചുപോകാം.

മുതലാളിത്ത കാലഘട്ടത്തിൽ സ്ത്രീശരീരം വൻതോതിൽ വിപണനം ചെയ്യപ്പെടുന്നുണ്ടെങ്കിലും ലൈംഗികത ഒരിക്കലും അതിന്റെ മുത

ലാളിത്ത അർഥത്തിൽപ്പോലും ഉദാരീകരിക്കപ്പെടുകയില്ല എന്നതാണ് ഈ ഇരട്ടപരിചരണത്തിലെ പ്രധാനപ്പെട്ട തത്വം. നമ്മുടെ ഫെമിനിസ്റ്റുകൾക്കും മുതലാളിത്ത വിമർശകരിൽ പലർക്കും മനസിലാവാത്ത ഒരു കാര്യമാണിത്. എന്തുകൊണ്ടാണ് മുതലാളിത്ത അർഥത്തിൽപ്പോലും ലൈംഗികത ഉദാരീകരിക്കപ്പെടുകയില്ല അല്ലെങ്കിൽ ഉദാരീകരിക്കപ്പെടുന്നില്ല എന്നു പറയുന്നത്?

ഏതൊരു ചരക്കിനെപോലെയും സ്ത്രീ ശരീരം വിറ്റഴിക്കപ്പെടാനുള്ള ചരക്കായി മുതലാളിത്തം കാണുന്നുണ്ടെങ്കിലും ലൈംഗികത വ്യാപകമായ ചരക്കുവൽക്കരണത്തിന് വിധേയമാവുക എന്നത് തികച്ചും അസാധ്യമാണ്. നേരത്തെ മുതലാളിത്തസമൂഹത്തിലെയും മുതലാളിത്ത പൂർവസമൂഹത്തിലെയും ലൈംഗിക പീഡനങ്ങളെ താരതമ്യപ്പെടുത്തിയതുപോലെ നമുക്ക് ലൈംഗികതയുടെ വിപണനത്തെയും താരതമ്യം ചെയ്യാവുന്നതാണ്. ഇവിടെ പ്രകടമായ ഒരു വ്യത്യാസമുണ്ട്. മുതലാളിത്ത പൂർവസമൂഹങ്ങളിൽ ഇന്നത്തേതുപോലെയുള്ള വിപണി സമ്പ്രദായമുണ്ടായില്ല. അതിനുപകരം സ്ത്രീകളെ കരാറടിസ്ഥാനത്തിൽ കൈമാറുകയോ അടിമകളാക്കുകയോ ചെയ്തിരുന്നു. നാം കണ്ടതുപോലെ ദേവദാസിസമ്പ്രദായം പോലെ വിവിധരീതികളിൽ സ്ത്രീശരീരങ്ങളെ സ്വകാര്യസ്വത്തായി ഉപയോഗിച്ചിരുന്നു.

സ്ത്രീപീഡനം നടത്തുന്നവർ സമൂഹത്തിലെ വളരെ ചെറിയ ഒരു വിഭാഗം മാത്രമാണ് എന്നു നാം മനസിലാക്കേണ്ടിയിരിക്കുന്നു. അതുപോലെതന്നെ സ്ത്രീശരീരത്തിന്റെ വിപണനത്തെക്കുറിച്ചും മറ്റും പറയുമ്പോഴും സമൂഹത്തിലെ വളരെ ചെറിയ ഒരു ശതമാനം മാത്രമാണ് ഇത്തരത്തിലുള്ള വിപണനകേന്ദ്രങ്ങളിലേക്ക് ആകർഷിക്കപ്പെടുന്നത് എന്നതും തിരിച്ചറിയേണ്ടിയിരിക്കുന്നു. എന്നുവെച്ചാൽ മുതലാളിത്ത സമൂഹത്തിലെ വിശേഷിച്ചും ഇന്ത്യൻസമൂഹത്തിലെ ജനസംഖ്യയിൽ സിംഹഭാഗവും കുടുംബകേന്ദ്രിതമായ സദാചാര ജീവിതം നയിക്കുന്നവരാണ് എന്ന യാഥാർഥ്യം തിരിച്ചറിയപ്പെടണം എന്നാണ് പറഞ്ഞുവരുന്നത്. കന്യകാത്വ സങ്കൽപ്പം, പാതിവ്രത്യസങ്കൽപ്പം തുടങ്ങിയ മൂല്യങ്ങൾ ബോധപൂർവമായും അബോധപൂർവമായും പിന്തുടരുന്ന വ്യക്തികളാണ് ഇന്ത്യൻ ജനസംഖ്യയിൽ സിംഹഭാഗവും എന്ന യാഥാർഥ്യം തിരിച്ചറിയാൻ കഴിയാത്തവർക്ക് ഇത്തരം വിഷയങ്ങളെക്കുറിച്ച് വിശകലനം ചെയ്യാൻ കഴിയില്ല.

മേൽപ്പറഞ്ഞ വസ്തുതയും ലൈംഗികതയുടെ ഇരട്ട പരിചരണവും തമ്മിലെങ്ങനെയാണ് ബന്ധിപ്പിക്കപ്പെടുന്നത് എന്നുനോക്കാം. എന്തുകൊണ്ടാണ് മുതലാളിത്ത സമൂഹത്തിലെ സിംഹഭാഗം ജനങ്ങളും കുടുംബകേന്ദ്രിതമായ ജീവിതം നയിക്കുന്നത് എന്ന ചോദ്യത്തിന് വിശേഷിച്ച് ഒരുത്തരം തേടേണ്ടതില്ല.

എന്തിനാണ് ഒരാൾ ജീവിക്കുന്നത് എന്നതുപോലെയുള്ള ഒരു ചോദ്യമാണത്. പക്ഷേ, വളരെ പ്രധാനപ്പെട്ട ഒരു വിഷയമുണ്ട്. കുടും

ബത്തിന്റെ തായ്‌വേരറുക്കുന്ന ഒരു സമ്പ്രദായവും മുതലാളിത്ത കാലഘട്ടത്തിൽ നിലവിൽവരാൻ പോകുന്നില്ല എന്നതാണത്. ഇതിനർഥം കുടുംബഘടനയ്ക്ക് ചരിത്രപരമായ പരിണാമം സംഭവിക്കുകയില്ലെന്നല്ല. മാത്രമല്ല കുടുംബഘടനയ്ക്ക് അടിസ്ഥാനപരമായിത്തന്നെ മാറ്റം സംഭവിക്കണം എന്നാണ് ഈ ഗ്രന്ഥത്തിന്റെ അടിസ്ഥാനാശയങ്ങളിലൊന്ന്. കാരണം സ്ത്രീ–പുരുഷ വിഭജനത്തിലധിഷ്ഠിതമായതും സ്ത്രീയെ ലൈംഗികവും മറ്റുമായ അടിമത്തത്തിൽ തളച്ചിടുന്നതുമാണ് ചരിത്രപരമായി രൂപംകൊണ്ടതും മാറ്റങ്ങൾക്ക് വിധേയമായി ഇന്നും നിലനിൽക്കുന്നതുമായ കുടുംബഘടന. അതിനെപ്പറ്റി നാം ധാരാളം വിശദീകരിച്ചുകഴിഞ്ഞു.

പുരുഷാധിപത്യ സദാചാരത്തിലധിഷ്ഠിതമായ, സ്ത്രീയെ പുരുഷന് നിയന്ത്രണാധീനമാക്കാൻ കഴിയുന്ന രീതിയിൽ വളർന്നുവന്നിട്ടുള്ള പ്രതിലോമകരമായ ഇന്നത്തെ കുടുംബഘടനയെ ആസ്പദമാക്കിയാണ് മുതലാളിത്തത്തിന്റെ നിലനിൽപ്പുതന്നെ. ഇത്തരമൊരു നിലനിൽപ്പ് മുതലാളിത്തത്തിന് അസാധ്യമാവുമ്പോൾ മാത്രമായിരിക്കും മുതലാളിത്തം കുടുംബഘടനയെ തകർക്കുന്നത്. ഇന്നത്തെ നിലയിൽ മുതലാളിത്തത്തിന്റെ യഥാർഥ അടിത്തറകളിൽ ഒന്ന് നമ്മുടെ കുടുംബവ്യവസ്ഥയാണ്. കാരണം മുതലാളിത്തത്തിനുവേണ്ട അധ്വാനശക്തിയെയും വിപണിയെയും തുറന്നിട്ടുകൊടുക്കുന്നത് കുടുംബമെന്ന യൂണിറ്റാണ്. ക്ലാസിക്കൽ മുതലാളിത്തത്തിൽനിന്നും വ്യത്യസ്തമായി ഇന്നത്തെ മുതലാളിത്തം പ്രായ–ലിംഗ ഭേദമില്ലാതെ എല്ലാവരെയും മൂലധനവ്യവസ്ഥയിലേക്ക് വലിച്ചടുപ്പിക്കുന്നു. ക്ലാസിക്കൽ മുതലാളിത്ത കാലഘട്ടത്തിൽ തൊഴിൽശക്തി അഥവാ അധ്വാനശക്തി എന്നത് ഫാക്ടറികളെ കേന്ദ്രീകരിച്ചാണ് പ്രവർത്തിച്ചിരുന്നത്.

ഇന്ന് ഫാക്ടറികളിൽ ജോലിചെയ്യുന്നതിനെക്കാൾ കൂടുതൽ ആളുകൾ അവരവരുടെ വീടുകളിലിരുന്ന് ജോലിചെയ്യുന്നു. കാൾ മാർക്സ് മുതലാളിത്തത്തെപ്പറ്റി നടത്തിയ വിശകലനം സാധൂകരിക്കപ്പെടുന്നതിന്റെ മികച്ച തെളിവാണിത്. ഓരോ വീടും ഓരോ ഫാക്ടറിയും അതേ സമയം കമ്പോളവുമായി മാറുകയാണ്. മാത്രമല്ല പണ്ടത്തേതുപോലെ തന്നെ അധ്വാനശക്തിയെ പുനരുൽപ്പാദിപ്പിക്കുകയും പോഷിപ്പിക്കുകയും ചെയ്യുന്ന യൂണിറ്റുകൂടിയാണ് കുടുംബങ്ങൾ. യഥാർഥത്തിൽ മുതലാളിത്തം ചെയ്യേണ്ടുന്ന പ്രവൃത്തിയാണ് ഓരോ കുടുംബവും ചെയ്യുന്നത്. മുതലാളിത്തത്തിനുവേണ്ടി അധ്വാനിക്കുന്ന ഓരോ ആളിന്റെയും ആളുകളുടെയും താമസഇടങ്ങളെന്ന നിലയിൽ വീടുകളെ നിലനിർത്തേണ്ടത് മുതലാളിത്തത്തിന്റെ അടിസ്ഥാനതാൽപ്പര്യമാണ്.

മുതലാളിക്കുവേണ്ടി അധ്വാനിക്കുന്ന ആളിന്റെ വീട്, ആളിനെ പരിപാലിക്കുന്ന വീട്ടുകാരുടെ ചെലവ്, ആഹാരം, കുട്ടികളുടെ വിദ്യാഭ്യാസം എന്നിവയെല്ലാം നിറവേറ്റേണ്ടത് മുതലാളിയുടെ കടമയാണ്. എന്നാൽ മുതലാളി ആ കടമ നിറവേറ്റുന്നില്ല. തുച്ഛമായ പ്രതിഫലം കൊടുത്തു

കൊണ്ട് മുതലാളി തൊഴിലാളിയുടെ അധ്വാനശക്തി വിലയ്ക്കുവാങ്ങുന്നു. കുടുംബം പരിപാലിക്കേണ്ടത് തൊഴിലാളിയുടെ ബാധ്യതയായി മാറുന്നു. ഇവിടെ തുച്ഛമായ വരുമാനമെന്നത് ഗൗരവമായിത്തന്നെ ഉപയോഗിച്ച പദമാണ്. ഇന്നത്തെ മൂലധന വിസ്ഫോടനവുമായി ബന്ധപ്പെടുത്തിയാൽ ഏതൊരു ആപേക്ഷിക വർധനവും തൊഴിലാളിയുടെ വേതനത്തെ സംബന്ധിച്ചിടത്തോളം തുച്ഛംതന്നെയാണ്. നിലവിലുള്ള കുടുംബഘടനകളെ പരിപാലിക്കാൻ കഴിഞ്ഞില്ലെങ്കിലും അതിനെ നശിപ്പിക്കാനുള്ള ശ്രമങ്ങൾ മുതലാളിത്ത താൽപ്പര്യത്തിനു വിരുദ്ധമാണ്.

മൂന്നാം ലിംഗഗണം, ഗേ പ്രസ്ഥാനങ്ങൾ, ലെസ്ബിയനിസം, റാഡിക്കൽ ഫെമിനിസം തുടങ്ങിയ മുഖ്യധാരാ സമൂഹം അംഗീകരിക്കാത്ത ഒരു പ്രസ്ഥാനങ്ങളെയും മുതലാളിത്തം പരിധിവിട്ട് പ്രോത്സാഹിപ്പിക്കുകയില്ല.എന്നാൽ മുഖ്യധാരാ സമൂഹത്തിന്റെ പ്രത്യയശാസ്ത്രങ്ങളെ എതിരിട്ടുകൊണ്ട് ഇത്തരം പ്രസ്ഥാനങ്ങൾ അവയുടെ ശക്തിക്കനുസരിച്ച് സ്വാധീനമുറപ്പിക്കുന്നുണ്ട്. എങ്കിൽപ്പോലും നേരത്തെ പറഞ്ഞതുപോലെ മുതലാളിത്ത സമൂഹത്തിലെ വളരെ ചെറിയ ന്യൂനപക്ഷമാണ് ഇവരെല്ലാം എന്നു നാം മനസിലാക്കണം. മുതലാളിത്ത വ്യവസ്ഥയും കുടുംബഘടനയും തമ്മിലുള്ള നാഭീ–നാളബന്ധം മനസിലാകാത്തവർക്ക് മുതലാളിത്തമെന്തെന്നും സെക്സ്, സെക്ഷ്വാലിറ്റി, ജെൻഡർ ഇവയെന്താണെന്നും മനസിലാവില്ല.

ഇരട്ട പരിചരണത്തിന്റെ നിഗൂഢത

നാം ഇരട്ട പരിചരണത്തിലേക്കുതന്നെ തിരിച്ചുവരുന്നു. നിലവിലുള്ള കുടുംബവ്യവസ്ഥയെ വിശേഷിച്ചും ന്യൂക്ലിയർ കുടുംബഘടനയെ ഉറപ്പിച്ച് നിർത്തിക്കൊണ്ടും മുതലാളിത്തത്തിന്റെ സഹജമായ മൂലധന താൽപ്പര്യങ്ങൾക്കനുസരിച്ച് ലൈംഗികതയെ വിപണിവൽക്കരിച്ചുകൊണ്ടുമാണ് ഈ ഇരട്ട പരിചരണം സാധ്യമാവുന്നത്. അതിനിടയിൽ സംഭവിക്കുന്ന പ്രവണതകളാണ് ലൈംഗികതയുടെ നിഗൂഢവൽക്കരണത്തെ സാധ്യമാക്കുന്നത്. ലൈംഗികതയെ വസ്തുവൽക്കരിക്കുന്നതുമായി ബന്ധപ്പെട്ട സങ്കീർണപ്രക്രിയയാണിത്. വസ്തുവൽക്കരണം എന്നതുകൊണ്ട് ഇവിടെ ഉദ്ദേശിച്ചത് സാമാന്യമായ ചരക്കുവൽക്കരണത്തെക്കുറിച്ചല്ല. ലൈംഗികവികാരത്തെ അടിസ്ഥാനപരമായി സമൂഹത്തിന്റെ അല്ലെങ്കിൽ വ്യക്തികളുടെ മനസിൽ അടിച്ചമർത്തിക്കൊണ്ട് സൃഷ്ടിക്കപ്പെടുന്ന ഒരുതരം വിഭ്രാന്തിയാണിത്.

ഡെല്യൂസ് വിശേഷിപ്പിച്ച സ്കിസോഫ്രേനിയ തന്നെ. ലൈംഗികതയെ അതിന്റെ ജന്തുസഹജവും സാമൂഹികവുമായ സ്വഭാവങ്ങളിൽനിന്നും അപഭ്രംശനത്തിന് വിധേയമാക്കി ഭ്രാന്തവൽക്കരിക്കുക എന്ന പ്രവണതയാണിത്. ഒരേസമയത്ത് ലൈംഗികതയെ അടിച്ചമർത്തുകയും അതേസമയത്തുതന്നെ അടിച്ചമർത്തപ്പെട്ട ലൈംഗികതയെ നിഗൂഢവൽക്കരിച്ച് മനുഷ്യരെ ഒരുതരം വിഭ്രാന്തിയിലേക്ക് തള്ളിവിടുകയും

ചെയ്യുക എന്നതാണ് മുതലാളിത്തം ഇന്ന് നടപ്പാക്കിക്കൊണ്ടിരിക്കുന്നത്. അടിച്ചമർത്തപ്പെട്ട അല്ലെങ്കിൽ കുഴിച്ചുമൂടപ്പെട്ട ലൈംഗികതയുടെ വിവിധഘടകങ്ങളെ പലരൂപത്തിൽ പുറത്തേക്ക് വ്യാപനം ചെയ്യുക എന്നതും ഇതിന്റെ ഭാഗമായി നടക്കുന്നു. അത് ചിലപ്പോൾ രത്നാഭരണങ്ങളോടുള്ള അഭിനിവേശമായി മാറാം. ചിലപ്പോൾ പുരുഷന്മാരിൽ ധനമൂലധനാസക്തിയായി മാറാം. ചിലപ്പോൾ ഹിംസാത്മകതയായി, ചിലപ്പോൾ സങ്കുചിത ദേശീയവാദമായി, ചിലപ്പോൾ വംശീയതയായി...... അങ്ങനെ രൂപപരിണാമം സംഭവിക്കുന്ന പ്രച്ഛന്ന ലൈംഗികതയുടെ വിളയാട്ടങ്ങൾ.

ലൈംഗികതയുടെ ഫോസിലുകളിൽനിന്ന് അല്ലെങ്കിൽ അതിന്റെ അസ്ഥിഖണ്ഡങ്ങളിൽനിന്ന് നിർമിച്ചെടുക്കുന്ന ഒരുപാട് പ്രതിഭാസങ്ങൾ നിലനിൽക്കുന്നുണ്ട്. കപട ആത്മീയവാദവും ആൾദൈവങ്ങളും വിപണി വ്യവസ്ഥയും നിർമിച്ചെടുക്കുന്ന എല്ലാം ഈ മൃതമായ ലൈംഗികതയുടെ വിവിധരൂപങ്ങളാണ്. അടിച്ചമർത്തപ്പെട്ട ലൈംഗികതയിൽനിന്നും മനുഷ്യമനസ്സ് പുതിയ ആശ്രയങ്ങൾക്കായി പുറത്തേക്കുപോകുന്നു. അത് ചിലപ്പോൾ മന്ത്രവാദികളുടെ അടുത്തേക്കാകാം. ചിലപ്പോൾ ജ്യോത്സ്യരുടെ, ചിലപ്പോൾ ഇമേജ് കൺസൾട്ടൻസിയുടെ അടുത്തേക്ക്.

ചിലപ്പോൾ ഫാസിസ്റ്റുകളുടെ കൂടാരങ്ങളിലേക്ക്, ചിലപ്പോൾ ഓഹരിവിപണിയിലേക്ക്, അങ്ങനെ അറ്റമില്ലാത്ത മാർഗങ്ങൾ. ഇവിടെ സ്വാഭാവികമായും ഒരു സംശയം ഉയർന്നുവരാം. ഇത്തരം മേഖലകളിലേക്ക് പോകുന്നതിന്റെയെല്ലാം അടിസ്ഥാനം ലൈംഗികതയാണോ? സാമ്പത്തികവും സാമൂഹികവുമായ അടിസ്ഥാനങ്ങൾക്ക് ഇവിടെ പ്രസക്തിയില്ലേ? തീർച്ചയായും അത്തരമൊരു സംശയം സ്വാഭാവികമാണ്. സാമ്പത്തികവും സാമൂഹികവുമായ ഘടകങ്ങൾക്ക് പ്രാധാന്യമുണ്ട്. നിശ്ചയമായും സാമ്പത്തിക സാമൂഹികഘടകങ്ങൾ ലൈംഗികതയുമായി കോർത്തിണക്കപ്പെട്ടു കിടക്കുന്നു എന്നതാണ് യാഥാർഥ്യം.

ലൈംഗികത എന്നത് കേവലം മനുഷ്യരുടെ ലൈംഗിക എനർജി മാത്രമല്ല. അത് സാമൂഹ്യബന്ധമാണ്. ഒരു വ്യക്തി അവിവാഹിതൻ/ അവിവാഹിതയായി കഴിയുന്നത്, വിവാഹമോചനം ചെയ്യപ്പെടുന്നത്, വിധവയാവുന്നത്, ഭർത്താവിൽനിന്ന് അല്ലെങ്കിൽ ഭാര്യയിൽനിന്ന് വേറിട്ട് ജീവിക്കുന്നത് ഇതെല്ലാം അതത് വ്യക്തികളുടെ സാമൂഹ്യബന്ധങ്ങളെ സാരമായി നിർണയിക്കുന്നു. മാനസികമായ ഒറ്റപ്പെടൽ, സംഘർഷങ്ങൾ എന്നിവയെല്ലാം കുടുംബസാമൂഹ്യ ജീവിതവുമായി ബന്ധപ്പെട്ടതാണ്.

നേരത്തെ വിശദീകരിച്ച അണുകുടുംബത്തിന്റെ ദൃഢീകരണം നമ്മുടെ കേരളീയ ജീവിതത്തെ മാത്രമെടുത്ത് പരിശോധിച്ചാൽ സമൂഹത്തിൽ ചെലുത്തുന്ന പ്രത്യാഘാതങ്ങൾ വെളിവാകും. ഇവിടെ ലൈംഗികത എന്നത് എത്രമാത്രം വിപുലമായ സങ്കൽപ്പമാണെന്ന് ബോധ്യപ്പെടുകയും ചെയ്യും. അണുകുടുംബത്തിലധിഷ്ഠിതമായ ഇന്നത്തെ കേരളീയ ജീവിതം എല്ലാത്തരം സാമൂഹ്യബന്ധങ്ങളിൽനിന്നും ഒളിച്ചോടാൻ വ്യക്തികളെ പരിശീലിപ്പിക്കുന്നു.

ലൈംഗികതയിലധിഷ്ഠിതമാണ് അണുകുടുംബജീവിതം. കുടുംബത്തിന് പുറത്തുള്ള ആളുകളുമായി നാമമാത്രമായ ബന്ധം മാത്രം സൂക്ഷിക്കുന്നുവെന്നുള്ളതാണ് അണുകുടുംബ ലൈംഗികതയുടെ സവിശേഷത. വ്യക്തിബന്ധങ്ങൾപോലും പരിമിതപ്പെടുന്നു. കുടുംബത്തിൽപ്പോലും ഭാര്യ, ഭർത്താവ് എന്നതിലപ്പുറം മറ്റെല്ലാ ബന്ധങ്ങളും നാമമാത്രമാവുന്നു. അയൽപക്കബന്ധം എന്നൊന്നില്ലാതാവുന്നു. അണുകുടുംബത്തിനപ്പുറമുള്ള എല്ലാ ബന്ധങ്ങളും പരിമിതപ്പെടുന്നു. ഇതിന്റെയെല്ലാം അടിസ്ഥാനം ലൈംഗികതയായി മാറിക്കൊണ്ടിരിക്കുന്നു.

എന്നാൽ ലൈംഗികതയ്ക്ക് ഇതിൽ നേരിട്ട് പങ്കൊന്നുമില്ലെന്ന് നമുക്ക് തോന്നിയേക്കാം. അതാണ് മുതലാളിത്തത്തിന്റെ ലൈംഗികതയുടെ ഇരട്ട പരിചരണത്തിന്റെ രഹസ്യത്താക്കോൽ. ലൈംഗികതയെ മരവിപ്പിച്ച് നിർത്തിക്കൊണ്ട് അതിനെ നിഗൂഢമാക്കി അതിന്റെ ഫോസിലുകൾകൊണ്ട് വിവിധ നിഗൂഢതകൾ സൃഷ്ടിച്ച് അതിലേക്ക് വ്യക്തികളെ ആകർഷിക്കുകയും യഥാർഥ മനുഷ്യബന്ധങ്ങളും സാമൂഹ്യബന്ധങ്ങളും ഇല്ലാതാക്കുകയും ചെയ്യുക എന്നതാണിത്.

മധ്യവർഗ അണുകുടുംബ ജീവിതസംസ്കാരം കേരളത്തിൽ രൂപപ്പെടുത്തിയ അരാഷ്ട്രീയവൽക്കരണത്തിന്റെയും അസാമൂഹ്യവൽക്കരണത്തിന്റെയും ചിത്രങ്ങൾ നമ്മൾ കാണുന്നതാണ്. കുടുംബത്തിനകത്തെ മരിച്ച ആത്മാക്കളുടെ സങ്കൽപ്പംപോലെ ലൈംഗികതയെ കുഴിച്ചുമൂടി പ്രതിഷ്ഠിക്കുകയും എന്നാൽ ആ പ്രതിഷ്ഠയെ ഭൂതബാധപോലെ പിന്തുടരുകയും ചെയ്യുന്ന അവസ്ഥയാണ് നിലനിൽക്കുന്നത്. വ്യക്തികൾ പ്രതിഷ്ഠയെയാണ് പിന്തുടരുന്നത്. മരിച്ചിട്ടും പ്രവർത്തിച്ചുകൊണ്ടിരിക്കുന്ന പ്രതിഷ്ഠാസങ്കൽപ്പംപോലെ ലൈംഗികത അടിച്ചമർത്തപ്പെട്ടിട്ടും കുഴിച്ചുമൂടപ്പെട്ടിട്ടും അത് ശക്തമായി പ്രവർത്തിക്കുന്നു.

അടിച്ചമർത്തപ്പെട്ടതിനോടുള്ള അഭിനിവേശമല്ല മറിച്ച് അടിച്ചമർത്തപ്പെട്ടുതന്നെ നിലനിൽക്കാനും വീണ്ടുംവീണ്ടും അടിച്ചമർത്തപ്പെടാനും ഒപ്പം അന്യലൈംഗികതയെ അടിച്ചമർത്താനുമുള്ള അഭിനിവേശമാണിത്. ചുരുക്കിപ്പറഞ്ഞാൽ ജനസംഖ്യയിലെ വളരെ ചെറിയ ന്യൂനപക്ഷം ലൈംഗികമായ പീഡനങ്ങൾ നടത്തുമ്പോൾ സിംഹഭാഗവും അതിനെതിരായി, ലൈംഗികതയെ അടിച്ചമർത്തിക്കൊണ്ടിരിക്കുന്നു; സ്വന്തം മനസിലും അന്യരിലും. ഡെല്യൂസ് പറഞ്ഞതുപോലെ ഓരോ വ്യക്തിയും ഫാസിസ്റ്റായി മാറുന്നു. ഫാസിസത്തിന്റെ സൈക്കോളജിയിലാണ് കുടുംബഘടനയും ലൈംഗികതയും പ്രവർത്തിക്കുന്നത്. മുതലാളിത്തമാവട്ടെ നേരെവിപരീതമായി ഉദാരീകരണത്തിലും. ഇത് തമ്മിലുള്ള അവിശുദ്ധമായ കൂട്ടുകെട്ടാണ് നമ്മുടെ ലൈംഗികതയെയും കുടുംബജീവിതത്തെയും നിയന്ത്രിക്കുന്നത്.

ലൈംഗികതയെ അടിച്ചമർത്തിക്കൊണ്ടുമാത്രമേ മുതലാളിത്തത്തിലെ ഫാസിസ്റ്റ് മനഃശാസ്ത്രത്തിന് പ്രവർത്തിക്കാൻ കഴിയുകയുള്ളൂ. ലൈംഗികതയെ അടിച്ചമർത്തിയാൽ പിന്നെ എന്തിനെയാണ് ഉദാരവൽക്ക

രിക്കുന്നത്. അതാണ് പ്രച്ഛന്നലൈംഗികത. ലൈംഗികതയുടെ മൃതാവസ്ഥ. പ്രത്യക്ഷത്തിൽ ലൈംഗികതയാണെന്ന് തോന്നും. എന്നാൽ ചരക്കുവൽക്കരണത്തിന്റെ മാന്ത്രികലോകത്തിലെ നിഗൂഢതയാണത്. മയക്കുമരുന്നിന്റെ ലഹരിയിൽ ജീവിക്കുന്ന മാനസികരോഗികളെപ്പോലെ വ്യക്തികൾ മുതലാളിത്തത്തിൽ പ്രച്ഛന്നലൈംഗികതയുടെ ലഹരിക്കടിപ്പെട്ട് ജീവിക്കുന്നു. ലൈംഗികതയാണെന്ന്, ലൈംഗിക വികാരമാണെന്ന് പ്രത്യക്ഷത്തിൽ തോന്നുമെങ്കിലും അത് ലൈംഗികതയുടെ യഥാർഥ മരണമാണ്.

11

സ്ത്രീനീതിയും ലൈംഗിക ജനാധിപത്യവും

***ഇ**ൻട്രഡ്യൂസിങ് ദ ന്യൂ സെക്ഷ്വാലിറ്റി സ്റ്റഡീസ്* എന്ന ഗ്രന്ഥം ഫെമിനിസ്റ്റ് വീക്ഷണത്തിൽ സ്ത്രീകൾക്കെതിരായ വിവേചനങ്ങളെയും മറ്റും സൈദ്ധാന്തികതലത്തിൽനിന്നുകൊണ്ട് വിശകലനം ചെയ്യുന്ന ഒന്നാണ്. സ്റ്റീവൺ സീഡ്മാൻ, നാൻസി ഫിഷർ, ചെറ്റ് മീക്സ് തുടങ്ങിയവർ ചേർന്ന് എഡിറ്റ് ചെയ്ത പ്രബന്ധങ്ങളുടെയും അഭിമുഖങ്ങളുടെയും സമാഹാരമാണിത്. ഈ ഗ്രന്ഥത്തിൽ ലൈംഗികതയെ സംബന്ധിച്ച ചില പ്രധാനപ്പെട്ട സൈദ്ധാന്തികവിഷയങ്ങൾ ചർച്ചചെയ്യുന്നു. മുമ്പുകാലത്ത് അമേരിക്കക്കാരും പാശ്ചാത്യരും ലൈംഗികതയെ പ്രകൃതിദത്തമായ ഒന്നായി വിശകലനം ചെയ്തിരുന്നുവെന്നാണ് ഗ്രന്ഥത്തിൽ പറയുന്നത്.

ലൈംഗികത എന്നത് മനുഷ്യശരീരത്തിൽ ജീനുകളിലൂടെയും ഹോർമോണുകളിലൂടെയും വിന്യസിപ്പിച്ചിരിക്കുകയാണെന്നും വ്യക്തികൾ അല്ലെങ്കിൽ മനുഷ്യർ ജന്മനാ ലൈംഗികാഭിലാഷങ്ങളോടെയും ലൈംഗിക വികാരങ്ങളോടെയും സൃഷ്ടിക്കപ്പെട്ടിരിക്കുന്നുവെന്നും ആളുകൾ കരുതിയിരുന്നു. ഇന്നും അങ്ങനെ ആളുകൾ കരുതുന്നുണ്ട്. പ്രത്യുൽപ്പാദന അഭിലാഷം, ലൈംഗികാഹ്ലാദം ഇതെല്ലാം മനുഷ്യശരീരത്തിൽ പ്രകൃതിദത്തമായി നിർമിക്കപ്പെട്ടിരിക്കുന്നു എന്നാണ് പാശ്ചാത്യർ കരുതിയത്. മേൽപ്പറഞ്ഞ ഗ്രന്ഥം ഈ പറഞ്ഞ പരമ്പരാഗത ധാരണകളെ എതിർക്കുന്നു.

പരമ്പരാഗത സങ്കൽപ്പമനുസരിച്ച് പുരുഷലൈംഗികതയും സ്ത്രീലൈംഗികതയും തികച്ചും ഭിന്നമാണ്. പുരുഷലൈംഗികത എന്നത് ലിംഗകേന്ദ്രിതവും ആഹ്ലാദാഭിമുഖ്യങ്ങളുള്ളതും അധികാര സ്വഭാവമുള്ളതുമാണ്. അടിസ്ഥാനപരമായി അത് ഹിംസാത്മകമാണ്. സ്ത്രീ ലൈംഗി

കതയാവട്ടെ ആകർഷണം, അടുപ്പം, ബന്ധങ്ങൾ വളർത്തൽ എന്നിവയിൽ അധിഷ്ഠിതമാണ്. ലൈംഗികത പ്രകൃതിദത്തമായ ഒരു നിർമിതിയാണെന്ന സങ്കൽപ്പത്തെ പ്രസ്തുത ഗ്രന്ഥം ശക്തമായി നിഷേധിക്കുന്നു. ഫെമിനിസ്റ്റ് ധാരണ ലൈംഗികത ഒരു സാമൂഹ്യനിർമിതിയാണെന്ന് ഗ്രന്ഥം ഉറപ്പിച്ചുപറയുന്നു. സമൂഹത്തിൽ സ്ത്രീയും പുരുഷനും സാമൂഹികമായി നിർമിക്കപ്പെട്ട സ്വത്വങ്ങളാണെന്നത് ഇന്ന് അംഗീകരിക്കപ്പെട്ടിരിക്കുന്നു. ഒരു സ്ത്രീ എങ്ങനെയാണ് കുടുംബത്തിനകത്തും പുറത്തും ലിംഗവിവേചനത്തിലധിഷ്ഠിതവും ലൈംഗികമർദനത്തിലധിഷ്ഠിതവുമായി നിർമിക്കപ്പെടുന്നത് എന്നതിനെക്കുറിച്ച് മുൻ അധ്യായങ്ങളിൽ നമ്മൾ കണ്ടുകഴിഞ്ഞു. ഇതുമായി ബന്ധപ്പെട്ട് ഫെമിനിസ്റ്റുകൾ രൂപപ്പെടുത്തിയ ആശയങ്ങൾ തികച്ചും പുരോഗമനപരവും ശാസ്ത്രീയവുമാണ് എന്നുറപ്പിച്ചുപറയേണ്ടിയിരിക്കുന്നു.

എന്നാൽ ഫെമിനിസ്റ്റ് വിചാരധാരകളിൽ ഒട്ടേറെ നിശ്ശബ്ദതകളും പരിമിതികളുമുണ്ട്. ഈ ഗ്രന്ഥത്തെ അടിസ്ഥാനമാക്കിത്തന്നെ അതിലെ പ്രകടമായ ഉദാഹരണങ്ങൾ വ്യക്തമാക്കാം. സെക്സ് എന്നത് ഒരു സാമൂഹികനിർമിതിയാണ് എന്നുപറയുന്നത് സാമാന്യമായും ശരിയാണെങ്കിലും സമൂഹത്തിൽ ഏത് ശക്തികളാണ് ലൈംഗികതയെ നിയന്ത്രണാധീനമാക്കുകയും രൂപപ്പെടുത്തുകയും ചെയ്യുന്നത് എന്ന് ഗ്രന്ഥം കൃത്യമായും വിശദീകരിക്കുന്നില്ല. ബൃഹത് പീഡന ഉപകരണങ്ങളിലൂടെ ലോകമെങ്ങുമുള്ള സ്ത്രീകളെ എങ്ങനെയാണ് രൂപപ്പെടുത്തുന്നതെന്നും അവർക്കുമേൽ ആധിപത്യം ചെലുത്തുന്നതെന്നും മുൻ അധ്യായങ്ങളിൽ വിശകലനം ചെയ്യുകയുണ്ടായി.

ഉൽപ്പാദനബന്ധങ്ങളും ഉൽപ്പാദനശക്തികളും മാറിമാറി വരുമ്പോഴും അടിസ്ഥാനതലത്തിൽ മാറ്റമില്ലാതെ നിലനിൽക്കുന്ന പുരുഷാധിപത്യ കുടുംബഘടനയും അതുമായി ബന്ധപ്പെട്ട പ്രത്യയശാസ്ത്രങ്ങളും ബൃഹത് പീഡന ഉപകരണങ്ങളുമാണ് സ്ത്രീയുടെ ലൈംഗികതയുടെ മേൽ ആധിപത്യം ചെലുത്തുന്നതും അതിനെ നിയന്ത്രണാതീതമാക്കുകയും നിർണയിക്കുകയും ചെയ്യുന്നതും. ഈ പുരുഷാധിപത്യ കുടുംബവ്യവസ്ഥയും അതിന്റെ മൂല്യസംഹിതകളും ആചാരാനുഷ്ഠാനങ്ങളുമാണ് സ്ത്രീയെ ലൈംഗികാടിമത്തത്തിൽ തളച്ചിടുന്നത്. അതിന്റെ ഭാഗമായി സ്ത്രീ–പുരുഷ വിവേചനവും ലൈംഗികാതിക്രമങ്ങളും ചരിത്രത്തിൽ തുടർന്നുപോരുന്നു.

ലൈംഗികത എന്നത് പ്രകൃതിദത്തമായ ഒരു നിർമിതി അല്ല എന്നുള്ളത് അപ്പോൾ വളരെ ശരിയായ ഒരു നിഗമനമാണ്. ഫ്രോയിഡിനെപ്പോലുള്ള മനഃശാസ്ത്രജ്ഞർ ലൈംഗികതയെ പ്രകൃതിദത്തമായ ഒരു നിർമിതിയായി വിഭാവനം ചെയ്തു. മാത്രമല്ല മനുഷ്യന്റെ എല്ലാ പ്രവർത്തനങ്ങളെയും നിയന്ത്രിക്കുന്ന വികാരമായും അദ്ദേഹം സെക്സിനെ വിലയിരുത്തുന്നു. നമ്മുടെ വനിതകൾക്കുവേണ്ടിയുള്ള മാസികകളിലും മറ്റും ഇന്നും നിറഞ്ഞുനിൽക്കുന്നത് മേൽപ്പറഞ്ഞ കാഴ്ചപ്പാടുകൾക്കനുസരി

ച്ചുള്ള വിശദീകരണമാണ്. ഇവിടെ പ്രധാനപ്പെട്ട വിഷയം ലൈംഗികത എങ്ങനെ നിർമിക്കപ്പെടുന്നു എന്നതുതന്നെയാണ്. ഹോർമോണുകൾക്കും ജീനുകൾക്കും മനുഷ്യശരീരത്തിനാകെത്തന്നെയും ലൈംഗികവികാരങ്ങൾ രൂപപ്പെടുത്തുന്നതിൽ പ്രധാനപ്പെട്ട പങ്കുണ്ട് എന്ന കാര്യം ആരും നിഷേധിക്കുന്നില്ല. എന്നാൽ അതല്ല പ്രശ്നം. ലൈംഗികത എന്നത് ശരീരകേന്ദ്രീകൃതമായി മാത്രം നിലനിൽക്കുന്ന ഒന്നല്ലെന്ന് ഏവർക്കുമറിയാവുന്നതാണല്ലോ.

ലൈംഗികാഭിനിവേശങ്ങൾ രൂപപ്പെടുന്നത് നിർദിഷ്ട കുടുംബ–സാമൂഹ്യസാഹചര്യങ്ങളിൽനിന്നാണ്. ഒരു ശരീരമുണ്ടായതുകൊണ്ടുമാത്രം ഒരാൾക്ക് ലൈംഗികത ഉണ്ടാവണമെന്നില്ലല്ലോ. അതിന് ഒരു പങ്കാളി അല്ലെങ്കിൽ പങ്കാളികൾ അനിവാര്യമാണല്ലോ. ഇവർ തമ്മിലുള്ള ബന്ധത്തിലൂടെയാണല്ലോ ലൈംഗികത പ്രകാശനം ചെയ്യപ്പെടുന്നത്. ഈ ബന്ധങ്ങളെ നിർണയിക്കുന്നത് കുടുംബം, സാമൂഹ്യപദവി, സാമ്പത്തിക നില, സാംസ്കാരിക കാലാവസ്ഥ എന്നിവയെല്ലാം കൂടിച്ചേർന്നാണല്ലോ. ഇതിലുമുപരി വ്യക്തികളുടെ കുടുംബപരവും അല്ലാത്തതുമായ ബന്ധങ്ങൾ, സാമൂഹ്യമായ കർതൃത്വങ്ങൾ എന്നിവയെല്ലാം ലൈംഗികതയെ നിർണയിക്കുന്നു.

ഇവിടെ മറ്റൊരു പ്രധാനപ്പെട്ട വിഷയം ഉയർന്നുവരുന്നു. ലൈംഗികതയെയും ലിംഗവിഭജനങ്ങളെയും രൂപപ്പെടുത്തുന്നത് മേൽപ്പറഞ്ഞ സാമൂഹ്യബന്ധങ്ങളാണെങ്കിൽ അത്തരം രൂപപ്പെടുത്തലുകൾ നടക്കുന്നില്ലെങ്കിൽ അവിടത്തെ ലൈംഗികതയുടെ സ്വഭാവം എന്തായിരിക്കും എന്നതാണത്. പുരുഷാധിഷ്ഠിത പാരമ്പര്യവ്യവസ്ഥ എന്ന സമൂഹഉപകരണം അതല്ലെങ്കിൽ രാഷ്ട്രീയ ഉപകരണം ലൈംഗികതയെ നിർണയിക്കുകയും രൂപപ്പെടുത്തുകയും ചെയ്യുന്നില്ലെങ്കിൽ ലൈംഗികതയുടെ സ്വഭാവം എന്തായിരിക്കും? സ്ത്രീകളുടെ ചരിത്രപരമായ പരാജയത്തെ മുൻനിർത്തി എംഗൽസ് നടത്തിയ വിശകലനങ്ങളിൽ ഇത് വളരെ വ്യക്തമാണ്.

വർഗവിഭജിത സമൂഹം രൂപംകൊള്ളുന്നതിന് മുമ്പുണ്ടായിരുന്ന വളരെ അയവേറിയ സ്ത്രീപുരുഷ ബന്ധങ്ങളാണ് സമൂഹത്തിൽ നിലനിൽക്കുക. ലിംഗവിവേചനങ്ങളില്ലാത്ത സാമൂഹ്യനിലയായിരിക്കും അത്. യഥാർഥ സാമൂഹ്യബന്ധങ്ങൾ രൂപപ്പെടുന്ന നിലയായിരിക്കുമത്. ഒരു കമ്യൂണിസ്റ്റ് വ്യവസ്ഥ സമൂഹത്തിൽ രൂപംകൊള്ളുകയാണെങ്കിൽ തീർച്ചയായും അതിന് ലിംഗവിവേചനത്തിലധിഷ്ഠിതമായ സ്വഭാവം ഉണ്ടാവുകയില്ല. അത് ലിംഗനീതിയിലധിഷ്ഠിതമായിരിക്കും. അല്ലെങ്കിൽ ആയിരിക്കണം. കമ്യൂണിസത്തിലെ കുടുംബഘടനയിൽ അതിനനുസരിച്ചുള്ള മാറ്റത്തിന് വിധേയമാകും. പരിപൂർണമായ ലിംഗനീതി എന്നത് പരിപൂർണമായ ജനാധിപത്യവ്യവസ്ഥതന്നെയാണ്. അവിടെയാണ് ലൈംഗിക ജനാധിപത്യം എന്ന ആശയം പൂവണിയുന്നത്.

ഇന്നത്തെ പൊതുബോധമനുസരിച്ച് ഹെറ്ററോ സെക്ഷ്വാലിറ്റി

അഥവാ എതിർലിംഗരതി മാത്രമാണ് സ്വാഭാവിക രതി. മറ്റുള്ളതെല്ലാം അസ്വാഭാവികമോ വ്യതിയാനങ്ങളോ ലൈംഗിക അപഭ്രംശങ്ങളോ പ്രകൃതിവിരുദ്ധമോ ആണ്. മാത്രമല്ല ലൈംഗികമായ ന്യൂനപക്ഷങ്ങൾ മുഖ്യധാരാ സമൂഹത്തിന് പുറത്തുമാണ് നിലനിൽക്കുന്നത്. വിവാഹേതര ബന്ധങ്ങളെല്ലാം വ്യഭിചാരമായി മുദ്രകുത്തപ്പെടുന്നു. അതിലേർപ്പെടുന്ന പുരുഷന്മാർ വിമുക്തരാവുകയും സ്ത്രീകൾ വേശ്യകളായി മുദ്രകുത്തപ്പെടുകയും പ്രാന്തവൽക്കരിക്കപ്പെടുകയും പീഡിപ്പിക്കപ്പെടുകയും ചെയ്യുന്നു.

ഇത്തരത്തിലുള്ള എല്ലാ വിവേചനങ്ങളും വർഗീകരണങ്ങളും പീഡനങ്ങളും ജനാധിപത്യസങ്കൽപ്പത്തിന് എതിരാണെന്ന് പറയേണ്ടതില്ലല്ലോ. ജനാധിപത്യം എന്ന ആശയത്തിന്റെ മൗലിക സവിശേഷത എന്നു പറയുന്നത് വൈവിധ്യങ്ങളെ അംഗീകരിക്കാനും ഉൾക്കൊള്ളാനുമുള്ള കഴിവാണ്. അവിടെ പ്രാന്തവൽക്കരണമോ അപരവൽക്കരണമോ ഭ്രഷ്ടോ അടിമത്തമോ വിവേചനമോ ഉണ്ടായിരിക്കുകയില്ല. അതുകൊണ്ടുതന്നെ ഇതെല്ലാം നിലനിൽക്കുന്ന ഒരു സമൂഹം ഒരു ജനാധിപത്യ സമൂഹം അല്ല എന്നു വിശേഷിച്ച് പറയേണ്ടതില്ലല്ലൊ. അതുകൊണ്ടുതന്നെ ജനാധിപത്യം പരിപൂർണമായി വികസിച്ച ഒരു സാമൂഹ്യവ്യവസ്ഥയിൽ അഥവാ ഒരു കമ്യൂണിസ്റ്റ് വ്യവസ്ഥയിൽ ലൈംഗികജനാധിപത്യം ഒരു യാഥാർഥ്യമായിരിക്കും എന്നും വിശേഷിച്ച് പറയേണ്ടതില്ലല്ലോ.

അപ്പോൾ സ്വാഭാവികമായും ചില സംശയങ്ങൾ ഉയർന്നുവരും. അത്തരമൊരു സാമൂഹ്യവ്യവസ്ഥയിലെ കുടുംബഘടന എന്തായിരിക്കും എന്നതാണാ സംശയം. ഈ സംശയത്തിന് തീർച്ചയായും അടിത്തറയുണ്ട്. നിലവിലുള്ള കുടുംബ സങ്കൽപ്പത്തിലെ സ്ത്രീവിരുദ്ധതയും ജനാധിപത്യവിരുദ്ധതയും തിരിച്ചറിയുമ്പോൾ സംശയം അപ്രസക്തമാവും.

ഓരോ ആണിന്റെയും പെണ്ണിന്റെയും അഭിലാഷങ്ങൾക്കും കർതൃത്വങ്ങൾക്കും അധിഷ്ഠിതമായ, മാനുഷിക ബന്ധങ്ങളിലധിഷ്ഠിതമായ, ലൈംഗികതയെ ചരക്കുവൽക്കരിക്കാത്ത അതിനെ നിഗൂഢമാക്കാത്ത, അതിനെ അങ്ങേയറ്റം മാനുഷികവൽക്കരിക്കുന്ന ഒരു പുതിയ സമൂഹ സൃഷ്ടി സാധ്യമാവും. അങ്ങനെ സാധ്യമാവുമ്പോൾ അവിടെ നിലനിൽക്കുന്ന ലൈംഗികത മനുഷ്യന്റെ പ്രകൃതിദത്തമായ ചോദനകളെ നിയന്ത്രണാധീനമാക്കുന്ന ലൈംഗികതയായിരിക്കില്ല. കാരണം മനുഷ്യൻ അടിസ്ഥാനപരമായി പ്രകൃതിയുടെ സൃഷ്ടിയാണ്. പുരുഷാധിപത്യത്തിനോ സർക്കാരിനോ ശാസ്ത്രത്തിനോ പ്രകൃതിയുടെ സഹായമില്ലാതെ മനുഷ്യനെ സൃഷ്ടിക്കാനാവില്ല.

പ്രപഞ്ചം എന്നത് ഒരിക്കലും ഒരു സാമൂഹ്യസൃഷ്ടി ആവാത്തതുകൊണ്ടുതന്നെ മനുഷ്യന്റെ യഥാർഥവും ജന്തുസഹജവും പ്രകൃതിദത്തവുമായ ലൈംഗികതയെ ജനാധിപത്യവൽക്കരിക്കുകയും വികസിപ്പിക്കു

കയും ചെയ്യുന്ന യഥാർഥ സാമൂഹ്യവൽകൃത ലൈംഗികതയായിരിക്കും അത്. പ്രകൃതിദത്തവും സാമൂഹ്യവൽകൃതവുമായ യഥാർഥ ജനാധിപത്യ പ്രക്രിയയിലൂടെയാണ് മാനുഷികവൽക്കരിക്കപ്പെട്ട ലൈംഗികത രൂപപ്പെടുന്നത്.

ഇന്നത്തെ ലൈംഗികതയും സ്ത്രീ-പുരുഷവിവേചനങ്ങളും ജനാധിപത്യ വിരുദ്ധമാകയാൽ പുതിയൊരു ലൈംഗികതയ്ക്കുവേണ്ടിയുള്ള ആശയം സ്ത്രീവിമോചനവാദികൾ മുന്നോട്ടുവയ്ക്കേണ്ടതുണ്ട്. എന്നാൽ നിർഭാഗ്യകരം എന്നുപറയട്ടെ ഇന്നത്തെ വിവേചനങ്ങളെ പ്രശ്നവൽക്കരിക്കുന്നതിനിടയിൽ പുതിയ ലൈംഗികജനാധിപത്യം എന്ന ആശയം പലരും വിസ്മരിക്കുന്നു. നിലവിലുള്ള കുടുംബഘടനയെയും പുരുഷാധിഷ്ഠിത മൂല്യങ്ങളെയും തൊട്ടുതലോടിക്കൊണ്ട് സ്ത്രീനീതി നടപ്പാക്കാനാവില്ല.

അതിന് നിരവധി കടമ്പകൾ കടക്കേണ്ടതുണ്ട്. അതിലേറ്റവും പ്രധാനപ്പെട്ട ഒന്ന് നിലവിലുള്ള പുരുഷാധിഷ്ഠിത നിർമിതികളായ സ്ത്രീ-പുരുഷ സ്വത്വങ്ങളെ അതിലംഘിക്കുക എന്നതാണ്. സ്ത്രീക്കും പുരുഷനും അതീതമായി ജീവിക്കുന്ന ഹ്യൂമൻ ബീയിങ് എന്ന ജീവഗണത്തിലാണ് ഞാൻ ഉൾപ്പെടുന്നത് എന്ന് ഓരോ വ്യക്തിയും പറയാൻ തുടങ്ങുമ്പോഴാണ് നാം ജനാധിപത്യവൽകൃത സമൂഹത്തിലേക്ക് പ്രവേശിക്കുന്നത്. ഇത് ലളിതമായ ഒരു കാര്യമല്ല.

വിവേചനം നിലനിൽക്കുന്ന സമൂഹത്തിൽ നമുക്ക് വിവേചനങ്ങളെ എതിർക്കേണ്ടതുണ്ട്. ഒരാളെ ദളിതൻ എന്ന് പറഞ്ഞ് പീഡിപ്പിക്കുമ്പോൾ ഞാൻ ദളിതനല്ല മനുഷ്യനാണ് എന്നുപറഞ്ഞുകൊണ്ട് അതിനെ അതിലംഘിക്കുക പ്രായോഗികമല്ല. കാരണം അതൊരു ചരിത്രനിർമിതിയാണ്. അതുകൊണ്ടുതന്നെ നിലവിലുള്ള വിവേചനങ്ങളെ എതിർക്കുന്നതിന്റെ ഭാഗമായി സ്ത്രീ എന്ന നിലയ്ക്കുള്ള അവകാശങ്ങളും സ്വാതന്ത്ര്യങ്ങളും നേടിയെടുക്കാൻവേണ്ടിയുള്ള പോരാട്ടത്തിലൂടെ മാത്രമേ സ്ത്രീനീതി നടപ്പാക്കപ്പെടുകയുള്ളു.എന്നാൽ ആത്യന്തികമായ ലക്ഷ്യം സ്ത്രീകളുടെ വിമോചനമാണെന്ന് അംഗീകരിക്കുകയാണെങ്കിൽ പുതിയ ലൈംഗികതയെ മുന്നോട്ടുവയ്ക്കേണ്ടതുണ്ട്. ലൈംഗികതയെക്കുറിച്ചുള്ള പുരുഷനിർമിത ധാരണകളെയും പുരുഷനിർമിത സ്ത്രീ ധാരണകളെയും ഒപ്പം മറികടക്കേണ്ടതുണ്ട്.

വർത്തമാനകാലത്ത് സ്ത്രീകൾ നേരിടുന്ന വിവിധ വിഷയങ്ങളെ അഭിമുഖീകരിച്ചുകൊണ്ടുമാത്രമേ ഇത് സാധ്യമാവുകയുള്ളൂ. സ്ത്രീ പ്രശ്നങ്ങളെ അവതരിപ്പിക്കുമ്പോൾ സ്ത്രീ ഒരു സാമൂഹിക ജീവിയാണ് അല്ലെങ്കിൽ രാഷ്ട്രീയജീവിയാണ് എന്ന കാഴ്ചപ്പാടിനെ നിഷേധിക്കുകയാണ് പലരും ചെയ്യുന്നത്.

2013-ലെ കേരള സർക്കാറിന്റെ സ്ത്രീ സംരക്ഷണ ബിൽ പരിശോധിച്ചാൽ ഇന്നും നമ്മുടെ കേരളീയ സമൂഹം സ്ത്രീകളെ എങ്ങനെയാണ് വിലയിരുത്തുന്നതെന്ന് മനസിലാവും. *വനിതകളുടെ സ്വകാര്യതയും*

അന്തസ്സും സംരക്ഷണ ബിൽ എന്നാണ് അതിന്റെ പേര്. സ്ത്രീകൾക്കെതിരായ പീഡനങ്ങളെയും അതിക്രമങ്ങളെയും തടയുന്ന ബില്ലാണത്രേ ഇത്. ഇതനുസരിച്ച് പ്രശ്നങ്ങളെല്ലാം സ്വകാര്യതയും അന്തസ്സുമായി ബന്ധപ്പെട്ടതാണ്. സ്ത്രീകളുടെ ഇടങ്ങളെല്ലാം സ്വകാര്യ ഇടങ്ങളായി പരിഗണിക്കപ്പെട്ടുപോരുകയാണ്. പൊതു ഇടങ്ങളിൽ സ്ത്രീക്ക് കർതൃത്വമില്ല എന്നതിന്റെ പരസ്യമായ പ്രഖ്യാപനമാണ് ഉമ്മൻചാണ്ടിയുടെ ബില്ലിന്റെ പേരുതന്നെ.

ഒരു സ്ത്രീ പൊതു ഇടങ്ങളിൽവെച്ചാണ് പീഡിപ്പിക്കപ്പെടുന്നതെങ്കിൽ അത് സ്ത്രീകളുടെ സ്വകാര്യപ്രശ്നം മാത്രമാണോ? സാമൂഹികമായ പദവികളും കർതൃത്വങ്ങളും സ്ത്രീകൾക്ക് നിഷേധിക്കപ്പെടുന്നത് സ്ത്രീകൾക്കെതിരായി നടക്കുന്ന വിവേചനത്തിന്റെ ഭാഗമല്ലേ. ലൈംഗികത എന്നത് ഒരു സ്വകാര്യവിഷയമാണെന്ന് ഇന്നും സമൂഹം കരുതുന്നു. ഇവിടെ സ്വകാര്യമെന്നും പൊതുകാര്യമെന്നും ഉള്ള ദ്വന്ദ്വം ഇപ്പോഴും നിലനിൽക്കുന്നു. ഒരു സ്ത്രീക്ക് സമൂഹത്തിന്റെ വിവിധതലങ്ങളിൽ വെച്ച് പീഡനങ്ങളും അതിക്രമങ്ങളും വിവേചനങ്ങളും നേരിടേണ്ടിവരുമ്പോൾ അതവളുടെ സാമൂഹിക വ്യക്തിത്വത്തെ തന്നെയാണ് ഹനിക്കുന്നത് എന്ന് പറയാൻ നമ്മുടെ സമൂഹം വളർന്നിട്ടില്ല.

പുരുഷന്റെ കാര്യങ്ങളെല്ലാം പൊതുകാര്യവും സ്ത്രീയുടെ കാര്യങ്ങളെല്ലാം സ്വകാര്യവും എന്ന സങ്കൽപ്പത്തിൽ സ്ത്രീക്ക് സാമൂഹ്യ കർതൃത്വം നഗ്നമായി നിഷേധിക്കുന്ന ഒരു വ്യാകരണമുണ്ട്. *ഭരണഘടനയും സ്ത്രീനീതിയും; ചില ആപൽക്കരമായ പ്രവണതകൾ* എന്ന ലേഖനത്തിൽ ഡോ. എ ആർ ദേശായി ഇങ്ങനെ എഴുതുന്നു;

> വ്യക്തിനിയമങ്ങൾ ഗാർഹിക ജീവിതത്തെയും 'സ്വകാര്യം' എന്നു വിശേഷിപ്പിക്കാവുന്ന ഒരുകൂട്ടം ധർമങ്ങളെയും സംബന്ധിക്കുന്നവയാണ്. സാമൂഹികമേഖലയിൽനിന്നും 'സാർവജനികം' എന്നു വിളിക്കാവുന്ന ധർമങ്ങളിൽനിന്നും ഇവ മിക്കവാറും ഒഴിവാക്കപ്പെട്ടിരിക്കുന്നു. സാർവജനികം എന്നുവിളിക്കാവുന്ന സാമൂഹികജീവിതത്തെക്കുറിച്ചാണ് ഭരണഘടന അടിസ്ഥാനപരമായും പ്രതിപാദിക്കുന്നത്. വ്യക്തിനിയമങ്ങൾ വ്യക്തിജീവിതത്തെക്കുറിച്ചാണ് പ്രതിപാദിക്കുന്നത്. പ്രത്യേകിച്ച് സ്ത്രീകളുടെ പദവിയും സ്ഥാനവും അവകാശങ്ങളും കടപ്പാടുകളും രൂപപ്പെടുത്തുന്നതിൽ നിർണായക പങ്ക് വഹിക്കുന്ന കുടുംബജീവിതത്തെക്കുറിച്ച്. അപ്പോൾ അനേകലക്ഷം സ്ത്രീകളുടെ ജീവിതത്തെ രൂപപ്പെടുത്തുന്ന നിയമങ്ങൾ 'പൊതുക്കാര്യ'മായി കണക്കാക്കപ്പെടേണ്ടതല്ലേ? 'രാഷ്ട്രീയം' ഒരു വലിയ തോതിൽ, പലേതരത്തിൽ, 'സ്വകാര്യ'ത്തെ രൂപപ്പെടുത്തുമ്പോൾ, 'സ്വകാര്യം' 'രാഷ്ട്രീയ'മായിത്തീരേണ്ടതല്ലേ? വ്യക്തിനിയമങ്ങളിലൂടെ സ്ത്രീകളെ 'സ്വകാര്യ' ജീവിതത്തിൽ കുടുക്കിയിട്ടു കഷ്ടപ്പെടുത്തുകവഴി, സ്ത്രീ സ്വാതന്ത്ര്യ

ത്തെയും സ്ത്രീ–പുരുഷ സമത്വവാദത്തെയും സർക്കാർ സ്ഥാപിത ബ്യൂറോക്രാറ്റിക് ഏജൻസികളുടെ അടിസ്ഥാനത്തിലുള്ള ഔദ്യോഗിക–പ്രൊഫഷണൽ സമിതികൾ കൈകാര്യം ചെയ്യേണ്ടുന്ന ഒരു പ്രത്യേക വിഷയമായി മാറ്റിയിരിക്കുകയല്ലേ ചെയ്തിരിക്കുന്നത്? (*സ്ത്രീ നീതി,* കേരള ഭാഷാ ഇൻസ്റ്റിറ്റ്യൂട്ട്).

സ്ത്രീകളുടെ രാഷ്ട്രീയ കർതൃത്വം എന്നത് അംഗീകരിക്കാൻ കഴിയാത്ത സമീപനമാണ് കേരളബില്ലിന്റെ കാര്യത്തിലും നാം കാണുന്നത്. പൊതു ഇടങ്ങളിൽനിന്ന് സ്ത്രീകളെ അടിച്ചോടിച്ച് വീട്ടിനുള്ളിൽ നല്ല ഹൗസ് വൈഫ് ആയി തളയ്ക്കാനുള്ള സംഘടിത ശ്രമങ്ങൾ നാം കാണുന്നു. ടെലിവിഷനുകളും മറ്റും അതിൽ നല്ല പങ്കുവഹിക്കുന്നു. മഴവിൽ മനോരമപോലെയുള്ള ചാനലുകൾ നോക്കിയാൽ അത് വളരെ വ്യക്തമാകും. ഭാര്യ, ഭർത്താവ് ഇതിൽ കേന്ദ്രീകരിക്കപ്പെട്ടുകൊണ്ടുള്ള സ്വകാര്യ അനുഭവങ്ങൾ പരസ്യ അനുഭവങ്ങളാക്കി അതിനെ വീണ്ടും സ്വകാര്യതയിലേക്ക് കൊണ്ടുവന്ന് സ്ത്രീയെ ഒരു വീട്ടുമൃഗമാക്കി തളച്ചിടാനുള്ള ശ്രമമാണ് ഇതെല്ലാം.

ഇത്തരം പരിപാടികളിലും മറ്റും പങ്കെടുക്കുന്ന സ്ത്രീകളെ എങ്ങനെയാണ് ചിത്രീകരിക്കുന്നത് എന്നത് ശ്രദ്ധിക്കേണ്ടതാണ്. അവരെല്ലാവരും തന്നെ നല്ല ഡൊമസ്റ്റിക്കേറ്റഡ് വുമൺ ആണ്. സാമൂഹികമോ രാഷ്ട്രീയമോ ആയ യാതൊരു കർതൃത്വവും അവർക്കില്ല. വീടിന് പുറത്ത് ഒരു ലോകമില്ലെന്ന് കരുതുന്ന കുടുംബസങ്കൽപ്പത്തിന്റെ പൈങ്കിളിവൽക്കരണമാണത്.

നമ്മുടെ സമൂഹത്തിൽ സ്ത്രീക്ക് നേരിടേണ്ടിവരുന്നത് ബൃഹത് പീഡനഉപകരണങ്ങളുടെ ബഹുവിധ പീഡനങ്ങളാണ്. പൊലീസ്, കോടതി, സർക്കാർ മിഷനറികൾ ഇവയാണ് സ്ത്രീകളെ കൂടുതലായി പീഡിപ്പിക്കുന്നത്. ഈയൊരു വസ്തുതയെ മൂടിവയ്ക്കുന്നതാണ് ഉമ്മൻചാണ്ടിയുടെ സ്ത്രീസംരക്ഷണ ബിൽ. സ്ത്രീകൾക്കെതിരായ അക്രമം തടയുക എന്നതിന്റെ പേരിൽ സ്ത്രീകളുടെ രാഷ്ട്രീയവും സാമൂഹികവുമായ കർതൃത്വത്തെ നിഷേധിക്കുക ഒരു തന്ത്രമാണ്. സ്ത്രീക്ക് സാമൂഹികവും സാംസ്കാരികവും രാഷ്ട്രീയവുമായ മേഖലകളിൽ അവസരങ്ങൾ നിഷേധിക്കപ്പെട്ടുകൊണ്ടിരിക്കുകയാണ്. അതിനെപ്പറ്റി നിശ്ശബ്ദത പാലിച്ചുകൊണ്ട് എങ്ങനെയാണ് സ്ത്രീകളുടെ അന്തസ്സുയർത്തുന്നത്? ഇനി സ്വകാര്യതയുടെ കാര്യമാണെങ്കിൽത്തന്നെ ആരാണ് ഇതിനെ നഗ്നമായി നിഷേധിക്കുന്നത്?

സ്ത്രീകളുടെയും കുട്ടികളുടെയും സ്വകാര്യതയും അന്തസ്സുമായി ബന്ധപ്പെട്ട് നമ്മുടെ ഭരണകൂടം നടത്തുന്ന പ്രവർത്തനങ്ങളെ വിശദീകരിക്കാൻ ഒരു സംഭവം ഇവിടെ വിശദീകരിക്കട്ടെ.

2012 ഡിസംബർ 28 നാണ് മാവേലിക്കരയിൽവെച്ച് ഒരു പത്തുവയസുകാരി പെൺകുട്ടിയെ കേരള പൊലീസ് അവളുടെ സഹോദരി പതിനാ

റുവയസുകാരി ആമിയോടൊപ്പം അറസ്റ്റുചെയ്ത് മാനസികമായി പീഡിപ്പിച്ചത്.

ഒരു സാംസ്കാരിക കൂട്ടായ്മയിൽ പങ്കെടുത്തതിന് സഹോദരിക്കും സുഹൃത്തുക്കൾക്കുമൊപ്പം പോയ തൃശൂർക്കാരികളായ ഈ പെൺകുട്ടികളെ രാത്രിമുഴുവൻ നീണ്ടുനിന്ന അസഭ്യവർഷവും ഭീഷണിയും ചേർന്ന 'ചോദ്യംചെയ്യലിനു' ശേഷം ജുവനൈൽ ജഡ്ജിക്കുമുമ്പാകെ ഹാജരാക്കുകയായിരുന്നു. പ്ലസ്വൺ കമ്പ്യൂട്ടർസയൻസ് വിദ്യാർഥിനിയായ ആമിയെ കേരളപൊലീസ് പീഡിപ്പിക്കുന്നത് ഇതാദ്യമായിട്ടല്ല. പന്ത്രണ്ട് വയസുള്ളപ്പോഴാണ് തൃശൂർ വലപ്പാട് ഷൈനമൻസിലിലെ ആമിയെ പൊലീസ് വേട്ടയാടാൻ തുടങ്ങിയത്. കൊച്ചുപെൺകുട്ടിയായിരുന്ന ആമിയെ അന്ന് പൊലീസ് കസ്റ്റഡിയിലെടുത്തത് മാവോയിസ്റ്റ് ഭീകരവാദത്തിൽനിന്നും ഇന്ത്യയെ രക്ഷിക്കാൻവേണ്ടിയായിരുന്നത്രേ. അറസ്റ്റിനെത്തുടർന്ന് പൊലീസ് ആമിയുടെ വീട് റെയ്ഡ് ചെയ്തു. ഇതിനെത്തുടർന്ന് ആമിയെ സ്കൂളിൽനിന്നും പുറത്താക്കി. ആമിക്കെതിരായ പൊലീസ് വേട്ടയെക്കുറിച്ച് 2013 ജനുവരി 5 ന് *തേജസ്സ്* ദിനപത്രം ഇങ്ങനെ റിപ്പോർട്ട് ചെയ്യുന്നു.

ആലപ്പുഴ മാവേലിക്കര പൊലീസ് സ്റ്റേഷൻ; 2012 ഡിസംബർ 29. 17 കാരിയായ ആമി എന്ന പെൺകുട്ടിയെ സഹോദരി പത്തുവയസുകാരി സവേരയുടെ സാന്നിധ്യത്തിൽ സീമ എന്ന വനിതാ പൊലീസുകാരി ചോദ്യംചെയ്യുകയാണ്: "നീ കന്യകയാണോ; ഇക്കൂട്ടത്തിൽ ആരെങ്കിലുമായി നീ സെക്സ് ചെയ്തിട്ടുണ്ടോ; പുറത്താരെങ്കിലുമായി സെക്സ് ചെയ്തിട്ടുണ്ടോ; സ്വയംഭോഗം ചെയ്തിട്ടുണ്ടോ; കന്യാചർമം പൊട്ടിയിട്ടുണ്ടോ?" ആമി നിഷേധിച്ചപ്പോൾ പ്രതികരണമിങ്ങനെ: "എന്തായാലും വൈദ്യപരിശോധനയ്ക്കു വിധേയയാക്കും. കന്യാചർമം പൊട്ടിയിട്ടുണ്ടെങ്കിൽ അതു സ്വയംഭോഗത്തിലൂടെയാണോ ലൈംഗികബന്ധത്തിലൂടെയാണോ എന്നറിയാൻ കഴിയും.'' ഒപ്പമുണ്ടായിരുന്ന അഡീഷനൽ എസ് ഐ ഡാമിയന് അറിയേണ്ടിയിരുന്നത് ആമിയുടെ ഫേസ്ബുക് അക്കൗണ്ടിന്റെ യൂസർ ഐഡിയും പാസ്വേഡുമായിരുന്നു. അതു തരാൻ നിവൃത്തിയില്ലെന്നു പറഞ്ഞ ആമി, ഉത്തരവാദപ്പെട്ട ഉദ്യോഗസ്ഥരുടെ സാന്നിധ്യത്തിൽ ഫേസ്ബുക് പേജ് തുറക്കാമെന്നു പറഞ്ഞു. യൂസർ ഐഡിയും പാസ്വേഡും തന്നില്ലെങ്കിൽ പുറംലോകം കാണില്ലെന്ന ഭീഷണിയാണു പൊലീസുകാർ മുഴക്കിയത്.

മേൽപ്പറഞ്ഞ രീതിയിലുള്ള സംഭവങ്ങൾ ഇന്ന് വ്യാപകമായി നടക്കുന്നു. ഒരുഭാഗത്ത് ഭരണകൂടവും മറുഭാഗത്ത് സദാചാരപൊലീസും. ഒരാണും മറ്റൊരാണും തമ്മിൽ കഴിയുന്നിടത്ത് പൊലീസ് റെയ്ഡുനടത്തുന്നില്ല. എന്നാൽ എതിർലിംഗത്തിൽപ്പെടുന്നവർ സ്വകാര്യമായി കഴിയുന്നിടത്ത് റെയ്ഡ് നടത്തുന്നതിൽ എന്ത് യുക്തിയാണുള്ളത്. ഇനി സാധ്യതകൂടിയും കുറഞ്ഞുമിരിക്കട്ടെ. അതിൽ പുറത്തുള്ളവർ അത് ഭര

ണകൂടമായാലും സമൂഹമായാലും ഇടപെടുന്നത് എന്തിന്റെ അടിസ്ഥാനത്തിലാണ്. നമ്മുടെ ഭരണഘടനയെയും പൗരാവകാശസങ്കൽപ്പങ്ങളെയും നഗ്നമായി വ്യഭിചരിക്കുന്ന ഹീനമായ ഈ പ്രവൃത്തി സ്വയം അവസാനിപ്പിക്കാതെ സ്ത്രീകളുടെ അന്തസ്സ് സംരക്ഷിക്കും എന്നു പറയുന്നത് എന്തസംബന്ധമാണ്.

സ്ത്രീയും പുരുഷനും ഒന്നിച്ചിരിക്കുന്നതും പുരുഷനും പുരുഷനും ഒന്നിച്ചിരിക്കുന്നതും വ്യത്യസ്തമാണെന്ന് കരുതുന്ന വിചിത്രവും അസംബന്ധവുമായ കാഴ്ചപ്പാട് നഗ്നമായ ലിംഗവിവേചനത്തെയാണ് അടയാളപ്പെടുത്തുന്നത്. ഭരണഘടന അനുശാസിക്കുന്ന മൗലിക തത്വങ്ങൾക്കെതിരാണിത്. ലിംഗവിവേചനത്തിലധിഷ്ഠിതമല്ല ഇന്ത്യൻ ഭരണഘടന. അത് ലിംഗാതീതമായ പൗരത്വത്തെയാണ് വിഭാവനം ചെയ്യുന്നത്. എന്നിട്ടും നിരന്തരം സ്ത്രീകളുടെ ആവാസകേന്ദ്രങ്ങളിൽ അതിക്രമിച്ചു കയറി അവരെ വേട്ടയാടുന്ന ഭരണകൂടവും സമൂഹവും ഇന്നുനടക്കുന്ന വർധിച്ചുവരുന്ന ലൈംഗികപീഡനങ്ങളുടെയും ബലാത്സംഗങ്ങളുടെയും ധാർമികമായ ഉത്തരവാദിത്വം ഏറ്റെടുക്കേണ്ടതുണ്ട്. ബലാത്സംഗം ചെയ്യപ്പെട്ട സ്ത്രീകളുടെ പരിദേവനങ്ങൾക്ക് പരിഹാരം കാണാതെ പീഡകരെ സംരക്ഷിക്കുന്ന ഭരണകൂടം സ്ത്രീപുരുഷന്മാർ കഴിയുന്നിടത്ത് അതിക്രമിച്ച് കയറി അവർക്കെതിരെ നടപടികൾ സ്വീകരിക്കുന്നത് വിചിത്രമായിരിക്കുന്നു.

ലൈംഗികതയെക്കുറിച്ച് നിശ്ശബ്ദരാവാതിരിക്കുക എന്നത് ഇന്ന് സ്ത്രീനീതിയെ സംബന്ധിച്ചിടത്തോളം അനിവാര്യമായ ഒന്നാണ്. ലൈംഗികതയെക്കുറിച്ച് നിശ്ശബ്ദരാവാതിരിക്കുക എന്നുവെച്ചാൽ ലൈംഗികതയെ നമ്മുടെ വനിതാമാസികകൾ കാണുന്നതുപോലെ ഗാർഹികവൽക്കരിക്കുക എന്നതല്ല. ലൈംഗികതയുടെ സ്വകാര്യവൽക്കരണം എന്നതുമല്ല. ലൈംഗികതയുടെ ചരക്കുവൽക്കരണം എന്ന മുതലാളിത്ത രീതിയുമല്ല. മറിച്ച് ഒരു സാമൂഹിക–ജൈവ സ്വത്വമെന്ന നിലയിൽ മനുഷ്യരുടെ ശരീരത്തിനുമേൽ യാതൊരുവിധ ആധിപത്യവും അനുവദിക്കാൻ പാടുള്ളതല്ല എന്ന ആശയത്തെയാണ് നാം സ്വീകരിക്കുന്നത്. ശരീരത്തിനുമേലുള്ള ഒരാളുടെ സ്വയംനിർണയാധികാരം അംഗീകരിക്കാതെ സമത്വം, സ്വാതന്ത്ര്യം, നീതി തുടങ്ങിയ പദങ്ങൾ ആവർത്തിക്കുന്നതിൽ അർഥമില്ല. അതെല്ലാം അമൂർത്തമായ ആദർശങ്ങളാണ്. മൂർത്തത കൈവരിക്കുക എന്നതാണ് പ്രധാനം.

ലൈംഗികതയുടെ ഗാർഹികവൽക്കരണം അഥവാ കുടുംബവൽക്കരണം എന്ന സങ്കൽപ്പത്തിന് പുറത്തേക്ക് സമൂഹം സഞ്ചരിക്കാൻ തുടങ്ങിയിരിക്കുന്നു. ഒരാണും ഒരു പെണ്ണും ഒരു കോഫിക്കടയിലിരുന്ന് കോഫികുടിക്കുന്നതും മറ്റൊരാണും പെണ്ണും തമ്മിൽ ഒരിടത്തിരുന്ന് ചുംബിക്കുന്നതും തമ്മിൽ സമൂഹം വേർതിരിവ് കാണേണ്ട ആവശ്യമെന്താണ് എന്ന ചോദ്യം ഇന്നുയർന്നുവരുന്നുണ്ട്. ഇത് സ്വാഭാവികമായ

ഒരു ചോദ്യമാണ്. ആലിംഗനം, ചുംബനം എന്നിവ ഗൃഹങ്ങളെ കവിഞ്ഞൊഴുകുന്നുണ്ട്. സവർണ്ണ ഹിന്ദുത്വശക്തികളെ ഇത് വിറളിപിടിപ്പിക്കുന്നു.

ഒരുകാലത്ത് സ്ത്രീ പുറത്തിറങ്ങാൻ പാടില്ലായിരുന്നല്ലോ. പുറത്തിറങ്ങിയപ്പോൾ അത് സമൂഹത്തെ പ്രകോപിപ്പിച്ചു. സ്ത്രീ മാറുമറയ്ക്കാൻ തുടങ്ങിയതും പുറത്തിറങ്ങാൻ തുടങ്ങിയതും അന്നത്തെ സമൂഹത്തിന് എത്രമാത്രം അമ്പരപ്പുണ്ടാക്കിയോ ആ അമ്പരപ്പിന്റെ ആവർത്തനമാണ് ഇന്ന് പരസ്യചുംബനങ്ങളും ആശ്ലേഷവും കാണുമ്പോൾ സംഘപരിവാർ ശക്തികൾക്കുണ്ടാകുന്നത്. വർഷങ്ങൾക്കുമുമ്പ് ഒരു പബ്ബിൽ ഇരച്ചുകയറി യുവതീയുവാക്കളെ അടിച്ചോടിച്ച സംഘപരിവാർ ശക്തികളുടെ നീക്കം അതിന്റെ അനേകം തെളിവുകളിൽ ഒന്നുമാത്രമായിരുന്നു.

പ്രസിദ്ധ സിനിമാ നടി ശില്പാഷെട്ടി ഒരു വേദിയിൽ വെച്ച് പരസ്യമായി ചുംബിക്കപ്പെട്ടപ്പോൾ ഇതേ സംഘപരിവാർ ശക്തികൾക്ക് വിറളി പിടിച്ചു. ഇങ്ങനെ വിറളിപിടിക്കുന്ന ശക്തികൾ തന്നെയാണ് ഗുജറാത്തിൽ അനേകം മുസ്ലീം സ്ത്രീകളെ ബലാത്സംഗം ചെയ്തത്, ഒഡിഷയിൽ കന്യാസ്ത്രീകളെ ബലാത്സംഗം ചെയ്തത്.

പ്രസിദ്ധ എഴുത്തുകാരിയായ മാനസി ഒരഭിമുഖ സംഭാഷണത്തിൽ ഇങ്ങനെ പറയുന്നു;

> *കുടുംബവ്യവസ്ഥയെക്കുറിച്ചും മലയാളിയുടെ സദാചാരത്തെക്കുറിച്ചും?*
>
> പലയിടത്തും പറഞ്ഞ കാര്യങ്ങൾതന്നെ. സദാചാരമെന്നുപറഞ്ഞാൽ നമുക്ക് പെണ്ണിന്റെ പാതിവ്രത്യം മാത്രമാണ്. ആൺപെൺ ബന്ധത്തോട് തികച്ചും ബാലിശമായ കാഴ്ചപ്പാടാണ് നമ്മുടെ സമൂഹം പുലർത്തുന്നത്. സമൂഹത്തിന്റെ നിയമങ്ങളെ വെല്ലുവിളിക്കുന്ന കള്ളിയോ വഞ്ചകിയോ കൊലയാളിയോ എന്തുമാകട്ടെ അതിനോട് നമ്മുടെ സമൂഹം ക്ഷമിച്ചെന്നുവരും. പക്ഷേ ആർക്കും ഒരു ചേതവുമില്ലാത്ത എന്റെ ചാരിത്ര്യനഷ്ടം സമൂഹം പൊറുക്കില്ല. എന്നെ കുരിശിൽ തറയ്ക്കും. എഴുത്തുകാരി എന്ന നിലയിൽ ഞാൻ ഇവയോട് നിരന്തരം കലഹിച്ചുകൊണ്ടാണ് നിലനിന്നിട്ടുള്ളത്. ഇവ രണ്ടിനോടും എനിക്ക് എതിർപ്പുണ്ട്. സദാചാരം, ആൺപെൺ ബന്ധത്തിലെ വിശ്വാസ്യത ഒന്നുമല്ല. പ്രതിപക്ഷബഹുമാനത്തോടെ മറ്റുള്ളവരുടെ സ്വാതന്ത്ര്യത്തിൽ കൈകടത്താതെ ജീവിക്കലാണത്. ആര് ആരുമായോ എങ്ങനെയോ ബന്ധപ്പെടട്ടെ അത് അവരുടെ വൈയക്തിക ജീവിതത്തിന്റെ ഭാഗമാണ്. എനിക്കതിൽ കുഴപ്പമില്ല.
>
> (*കുടുംബം എഴുത്തുകാരികൾക്ക് ചങ്ങല*–മാനസി/റീനി മമ്പലം–*ചന്ദ്രിക വീക്കിലി* 2012 ആഗസ്ത്)

സ്ത്രീവിമോചനവും സ്ത്രീസംരക്ഷണവും

ഈ രണ്ട് പരികൽപ്പനകളും പ്രത്യക്ഷത്തിൽ സാമ്യമുള്ളതായി തോന്നുമെങ്കിലും പ്രത്യയശാസ്ത്രപരമായി ഇവ വിഭിന്നമാണ്. ആദ്യത്തേത് ഒരു പുതിയ സ്ത്രീയുടെ പിറവിയെ വിഭാവനം ചെയ്യുന്ന ആശയമാണ്. മാർക്സിസത്തിന്റെ പരികൽപ്പനയാണത്. മാർക്സിസം തൊഴിലാളിയെ എന്നും തൊഴിലാളിയായി നിലനിർത്താനല്ല ആഗ്രഹിക്കുന്നത്. തൊഴിലാളിയെ വിമോചിപ്പിച്ച് തൊഴിലാളിയും മുതലാളിയുമില്ലാത്ത ഒരു പുതിയ സമൂഹം സൃഷ്ടിക്കാനാണ്. എന്നാൽ പരിഷ്കരണവാദികൾ തൊഴിലാളിയെ എന്നും തൊഴിലാളിയാക്കി നിലനിർത്താൻ പരിശ്രമിക്കുന്നു. വിമോചനവും സ്വാതന്ത്ര്യവും തമ്മിലുള്ള വ്യത്യാസത്തിന്റെ പ്രാധാന്യം നാം കണക്കിലെടുക്കണം.

സ്വാതന്ത്ര്യമെന്നാൽ ഒരു വ്യക്തിക്ക് അല്ലെങ്കിൽ സമൂഹത്തിന് നിലവിലുള്ള അവസ്ഥയിൽനിന്നും മോചനം ലഭിക്കുക എന്നതാണ്. അങ്ങനെ ഇന്ത്യയുടെ സ്വാതന്ത്ര്യമെന്നാൽ ബ്രിട്ടീഷ് കൊളോണിയൽ ഭരണത്തിൽനിന്നും മോചനം നേടുക എന്നതാണ്. എന്നാൽ ഇന്ത്യയുടെ വിമോചനമെന്നാൽ എല്ലാവിധ പാരതന്ത്ര്യങ്ങളിൽനിന്നും മോചനം നേടിക്കൊണ്ട് പുതിയൊരു കർതൃത്വം രൂപപ്പെടുത്തുകയാണ്. പുതിയൊരു സൃഷ്ടിയാണത്. ഇന്ത്യ ഇന്നും സ്വതന്ത്രയാണെങ്കിലും വിമോചിതയായിട്ടില്ല. ഇതിന്റെ അർഥം ബൂർഷ്വാസികൾക്കും പരിഷ്കരണവാദികൾക്കും മനസിലാവുകയില്ല. മാർക്സിസത്തിന്റെ ഈ അടിസ്ഥാനസങ്കൽപ്പമാണ് സ്ത്രീവിമോചനത്തിന്റെ കാര്യത്തിലും പിന്തുടരേണ്ടത്.

സ്ത്രീ എന്തായിത്തീരണം എന്നതിന് പ്രാധാന്യംകൊടുക്കുന്നതാണ് അത്. സ്ത്രീക്ക് നിലവിൽ എന്തെല്ലാം സാധ്യമാവണം എന്ന കാര്യങ്ങളെല്ലാം സ്ത്രീ എന്തായിത്തീരണം എന്ന ലക്ഷ്യത്തിന് കീഴടങ്ങണം. ഇതാണ് മാർക്സിസ്റ്റ് ഫെമിനിസത്തിന്റെ കാഴ്ചപ്പാട്. ഈ ലക്ഷ്യം സാധ്യമാവണമെങ്കിൽ വിപുലമായ ജനാധിപത്യപ്രസ്ഥാനത്തിന്റെ ഭാഗമായി നിലവിലുള്ള സ്ഥൂലവും സൂക്ഷ്മവുമായ അധികാരബന്ധങ്ങളെ പൊളിച്ചെഴുതണം. പ്രത്യയശാസ്ത്രരംഗത്ത് നിലനിൽക്കുന്ന അധിനിവേശധാരണകളെ ചെറുക്കണം. പൊതുബോധത്തിൽ പ്രസരിച്ചുകിടക്കുന്ന പുരുഷാധിനിവേശ പ്രത്യയശാസ്ത്രങ്ങളോട് പൊരുതിക്കൊണ്ടുമാത്രമേ സ്ത്രീ വിമോചനം സാധ്യമാവുകയുള്ളൂ. ആ നിലയ്ക്ക് അത് മൊത്തം സമൂഹത്തിന്റെ വിപ്ലവകരമായ വിമോചനലക്ഷ്യങ്ങളുമായി ഇഴചേർന്നുകിടക്കുന്നു.

മൊത്തം സമൂഹത്തിന്റെ വിപ്ലവകരമായ വിമോചനലക്ഷ്യങ്ങൾ സ്ത്രീ വിമോചനപ്രസ്ഥാനങ്ങളുമായി അഭേദ്യമായി ബന്ധപ്പെട്ടുനിൽക്കുന്നു. ഇത് കേവലം ലളിതമല്ല. കുടുംബമാണ് ആഗോളമുതലാളിത്തത്തിന്റെ അടിസ്ഥാന ആസ്പദങ്ങളിലൊന്ന്. കുടുംബഘടനയിലെ ഫാസിസ്റ്റ് പ്രവണതകളും പ്രത്യയശാസ്ത്രങ്ങളുമാണ് പുതിയ ഭരണകൂടത്തിന്റെ കോട്ട എന്നുപറയുന്നത്.

മുതലാളിത്തത്തിന്റെ കോട്ടയും അതുതന്നെയാണ്. അന്തോണിയോ ഗ്രാംഷി ഭരണകൂടത്തിന്റെ കോട്ടയായി പരിഗണിച്ചത് സിവിൽസമൂഹ ത്തെയാണ്. എന്നാൽ ദുർബലമായിക്കൊണ്ടിരിക്കുന്ന ഇന്നത്തെ സിവിൽ സമൂഹത്തിന്റെ യഥാർഥ അടിത്തറ പുരുഷാധിപത്യ കുടുംബഘടനയാ ണ്. ഗ്രാംഷി ഇതിനെ പരിഗണിക്കുകയുണ്ടായില്ല. എന്തുകൊണ്ടാണ് സിവിൽസൊസൈറ്റി മുതലാളിത്തത്തിന്റെ അധിനിവേശ രൂപങ്ങൾക്ക് സമ്മതി നൽകുന്നത് എന്ന അന്വേഷണം തീർച്ചയായും ചെന്നെത്തു ന്നത് നമ്മുടെ കുടുംബഘടനയിലായിരിക്കും.

12

ലൈംഗികത–സാഹിത്യകൃതികളിലെ സ്ത്രീപരിചരണം

സീതാദേവി സ്വയംവരം ചെയ്ത ത്രേതായുഗത്തിലെ ശ്രീരാമൻ, അവളെ നിഷ്കരുണം കാട്ടിലുപേക്ഷിച്ചപ്പോൾ ആ സാധുസ്ത്രീയെയും മക്കളെയും സംരക്ഷിച്ചത് ആദിവാസികളാണ്. *രാമായണം* മറന്ന ഒരു വലിയ പാഠമാണിത്. *രാമായണം*പോലെ ഇത്രയേറെ വൈവിധ്യമാർന്ന പാഠങ്ങളുണ്ടായിട്ടുള്ള ഒരു സാഹിത്യകൃതി ലോകസാഹിത്യത്തിൽ ത്തന്നെ ഉണ്ടായിട്ടുണ്ടോ എന്ന് സംശയം. റോമിലാ ഥാപ്പർ, തന്റെ ഒരു ഗവേഷണപ്രബന്ധത്തിൽ ഇരുപത്തിയെട്ടോളം ഇന്ത്യൻ *രാമായണ*ത്തെ ക്കുറിച്ചു വിശദീകരിക്കുന്നുണ്ട്. എന്നാൽ വയനാടൻ *രാമായണ*ങ്ങളും ലോകത്തിലെ വിവിധ ഭാഷകളിലുണ്ടായിട്ടുള്ള *രാമായണ*ങ്ങളും ഥാപ്പ റുടെ ഗവേഷണപരിധിക്കുള്ളിൽ വരുന്നില്ല.

ഒരു സാഹിത്യകൃതിക്ക് അനേകം പാഠാന്തരങ്ങൾ ഉണ്ടാവുന്നത്, ആ കൃതിയുടെ ബഹുസ്വരതയാർന്ന വായനാത്മകതയുടെ തെളിവാ ണെന്നും അത് ഒരു കൃതിയുടെ കേന്ദ്രപാഠം എന്ന ആശയത്തെ റദ്ദുചെ യ്യുന്നതാണെന്നും ദെറിദ തന്റെ ഡിഫറൻസ് എന്ന ആശയം വ്യക്തമാ ക്കിക്കൊണ്ട് വിശദീകരിക്കുന്നുണ്ട്. *രാമായണ*ത്തിന്റെ 'അടിസ്ഥാനസ ങ്കൽപ്പം' 'ഇതിവൃത്തപരമായ കെട്ടുറപ്പ്' തുടങ്ങിയ സാമ്പ്രദായികമായ സാഹിത്യസങ്കൽപ്പങ്ങളാണ്, ദെറിദയുടെ ഉത്തരാധുനിക പരികൽപ്പന യുടെ സൈദ്ധാന്തികമൂർച്ഛയിൽ മുറിഞ്ഞുവീഴുന്നത്.

*രാമായണ*മടക്കമുള്ള സാഹിത്യകൃതികളെല്ലാം പാതിവ്രത്യത്തെയും വീരപുരുഷന്മാരെയും ഒരുപോലെ ആദർശവൽക്കരിക്കുന്നു. വീരപുരു ഷത്വവും പാതിവ്രത്യവും എങ്ങനെ പാരസ്പര്യത്തിൽ വർത്തിക്കുന്നു വെന്ന് നാം കണ്ടുകഴിഞ്ഞു. എന്നാൽ വീരപുരുഷത്വവും പാതിവ്രത്യവും സ്ത്രീ അടിമത്തവും ഒരുപോലെ പാരസ്പര്യത്തിൽ വർത്തിക്കുന്നുവെ

ന്നതാണ് യാഥാർത്ഥ്യം. *രാമായണ*ത്തിൽത്തന്നെ വീരപുരുഷസങ്കൽപ്പത്തിന്റെ ഉള്ളറകൾ വളരെ വ്യക്തമായി പുറത്തുകാണുന്നുണ്ട്. രാമന് സീതയോടുണ്ടായിരുന്ന യാഥാർഥ നിലപാട് അല്ലെങ്കിൽ മനോഗതം ആദികവി ഇങ്ങനെ വിവരിക്കുന്നു.

നമേ ദുഃഖം പ്രിയാ ദുരേ
നമേ ദുഃഖം ഹൃതേതി ച
ഏതദേവാനുശോചാമി
വയോസ്യാ ഹൃതിവർത്തതേ
.... കദാ സുചാരുദന്തോഷ്ഠം
തസ്യാ പദ്മിവാനനം
ഈഷ ദുന്നമ്യ പാസ്യാമി
രസായനമിവാതുര?
തൗ തസ്യാ സഹിതൗ പിനൗ
സ്തനൗ താല ഫലോപൗ
കദാനുഖലു സോത്കമ്പൗ
ശ്ലിഷ്യന്ത്യാ മാം ഭജിഷ്യതഃ

(യുദ്ധകാണ്ഡം)

ഇതിന്റെ അർഥമിതാണ്; എന്റെ പ്രിയപ്പെട്ടവൾ വളരെ ദൂരത്താണ് എന്നതല്ല എന്റെ ദുഃഖം, അവളെ അപഹരിച്ചു എന്നതുമല്ല. എന്റെ ദുഃഖമിതാണ്. അവൾ പ്രായമായിക്കൊണ്ടിരിക്കുകയാണ്. സുന്ദരമായ പല്ലുകളും അധരങ്ങളുമുള്ള അവളുടെ വദനത്തെ താമരപ്പൂവിനെയെന്നപോലെ തെല്ലൊന്നുയർത്തി ഒരു രോഗി രസായനം നുകരുന്നതുപോലെ എന്നാണ് എനിക്ക് നുകരാൻ കഴിയുക എന്നോർത്തിട്ടാണ് ദുഃഖം. മുഴുത്തുനിൽക്കുന്ന അവളുടെ പനന്തേങ്ങപോലുള്ള മുലകൾ എന്നാണ് എന്നിൽവന്നുചേരുക എന്നോർത്തിട്ടാണ് ദുഃഖം. പ്രണയരഹിതമായ ഭോഗാസക്തി മാത്രമാണ് രാമനിൽ നിറഞ്ഞുനിൽക്കുന്നത്. അതിന് ക്ഷതമേറ്റപ്പോഴാണ് രാമനവളെ ഉപേക്ഷിച്ചത്.

രാവണൻ സീതയെ അപഹരിച്ചതിനുശേഷം അവളോടുള്ള ആസക്തി കൂടുകയാണ് ചെയ്തത്. എന്നാൽ രാവണനെ വധിച്ചതിനുശേഷം ഈ ആസക്തി കുറഞ്ഞുകാണുന്നു. രാമന് സീതയുടെ ചാരിത്ര്യത്തിൽ സംശയംതോന്നിയത് സ്വാഭാവികംതന്നെ. എന്നാൽ സീതയുടെ ശാരീരികസൗന്ദര്യത്തോടുള്ള ആസക്തി കുറഞ്ഞതും രാവണനെ നിരാശപ്പെടുത്തിയിരിക്കണം. രാവണനെ വധിച്ചശേഷം സീതയെ പല്ലക്കിൽനിന്നിറക്കി തന്റെ അടുത്തേക്ക് കാൽനടയായി നടത്തിക്കാനാണ് രാമൻ ലക്ഷ്മണനോട് ആജ്ഞാപിച്ചത്.

*രാമായണ*ത്തിൽ ലക്ഷ്മണൻ സീതയുടെ ശരീരത്തിലേക്ക് തീരെ നോക്കിയിരുന്നില്ല എന്നാണ് പറയുന്നത്. നിത്യവും സീതയുടെ കാലുകൾ വന്ദിക്കുന്നതുകൊണ്ട് കാലുകൾ മാത്രമേ ലക്ഷ്മണൻ കണ്ടിരുന്നുള്ളുവത്രെ. അപാരമായ ചാരിത്ര്യത്തിന്റെയും തീവ്രമായ സദാചാര

ത്തിന്റെയും സൂചകമാണിത്. വാത്മീകി ഉജ്വലമായ ഭാവനയുടെ ഒരു ദൃഷ്ടാന്തം മുന്നോട്ടുവയ്ക്കുന്നു. ഈ ആദർശവൽക്കരണത്തിന്റെ മിത്തിനുള്ളിൽ അതീവരസകരമായ ഒരു യാഥാർഥ്യമുണ്ട്. ശരീരത്തെ വിശേഷിച്ചും സ്ത്രീശരീരത്തെ ലൈംഗികതയുടെ, കാമനയുടെ, പ്രലോഭനത്തിന്റെ കേന്ദ്രമായി സങ്കൽപ്പിക്കുന്ന വീക്ഷണമാണിത്.

സ്ത്രീശരീരത്തോടുള്ള പുരുഷസങ്കൽപ്പമാണ് ഇവിടെ വെളിവാകുന്നത്. അനേകവർഷം സീതയോടൊപ്പം കാട്ടിൽക്കഴിഞ്ഞിട്ടും സീതയുടെ ശരീരത്തിലേക്ക് ലക്ഷ്മണൻ നോക്കിയില്ല എന്നുപറയുന്നത് അതിശയോക്തിതന്നെയാണ്. എന്നാൽ ഈ അതിശയോക്തിയല്ല ഇവിടെ പ്രശ്നം. സീതയുടെ ശരീരത്തിലേക്ക് എന്തുകൊണ്ട് നോക്കിയില്ല എന്നതാണ്. സീതയെ ലൈംഗികവികാരത്തിന്റെ കേന്ദ്രമായി സങ്കൽപ്പിച്ചുകൊണ്ടാണ് ലക്ഷ്മണൻ നോക്കാതിരുന്നത്. രതിഭീതിയും ലൈംഗികമായ നിരോധനവും അമർത്തലും ലക്ഷ്മണന്റെ പുരുഷമനസിനെ ആദർശവൽക്കൃതമായ ഒരുതലത്തിലേക്ക് തിരിച്ചുവിടുന്നു. നേരത്തെ രാമനിൽ നാം കണ്ട തുറന്ന ആസക്തിയുടെ അടിച്ചമർത്തപ്പെട്ട രൂപമാണ് ലക്ഷ്മണന്റെ മനസ്സ്. ആദ്യത്തേത് പത്തിവിടർത്തിയ ഭോഗാസക്തിയാണെങ്കിൽ രണ്ടാമത്തേത് പത്തിമടക്കിയ രൂപമാണ്. പത്തി എന്ന യാഥാർഥ്യത്തിന്റെ രണ്ട് അവസ്ഥയാണ് രാമനും ലക്ഷ്മണനും.

പുരുഷലൈംഗികത എന്ന പത്തി ഒന്നുതന്നെയാണ്. അല്ലെങ്കിൽ ഒന്നിന്റെ പത്തിതന്നെയാണ്. ആ ഒന്ന് രാമനും ലക്ഷ്മണനും അനേകായിരം പുരുഷവീരന്മാരും ഒന്നാകുന്ന ഇന്ത്യൻലൈംഗികതയുടെ അതുമല്ലെങ്കിൽ ലോകലൈംഗികതയുടെ പത്തി. ഒരു ശരീരത്തിലേക്ക് നോക്കാതിരുന്നാൽ ലൈംഗികവികാരം ഉണ്ടാവുകയില്ല എന്ന വിശ്വാസവും ഇവിടെ തീവ്രമാണ്. ശരീരത്തിന്റെ സഞ്ചാരങ്ങൾ ദൃശ്യങ്ങളുടെ വഴികളിലൂടെ മാത്രമാണ് സാധ്യമാവുന്നത് എന്ന ധാരണയാണ് ഈ വിശ്വാസത്തിനടിസ്ഥാനം. സാമാന്യയുക്തിക്കുപോലും നിരക്കാത്തതാണ് അത്. മനുഷ്യർ തമ്മിൽ കാണാതെ പ്രണയിക്കുന്നതിനെക്കുറിച്ച് നന്നായി അറിയുന്ന ആധുനികലോകത്തിൽ ഈ വിശ്വാസം ഒരസംബന്ധമായി മാറുന്നു. ഇണയുടെ വാക്കുകൾ, സ്വരങ്ങൾ, ഗന്ധം, സന്ദേശങ്ങൾ എന്തിന് ഇണയുമായി ബന്ധപ്പെട്ടവരുടെ സ്വരങ്ങളും അനുരാഗികളുടെ മനസിനെ ഉത്തേജിപ്പിക്കുന്നു എന്നത് സാർവത്രികമായി അംഗീകരിക്കപ്പെട്ട ഒരുകാര്യമാണ്.

സീതയുടെ ശബ്ദവും ഗന്ധവും സംഭാഷണങ്ങളും നിത്യവും കേൾക്കുന്ന ലക്ഷ്മണൻ സീതയെ നോക്കിയിരുന്നില്ലെങ്കിൽ അതിനർഥം സീതയോടുള്ള തീവ്രമായ ലൈംഗികാഭിനിവേശം ഭാര്യയുമായി അകന്നുനിൽക്കുന്ന അയാളിൽ കത്തിനിന്നിരുന്നുവെന്നാണ്. അങ്ങനെ ഒരു ഭാഗത്ത് ഏകപത്നീവ്രതത്തിൽ അധിഷ്ഠിതമായ അല്ലെങ്കിൽ വിവാഹബന്ധത്തിലധിഷ്ഠിതമായ സദാചാരസങ്കൽപ്പം. മറുഭാഗത്ത് അതിർത്തി

കളില്ലാത്ത ഭോഗാസക്തി. ഇതാണ് ഇന്ത്യൻ ലൈംഗികസങ്കൽപ്പത്തിന്റെ അടിസ്ഥാനസ്വഭാവം.

വാത്മീകിരാമായണത്തിൽ സാക്ഷാൽ ശ്രീരാമൻ തന്നെ എങ്ങനെ ഈ സദാചാരസങ്കൽപ്പത്തെ ഭേദിക്കുന്നുവെന്ന് നോക്കാം. ഉത്തരകാണ്ഡം 42–ാം സർഗത്തിൽ രാമൻ സീതാദേവിയോടും അനേകം സുന്ദരികളോടുംകൂടി കുടിച്ചുകൂത്താടുന്ന രംഗമുണ്ട്. രാമൻ സീതയെ മദ്യം കുടിപ്പിക്കുന്നു. തുടർന്ന് അപ്സരസുകളും അനേകം സുന്ദരികളും ചേർന്ന് നൃത്തംചെയ്യുന്നു. രാമൻ ആ സുന്ദരികളെ വളരെ നന്നായി രമിപ്പിച്ചു.

ലൈംഗികതയെ സംബന്ധിച്ച ഈ കപട ആദർശവൽക്കരണം സ്ത്രീയെ നൂറ്റാണ്ടുകളായി തടവിലിടുകയായിരുന്നു. അശോകവനി ഒരു തടവറയാണ്. വനവാസം മറ്റൊരു തടവറ. പരിത്യാഗം മറ്റൊരു തടവറ. ആ തടവറകളിലെ ക്രൂരമായ പീഡനങ്ങളാണ് അഗ്നിപ്രവേശവും മറ്റും. ലൈംഗികതയെ സംബന്ധിച്ച ഈ ആദർശവൽക്കരണങ്ങളെ പുതിയ കാലഘട്ടത്തിലെ കവികൾ പ്രശ്നവൽക്കരിച്ചിട്ടുണ്ട്. ലൈംഗികതയെ പാപമായി മുദ്രകുത്തുന്ന ആദർശാത്മക പ്രണയം പുരുഷന്റെയും സ്ത്രീയുടെയും സ്വത്വത്തെ തന്നെ തകർക്കുന്നതാണ് എന്നതിന്റെ തെളിവാണ് ആശാന്റെയും മറ്റു കാൽപ്പനിക കവികളുടെയും കൃതികൾ.

രതിയെ കുറ്റകരമായ പ്രവൃത്തിയായി വ്യാഖ്യാനിക്കുന്ന മതബോധമാണ് ആദർശപ്രണയത്തിനുള്ള സാമൂഹികാന്തരീക്ഷം തീർക്കുന്നത്. സ്നേഹിക്കുന്നതിനേക്കാൾ സ്നേഹിക്കപ്പെടുന്നതിനുവേണ്ടി കാമിക്കുന്ന ആൺ, പെൺ മനസുകൾ തമ്മിൽ യഥാർഥത്തിൽ പങ്കുവയ്ക്കുന്നത് ആത്മബോധാധിഷ്ഠിതമായ പ്രണയാനുഭവമല്ലെന്ന്, നവമനശ്ശാസ്ത്രവിശകലനങ്ങൾ സാക്ഷ്യപ്പെടുത്തുന്നുണ്ട്.

മലയാള കവികളും നോവലിസ്റ്റുകളും എല്ലാംതന്നെ പ്രണയത്തെ പരിചരിച്ച രീതി പെണ്ണിനോടുള്ള അവരുടെ നിലപാടുകൾ തന്നെയാണ് വെളിപ്പെടുത്തുന്നത്. ലൈംഗികതയെ ഹീനകൃത്യമായി വിഭാവനം ചെയ്യുന്ന അബോധധാരണ പുരുഷാധിപത്യത്തിന്റെ പ്രത്യയശാസ്ത്രമാണ്. മിഷേൽ ഫൂക്കോ *ലൈംഗികതയുടെ ചരിത്രം* എന്ന ഗ്രന്ഥത്തിൽ പറയുന്നത് ലൈംഗികതയ്ക്ക് ഒരു രാഷ്ട്രീയലക്ഷ്യമുണ്ടെന്നാണ്. രതിയെ വിലക്കാൻ വർഗപരമായ കാരണമുണ്ട്. മുതലാളിത്തയുഗത്തിൽ തൊഴിലാളി രതിജീവിതമാസ്വദിച്ചാൽ അവരുടെ തൊഴിൽശേഷിയെ എങ്ങനെ കൃത്യമായി ചൂഷണം ചെയ്യാൻ കഴിയുമെന്ന് ഫൂക്കോ ചോദിക്കുന്നു.

ലൈംഗികതയുടെ തുറന്ന പ്രകാശനത്തെ അശ്ലീലസാഹിത്യമായി വിലയിരുത്തുന്നത് ലൈംഗികവൈകല്യത്തിന്റെ ലക്ഷണമാണെന്ന് അധികമാരും മനസിലാക്കിയിട്ടില്ല. അതുകൊണ്ടാണ് മാധവിക്കുട്ടിയുടെ രചനകൾ നമ്മുടെ യാഥാസ്ഥിതികരിൽ അസ്വസ്ഥതകൾ സൃഷ്ടിച്ചത്. ശരീരത്തെ മനസിൽനിന്നും വെട്ടിപ്പിളർക്കുന്ന പരമ്പരാഗത മതസങ്കൽപ്പം,

രതിയെ രഹസ്യമായി ആസ്വദിക്കുകയും പരസ്യമായി തള്ളുകയും ചെയ്യുന്നു. മധ്യകാല ക്രൈസ്തവസാഹിത്യകൃതികൾ വായിച്ചാൽ ഇത് സ്പഷ്ടമാകും. മധ്യകാല ഇന്ത്യൻ ബ്രാഹ്മണ്യസംസ്കാരവും നമ്മുടെ പൊതുബോധത്തിൽ അടിച്ചേൽപ്പിച്ചത് ഈ ബോധമാണ്. നമ്മുടെ നവോത്ഥാനനായകർ, കഠിനമായ മതബോധം നിലനിർത്തിയ പരിഷ്കർത്താക്കളായിരുന്നു. എന്നാൽ സഹസ്രാബ്ദങ്ങളുടെ പഴക്കമുള്ള രതിസങ്കൽപ്പത്തെ പരിഷ്കരിക്കാൻ ഇന്ത്യൻ നവോത്ഥാനത്തിനു സാധിച്ചില്ല എന്നതാണ് കൗതുകകരം.

സതി, ആജീവനാന്തവൈധവ്യം, ശിശുഹത്യ, അയിത്തം തുടങ്ങിയ അനാചാരങ്ങൾക്കെതിരെ പൊരുതുകയും സ്ത്രീകളുടെ മൗലികാവകാശങ്ങൾക്കുവേണ്ടി നിലകൊള്ളുകയും ചെയ്യുമ്പോഴും പാരമ്പര്യനിഷ്ഠമായ രതിബോധത്തെ പരിഷ്കരിക്കാൻ നമ്മുടെ നവോത്ഥാനത്തിനു സാധിച്ചില്ല. അതുകൊണ്ടാണ് കുമാരനാശാനും തന്റെ കൃതിയിൽ ഉടലിനെ പ്രണയത്തിന്റെ ശത്രുവായി വിഭാവനം ചെയ്തത്. 'മാംസനിബദ്ധമല്ല രാഗം' എന്ന് ആശാനെഴുതുമ്പോൾ ഉടലിൽനിന്നും പ്രണയത്തെ പറിച്ചെടുക്കുകയായിരുന്നു. ശരീരങ്ങൾ തമ്മിലുള്ള ആത്മബന്ധത്തെ നീചമായി കാണുന്ന ധാരണ, ലൈംഗികനിരോധനത്തിന്റെ ഭാഗമാണെന്ന് ഫ്രോയിഡ് പറയുന്നുണ്ട്. ഈ നീചത്വസങ്കൽപ്പം, അബോധ മനസിൽ പാപബോധമായി രൂപംകൊള്ളുന്നു. ഈ പാപബോധത്തിൽനിന്നും മോചനം പ്രാപിക്കാനുള്ള ഉപബോധമനസിന്റെ സാന്ദ്രതൃഷ്ണയാണ് പ്രണയഭാവനയ്ക്ക് തിരികൊളുത്തുന്നത്. അങ്ങനെയാണ്, ആശാനെപ്പോലെ ടാഗോറും പ്രണയത്തിന് നിസ്തുലമായ ആധ്യാത്മികഭാവം പകരുന്നത്.

പ്രണയത്തിന്റെ ശ്മശാനങ്ങളാണ് ആശാൻ കൃതികളിലെ കുടുംബം. ആശാന്റെ കവിതകളിൽ കുടുംബമുണ്ട്. ആ കുടുംബത്തിൽ അമ്മയുണ്ട്. അച്ഛനുണ്ട്, സഹോദരനുണ്ട്. പക്ഷേ പ്രണയികളായ സ്ത്രീകൾ ഇല്ല. *ദുരവസ്ഥ*യിൽ മാത്രമാണ് പേരിനൊരു കുടുംബം നിലനിൽക്കുന്നത്. ഈ കുടുംബമാവട്ടെ, സാവിത്രി അന്തർജനത്തിന്റെ ബ്രാഹ്മണമൂല്യങ്ങളിലേക്ക് ചാത്തൻ പുലയന്റെ സ്നേഹവായ്പിനെ ഹൈജാക്ക് ചെയ്യുന്നതുമാണ്. *നളിനി*യിലും *ലീല*യിലും ഫ്യൂഡലിസവും മുതലാളിത്തവും സ്ഥാപനവൽക്കരിച്ച കുടുംബത്തെ തച്ചുടയ്ക്കുന്ന വിധ്വംസകതയ്ക്ക് ആശാൻ തുടക്കമിടുന്നുണ്ട്. *ചണ്ഡാലഭിക്ഷുകി*യിൽ മാതംഗിയെ വ്യവസ്ഥാപിത ലിംഗമൂല്യത്തിലേക്ക് ആശാൻ അപഹരിക്കുന്നു.

സന്യാസത്വം എന്ന ബ്രാഹ്മണരീതി ഏറ്റവും വിനാശകരമായ സ്ത്രീവിരുദ്ധതയാണ്. കാരണം, സന്യാസത്തിൽ സ്ത്രീയുടെ നൈസർഗികവികാരങ്ങളും സ്വത്വവും സാമൂഹികബന്ധങ്ങളും നിരാകരിക്കപ്പെടുന്നു. സ്ത്രീയിലേക്ക് സന്യാസത്വം അടിച്ചേൽപ്പിക്കപ്പെടുന്നതാണത്. സ്ത്രീശരീരം വർജ്യമാണ് എന്ന ധാരണയാണ് സന്യാസത്വത്തിന്റെ അടിസ്ഥാനം. ഇത് മൊത്തത്തിൽ മനുഷ്യർ തമ്മിലുള്ള ലൈംഗികബന്ധത്തെ

നിരാകരിക്കുന്നതിലേക്ക് നയിക്കുന്നു. ആശാൻ കൃതികളിലൂടെ സഞ്ചരിച്ചാൽ, പുരുഷാധിഷ്ഠിത കുടുംബഘടന അവയിൽ ചത്തുമലച്ചു കിടക്കുന്നത് കാണാം. ആ ജഡകുടുംബ ശരീരത്തിൽനിന്നുകൊണ്ട്, പെൺമനസ്സ് നടത്തുന്ന താണ്ഡവമാണ് ആശാന്റെ പ്രണയം.

ഈ താണ്ഡവമാടുന്ന ആശാന്റെ നായികമാർ നടത്തുന്ന മൃത്യുത്സവമാണ് പ്രണയം. പിഴുതെറിയുന്ന നവോത്ഥാനം ഫ്യൂഡൽ കുടുംബത്തെ പരിഷ്കരിക്കുകയും നവീകരിക്കുകയും ചെയ്യുന്ന ചരിത്രദൗത്യമാണ് നിറവേറ്റിയത്. ചരിത്രപരമായ ഈ നവീകരണത്തിൽ തെളിഞ്ഞുനിന്നത്, ബൂർഷ്വാവ്യക്തി മൂല്യങ്ങളുടെ രൂപവൽക്കരണമായിരുന്നെങ്കിൽ, ഈ ബൂർഷ്വാവ്യക്തിയുടെ അബോധമണ്ഡലങ്ങളിൽ കുടുംബഘടനയുടെ തായ്‌വേരുകൾ തന്നെ പ്രഹരമൂർച്ഛയായി പ്രണയം വികസിച്ചതിന്റെ രസതന്ത്രം എന്താണ്? 20–ാം ശതകത്തിലെ അസ്തിത്വവാദാത്മക ഈശ്വരനിഷേധത്തിലെ അരാജക നിലപാട്, ശ്രീനാരായണശിഷ്യനായ ആശാന്റെ പ്രണയശരീരത്തിൽ ചേക്കേറിയത് ഏതു വഴിയിലൂടെയാണ്? ബൂർഷ്വാകുടുംബ നിരാകരണത്തോളമെത്തുന്ന പ്രണയഭാവനയാണ് ആശാന്റെ കവിതകളെ ദീപ്തമാക്കുന്നത്. തന്റെ നായികമാരുമായി അഗാധമായി തന്മയീഭവിക്കുകയും പുരുഷകഥാപാത്രങ്ങളെ ആദർശവൽക്കരിക്കുകയും ചെയ്യുകയെന്നതാണ് ആശാൻ കവികർത്തവ്യത്തിന്റെ ആവിഷ്കാരപരമായ നിയോഗം.

സ്ത്രീസ്വത്വവുമായി വൈകാരികമായി തന്മയീഭവിക്കുകയും പുരുഷനായകന്മാരുമായി ബൗദ്ധികമായി പ്രതിനിധീഭവിക്കുകയും ചെയ്യുകയെന്ന കുമാരനാശാന്റെ നിയോഗത്തിന് ഈഡിപ്പസ്ഘട്ടത്തിന്റെ മനഃശാസ്ത്രഭാവുകത്വമാണുള്ളത്. മാതൃരതി അഥവാ മാതൃപ്രണയമെന്ന നിഗൂഢതൃഷ്ണയാണ് നായികമാരുടെ വിലോഭന കാമനയുമായി തന്മയീഭവിക്കാൻ ആശാനെ പ്രചോദിപ്പിച്ചത്. ഈ മാതൃഅനുരാഗത്തിന്റെ വിപരീതഭാവമാണ് ശരീരത്തെ നിരാകരിച്ചുകൊണ്ട് ആദർശപ്രണയത്തെ ഉദാത്തവൽക്കരിക്കുകയെന്നത്. ഇങ്ങനെ നായികമാരുടെ ദുരന്തപര്യവസാനത്തിലൂടെ ആദർശവൽക്കരിക്കപ്പെടുന്ന ആശാന്റെ പ്രണയസങ്കൽപ്പത്തിൽ ഉടലും ആത്മാവും രണ്ടു വിപരീത ദ്വന്ദ്വമായി നിലകൊള്ളുന്നു.

പെൺശരീരത്തെ രഹസ്യമായി ആഘോഷിക്കുകയും ഭ്രാന്തമായി ഭോഗിക്കുകയും പരസ്യമായി വർജിക്കുകയും ചെയ്യുന്ന ഫ്യൂഡൽ കാമനയുടെ ജീവിതദർശനമാണ് പൗരോഹിത്യവും പിന്തുടർന്നത്. ഈ ജീവിതവീക്ഷണത്തിന്റെ വൈരുധ്യമാണ് *കരുണ*യിലെ നായികയായ വാസവദത്തയെ ചുടുകാട്ടിൽ വെട്ടിത്തറച്ച് പ്രദർശിപ്പിക്കുന്നത്. ആശാന്റെയെന്നല്ല, വിശ്വസാഹിത്യത്തിലെ തന്നെ ഏറ്റവും പ്രോജ്വലമായ പ്രണയവായ്പാണ് വാസവദത്തയുടേത്. കാരണം, ശാരീരികമായ കാമനകൾക്ക് വിരുദ്ധമല്ലാത്തതും എന്നാൽ, ശാരീരികത മാത്രമല്ലാത്തതുമായ തീക്ഷ്ണപ്രണയം, സാധാരണ പെണ്ണിൽ ഉണ്ടാവുക അസാധ്യമാണ്.

ശരീരകാമനകൾക്കപ്പുറത്തേക്ക് സഞ്ചരിക്കുന്ന ഒരു പെണ്ണിന്റെ

പ്രണയാഭിലാഷം, സന്യാസത്തിലേക്ക് വികസിക്കുകയാണ് സാധാരണ പതിവ്. ശരീരകാമനകൾക്കപ്പുറത്തേക്ക് വിഹരിക്കാനിഷ്ടപ്പെടുന്നില്ലെങ്കിൽ അവൾ സ്വാഭാവികമായും ശരീരമാത്രമായ സാധാരണദാമ്പത്യത്തിന് അടിപ്പെടുന്നു. എന്നാൽ, ഉടലിന്റെ നൈസർഗിക കാമനകളെ ഒരതിരുവരെ സംതൃപ്തമാക്കിയ വാസവദത്തയെന്ന അഭിസാരികയ്ക്ക് ഈ പരിമിതികളെ മറികടന്ന്, ഉപഗുപ്തനിലെ സന്യാസ നിരപേക്ഷമായ യുവപൗരുഷത്തെ സമ്പൂർണമായി സ്നേഹിക്കാൻ കഴിയുന്നു. എന്നാൽ ഉപഗുപ്തനിലെ ഫ്യൂഡൽ പുരുഷൻ (ബ്രാഹ്മണസന്യാസി) വാസവദത്തയുടെ പ്രണയകാമനകളെ നിഷ്കരുണം നിഷേധിക്കുന്നു. കാരണം വാസവദത്തയിലെ തുടിക്കുന്ന പെൺമനസ്സ് കാണാൻ സന്യാസിക്ക് കഴിയുന്നില്ല. ശരീരഭീതിയും ബ്രഹ്മചര്യസങ്കൽപ്പവും ചേർന്ന് സ്ത്രീവിരുദ്ധതയായി അത് മാറുന്നു. വാസവദത്തയെ ത്രസിക്കുന്ന മാംസളദളങ്ങളായിമാത്രം വിഭാവനം ചെയ്യാൻ കഴിയുന്ന പ്രാചീന സ്ത്രീസങ്കൽപ്പത്തിന്റെ ലോകത്തിലാണ് സന്യാസി. ആ സങ്കൽപ്പത്തിൽനിന്ന് വാസവദത്തയെ കാണുന്ന സന്യാസി തന്റെ മുമ്പിൽ അറുത്തുമുറിക്കപ്പെട്ട ശരീരഭാഗങ്ങളെ തുറന്ന് നിരീക്ഷിക്കുമ്പോൾ അത് പുരുഷഹിംസയായി മാറുന്നു.

ആശാന്റെ *വീണപൂവി*ലും ഇങ്ങനെ പുരുഷൻ പെണ്ണിന്റെ ഉടലിനെ ഒന്നൊന്നായി നിരീക്ഷണം നടത്തുന്ന ഹിംസാത്മകതയുണ്ട്. വൈരാഗ്യമേറിയ വൈദികൻ, ഭീരു എന്നിങ്ങനെ ആരുമാവട്ടെ.... നിന്നെ നോക്കി നിൽക്കുന്ന മിഴിയുള്ളവർ എല്ലാം ആശാൻകൃതിയിൽ പുരുഷന്മാരാണ്. ഇവിടെ നോട്ടമെന്ന ഭോഗാത്മകതയ്ക്ക്, ഹിംസാത്മകതയ്ക്ക് ഇരയാവുന്നത് പെണ്ണ്. വീണുകിടക്കുന്ന പൂവിനുചുറ്റും പറക്കുന്ന വണ്ടിന്റെ ഭോഗതൽപ്പരതയുടെ പ്രതിനിധാനം തന്നെയാണ്, വാസവദത്തയുടെ സമീപത്ത് നിൽക്കുന്ന സന്യാസിയും. മലയാളി സംസ്കാരത്തിന്റെ മസ്തിഷ്കത്തിൽ വ്യാപനം ചെയ്യപ്പെട്ട നഗ്നമായ സ്ത്രീവിരുദ്ധതയെയും പുരുഷാധീശ പ്രത്യയശാസ്ത്രബോധത്തെയും അബോധപൂർവമായി പ്രശ്നവൽക്കരിക്കുന്നതാണ് ആശാന്റെ പ്രണയസങ്കൽപ്പം.

ബ്രാഹ്മണ്യപ്രത്യയശാസ്ത്രം കേരളീയ സമൂഹത്തിൽ പ്രക്ഷേപിച്ച സ്ത്രീവിരുദ്ധ സങ്കൽപ്പനങ്ങളെ സമർഥമായി മറച്ചുവയ്ക്കുക മാത്രമേ, കാൽപ്പനികപ്രണയം ചെയ്തിട്ടുള്ളൂവെന്ന് പറയാം. കൊളോണിയൽ കാലഘട്ടത്തിലെ വിക്ടോറിയൻ സദാചാരവുമായി ഇടകലർന്ന രതിസങ്കൽപ്പമാണ് കാൽപ്പനികപ്രണയം. മാംസനിബദ്ധമായ മലയാളിസമൂഹത്തിൽ ഹൃദയബദ്ധമായ പ്രണയം അടിച്ചേൽപ്പിക്കപ്പെടുമ്പോൾ, അത് സ്ത്രീയെ നിർവചിക്കുന്ന രീതിശാസ്ത്രമായി മാറിയെന്നതാണ് സംഭവിച്ചത്. സ്ത്രീ പ്രണയിക്കാൻ കൊള്ളാത്തവളും പുരുഷൻ ആത്മാർഥ പ്രണയത്തിന്റെ മാതൃകയും അതിന്റെ രക്തസാക്ഷിയുമെന്ന സ്ത്രീവിരുദ്ധധാരണ പ്രക്ഷേപിക്കുകയായിരുന്നു ചങ്ങമ്പുഴയുടെ *രമണൻ.*

സീത, ദ്രൗപദി, ഊർമിള, അഹല്യ, കുന്തി, ഗാന്ധാരി, ശൂർപ്പണഖ,

താടക, അംബ, അംബിക, അംബാലിക, സത്യവതി, സാവിത്രി, ശകുന്തള, ചിത്ര എന്നീ കഥാപാത്രങ്ങളെല്ലാംതന്നെ ദുരന്തത്തിന്റെ അഗാധഗർത്തങ്ങളിലേക്ക് പതിച്ചവരാണ്. പുരുഷാധിപത്യത്തിന്റെ ഇരകളായിരുന്ന ഈ സ്ത്രീസ്വത്വങ്ങളെ സൃഷ്ടിച്ചത് പുരുഷപ്രണയത്തിന്റെ ആദർശവൽക്കരണം തന്നെയാണ്. അഥവാ പുരുഷകേന്ദ്രിതമായ ലൈംഗികസങ്കൽപ്പംതന്നെയാണ്. *ചിന്താവിഷ്ടയായ സീത*യിൽ പുരുഷാധിപത്യത്തിന്റെ അപമാനവീകരണ ശ്രമങ്ങളെ ആശാൻ സീതയിലൂടെ വിചാരണ ചെയ്യുമ്പോഴും *കരുണ*യിൽ ഇതേ തിരസ്കരണത്തിന്റെ മൂല്യമുപയോഗിച്ച് അഥവാ പുരുഷാധീശത്വ പ്രത്യയശാസ്ത്രമുപയോഗിച്ച് വാസവദത്തയുടെ പീഡിത ഉടലിനെ സന്യാസിക്ക് കാഴ്ചവയ്ക്കുന്നു. ഉപഗുപ്തനെന്ന സന്യാസിയാണ് വാസവദത്തയുടെ ശരീരത്തെ വിധിയെഴുതുന്നത്. പാപപങ്കിലമായ ശരീരമാണ് വാസവദത്തയുടേത് എന്നാണ് *കരുണ*യിലെ ഉപഗുപ്തന്റെ വിധി. പുരുഷാധിപത്യമൂല്യങ്ങളുടെ സംരക്ഷകനായ സന്യാസിയുടെ പാദാരവിന്ദങ്ങളുടെ സാന്നിധ്യത്തിലൂടെമാത്രമേ പുരുഷന്റെ ഭോഗാസക്തിയുടെ ഇരയായ സ്ത്രീക്ക് മോക്ഷമുള്ളൂ എന്ന അധിനിവേശകന്റെ പാഠമാണ് ആശാൻ മലയാളിക്ക് പകർന്നുനൽകുന്നത്.

ടോണി മോറിസൻ എന്ന അമേരിക്കൻ നോവലിസ്റ്റ് തന്റെ *ബിലവഡ്* എന്ന നോവലിൽ സെഥെ എന്ന കറുത്ത സ്ത്രീയെ ആവിഷ്കരിക്കുന്നത് ഇവിടെ സ്മരണീയമാണ്. വെള്ളക്കാരുടെ ലൈംഗിക ആസക്തിയുടെ ഇരയായ സ്ത്രീ, സ്വന്തം കുഞ്ഞിനെ കൊലചെയ്യുകയാണ്. അത്യഗാധമായ മാനസിക സംഘർഷം അനുഭവിക്കുന്ന സെഥെ, ഒരിക്കലും പുരുഷന്റെ അധിനിവേശപാദങ്ങളിൽ മോക്ഷത്തിനായി വീഴുന്നില്ല എന്നത് ശ്രദ്ധേയമാണ്. നവകൊളോണിയൽ സാംസ്കാരികാധിനിവേശ കാലഘട്ടത്തിൽ രചിക്കപ്പെട്ട ഈ ഉത്തരകൊളോണിയൽ സ്ത്രീവാദകൃതി പ്രാക്-മുതലാളിത്ത കാലഘട്ടത്തിലെ രചനകളിലെ സ്ത്രീപരിചരണത്തെ തിരിച്ചറിയാൻ സഹായകമാണ്.

കന്യകാത്വം, ചാരിത്രവതി തുടങ്ങിയ പുരുഷാധിഷ്ഠിത മൂല്യങ്ങൾ പുനരുൽപ്പാദിപ്പിച്ച പ്രതിലോമപെൺസ്വത്വത്തെ സാംസ്കാരികഭൂമികയിൽ ദൃഢീകരിക്കുകയാണ് തകഴി തന്റെ *ചെമ്മീനി*ലൂടെ ചെയ്യുന്നത്. പാപബോധം പ്രക്ഷേപിക്കുന്ന പ്രചോദകസ്രോതസായിട്ടാണ് ഒ വി വിജയൻ തന്റെ *ഖസാക്കിന്റെ ഇതിഹാസ*ത്തിൽ സ്ത്രീയെ ബിംബവൽക്കരിക്കുന്നത്. വൈലോപ്പിള്ളിയാകട്ടെ സ്ത്രീയെ ചപലാനുരാഗത്തിന്റെ വിലോഭനീയ മാതൃകയായി കാൽപ്പനികവൽക്കരിക്കുന്നു. "കന്യകമാർക്കു നവാനുരാഗങ്ങൾ ക്രമശോണ സ്ഫടിക വളകൾ..." എന്ന വൈലോപ്പിള്ളിയുടെ കാൽപ്പനികവൽക്കരണത്തിൽ പുരുഷന്റെ മുൻനിശ്ചയങ്ങളാണ് സ്ത്രീത്വത്തെ വ്യാഖ്യാനിക്കുന്നത്.

വീണതൻകുടംപോലാ നിതംബം വീണുരുമ്പുന്ന വേണികദംബം എന്ന സ്ത്രീശരീര നിർമിതി ഫ്യൂഡൽപുരുഷ സങ്കൽപ്പത്തിലെ പെണ്ണു

ടലിന്റെ വിവർത്തനം തന്നെയാണ്. ഫ്യൂഡൽപുരുഷന്റെ പുരുഷാധിഷ്ഠിത സൗന്ദര്യശാസ്ത്രത്തെ കവിതയിലേക്കു വിവർത്തനം ചെയ്യുകയെന്ന പ്രത്യയശാസ്ത്രദർശനത്തെ വൈലോപ്പിള്ളിയും വള്ളത്തോളുമെല്ലാം തന്നെ കേരളീയ സാംസ്കാരിക മനസിൽ നിർവഹിക്കുകയായിരുന്നു. 'വെണ്ണതോൽക്കുമുടലിൽ സുഗന്ധിയാമെണ്ണതേച്ചരയിലൊറ്റമുണ്ടു'മായി നിൽക്കുന്ന പാർവതിയുടെ റീമേക്കിങ് ആയിരുന്നു വൈലോപ്പിള്ളിയുടെ പെണ്ണുടലും. *കുടിയൊഴിക്കലിൽ* ഒരു പേരുപോലുമില്ലാത്ത ദളിത് സ്ത്രീ പുരുഷകാമനയുടെ നക്ഷത്രപഥത്തിന് ചുറ്റും കറങ്ങുന്ന കാമ്യശരീരംമാത്രമാണ്. ഇങ്ങനെ മനസിൽനിന്ന് അറുത്തുമാറ്റപ്പെട്ട ഉടലുകളുടെ തിങ്ങിപ്പൊങ്ങുന്ന സാമീപ്യം സൃഷ്ടിക്കുകയെന്നതിൽ കവിഞ്ഞ് മലയാളകവിതയിൽ ആത്മബോധമുള്ള, ലിംഗനീതിയിലധിഷ്ഠിതമായ, ശരീരമാത്രമല്ലാത്ത സ്ത്രീയെ ആവിഷ്കരിച്ച കവികൾ വളരെ കുറവാണ് എന്നുതന്നെ പറയാം.

കടമ്മനിട്ടയാണ് ലിംഗനീതിയിലധിഷ്ഠിതമായ ലൈംഗികവൽക്കരിക്കപ്പെടാത്ത വ്യക്തിസ്വത്വമായി സ്ത്രീയെ ആവിഷ്കരിക്കുന്നതിൽ ജാഗ്രത പ്രകടിപ്പിച്ചത്.

പുരുഷാധിഷ്ഠിത പ്രണയപരിചരണത്തെ നിരാകരിച്ച് ഉടലും മനസും ഉൾച്ചേർന്ന് സ്ത്രീയുടെ സ്വത്വം കവിതയിൽ തിരിച്ചെടുക്കുകയെന്ന സാമ്യമകന്ന ദൗത്യമാണ് കടമ്മനിട്ട സാക്ഷാൽക്കരിച്ചത്. ഉടൽഭീതിയകന്ന മനുഷ്യസ്നേഹത്തിന്റെ ലോകത്തിൽ, മനസ്സ് എന്ന ആദർശവൽക്കരണം അപ്രത്യക്ഷമാവുകയും ശരീരത്തിൽ ജീവസ്പന്ദനങ്ങൾ സർഗാഭമായ വിമോചന ചക്രവാളത്തിലേക്കു വികസിക്കുകയും ചെയ്യുന്ന അന്യൂനമായ അനുഭൂതിവിശേഷമായി കടമ്മനിട്ടയുടെ കവിതയിൽ, കാമം മാറുന്നു. അങ്ങനെ നിന്നെ കാമിക്കുന്നുവെന്ന് തുറന്നു പറയുന്ന കറുത്തവന്റെയും സ്വച്ഛന്ദജീവപ്രപഞ്ചം മലയാളകവിതയിൽ വസന്തമായി വിടരുകയും ചെയ്യുന്ന നിരുപമമായ അനുഭവമാണ് കടമ്മനിട്ടക്കവിതകൾ. അധ്വാനിക്കുന്ന പുറാളികളായ ജനതയുടെ പൗരാണികപ്രേമത്തിന്റെ വർണമാണ് കറുപ്പ്. അത് ഇന്ത്യയുടെ നിറമാണെന്ന് അടയാളപ്പെടുത്തുന്ന പ്രതിപ്രണയസങ്കൽപ്പമാണ് കടമ്മനിട്ടക്കവിത.

അരുന്ധതീ റോയിയും ദളിത് ലൈംഗികതയും

ടോണി മോറിസണിന്റെ നോവലിന്റെ പ്രചോദനത്തിൽ രചിക്കപ്പെട്ട അരുന്ധതി റോയിയുടെ *ഗോഡ് ഓഫ് സ്മോൾ തിങ്സിൽ* അമ്മുവിന്റെ ഭഗ്നപ്രണയം പക്ഷേ, മലയാള സാഹിത്യത്തിലെ ഏറ്റവും തീക്ഷ്ണപ്രണയകാലമാണ്. ഒക്ടോവിയ പാസ് വിഭാവനംചെയ്യുന്ന പ്രണയ കലാപത്തിന്റെ മിന്നൽപ്പിണറുകൾ തന്നെയാണ് അമ്മുവിനെ വെളുത്തയിലേക്ക് ആകർഷിക്കുന്നതും. ഫ്യൂഡൽ ലൈംഗികതയെ പ്രണയമായി പ്രതിഷ്ഠിച്ച മലയാളസാഹിത്യപാരമ്പര്യത്തെ മറിച്ചിടുകയായിരുന്നു അരുന്ധതി റോയി. ഭർത്താവ്, തന്നെ കൊളോണിയൽ മാനേജർക്ക് കാഴ്ച

വയ്ക്കാൻ ശ്രമിച്ചപ്പോൾ വിവാഹബന്ധം വേർപെടുത്തി അയ്മനം ഗ്രാമത്തിലേക്ക് തിരിച്ചുവന്ന പരിത്യക്തയായ അമ്മു ദളിതനായ വെളുത്തയുമായി സംഗമിക്കുന്ന ഈ ചിത്രത്തിൽ ശരീരങ്ങൾക്ക് കർതൃത്വഭാവമുണ്ട്. ശരീരത്തെ ജഡമാക്കി നിർത്തി, പ്രണയത്തെ ശബ്ദം കൊണ്ടാവിഷ്കരിക്കുന്ന കപടകലയെയാണ് അരുന്ധതി റോയി ഇവിടെ ഭേദിക്കുന്നത്. ഇവിടെ നോവലിന്റെ രൂപവും ഭാഷയും കലാപത്തിന്റെ സാംസ്കാരികനിർമിതി തേടുന്നു.

പുറാളികളുടെ പ്രണയം ഒരു യുദ്ധമാണെന്നും അത് രക്തംകൊണ്ടുള്ള കവിതയാണെന്നും തെളിയിക്കാൻ വെളുത്തയെന്ന ദളിതന് സ്വയം രക്തസാക്ഷിയാകേണ്ടിവന്നു. ആദർശത്തിന്റെ കടലോരത്ത് അലഞ്ഞുതിരിയുന്ന കാമുകന്മാർക്ക് ധീരമായ പ്രണയമെന്നത് അപ്രാപ്യമാണ്. ചെറിമരങ്ങളെ പുഷ്പിണികളാക്കുന്ന വസന്തത്തെപ്പോലെ ആൺപ്രണയം, ഫ്യൂഡൽ ഭോഗാസക്തി തകർത്ത് പെൺഹൃദയത്തെ സ്പർശിക്കുന്നത് നാം കാണുന്നു. പ്രശസ്ത മാർക്സിസ്റ്റ് വിമർശകനായ ഐജാസ് അഹമ്മദ് നിരീക്ഷിക്കുന്നു "The novel, *God of small things* is a result of the author's attempt to integrate the form and the language".

ഫ്യൂഡൽ ലൈംഗികതയിൽനിന്നും ശരീരത്തെ വിമോചിപ്പിക്കുകയെന്നത്, തൊഴിലാളിവർഗ സൗന്ദര്യശാസ്ത്രത്തിന്റെ പ്രത്യയശാസ്ത്രപരമായ കടമയാണ്. ആൺ-പെൺ ശരീരം വർജിക്കപ്പെടേണ്ടതാണെന്ന ലൈംഗികാപഭ്രംശം, സന്യാസികൾക്കു കൊള്ളാം. എന്നാൽ ശരീരത്തിന്റെ യഥാർഥ സ്പന്ദനത്തെ വീണ്ടെടുക്കുകയെന്നത് ഭൗതികവാദികളുടെ ദൗത്യം തന്നെയാണ്. ഫ്യൂഡൽ ലൈംഗികതയെ ശരീരനിരാസവീക്ഷണംകൊണ്ട് പ്രതിരോധിക്കാമെന്നത് വന്ധ്യമായ വീക്ഷണം തന്നെയാണ്. ഈയൊരു പശ്ചാത്തലത്തിലാണ് അരുന്ധതിറോയിയുടെ നോവൽ നമ്മുടെ പരമ്പരാഗത വായനയ്ക്ക് അശ്ലീലമായി അനുഭവപ്പെട്ടത്. കൊളോണിയൽ അനന്തര കേരളീയ സമൂഹത്തിലെ ജാതീയതയുടെ പ്രച്ഛന്നസാന്ദ്രതയെ കറുത്തഹാസ്യവും കലാപാത്മകതയും കൊണ്ട് അധഃസ്ഥിതരുടെയും ബഹിഷ്കൃതരുടെയും പ്രതിരോധസംസ്കാരത്തിന്റെ ഗർത്തം തീർക്കുകയായിരുന്നു അരുന്ധതി റോയി.

സമകാലിക ഇന്ത്യൻ ആദിവാസി ജീവിതത്തെ സ്ഫോടനാത്മകമായി ആവിഷ്കരിക്കുന്ന സാന്താൾ കവയിത്രിയാണ് നിർമല പുതുൽ. ഹിന്ദിഭാഷയിലും സാന്താളി ഭാഷയിലും കവിതകൾ രചിക്കുന്ന നിർമല പുതുലിന്റെ *ഊരും പേരുമില്ലാത്തവൾ* (ചിന്ത പബ്ലിഷേഴ്സ്. പരിഭാഷ: കെ പി പ്രമീള)എന്ന കവിതാസമാഹാരം ഇന്ത്യയൊട്ടുക്കുമുള്ള ആദിവാസികളുടെ ഗോത്രത്തനിമയും ജീവിതാവസ്ഥകളും അകൃത്രിമമായ ഭാഷയിൽ ആവിഷ്കരിക്കുന്നു. ഒരേ ദേശരാഷ്ട്രത്തിന്റെ ഭൂമിശാസ്ത്രപരമായ അതിർത്തിക്കുള്ളിൽ ജീവിക്കുമ്പോഴും പരോക്ഷമായി ഒരു അന്യഭൂഖണ്ഡത്തിൽ ജീവിക്കേണ്ടിവരുന്ന ആദിവാസി സമൂഹത്തിന്റെ

അന്തർഭാവങ്ങളാണ് നിർമല പുതുൽ ഗോത്രസ്വത്വമുദ്രകളിലൂടെ വിടർത്തിയിടുന്നത്. കേരളീയ ആദിവാസി പുരാവൃത്തങ്ങളിലെ 'ഉത്തപ്പൻ-ഉത്തമ്മ' തുടങ്ങിയ രക്തംപുരണ്ട ഗോത്രോത്ഭവ മിത്തുകളും സാന്താളി ആദിവാസികളുടെ ആദിമമാതാവായ പിൽച്ചൂഅമ്മൂമ്മയുമെല്ലാം പൊതുവിൽ പങ്കുവയ്ക്കുന്ന ഇന്ത്യൻഗോത്രജീവിതാവസ്ഥകളുടെ ഇതിഹാസമാണ് നിർമല പുതുലിന്റെ *ഊരും പേരുമില്ലാത്തവൾ.*

'എന്റെ കുറ്റമെന്താണ്' എന്ന കവിത തുടങ്ങുന്നതിങ്ങനെയാണ്;

"ഞാനെന്ത് കുറ്റം ചെയ്തു
ഈ വിധം ഉപേക്ഷിച്ചീടാൻ
ഈ ദിവസത്തിനുവേണ്ടിയോ
ഇത്ര ഇഷ്ടത്തോടെ
തന്റെ വീടും കുടുംബവും പരിപാലിച്ചത്?
ചേർച്ചയിൽ കെട്ടിയുണ്ടാക്കി പായകൊണ്ടുള്ള
കുടിൽ, പിന്നെ അടുപ്പ്
ഈ ദിനം കാണാൻ വേണ്ടിയായിരുന്നോ?
മനസ്സ് നിറയുമ്പോഴേക്കും
പഴകിക്കീറിയ മുണ്ടുപോലെ
എന്നെ ഊരിയെറിയാനായിരുന്നോ?
....
ശരി എന്നെ പുറത്താക്കിക്കോളൂ
ഇഷ്ടപ്പെട്ടവളെ കൊണ്ടുവന്നോളൂ
എനിക്കു തടയാനാവില്ലല്ലോ
പക്ഷേ ഓർമയിരിക്കട്ടെ!
എപ്പോഴൊക്കെ വേദനിക്കുന്നുവോ
ശരീരത്തിന്റെ എണ്ണമറ്റ വടുക്കൾ
ഉണ്ടാകുന്നുവോ
എന്റെ മുറിവുകൾ
അന്തരംഗത്തിലെ നെടുവീർപ്പുകൾ
അതിൽ നിന്റെ ഹൃദയം വെന്തുകൊണ്ടിരിക്കും"

ആദിവാസിസാഹിത്യം അതിന്റെ വിമോചനാത്മക വിഷയങ്ങൾ മുന്നോട്ടുവയ്ക്കുമ്പോൾ ഗൃഹാന്തരീക്ഷത്തെയും സ്ത്രീകളുടെ പീഡനങ്ങളെയും മറച്ചുവയ്ക്കുന്നില്ല. മുഖ്യധാരാസാഹിത്യം വീടിന്റെ അകത്തളങ്ങളെ കൂടുതൽ മുഴുപ്പിക്കുകയും കൊഴിപ്പിക്കുകയും ചെയ്യുമ്പോൾ ആദിവാസി-ദളിത് സാഹിത്യം വീടിനകത്തെ ജീവിതത്തെ തൊലിയുരിച്ച് കാണിക്കുന്നു.

'ആദിവാസി സ്ത്രീകൾ' എന്ന കവിത തുടങ്ങുന്നതിങ്ങനെയാണ്;

'ദീനഹീനരും പഠിക്കാത്തവരെന്നാലും
ഹൃദയം തുറന്നത്
ദേഹം കറുത്തത്.

വെളുക്കെ ചിരിക്കുമ്പോൾ ധവളിമ
ആകാശം നിറയുന്ന, പടരുന്ന
വെളുത്ത കൊറ്റികളുടെ നിരയെന്നപോൽ
ചെത്തിപ്പൂവുകൾ കോർത്തിണക്കി
നിരത്തിയ തുടികളുടെ ശബ്ദത്തിൽ ആടുമ്പോൾ
അസമയത്ത് വസന്തമണയുന്നു
അവർ കാടിനെ, നദിയെ, കുന്നിനെ പ്രേമിക്കുന്നു
മണ്ണിനെ പാട്ടിനെ വിളവിനെ

രാവിന്റെ മൂകതയിൽ മുഖംപൊത്തിക്കരയുന്ന പുഴകളും കല്ലുകളുടെ നിലവിളികളും വഞ്ചിതരാവുന്ന സ്ത്രീകളുടെ എരിച്ചിലുകളും പങ്കുവയ്ക്കുന്ന കവിതകളാണിവ. പ്രകൃതിയിലെയും തങ്ങളുടെ ആവാസ വ്യവസ്ഥിതികളിലെയും സൂക്ഷ്മമായ ചലനങ്ങളെയും മാറ്റങ്ങളെയും തിരിച്ചറിയാനുള്ള കഴിവ് ആദിവാസി കവിതകളെ ശ്രദ്ധേയമാക്കുന്നു. പ്രകൃതിയെന്നത് ആദിവാസികളെ സംബന്ധിച്ചിടത്തോളം തങ്ങളിൽ നിന്നന്യമായി നിൽക്കുന്ന പ്രതിഭാസമല്ല. ഋതുക്കൾ വൃക്ഷത്തലപ്പുകളെ മാറ്റിമറിക്കുന്നതുപോലെ പ്രകൃതിയിലെ സൂക്ഷ്മ ചലനങ്ങൾ ആദിവാസികളുടെ ജീവിതത്തെ രൂപാന്തരപ്പെടുത്തുന്നു.

മുതലാളിത്ത ചൂഷണത്തിന്റെ ബഹുവിധരൂപങ്ങൾ ഗോത്രജീവിതത്തിന്റെ പ്രകൃതിജന്യമായ താളത്തെ അട്ടിമറിച്ചിരിക്കുന്നതിനെ പ്രശ്നവൽക്കരിക്കുന്നതാണ് സാന്താൾ കവിതകൾ. സാന്താൾ ആദിവാസികളുടെ തുടിച്ചേപ്പിൽ ഉയരുന്നത് തങ്ങളുടെ ജീവിതത്തെക്കുറിച്ചുള്ള ഉൽക്കണ്ഠകളാണ്. പ്രണയത്തെപ്പോലും ആദിവാസികവിത ആവിഷ്കരിക്കുന്നത്, ഈ ഉൽക്കണ്ഠകളുടെ ഭാഗമായാണ്. മധ്യവർഗ-മുഖ്യധാരാപ്രണയസങ്കൽപ്പത്തിൽ കമിതാക്കൾക്ക് ഒളിച്ചോടാനുള്ള അഭിനിവേശം തീവ്രമാണെങ്കിൽ, ആദിവാസിപ്പെണ്ണിനെ സംബന്ധിച്ചിടത്തോളം സ്വന്തം ഊരുകളിൽ പുതുജീവിതം നയിക്കാനുള്ള തീവ്രാഭിലാഷമായിട്ടാണത് പ്രവർത്തിക്കുന്നത്. അധ്വാനാധിഷ്ഠിതപ്രണയസങ്കൽപ്പമാണ് ഗോത്രജീവിതത്തിന്റെ സ്വത്വമുദ്രയായി പടരുന്നത്.

പാടത്തും ചേറ്റുവരമ്പിലും ആറ്റിൻ കരയോരത്തും തൊടിയിലും യജമാനഗൃഹങ്ങളിലും ഘോരവനാന്തരങ്ങളിലും വിയർപ്പൊഴുക്കുന്നവരുടെ തികട്ടലുകളും കലിപ്പുകളും ആത്മനൊമ്പരങ്ങളുമുൾച്ചേർന്ന ദാമ്പത്യസ്വപ്നങ്ങളാണ് ആദിവാസി സ്ത്രീകളുടേത്. സ്വന്തം ഗോത്രസ്ഥലികളുടെ പച്ചപ്പും സമൃദ്ധിയും കാത്തുരക്ഷിക്കാനുള്ള ഉൽക്കടമായ ദാഹവും മണലും കായലും പാറകളും മണ്ണും ജലവും കൊള്ളചെയ്യുന്നവർക്കെതിരായ കത്തുന്ന രോഷവും ഗോത്രസ്ത്രീകളുടെ ദാമ്പത്യസ്വപ്നങ്ങളെ കലുഷിതമാക്കുന്നു.

ഹോമിക്കപ്പെട്ട ജീവിതങ്ങൾ ആദിവാസിക്കൂരകളിൽനിന്നും ഉമിത്തീപോലെ അമർന്നുകത്തുകയും ഇടയ്ക്കിടെ അത് ഇടിത്തീപോലെ പടരുകയും ചെയ്യുന്നു. കൊളോണിയൽ ഭരണകൂടത്തിനും ജന്മിത്തചൂഷണത്തിനുമെതിരെ ഉഗ്രമായ പോരാട്ടം നടത്തിയ സാന്താൾ ജനതയുടെ ആത്മരോഷത്തിന്റെ തീത്തൈലമാണ് നിർമലാ പുതുൽ പകർന്നുതരുന്നത്. ജീവശരീരത്തെ കാർന്നുതിന്നുംപോലെ മൂലധന ചൂഷണം ആദിവാസി ഊരുകളെ നശിപ്പിക്കുമ്പോൾ പണിയാളരുടെ ഗോത്രഭാഷ അതിന്റെ പ്രക്ഷുബ്ധവീര്യത്തോടെ പൊതുസമൂഹത്തിന്റെ നേർക്ക് ആർത്തലയ്ക്കുന്നു.

ഇന്ത്യൻ സാഹിത്യത്തിലെന്നപോലെ പാശ്ചാത്യസാഹിത്യത്തിലും പുരുഷാധിഷ്ഠിതമൂല്യങ്ങൾ തീവ്രമായി ആവിഷ്കരിച്ചതിന്റെ ഉദാഹരണങ്ങൾ നിരവധിയാണ്. ഉദാഹരണത്തിന് ഷേക്സ്പിയർകൃതികളെടുക്കാം. വായനയുടെ അനന്തസാധ്യതകൾ തുറന്നിടുന്ന നിത്യവിസ്മയങ്ങളാണ് ഷേക്സ്പിയർ കൃതികളോരോന്നും.

ആസ്വാദനത്തിന്റെ ഭാവസ്പന്ദങ്ങൾ ചിന്തകളുടെ ബഹുസ്വരലോകത്തിലേക്ക് വായനക്കാരെ പ്രത്യാനയിക്കുമ്പോൾ അത് മൂലകൃതിയുടെ മാറ്റുകൂട്ടുന്നു. അങ്ങനെ പുനർവായനകളോരോന്നും തീവ്രനിർണയനത്തെയും അതിസമർഥനത്തെയും അസാധുവാക്കുന്നു. കൊളോണിയൽ അധിനിവേശത്തിന്റെ ഭിന്നതലങ്ങളെ അനാവൃതമാക്കുന്ന പാഠാന്തരങ്ങളാണ് ഷേക്സ്പിയറുടെ *ടെമ്പസ്റ്റിനെ* കാലാതിവർത്തിയാക്കുന്നത്. ഓരോ രചനയും രാഷ്ട്രീയവുമായുള്ള സംവാദനൈരന്തര്യമാവുമ്പോൾ വായനയിലും അതിന്റെ തീക്ഷ്ണാനുരണനങ്ങൾ ഉണ്ടാവുന്നു. അറിഞ്ഞും അറിയാതെയുമുള്ള രാഷ്ട്രീയദർശനങ്ങൾ അന്തർധാരയായി വർത്തിക്കുന്ന പ്രത്യയശാസ്ത്രവിവക്ഷകൾ, സൗന്ദര്യശാസ്ത്രപക്ഷഭേദങ്ങൾ കോളനീകരണത്തിന്റെ അടയാളങ്ങൾ, നിശ്ശബ്ദതകളുടെ അർഥാന്തരങ്ങൾ ഇവയെല്ലാം ധീരമായ പുനർവായനയ്ക്കു വിധേയമാക്കുമ്പോൾ നിരൂപണം ശക്തമായ ഒരു രാഷ്ട്രീയപ്രയോഗം തന്നെയായി മാറുന്നു. നിരൂപണത്തിലെ ഉപസംഹാരങ്ങളോട് കലഹിച്ചുകൊണ്ടുമാത്രമേ, പുനർവായനയുടെ ആമുഖങ്ങളെ പ്രാപിക്കാൻ കഴിയുകയുള്ളുവെന്ന് ചുരുക്കം.

ഷേക്സ്പിയറുടെ പ്രബലനാടകങ്ങളിലെല്ലാം മുഖ്യ സ്ത്രീകഥാപാത്രങ്ങളിൽ തിന്മകൾ ആരോപിക്കപ്പെടുന്നത് ശ്രദ്ധിക്കുക. ഈദൃശാരോപണങ്ങളില്ലാത്ത സ്ത്രീകഥാപാത്രങ്ങൾ പൊതുവിൽ ഷേക്സ്പിയർ നാടകങ്ങളിൽ ദുർബലവും അസംഗതവുമാണെന്നത് ശ്രദ്ധേയമാണ്. ഷേക്സ്പിയർ നാടകത്തിൽ സമൃദ്ധമായി ഉപയോഗിക്കപ്പെട്ട അമാനുഷ കഥാപാത്രങ്ങൾ ദുർമന്ത്രവാദികൾ, പ്രേതങ്ങൾ, ദുർസൂചകങ്ങൾ എന്നിവയാണ്. തന്റെ മേൽസൂചിപ്പിച്ച രതിനിരാസത്തിന്റെയും അതിന്റെ പുനരുൽപ്പന്നമായ രതീഭീതിയുടെയും പാത്രവൽക്കരമാണ്. എന്നാൽ

ഇതെല്ലാം കേവലം അരങ്ങിനെ പൊലിപ്പിക്കുന്ന സാങ്കേതികവിദ്യയായി ന്യൂനീകരിക്കുന്നതാണ് സാമ്പ്രദായിക ഷേക്സ്പിയർ നിരൂപണം.

വിഖ്യാതസാഹിത്യനിരൂപകൻ കൂടിയായിരുന്നുവല്ലോ സിഗ്മണ്ട് ഫ്രോയിഡ്. *സ്വപ്നങ്ങളുടെ വ്യാഖ്യാനത്തിലും രതിയെക്കുറിച്ച്* എന്ന ഗ്രന്ഥത്തിലും ലൈംഗികതയുടെ ഗൂഢവും അഗൂഢവുമായ പ്രചോദനങ്ങൾ സർഗാത്മകപ്രവർത്തനത്തെ നിർണയിക്കുന്നതിനെക്കുറിച്ചുള്ള വിശകലനങ്ങളുണ്ട്. *ഹാംലറ്റിൽ* പിതൃഘാതകന് മാപ്പുകൊടുക്കുന്ന കേന്ദ്രകഥാപാത്രം ഒരുദാഹരണം മാത്രം. മാതാവിന്റെ സ്നേഹം കൂടുതൽ ലഭ്യമാകുന്ന പ്രായം കുറഞ്ഞ കഥാപാത്രങ്ങളാണ് മിക്ക ദുരന്ത നാടകങ്ങളിലും ഘാതകരായിവരുന്നത്.

ജൂലിയസ് സീസറുടെ സെർവിലിയ എന്ന സ്ത്രീയിലുണ്ടായ പുത്രനാണ് ബ്രൂട്ടസ് എന്ന ചരിത്രവിവരവുമായി അബോധമായെങ്കിലും ബന്ധപ്പെട്ടാണ് എ ബ്രൂട്ടെ എന്ന സീസറുടെ ദീനസ്വരം *ജൂലിയസ് സീസർ* നാടകത്തെ അവിസ്മരണീയമാക്കുന്നത്. സീസറിൽ ഇവർ തമ്മിലുള്ള ഗാഢബന്ധത്തിന് തെളിവുകളൊന്നുമില്ലെന്ന് ശ്രദ്ധിക്കുക. *ടെമ്പസ്റ്റിൽ* ഇളയസഹോദരനാണ് പ്രോസ്പെരോവിനെ രാജ്യഭ്രഷ്ടനാക്കുന്നത്. ഇങ്ങനെ ഷേക്സ്പിയർ കൃതികളിലുടനീളം പൗരോഹിത്യ മതാത്മകതയോടുള്ള അബോധപ്രതികരണം തീവ്രമായി വിന്യസിച്ചിരിക്കുന്നത് കാണാം. ഡോ. ഏണസ്റ്റ് ജോൺസ് തന്റെ *ഹാംലറ്റ് ആന്റ് ഈഡിപ്പസ്* എന്ന കൃതിയിൽ ഹാംലറ്റിന് തന്റെ മാതാവുമായുള്ള തീവ്രപ്രണയം സൂചിപ്പിക്കുന്നുണ്ട്. ഇതിന്റെ ആത്മനിന്ദയാണ് ഹാംലറ്റിനെ മഥിക്കുന്നത്. ഷേക്സ്പിയറുടെ പിതാവിന്റെ മരണത്തിനുതൊട്ടുശേഷമാണ് *ഹാംലെറ്റ്* എന്ന കൃതി രചിക്കപ്പെടുന്നത്. ഇത് യാദൃച്ഛികമല്ല. ഷേക്സ്പിയറുടെ പുത്രന്റെ പേര് ഹാംനറ്റ് എന്നായിരുന്നല്ലോ.

ടെമ്പസ്റ്റിൽ മിരാൻഡയെ അതിവിശുദ്ധയായി മഹത്വവൽക്കരിക്കുന്നത് മാതൃനിരാസത്തോടുള്ള പശ്ചാത്താപമാണ്. രതിയുടെ ആന്തരനിരോധം അതിന്റെ എതിർരൂപമായ ഉദാത്തവൽക്കരണത്തിലേക്ക് നയിക്കുമെന്ന് ഫ്രോയിഡ് വ്യക്തമാക്കുന്നുണ്ട്. 16 ാം നൂറ്റാണ്ടിലെ എലിസബത്തൻ ശുദ്ധിവാദം പുനരുൽപ്പാദിപ്പിക്കുന്നത് കർക്കശമായ പുരുഷാധിനിവേശ പ്രത്യയശാസ്ത്രമാണ്. മധ്യപൗരോഹിത്യസൃഷ്ടിയായ രതിഭീതിയും പാപബോധവും നവോത്ഥാനഘട്ടത്തിൽ അതിന്റെ എതിർരൂപമായ കന്യകാത്വസങ്കൽപ്പത്തെ പുനരുൽപ്പാദിപ്പിച്ചു. അതിന്റെ കേന്ദ്രം അച്ഛനെന്ന പുരുഷനാണ്. അതുകൊണ്ടുതന്നെ പിതൃദായക ഘടനയിലെ ആദർശ സ്ത്രീ ക്ലിയോപാട്രയുടെ നേർവിപരീതമായ മിരാൻഡയാവുന്നതിൽ അത്ഭുതമില്ല.

ഷേക്സ്പിയർ ആദർശവൽക്കരിച്ച പുരുഷപ്രണയത്തിന്റെ വിപരീതദിശയിലാണ് പുതിയ കാലഘട്ടത്തിലെ പല കവികളും സഞ്ചരിച്ചത്. ഉദാഹരണത്തിന് ലോർക്ക. കവിയും നാടകകൃത്തുമായിരുന്ന ലോർക്കയുടെ പ്രധാന സ്ത്രീകേന്ദ്രിത നാടകങ്ങളാണ് *ബ്ലഡ് വെഡിങ്ങ്, യെർമ,*

ഷൂമേക്കേഴ്സ് പ്രൊഡിജ്യസ് വൈഫ്, ഡോണ റോസി ദ സ്പിൻസ്റ്റർ എന്നിവ.

പുരുഷന് പരിചിതമല്ലാത്ത ഇടങ്ങളിലെ (വീടിന്റെ അകത്തളങ്ങൾ തുടങ്ങിയവ) സ്ത്രീയുടെ ഏകാന്തതകളും ആത്മസംഘർഷങ്ങളും വേദനകളും അഭിലാഷങ്ങളുമാണ് ലോർക്കാ നാടകങ്ങളുടെ ഇതിവൃത്തം. സ്ത്രീഹൃദയങ്ങളിൽ തട്ടി പെയ്തിറങ്ങുന്ന ഭാവോജ്വല ഈരടികളാണ് ലോർക്കയുടെ കാവ്യാത്മകഭാഷണങ്ങൾ. സ്ത്രീജീവിതത്തെ അരിഞ്ഞുമുറിക്കുന്ന സ്പാനിഷ് സാമൂഹിക സദാചാരനിയമങ്ങളെ തുറന്നുകാണിക്കുന്നതാണ് ലോർക്കാ നാടകങ്ങൾ.

ലോർക്കയുടെ കവിതകളിലെ കടുത്ത വിഷാദത്തിൽ, കവിയുടെ പ്രണയാനുഭവങ്ങളുടെ തുടിപ്പുകളുണ്ട്. എമിലിയോ അലാഡ്രൻ എന്ന കാമുകിയുമായുള്ള പ്രണയത്തിന്റെ പരാജയം കവിയെ വിഷാദഗർത്തത്തിലേക്ക് തള്ളിവിട്ടു.

13

ബദൽ ലൈംഗികതയുടെ ദൃശ്യഭാഷ

മുഖ്യധാരാ സിനിമയുടെ താരാധിപത്യത്തെ വെല്ലുവിളിച്ചുകൊണ്ട് അടുത്തകാലത്ത് ഒരു നവദൃശ്യഭാഷതന്നെ സൃഷ്ടിക്കുകയായിരുന്നു മലയാളത്തിലെ നവതരംഗസിനിമ. താരസിംഹാസനങ്ങളെ മറികടന്നുകൊണ്ട് പുതുമുഖനായികമാരും നായകന്മാരും മലയാളസിനിമാപ്രേക്ഷകരുടെ പ്രിയപ്പെട്ടവരായി മാറിയത് മാത്രമായിരുന്നില്ല നവതരംഗ സിനിമകൾ സൃഷ്ടിച്ച മാറ്റൊലികൾ. മുഖ്യമായും മലയാള സിനിമ നാളിന്നുവരെ നട്ടുനനച്ചുവളർത്തിയ ജീവിതസങ്കൽപ്പങ്ങളെ വിശേഷിച്ചും പ്രണയ-രതി വീക്ഷണങ്ങളെ ചോദ്യം ചെയ്തുകൊണ്ടാണ് ഈ സിനിമകൾ മലയാളസിനിമാ ചരിത്രത്തിൽ ഇടംനേടിയത്.

ഫ്യൂഡൽ പ്രണയ-രതി ധാരണകളെയും സദാചാര മാമൂലുകളെയും മറികടക്കുകയെന്നത് നിസ്സാരകാര്യമല്ല. പൊതുബോധത്തിൽ ഉറച്ചുപോയ പ്രതിലോമപരമായ സവർണ ജീവിതസങ്കൽപ്പങ്ങളെയാണ് പലപ്പോഴും അത് പരിമിതമായ രീതിയിലെങ്കിലും മറികടന്നത്. എന്നാൽ ഈ നവതരംഗചിത്രങ്ങളും പലതലങ്ങളിലും മുസ്ലിംവിരുദ്ധ-ദളിത് വിരുദ്ധ മുൻനിശ്ചയങ്ങൾ പിന്തുടരുന്നുവെന്നതിനെക്കുറിച്ച് സിനിമാനിരൂപകർ ഉന്നയിച്ച വിമർശനങ്ങൾ ഇന്ന് പ്രസക്തമാണ്. എന്നാൽ നവതരംഗസിനിമകളുടെ ഈ പരിമിതികളെ കവച്ചുവെച്ചുകൊണ്ട് വിപ്ലവപരമായ ഒരട്ടിമറി നടത്തിയ സുപ്രധാനമായ പരീക്ഷണമാണ് *പാപില്യോബുദ്ധ*യിലൂടെ സംവിധായകർ ജയൻ കെ ചെറിയാൻ നടത്തിയത്.

ഗാന്ധിജിയെ വിമർശിക്കുന്നുവെന്ന ന്യായം പറഞ്ഞ് സെൻസർ ബോഡ് തടഞ്ഞുവെച്ച ഈ സിനിമ അടുത്തിടെ തിരുവനന്തപുരത്തെ ഒരു തിയറ്ററിൽ സൗജന്യമായി പ്രദർശിപ്പിക്കുകയുണ്ടായി. ദൃശ്യഭാഷ

യിലും ജീവിത വീക്ഷണത്തിലും *പാപിലേ്യാ ബുദ്ധ* ഒരു വിച്ഛേദം തന്നെ നടത്തിയത് സിനിമാപ്രേക്ഷകരെ അമ്പരപ്പിക്കുന്നതായിരുന്നു.

ബുദ്ധനും ബദൽ ലൈംഗികതയും

പാപിലേ്യാൺ ബുദ്ധ ശങ്കരന്റെയും മഞ്ജുശ്രീയുടെയും ആത്മബന്ധത്തെ രത്യുത്സവത്തിന്റെ ആഹ്ലാദകരമായ നിമിഷങ്ങളിലൂടെ ഉറപ്പിക്കുകയും ലൈംഗികതയും രാഷ്ട്രീയവും തമ്മിലുള്ള ദാർശനികതയ്ക്ക് പുതിയൊരു മാനം നൽകുകയും അങ്ങനെ ഒരു ബദൽ ലൈംഗികത മുന്നോട്ടുവയ്ക്കുകയും ചെയ്യുന്നുവെന്നതാണ് *പാപിലേ്യാൺബുദ്ധ* എന്ന സിനിമയെ ശ്രദ്ധേയമാക്കുന്നത്. സവർണജാതി ഹിന്ദുക്കളുടെ ലൈംഗികാസക്തികളുടെ എക്കാലത്തേയും ഇരകളായിരുന്നു ദളിത് സ്ത്രീകൾ.

സവർണരുടെ ലൈംഗികാസക്തി കേവലം രതിയുമായി ബന്ധപ്പെട്ടതായിരുന്നു. കറുത്തവരോടുള്ള വംശീയവിരോധവും മാംസദാഹവും ബീഭത്സമായി ഇടകലർന്ന പ്രതികാര കൃത്യമായിട്ടാണ് ദളിത് –ആദിവാസി–മുസ്ലീം സ്ത്രീകളോടുള്ള ലൈംഗികാതിക്രമത്തെ കാണേണ്ടത്. ഓട്ടോറിക്ഷ തൊഴിലാളിയായ മഞ്ജുശ്രീയെ അതിക്രൂരമായി മാനഭംഗപ്പെടുത്തുന്ന സവർണജാതി ഹിന്ദുക്കളുടെ ക്രൂരതകൾ വർത്തമാന യാഥാർഥ്യംതന്നെയാണ്.

ഇത്തരം കൂട്ടബലാത്സംഗങ്ങളെ കേവലം ലൈംഗിക ക്രൂരകൃത്യമായിട്ടല്ല, പ്രതിലോമരാഷ്ട്രീയം മർദിതജനങ്ങളെ ഉന്മൂലനം ചെയ്യുന്നതിന്റെ ഭാഗമായിട്ടാണ് കാണേണ്ടത്. ഇവിടെ നടക്കുന്നത് വംശീയ ഉന്മൂലനവും രാഷ്ട്രീയ ഉന്മൂലനവുമാണ്.

പാപിലേ്യാൺ സിനിമയോട് മലയാളസിനിമ കടപ്പെട്ടിരിക്കുന്നത്, അത് നാളിന്നുവരെ തുടർന്നുപോന്ന ലൈംഗിക സങ്കൽപ്പങ്ങളെ അട്ടിമറിക്കുന്നുവെന്നതാണ്. സാധാരണ നിലയിൽ ആനന്ദത്തിന്റെയും കാമനകളുടെ കത്തിത്തീരലിന്റെയും അഭിനിവേശങ്ങളെ ശമിപ്പിക്കുന്നതിന്റെയും പ്രക്രിയയായിട്ടാണ് രതി ചിത്രീകരിക്കപ്പെടാറ്. എന്നാൽ *പാപിലേ്യാൺ ബുദ്ധ*യിൽ അത് വീണ്ടെടുപ്പിന്റെയും ആത്മബന്ധം ഉറപ്പിക്കുന്നതിന്റെയും വിമോചനപ്പോരാട്ടങ്ങളുടെ ആളിക്കത്തലിന്റെയും സർഗാത്മക ധർമമായിട്ടാണ് വിഭാവനം ചെയ്യപ്പെടുന്നത്.

ശയ്യാതലത്തിലെ പുരുഷപ്പേക്കൂത്തുകളുടെ അലസവും നിഷ്ക്രിയവുമായ പെണ്ണുടലല്ല ഇവിടെ കാണുന്നത്. തുല്യതയുടെയും സമഭാവനയുടെയും പ്രണയത്തിന്റെയും ഫലശ്രുതിയെന്ന നിലയിൽ സ്വതന്ത്രവും നിർഭയവുമായി ആത്മബന്ധം സ്ഥാപിക്കുന്ന വിമോചിതരായ യുവശക്തിക്കുമാത്രമേ, നിർഭയവും വിമോചനാത്മകവുമായ രാഷ്ട്രീയ പോരാട്ടങ്ങളിലേക്ക് ഉയരാൻ കഴിയുകയുള്ളൂ.

Select bibliography

Fredric Engels: The Origin of the Family, Private Property and the State (1884)

Gilles Deleuze, Félix Guattari : Capitalism and Schizophrenia: Anti-Oedipus (1972), A Thousand Plateaus (1980), Empiricism and Subjectivity (1991). Nietzsche and Philosophy (1983). Kant's Critical Philosophy (1983). Proust and Signs (1973, 2nd exp. ed. 2000). Pure Immanence (2001). Bergsonism (1988). Masochism: Coldness and Cruelty (1989). Difference and Repetition (1994). Expressionism in Philosophy: Spinoza (1990). The Logic of Sense (1990).

Sigmund Freud : The Standard Edition of the Complete Psychological Works of Sigmund Freud, translated from the German under the General Editorship of James Strachey. In collaboration with Anna Freud. Assisted by Alix Strachey and Alan Tyson, 24 volumes, Vintage, 1999, Studies on Hysteria (with Josef Breuer) (Studien über Hysterie, 1895), The Interpretation of Dreams, The Psychopathology of Everyday Life, Three Essays on the Theory of Sexuality 1905), Jokes and their Relation to the Unconscious 1905), Delusion and Dream in Jensen's Gradiva 1907)

Michel Foucault: Madness and Civilization and Kant's Anthropology: 1960, University of Clermont-Ferrand, The Birth of the Clinic, and The Order of Things: 1960–1966, University of Tunisia and The Archaeology of Knowledge: 1966–1970, Collège de France and Discipline and Punish: 1970–1975, The History of Sexuality and Iranian

Revolution: 1975–1983, Illness and death: 1983–1984

Wilhelm Reich: Character Analysis (1933), The Mass Psychology of Fascism (1933), and The Sexual Revolution (1936) The Discovery of Orgone, Volume 2: The Cancer Biopathy, 1948

Listen, Little Man!, 1948 (Rede an den kleinen Mann, translated by Theodore P. Wolfe), The Orgone Energy Accumulator, Its Scientific and Medical Use, 1948, Ether, God and Devil, 1949, Cosmic Superimposition: Man's Orgonotic Roots in Nature, 1951, The Invasion of Compulsory Sex-Morality, 1951, The Oranur Experiment: First Report (1947–1951), 1951, The Murder of Christ (The Emotional Plague of Mankind), 1953, People in Trouble (The Emotional Plague of Mankind), 1953 (Menschen im Staat), The Einstein Affair, 1953, Contact with Space: Oranur Second Report, 1951–1956, 1957

Colin Wilson: The Outsider (1956), Religion and the Rebel (1957), "The Frenchman" (short story, Evening Standard 22 August 1957), The Age of Defeat (US title The Stature of Man) (1959), Ritual in the Dark (Victor Gollancz, 1960) "Uncle Tom and the Police Constable" (short story, Evening News 23 October 1961), "He Could not Fail" (short story, Evening News 29 December 1961), The Strength to Dream: Literature and the Imagination (1962), "Uncle and the Lion" (short story, Evening News 28 September 1962), "Hidden Bruise" (short story, Evening News 3 December 1962), Origins of the Sexual Impulse (1963)

Zillah R. Elisenstein (ed): Capitalist patriarchy and the Case for Socialist Feminism.

Rayna R. Reiter (ed) : Toward on Anthropology of Women.

Michele Barrett : Women's Oppression Today,

Claude Meillasoux, Maidens : Meal and Money

Peter Aaby : Engels and Women , Critique of Anthropology

Kate Millet : Sexual Politics, Doubleday

Shula Smith Firestone : The dialectic of Sex,

Owen Lattimore : Inner Asian Frontiers of China

Simone de Beauvoir: A Vindication of the Rights of Woman (1792), The Subjection of Women (1869), The Second Sex (1949), Gender Trouble (1990)

Eleanor Marx: The Woman Question, with Edward Aveling, 1886, Suggestions for Propaganda Work, January 1897

Barbara Ehrenreich: Witches, Midwives, and Nurses, 1973, What is Socialist Feminism?, 1976

Betty Friedan: The Feminine Mystique (1963), It Changed My Life: Writings on the Women's Movement (1976), The Second Stage (1981), The Fountain of Age (1993), Beyond Gender (1997), Life So Far (2000)

Kate Millett : Sexual Politics, 1968, Theory of Sexual Politics, 1969

Juliet Mitchell: Women: The Longest Revolution. Women's Estate.

James Gregor : Faces of Janus; Marxism and Facism in 20th C.

Jing wang(ed), Barlow wang, Tanit Barloui : Cinema and desire:Feminist and cultural politics in the work of Dai Jinhua

Robert Mikilitsch(ed): Psycho-Marxism in Marx and Psycho-analysis late in 20thC

Rose Mary Small : Marxism and the Family

Virginia Wolf : A Room of one's Own, Hogarth Press, Lodon 1929

Virginia wolf: - Three Gineeas Hogarth, London 1938

Cora Kaplan: - Feminist Literary Criticism, Routledge, Lodon, 1992

Maggie Humm: - A dictionary of Feminist Theory, Harveted Wheatsheaf 1992.

Desmond Morris:

Bodywatching – A Field Guide to the Human Species (1985) — Hundreds of photos analyzing the human body from hair down to the feet.

Catwatching: & Cat Lore (1986) — a study of one of the most popular of household pets across the centuries.

Dogwatching (1986) — an in-depth study of "man's best friend".

Horsewatching (1989) — subtitled "Why does a horse whinny and everything else you ever wanted to know"

Animalwatching (1990)

Babywatching (1991)

The Human Animal (1994) — book and BBC documentary TV series

The Human Sexes (1997) — Discovery/BBC documentary TV series

Cat World: A Feline Encyclopedia (1997)

The Naked Eye (2001)

Dogs: The Ultimate Dictionary of over 1000 Dog Breeds (2001)

Peoplewatching: The Desmond Morris Guide to Body Language (2002)

The Naked Woman: A Study of the Female Body (2004)

Linguaggio muto (Dumb language) (2004)

The Nature of Happiness (2004)

Watching (2006)

Kathleen Barry: Vagina on trial-the institution and psychology of rape

Irina Anderson and Kathy Doherty: psychology, feminism and discourse analysis in the study of sexual violence

A S Altekar: The Position of Women in Hindu Civilization From Prehistoric Times to the Present Day (1938)[18] was the first historical survey of the status of women in India.[2] Altekar's other books include The Vakataka-Gupta Age,[3] State and Government in Ancient India,[19] Ra-sht.raku-t.as and their times,[20] History of Benares.

Amrit Srinivasan, "Reform and Revival: The Devadasi and Her Dance", Economic and Political Weekly, Vol. XX, No. 44, 2 November 1985, pp. 1869–1876.

Artal R.O.: "Basavis in Peninsular India", Journal of Anthropological Society of Bombay, Vol. IX, No. 2, 1910.

Asha Ramesh, Impact of Legislative Prohibition of the Devadasi Practice in Karnataka: A Study, (Carried out under financial assistance from NORAD), May 1993.

Banerjee, G.R., Sex Delinquent Women and Their Rehabilitation, Bombay: Tata Institute of Social Sciences, 1953.

Basham, A.L., The Wonder That Was India, New York: Grove Press, 1954.

Chakrabothy, K. (2000). Women as Devadasis: Origin and Growth of the Devadasi Profession. Delhi, Deep & Deep Publications.

Chakrapani, C, "Jogin System: A Study in Religion and Society", Man in Asia, Vol. IV, No. II, 1991.

Crooke Williams, The Popular Religion and Folklore of Northern India, (Third Reprint), Delhi: Munshiram Manoharlal, 1968.

Crooke, W., "Prostitution", Encyclopaedia of Religion and Ethics, Vol. X, Eds., James Hastings and Clark Edinburg, Second Impression, 1930.

Desai Neera, Women in India, Bombay: Vora Publishers, 1957.

Dubois Abbe J.A and Beachampes H.K., Hindu Manners, Customs and Ceremonies, Oxford: Clarendon Press, 1928

avis, Robert Murray (2003). Christian slaves, Muslim masters: white slavery in the Mediterranean, the Barbary Coast, and Italy, 1500–1800. Basingstoke: Palgrave Macmillan. ISBN 1-4039-4551-9.

Walsh, Michael J.; Don Jordan (2008). White Cargo: The Forgotten History of Britain's White Slaves in America. NYU PRESS. ISBN 0-8147-4296-3.

Lal, Kishori Saran (1994). Muslim Slave System in Medieval India. Columbia, Mo: South Asia Books. ISBN 81-85689-67-9.

Markon, Jerry, Washington Post. "Human Trafficking Evokes Outrage, Little Evidence" 23 September 2007

Fine, Glenn U.S. Justice Department Inspector General Glenn Fine report 8 August 2008:

Davies, Nick Guardian newspaper "Inquiry fails to find single trafficker who forced anybody into prostitution" 20 October 2009

Davies, Nick Guardian newspaper "Prostitution and trafficking – the anatomy of a moral panic" 20 October 2009

Ozimek, John The register "UK gov prostituiton proposals caught with pants down" 22 October 2009:

Dasgupta, Rajashri, and Murthy, Laxmi The hoot media: "Human trafficking exaggerated numbers?" January 2009

Weitzer, Ronald -George Washington University report

Waterfield, Bruno Spiked online "Exposed: the myth of the World Cup sex slaves" February 2007

Butler, Judith (1990). Gender Trouble: Feminism and the Subversion of Identity. Thinking Gender. New York & London: Routledge ISBN 0415389550.

Butler, Judith (1993). Bodies That Matter: On the Discursive Limits of "Sex." New York: Routledge ISBN 041561015X.

Chafetz, JS. Masculine/Feminine or Human? An Overview of the Sociology of Sex Roles. Itasca, Illinois: F. E. Peacock, 1974 (1st ed.), 1978 (2nd ed.). ISBN 0-87581-231-7. OCLC 4348310. Missing or empty |title= (help)

Fausto-Sterling, Anne (2000). Sexing the body: gender politics and the construction of sexuality. New York: Basic Books ISBN 0465077145.

Maggie Wittlin, "Girls Gone Wild... For Monkeys", Seed Magazine" (10/14/2005)

Peter Hercules, Liberating the Caged Human Female Animal's Sexuality

Sally Lehrman, The Virtues of Promiscuity

Jennifer Armstrong, "Slut" is Not A Four Letter Word

Refuse The Silence, Women of Color in Academia Speak Out, http://www.refusethesilence.com

http://www.feministezine.com/feminist/blackwomen.htm

Third World Women's Alliance. Black Women's Manifesto (1970. On-line)

Patricia Hill Collins, Black Feminist Thought: Knowledge, Consciousness and the Politics of Empowerment (1990) and Black Sexual Politics: African Americans, Gender, and the New Racism (Routledge, 2005)

bell hooks, Ain't I a Woman?: Black women and feminism (1981)

Molara Ogundipe-Leslie, Re-Creating Ourselves: African Women & Critical Transformations (1994)

Home Girls: A Black Feminist Anthology (Kitchen Table: Women of Color Press, 1983; reed. 2000)

This Bridge Called My Back: Writings by Radical Women of Color, edited by Cherríe Moraga and Gloria E. Anzaldúa (Persephone Press, 1981; 2nd ed. 1984, Kitchen Table: Women of Color Press; translated in Spanish in 2002 by Cherríe Moraga, Ana Castillo, and Norma Alarcón)

Presumed Incompetent: The Intersections of Race and Class for Women in Academia, edited by Gabriella Gutierrez y Muhs, Yolanda Flores Niemann, Carmen G. Gonzalez, and Angela P. Harris (Utah State University Press, 2012)

www.ingramcontent.com/pod-product-compliance
Lightning Source LLC
LaVergne TN
LVHW101420051026
849519LV00005BC/1821
* 9 7 8 9 3 8 3 4 3 2 4 7 9 *